D1771212

அசோகமித்திரன் குறுநாவல்கள்
முழுத் தொகுப்பு

அசோகமித்திரன் குறுநாவல்கள்

முழுத் தொகுப்பு

அசோகமித்திரன் (1931–2017)

இயற்பெயர் ஜ. தியாகராஜன். செகந்தராபாத்தில் பிறந்தார். மெஹ்பூப் கல்லூரியிலும் நிஜாம் கல்லூரியிலும் ஆங்கிலம், இயற்பியல், வேதியியல் படித்தார். தந்தையின் மறைவுக்குப்பின் இருபத்தொன்றாம் வயதில் குடும்பத்துடன் சென்னைக்குக் குடியேறினார். *கணையாழி* மாத இதழின் ஆசிரியராகப் பல ஆண்டுகள் பணியாற்றினார்.

1951 முதல் தமிழிலும் ஆங்கிலத்திலும் எழுதினார். சிறுகதை, குறுநாவல், நாவல், கட்டுரை, விமர்சனம், சுய அனுபவப் பதிவு போன்ற பிரிவுகளில் 60 நூல்களுக்கும் மேல் எழுதியிருக்கிறார். பல இந்திய மொழிகளிலும் சில ஐரோப்பிய மொழிகளிலும் இவரது நூல்கள் மொழிபெயர்க்கப் பட்டுள்ளன. 1973இல் அமெரிக்காவின் அயோவா பல்கலைக் கழகத்தின் எழுத்தாளர்களுக்கான சிறப்புப் பயிலரங்கில் கலந்துகொண்டவர்.

1996ஆம் ஆண்டு சாகித்திய அக்காதெமி விருது பெற்றார்.

அசோகமித்திரன் தனது 85வது வயதில், 23.03.2017 அன்று சென்னை வேளச்சேரியில் காலமானார்.

மனைவி: ராஜேஸ்வரி. மகன்கள்: தி. ரவிசங்கர்,
தி. முத்துக்குமார், தி. ராமகிருஷ்ணன்.

அசோகமித்திரனின் பிற காலச்சுவடு வெளியீடுகள்

நாவல்

- 18வது அட்சக்கோடு (கிளாசிக் வரிசை)
- ஒற்றன்!
- யுத்தங்களுக்கிடையில் . . .
- மானசரோவர் (கிளாசிக் வரிசை)
- தண்ணீர் (கிளாசிக் வரிசை)
- கரைந்த நிழல்கள் (கிளாசிக் வரிசை)
- இந்தியா 1944–48
- இன்று
- ஆகாயத் தாமரை

சிறுகதை

- ஐந்நூறு கோப்பைத் தட்டுகள் (கிளாசிக் வரிசை)
- வாழ்விலே ஒரு முறை (முதல் சிறுகதைத் தொகுப்பு வரிசை)
- அழிவற்றது
- 1945இல் இப்படியெல்லாம் இருந்தது . . .
- இரண்டு விரல் தட்டச்சு
- அசோகமித்திரன் சிறுகதைகள் (முழுத் தொகுப்பு)
- அமானுஷ்ய நினைவுகள்

குறுநாவல்

- இன்ஸ்பெக்டர் செண்பகராமன்
- மணல் (கிளாசிக் வரிசை)

கட்டுரை

- எரியாத நினைவுகள் (கிளாசிக் வரிசை)
- படைப்புக்கலை
- சில ஆசிரியர்கள் சில நூல்கள்
- ஒரு பார்வையில் சென்னை நகரம்
- ஆடிய ஆட்டமென்ன

அசோகமித்திரன் குறுநாவல்கள்

முழுத் தொகுப்பு

காலச்சுவடு பதிப்பகம்

அன்பார்ந்த வாசகருக்கு,
வணக்கம்.

காலச்சுவடு நூலை வாங்கியமைக்கு நன்றி.

நூலின் உள்ளடக்கம், உருவாக்கம், அட்டைப்படம் இன்ன பிற அம்சங்கள் பற்றிய உங்கள் கருத்துகளையும் ஆலோசனைகளையும் காலச்சுவடு வரவேற்கிறது. தகவல், எழுத்து, வாக்கியப் பிழைகள் தென்பட்டால் கட்டாயம் தெரிவித்து உதவுங்கள். நூல் தயாரிப்பில் கடும் குறைபாடு இருப்பின் மாற்றுப் பிரதி உங்களுக்குக் கிடைக்கக் காலச்சுவடு ஏற்பாடு செய்யும்.

மின்னஞ்சல்: publisher@kalachuvadu.com

காலச்சுவடு நாகர்கோவில் அலுவலகத்திற்குக் கடிதம் அனுப்பலாம்.

தங்கள்
எஸ்.ஆர். சுந்தரம் (கண்ணன்)
பதிப்பாளர் — நிர்வாக இயக்குநர்

அசோகமித்திரன் குறுநாவல்கள்: முழுத் தொகுப்பு ❖ ஆசிரியர்: அசோகமித்திரன் ❖ © ராஜேஸ்வரி, தி. ரவிசங்கர், தி. முத்துக்குமார், தி. ராமகிருஷ்ணன் ❖ முதல் பதிப்பு: டிசம்பர் 2016, ஏழாம் பதிப்பு: நவம்பர் 2023 ❖ வெளியீடு: காலச்சுவடு பப்ளிகேஷன்ஸ் (பி) லிட்., 669, கே.பி. சாலை, நாகர்கோவில் 629001❖கோட்டோவியங்கள்: மணிவண்ணன்.

asookamittiran kuRuNaavalkaL ❖ Complete Novellas of Ashokamitran ❖ © Rajeswari, T. Ravishankar, T. Muthukumar and T. Ramakrishnan ❖ Language: Tamil ❖ First Edition: December 2016, Seventh Edition: November 2023 ❖ Size: Demy 1 x 8 ❖ Paper: 18.6 kg maplitho ❖ Pages: 624

Published by Kalachuvadu Publications Pvt. Ltd., 669 K.P. Road, Nagercoil 629001, India ❖ Phone: 91-4652-278525 ❖ e-mail: publications@kalachuvadu.com ❖ Line Drawings: Manivannan ❖ Printed at Mani Offset, Chennai 600077

ISBN: 978-93-5244-086-3

11/2023/S.No. 763, kcp 4796, 18.6 (7) ass

பொருளடக்கம்

இன்னும் சில நாட்கள்	9
விழா	31
மணல்	71
மாறுதல்	121
விடுதலை	133
தலைமுறைகள்	205
மாலதி	265
இருவர்	293
வண்ணங்கள்	361
பாவம், டல்பதடோ	389
விழா மாலைப் போதில்	469
இன்ஸ்பெக்டர் செண்பகராமன்	545
லீவு லெட்டர்	589

இன்னும் சில நாட்கள்

நாங்கள் குழந்தைகளாக இருந்தபோது சொன்னதைக் கேளாமல் பாடுபடுத்தினால் பயமுறுத்துவதற்கு 'பட்டித்தெரு வைத்திய லிங்கத்தைக் கூப்பிடட்டுமா?' என்பார்கள். எங்கள் வீட்டில் மட்டும் அல்ல. அந்தக் கிராமத்திலேயே வைத்திய லிங்கத்தின் பெயரைப் பயத்துடனோ அல்லது பயமுறுத்தலுக்காகவோதான் எடுப்பார்கள். பட்டித் தெரு என்பதே சிறிது ஒதுங்கினாற் போல இருந்தது. அதிலும் வைத்தியலிங்க வைத்தியரின் வீடு கோடி வீடாகத் தள்ளி இருந்தது. அந்த வீட்டில் அவர், அவர் மனைவி, இரண்டு பிள்ளைகள், அவருடைய சிஷ்யப் பையனாக ஒருவன் ஆக ஐந்து பேர் இருந்தார்கள். வைத்திய லிங்கத்துக்குப் பெயர்தான் அப்படி வந்துவிட்டதே தவிர எல்லாரையும் போலச் சாதாரணமாகத்தான் காணப்பட்டார். சிறிது வாடி வதங்கினாற்போல் இருந்தாலும் அவருடைய தேகம் இடுப்புக்கு மேல் ஒரு நேர் கோடாக இருந்தது. கை வைத்த பனியன் மாதிரி அங்கி ஒன்று அணிந்துகொண்டிருப்பார். சில சமயங்களில் மூக்குக் கண்ணாடி அணிந்துகொண்டிருப்பார். அவருடைய பிள்ளைகள் இருவரும் எங்களுடன் திண்ணைப் பள்ளிக்கூடத்தில் ஒரே வகுப்பில் படிக்க வந்தார்கள். அந்தப் படிப்பு முடிந்த பிறகு மூன்று மைல் தள்ளியிருந்த முனிசிபல் ஹைஸ்கூலுக்கும் எங்களுடன் வந்து படித்தார்கள். அவர்களும் சாதாரணமாகத்தான் எல்லாரையும் போலச் சில சமயங்களில் கெட்டிக்காரர்களாயும் சில சமயங்களில் முட்டாள்களாயும் சில சமயங்களில் அன்பாயும்

சில சமயங்களில் கொடூரமாகவும் நடந்துகொண்டார்கள். அவர்கள் தாயார் விசேஷ நாட்களில் எங்கள் வீட்டுக்கு வருவாள். அவள் சாதாரணமாயிருப்பவர்களை விட இன்னமும் நல்ல மாதிரி. எல்லாருக்கும் ஒத்தாசையாக இருக்கும் சுபாவம். தகுந்த சந்தர்ப்பத்தில் எதுஎது எப்படிச் செய்ய வேண்டும் என்றெல்லாம் சொல்லிக் கொடுப்பாள். தன்னை வந்து கேட்கவேண்டும் என்று காத்துக்கொண்டிருக்க மாட்டாள். அவளுக்கென்று ஒரு தனி இடம், மரியாதை எங்கள் கிராமத்தின் ஒவ்வொரு வீட்டிலும் உண்டு.

அவளுக்கு தன் பையன்கள் பற்றி அதிகப் பெருமை கிடையாது. ஆனால் புருஷன் பற்றிக் குறை உண்டு. அந்தக் கிராமத்திலும் ஐந்தாறு மைல் சுற்று வட்டாரத்திலும் அவர்தான் வைத்தியர். எல்லாரும் அவர் வீடு தேடி வருவார்கள். வைத்தியலிங்கமும் வைத்தியம் செய்யத் தயங்கமாட்டார். நாடி பார்த்துத்தான் வைத்தியம் செய்வார். மருந்துகளும் அவரே தந்துவிடுவார். யாருக்கும் முகத்தைச் சிணுக்கினது கிடையாது. ஆனால் அவரிடம் வைத்தியம் செய்துகொள்வது ஏதோ இயந்திரத்திடம் வைத்தியம் பார்த்துக்கொள்கிற மாதிரி இருக்கும். அவருக்குத் தெரியப்படுத்திய உடல் நலிவுக்கு வைத்தியம் செய்வார் ஒழிய வேறு எந்த விதமான தொடர்பும் கொள்ளாமல் இருப்பார். இரக்கம், பரிவு, பச்சாதாபம் ஆகிய உணர்ச்சிகள் அவரிடமிருந்து எப்போதும் எவ்விடத்திலும் வெளிப்பட்டதில்லை. அதேபோல் அவர் யாரிடமும் கோபங் கொண்டதாகவும் சண்டை பிடித்ததாகவும் கிடையாது. அதற்கெல்லாம் மனத்தில் இடமும் அவகாசமும் இல்லாத மாதிரி எப்போதும் ஒரு சிந்தனையிலேயே ஆழ்ந்திருப்பவர் போல இருப்பார். இதனால் அவர் தன்னைச் சுற்றி இருக்கும் உலகத்தைப் பற்றி அசட்டையாக இருந்தார் என்று சொல்லி விட முடியாது. எல்லா விஷயங்களும் அவரது கவனத்துக் குட்பட்ட போதிலும் அவர் மனத்தை அவராக எதில் என்று தீர்மானித்திருக்கிறாரோ அதில்தான் ஈடுபடுத்துவார். மொத்தத்தில் நடமாடக்கூடிய ஒரு பொம்மையாக இருந்தார். அவர் மனைவி குறைப்பட்டுக்கொண்டதில் ஆச்சரியமில்லை. அந்த அம்மாளுக்கு மனம் உடைந்து, பித்தம் பிடிக்காமல் இருந்தது ஆச்சரியம்.

வைத்தியலிங்கத்தின் பிள்ளைகள் எங்களுடன் படித்ததினால் நாங்கள் அவர்களை அநேகமாகத் தினமும் சந்திப்போம். பள்ளிப் பையன்களாகிய நாங்கள் எல்லாரும் சமயம் கிடைத்த போதெல்லாம் அவரவர்கள் வீட்டைப் பற்றிப் பிரமாதமாகப்

பெருமையடித்துக் கொள்வதுண்டு. இதற்கு மட்டும் வைத்திய லிங்கத்தின் பிள்ளைகள் விதிவிலக்கு. அவர்கள் எல்லா ஆட்டங் களிலும் சேர்ந்துகொள்வார்கள். எந்த விஷயத்திலும் கலந்து கொள்வார்கள். ஆனால் அவர்கள் வீட்டைப் பற்றியோ தகப்பனாரைப் பற்றியோ பேச்சே எடுக்கமாட்டார்கள். நாங்கள் அந்த நாட்களில் சிறுவர்களாக இருந்தபடியால் எங்களுக்கு இது பெரிய விஷயமாகப் படவில்லை.

ஆனால் ஒரு சமயம் வகுப்பில் மனித உடல் பற்றிப் பாடம் நடந்துகொண்டிருந்தது. உபாத்தியாயர் மண்டை ஓட்டை விவரித்து வகுப்பு நடத்திக்கொண்டிருந்தார். ஒரு குறிப்பைப் பற்றிச் சொல்லிக்கொண்டிருக்கும்போது வைத்தியலிங்கத்தின் மூத்த மகன் எழுந்திருந்தது 'அது அப்படி இல்லை' என்று கறுப்புப் பலகையில் படமும் வரைந்து காட்டினான். வைத்தியரின் பிள்ளையாதலால் அதெல்லாம் தெரிந்திருக்கும் என்று நாங்கள் அதிகம் ஆச்சரியப்படவில்லை. அது நடந்த மூன்று நாட்களுக்கு அந்தப் பையன் பள்ளிக்கூடத்திற்கு வரவில்லை. தம்பிதான் தனியாக வந்தான். மூத்தவன் மறுபடியும் பள்ளிக் கூடத்திற்கு வந்தபோது அவன் முகத்திலும் உடம்பிலும் நிறைய வடுக்கள் இருந்தன. அண்ணனும் தம்பியும் சில நாட்கள் பேசிக்கொள்ளாமல் இருந்தார்கள்.

எங்கள் அப்பாவும் சித்தப்பாவுமாக ஏதோ நில விஷயமாக ஒன்றுவிட்ட பெரியப்பாவுடன் வெகு நாட்களாகக் கோர்ட்டில் வியாஜ்ஜியம் ஆடிக்கொண்டிருந்தார்கள். அது பத்து வருஷங் களுக்கு மேலாக நடந்தது. எங்கள் சித்தப்பா சுவீகாரமாகக் கொடுக்கப்பட்டிருந்தார். அவர் எங்கள் கிராமத்திலிருந்து சுமார் நூற்றியெழுபது மைல் தூரத்தில் இருக்கும் இன்னொரு கிராமத்தில் அவருடைய தோட்டம், விவசாயம் முதலியவைகளைக் கவனித்து வந்தார். ஒரு ஈரங்கி பற்றி அப்பாவுக்கு வக்கீல் கடிதம் போட்டிருந்தார். அப்பா, சித்தப்பா இரண்டு பேருமாகச் சேர்ந்து ஒரு வாரத்திற்குள் ஒரு புது மனு தாக்கல் செய்யவேண்டும். அப்பா சித்தப்பாவை அடுத்த நாள் மாலை வக்கீல் வீட்டில் தன்னை வந்து சந்திக்கும்படியாகத் தந்திக் கொடுத்தார். தந்திக் காரியாலயம் எங்கள் கிராமத்திலிருந்து மூன்று மைல் தள்ளி இருந்தது. அப்போதெல்லாம் பஸ் வசதி கிடையாது. அப்பா எழுதிக் கொடுத்ததை எடுத்துக்கொண்டு நான்தான் தந்திக் காரியாலயத்திற்குச் சென்றேன். தந்தி கொடுத்துத் திரும்ப ஆரம்பித்தபோது மாலை ஐந்து மணிக்கு மேலாகிவிட்டது. எங்கள் கிராமத்து எல்லையில் ஓடிக்கொண்டிருந்த ஆற்றை அடைந்தபோது நன்றாக இருட்ட ஆரம்பித்துவிட்டது.

ஆற்றில் ஏதோ சில இடங்களில்தான் முழங்கால் வரையில் தண்ணீர் ஓடிக்கொண்டிருந்தது. நான் ஆற்றைக் கடந்த இடம் எங்கள் கிராமத்துச் சுடுகாடு இருக்கும் இடம். மனதைக் கவ்விக்கொள்ளும் பீதியோடுதான் நான் விரைந்து வந்தேன். என் கிலிக்கேற்றாற்போல ஒரு மரத்தடியில் ஒரு உருவம் உட்கார்ந்திருந்தது. பாதைக்குப் பக்கத்திலெல்லாம் முள் புதர்களும் சப்பாத்திக் கள்ளியுமான படியால் குறுக்கே புகுந்து ஓட முடியவில்லை. ஆனால் அந்த உருவம் வைத்தியலிங்கம் தான். அவர் என்னைப் பார்க்கவேண்டுமென்றால் முழுக்கத் திரும்ப வேண்டும். அவர் அப்போதுதான் அங்கு வந்து உட்கார்ந்திருக்க வேண்டும். அவரிடம் வைத்திருந்த ஒரு பையிலிருந்து சில பொருள்களை எடுத்துத் தரையில் வைத்தார். வெற்றிலை, பாக்கு, புஷ்பம், சிவப்பு வஸ்திரம், தூபதீபங்களுக்கான தட்டுக்கள்... கடைசியாக ஒன்றைப் பையிலிருந்து எடுத்தார். அது ஒரு மண்டை ஓடு.

வைத்தியலிங்கத்திடம் கிராமத்தார் பயந்தது அவர் சில அசாதாரணமான பூஜை அனுஷ்டானங்கள் வைத்திருந்தார் என்பதனால்தான். அவர் பொல்லாதவராகவே இருக்கவில்லை. ஒருவர் வம்புக்குப் போவதில்லை. ஏதோ வம்பு என்று வந்தபோது கூட மிகவும் ஒதுங்கிப் போயிருக்கிறார் என்று சொல்லுவார்கள். ஆனால் அவர் கொண்டிருந்த தன்னடக்கமும் தன்னிறைவும் கூடவே இந்த ஸ்மசான பூஜைகளும் அவரை எல்லாரும் கண்டு பயப்படும்படியாச் செய்தன. அவர் கெடுதல் ஒன்றும் செய்யவில்லை. செய்யமாட்டார் என்றாலும் அவர் எவ்வளவு செய்யக்கூடும் என்று நினைத்தபோது ஜனங்களுக்கு நடுக்கம் தானாகவே ஏற்பட்டது.

மாதத்தில் ஏதோ ஒரு திதியன்றுதான் வைத்தியலிங்கம் வெளியே பகிரங்கமாக ஸ்மசானத்திற்குச் சென்று வந்தார். அவருடைய மற்ற காரியங்கள் எல்லாம் வீட்டில்தான் நடந்தன. கணக்குப் பார்த்து மாதத்தில் இரண்டோ அல்லது மூன்று நாட்கள்தான் தோப்பு, காடுகளுக்குச் சென்று பச்சிலைகள், வேர், கிழங்கு முதலியன சேகரித்து வருவார். அவர் வீட்டுக் கொல்லைப்புறத்திலேயே தைலம், கஷாயம் காய்ச்சுவார். அந்தச் சுற்றுப்புறமே ஏகமாக நாறும். அவர் எரிய விடும் அடுப்பின் ஜுவாலை சில சமயம் ஆள் உயரத்திற்குக்கூட எழும்பும்.

வைத்தியலிங்கம் தன் கலை தன்னுடன் நசித்துப்போவதை விரும்பவில்லை. ஆதலால் அவருடைய இரண்டு மகன்களையும்

தான் செய்வது எல்லாவற்றிலும் பழக்கினார். எது ஒன்றை முழு மனத்தோடு செய்ய வேண்டுமோ அதைப் பற்றி மூன்றாமவரிடம் பேசினால்கூட அதன் வேகம் மட்டுப்பட்டுவிடும் என்பதற்காக அவர் பிள்ளைகள் தாங்கள் கற்பது பற்றிப் பிறரிடம் பேசிக்கொள்வதை அவர் அனுமதிக்கவில்லை. ஆனால் சிறுவர்கள் – அதிலும் அவர் கொண்டுள்ள அபாரப் புலனடக்கம் அவர் பையன்களுக்குச் சாத்தியப்படாது என்று எவரும் எளிதில் கூறிவிடலாம். அவர்கள் இரண்டு பேரும் எனக்கு சிநேகிதம். என்னைவிட என் தம்பியிடம் அவர்களுக்கு இன்னும் சிநேகிதம். ரொம்ப அந்தரங்கமாகச் சில தகவல்கள் எப்போதாவது சொல்வார்கள். அவர்கள் சொல்வது முக்காலுக்கு மேல் எங்களுக்குப் புரியாது. ஆனால் பொதுவாக வைத்தியலிங்கம் ஒரு மர்ம மனிதராகக் கருதப்பட்டபடியால் எங்களுக்குப் புரியக் கூடிய, புரிந்த சில விஷயங்கள்கூட எங்களுக்கு ஒரு தனிப் பெருமிதம் கொடுக்கும். வைத்தியலிங்கத்திடம் பயத்துடன் ஒரு மரியாதையும் இருந்தபடியால் நாங்களும் எங்களிடம் காட்டப்பட்ட விசேஷச் சலுகையை அவமதிக்கவில்லை. வேறு யாரிடமும் எங்களிடம் தெரிவிக்கப்பட்ட தகவல்களை வம்பாகப் பரிமாறிக்கொள்ளாமல் இருந்தோம். எங்களுக்கு ஒன்று மட்டும் ஒருவாறு தெரிந்துகொள்ள முடிந்தது. வைத்தியலிங்கம் மருந்துக்கும் வைத்தியத்திற்கும் மட்டும் உபாசனைகள் செய்யவில்லை. வேறு ஏதோ ஒன்றிற்கும் அவர் பிரயாசைப்பட்டுவந்தார். அவருடைய வாழ்க்கையின் முக்கியக் குறிக்கோள் அந்த ஒன்றாகத்தான் இருந்தது. அதை அடைய அவருக்குச் சரியாக வழிகாட்டுவோர் யாரும் கிடையாது. மேற்கொண்டு என்ன செய்வதென்று தெரிந்துகொள்ளவே அவர் சில சாதனைகளை தனக்குத்தானாகச் செய்துவந்தார். சில வழிகளும் அவருக்குப் புலப்பட்டன. தன் பாதையில் தான் முன்னேறுகிறோம் என்ற நம்பிக்கை அவருக்கு உண்டு. ஆனால் அடைந்தது எவ்வளவு, இன்னமும் அடைய வேண்டியது எவ்வளவு என்று நிச்சயமாகத் தெரியாமல் இருந்தது. சாதாரணமாகத் தீர்த்துக்கொள்ளக் கூடிய சந்தேகம் இல்லை அது. அதை ஒரு அசாதாரணமானவரால்தான் தெளிவுபடுத்த முடியும். அந்த அசாதாரணமான மனிதருக்காக வைத்தியலிங்கம் காத்திருந்தார். அவர் தேடிப் போகவில்லை. தன்னை மட்டும் எல்லா விதத்திலும் தகுதியுடையவனாகச் செய்துகொண்டால் உரிய காலத்தில் ஆசான் அவனாகவே வருவான் என்ற உறுதியான நம்பிக்கைகொண்டிருந்தார். நம்பிக்கையுடன் காலம் கடந்து போகிறதே என்ற ஒரு ஏக்கமும் ஒரு மூலையில் கூடவே இருந்து வந்தது.

வைத்தியலிங்கத்துக்குத் தனக்குத் தோன்றும் போதெல்லாம் பக்கத்தில் வந்து நின்று குழப்பம் தீர்க்க ஐயம் தெளிவிக்க ஊக்கம் தந்து மேன் மேலும் வழிகாட்ட ஸ்தூலமாகத் துணை ஒன்று இல்லாதது பற்றி ஆழ்ந்த வருத்தம்தான். அவர் மாதிரி அத்துறைக்குத் தகுதி பெற்ற சாதகர் பலர் துணையின்றித் தட்டுத் தடுமாறிக் கொண்டிருப்பார்கள் என்று கற்பனையில் தோன்றினால்கூட அவருக்கு வேதனை ஏற்படும். தன் பிள்ளை களுக்கு அவருக்குத் தெரிந்தது எல்லாம் கற்பிக்க அவருக்கு விருப்பம்தான். ஆனால் சூக்ஷ்மம் கொண்டு புலனுக்குட்படாத விவரங்களைக் கிரகித்துக்கொள்ளும் சக்தி இருவருக்கும் சுபாவத்தி லேயே போதாது என்று அவர் அறிந்துகொண்டிருந்தார். ஆதலால் வைத்திய விஷயங்களில், அதுவும் வெளிப்படையான முறைகளில் மட்டும் அவர்களுக்குப் பயிற்சி அளித்தார். அது தெரிந்தால் போதும். அவ்வளவுதான் அவர்களுக்குத் தெரியவும் தெரியும். ஆனால் அவர் கொடுக்கக் கூடியது எவ்வளவோ இருந்தது.

ஒரு முறை வைத்தியலிங்கம் பழனிக்குச் சென்றிருந்தார். அங்கே பிச்சையெடுக்க உட்கார்த்திவைத்திருந்த ஒரு பையன் வைத்தியலிங்கத்திடம் இரு கைகளையும் நீட்டினான். ஒரு காலணா அரையணா பிச்சை போட்டு அவனுடன் கடன் தீர்த்துக்கொள்ள முடியாது என்று வைத்தியலிங்கத்திற்குத் தோன்றிற்று. அவனைத் தன்னுடன் வந்துவிட அழைத்தார். அப்போதுதான் ஒரு பிச்சைக்காரப் பையன் மீதும் உரிமை கொண்டாட எவ்வளவு பேர்கள் இருக்கக்கூடும் என்று அவருக்குப் புலப்பட்டது. பையன் பெயர் சாமி. வைத்தியலிங்கம் அவனை 'சாமிநாதா' என்று அழைத்தார்.

சாமிநாதன் வைத்தியலிங்கத்தின் இரு பிள்ளைகளையும் விடச் சின்னவன். அவனை அவன் படிப்புக்கென்று பள்ளிக் கூடத்திற்கு அனுப்பவில்லை. அவர் அவனுக்கு வேற ஏதேதோ கற்றுக்கொடுத்தபோது அத்துடன் ஒரு மாதிரி எழுத்தறிவும் வந்தது. உடல் நலுங்கும் வேலை எதையும் அவர் அவனைச் செய்யச் சொல்வதில்லை. மருந்து இடிப்பது, அரைப்பது, தண்ணீர் இழுத்துக் கொட்டுவது எல்லாம் அவர் பிள்ளைகள்தான். சாமிநாதன் அந்தச் சமயங்களில் ஜபம் செய்துகொண்டிருப்பான். வைத்தியலிங்கம் வரையக் கற்றுக்கொடுத்திருந்த சில சித்திரங்களைத் திரும்பத் திரும்பப் போட்டுப் பார்ப்பான். திருமந்திரப் பாடல்கள் சிலவற்றை மனப்பாடம் செய்துகொண்டிருப்பான். வைத்தியலிங்கத்தின் முதுகு போல் அவனுக்கும் முதுகு ஒரு நேர்கோடாக இருந்தது.

முகத்தில் நல்ல தெளிவு இருந்தது. கேட்ட கேள்விக்குப் பதில் சொல்வான். அவன் பேசினால்தான் அவன்மீது யாருக்கும் பிடித்தம் ஏற்படும் என்று இல்லை. அவனுக்கு மற்றவர்களைப் போல ஜலதோஷம், தலைவலி என்று வருவதே கிடையாது. இரவில் தூங்குவதைத் தவிர அவன் வேறெப்போதும் படுப்பது கிடையாது. இரவில் படுத்தால் இரண்டு மணி நேரத்திற்கு ஒரு முறைதான் புரண்டுகொள்வான். மற்றபடி படுத்தது படுத்தபடி அப்படியே அசைவில்லாமல் தூங்குவான். ஒரு தடவைதான் அவன் மூர்ச்சித்து விழுந்துவிட்டான். வைத்தியலிங்கத்தின் பெரிய பையன் எனக்குச் சொல்லி வைத்திருந்தபடி ஒரு நாள் அஸ்தமித்த பிறகு தெருக்கோடி சுமைதாங்கி மேல் உட்கார்ந்துகொண்டு வைத்தியலிங்கத்தின் வீட்டுக் கொல்லையில் நடப்பதைப் பார்த்துக்கொண்டிருந்தேன். குறுக்கும் நெடுக்குமாக நூல் சுற்றிக் கட்டியிருந்த ஒரு தண்ணீர்க் குடத்திற்கு வைத்தியலிங்கமும் சாமினாதனும் பூஜை செய்தார்கள். மிகவும் சுருக்கமான பூஜை. இருவரும் கண்ணை மூடிக்கொண்டு எதிரும் புதிருமாக வெகுநேரம் உட்கார்ந்துகொண்டிருந்தார்கள். ஒன்றுமே காரண மில்லாமல் சாமிநாதன் அப்படியே கீழே சாய்ந்தான் ...

மாறுதலே அடையாது என்கிறமாதிரி கிராமத்து வாழ்க்கை நடந்துகொண்டிருந்தது. என் தம்பிக்கு மட்டும்தான் கும்பகோணம் கல்லூரியில் தொடர்ந்து படிக்கும் அளவுக்குப் படிப்பு வந்தது. வைத்தியலிங்கத்தின் பிள்ளைகளும் நானும் ஹைஸ்கூலோடு படிப்பை முடித்துக்கொண்டோம். சாமிநாதனும் நல்ல ஆளாக வளர்ந்திருந்தான்.

வைத்தியலிங்கத்தை ஒரு நாள் பாம்பு ஒன்று கடித்துவிட்டது. உடனே உயிருக்கு ஆபத்து வராதபடி அவர் பார்த்துக்கொண்டு விட்டார். ஆனால் அன்றிலிருந்து அவருக்கு உடம்பு சரியில்லாமல் போக ஆரம்பித்துவிட்டது. நிறம் ஒரு மாதிரியாகக் கறுக்க ஆரம்பித்துவிட்டார். பாம்பு கடித்து ஆறு மாதத்திற்குப் பிறகு பாம்பு கடித்த இடத்திலேயே புண் புரையோட ஆரம்பித்தது தெரிய வந்தது. சிறிது காலம்தான் நொண்டி நடக்க முடிந்தது. அப்புறம் படுக்கைதான்.

நான்கூட அவரைப் பார்க்கப் போயிருந்தேன். கால் பெரிய ரணமாக இருந்தது. ஒரு சுத்த வஸ்திரத்தையும் பஞ்சையும் மெல்லியதான மூங்கில் பிளாச்சில் சுருட்டிப் புண்ணுக்குள் விட்டுச் சுத்திகரிப்பார்கள். பார்க்குப்போதே அலற வைக்கும் சிகிச்சை. ஆனால் வைத்தியலிங்கத்திடம் ஒரு முனகல்கூட வெளி வராது. புண் வலிக்காமல் இருந்திருக்க முடியாது. அவருக்குத்

தான் வலியைப் பொருட்படுத்தாமல் இருக்கும் சக்தி அபாரமாக இருந்தது.

வைத்தியலிங்கம் தன் முடிவு நெருங்கிவிட்டது என்று தீர்மானித்துவிட்டார். படுத்திருந்தபடியே பெரிய பையனுக்குக் கல்யாணத்துக்கு ஏற்பாடு செய்தார். கல்யாணமும் முடிந்தது. பெண் சிறிய பெண். அடுத்த ஆவணியில் கொண்டு விடுவதாகப் பேசிப் போயிருந்தார்கள்.

வைத்தியலிங்கம் மனைவியை அதிகம் கூப்பிட்டுப் பேச வில்லை. மூத்தவனை மட்டும் ஒரு நாள் கூப்பிட்டுச் சில விஷயங்களைச் சொன்னார். அவர் விவகாரங்கள் எல்லாம் ஒரு சிக்கலுமற்றது. ரொக்கம், வீடு, நிலம், நகைகள் எல்லாவற்றைப் பற்றியும் எளிதில் ஏற்பாடு செய்ய முடிந்தது. இரண்டாயிரம் ரூபாய் வரவேண்டி இருந்தது. அந்த மனிதரையும் கூப்பிட்டுப் பிள்ளையிடம் கணக்கு ஒப்புவித்தார். இரண்டு முறை "அம்மா மனசு நோகாமல் பார்த்துக்கொள்" என்று சொன்னார். "சாமிநாதன் கிட்டே நான் இல்லாத மாதிரியே நடந்துகொள்ளாதே. அவனே இன்னும் ஒரு வருஷம், அதிகமாகப் போனால் இரண்டு வருஷம் தான் இந்த வீட்டுச் சாப்பாடு சாப்பிடுவான். அவனை எப்பவும் போல இருக்க விட்டுடு. அது வழி வேறு" என்று சொன்னார். ரொம்பச் சாதாரண விஷயங்கள் போலத்தான் சொன்னார். வாக்குறுதி, சத்தியம் எல்லாம் வாங்கவில்லை.

சாமிநாதன் முகத்தில் வாட்டமே தெரியாமல் வைத்திய லிங்கத்தைக் கவனித்து வந்தான். நாட்கள் செல்லச் செல்ல ஒரு நாளைக்கு இரு முறை மூன்று முறை காலைச் சுத்திகரிக்க வேண்டியிருந்தது. புண் சிறிது மேல்பக்கம் திரும்பி, தொடையின் திசையில் வளர ஆரம்பித்தது.

காலை ஒன்பது மணியிருக்கும். வைத்தியலிங்கம் சாமிநாதனைக் கூப்பிட்டார். தன் அருகில் படுக்கையில் உட்கார்த்தி வைத்துக்கொண்டார். "உன்னை ஒண்ணும் வெளி விவகாரத்துக்குப் பிரயோசனம் இல்லாமல் நான் வளர்த்ததிலே உனக்கு வருத்தம் இல்லையே?" என்று கேட்டார்.

"இல்லை, ஐயா" என்று சாமிநாதன் பதில் தந்தான்.

"நான் போயிட்டப்புறம் கூட நீ எப்பவும் போலவே நான் சொன்னதெல்லாம் பண்ணிண்டிரு. சுந்தரம் கிட்டேயும் சொல்லி யிருக்கேன். கார்த்திகை மாசம் அமாவாசை யன்னிக்கு அந்தப் பரண் மேலே வச்சிருக்கிற மூணு கொப்பரையையும் எடுத்து இளக வைத்து அப்புறம் அந்த செப்புப் பாளங்களைத் தனித் தனியா

இன்னொரு பெரிய கொப்பரையிலே வைச்சுப் பகலெல்லாம் சூடேத்தணும். துருத்தி ஒண்ணு வாங்கிக்கோ. சூடு அளவோட இருக்கணும். ரொம்பப் போகப்படாது. அது என்ன ஆகிறதோ அதை சுந்தரத்துக் கிட்டே கொடுத்துடு. உனக்கு அது வேண்டாம். அடுத்த நாள் உனக்கு தெசை மாறறது. திருவாரூர் ஜோஸ்யன் கிட்டேப் போய் உன் ஜாதகத்தைக் கொடுத்து நாடி எடுக்கச் சொல்லு. அவனுக்கும் விவரம் தெரியும். நாடி உனக்கு மூணு நாலு வரும். அதிலே என்ன வருதோ அதுப்படி பண்ணு. இந்த ஜென்மத்திலே நான் அடையாததெல்லாம் நீ அடையணும். நம்ம ரெண்டு பேரிலே யாருக்குக் கிட்டினா என்ன? நான் சொன்னதிலே உனக்கு எதாவது குழப்பம் இருக்கா?”

“இல்லை, ஐயா.”

“உனக்கே சமயத்துக்குத் தெரியும், எப்போ சாதனை முடியுதுன்னு. உன் கை பட்டா நசுங்கின எறும்பு திரும்ப நடந்து போகணும். அதுதான் பரிக்ஷை.”

“சரி, ஐயா.”

“ஒண்ணும் வருத்தப்பட்டுக்காதே. நான் இல்லேன்னா நாடி. அதுவும் ரொம்பப் பேசாது. அது சொன்னபடி செஞ்சுடு. அதுவரைக்கும்தான் நம்ம கடமை. அப்புறம் அவன் பார்த்துக்க வேண்டியது.”

“சரி, ஐயா.”

வைத்தியலிங்கம் தன் ஜபமாலையை சாமிநாதனிடம் முன்னமேயே கொடுத்து வைத்திருந்தார். இப்போது தனி ருத்திராக்ஷங்களாக மூன்றும் ஒரு பவழமாலையையும் எடுத்து வைத்துக்கொள்ளச் சொன்னார். நான்கு நாட்களுக்குப் பின் சிவராத்திரி. இரவு பூஜைக்குப் பிறகு வைத்தியலிங்கம் தன்னைக் கீழே பலகையில் உட்கார வைக்கச் சொன்னார். நேர்கோடு முதுகோடு அவர் சுவரை ஒட்டினாற்போல் உட்கார்ந்து கொண்டிருந்தார். அப்புறம் எழுந்திருக்கவில்லை. அதற்குத் தேவையில்லாமல் போய்விட்டது.

அந்திமக்கிரியைக்கு அக்கம் பக்கம் கிராமங்களிலிருந்து ஏராளமானவர்கள் வந்தார்கள். சுந்தரம கொள்ளி வைத்தான். வைத்தியலிங்கம் மறைவில் எல்லாருக்கும் உள்ளூர மிகுந்த துக்கம். ஆயுள் பூராகவும் வெளி நடமாட்டமே அதிகம் வைத்துக் கொள்ளாத ஒருவர் ஒரு நாட்டுப்புறத்தில் இந்த அளவுக்கு ஜனமதிப்பை ஆகர்ஷிக்க முடியுமா என்று ஆச்சரியப்படும்படி

இருந்தது. சுந்தரம் அடுத்துத் தன் தகப்பனாரின் தொழிலைப் புரிந்து வந்தான். அவன் நன்றாக சகஜமாக இருக்கக் கூடியவன். இப்போது வைத்தியர் வீட்டுக்குப் புதுக் களை வந்தது. நிறைய வருவோர் போவோர் இருந்தார்கள். ஆவணி மாதத்தில் நாட்டுப் பெண் வந்தாள். மாமனார் மாமியார் மச்சினர்கள் சில காலம் தங்கிப் போனார்கள். வைத்தியலிங்கத்தின் மனைவிக்கு எல்லாம் பொருந்திப் போயிற்று. எல்லாருக்கும் எல்லாமும் பொருந்திப் போயிற்று. சாமிநாதனைத் தவிர.

சாமிநாதனுக்குச் சொத்தில் பங்கு இருக்கும் என்றுதான் எல்லாரும் முதலில் நினைத்தார்கள். அது இல்லை என்றவுடன் வைத்தியலிங்கமே சாமிநாதனை 'அந்த அள'வில்தான் வைத்திருந்தார் என்று முடிவு கட்டினார்கள். அதுவும் சம்பந்தி மனிதர்கள் வந்து போக ஆரம்பித்ததிலிருந்து அவன் எல்லாருக்கும் பொழுது போக்குக்குரிய சர்ச்சை விஷயமாகி விட்டான். சாமிநாதனின் முகத்தில் இப்போது முதிர்ச்சிக்குரிய அடையாளங்கள் தோன்ற ஆரம்பித்தன. சாந்தமும் புன் சிரிப்புத் தோற்றமும் நிறைய இருந்தன. ஆனால் வாய்க்கு இரு பக்கத்திலும் கோடு விழ ஆரம்பித்தது. புருவ மத்தியில் அவ்வப்போது ஒரு சுளிப்பு தென்பட்டது. இதெல்லாம் அவன் தனியாக இருக்கும்போதுதான். நான்கு பேர் மத்தியில் அவன் எப்போதும் மலர்ந்த முகத்துடன்தான் இருந்தான்.

கார்த்திகை மாதம் வந்தது. சாமிநாதனுக்குத் துருத்தி கிடைக்கவில்லை. அது வாங்குவதற்குப் பணம் வேண்டும். பணம் கிடைக்கவில்லை. கொல்லைப் புறத்தில் பட்டறை அடுப்பு வைப்பதே மிகக் கஷ்டத்தில் இருந்தது. அமாவாசையன்று முழுதும் எங்கோ மூலையில் அடுப்பைப் பற்ற வைத்துக்கொண்டு நாள் பூராவும் ஊதிக்கொண்டிருந்தான். மூன்று கொப்பரைகளும் நான்கு சின்ன செப்புப் பாளங்களும் கொல்லைப் பரண் மீதுதான் கவனிப்பாரற்றுக் கிடந்தன. ஊதிக்கொண்டே ஜபிப்பது மிகவும் கஷ்டமான காரியமாக இருந்தது. பதிமூன்றாயிரம் ஜபம் முடிக்க இரவு வெகுநேரம் வரை ஆயிற்று. அடுப்பைச் சமனப்படுத்திவிட்டுச் சாமிநாதன் கொல்லைத் தாழ்வாரத்தி லேயே படுத்துக்கொண்டான். காலையில் எழுந்து செப்புப் பாளங்களைத் தூக்கியபோது அவை ஏகமாகக் கனத்தன. பரண் மீது இருந்த கரையானைத் தட்டிவிட்டு அந்த பாளங்களையும் கொப்பரைகளையும் மீண்டும் தூக்கி வைத்தான். அன்று வைத்தியலிங்கத்தின் மனைவி சாதம் பரிமாறினாள். சாமிநாதன் நன்றாகச் சாப்பிட்டான். என்றும் இல்லாதவனாகப் பகலிலும் சிறிது தூங்கினான். மாலையில் சுந்தரத்திடம் தனியாகப் பரண்

மீது எல்லா சாமான்களையும் திரும்ப வைத்திருப்பதாகத் தெரிவித்தான். அதற்கப்புறம் சாமிநாதனை அந்த வீட்டில் யாரும் பார்க்கவில்லை. ஒரு வாரம் பொறுத்துக் கொல்லைப் பரண் விழுந்துவிட்டது. கீழே ஒரே மண்ணும் கரையானுமாக இறைந்து கிடந்தது. பாளங்களைத் தூக்கிய சுதந்தரத்திற்கு ஏதோ சந்தேகம் வந்து தன் மாமனாரிடம் ஒன்றைக் காண்பித்தான். அவர் அதில் ஒரு ஆணியால் சிறிது பெயர்த்து எடுத்துக்கொண்டு போய் தட்டானிடம் காண்பித்து வந்தார். அந்த வீட்டில் பெருத்த பரபரப்பு ஏற்பட்டுவிட்டது. சீக்கிரமே அந்தக் குடும்பம் முழுக்க அந்தக் கிராமத்தை விட்டுப் போய்விட்டது. சென்னையில் பங்களா வாங்கிக்கொண்டு சௌகரியமாக இருக்கிறார்கள் என்று சில வருடங்களுக்குப் பிறகு தெரிய வந்தது. இரண்டாவது உலக யுத்தத்தில் சுந்தரமும் அவன் மாமனாரும் தம்பியும் சேர்ந்து ராணுவ காண்ட்ராக்டுகள் எடுத்து இன்னமும் பணக்காரர்க ளானார்கள்.

சாமிநாதன் வைத்தியலிங்கத்தின் வீட்டை விட்டுச் சென்ற அடுத்த நாளே திருவாரூரை அடைந்தான். ஜோஸ்யர் அவனை அதற்கு முன்னமேயே வைத்தியலிங்கத்துடன் பார்த்திருக்கிறார். அவரிடம் "எனக்கு நாடி எடுக்க வேண்டும். ஐயா சொல்லிட்டுப் போயிருக்காரு" என்றான் சாமிநாதன்.

அன்று ஒரு நாடி வந்தது. மேலும் அடுத்த நாள் தொடருவதாக இருந்தது. அடுத்த நாள் வந்த நாடி அடுத்து ஒரு வாரம் பொறுத்து மீண்டும் தொடருவதாக இருந்தது. கடைசியாக நான்கு நாடிகளில் சாமிநாதனின் பிரச்னை முடிந்தது. "உனக்கு ஒண்ணும் வைத்திய யோகமே இருப்பதாகத் தெரியவில்லையே, தம்பி" என்றார் ஜோஸ்யர்.

சாமிநாதனுக்கு அவனாக அந்த நாடிச் செய்யுள்களைப் புரிந்துகொள்ள முடியவில்லை. ஜோஸ்யர் படிக்க அவன் எழுதிக்கொள்ளும்போதுகூடக் கொஞ்சம் தட்டுத் தடுமாறித் தான் எழுதிக்கொள்ள முடிந்தது. "நான் என்ன செய்யணும்னு சொல்லிருக்கு, ஐயா?" என்று கேட்டான்.

ஏதோ கணக்குப் போட்டதில் அங்கிருந்து எழுபது மைல் வடக்கில் திருச்சுனையூர் என்கிற க்ஷேத்திரத்தில் மலையின் மீதிருக்கும் சுனைக்கருகில் ஒரு குறிப்பிட்ட சாதனை புரிந்தால் அவன் ஆசான் அவனுக்குத் தீர்மானித்திருந்த சித்தியை அடைவான். கால வரைக்கு இவ்வளவு திங்கள், இவ்வளவு நாட்கள் என்று வந்திருந்தது. "அது எத்தனை நாள் ஐயா?" என்று சாமிநாதன் கேட்டான். அதையும் ஜோஸ்யர் கணக்குப்

போட்டுக் கொடுத்தார். அந்த நான்கடிச் செய்யுளில் மூன்று முறை 'இது முடித்தால்... இது முடித்தால்... இது முடியப் பெற்றால்...' என்றிருந்தது. அதுதான் ஜோஸ்யருக்குச் சந்தேகத்தைக் கொடுத்தது. கணக்குப் பார்த்து "ஏழு வருஷம் நாலு நாள் தம்பி," என்றார்.

"நான் போய் வரேன், ஐயா," என்று அவரையும் நாடி வைத்திருந்த பெட்டியையும் சாமிநாதன் நமஸ்கரித்துக் கிளம்பினான். போகும்போது ஜோஸ்யர் கேட்டார், "ஏன் தம்பி, தங்கம் எல்லாத்தையும் கொடுத்திட்டாயா?"

சாமிநாதன் கேட்டான்: "தங்கமா?"

"அதான் நாடிலேயே சொல்லியிருக்கே! மேலே எதுக்குத் தம்பி உனக்கு வைத்தியமெல்லாம்?"

சாமிநாதன் அடக்கத்துடன் பதில் சொன்னான். "எங்க ஐயா சொன்னபடிதான் நான் செய்யணும்."

திருச்சுனையூர் ஒரு சிவ க்ஷேத்திரம். ஒரு சின்ன மலைமேல் ஒரு சின்னக் கோவில். கோவிலிலிருந்து சுமார் இருநூறு கஜம் தள்ளி அந்த மலைச்சுனை இருந்தது. அகஸ்தியரே அந்தச் சுனையை உண்டாக்கினார் என்று ஐதிகம். அகல வாட்டில் ஒரு பெரிய குகை. குகையினுள் வலது புறத்தில் இடுப்பளவு உயரத்தில் ஒரு பெரிய துவாரம் இருந்தது. துவாரத்திற்கு அந்தப் புறம் தண்ணீர் இருந்தது. அதுதான் சுனை. குகைக்குள்ளேயே அதிக வெளிச்சம் கிடையாது. அந்தத் துவாரத்துள் ஒன்றுமே தெரியாது. ஆனால் ஒரு கல் எடுத்துப் போட்டால் உடனே தண்ணீரில் அது விழும் சப்தம் கேட்கும். குகையில் சுனைத் துவாரத்திற்கு எதிராகச் சிறிது உள்ளடங்கி ஒரு இடம் இருந்தது. அதில் ஒரு சன்னியாசி பல வருடங்களாகத் தவம் புரிந்து கொண்டு வந்தார். சாமிநாதன் திருச்சுனையூரை அடைய ஒரு மாதம் முன்புதான் அவர் காலமாகியிருந்தார்.

சாமிநாதன் திருச்சுனையூர் அடைந்ததும் ஸ்நானம் புரிந்து சுவாமி தரிசனம் செய்துகொண்டான். தன் இடுப்பு வேஷ்டியைக் கிழித்து இரண்டு துண்டுகளாகச் செய்து ஒன்றை அரையில் கட்டிக்கொண்டான். பவழங்களைப் பிரித்தெடுத்து கயிற்றில் சேர்த்துக்கொண்டு வெள்ளித் துண்டுகளை எல்லாம் திரட்டி ஒரு முசுண்டுக் கிழவியிடம் கொடுத்தான். "அம்மா, நான் அதோ சுனைக்கிட்டேயே இருக்கப்போறேன். நீங்க தினம் ரெண்டு வெந்த வள்ளிக் கிழங்கு தந்து போறீங்களா? இதுக்கு எவ்வளவு காணுமோ தாருங்க. அப்புறம் பார்த்துக்கலாம்" என்றான். அதற்கப்புறம் பல வருடங்களுக்கு அவன் பேசவே இல்லை.

சாமிநாதனுக்கு நாடி இட்டிருந்த கட்டளைகள் அவன் அந்த நாள்வரை செய்து வந்தவையிலிருந்து அதிகம் மாறுபட்டவையல்ல. மந்திரத்தில் சில பீஜங்கள் மட்டும் மாற்றித் தரப்பட்டிருந்தது. அதுவரையில் அவன் ஒரு வீட்டில் இருந்தான். ஜனசஞ்சாரம் இருந்தது. இப்போது அது இருக்காது. முழுக்க முழுக்கத் தனியாக இருக்கப்போகும் அனுபவம் அதுதான் ஆரம்பம். அவ்வளவும் எதற்கு என்றுகூட அவன் சரியாகக் கேட்டுக்கொண்டது கிடையாது. ஐயா அவனுக்குச் சொல்லிப் போயிருக்கிறார். அதைச் செய்ய வேண்டும். வேறு கட்டளைகள் போகப் போகப் புலனாகும்.

அவனுக்கு வீட்டில் கிடைத்த ஏகாந்தம் அங்கு கிடைக்க வில்லை. சிந்தனை தறிகெட்டுப் பறந்தது. பத்து நிமிடங்கள் ஒரு ஆசனத்தில் இருக்க முடியவில்லை. கண்களை மூட வேண்டு மென்றிருந்தது. மூடினால் உடனே திறக்க வேண்டுமென்றிருந்தது. மந்திரத்தை எண்ணி ஐம்பது முறைகூடத் தொடர்ச்சியாக ஜபிக்க முடியவில்லை. மணிக்கணக்கில் தியானத்தில் அனாயாச மாக உட்கார முடிந்த அவனுக்கு அங்கு ஒன்றுமே முடிய வில்லை. சாதாரணமாக நிதானமாக இருக்கும் சுவாசம் மைல் கணக்கில் விடாமல் ஓடி வந்த ஒருவனுடையது போல மாறி யிருந்தது. நெற்றிப் பொட்டுத் துடிப்பது காதுகொண்டே கேட்டுவிடக் கூடும் போலிருந்தது. சாமிநாதன் கோவிலுக்கு ஓடினான். மாலையில் கோயில் இன்னமும் திறக்கவில்லை. ஒரு மூலையில் உட்கார்ந்து விம்மி விம்மி அழுதான். அழ அழத் துக்கம் பொங்கிக் கொண்டு வந்தது. வற்றாத துக்கமாக இருந்தது. எதற்கு என்றுகூடச் சரியாகப் புரியவில்லை. கோவில் திறந்தார்கள். அம்மன் சந்நிதி முன்னால்தான் நிற்கத் தோன்றியது. உடலெல்லாம் வியர்த்துக்கொட்டியது. நேரம் செல்லச் செல்ல அந்தக் கோவிலுக்கும் சில பேர் வந்தார்கள். கொட்டுமேளம்கூட இருந்தது. பந்தல்காரன் என்று ஒருவன் இருந்தான். அவன்தான் இரவு குருக்கள் கோவில் உட்கதவுகளைப் பூட்டிப் போன பிறகு முன் கதவை இழுத்துப் பூட்டுவான். கோவில் நந்தவனமும் கோசாலையும் அவன் பொறுப்புத்தான். அவன் சாமிநாதனைக் கடைசியாக வெளியே போகச் சொல்லிக் கோவில் வெளிக் கதவைச் சாத்தினான்.

சாமிநாதன் இருட்டில் மலைக் குகையைத் தேடிக்கொண் டிருந்தான். அவனுக்கு வழி தெரியவில்லை. அங்கே பாதையென்று ஒன்றும் சரியாகக் கிடையாது. புதரிலும் முள்ளிலும் அடிக்கொரு தரம் காலை வருத்திகொள்ள வேண்டியிருந்தது. இருட்டில் குகை எந்தத் திசை என்று புரியாமல் குழப்பமாகிவிட்டது. கேட்டு விசாரிப்பதற்கும் யாரும் கிடையாது. அந்தக் காலத்தில்

மலைப் படிக்கட்டுக்கு விளக்குகள் போடவில்லை. மின்மினிப் பூச்சிகள் நிறைய இருந்தன. அவை இன்னும் தடுமாறச் செய்தன. சாமிநாதன் 'ஐயா' என்று ஒரு முறை சொல்லிக்கொண்டான். மீண்டும் கோவிலுக்குப்போய் நிதானமாக குகை எத்திசையில் இருக்கக் கூடும் என்று இன்னொரு முறை முயன்று பார்த்தான். குகை ஒரே இருட்டாக இருந்தது. சுனைக்கு எதிர்ப்புறமாகக் கைகளைத் துழாவித் துழாவி நகர்ந்தான். அந்த இடத்தில் ஒரு சின்ன மேடை மாதிரி கூட இருந்தது. எதையோ தொட்டுக் கையை விருக்கென்று பின்னிழுத்துக் கொண்டான். ஆனால் அது அவனுடைய துணிதான். துணியுடன் சில காகிதங்களும் இருந்தன. ஜோஸ்யர் நாடி வாசிக்க அவன் எழுதிக்கொண்ட காகிதங்கள். மேடைமீது உட்கார்ந்தான். உட்கார இடமிருந்தது. படுப்பதானால் கீழேதான் படுக்க வேண்டும். மேடையை ஒருமாதிரி பொளிந்து வைத்திருந்தார்கள். ஆனால் கீழே மிகவும் மேடுபள்ளமாக இருந்தது. சுனைத் துவாரத்திலிருந்து விதவித மான ஒலிகள் வந்தன. எங்கேயோ ஊற்று மெதுவாகப் பெருகிக் கொண்டு வந்தது. அந்த நிசப்தத்தில் அந்தச் சப்தம் நன்றாகக் கேட்டது. சுனையின் தண்ணீர் சுனைத் துவாரம் வரை நிறைந்து அதற்குமேல் சொட்டுச் சொட்டாக வழிந்துகொண்டிருந்தது. அந்தச் சப்தமும் கேட்டது. அதுதான் தரையெல்லாம் நனைந்து இருந்தது. தரையில் படுத்தால் அந்த ஈரத்தில்தான் படுக்க வேண்டும். அவன் படுக்க அந்த இடத்திற்கு வரவில்லை. அது தவிர ஏதேதோ பூச்சிகள் எலிகள் பாம்புகள் சப்தம் வேறு. அவன் படுக்க முடியாது. தூங்க முடியாது. குகைக்கு வெளியே பெரிய ஜந்துக்கள் நடமாட்டம்கூட கேட்டது. அவை நரிகள். அவன் மீது ஒன்று பாய்ந்தது. அவன் ஓவென்று அலறினான். அது ஓடிப்போய்விட்டது. அவன் மனம் மிகவும் துன்பப் பட்டது. அவன் மிகப் பெரிய கோழை. அவனுக்கு உயிர் மேல் மிகவும் ஆசை இருந்தது. இல்லாது போனால் இந்தச் சப்தங்களை எல்லாம் இவ்வளவு உன்னிப்பாகக் கேட்டறிய முடியாது. பயந்து அலற முடியாது. மறுபடியும் 'ஐயா' என்று சொல்லிக்கொண்டான். இனிமேல் ஒரே தீர்மானம். பிரக்ஞை இருக்கும்போதெல்லாம் ஜபம் தான் துணை. உடலில் ஒவ்வொரு அணுவும் அதை எதிரொலிக்க வேண்டும். ஏழு வருஷம் நான்கு நாட்கள். அன்று ஒரு நாள் ஆகிவிட்டது இனி ஏழு வருஷம் மூன்று நாட்கள்தான். ஐயா என்ன நினைத்திருந்தாரோ அதை அடைந்தே தீர வேண்டும். தன்மீது எவ்வளவு விசேஷப் பிரேமை இருந்திருந்தால் தன்னை மட்டும் இதற்குப் பொறுக்கி எடுத்திருக்க வேண்டும். தன்னை ஒரு கடின வேலையும் செய்ய விடாமல் வைத்திருந்தது இதற்குத்தான். தேகத்தின் எல்லா சக்தியும் தான்

மேற்கொண்டிருக்கும் யத்தனத்திற்கு வேண்டியிருக்கும். கொஞ்சம் பெரிய விஷயம். இந்தத் தேகம் அதைத் தாங்க வேண்டும். அதைப் போதிய அளவு பாதுகாக்கத்தான் வேண்டும். முடித்தால், முடித்தால், முடியப் பெற்றால் என்றுதான் சொல்லியிருக்கிறது. முடியாது என்று சொல்லவில்லை.

பொழுது புலர்ந்தது. சாமிநாதன் சுனையிலிருந்து தண்ணீர் எடுக்கப் பார்த்தான். சுனையில் தண்ணீர் கீழே இறங்கியிருந்தது. கோவில் குளம் மலையடிவாரத்தில் இருந்தது. அன்று அதில் குளிப்பது சரியில்லை என்றுபட்டது. முசுண்டுக் கிழவி வரவில்லை. சாமிநாதனுக்கு அன்று மாலையிலிருந்து எங்கெல்லாமோ பறப்பதுபோல் உணர்ச்சி ஏற்பட்டது. இரவு வர வரப் பயம் கவ்வ ஆரம்பித்தது. அதனால் உள்ளூர வெட்கம். தொடையில் ஒரு அட்டை பிடித்துக்கொண்டிருந்தது. அதைப் பிடுங்கிப் போட மிகவும் சிரமப்பட வேண்டியிருந்தது. லட்சக் கணக்கில் ஒரு விதக் கறுப்பு வண்டுகள் இருந்தன. வண்டின் முதுகு நேர் வாட்டில் பிளந்தது போல் இருக்கும், பறந்துகொண்டே இருக்கும், சட்டென்று எதன் மீதாவது மோதிக் கீழே விழுந்து இறந்துவிடும். தண்ணீர் மறுபடியும் சொட்டியது. கீழே படுக்கவே முடியாது. ஆனால் அந்த இடத்தில்தான் அவனுக்கும் முன்னால் ஒரு சந்நியாசி இருந்திருக்கிறார். ஒருவர் ஏற்கெனவே இருந்திருக்கிறார் என்றால் தானும் இருக்க வேண்டும். ஏழு வருஷம் இரண்டு நாட்கள் எப்படியும் இருந்தாக வேண்டும். முடியும்.

மறுநாள் சாமிநாதன் குளிக்கப் போகவில்லை. பகலுக்கு மேல் இரண்டு வங்காளிகளை அந்தச் சுனையைக் காட்டுவதற்காகப் பந்தல்காரன் அழைத்து வந்தான். அவர்கள் இருக்கும் போது முசுண்டுக் கிழவி வந்தாள். வள்ளிக் கிழங்கும் ஒரு அப்பமும் கொண்டு வந்திருந்தாள். "நேத்து ஞாபகமே இல்லாம போச்சு. சாமி, ரொம்பக் கோச்சுண்டயா?" என்று கேட்டாள். சாமிநாதன் பதிலே பேசவில்லை. "தின்னு சாமி. நான் தண்ணீர் கொண்டாரேன்" என்று ஒரு தகரக் குவளையில் தண்ணீரும் கொண்டு வைத்தாள். தகரக் குவளையில் ஓட்டை இருந்தது. தண்ணீர் அதில் சிறிது சிறிதாகக் குறைந்துகொண்டே வந்தது. பந்தல்காரனும் வங்காளிகளும் போய்விட்டார்கள். கிழவியும் போய்விட்டாள். சாமிநாதன் அவள் கொண்டு வந்ததை விழுங்கப் பார்த்தபோது தண்ணீர் வேண்டியிருந்தது. குவளைத் தண்ணீர் முழுக்கக் கீழே போயிருந்தது. சுனையிலிருந்து சிறிது சிரமப்பட்டுத் தண்ணீர் எடுத்தான். அரைக் குவளைகூட இல்லை. ஆனால் அது போதுமானதாக இருந்தது.

இன்னும் நான்கு நாட்கள் கழித்துப் பந்தல்காரன் நான்கைந்து வெள்ளைக்காரர்களை அழைத்து வந்தான். இம்முறை சாமிநாதனைப் பார்த்துக் கும்பிடு போட்டான். அந்த வெள்ளைக் காரர்களுக்குச் சாமிநாதனைப் பற்றி ஏதோ சொன்னான். ஒரு வெள்ளைக்காரர் சாமிநாதன் அருகில் வந்தார். சாமிநாதன் அவர்களைப் பார்க்கவில்லை. யாரோ வந்திருக்கிறார்கள் என்று லேசாகத்தான் கவனம் ஏற்பட்டது. ஆனால் அவர்கள் யார், என்ன என்றெல்லாம் பார்த்துத் தெரிந்துகொள்ளத் தோன்றவில்லை. அவன் அருகில் வந்த வெள்ளைக்காரர் அவனைப் பார்த்துத் திரும்பி, ஏதோ தயங்கினார். திரும்பிப் போக யத்தனித்தவர் திரும்பி, "சிகரெட்?" என்று தன் சிகரெட் பொட்டலத்தைச் சாமிநாதன் பக்கம் நீட்டினார். சாமிநாதனுக்கு எதையுமே கவனிக்க வேண்டும் என்று தோன்றவில்லை. குகையிலிருந்து அவர்களை வெளியே அழைத்துப்போன பந்தல்காரன் இன்னொரு முறை சாமிநாதனுக்குக் கும்பிடு போட்டுவிட்டுப் போனான். அன்று நல்ல உச்சிவேளையில் ஒரு அலுமினியத் தம்ளர் நிறைய மோர் கொண்டு வந்தான். சாமிநாதன் அதை உடனே வாங்கிக் குடித்தான். பந்தல்காரன் தகரக் குவளையைத் தூக்கி எறிந்து விட்டு அந்த அலுமினியத் தம்ளர் நிறையத் தண்ணீர் கொண்டு வைத்தான். போகும்போது குகையின் தரையில் இறைந்து கிடந்த வண்டுக்களை அப்புறப்படுத்தினான். சாமிநாதன் கட்டாமல் வைத்திருந்த துண்டை எடுத்துத் தோய்த்துக் கசக்கி குகை வாசலிலேயே உலர்த்தினான்.

அதற்கடுத்த நாள் பந்தல்காரன் மரக்கட்டையாலான ஒரு விபூதிப் பேழையைச் சாமிநாதன் அருகில் கொண்டு வைத்தான். அவன் சாமிநாதன் பேசுவான் என்று எதிர்பார்க்கவில்லை. முசுண்டுக் கிழவி தான் வருவதை நிறுத்திக்கொண்டாள். பந்தல்காரன் சாமிநாதனை நமஸ்கரிக்கும் போது "குகைச்சாமி! நீ தெய்வத்தோட பேசறப்பே இந்த மாரிமுத்துவைக் காப்பார்த்தணும்னு சொல்லு சாமி," என்று கேட்டுக்கொள்வான்.

சாமிநாதன் குகையைவிட்டு வெளியே போகவே இல்லை. அதிகாலையில் ஒரு முறை பத்தடி குகையிலேயே நடப்பான். அவன் அடித் தொடைகளில் பெரிய பெரிய கொப்புளங்கள் வெடித்துப் பெரும் புண்ணாகப் போயின. மாரிமுத்து ஒரு நல்ல பலகை எப்படியோ சம்பாதித்துக்கொண்டு வந்தான் புதுத் துணி இரண்டு கஜம் வாங்கி அதை மடித்துப் பலகை மேல் சாமிநாதனுக்காகப் போட்டான். சாமிநாதன் பேசுவதே யில்லை. குளிக்கக்கூட வெளியே போவதில்லை. அவன் குளிக்க மாரிமுத்து அவ்வப்போது குகையிலேயே ஏற்பாடு

செய்வான். மாரிமுத்துவால் வரமுடியாத நாட்களில் மனைவி, இல்லாவிட்டால் குழந்தைகள், பத்து நிமிஷம் குகைக்கு வந்து தரையைப் பெருக்கி துணி தோய்த்து, தண்ணீர் எடுத்து வைத்துப் போவார்கள். சாமிநாதன் யாரிடமும் பேசுவதில்லை. அவன் மேடை மீது உட்கார்ந்துகொண்டே இருந்தான். அப்படியே சாய்ந்துகொள்வான். காலை நீட்டிப் படுத்தது கிடையாது. இரவில் அகல்விளக்கு உண்டு. அது உண்மையில் இருட்டைவிட அதிக உபத்திரவம். பறக்கும் பூச்சிகள் ஆயிரக்கணக்கில் உள்ளே வந்துவிடும். ஒரு நாள் மாரிமுத்துவின் மனைவி திரியைப் பெரிதாக வைத்துவிட்டாள். அது நிறையப் புகைய ஆரம்பித்தது. சாமிநாதன் மிகவும் இருமினான். பிறகு வாயைப் பெரிதாகத் திறந்துகொண்டு இருந்தான். மறுநாள் காலை அவன் எழுந்திருக்க முடியவில்லை. மாரிமுத்துக்கு எதனால் குகை சாமிக்கு உடல் நலமில்லாமல் போய்விட்டது என்று தெரியவில்லை. இரண்டு நாட்களில் எல்லாம் சரியாகப் போய்விட்டது. திறந்த எண்ணெய் விளக்கில் திரியை எலி இழுத்துக் கொண்டு போக ஆரம்பித்தது. விளக்கு எரிந்துகொண்டிருக்கும்போதே இரண்டு மூன்று எலிகளாக வந்து விளக்கை தள்ளிவிடும். எண்ணெயைக் குடிக்கும். சாமிக்கு ஹரிக்கன் லாந்தல் ஒன்று மாரிமுத்து வாங்கிப் போட்டான். கோவில் தர்மகர்த்தா அவனை வேலையை விட்டுத் தள்ளிவிடுவதாகப் பயமுறுத்தியிருந்தார். அவர் ஒரு சமயம் சுனைப் பக்கம் வந்தார். அதற்கப்புறம் மாரிமுத்துவை அவர் பயமுறுத்தவில்லை. சாமிநாதன் மயிர் சடையிட்டுவிட்டது. அதை யாராலும் ஒன்றுமே செய்ய முடியவில்லை. ஒரு முறை ஒரு பைத்தியம் குகைக்குள் புகுந்து சாமிநாதனைப் பயங்கரமாக அடித்துவிட்டது. சாமிநாதன் உட்காரும் மேடையைச் சுற்றிப் பல இடங்களில் ரத்தக் கறை ஏற்பட்டது. சாமிக்கு எவ்வளவோ பேர் பழம், தின்பண்டங்கள் கொண்டு வந்தார்கள். அவன் எதையும் தொடுவதுகூடக் கிடையாது.

என் மைத்துனன் 'ஹில்மன்' கார் ஒன்று வாங்கினான். அந்தக் காலத்தில் 'ஹில்மன்' காருக்கு மதிப்பு இருந்தது. அவன் வீட்டில் திருப்பதி போக ஒரு பிரார்த்தனை இருந்தது. நான் அப்போது மாயவரத்தில் என் மைத்துனன் இருந்த தெருவுக்கு அடுத்த தெருவில்தான் இருந்தேன். அருகில் சொந்தமாக அரிசி 'மில்' நடத்திக்கொண்டிருந்தேன். நான், என் மனைவி, இரண்டு குழந்தைகள், என் மைத்துனன், அவன் மனைவி, ஒரு குழந்தை, டிரைவர் அத்தனை பேரும் அந்தக் காரில் அடைத்துக் கொண்டு திருப்பதிக்குக் கிளப்பினோம். புதுச் சத்திரம் தாண்டி இரண்டு மைல் போனதும் ஒரு சக்கரத்தில்

காற்று இறங்கிவிட்டது. 'ஸ்டெப்னி'யை மாட்டிக்கொண்டு இன்னும் கொஞ்சம் தூரம் போவதற்குள் அதுவும் காற்று இறங்கி விட்டது. டிரைவர் ஒரு சக்கரத்தை எடுத்துக்கொண்டு கடலூர் போய் சரி செய்துகொண்டு வருவதற்குப் போய்விட்டான். நாங்கள் காரைப் பூட்டிவிட்டுப் பக்கத்திலிருந்த ஓர் ஓடையருகில் உட்கார்ந்து கொண்டிருந்தோம். அப்போது ஓர் வயதான விவசாயி பக்கத்திலிருக்கும் கோவிலுக்குப் போகலாம் என்று சொன்னார். என் மைத்துனன் வரவில்லை. நாங்கள் எல்லாரும் மட்டும் போனோம். கோவிலில் எங்களைக் கவனித்துக்கொண்டு தரிசனம் செய்வித்தவன் "வாங்க, அப்படியே குகைச் சாமியாரையும் பாத்துட்டு வரலாம்" என்று அழைத்துப் போனான். அது மாரிமுத்துதான். அவன் எங்களை சாமிநாதனிடம் அழைத்துப் போனான்.

நான் சாமிநாதனை உடனே அடையாளம் கண்டு கொண்டேன். ஒரு பேயைப் பார்த்தமாதிரி இருந்தது. தலைமயிர், தாடி, மீசை எல்லாம் சிறிதும் கவனிக்கப் படாமையால் பயங்கர மாக இருந்தன. கால், கை நகங்களை மட்டும் மாரிமுத்து அவ்வப்போது வெட்டிவிட்டிருந்தான். இடுப்புக்கு மேல் ரத்தம் ஓட்டம் அதிகம் இல்லாமல் உடம்பு வெளிறிப் போயிருந்தது. சாமிநாதன் கண்களைத் திறந்துகொண்டுதான் இருந்தான். என்னை அடையாளம் கண்டுகொள்ளவில்லை. யாரோ அவனைப் பார்க்க வந்திருக்கிறார்கள் என்ற நினைப்புக்கூட அவனுக்கு ஏற்படவில்லை.

"பத்து வருஷத்துக்கும் மேலா இப்படியே உக்காந்திண் டிருக்கு இந்தச் சாமி. சாமி இங்கே முதல்லெ வந்தப்பொ என் பொண்ணு சின்னப் பொண்ணு. இப்பொ அதுக்குக் குழந்தை பொறந்திருக்கு . . ." மாரிமுத்து சாமிநாதனைப் பற்றி மிகுந்த பக்தியுடன் பேசிக்கொண்டு போனான். என் குழந்தைகள் பயந்து விட்டன. எனக்கும் பயம்தான் ஏற்பட்டது. சாமிநாதனுடைய கண்கள் எனக்கு அமைதியூட்டவில்லை. நாங்கள் எல்லாரும் சிறுவர்களாக இருந்தபோதே சாமிநாதனின் அழகைப் பற்றி வியந்திருக்கிறோம். அந்த அழகன் எப்படி இவ்வளவு குரூபியாக மாற முடியும்? மாரிமுத்துக்கும் திருச்சுனையூர்க்காரர்களுக்கும் அப்படி ஒன்றும் தோன்றவில்லை. அவர்கள் சாமிநாதனைச் சிறுவனாக இருக்கும்போது பார்த்ததில்லை. குகைக்கு வெளியே வந்ததும் மாரிமுத்துவிடம் "இது எங்க ஊர்ச் சாமி," என்றேன்.

மாரிமுத்து என்னையும் விழுந்து நமஸ்காரம் பண்ணினான். "என்னப்பா, கோவில் பெருச்சாளியாக இருப்பவன் இப்படி

எல்லாம் நடந்துக்கறயே?" என்று கேட்டேன். அவன் அதைப் பொருட்படுத்தவில்லை. சாமிநாதனைப் பற்றி நிறையக் கேட்டான். "அது சின்னதா இருக்கும்போதே சாமியார் மாதிரி தான் இருந்தது. இப்போ நிஜமாவே சாமியாகியாச்சு," என்றேன்.

"இத்தனை நாள் வாய்திறந்து பேசவேயில்லை. நேத்திக்குத் தான் இதோ பார்னு காட்டித்து. அது கால் கீழே ஏகமா எறும்பு செத்துக் கிடந்தது. சாமியைக் கடிச்சிருக்கணும். அதை எது எதோ கடிச்சுப் பிடுங்கிருக்கு. ஒரு தடவை தலை மயிர்லே பெரிய தேள் இருந்தது."

மாரிமுத்து என் விலாசத்தைக் கேட்டு எழுதி வாங்கிக் கொண்டான். மீண்டும் கார் சரியாகி நாங்கள் போய்க் கொண்டிருக்கும்போது எனக்குச் சாமிநாதனின் கண்கள் பற்றி ஒரு விஷயம் புலப்பட்டது. அந்தக் கண்கள் புத்தி கலங்கியவனின் கண்கள்.

புத்தி மிகவும் கலங்கியவனாகத்தான் சாமிநாதன் இருந்தான். அவன் முன் ஏதேதோ உருவங்கள் விடாமல் தாண்டவமாடிக் கொண்டிருந்தன. சிவப்பு நிறமும் கறுப்பு நிறமும் புகையும் அவனைச் சூழ்ந்துகொண்டு இருந்தன. அவன் எவ்வளவோ விரட்டினால்கூட அவை போகவில்லை. அடிக்கடி மேலே பறந்து அப்படியே கீழே விழுந்தபடி இருந்தான். மனம் சமனப் படவில்லை. ஐயா வரவில்லை. செத்த எறும்புக்கு உயிர் வரவில்லை. உயிர் வரவில்லை. ஐயா வரவில்லை. பூதங்கள்தான் சதா சுற்றிக்கொண்டே இருந்தன. நாடி சொன்ன நாளெல்லாம் போய் எவ்வளவோ நாளாகிவிட்டது. நாளென்றால் என்ன? பாவம் மாரிமுத்து. யார் யாரோ வந்து போயாயிற்று. அவன் இன்னமும் வந்துகொண்டிருக்கிறான். சீ, பிசாசே! உன் நாக்கை யும் கொம்பையும் கண்டு எனக்குப் பயமில்லை. என்னைத் தனியே விடு! போ!

சாமி மேடைமீது இல்லாமல் தரையில் உட்கார்ந்திருப்பது கண்டு மாரிமுத்து ஆச்சரியப்பட்டான்.

மாரிமுத்துவுக்கும் தள்ளாமை வந்திருந்தது. எலும்பும் தோலுமாக இருந்த சாமியை மீண்டும் தூக்கிவைக்கக் கஷ்டமாகத்தான் இருந்தது.

"மாரிமுத்து."

"சாமி!"

"இது இங்கே எப்போ வந்தது தெரியுமா?"

"தெரியும், சாமி."

"எவ்வளவு நாளாச்சு? ஏழு வருஷம் ஆயிடுத்தா?"

"பத்து வருஷம் இருக்கும் சாமி."

"சரியாச் சொல்லணும்."

"நாளைக்குச் சொல்லறேன், சாமி."

மாரிமுத்துவின் மனைவி கணக்கும் போட்டுக்கொடுத்தாள். பதினொரு வருஷம் நான்கு மாதம் ஒன்பது நாட்கள் ஆகியிருந்தன.

அடுத்த நாளும் சாமிநாதன் தரையில் கிடந்தான். இந்தமுறை அவன் மேடையிலிருந்து விலகி சுனைப்பக்கம் வந்திருந்தான். சிறிது கஷ்டத்துடன் மாரிமுத்துவால் அவனை மேடைமீது ஏற்றி வைக்க முடிந்தது. குகைச்சாமியை வேறெங்காவது அழைத்துப் போகலாமே என்று தோன்றவில்லை.

"எவ்வளவு நாள்?" என்று சாமி கேட்டது.

"பதினோரு வருஷம் நாலு மாசம் ஒன்பது நாள்."

அதற்கடுத்த நாள் சாமியைக் காணோம். மாரிமுத்து எங்கெல்லாமோ தேடினான். கிடைக்கவில்லை. இரண்டு நாட்கள் கழித்துத்தான் அவனுக்கு ஏதோ தோன்ற தண்ணீர் மட்டம் உயர்ந்திருக்கும் நேரத்தில் சுனைத் துவாரத்தில் கோல் கொண்டு துழாவினான். ஒன்று தட்டுப்பட்டது. கோலில் ஒரு அலகு இணைத்து இழுத்தான். மிகவும் சிரமப்பட்டுத்தான் அந்தத் துவாரம் வழியாக அதை வெளிக் கொணர முடிந்தது. குகைச் சாமியாக இருந்தது உயிரற்றுக் கிடந்தது.

மாரிமுத்து எனக்குக் கடிதம் எழுதிப் போட்டான். நான் போனபோது என்னிடம் சாமிநாதனின் கந்தைத் துணி ஒன்றையும் நைந்துபோன காகிதங்களையும் கொடுத்தான். நான் பலகையைக் கேட்டு வாங்கிக் கொண்டேன். குகையில் மாலையில் ஒரு விளக்கேற்றி வைக்கப் பணம் கொடுத்து வந்தேன்.

சாமிநாதன் எவ்வளவு அற்புதமான குழந்தை! என்ன சுகத்தைக் கண்டான்? அவனுக்கு ஏன் இப்படி ஒரு வாழ்க்கை அமைந்தது? மாரிமுத்து கடைசி நாட்களில் நடந்தது எல்லாம் சொல்லி மிகவும் கதறினான். சாமியை வீட்டுக்காவது கொண்டு போயிருக்கக் கூடாதா என்று தலையை மோதிக்கொண்டான்.

அசோகமித்திரன்

என் ஊர் போய்ச் சேர்ந்த பிறகு அந்தக் காகிதங்களைப் பிரித்துப் பார்த்தேன். மிகவும் மக்கிப் போய்க் கிடந்தன. அநேக இடங்களில் தண்ணீர் பட்டு எழுதியது கரைந்து போயிருந்தது. நல்ல தமிழ் தெரிந்தவர் கொண்டு அதைப் படிக்கச் சொன்னேன். அது ஒரு அற்புதப் பிறவியின் வாழ்க்கை வரலாறு. 'முடித்தால் முடித்தால் முடியப் பெற்றால்' எல்லாம் இருந்தது. ஏகப்பட்ட மாதங்கள் நாட்கள் கணக்கு கொடுக்கப்பட்டிருந்தது. ஒரு குறிப்பிட்ட காலம் சாமிநாதன் தவம் முடித்தால் சித்தி பெறலாம் என்றிருந்தது. கொஞ்சம் ஜோஸ்யம் தெரிந்த ஒருவரையும் அழைத்து அதைச் சரியாகக் கணக்குப் பார்த்துச் சொல்லச் சொன்னேன். திருவாரூர் ஜோஸ்யர் தவறு செய்திருந்தார். அது ஏழு வருஷம் நான்கு நாட்கள் அல்ல. அது பதினொரு வருஷம் நான்கு மாதம் பதிமூன்று நாட்கள்.

(1966)

விழா

சுமார் பதினான்கு மாதங்களாகக் காத்திருந்த சர்வதேச திரைப்பட விழா விஷயம் பற்றி மேலிடத்துச் சம்மதம் வந்துவிட்டது. இச்சம்மதம் பத்து மாதங்கள் முன்னரே எதிர்பார்க்கப்பட்டது. அப்போது திடீரென்று உலக அரங்கில் பெரிய நெருக்கடி உருவாயிற்று. மூன்றாம் உலக யுத்தம் ஆரம்பித்தே விடப்போகிறது என்கிற அளவுக்கு அனுபவசாலிகள் பயந்தனர். இந்தியாவில் திட்ட மிடப்பட்டிருந்த திரைப்பட விழா காலவரையின்றி ஒத்திவைக்கப்பட்டது. இப்போதுதான் விஷயம் மீண்டும் மறு பரிசீலனைக்கு எடுத்துக்கொள்ளப் பட்டது.

விழாவை, அடுத்து வரும் ஜனவரியில் நடத்தி விடுவது என்று முடிவு செய்யப்பட்டது.

அரசாங்கமாக முன் நின்று நடத்தும் திரைப்பட விழா உலகிலேயே இந்திய தேசம் ஒன்றில்தான். சினிமாப் படம் எடுக்கும் நாடுகளில் இருபது நாடுகளாவது இவ்விழாவில் கலந்துகொள்ளும். முழுநீளப் படங்கள், துண்டுப் படங்கள் என்று விழாவில் சேர வருபவற்றைக் காட்ட டில்லி, கல்கத்தா, பம்பாய், சென்னை ஆகிய இடங்களில் சினிமா தியேட்டர்களை நியமித்துப் போதிய முன் விளம்பரம் செய்ய வேண்டும். விழாவுக்காக வரும் பிரதிநிதிகள் மொத்தம் ஐம்பது, நூறு பேர்கூட இருக்கக்கூடும். அவர்கள் தங்கியிருக்க இடம், பொழுது போக அந்தந்த இடத்தில் முக்கியக் காட்சிகளைப் பார்த்து வரச் சுற்றுப் பயணம்,

இந்திய சினிமாப்பட உலகிலிருந்து போதிய வரவேற்புகள், விருந்துகள் எல்லாம் ஏற்பாடு செய்ய வேண்டும்.

பிரதிநிதிகளைச் சென்னையில் கவனித்துக்கொள்ள அரசாங்கத்தால் நியமிக்கப்பட்ட சுப்பிரமணிய சாஸ்திரிக்கு 'ஐயோ, இன்னொரு பிலிம் ஃபெஸ்டிவலா!' என்று தோன்றியது. அவருக்கு உதவியாளனாக இருக்கத் தேர்ந்தெடுக்கப்பட்ட சங்கரன் அது வாழ்க்கையில் கிடைப்பதற்குரிய நல்ல சந்தர்ப்பம் என்று மிகவும் உற்சாகமாக இருந்தான்.

❍

அந்த நகரத்தின் நடுவில் ஓடிக்கொண்டிருந்த நதியின் மேல்பரப்பு பல இடங்களில் பாளம் பாளமாக உறைந்து கிடந்தது. வெடிப்பு இருந்த இடத்தில் அடியில் தண்ணீர் மிகத் தெளிவாக ஓடிக் கொண்டிருந்தது தெரிந்தது.

அமைப்பில் சிறிது ஸாரசனிக் அம்சம் கொண்ட ஒரு மிகப் பெரிய கட்டிடம். அந்தக் கட்டிடத்துக்கு மொத்தம் பதிமூன்று இடங்களில் சிறிதும் பெரிதுமான கும்பங்கள் இருந்தன. அந்தக் கட்டிடத்தில் மைதானம் போன்ற மிகப் பெரிய அறை ஒன்றில் கட்சிக் கூட்டம் நடந்துகொண்டிருந்தது. இரண்டாள் உயரத்திற்கு இருக்கும் ஜன்னல்களில் பொருத்தப் பட்டப் பல வண்ணக் கண்ணாடிகள் அறையின் அலங்கார விளக்குகளின் ஒளியை எவ்வளவோ நூற்றாண்டுகளாகச் செய்து வந்ததுபோல் அன்றும் பிரதிபலித்துக்கொண்டிருந்தன. வரிசை வரிசையாகப் 'ப' வடிவத்தில் ஏறக்குறைய முன்னூறு அங்கத் தினர்கள் உட்கார்ந்திருந்தார்கள். பொதுச்செயலாளரின் உரை முடியும் தருவாயிலிருந்தது.

"...நாட்டைக் காட்டிக் கொடுக்கும் துரோகிகள் இன்று நம்மிடை இருந்து வருகிறார்கள். அரசாங்கப் பதவியைப் பயன்படுத்திக்கொண்டு சித்தாந்தத்திற்கு அவர்களின் சுய முன்னேற்றத்திற்கேற்ப அர்த்தங்களையும் விளக்கங்களையும் கொடுத்துக்கொண்டு மரத்தைத் துளைக்கும் வண்டைப் போல் சிறிது சிறிதாகத் துரோகச் சிந்தனைகளை உலக மக்களிடம் பரவச்செய்யப் பார்க்கிறார்கள். இவர்கள் இந்நாட்டு மக்களுக்கும் இந்நாட்டுக் கொள்கைக்கும் பெரும் துரோகம் புரிபவர்களாவார்கள். இவர்கள் இச்செய்கையினால் பிற மக்களின் உழைப்பாலும் திறமையாலும் விளையும் பயன்களைச் சுவீகரிக்கப் பார்க்கிறார்கள். இதனால் சோம்பலில் தோய்ந்து பிறர் தியாகத்தில் உண்டாகும் பயன்களைத் திருடித் தின்னும் உலுத்தர் பரம்பரை ஒன்றை உண்டாக்கப் பார்க்கிறார்கள். ஆனால் நம் மக்கள் விழிப்போடு

இருப்பார்கள். துரோகத்தை ஒருபோதும் சகியார்கள். அவர்கள் வெகுண்டெழுந்து இந்தப் புல்லுருவிகளைக் களைந்து எறிவார்கள். நமது நவ சமுதாயத்தை இன்னமும் திடப்படுத்துவார்கள். நாமும் அதற்கே கணப்போதும் அயராமல் உழைப்போமாக. வாழ்க!"

இது முடிந்த பிறகு பத்து நிமிஷத்துக்கும் மேலாகக் கரகோஷம் கேட்ட வண்ணமே இருந்தது. கரகோஷம் உச்சநிலை யடைந்து தணியும். இவ்வாறு பலமுறை நடந்தது. ஒரு வழியாகக் கரகோஷம் முடிந்தது. கட்சியின் உபதலைவரும் நாட்டின் பிரதம மந்திரியுமானவர் பேச எழுந்தார். அவர் உரையும் முன்னமேயே தயாரிக்கப்பட்டது. நான்கு தனிக் காகிதங்களாகக் கையில் வைத்துக்கொண்டு படித்தார்.

"மகத்தான குடியரசின் மகத்தான குடிமக்களே! இன்று நான் உங்கள் முன் குற்றவாளியாக நிற்கிறேன். என் குற்றம் மகத்தான குற்றம். இதற்கு மன்னிப்புக் கிடையாது. உங்களுடைய கருணையைத்தான் நான் கெஞ்சிக் கேட்க முடியும். நான் நம் குடியரசின் மகத்தான கொள்கைகளுக்குத் துரோகம் செய்து விட்டேன். நான் என் சுய சௌகரியத்திற்காக விசுவாசமுள்ள உண்மைக் குடிமக்களின் உழைப்பின் பலனை அபகரிக்கும் வகையில்தான் செயல்பட்டேன். அத்துடன் நில்லாமல் நான் என்னை வீரவணக்கம் புரியும் ஒரு குழுவையும் உண்டாக்கி அவர்களை என் தவறான பாதையில் பழக்கமுண்டாகும்படி செய்துவிட்டேன். நான் என் குற்றங்களை முழுமையும் ஒப்புக் கொள்கிறேன். குடியரசின் நீசத் துரோகியாக உங்கள் முன் நிற்கும் நான் எந்தத் தண்டனையும் பெறச் சித்தமாயிருக்கிறேன். எனக்குக் குடிப்பிரஜை சலுகைகள் ரத்துச் செய்யப்பட வேண்டுமாய்ப் பிரார்த்தித்துக் கொள்கிறேன். வாழ்க!"

அடுத்துப் பத்து நிமிடங்களில் ஏகோபித்தமனதாகப் பிரதம மந்திரி அவர் பதவியிலிருந்து விலக்கப்பட்டுக் கலாச்சார அமைச்சரலுவலகத்தில் முதல் செயலாளராக நியமனம் பெறுவார் என்று ஏற்பாடாயிற்று. அவருக்குக் கருணை காட்டப்பட்டதின் பேரில் பிரஜா உரிமைகள் பறிக்கப்படவில்லை.

இரண்டு மணி நேரத்துக்குப் பிறகு கலாச்சாரப் பிரிவின் புது முதல் செயலாளருக்கு ஒரு பணியிடப்பட்டது.

"நீங்கள் வருகிற ஜனவரி மாதம் நமது குடியரசின் சார்பில இந்தியாவுக்கு ஒரு திரைப்படத் தூது கோஷ்டியின் தலைமையில் விஜயம் செய்வீர்கள்."

"சரி."

"உங்கள் கோஷ்டியில் கட்சிச் செயலாளர்கள் நால்வர், பார்வையாளர்கள் ஏழு பேர், மூன்று மொழிபெயர்ப்பாளர்கள்,

இரு செய்திப் புகைப்படக்காரர்கள், இரண்டு செய்தி இலாகா அதிகாரிகள், ஒரு திரைப்பட டைரக்டர் ஆக உம்மையும் சேர்த்துப் பதினெட்டுப் பேர் இருப்பார்கள்."

"சரி."

"இந்தியாவில் நீங்கள் இந்தக் குழுவுடன் இருக்க வேண்டிய நாட்கள் இருபத்தொன்று. ஆறு நாட்கள் டில்லி, மூன்று நாட்கள் பம்பாய், ஐந்து நாட்கள் கல்கத்தா, ஏழு நாட்கள் சென்னை, இருபத்தொன்றாம் நாள் மறுபடியும் டில்லிக்கு வந்து உங்களுக்காகக் காத்திருக்கும் விமானத்தில் இங்கு திரும்பி வந்து சேருவீர்கள்."

"சரி."

"பட்டியலை மீறுவதோ மாற்றுவதோ உசிதமாகக் கருதப் படாது."

"சரி."

"நீங்கள் ஒவ்வொரு இடத்தில் வெளியிட வேண்டிய பொது அறிக்கைகளும் பத்திரிகை அறிக்கைகளும் செய்தி இலாகா உங்களுக்கு முன்கூட்டியே தயாரித்துக் கையில் கொடுத்துவிடும். அதைத் தவிர நீங்கள் வேறு எந்த விவரமோ விளக்கமோ தருவது உசிதமாகக் கருதப்படாது."

"சரி."

"இந்தியாவில் பிரதம மந்திரி, மற்றும் முதன் மந்திரிகள் தரும் விருந்துகளைத் தவிர வேறு எந்தப் பொது நிகழ்ச்சியிலும் வரவேற்பிலும் நீங்கள் கலந்துகொள்வது உசிதமாகக் கருதப்படாது."

"சரி."

"நம் நாட்டின் நண்பர்களாக இந்தியாவில் செயல்படும் சிலரை மட்டும் நீங்கள் சந்திக்க அந்தரங்கமாக ஏற்பாடுகள் செய்யப்படும். பல அபாயங்கள் மத்தியில் அவர்கள் இந்த நாட்டின் செல்வாக்கும் பலமும் பெருகப் பாடுபடுகிறார்கள். அவர்களுக்கு அன்பளிப்பாக உம்மிடம் ஒப்புவிக்கப்படுவதை விநியோகம் செய்வது உம்முடைய பொறுப்பு. ஒருவர் பெறுவதை இன்னொருவர் அறியத் தருவது உசிதமாகக் கருதப்படாது."

"சரி."

"எந்தச் சமயத்திலும் நீங்கள் ஆங்கிலம், மற்ற இந்திய மொழிகள் தெரிந்ததாகக் காண்பித்துக்கொள்வது உசிதமாகக் கருதப்படாது. எல்லா சம்பாஷணைகளும் உம்முடன் கூடவரும் மொழிபெயர்ப்பாளர் கொண்டே நடத்தவேண்டும்."

"சரி."

"கடைசியாக, உம்முடைய பதவி மாற்றம் நாட்டின் நலனைக் குறித்து ஏற்பட்டதாகையால் இப்போதேற்கும் பதவியில் உம்மிடமிருந்து போதிய முயற்சியோ உற்சாகமோ இல்லாமலிருந்தால் அது தீவிரப் பரிசீலனைக்குள்ளாக்கப்படும் விஷயமாகும். தேச விரோதப் போக்குக்கு ஒருமுறை மன்னிப்பளிப்பதே அரிது."

"சரி."

"பேட்டி முடிந்துவிட்டது. வாழ்க."

"வாழ்க."

❍

"மிஸ்டர் மாதுூர், ஜூரிகள் பரிசுக்குச் சிபாரிசு செய்த படங்களின் பட்டியலை மீண்டும் படியுங்கள்."

நான்காவதாக 'பரானிமாறு' என்கிற படத்தின் பெயர் படிக்கப்பட்டது. அது கம்போலியா நாட்டிலிருந்து விழாவில் கலந்துகொள்ள வந்திருந்த படம்.

"'பரானிமாறு.' இதற்கு ஜூரிகள் கொடுத்த மார்க் எவ்வளவு?"

"92."

"முதலாவதற்கு 108 தானே?"

"109."

"சரி. நீங்கள் 'பரானிமாறு' படம் முதல் பரிசுக்குத் தேர்ந்தெடுக்கப்பட்டிருக்கிறது என்று வாடேகரிடம் தெரிவித்து உடனே முதல் பரிசுக் கேடயத்தில் பெயர் பொறிக்க ஏற்பாடு செய்யச் சொல்லுங்கள். மேலிடத்து உத்தரவு."

"அது எப்படி? ஜூரிகள் சிபாரிசு..."

"நாம் தனித்தனியாக எண்ணிக்கை போட்டுத் தரச் சொல்லியிருந்தோம். எல்லோருடைய மார்க்குகளையும் சேர்த்து எது முதலில் வரும் என்று அவர்களுக்குத் தெரியாது."

"'பரானிமாறு' சுமாராகத்தான் இருக்கிறது. கதையே இல்லை. வந்திருந்தவர்கள் எல்லாரும் தூங்கினார்கள்."

"ஆனால் ஜூரிகள் சிலருக்குப் பிடித்திருக்கிறது போலிருக்கிறதே?"

"நான் சிறிது நேரம் பார்த்தேன். கதை நகரவேயில்லை. ஒன்றும் புரியவில்லை."

"கலரா?"

"கறுப்பு—வெளுப்புதான். அதுகூடக் கண்ணுக்கு எல்லாம் ஒரே மங்கலாகத் தெரிந்தது. ரொம்பப் பழைய பிரதி."

"அதற்கு மொத்தம் எவ்வளவு மார்க்குகள்?"

"92."

"அப்போது அவ்வளவு மோசமானதாக இருக்காது. இல்லாது போனால் பரிசு கொடுப்பது நம்பத்தகாததாகப் போயிருக்கும்."

"இப்போதும் சந்தேகம்தான்."

"முதலில் இந்த விழாவில் கம்போலியா கலந்துகொள்ளுமா என்றே தெரியாமல் இருந்தது. கம்போலியாவில் ராணுவ தளம் ராக்கெட் தளம் இந்த மாதம் தயாராகிவிடும்."

"அது அனுமதித்துவிட்டாயிற்றா?"

"நீர் இந்த டில்லிக்கு லாயக்கில்லை. எங்கேயாவது வெளி தேசத்தில் தூதர் காரியாலயத்தில் வேலை பார்க்க வேண்டியது. அனுமதி மட்டும் இல்லை. அது ஒரு ராணுவ ஒப்பந்தமே பண்ணிக் கொண்டுவிட்டது."

"ரஷ்யாவா, யூ.எஸ்.ஸா?"

"ராணுவ தளம் என்றால் இந்த இரண்டில் ஒன்றுதான் இருக்க முடியும். அடுத்த கூட்டத்தில் கம்போலியாதான் இந்தியா வின் பெயரை கவுன்சிலுக்குப் பிரேரேபிக்க வேண்டும்."

"கம்போலியா மொத்தம், பீஹார் அவ்வளவுகூட இருக்காது."

"ஊஹூம். அஸ்ஸாமைவிடச் சிறியது. மிஸ்ராவும் கர்தார் சிங்கும் அங்கு போய்விட்டு வந்திருக்கிறார்கள். ஆனால் இன்று தேவை வேண்டியிருக்கிறது... சீக்கிரம், இன்னும் மூன்றுமணி நேரம்கூட இல்லை. இந்தப் படத்தின் வரலாறெல்லாம் குறிப்புத் தயார் செய்ய வேண்டும். நாளைக்கு இரண்டாவது சனிக்கிழமை. ஸ்டென்சில் வெட்ட ஒரு ஆள் கிடைக்கமாட்டான்."

"இதோ போகிறேன். அந்த ஜூரி..."

"அதை நான் பார்த்துக்கொள்கிறேன். ஹோட்டலில் புரொபஸர் டப்லியுடைய ரூம் என்ன நம்பர்?"

"40."

"அவரிடம் நான் சொல்லிக்கொள்கிறேன். ஒரு தடவை அவருடைய விஸா எக்ஸ்டென்ஷனை நான் நேரேயிருந்து வாங்கிக் கொடுத்திருக்கிறேன்."

“நாளைக்கு பக்ராநங்கலுக்கு அவர் வரவில்லை.”

“அவர்தான் நான்கு வருஷங்களாக இந்தியாவிலேயே இருந்து வருகிறாரே? ஒருவேளை ஏற்கெனவே பார்த்திருக்கலாம்.”

“அதோடு அவருக்குக் கடுமையான ஆஸ்த்மாவும் இருக்கிறது. இஞ்செக்ஷனை அவரே போட்டுக்கொண்டு விடுகிறார்.”

“அது மருந்தா, டோப்பா?”

“அப்படியும் இருக்கும்.”

“அப்படித்தான் இருக்கும்.”

“நான் வாடேகரைப் பார்க்கப் போகிறேன்.”

“எல்லாக் குறிப்புகளையும் இன்றைக்கே ஸ்டென்சில் வெட்டிவிட வேண்டும். துவக்க நாளன்று எல்லாருக்கும் விநியோகம் செய்ய 300 பிரதிகள் தேவைப்படும்.”

“இன்னொன்று ஞாபகமிருக்கும்போதே சொல்லிவிடுகிறேன். சீஃப் செக்ரட்டரிக்கு முதல் மூன்று நாட்களிலும் தினம் முப்பது சீட்கள் வேண்டுமாம்.”

“முப்பதா?”

“ஆமாம்.”

“இந்த செக்ரட்டரி, டிபுடி செக்ரட்டரிகளுக்கு இடம் ஒதுக்கி வைப்பதிலேயே பாதித் தியேட்டருக்கு மேல் தீர்ந்து விடுகிறது. என்னிடம் பெரிய பட்டியலே இருக்கிறது.”

“நான் வாடேகரைப் பார்க்கப் போகிறேன். நீங்கள் டப்லிக்கு போன் பண்ணிவிடுங்கள்.”

“புரொபஸரை நேரேயே பார்ப்பது நல்லது. நான் அதைப் பார்த்துக்கொள்கிறேன். நீங்கள் புறப்படுங்கள். வண்டி இருக்கிறதல்லவா?”

“இருக்கிறது.”

“ரைட்.”

❍

ஹோட்டலின் அந்த விசாலமான முன் அறையில் எதைப் பார்த்தாலும் பளபளவென்று இருந்தது. வரவேற்பாளர் காரியாலயம், மானேஜர் அறை, அந்த ஹோட்டல் நிர்வாகத்தைச் சேர்ந்த பிரயாண ஏஜன்ஸி, பார் எல்லாமே மிகவும் பிரகாசமாக இருந்தன.

ஹோட்டலில் இந்தியர்களைவிட வெளிநாட்டினரே அதிகம் தென்பட்டனர். வெளிநாட்டினர் விதவிதமான மேனியுடையவர்களாக இருந்தார்கள். ஒரு ஒற்றை சோபாவில் நிறம் மட்டமான ஒரு வெளிநாட்டுக்காரர் உட்கார்ந்திருந்தார். ஒரு சிறு டீபாய் அவருக்கும் அவர் எதிரே இருந்த இன்னொரு சோபாவுக்குமிடையே இருந்தது. எந்தவிதப் பரபரப்புமில்லாமல் அவர் சிகரெட் குடித்துக்கொண்டிருந்தார். ஆனாலும் சில சமயங்களில் அவர் முகத்தில் சிறு சுருக்கங்கள் தோன்றின.

இன்னொரு வயதான வெளிநாட்டுக்காரர் அந்தப்பக்கம் வந்தார். இவர் நல்ல சிவப்பு.

சிவப்பானவர் உட்கார்ந்திருந்தவரைப் பார்த்து லேசாகப் புன்னகை புரிந்தார். ஆனால் மறுகணமே வேறு எங்காவது இடம் காலி இருக்கிறதா என்று பார்க்க ஆரம்பித்தார்.

அப்போது வரவேற்பாளர் இடத்திலிருந்து ஒரு ஹோட்டல் ஆள் வயதான வெளிநாட்டுக்காரரிடம் வேகமாக வந்தான். "புரொபஸர், ஒரு டெலிபோன்," என்றான்.

இது கேட்டு உட்கார்ந்திருந்தவர் சிறிது விழிப்பு வந்தவராகத் தோன்றினார்.

வயதானவர் இந்த ஆளை, "மிஸஸ் சாக்ஸேனாவா?" என்று கேட்டார்.

"இல்லை மிஸ்டர் கவுல்."

"எனக்கு யாரென்று தெரியவில்லை ... அரை மணி நேரம் பொறுத்து மீண்டும் போன் பண்ணச் சொல்லு. நான் ரூமில் இருப்பேன்."

"சரி, புரொபஸர்."

உட்கார்ந்திருந்தவர் இப்போது புரொபஸரைப் பார்த்துப் புன்னகை புரிந்தார். புரொபஸர் உட்கார்ந்து கொண்டார்.

"புரொபஸர் டப்லி?"

புரொபஸர் அதை எதிர்பார்க்கவில்லை. "ஆமாம்" என்றார்.

"பிரான்சிலிருந்து ..."

"ஆமாம்."

"நானும் விழாவுக்காகத்தான் வந்திருக்கிறேன்."

"அப்படியா? நேற்று பிரதிநிதிகள் விருந்தில் உங்களைக் கவனிக்கவில்லையே? என்றைக்கு வந்தீர்கள்?"

"இன்று காலைதான் வந்தேன்."

"எந்த தேசம்?"

"கம்போலியா."

"கம்போலியா – இது புதுப் பெயர் இல்லை?"

"ஆமாம். முன்னமே லெஸ்டர் தீவுகள் என்று பெயர் இருந்தது. ஜனத்தொகை மொத்தமே பதினெட்டு மில்லியன்தான்."

"நீங்கள் கவர்மெண்டிலிருந்து வருகிறீர்களா?"

"இல்லை. தனித்தயாரிப்பாளர்கள்தான்."

"அதற்கு உங்கள் தேசத்தில் வசதியிருக்கிறதா?"

"ஒரு சின்ன ஸ்டூடியோ இருக்கிறது. பாதிக்கு மேல் கவர்மெண்டு பணம்தான்."

"படத்துக்குக் கூடவா?"

"இல்லை, இல்லை. அது முழுக்க என் சொந்த முயற்சிதான்."

"ஓ."

புரொபஸர் சோபாவில் சாய்ந்து உட்கார்ந்து கண்களை மூடிக்கொண்டார். கண்களை மூடிக்கொண்டே "உம் பெயர் என்ன?" என்று கேட்டார்.

"டல்பதடோ. பீடர் டல்பதடோ."

புரொபஸர் கண்களைத் திறந்து, சோபாவில் சாய்ந்தபடியே டல்பதடோவை நன்கு உற்றுப் பார்த்தார். பிறகு மீண்டும் கண்களை மூடிக்கொண்டார்.

நான்கு பெரிய டாக்ஸி வண்டிகள் சீறிக்கொண்டு வந்து போர்டிகோவில் அடுத்தடுத்து நின்றன. நிறைய மனிதர்கள் இறங்கி அந்த அறைக்குள் வந்தார்கள். முக்கியமான விமானம் டில்லி வந்தடைந்திருக்க வேண்டும். டல்பதடோ உட்கார்ந் திருந்தபடி அவன் கண்ணுக்குப் பட்டவற்றை மட்டும் பார்த்த படி இருந்தான். புரொபஸர் தூங்கிவிட்ட மாதிரி இருந்தார். பகல் சாப்பாட்டுக்கு இன்னும் அரைமணி நேரமாவது செல்ல வேண்டும்.

சலசலப்பு சிறிது ஓய்ந்தது. புரொபஸர் கண்களைத் திறந்து கொண்டார். அவர் தூங்கவில்லை. டல்பதடோ கேட்டான்: "நீங்கள் ஜூரிகளில் ஒருவரல்லவா?"

"என்ன! ஓ… ஆமாம். தானாக ஒன்றும் சிருஷ்டி செய்ய முடியாவிட்டால் விமரிசகனாக மாறிவிடலாம்."

புரொபஸர் சாதாரணமாகத்தான் பேசினார். சிரிக்க வில்லை. பிறகு, 'உம் படம் என்ன?' என்று கேட்டார்.

"பரானிமாறு – வற்றிக்கொண்டிருக்கும் ஆறு."

"எதைப் பற்றி அது? என்ன கதை?"

"அதுதான் வற்றிக்கொண்டிருக்கும் ஆறு. கிராமத்தில் ஒரு குடும்பம் மட்டும் விடாப்பிடியாக இருக்கிறது. ஒவ்வொரு நாளும் ஊற்றுத் தோண்டி ஒரு சிறு பாத்திரத்தில் தண்ணீர் எடுத்து வடிகட்டுகிறார்கள்..."

"ஓ! அதுவா..?"

"நீங்கள் பார்த்தீர்களா?"

"உம்."

சிறிது நேரம் இருவரும் பேசாமல் இருந்தார்கள். புரொபஸர் கேட்டார்: "ஏன் படத்திற்கு ஸப்டைட்டில்கள் கூடப் போட வில்லை?"

"சௌகரியப்படவில்லை."

"ஓகோ."

"கொஞ்சம் சௌகரியப்படவில்லை."

புரொபஸர் மீண்டும் சிறிது நேரம் கண்ணை மூடிக் கொண்டார்.

டல்பதடோ சொன்னான்: "நான் உங்கள் படங்களைப் பார்த்து மிகவும் ரசித்திருக்கிறேன்."

"ஓ."

"ஆர்க் டி டிரயோம்ப்." 'ராண்டவூ,' 'சிரானோ டி பெர்ஜூராக்..."

"ம்."

"'ராண்டவூ' மிகவும் நன்றாக இருந்தது."

"ம்."

"ஆயிரத்து தொள்ளாயிரத்து நாற்பத்தொன்பது என்று நினைக்கிறேன்."

"ஐம்பது."

"அதற்கப்புறம் உங்கள் படம் ஒன்றும் வரவில்லை..."

"அதுதான் ஜூரியாக இருந்துகொண்டே இருக்கிறேனே. எவ்வளவு முறை என்று எனக்கு எண்ணிக்கைகூடத் தவறி விட்டது."

"ஆமாம். உங்களுக்கு நேரமே இருக்காது."

"ஆமாம். எனக்கு நேரமே கிடையாது." என்று புரொபஸர் சொன்னார். சிறிது கழித்து, "ஐம்பத்து மூன்றில் ஒரு படம் ஆரம்பித்தேன். பாதியோடு நிற்கிறது."

"வில்லியம் டெல்."

"ஆமாம். உங்களுக்கு நன்றாக ஞாபகமிருக்கிறதே..!" இரண்டு கிலோமீட்டர் சதுரத்திற்குப் போட்ட ஆல்டாஃப் நகர செட் துளி படம்கூட எடுக்காமல் அப்படியே காற்றிலும் மழையிலும் கரைந்துபோய்விட்டது."

"நான் படித்திருக்கிறேன்."

"உமக்கு இது எத்தனையாவது தயாரிப்பு?"

"இரண்டாவது."

"உமக்கு வேறு ஏதாவது தொழில் உண்டா?"

"இல்லை சினிமாதான். முன்பு தென்னந்தோப்புகள் வைத்திருந்தேன். இப்போது இல்லை."

"உம் உலகம் எப்படி இருக்கிறது?"

டல்பதடோ ஒரு கணம் விழித்தான்.

"ஏதாவது படம் பண்ணுகிறீர்களா?"

"ஓ... முதல் படம் பரவாயில்லை. இது கொஞ்சம் மட்டந்தான்."

"அப்படித்தான் ஆரம்பம்."

"எங்கள் படங்களுக்கு அயல்நாட்டு வரும்படியே கிடையாது."

"அதற்குத்தான் ஃபிலிம் ஃபெஸ்டிவலுக்கு வந்திருக்கிறீர்கள்?"

"ஆமாம்."

"இதற்கு உமக்கு வேறு யாராவது பணமுதல் செய்திருக்கிறார்களா?"

"இல்லை. எங்கள் அரசாங்கம்கூட இதற்கு ஒன்றும் உதவி செய்யவில்லை."

"அப்படித்தான்."

"பார்க்கப் போனால் இந்த விழாவில் பிரதிநிதியாகப் பங்கெடுத்துக்கொள்வதே அவ்வளவு பிடிக்கவில்லை."

"இந்தியாவும் நீங்களும் அண்டை வீட்டுக்காரர்களல்லவா, அப்படித்தான்."

"நாளைக்கு முன்னால் முடிவு தெரியாதா?"

"எதன் முடிவு?"

"இந்த விழாவின் முதற் பரிசு."

"எதற்கு வந்தால் என்ன? பரிசு பெறுவதும் பெறாததும் ஒன்றுதான்."

"ஏன் அப்படிச் சொல்லிவிடுகிறீர்கள்?"

"நான் முப்பது வருஷமாகச் சினிமாப் படம் எடுத்திருப்பதால்தான்."

டல்பதடோ பதிலேதும் கூறாமல் இருந்தான். புரொபஸர் கேட்டார்: "ஏன், நீர் உம் படத்துக்குப் பரிசு எதிர்பார்க்கிறீரா?"

"இல்லை... அது கொஞ்சம் நல்ல படம் என்றுதான் நான் நினைத்து வருவது..."

"நீர் ஏன் முன்னமேயே என்னைப் பார்த்திருக்கக் கூடாது?"

"இன்றுதான் நான் இங்கு வந்துசேர முடிந்தது. இந்தியாவில் துறைமுகத்தில் இறங்கியதும் டில்லிக்கு ரயிலிலேயே வந்தேன்."

"ரயிலுக்கும் பிளேனுக்கும் அதிகம் வித்தியாசமில்லையே."

"கொஞ்சம் இருக்கிறது."

"நீர் சொல்வது உண்மைதான்."

"நீங்கள் என் படம் பார்த்தீர்களா?"

"உம்... பார்த்தேன்."

"சுமாராகவாவது இருக்கிறதா?"

"முதலில் ஞாபகம் இல்லாமலிருந்தது. இப்போது கொஞ்சமாக நினைவுக்கு வருகிறது."

"அந்த நாவல் எங்களூரில் கொஞ்சம் பிரபலமான நாவல்தான்."

"பரவாயில்லை."

புரொபஸர் கண்ணை மூடிக்கொண்டார். சட்டென்று எழுந்து அந்தப் பக்கம் போன ஒரு சிப்பந்தியை "யூஸப்" என்று கூப்பிட்டார். யூஸப் அவன் யூனிபாரத்தில் பிரமாதமாக இருந்தான். புரொபஸர் ஹிந்தியில் அவனிடம் "லெமனேட் கொண்டு வா," என்றார். பீடரைப் பார்த்து "லெமனேட் உமக்குச் சரிதானே? அல்லது வேறு ஏதாவது?"

"இல்லை, சரிதான்."

"சரி, இரண்டு கொண்டு வா."

யூஸப் போன பிறகு டல்பதடோ பேசினான்: "நீங்கள் நன்றாக இந்திய பாஷை பேசுகிறீர்கள்."

"நான்கு வருஷங்களாக ஒரு தேசத்தில் இருந்தால் செவிடனுக்குக்கூட அந்த பாஷை வந்துவிடும்."

"நான்கு வருஷங்களா?"

"இந்த தேசத்தில் அரசாங்கமே ஒரு சினிமா அகாடமி நடத்துகிறது. எனக்கு அது இல்லையென்றால் நானும் ஏதாவது அமெரிக்கக் கோடீஸ்வரன் பின்னால் சுற்றிக்கொண்டிருப்பேன்."

"நான் உங்களை நேற்றே பார்க்காமல் போய்விட்டேன்."

புரொபஸர் தன் பையிலிருந்து ஒரு சிகரெட் பெட்டி எடுத்தார். பெட்டி பச்சை நிறத்தில் இருந்தது. அதன் மேல் அராபிக் எழுத்துக்கள் இருந்தன. சிகரெட் சாதாரணமாக இருக்கும் வெள்ளை நிறமல்லாமல் கறுப்பு நிறத்தில் இருந்தது.

"சிகரெட்?" என்று புரொபஸர் கேட்டார்.

"இது புகையிலை சிகரெட்தானே?"

"தொண்ணூற்றொன்பது சதம் அதுதான்."

"நான் இந்த ரகம் பார்த்ததில்லை."

"டர்க்கிஷ் சிகரட். நான் எப்போதும் இதைத்தான் உபயோகப்படுத்துவது. ஒரு நாளைக்கு ஐந்தாறுக்கு மேல் என்னால் பிடிக்க முடிவதில்லை."

"காரம் அதிகம்தான்."

"இந்த இடத்தில் இதைக் கடத்தல்காரர்கள்தான் கொண்டு வர முடியும். கடத்தல்காரர்கள் கொண்டு வந்தால் தரத்தைப் பற்றி நிச்சயமாகச் சொல்ல முடியாது."

புரொபஸர் ஒரு முறை புகையை நன்கு ரசித்து உள்ளுக் கிழுத்தார். அவர் கண்களில் நீர் தளும்பியது. சிறிது இருமவும்

செய்தார். இருவரும் சிகரெட்டை முடித்துப் போட்டார்கள். புரொபஸர் அமைதியுற்றவராக இருந்தார். டல்பதடோ சிறிது சிரமப்பட்டான்.

யூஸப் லெமனேட் கொண்டுவந்தான். புரொபஸர் நன்றாகச் சாய்ந்துகொண்டு கண்ணை மூடிக்கொண்டிருந்தார். லெமனேட்டைச் சப்தம் செய்யாமல் வைத்துப் போகும்படி டல்பதடோ யூஸப்புக்குச் சைகை காட்டினான். ஹோட்டல் போர்டிகோவில் ஒரு சிறு டாக்ஸி வண்டி வந்து நின்றது. அதிலிருந்து ஒரு பெண் இறங்கினாள். டாக்ஸிக்காரனுக்குச் சில்லறை எண்ணிக் கொடுத்துவிட்டு வரவேற்பாளர் இடத்திற்குப் போய் சாவி கேட்டாள். வரவேற்பாளர் டல்பதடோ உட்கார்ந்திருக்கும் திசையைச் சுட்டிக்காட்டினார். அந்தப் பெண் டல்பதடோவிடம் வந்தாள். டல்பதடோ அவளைப் பார்த்து, "நீ ரூமுக்குப் போகிறாயா? நான் சிறிது நேரத்தில் வந்துவிடுகிறேன்," என்றான். அவன் தணிந்த குரலில்தான் சொன்னான். ஆனால் புரொபஸர் விழித்துக்கொண்டு விட்டார்.

"மன்னிக்க வேண்டும். உங்கள் தூக்கத்தைக் கெடுத்து விட்டேன்" என்றான் டல்பதடோ.

"நான் இப்போது எப்படித் தூங்குவது? சிறிது களைப்பு," என்று புரொபஸர் அந்தப் பெண்ணைப் பார்த்தார்.

டல்பதடோ, "லெமனேட் வந்துவிட்டது" என்றான்.

"நாம் இப்போது மூன்று பேர் இருக்கிறோமே? இங்கே உட்காருங்கள், மாதமொஸால்" என்று புரொபஸர் எழுந்து தன் சோபாவைக் காலி செய்ய எத்தனித்தார்.

டல்பதடோ, "வேண்டாம், நீங்கள் உட்காருங்கள். நான் வேறு நாற்காலி கொண்டுவரச் சொல்லுகிறேன். ஸில்வியா!" என்று அப்பெண்ணைப் பார்த்துச் சொன்னான்.

ஸில்வியா, "நீங்கள் சிரமப்படாதீர்கள்" என்று சொல்லி சிறிது தள்ளி இருக்கும் நாற்காலியை இழுக்கப் பார்த்தாள். அது கனமாக இருந்தது. டல்பதடோ எழுந்து அதைச் சிறிது நகர்த்தி இழுத்தான். மூவரும் உட்கார்ந்து கொண்டார்கள். ஸில்வியாவின் கையெல்லாம் கறுப்பாகத்தான் இருந்தது. முகத்திற்கு மட்டும் அவள் நீண்ட காலமாகச் சக்திவாய்ந்த பூச்சுத் திரவியங்களை உபயோகித்திருக்க வேண்டும்.

"இது ஸில்வியா மாரிஸ். இது புரொபஸர் டப்லி. உலகப் பிரசித்திபெற்ற பழம்பெரும் படத் தயாரிப்பாளர்."

"படத் தயாரிப்பாளரே புரொபஸராக இருக்கிறாரே," என்று ஸில்வியா சிரித்துக்கொண்டு சொன்னாள். அவளுக்கு இடது புறத்தில் சிறிய சிங்கப்பல் இருந்தது.

"நான் சினிமாவில் புரொபஸராகவில்லை, முதலிலேயே புரொபஸர். பார்க்கப்போனால் நான் டாக்டர்."

"டாக்டர்?"

"ஆமாம். வைத்திய டாக்டர்தான்."

"என்ன அதிசயம்!" ஸில்வியா வியந்து சிரித்தாள். புரொபஸர் சிறிது உற்சாகம் வந்தவராகக் காணப்பட்டார். "மாதமொஸால் பற்றி ஒன்றும் சொல்லவில்லையே?" என்று கேட்டார்.

"மிஸ் மாரிஸ் ஒரு சிறந்த நடிகை. எங்கள் ஊரின் மிகப் பெரிய நக்ஷத்திரம்."

"அப்படியா! ரொம்ப நல்லது. கொஞ்சம் லெமனேட் சாப்பிடுகிறீர்களா, மிஸ் மாரிஸ்? அல்லது மிஸஸ் டல்பதடோ?"

"இன்னும் இல்லை. திரைப்பெயர் மிஸ் மாரிஸ்."

"அதெல்லாம் ரொம்ப சரி. இதிலெல்லாம் அமெரிக்கர்களைக் கட்டாயம் பின்பற்ற வேண்டும் . . . யூஸப்!"

யூஸப் வரவில்லை. வேறு ஒருவன் வந்தான். அவன் இன்னொரு கிளாஸ் லெமனேட் கொண்டுவருவதற்குள் டல்பதடோவுக்கு ஒரு போன் வந்திருப்பதாக ஒரு சிப்பந்தி வந்து சொன்னான். டல்பதடோ எழுந்திருந்தான். அவன் வலது கால் மரத்துப் போயிருந்தது. ஸில்வியா தான் போய்க் கேட்டு வருவதாக வரவேற்பாளர் இடத்திற்கு விரைந்து சென்றாள். அவள் நடை மிகவும் நன்றாக இருந்தது. புரொபஸர் அவரையுமறியாமல் லெமனேட் சாப்பிடும்போது சிறிது சப்தம் வரும்படியாக ஒருமுறை உறிஞ்சிவிட்டார். போன் விவரம் பற்றி ஸில்வியா டல்பதடோவிடம் புரொபஸருக்குப் புரியாத பாஷையில் சொன்னாள். டல்பதடோ ஏதோ சொன்னான். இருவரும் புரொபஸரைப் பார்த்தார்கள்.

"என்ன கஷ்டம்?" என்றார் புரொபஸர்.

டல்பதடோ, "ஒன்றுமில்லை" என்றான்.

"நான் பிற்பகல் என் உறவினர்களைப் பார்க்க வேண்டியிருக்கிறது. நான் ரூமுக்குப் போகிறேன். மன்னிக்கவும்" என்றாள் ஸில்வியா.

"அதனாலென்ன, ரொம்ப சரி." என்றார் புரொபஸர்.

ஸில்வியா வேகமாக நடந்து லிப்ட் அருகே சென்றாள். ஒரு கணம் அவன் அதுவரை பார்த்திராத ஒரு மின்வெட்டு புரொபஸர் கண்களில் பளிச்சிட்டதாக டல்பதடோவுக்குத் தோன்றியது.

ஒரு சிப்பந்தி புரொபஸரிடம் வந்து, "உங்களுக்கு மீண்டும் போன் வந்திருக்கிறது. மிஸ்டர் கவுல்" என்றான்.

"அரை மணிக்கு மேல் ஒரு விநாடி பொறுத்திருக்கவில்லை," என்று சொல்லி புரொபஸர் டெலிபோனிடம் சென்றார்.

டல்பதடோ தன் லெமனேட்டைப் பக்கத்திலிருந்த ஒரு பூத்தொட்டிக்குள் கொட்டினான்.

புரொபஸர் சிரித்த முகத்தோடு வந்தார். "நீர் உடனே ஒரு கொண்டாட்டத்திற்கு ஏற்பாடு பண்ணும்" என்றார்.

"என்ன?" என்றான் டல்பதடோ.

"உம் படத்துக்குத்தான் முதல் பரிசுக் கேடயம்."

"நிஜமாகவா?"

"என் தயவேயில்லாமல் வேறு எவனோ உமக்குத் தயவு பண்ணியிருக்கிறான்."

"என்னால் நம்ப முடியவில்லை."

"இன்னும் சிறிது நேரத்தில் மாதூர் என்று ஒரு முட்டாள் வருவான், உம்மைப் பற்றியும் உம் படத்தைப் பற்றியும் விசேஷக் குறிப்பு தயார் செய்ய."

டல்பதடோ, "நான் ஸில்வியாவிடம் சொல்ல வேண்டும்" என்றான்.

டல்பதடோவை நிறுத்திக் கடைசியாக புரொபஸர் ஒன்று சொன்னார். "ஓய், அந்த மாதூரிடமும் என்னிடம் உளறிக் கொண்டிருந்த மாதிரி பிதற்றாதேயும். தைரியமாகத் தெம்பாகப் பேசும்."

டல்பதடோ படியேறும் போதுதான் அவனுக்கு லிப்ட் ஞாபகம் வந்தது. தன் கடிகாரத்தைப் பார்த்துக்கொண்டான். அது விலையுயர்ந்த கடிகாரம். இந்தியாவில் ஆயிரம் ரூபாய் கூடப் பெறும்.

❍

"அன்புள்ள ஆசிரியருக்கு, உங்கள் மேலான பத்திகளில் நானும் என்னைப் போன்று நூற்றுக்கணக்கானவர்களும் சமீபத்தில்

உள்ளான மிகவும் வருந்தத்தக்க அனுபவத்தைத் தெரிவிக்க விரும்புகிறேன்...

"சர்வதேசத் திரைப்பட விழாவில் முதல் பரிசும் கேடயமும் பெற்ற 'பரானிமாறு' படம் காட்டப்படும் தினத்தன்று டில்லியில் வீசிக்கொண்டிருந்த குளிர்வீச்சையும் மீறி விடியற்காலை ஐந்து மணியிலிருந்தே டிக்கட் விநியோகம் செய்யுமிடத்தில் நானும் இன்னும் ஏராளமானவரும் குழுமியிருந்தோம். சுமார் பத்து மணிக்கு டிக்கட் விற்பனை ஆரம்பமாயிற்று. அதுவும் இருபது நிமிஷங்களே நடந்தது. அதன் பின் டிக்கட் தீர்ந்துவிட்டது என்று அறிவிக்கப்பட்டது. அதற்கெடுத்த தினமும் முன்னாள் நடந்த அநீதிக்கு ஈடு செய்வதற்குப் பதிலாக டிக்கட் விற்க ஆரம்பித்த பதினைந்தாம் நிமிஷம் தீர்ந்துவிட்டது என்று சொன்னார்கள். அதன் பேரில்தான் அன்று நடந்த கலவரம். போலீஸ் வந்து அமளி ஏற்பட்டு மூவர் மிதிபட்டே காய முற்றனர்... இது பத்திரிகையில் வெளியாவதற்குள் டில்லியில் விழா முடிந்திருக்கும்...

"இரண்டு நாட்களிலும், மற்ற படங்கள் காட்டப்பட்ட நாட்களிலும் எல்லா தியேட்டர்களிலும் பல வரிசைகள் காலி யாக இருந்தன."

○

சென்னை ஸ்டுடியோ ஒன்றில் மூன்று பெரிய கார்கள் வந்து நின்றன. ஒரு நிமிஷத்தில் அவைகளிலிருந்து சுமார் இருபது பேர் இறங்கினர். சிறிது இளைஞனாகத் தோற்றமளித்த ஒருவன் நேரம் கடத்தாமல் வந்து, ஆங்கிலத்தில், "நாங்கள் இந்த சினிமா ஸ்டுடியோவைப் பார்க்க விரும்புகிறோம்" என்றான்.

ஸ்டுடியோ வரவேற்பாளர் மேஜையில் உட்கார்ந்திருந்த சந்தர் கேட்டான், "நீங்கள் இந்த ஸ்டுடியோவுக்கு விஜயம் செய்ய முன்னதாகவே ஏற்பாடு செய்யப்பட்டிருக்கிறதா?"

"இல்லை. நாங்கள் இன்றுதான் சென்னை வந்தோம். இந்த வழியாகப் போகும்போது வெளியே கேட்டில் பெயர் பார்த்து வந்தோம்."

சந்தர், "நீங்கள் எந்த தேசம்?" என்று கேட்டான். அந்த இளைஞன் பதில் சொன்னான். சந்தர் டெலிபோனில் மானேஜரிடம் பேசினான்.

மானேஜர் "அவர்களை நீயே ஒரு சுற்று சுற்றிக் காண்பித்து விடு" என்றார்.

சந்தர் வந்திருந்தவர்களை ஒருமுறை நன்கு பார்த்துக் கொண்டான். எல்லோரும் மிகப்பெரிய பதவிகள் வகிப்பவர்களும் மிக முக்கியமானவர்களும் போல இருந்தது.

அந்த இளைஞனும் இன்னும் இரண்டு பேர்களையும் தவிர மற்றவர்கள் பின் தங்கி மெதுவாக நடந்து வந்தார்கள். சந்தர் விளக்கிக் கூறுவது அவர்களுக்கு ஒரு பொருட்டாக இல்லை. சந்தர் எல்லாரும் ஒருங்கே போகலாம் என்று ஒரு இடத்தில் சிறிது நின்றான். பின் வந்தவர்களுடன் இப்போது ஸ்டுடியோ தச்சர்களும் கூலிகளும் ஐந்தாறு பேர் காணப்பட்டார்கள். அவர்கள் அந்த வெளிநாட்டுக் குழுவில் ஒருவரை ஏதோ கேட்பது போலிருந்தது. இன்னும் பத்தடி போவதற்குள் ஸ்டுடியோ வேலைக்காரர்கள் ஐம்பதுக்கு மேல் அவர்களைச் சூழ்ந்து கொண்டிருந்தார்கள். சந்தருக்கு அப்போது காரணம் விளங்கியது. அந்த வெளிநாட்டுப் பிரதிநிதிகளில் இருவர் அழகான வர்ணங்களில் அச்சிடப்பட்ட புத்தகங்களும் நல்ல வேலைப்பாடமைந்த உலோகப் பில்லைகளும் தொழிலாளிக்கு கொடுத்து வந்தார்கள். சட்டையில் குத்திக்கொள்ளச் சௌகரியமாயிருந்த அந்த உலோகப் பில்லைகளில் அவர்கள் தேசச் சின்னம் பொறிக்கப்பட்டு இருந்தது. சந்தர், "நீங்கள் என்ன பண்ணிக்கொண்டிருக்கிறீர்கள்?" என்று கேட்டான்.

அவர்கள் பதில் ஒன்றும் சொல்லாமல் வெறுமனே சிரித்தார்கள்.

"இதெல்லாம் தவறு. இதற்கு உமக்கு யாரும் அனுமதி தரவில்லை."

"அன்பளிப்புக்கு யார் அனுமதி வேண்டும்?"

"இது சரியில்லை. இது சரியில்லை."

அந்தத் தூது கோஷ்டியில் சிறிது வயதானவர் சந்தர் எதிர்பாராதது ஒன்று செய்தார். தன் தோள் பையிலிருந்து கொத்து கொத்தாகப் பில்லைகளை எடுத்துத் தொழிலாளர் பக்கம் வீசி எறிந்தார். அவர்கள் பெரிதாகக் கூச்சல் போட்டுக் கொண்டு அவைகளைப் பொறுக்கி எடுக்க ஒருவர்க்கொருவர் சண்டை போட்டுக்கொண்டு இருந்தார்கள். வயதானவர் கொத்து கொத்தாகப் பில்லைகளை மீண்டும் வீசி எறிந்தார். சந்தர் அவர் கைகளைப் பிடித்து இழுத்தான். அதற்குள் இன்னொருவர் நிறையப் புத்தகங்களை வாரியிறைத்தார். சந்தர் கடுமையான முகத்துடன் அந்தத் தூது கோஷ்டியை வெளியே அழைத்துச் சென்றான். அவர்களும் ஒன்றுமே நடக்காதது போல அவர்களுடைய பெரிய கார்களில் ஏறி சிநேகபாவத்துடன் கையை

வீசிவிட்டுச் சென்றார்கள். வெகு நேரம் வரை பில்லையும் புத்தகமும் பொறுக்கும் குழப்பம் நடந்துகொண்டிருந்தது.

அந்த ஸ்டுடியோ முதலாளி திரைப்பட விழாவுக்கு வந்த பிரதிநிதிகளுக்கு அன்று மாலை ஒரு விருந்து அளிக்க ஏற்பாடாகி யிருந்தது. ஆனால் அந்தக் குறிப்பிட்ட தூது கோஷ்டியினர் மட்டும் ஒருவரும் அதற்கு வரவில்லை. விருந்துக்கு வந்திருந்த பிரதிநிதிகள் எல்லோருக்கும் அந்த விருந்து ஞாபகார்த்தமாக அந்த ஸ்டுடியோ முதலாளி இந்தியக் கலாச்சாரச் சின்னமாக ஒரு முழ உயரம் இருக்கும் கதகளிப் பொம்மைகளைப் பரிசளித்தார்.

○

டல்பதடோ படுக்கையில் இருந்தபடியே விழி பிதுங்க இருமிக் கொண்டிருக்கும்போது சங்கரன் கதவைத் திறந்துகொண்டு உள்ளே வந்து, "என்ன, இன்னுமா தயாராகவில்லை? நேற்று இரவே நான் பன்னிப் பன்னிச் சொல்லியும் ஒருவரும் தயாராக வில்லை என்றால் என்ன பண்ணுவது? காலையில் ஏழரை மணிக்குக் கிளம்பினால்தான் மஹாபலிபுரம் பார்த்து விட்டுப் பன்னிரண்டு மணிக்குப் பகல் சாப்பாட்டுக்குச் சென்னை வந்து சேர முடியும்," என்று இரைந்தான்.

டல்பதடோ, "போ வெளியே!" என்றான்.

"என்ன?" என்றான் சங்கரன்.

"நீ போ வெளியே!"

"வெளிநாட்டிலிருந்து வந்துவிட்டால் ஏதோ ஆகாயத்தி லிருந்து இறங்கி வந்ததாக நினைப்பு."

இந்த முறை டல்பதடோ கத்தியபோது அறை வெளியி லிருந்து இரண்டு மூன்று பட்லர்கள்கூட ஓடிவந்தார்கள்.

இரண்டு நிமிஷங்களுக்கெல்லாம் சங்கரன் சுப்பிரமணிய சாஸ்திரியை அழைத்துக்கொண்டு வந்தான். சுப்பிரமணிய சாஸ்திரி, "என்ன விஷயம், மிஸ்டர் டல்பதடோ?" என்று கேட்டார்.

டல்பதடோ ஒரு கணம் வெறுப்புடன் அவரைப் பார்த்தான். பிறகு, "உள்ளே நுழையுமுன் இவர் கதவை இரண்டு தடவை தட்டிவிட்டாவது வரச் சொல்லுங்கள்" என்றான். அதன் பிறகு அங்கு நிற்பதே கசப்பானது போல் ஒரு சவுக்கத்தை எடுத்துக்கொண்டு குளியலறைக் கதவின் பின் மறைந்தான்.

சுப்பிரமணிய சாஸ்திரி சங்கரனை உற்றுப் பார்த்தார். "இன்று மஹாபலிபுரம் போகும் கோஷ்டியோடு நீ போக வேண்டியதில்லை," என்றார்.

"ஏன் சார்? இல்லை…"

"நீ போகவேண்டியதில்லை என்றால் போக வேண்டியதில்லை. அதிகாரம், பொறுப்பு இதற்கெல்லாம் நீ லாயக்கில்லாதவன்."

"சார்…"

"நீ போ, கீழ் மேஜைக்கு."

கீழே ஹோட்டல் வரவேற்பிடத்தில் பத்துப் பதினைந்து பிரதிநிதிகள் இருந்தார்கள். சாஸ்திரி போர்டிகோ சென்று ஒரு டிரைவரைக் கூப்பிட்டார். "வண்டியெல்லாம் தயாராக இருக்கிறதா?" என்று கேட்டார்.

"தயார், சார்," என்று அவன் சொன்னான்.

"நீ எந்த வண்டி?"

"ஃபியட். அரோரா ஸ்டுடியோஸ்."

"இன்னும் யார் யார் இருக்கிறார்கள்?"

டிரைவர் நான்கு வண்டிகளைக் காண்பித்தான். ஒன்றுதான் அதில் சிறிது, புதிதாக இருந்தது.

சாஸ்திரி, சங்கரனைக் கூப்பிட்டு, "அந்தப் பெரிய டாட்ஜ் எங்கே?"

"மாதூர் எடுத்துக்கொண்டு போனார்."

"எங்கே?"

"ஏதோ சொந்த வேலையாக."

"ஏன் என்னிடம் சொல்லிவிட்டுப் போகவில்லை?"

"என்னிடம் சொல்லிவிட்டுப் போனார்."

சாஸ்திரி வாய்க்குள் பல்லைக் கடித்துக்கொண்டார்.

"பிளிமத் எங்கே?"

"வாடேகர் கொண்டு போனார்."

"அப்போது டில்லிக்காரர்கள் ஒருவருமே இங்கு இல்லையா?"

"இல்லை."

"தூது கோஷ்டியை மஹாபலிபுரம் அழைத்துப் போவது அவர்களுக்குத் தெரியுமா தெரியாதா?"

"தெரியும்."

"இப்போது இங்கு இருக்கிற வண்டிகள் இந்த நாலுதானா?"

சங்கரனும் ஒருமுறை வெளியில் எட்டிப் பார்த்தான். பிறகு, "ஆமாம்," என்றான்.

மணி ஏழரை மணிக்குமேல் ஆகிவிட்டது, சாஸ்திரி காத்திருந்த பிரதிநிதிகளைக் கூப்பிட்டு, "வாருங்கள், கிளம்பலாம்" என்றார்.

ஒவ்வொரு வண்டியிலும் நான்கு பேருக்குமேல் ஏற முடியவில்லை. பிரதிநிதிகளில் பலர் நன்றாக வளர்ந்திருந்தார்கள். ஹங்கேரி தேசத்திலிருந்து வந்த நடிகை டீனாவுக்கு இடம் கிடைக்கவில்லை.

"நீங்கள் இங்கே வாருங்கள். இதில் உட்காருங்கள்." என்று சாஸ்திரி ஒரு வண்டியைக் காண்பித்தார். அதிலும் ஏற்கெனவே நான்கு பேர் உட்கார்ந்திருந்தார்கள்.

"நான் வரவில்லை. சிறிது ஓய்வு எடுத்துக்கொள்கிறேன்," என்று டீனா சொன்னாள்.

"இல்லை, பரவாயில்லை. வாருங்கள்."

"இல்லை, எனக்குத் தலை வலிக்கிறது."

இன்னொரு வண்டியிலிருந்த ஹங்கேரிய டைரக்டரும் கீழே இறங்கிவிட்டார்.

"நீங்கள் ஏன் இறங்கி வீட்டீர்கள்? வாருங்கள்."

"இல்லை. எனக்கும் தலைவலி அதிகமாக இருக்கிறது."

சாஸ்திரி மிகவும் வாட்டம் அடைந்திருந்தார். "ஒரு மாதிரி சமாளித்துக்கொள்ளலாம், வாருங்கள். நாளையோடு விழா முடிந்து நீங்கள் எல்லோரும் உங்களூர் திரும்பிவிடப் போகிறீர்கள்."

"அதனால்தான் மிகவும் களைப்பாக இருக்கிறது. நீங்கள் போய் வாருங்கள். மிஸ் டீனாவுக்கு இங்கே சென்னையிலேயே கடைத் தெருவுக்குப் போக வேண்டுமாம்."

"நான் வண்டி ஏற்பாடு பண்ணுகிறேன்."

"நாங்கள் டாக்ஸி அமர்த்திக்கொள்கிறோம். எல்லாம் சரியாக இருக்கிறது. நீங்கள் சிரமப்படாதீர்கள்."

சாஸ்திரி ஒரு நிமிஷம் மௌனமாக இருந்தார். பிறகு முன் வண்டியில் டிரைவர் அருகில் ஒண்டிக்கொண்டு "உம், போகலாம்" என்றார்.

நான்கு வண்டிகளும் கிளம்பின. டீனாவும் டைரக்டரும் ஹோட்டல் தோட்டத்தில் போடப்பட்டிருந்த நாற்காலிகள் அருகில் சென்றார்கள். அந்த இடம் கடற்கரைக்குச் சமீபம். அந்த வேளையில்கூடக் கூர்ந்து கவனித்தால் கடலலைகளின் இரைச்சல் கேட்டது.

◯

சிறிய இடமாக இருந்தாலும் வெகு சாமர்த்தியமாக அநேக அலங்காரப் பொருள்கள் அந்தக் கடையில் வைக்கப்பட்டிருந்தன. அந்த ஹோட்டல் வரவேற்பு அறையில் ஒரு ஓரத்தில் இருந்த அந்தச் சிறு கடையில் இந்தியக் கைத்தொழில் பொருள்களும், தந்தத்தினாலும் சந்தனக் கட்டையினாலும் செய்யப்பட்ட பொம்மைகளும் பரிசுப் பொருள்களும் நிறைய இருந்தன. காலை ஒன்பது மணிக்கு அந்தக் கடை திறந்தவுடன் ஒரு நடுத்தர வயதுடைய வெளிநாட்டு மாது அங்கே வந்து எட்டிப் பார்த்தார். கீழே தரையைச் சுத்தம் செய்துகொண்டிருந்த கடைக்காரர் அண்ணாந்து பார்த்து "குட் மார்னிங், மாடம்," என்றார்.

"குட்மார்னிங், மிஸ்டர் ராவ்."

"அந்த பொம்மை விஷயம்தானே? நான் நேற்று விசாரித்துக் கொண்டு வந்துவிட்டேன். நீங்கள் கொடுத்த முப்பது ரூபாய் போதும். அதைக் கொண்டு வாருங்கள். நான் இங்கிலாந்துக்கு அனுப்பிவிடுகிறேன்."

அப்போது டல்பதடோவும் அந்தப் பக்கம் வந்தான்.

"குட்மார்னிங், மிஸஸ் பார்க்லி."

"குட்மார்னிங், மிஸ்டர்-டால்-ல்-பா-த-டோ!"

"என்ன இவ்வளவு காலையிலேயே கடைக்கு வந்து விட்டீர்கள்?"

"என் கதகளி பொம்மையை என் வீட்டிற்கு அனுப்ப மிஸ்டர் ராவ் ஒத்தாசை செய்வதாகச் சொன்னார். எவ்வளவு அழகான பொம்மை!"

"ஏன், நீங்கள் கையுடன் கொண்டு போகலாமே?"

"நான் நேரே இங்கிலாந்து போகவில்லை. சிலோனில் இரண்டு வாரம் தங்கி ஆஸ்திரேலியாவுக்கும் சென்ற பிறகு தான் வீடு திரும்பப் போகிறேன். எல்லா இடத்திற்கும் அதைத் தூக்கிக்கொண்டு போனால் நிச்சயம் பாழாகிவிடும்."

"அதை எப்படி அனுப்பப்போகிறீர்கள்?"

"கப்பலில்தான்," என்று ராவ் பதில் சொன்னார்.

"எவ்வளவு செலவாகிறது?"

"சுமார் முப்பது ரூபாய் ஆகும்."

டல்பதடோ கண்களை அகல விரித்தான்.

"விமான மூலம் அறுபத்தேழு ரூபாய் ஆகிறது."

"இல்லை, நீங்கள் கப்பல் மூலமே அனுப்பிவிடுங்கள். எப்படியும் நான் வீடு திரும்ப இரண்டு மாதங்கள் ஆகும். அதற்குள் இதுவும் போய்ச் சேர்ந்துவிடும். இல்லையா?" என்று மிஸஸ் பார்க்லி கேட்டாள்.

"கட்டாயம் போய்ச் சேர்ந்துவிடும்," என்றார் ராவ்.

"அன்பளிப்பு என்று தருகிறவர்கள் சுலபமாக ஊருக்குக் கொண்டு போகும்படியானதாகத் தரவேண்டும். இந்த பொம்மைக்கே ஒரு தனிப்பெட்டி வேண்டியிருக்கிறது" என்றான் டல்பதடோ.

"ஆனால் இந்த மாதிரி பொம்மை இங்கிலாந்திலும் ஐரோப்பாவிலும் எங்கு கிடைக்கும்? கிடைத்தாலும் நிச்சயம் ஐந்து பவுண்டு விலை இருக்கும். இந்த ஒரு பொம்மை வீட்டையே மிக அழகாகச் செய்துவிடும்," என்றாள் மிஸஸ் பார்க்லி.

"ஆமாம்," என்றான் டல்பதடோ.

"ரொம்ப அழகான பொம்மை. அபாரமான கைத்திறன்" என்றாள் பார்க்லி. பிறகு, "ஸில்வியா எங்கே?" என்று கேட்டாள்.

"அவள் உறவினர்கள் வீட்டிற்குப் போயிருக்கிறாள்."

"சென்னையிலேயா?"

"அவள் முன்னோர்கள் தேசம் இந்தியாதான்."

"ரொம்ப அழகான பெண்."

"ஆமாம்."

"நீங்கள் மிகவும் சந்தோஷமான மனிதராக இருக்க வேண்டும், உங்களுக்கு எப்போது கல்யாணமாயிற்று?"

"உம்... இரண்டு வருடம் இருக்கும்."

"என்ன தயக்கமாகச் சொல்கிறீர்கள்?"

"இரண்டு வருடத்திற்கு அதிகமாகக்கூட இருக்கும்... நீங்கள் எப்படி இந்தச் சினிமாக் கூட்டத்தில் சேர்ந்தீர்கள்?"

“நான் ‘விமன்ஸ் வோர்டு’ துணை நிர்வாக ஆசிரியர். அத்துடன் சமூகமும் சினிமாவும் பற்றி நான்கு புத்தகங்கள் எழுதியிருக்கிறேன்.”

வெளியிலிருந்து ஒருவன் அந்த அறையுள் நுழைந்து சிறிது ஓரமாக இருந்த நாற்காலியில் உட்கார்ந்து கொண்டான்.

“என்னை மன்னிக்க வேண்டும். மிஸஸ் பார்க்லி, என்னைப் பார்க்க ஒரு நண்பன் வந்திருக்கிறான்” என்றார் டல்பதடோ.

“அதனால் பரவாயில்லை. நீங்கள் போங்கள். உங்களுக்கு மீண்டும் என் வாழ்த்துக்கள். ஒரு நல்ல படம் எடுத்திருக்கிறீர்கள்.”

“உங்களுக்கு மிக்க நன்றி.”

“மூன்று வார காலம் நாம் சேர்ந்தாற்போல் இருந்து விட்டோம். நாளைக்குப் பிரிந்துவிடுவோம். ஆனால் இந்தச் சந்திப்பு மகத்தான சந்திப்பு.”

“சந்தேகமில்லாமல்.”

“ஸில்வியாவைப் பார்க்க வேண்டும். நாளைக்குள் வந்து விடுவாள் அல்லவா?”

“கட்டாயமாக.”

டல்பதடோ புதிதாக வந்தவனிடம் சென்றான்.

❍

தோட்டத்தில் உட்கார்ந்திருந்த டீனாவும் டைரக்டரும் ஒரு குரல் கேட்டுத் திரும்பிப் பார்த்தார்கள். ஒரு பருத்த மனிதன் தன் அளவுக்கு மிகவும் சிறிய உடைகளை அணிந்துகொண்டு லேசாகத் தொங்கும் மீசையுடன் விளிம்பில்லாத மூக்குக் கண்ணாடியுடனும் நின்றுகொண்டிருந்தான். காலை வெயில் சிறிது கடுமையாகிக் கொண்டிருந்தது.

“மிஸ் டீனா காதார்தானே?”

“ஆமாம்.”

“ஆ, என்ன அதிர்ஷ்டம்! நான் சர்மா. எஸ்.எஸ்.சர்மா. அநேகப் பத்திரிகைகளுக்குக் கலைஞர்களை நேரடியாகப் பேட்டி கண்டு சிறப்புக் கட்டுரைகள் எழுதித் தருவது.”

“மன்னிக்கவேண்டும். நாங்கள் இப்போது பத்திரிகைப் பேட்டி ஒன்றும் தருவதாக இல்லை.”

“இது பத்திரிகைப் பேட்டி இல்லை. இது இலக்கியத்திற்கும் கலைக்கும் அவை நிலைத்து நிற்க நீங்கள் தரும் செய்தி.”

"சரி உட்காருங்கள்."

"இந்தச் சர்வதேச திரைப்பட விழாவிற்கு வந்திருந்த பிரதிநிதி களில் எல்லாரைக் காட்டிலும் அதிகக் கவனம் கவர்ந்தவர் நீங்களே. இன்றைய உலக அழகிகள் ஐந்து பேர்களில் நீங்களும் ஒருவராக இருப்பீர்கள்."

"அது உண்மை."

"உங்கள் தேசம் கலையின் உறைவிடம். எண்ணற்ற சங்கீத மேதைகளும் நாடக-நாவலாசிரியர்களும், கவிகளும் படைத்த நாடு ஹங்கேரி, ஹங்கேரியன் ராப்ஸோடி கேட்டு மயங்காதவரும் உண்டோ?"

"இந்தியாவுக்கு ஹங்கேரியப் படங்களே வருவதில்லை என்று கேள்விப்பட்டோம்."

"உங்கள் சினிமாவைப் பார்த்துத்தான் உங்கள் கலைத் திறமையை உணரவேண்டுமா? இது மட்டும் சொல்வேன். உங்களிடம் மரிலின் மன்ரோவுக்கு ஈடான அழகும் இன்கிரிட் பெர்க்மனுக்கு இணையான நடிப்பும் இருக்கிறது..."

"இவர் ஹென்றி ஹால்டார். இந்த விழாவுக்கு வந்திருக்கும் எங்கள் தேசத்திய படத்தின் டைரக்டர்."

"நமஸ்காரம். உங்களின் செய்தியை அறியத் தமிழ் நாட்டு மக்களும் இந்திய நாட்டு மக்களும் காத்திருக்கிறார்கள். இந்த தேசத்தின் எழுச்சிக்காக உங்களுடைய அந்தரங்கப் பூர்வமான எண்ணங்களையும் கொள்கைகளையும் என் கட்டுரை பிரதிபலிக்கப் போகிறது..."

"எங்களுக்கு ஆங்கிலம் அவ்வளவாகத் தெரியாது."

"ரைட்லிங்கர் நாட்டிலிருந்து வருபவர்களுக்குப் பாஷை யின் அவசியம் என்ன?"

"யார் என்று சொன்னீர்கள்?"

"ரைட்லிங்கர், ரைட்லிங்கர், அந்த உலக மகாகவி."

"மன்னிக்க வேண்டும், ரைட்லிங்கர் என்று ஹங்கேரியக் கவி யாரும் கிடையாது."

"கிடையாதா? நானே படித்திருக்கிறேன்..."

"இதில் ஏதோ தவறு இருக்கவேண்டும். ரைட்லிங்கர் என்று ஒரு கவி எந்தக் காலத்திலும் ஹங்கேரியில் இருந்ததில்லை." அந்த டைரக்டர் சொன்னார்.

டீனா சொன்னாள்; “ஹால்டார் எங்கள் நாட்டில் முன்னணி எழுத்தாளர்கூட, அவருக்குத் தெரியாமல் இருக்காது.”

ஹால்டர் சொன்னார், “இல்லை. நீங்கள் ஏதோ தவறான ஆதார புத்தகத்தைப் பார்த்திருக்கிறீர்கள்.”

“ஒரு நிமிஷம் ஹென்ரி. ரைட்லிங்கர் என்ற பெயர் நான் கேள்விப்பட்டிருக்கிறேன்,” என்று டீனா சொன்னாள்.

“பார்த்தீர்களா? ஆமாம்...” என்று சர்மா ஆரம்பித்தான்.

கையைச் சிறிது தூக்கி அவனை மௌனமாக இருக்கச் செய்து ஹால்டர் சொன்னார், “ரைட்லிங்கர் ஒரு ஆர்கிடெக்ட், நாஜி கவர்மெண்டில் அரசாங்க இஞ்ஜீனியராக இருந்தார்.”

டீனாவுக்கு ஞாபகம் வந்தது. “சரி, சரி.”

ஹால்டார் சிறிது தணிந்த குரலில், “இப்போது ஜெயிலில் இருக்கிறார்” என்றார். “ஐயா, எங்களை மன்னிக்கவேண்டும். நாங்கள் பேட்டி தரும் அவகாசம் இப்போது பெற்றிருக்கவில்லை.”

சர்மா மீண்டும் ஆரம்பித்தான். டீனா, “தயவு செய்து, பிளீஸ்,” என்றாள். ஹால்டார் மட்டும் கடுமையாக இருந்தார். சர்மா அங்கிருந்து நகர்ந்தான். வழியில் சங்கரனைப் பார்த்து, “நீ எங்கேடா இங்கே வந்தே?” என்று கேட்டான்.

“எனக்கு இங்கே டியூடிடா.”

“அட, தெரியாமல் போய்விட்டதே! ம்... பரவாயில்லை.”

“உன் டிராமா எப்போது?” என்று சங்கரன் கேட்டான்.

“ஒரு சபாக்காரனும் முன்வர மாட்டேன் என்கிறான். இந்தப் பசங்களுக்கு நான் எழுதுகிற புதுமாதிரி டிராமா எல்லாம் பிடிக்காது.”

“நாங்களும் ஏதோ பண்ணிக்கொண்டிருக்கிறோம். அநேக மாக பிப்ரவரியில் அண்ணாமலை ஹாலில் இருக்கும்.”

“யாராவது புரொட்யூஸரைப் பார்த்தாயா? அமெரிக்க நக்ஷத்திரம் உன்னைக் கொத்திக்கொண்டு போகப் போகிறாளா?”

“இங்கே மெட்ராஸிலேயே இருக்கிற சுண்டைக்காய் புரொட்யூஸர்களைப் பார்த்துப் பேச முடியவில்லை; எந்த அமெரிக்கனை நான் பார்க்கிறது?”

“நான் மிஸ் காதாரைப் பார்த்துப் பேட்டி எழுதிக்கொண்டு வந்திருக்கிறேன்.”

“யாரை?”

“மிஸ் டீனா காதாரை.”

“இங்கே வருகிறவன், போகிறவன் பேப்பர்காரன், ஸ்டுடியோக் காரன், கவர்ன்மெண்ட் ஆளு ஒருத்தன் பாக்கி இல்லாமல் அவளிடம் வந்து பல்லை இளித்தாகிவிட்டது. எல்லாரையும் கைக்கெட்டும் தூரத்திலேயே நிறுத்தி வைத்திருக்கிறாள். ஒருவன் தாடையிலேகூட அடி வாங்கிக்கொண்டான்.”

சர்மா அவனை அறியாமல் கன்னத்தைத் தடவிக் கொண்டான்.

❍

அந்தப் புது மனிதன் டல்பதடோவை “ரூமுக்குப் போவோமா?” என்று கேட்டான்.

“இல்லை. தேவையில்லை. இங்கேயே கொடுத்துவிடலாம்,” என்று டல்பதடோ சொன்னான்.

அந்த மனிதன் தன் பையிலிருந்த ஒரு தோல் பையை எடுத்தான். அதைத் திறந்து ஐந்து நூறு ரூபாய் நோட்டுக்களை டல்பதடோவிடம் கொடுத்தான்.

“இவ்வளவுதானா?” என்று டல்பதடோ கேட்டான்.

“ஐந்நூறு கொடுத்திருக்கிறேன்.”

“அந்தக் காமிராவே ஐந்நூறு ரூபாய் பெறும். மோதிரத்தின் வைரம் ஒரு காரட்.”

“இவ்வளவு கிடைத்தது உன் அதிர்ஷ்டம். இப்போது சென்னையில் யாரும் பழைய காமிராவை வாங்குவதில்லை.”

“சரி. இனி இதைப் பற்றிப் பேசிப் பிரயோஜனமில்லை. நான் சனிக்கிழமை இரவு அநேகமாக ஊருக்குக் கிளம்பி விடுவேன்.”

“இன்னும் டிக்கெட் வாங்கவில்லையா?”

“இந்த முறை விமானத்தில்தான் போகிறேன். சந்தேகமாகச் சொல்லியிருக்கிறேன். ஆனால் கம்போலியா போவதற்கு இரண்டு இடங்கள் கிடைத்துவிடும்.”

“சரி, நான் கிளம்புகிறேன்.”

“ரூம் வந்துவிட்டுப் போகிறாயா? நேற்று ஒரு பாட்டில் ஹேக் கிடைத்தது.”

“வேண்டாம், நான் பகல் வேளையில் அதன் பக்கம் போவதில்லை.”

“சரி. இதை வைத்துக்கொள்.” டல்பதடோ தன் பையிலிருந்து ஒரு பத்து ரூபாயை எடுத்து அந்த மனிதனிடம் கொடுத்தான். அவன் அதை வாங்கிக்கொண்டு போனான்.

டல்பதடோ தோட்டத்திற்குப் போய் ஒரு நாற்காலியில் உட்கார்ந்தான். அவனுக்கு லேசாகத் தலையை வலித்தது. சென்னைதான் அவனுடைய கடைசி நம்பிக்கை. சென்னை வந்தவுடன் அவன் ஊரிலிருந்து ஒரு வக்கீல் கடிதமும் வந்து சேர்ந்தது. ‘பீடர் டல்பதடோ, மேற்பார்வை இந்திய அரசாங்கம், புதுடில்லி’ என்று விலாசமிட்ட கடிதம் எப்படியோ அவனுக்குக் கிடைத்துவிட்டது. அவன் கம்போலியாவை விட்டுக் கிளம்பும் முன்னரே அந்தக் கடிதத்தை அவனுக்கு அனுப்பியிருக்கலாம். ஒருவேளை வக்கீல் சரிபார்த்து எழுத மேலும் அவகாசம் வேண்டியிருந்திருக்கும். இப்போது வந்து சேர்ந்துவிட்டது. அவன் மனைவி விவாகரத்துக் கோரி மனுப்போட்டுவிடப் போகிறாள். கணவனின் ‘விசுவாசமில்லாத்தன்மை’தான் முக்கியக் காரணம். ஸில்வியாவைப் பெயர் சொல்லிச் சுட்டிக் காட்டித்தான் அவன் மனைவி மனுதாக்கல் செய்யப் போகிறாள். கேஸை அவன் நடத்தப் பணம் வேண்டும். அதற்கு மேல் தீர்ப்பு வந்த பிறகு மாதாமாதம் தவறாமல் ஜீவனாம்சம் தர அவன் தயார் செய்துகொள்ள வேண்டும்.

டல்பதடோவுக்கு தோட்டம் பிடிக்கவில்லை. இரவு வரையிலாவது பெரிதாக உடம்புக்கு வராமல் இருந்தால் நல்லது. இருமல்தான் இப்போதே உபத்திரவப்படுத்துகிறது. ஜுரம் ஒன்றும் வராமலிருக்க வேண்டும்.

பதினொரு மணிக்கு டப்லி வந்து சேர்ந்துவிட்டார்.

“ஹலோ டல்பதடோ!” என்றார் டப்லி.

“குட்மார்னிங், புரொபஸர்,” என்றான் டல்பதடோ.

“இந்த டாக்ஸிக்குப் பணம் கொடுத்து அனுப்ப முடியுமா? என்னிடம் சிறிது குறைகிறது.”

டல்பதடோ தன்னிடமிருந்த கடைசி பத்து ரூபாயை மோதிரம் விற்றுக் கொடுத்தவனுக்குக் கொடுத்துவிட்டிருந்தான். எல்லாம் நூறு ரூபாய் நோட்டுகளாகத்தான் இருந்தன.

“நிறையப் பணம் வைத்திருக்கிறாயே!” என்றார் புரொபஸர்.

டல்பதடோ சிறிது சிரித்தான்.

ஐந்து பைசா பத்து பைசா எல்லாம் சேர்த்து ஒரு மாதிரி டாக்ஸிக்காரனுக்குக் கொடுத்தனுப்பியாகிவிட்டது. புரொபஸர்

கையெழுத்திட்டு அவருக்கென்று காலியாக வைத்திருந்த அறையின் சாவியை வாங்கிக்கொண்டார். அதுவும் டல்பதடோ இருந்த இரண்டாம் மாடியில்தான் இருந்தது. டல்பதடோ புரொபஸருடன் சென்று அவர் பை, பெட்டியை அவர் அறையில் கொண்டுபோய் வைத்தான், புரொபஸர் டையைத் தளர்த்தி விட்டுக் கொண்டு "இவ்வளவு வருஷங்கள் இந்தத் தேசத்தில் இருந்தும் இன்னும் இந்த வெயிலைத் தாங்கிக்கொள்ளக் கற்றுக் கொள்ளவில்லை," என்றார்.

டல்பதடோ, "என் ரூமுக்கு வாருங்கள். அங்கே தேவலை. அத்துடன் ஒரு ஹேக் இருக்கிறது."

"வா, போகலாம்."

புரொபஸர் கேட்டார், "இன்று காலை உங்களுக்குப் புரொகிராம் ஒன்றும் இல்லையா?"

"உண்டு எல்லாரும் அந்தக் கடற்கரைக் கற்கோவில்தான் பார்க்கப் போயிருக்கிறார்கள்."

"நீ ஏன் போகவில்லை?"

டல்பதடோ பதில் சொல்லவில்லை.

டல்பதடோவும் புரொபஸரைப் போல விஸ்கியை அப்படியே விழுங்கினான். புரொபஸர் கறுப்பு சிகெரட் குடிக்க ஆரம்பித்தார்.

"நிலைமை மோசமாகத்தான் இருக்கிறது," என்றான் டல்பதடோ.

"நிலைமை நன்றாக இருந்தால்தான் இதுமாதிரி விழாக்களுக்கு நீ வரவேண்டும். உன்னை இங்கு வர யார் வருந்தி அழைத்தார்கள்?"

"உள்ளூரில் பிரயோஜனமில்லை என்று இருந்ததால்தான் விழாவினாலாவது ஒரு வழி ஏற்படும் என்று வந்தேன்."

"ஏன், முதல் பரிசுதான் கிடைத்ததே!"

"நீங்கள் டில்லியில் திறப்புவிழா முடிந்தவுடன் எங்கேயோ போய்விட்டீர்கள். அதற்கடுத்த நாள் நான் ஒரு விருந்து தர வேண்டியிருந்தது."

"அதுதான் உலகமெல்லாம் வழக்கம்."

"எவ்வளவு செலவு தெரியுமா? இருபத்தொரு பாட்டில் விஸ்கி!"

புரொபஸர் ரசித்துச் சிரித்தார். "பரவாயில்லை, நீ பெரிய புள்ளியாகி விடுவாய்."

"சென்னை வந்தபோது ஒரு ஐந்து ரூபாய் தந்தி அனுப்ப நான் திண்டாடிப் போய்விட்டேன்."

புரொபஸர் தன் மூக்குக் கண்ணாடியைக் கழற்றி முகம் கழுவக் குளியலறைக் கதவைத் திறந்தார். அது குளியலறைக் கதவு இல்லை. பக்கத்து அறைக்குப் போகும் வழி.

"பாத்ரூம் இந்தப் பக்கம்," என்றான் டல்பதடோ.

"இது யார் அறை? கதவைத் தாளிடாமல் வைத்திருக்கிறார் களே?"

"அது ஸில்வியா அறை."

புரொபஸர் முகம் ஒரு விநாடி மலர்ந்திருந்ததுபோல் டல்பதடோவுக்குக் காணப்பட்டது.

"ஸில்வியா எங்கே?"

"பக்கத்தில் இருநூறு கிலோமீட்டர் தூரத்தில் இருக்கும் ஒரு ஊருக்குப் பேயிருக்கிறாள். இப்போது வந்து விடுவாள்."

புரொபஸர், முகம் கழுவிக்கொண்டு வந்து தன் அறைக்குக் கிளம்பினார். டல்பதடோ அவரை, "ஒரு நிமிஷம்," என்று சொல்லி நிறுத்தினான். "என்ன?"

"எனக்கு ஒரு ஐநூறு ரூபாய் வேண்டியிருக்கிறது. நான் ஊர் போய் எப்படியும் உங்களுக்குச் சேர்ப்பித்து விடுவேன்."

புரொபஸர் ஏதோ யோசித்தவண்ணம் டல்பதடோவைப் பார்த்துக்கொண்டிருந்தார்.

"உங்களிடம் கொடுத்து வைக்க என்று ஒன்றும் இல்லை. என் காமிரா, கடியாரம், மோதிரம் எல்லாம் தீர்ந்துவிட்டன. ஸில்வியாவிடம் ஒரு நெக்லெஸ் இருக்கிறது. ஆனால் அதை நான் பரிசாகக் கொடுத்தது."

புரொபஸர், "நாளை வரை எனக்கு அவகாசம் கொடு," என்றார்.

"தீர்மானமாகச் சொல்லிவிடுங்கள். இன்றிரவு நான் இன்னொரு விருந்து தருகிறேன். அதுதான் என் கடைசிச் சந்தர்ப்பம். இதிலும் எனக்கு வியாபாரம் ஒன்றும் திகையா விட்டால் எல்லாம் போயிற்று."

"கம்போலியாவுக்கும் தமிழ் நாட்டுக்கும் பல ஒற்றுமைகள் உண்டு. எவனாவது உன் படத்தை வாங்க முன் வருவான்."

“வரவேண்டும். வரவேண்டும். ஆனால் இன்று இரவுவரை நான் சிதறிப்போய்விடாமல் இருக்க வேண்டும்.”

“பயப்படாதே. நீ சிதறிப்போகிற ஆள் இல்லை.”

“அப்போது நாளைக்கு . . .”

“பார்க்கலாம்.”

கதவருகே ஒரு விநாடி தயங்கி, புரொபஸர் கேட்டார்: “டில்லியில் ஸில்வியா உனக்குப் பணம் கொடுத்தாளல்லவா?”

“ஆமாம்.”

“உன்னை முந்திக்கொண்டு அவள் என்னைக் கேட்டிருந் தாள். அந்தப் பணம் என் பணம்.”

“மிக்க நன்றி. உங்களுக்கு மிகவும் கடமைப்பட்டிருக்கிறேன்.”

புரொபஸர் போன பிறகு டல்பதடோ தன் கைப் பெட்டியை எடுத்தான். அந்தத் தோல் பெட்டியின் உட்புறத்தில் ஒரு சிறு பை இருந்தது. அதில் கையை விட்டு எதையோ எடுத்துக் குளியலறையிலிருந்த தொட்டியில் வீசிப் போட்டான். ஒரு சங்கிலியைப் பிடித்திழுக்க, தண்ணீர் பீச்சிக்கொண்டு வந்து அதைச் சாக்கடைக்குள் அடித்துச் சென்றது. அதை டில்லியில் ஸில்வியா படுக்கையடியில் அவன் கண்டெடுத்து வைத்திருந் தான். ஏதோ தயக்கம், அவன் ஸில்வியாவை அதைப் பற்றிக் கேட்கவே இல்லை. ஆனால் இனிக் கேட்கவேண்டியதில்லை. அவன் அன்று கண்டெடுத்து இன்று தூர எறிந்தது ஒரு பச்சைப் பெட்டியில் கசங்கிக் கிடந்த மூன்று கறுப்புச் சிகரெட்டுகள்.

பிரகாசமான தோற்றத்துடன் ஹோட்டல் ஆள், காலைக் காபியைக் கொண்டுவந்து வைத்தான். டல்பதடோ, “பாத்ரூமில் இருப்பதை எல்லாம் எடுத்துப் போய்விடு. அப்படியே இங்கே மேஜையருகே தரையைக் கழுவச் சொல்ல வேண்டும்” என்றான்.

“நான் பெருக்குகிறவனைக் கவனிக்கச் சொல்கிறேன்,” என்று சொல்லிவிட்டு அந்த ஆள் போய்விட்டான். டல்பதடோ எழுந்திருந்து தன் முகத்தின் மேல் தண்ணீரை அடித்துக் கொண்டான். குளியலறையில் ஒரு மூலையில் காலிப் புட்டிகள் கிடந்தன. குப்பென்று அடித்த நெடி இருமல் வரச் செய்தது.

டல்பதடோ காபியைக் கலந்துகொண்டு அப்படியே தட்டில் வைத்திருந்த காலைப் பத்திரிகையை எடுத்துப் பிரித்தான். அவனுடைய ‘பரானிமாறு’ சென்னையில் காண்பிக்கப்பட்டு நான்கு நாட்கள் ஆகிவிட்டன. ஆனால் அன்றுதான் அதைப் பற்றி விவரமான கட்டுரை படங்களுடன் வந்திருந்தது. அன்று

தான் பத்திரிகையில் இடம் கிடைத்திருக்கும். ஸில்வியாவைப் பற்றியும் ஒரு தனிக் கட்டுரை இருந்தது. டல்பதடோ பின் தலையை ஒருமுறை தட்டிக்கொடுத்துக் கொண்டான். அங்கு தான் உள்ளூர வலித்துக்கொண்டிருந்தது. இரவு வந்தவர்களை அனுப்பிவிட்டுப் படுத்துக்கொள்ளும்போது ஒரு மணியாகி விட்டது. அரசாங்க விருந்தாளியாக இருப்பதற்கு அதுதான் கடைசி நாள். பிற்பகல் ஒரு மணிக்குப் பிறகு அவனுடைய விருந்தாளி ஸ்தானம் முடிந்துவிடும். அதற்கப்புறமும் அந்த ஹோட்டலில் அவனுக்கும் ஸில்வியாவுக்குமாகத் தினம் நூற்றி யிருபது ரூபாய் கொடுத்துக்கொண்டு இருக்க முடியாது. இந்தியா – பர்மா – கம்போலிய லாட்ஜ் போன்ற எதற்காவது போக வேண்டும். அந்த லாட்ஜில் சௌகரியங்கள் மிகக் குறைவு. பழங்காலத்துச் சத்திரம் போலிருக்கும். அந்த இடத்தில் பெரிய அளவு வியாபாரம் பேரமெல்லாம் பேசமுடியாது. அந்த இடத்துக்கு எந்த ஆள் வந்தாலும் அவன் புத்தியெல்லாம் நூறு ரூபாய்க்கு மேல் போகாது.

டல்பதடோ தன் அறையையும் ஸில்வியா அறையையும் இணைக்கும் கதவைத் திறந்தான். ஸில்வியா இன்னும் விழித்துக் கொள்ளவில்லை. அவள் மிகவும் அழகாக இருந்தாள். அவளுக்குக் குழப்பங்களே நேருவதில்லை.

டல்பதடோ தன் அறைக்கு வந்து விரைவாக முக க்ஷவரம் செய்துகொண்டான். உடை அணிந்துகொள்வதற்கு முன் கோட்டின் பின்புறத்தைச் சுருக்கங்கள் மறைய இழுத்து விட்டுக் கொண்டான்.

சுப்பிரமணிய சாஸ்திரி வந்தார். "குட் மார்னிங், மிஸ்டர் டல்பதடோ!" என்றார்.

"குட் மார்னிங்."

"நாமெல்லோரும் சேர்ந்து ஒரு குடும்பம்போல ஒரு வாரம் இருந்துவிட்டோம்."

"ஆமாம்."

"நான் இன்று மத்தியானம் போய்விடுவேன். தொடர்ந்து உங்களுக்கு என்ன சௌகரியம் வேண்டுமானாலும் செய்து தர ஹோட்டல்காரர்களிடம் சொல்லிவிட்டுப் போகிறேன்."

"இன்றே எல்லோரும் போய்விடுகிறார்களா?"

"இந்த விழாவில் சென்னைவரை இருந்த பிரதிநிதிகள் முப்பத்தியொன்று. நேற்று இரவே மொத்தமாக இருபத்தி

நான்கு பேர் டில்லி சென்று அவர்கள் தேசம் திரும்பிப் போகக் கிளம்பிவிட்டார்கள், இன்று காலை விமானத்தில் நான்கு பேர் போகிறார்கள். அப்புறம் நீங்களும் மிஸ் மாரிஸூம் புரொபஸர் டப்லியும்தான்."

"புரொபஸர் இன்னும் நிறைய நாட்கள் இங்கிருப்பாரா?"

"அவருக்கு அடுத்து சென்னை சர்க்கார் வேலை ஒன்று கவனிக்க வேண்டியிருக்கிறது. விவசாய அபிவிருத்திச் செய்திப் படங்கள் தயாரிப்பதில் அவர் உதவி எங்களுக்குத் தேவைப் படுகிறது."

"நல்ல அனுபவசாலி."

"ரொம்ப நல்ல மனிதர்... இன்று உங்களுக்குக் காலையில் எங்காவது போக வேண்டியிருக்கிறதா? கார் இருக்கிறது."

"தேவைப்பட்டால் கேட்கிறேன்."

"ஏன் அந்த அட்டைப் பெட்டியைக் கிழித்துவிட்டீர்கள்? அந்தக் கதகளி பொம்மையுடையதுதானே—அடடா, நீங்கள் ஊருக்குக் கொண்டுபோகச் சௌகரியமாக இருந்திருக்குமே?"

"பரவாயில்லை. என் மற்ற சாமான்களுடன் ஸூட்கேஸில் வைத்துக்கொண்டு விடுவேன்."

"ரொம்ப நுணுக்கமாகச் செய்யப்பட்டது."

"ஆமாம்."

"என் உதவி தேவைப்பட்டால் கூப்பிடத் தயங்காதீர்கள்."

அப்போது டெலிபோன் மணி அடித்தது.

"நான் வருகிறேன். மிஸ்டர் டல்பதடோ. என்னை எப்போது வேண்டுமானாலும் கூப்பிடுங்கள்."

"சரி."

டல்பதடோ டெலிபோனை எடுத்துக்கொண்டான்.

"யார்—டல்பதடோ! என்ன, நேற்று எதாவது முடிந்ததா?"

போனில் கேட்டது.

"அத்தனை பேரும் வளையவளைய வந்து கடைசிச் சொட்டு வரை தீர்த்துவிட்டார்கள். ஒருவன் மேஜையருகே வாந்திகூட எடுத்துவிட்டான். இந்தியப் படங்களை என் தலைமேல் கட்டப் பார்க்கிறார்கள். என் படங்களை வாங்குவது பற்றி எவனும் பிடி கொடுத்துப் பேசவில்லை."

"எஸ்.ஏ.எஸ். நாயக்கர் வந்திருந்தாரா?"

"இன்றைக்குப் பதினொரு மணிக்கு அவரைப் பார்க்கிறேன்."

"முன்பாகவே ஏற்பாடு செய்துகொண்டுதானே?"

"ஆமாம்."

"இவரிடம் ஒரு வழிக்குப் பலன் இருக்கும்."

"என்ன வழி?"

"உனக்கே தெரியும்."

டல்பதடோ பதில் பேசாமல் இருந்தான். டெலிபோன் குரல் மீண்டும் பேசியது "நான் சொன்னதாக வைத்துக் கொள்ளாதே. உன் சௌகரியம்."

"ஜார்ஜ்... ஜார்ஜ்."

"என்ன?"

"மறுபடியும் உன் உதவி வேண்டியிருக்கிறது."

"உம்."

"இன்னும் இருநூறு ரூபாய் வேண்டியிருக்கிறது. நான் டிக்கெட்களுக்கு ஏற்பாடு பண்ணிவிட்டேன். சனிக்கிழமை வரை மதறாஸில் இருக்கவேண்டும். இங்கே ஹோட்டல் பையன்கள், ஆள்களுக்குத் தர வேண்டும்."

"ஆமாம், ஆமாம்."

"இன்னொரு இடத்திலும் கேட்டிருக்கிறேன். ஆனால் கிடைக்கும் என்கிற நிச்சயம் இல்லை."

"மிஸ்டர் நாயக்கரைப் பார்த்துவிட்டுத் திரும்பும்போது என் ஆபீஸுக்கு வா. முடியுமா பார்க்கிறேன்."

"நீ ஒரு உண்மையான நண்பன்."

"ம்... ம்... பகலில் பார்க்கலாம். குட் லக்."

"தாங்க்யூ."

ஸில்வியா எழுந்துவிட்டாள். "குட்மார்னிங் டார்லிங்" என்றாள்.

"குட் மார்னிங்."

பழக்கம் காரணமாக இருவரும் ஒரு கணம் கட்டிக்கொண்டு விடுபட்டார்கள். டல்பதடோ ஸில்வியாவைக் கூர்ந்து கவனித் தான். அவன் அவளை அவ்வாறு பார்த்து எத்தனையோ நாட்கள் ஆகிவிட்டன. அவள் அழகாக இருந்தாள். அவள் முகம்

எப்படியோ எந்த நேரமும் எந்த ஒரு குறிப்பிட்ட மனநிலையையும் காட்டாமல் ஒரு பொம்மையினுடையது போல் இருந்தது.

"நேற்று நோட்டீஸ் வந்துவிட்டது," என்றான் டல்பதடோ.

"அவள் என்ன கேட்கிறாள்?"

"வீடு, பணம், குழந்தைக்குத் தனி ஏற்பாடு..."

"வீடு உன்னிடம்தானே இருக்கிறது?"

"ஆமாம், அதைச் செய்துவிடலாம். ஆனால் அவள் ஏகப்பட்ட ரொக்கம் கேட்கிறாள். அதில் பாதியாவது தர வேண்டும். அது தராமல் நான் வேறு எதை அவளுக்குக் கொடுத்தாலும் பெரிய குறையாகவும் துவேஷத்திற்கு இடம் கொடுப்பதாகவும் இருக்கும்."

"இப்போது நீங்கள் ரொம்ப அன்னியோன்னியமாக இருக்கிறீர்கள் . . ."

"அதற்குச் சொல்லவில்லை. மேலும் மேலும் துவேஷம் வளர வேண்டாமே என்று பார்த்தேன்."

"சரி, அது உன் தலைவலி."

"உன்னுடையதும்தான்."

"இல்லை. தலைவலிக்கும்படி மற்றவர் செய்யலாம். நானாக ஏற்படுத்திக்கொள்வது இல்லை. எப்போதும் நான் பிறரிடம் வாங்கிக்கொள்வதைப் போல் பல மடங்கு தருகிறேன்."

"ஆமாம், உண்மைதான்."

"இன்றைக்கு எங்கேயாவது வெளியே போகப்போகிறாயா? இன்று மத்தியானத்திலிருந்து நம்மை யாரும் பார்த்துக்கொள்ள மாட்டார்கள் போலிருக்கிறது."

"ஆமாம்."

ஸில்வியா பெரிய கொட்டாவி விட்டு, விரல்களால் தலை மயிரைக் கோதிவிட்டுக் கொண்டாள். திடீரென்று, "புரொபஸர் வந்துவிட்டாரா? பார்த்து ரொம்ப நாளாகிறது," என்றாள்.

"நேற்றே வந்துவிட்டார். நீ பகலிலேயே திரும்பியிருந்தால் பார்த்திருக்கலாம்."

"ரொம்ப நல்ல மனிதர்."

டல்பதடோ ஸில்வியாவை உற்றுப் பார்த்தான். அவள் எப்போதும் போலத்தான் இருந்தாள்.

டல்பதடோ சொன்னான்: "நான் இன்று பதினொரு மணிக்கு ஒரு பெரிய சினிமா முதலாளியைப் பார்க்கப் போகிறேன்."

"ரொம்ப நல்லது."

"அவருக்கு இந்தியாவெங்கும் பட விநியோக ஏற்பாடு இருக்கிறது. அவருக்கு நான் 'பரானிமாறு' விற்கப் பார்க்கிறேன் என்று தெரியாது."

"ஓகோ."

"அவரைப் பற்றி நிறையத் தகவல்கள் தெரிந்து வைத்துக் கொண்டிருக்கிறேன். இன்றைக்கு நீயும் என்கூட வந்தால் உபயோகமாக இருக்கும்."

"நீ வியாபாரம் பேசப் போகும்போது நான் எதற்கு?"

"நீ வந்தால் உபயோகமாக இருக்கும்."

ஸில்வியா சிறிது சந்தேகத்தோடு பார்த்தாள். "எனக்குப் புரியவில்லை" என்றாள்.

"உனக்குப் புரியும்" என்றான் டல்பதடோ.

"சீ!"

டல்பதடோ தன் முகத்தில் பரவிய ஈரத்தைத் துடைத்துக் கொண்டான். அவனுக்குத் திடீரென்று எரிச்சல் வந்தது. "ஐநூறு ரூபாய்க்குப் பயன்பட்ட முறையே ஐம்பதினாயிரத்துக்கும் போதும்," என்றான்.

"சீ பன்றியே!" இரண்டாம் முறையாக ஸில்வியா அவன் மீது காறித் துப்பினாள். "நீ ஒரு புழு! இனிமேல் என் முகத்தில் விழிக்காதே!" என்று சொல்லிவிட்டு தன் அறைக்கு ஓடினாள்.

டல்பதடோ முகத்தை அழுத்தித் துடைத்துக்கொண்டான். இரண்டுமுறை லேசாகப் பவுடர் போட்டுக்கொண்டு கலைந் திருந்த தலையைச் சரியாக வாரிக்கொண்டான். ஸில்வியா அவன் கேட்டவுடன் சரியென்று சொல்லியிருந்தால் அவனுக்கு ஏமாற்றமாக இருந்திருக்கும். அவனுக்கு அவள்மீது மதிப்பு அதிகமாயிற்று. அவள் பணத்திற்கு மதிப்பு வைத்ததே இல்லை. எத்தனையோ நாட்களாக அவள் சம்பாதிக்கும் பணமெல்லாம் அவனிடம்தான் கொடுத்துவிடுகிறாள். அவள் ஒரு நல்ல பறவை போன்றவள். இன்று அவள் மனம் மிகவும் புண்பட்டிருக்கும். அவள் சுயமரியாதையை அடியோடு வெட்ட முயன்றதாகத் துடிப்பாள். ஆனால் அவள் இன்றும் அவன்கூட வருவாள், அவளுக்கு அவன்மீது மிகுந்த அக்கறை உண்டு.

டல்பதடோவுக்குப் பசித்தது. ரூம்சர்விஸ் டெலிபோன் செய்து காலைச் சிற்றுண்டியை எடுத்துவரச் சொன்னான். அந்த மாடிக்கு என்று நியமித்திருந்த பையன், பட்லர் ஆகிய இருவரும் டல்பதடோவின் சிற்றுண்டியையும் காபியையும் கொண்டு வந்தார்கள்.

பட்லர் கேட்டான்: "இன்றே நீங்களும் போகிறீர்களா, சார்?"

"அப்படித்தான் நினைக்கிறேன்," என்றான் டல்பதடோ.

"நாங்கள் இருவரும் சகோதரர்கள்," என்றான் பட்லர் பையனைக் காட்டி.

"அப்படியா?" என்றான் டல்பதடோ.

"இரண்டு பேருக்கும் 12 மணிக்கு டியூடி மாறி விடுகிறது."

டல்பதடோ ஒரு கணம் யோசித்தான். பிறகு பீரோவில் வைத்திருந்த கதகளி பொம்மையை எடுத்தான்.

"இந்தாருங்கள். இது என் அன்பளிப்பு."

பொம்மை பெரிய பொம்மை. முப்பது நாற்பது ரூபாய் பெறும்.

"இதெல்லாம் எதுக்குங்க?" என்றான் பட்லர்.

"இருக்கட்டும்," என்றான் டல்பதடோ.

அவர்கள் போய்க்கொண்டிருக்கும்போது டல்பதடோ கேட்டான்: "206ஆம் நம்பரில் புரொபஸர் எழுந்துவிட்டாரா?"

"கடைசியாக அரைமணி முன்னால்கூட அவர் ரூம் போனேன். அவர் தூங்கிக்கொண்டிருக்கிறார்."

ஆனால் பத்து நிமிஷம் கழித்து அதே பையன் டல்பதடோ விடம் வந்து, "சார், சீக்கிரம் வாருங்கள். புரொபஸர் சரியாக இல்லை," என்றான்.

டல்பதடோ ஸில்வியா அறைக் கதவைத் தட்டினான். அப்புறம் அவனே அதைத் திறந்துகொண்டு போனான். ஸில்வியா அழுதுகொண்டிருந்தாள்.

"புரொபஸர் டப்லிக்கு உடம்பு சரியில்லையாம்," என்றான் டல்பதடோ.

ஸில்வியா அழுகையை உடனே நிறுத்திவிட்டு, "என்ன? என்ன?" என்று கேட்டாள்.

"தெரியவில்லை. இதோ அவர் ரூம் போகப்போகிறேன்."

"நானும் வருகிறேன்."

புரொபஸர் அறையில் அதற்குள் ஹோட்டல் டாக்டர் வந்து பரிசோதனையை முடித்துவிட்டார். சுப்பிரமணிய சாஸ்திரி, சங்கர், ஹோட்டல் மானேஜர், ஒரு ஹோட்டல் பையன் இவ்வளவு பேரும் இருந்தார்கள்.

டாக்டர் சொன்னார், "இவரை உடனே ஆஸ்பத்திரிக்கு எடுத்துச் சென்றால் நூறில் ஐந்து பிழைத்துக்கொள்ள சந்தர்ப்பம் இருக்கிறது."

ஸில்வியா "என் புரொபஸர், என் புரொபஸர்," என்று அழுதாள்.

மானேஜர் அந்த அறையிலிருந்தே ஆம்புலன்ஸ் வண்டிக்குச் சொல்ல டெலிபோனை எடுத்தார். சுப்பிரமணிய சாஸ்திரி, "வேண்டாம். என்னிடம் பெரிய வண்டி இருக்கிறது. உடனே கொண்டு போகலாம்," என்றார்.

ஹோட்டல் ஸ்ட்ரெச்சரைக் கண்டுபிடிக்க பத்துநிமிஷங்கள் ஆயின. அதன் பிறகு புரொபஸரை அதில் கிடத்துவதற்குள் ஒருமுறை அவர் அப்படியே கீழே விழ இருந்தார். லிப்டு வேலை செய்யவில்லை. புரொபஸரை மாடிப்படி வழியாக இறக்கிப் போவதாக இருந்தால் உடனே புஷ்பங்களுக்கும் ஏற்பாடு செய்துவிடலாம் என்று டாக்டர் கோபித்தார். அப்போது லிப்டு வேலை செய்தது. புரொபஸர் இரவு படுத்தவர் தூக்கம் கலையாமல் அப்படியே இருந்தார். ஹிருதயம் க்ஷீணித்துக் கொண்டே இருந்தது.

அந்தப் பெரிய காரில் புரொபஸரை ஏற்றி ஹோட்டல் டாக்டர், மானேஜர் இருவரும் ஏறிக்கொண்டார்கள். இன்னொரு காரில் சுப்பிரமணிய சாஸ்திரியும் சங்கரனும் ஏறிக்கொண் டார்கள். சுப்பிரமணிய சாஸ்திரி டல்பதடோவை, "நீங்கள் வருகிறீர்களா?" என்று கேட்டார். ஸில்வியா, "நான் வருகிறேன்," என்று சொல்லிக் காரில் ஏறிக்கொண்டாள். இரு வண்டிகளும் ஹோட்டலை விட்டுக் கிளம்பின.

டல்பதடோ தன் அறைக்குச் சென்று கதவை இழுத்துப் பூட்டி, சாவியைக் கீழே ஹோட்டல் வரவேற்பாளனிடம் கொடுத்தான். மணி பத்தே கால் ஆகிக்கொண்டிருந்தது. டல்பதடோ ஹோட்டல் தோட்டத்தருகில் நின்றுகொண்டிருந்த டாக்ஸியைக் கூப்பிட்டான். டாக்ஸி அவன் பக்கம் வந்து நின்றது. டல்பதடோ டிரைவரிடம், "என்னை மன்னித்துவிடு. எனக்கு டாக்ஸி வேண்டாம். ஏதோ ஞாபகத்தில் கூப்பிட்டு விட்டேன்," என்றான். டாக்ஸி புறப்பட்டு ஹோட்டலிலேயே

இன்னொரு இடத்தில் போய் நின்றது. டல்பதடோ சாலையை அடைந்து நடக்க ஆரம்பித்தான். பனி முற்றிலும் அகன்று வெயில் சுளீரென்று உறைக்க ஆரம்பித்திருந்தது. ரொம்பக் கூர்ந்து கவனித்தால் கடலலைகளின் இரைச்சலைக் கேட்க முடிந்தது.

டல்பதடோ மெதுவாக நடந்து போனான். இன்னும் அரைமணி நேரம் பொறுத்துக்கூட அவன் ஒரு வண்டி அமர்த்திக் கொண்டு நாயக்கரைக் குறித்த நேரத்தில் போய்ப் பார்க்க முடியும். ஸில்வியாதான் அவனுடன் இருக்க மாட்டாள். அவளால் அவனுடன் வர முடியாது. இன்று முழுக்க முழுக்க அவன் சாமர்த்தியத்தினாலேயே காரியத்தை நடத்திக்கொள்ள வேண்டும். என்ன ஆகிறதோ பார்க்க வேண்டும். ஒன்றும் ஆக வில்லை என்றாலும் வாரக் கடைசியில் ஊர் திரும்ப வேண்டும். ஊர் திரும்பினவுடன் முதல் காரியமாக வக்கீலைப் பார்க்க வேண்டும்.

இந்த வேளையில் சென்னை மிகவும் நன்றாக இருக்கிறது. உண்மையிலேயே ஜனவரி மாதம்தான் சென்னைக்கு விஜயம் செய்யத் தகுந்த மாதம். இந்தக் கடலும் காற்றும் வெயிலும் மேகங்களும் சாலைகளும் வீடுகளும் மனிதர்களும் மாடுகளும் பறவைகளும் எல்லாம் மிக நன்றாக இருக்கின்றன. மிக மிக நன்றாக இருக்கின்றன. இந்த புரொபஸர்தான் அனுபவிக்க முடியவில்லை. இன்று ஒருவேளை அவர் பணம் ஏதாவது கொடுத்திருப்பார். அந்த விஷயம் முற்றிலும் மறந்துபோய்விட்டது. இப்போது இந்த வெயிலில் வரும்போதுதான் ஞாபகம் வருகிறது. நல்ல புரொபஸர். கடவுளே, அவர் பிழைத்துவிட வேண்டும்! ஆனால் யாரை யார் கட்டிப்பிடித்து வைக்க முடியும்? அவர் போய்விடுவார். எல்லோரும் போய்விடுவார்கள். ஸில்வியாவும் போய்விடுவாள். அவனும் போய்விடுவான். எல்லாரும் தனித் தனியாகத்தான் போக வேண்டியிருக்கிறது. ஒருவருக்காக ஒருவர் காத்திருப்ப தில்லை. காத்திருக்கவும் முடியவில்லை. அப்படியும் இல்லை. ஜீவனாம்சம் கேட்கும் பெண்டாட்டி காத்திருப்பாள். சட், புத்தி ரொம்ப அழுகிப் போய்விட்டது.

கடியாரம் கட்டிக்கொண்டு வந்த ஒருவனை நிறுத்தி, "என்ன மணி?" என்று டல்பதடோ கேட்டான்.

"பத்து நாற்பது," என்று அவன் பதில் தந்தான்.

டல்பதடோ அந்தச் சுற்று வட்டாரத்தில் டாக்ஸி எங்கு கிடைக்கும் என்று தேட ஆரம்பித்தான்.

(1967)

மணல்

சரோஜினி கேட்டைத் திறந்து கொண்டு வீட்டின் உள்ளே நுழைந்தபோது முன் வராந்தாவில் யாரும் இல்லை. நேராக உள்ளே போகாமல் அவள் வீட்டைச் சுற்றி வெளிப்புறமாக ஹால் ஜன்னலை அடைந்து புத்தகங்களை மட்டும் கம்பி வழியாக உள்ளே போட்டாள். பிறகு கொல்லைப் புறத்திலிருந்த கிணற்றருகில் போனாள். கிணற்று ராட்டினக் கம்பத்திலும், வேலியோரமாக இருந்த நெல்லி மரத்திலும் புதிதாக ஒரு கயிற்றைக் கொடியாகக் கட்டி அது நிறைய சிறியது, பெரிய தாகக் குழந்தைக்குப் போடும் துணிகள் அலசி உலர்த்தப்பட்டிருந்தன. யார் ஊரிலிருந்து வந்திருக்க வேண்டும் என்று அவளுக்குத் தெரிந்துவிட்டது. துணி எதிலும் படாமல் ஓரமாக நின்றுகொண்டு சரோஜினி, “அம்மா,” என்று கூப்பிட்டாள். அம்மா சமையலறையில் இருந்தால் அவசியம் அவள் காதில் பட்டிருக்கும். ஆனால் அம்மா வேறெங்கேயோ இருந்தாள். சரோஜினி மீண்டும், “அம்மா,” என்று குரல் கொடுத்தாள். அப்போதும் அம்மா வரவில்லை. ஆனால் முனியம்மா வந்தாள். “பள்ன ஒக்காந்திட்டயா?” என்று கேட்டாள்.

“அம்மா எங்கே?” என்று சரோஜினி கேட்டாள்.

“ஹாலிலே இருக்காங்க. பெரிய அக்கா ஊரிலேந்து வந்திருக்கு.”

"தெரியும். கொஞ்சம் அம்மாவை வரச் சொல்லேன்."

முனியம்மா உள்ளே போனாள். சிறிது நேரத்திற்கெல்லாம் அம்மா வந்தாள். "ஏண்டி?" என்று கேட்டாள்.

"வெந்நீர் போடணும்."

"கர்மம், கர்மம்," என்று அம்மா சொல்லிக் கொண்டாள். வெந்நீர் அறைக்குள் போன வண்ணம், "கரப்பா, தப்பளையா?" என்று கேட்டாள்.

சரோஜினி அன்று கரப்பான் பூச்சியைத்தான் அரிந்திருந் தாள். இன்னும் நான்கைந்து பிராக்டிகல் வகுப்புகளில் அவள் கரப்பான் பூச்சியைத்தான் புரட்டிப் போட்டு சிறகுகளையும், கால்களையும் அகட்டியும் விலக்கியும் வைத்து, மெதுவாக மேல் சதையை அடி வயிற்றிலிருந்து அரிந்து, குடலை மெல்லிய கிடுக்கியால் மேலே தூக்கி, இனப்பெருக்க அங்கங்களையும், உமிழ் நீர் அங்க அமைப்பையும் பூதக் கண்ணாடியில் பார்த்து, படமும் வரைய வேண்டும். தவளைக்குப் பிறகு கரப்பான். அப்புறம் நிலப்புழு, நத்தை, பட்டுப்பூச்சி, மீன், எலி, சாக்குருவி – இவைகூட இன்னும் எது எதையோ அரிந்து பார்த்துப் படம் வரைய வேண்டும். இதெல்லாம் ஒழுங்காகச் செய்தால்தான் ஒரு நாள் மனிதப் பிணத்தைக் கீறிப் பார்க்க முடியும்.

முனியம்மா ஒரு சிறு வாளி நிறைய கிணற்று நீர் எடுத்துக் கொடுத்தாள். கிணற்றங்கரைப் பக்கத்தில் வேறு யாரும் இல்லை. இரு புறத்து வீடுகளின் கிணற்றுப் பக்கத்திலும் யாரும் இல்லை. இருந்தும் சரோஜினி தன் டிசெக்ஷன் பெட்டியைச் சுற்றிக் கட்டி வைத்திருந்த கைக்குட்டை ஒன்றைத்தான் அங்கே வெட்ட வெளியில் நனைத்துக்கொள்ள முடிந்தது. அதன் பிறகு அவள் வெந்நீர் அறைக்குள் போனாள். மூலையில் மூட்டப் பட்டிருந்த வெந்நீர் அடுப்பு நன்றாக எரிந்துகொண்டிருந்தது. வெந்நீர்த் தவலையில் குறைந்த அளவு தண்ணீர் இருந்ததால் அது சீக்கிரமே சுட்டு, அவள் குளித்துவிட முடியும். சரோஜினி ஒரு பிறையின் கோடியில் டிசெக்ஷன் பெட்டியை வைத்துவிட்டு ரவிக்கையைத் தளர்த்திக் கொண்டாள். முனியம்மா தவலையை முழுதும் நிரப்பி வைக்கவில்லை. அதனால் அம்மா சீக்கிரம் சரோஜினிக்காக வெந்நீர் எடுத்து ஒரு வாளி நிறைய விளாவி வைக்க முடிந்தது. முனியம்மா தலைக்குத் தண்ணீர் விட்டாள். வீட்டில் அந்த நேரத்தில் வேறு யாரும் ஒத்தாசைக்குக் கிடைக்கவில்லை. அம்மாதான் பாவாடையும் புடவையும் உள்கொடியிலிருந்து எடுத்து கம்பு நுனியில் கொண்டுவந்து வெந்நீர் அறைக் கதவின்

மேல் போட்டாள். சரோஜினி குளித்துவிட்டுச் சவுக்கத்தால் தலை மயிரைச் சுற்றி முறுக்கிக் கொண்டு வெளியே வந்தாள்.

ஹாலில் பிரயாணக் களைப்பு தெரிய வனஜா தூங்கிக் கொண்டிருந்தாள். அவளைச் சுற்றி அவளுடைய மூன்று குழந்தை களும் படுத்திருந்தன. இரண்டுதான் தூங்கிக் கொண்டிருந்தன. கடைசிக் குழந்தையான ஒரு வயது சுரேஷ் ஃபீடிங் பாட்டில் ரப்பரை வாயில் சப்பிக்கொண்டே விழித்திருந்தான். சரோஜினி, வனஜாவை மெதுவாகத் தாண்டிப் போனாள். வனஜா கை, கால்களைப் பரத்தி வைத்துக்கொண்டு மல்லாந்து படுத்துத் தூங்கிக்கொண்டிருந்தாள். சுரேஷ் 'உய், உய்' என்று சப்தம் செய்தவண்ணமே இருந்தான்.

சரோஜினி ஜன்னல் வழியாக உள்ளே போட்ட புத்தகங் களை எடுத்து அடுக்கித் தன் மேஜை மீது வைத்தாள். வராந்தா வில் மாடிப் படிக்குக் கீழே அவள் மேஜை இருந்தது. அது வராந்தாவாக இருந்தாலும் நல்ல அடக்கமான இடம். இரவு வேளையில் மட்டும் கொசுக்கள் துளைத்துவிடும்.

சரோஜினி மீண்டும் வெந்நீர் அறைக்குச் சென்று டிசெக்ஷன் பெட்டியை இடது கையால் எடுத்து வந்தாள். அம்மா சமையலறையில் அப்பளம் சுட்டுக்கொண்டிருந்தாள். வனஜாவிடமிருந்து விட்டு விட்டுக் குறட்டை ஒலி கேட்டது. அவள் ஒருக்களித்துப் படுத்துக்கொண்டால் குறட்டை வராமல் கூட இருக்கக்கூடும். ஆனால் மூன்றாவது பிரசவம் ஆகி உடம்பு ஊதிப்போன பிறகு மல்லாந்து படுத்துக்கொள்வது அவளுக்குப் பழக்கமாகிவிட்டது. அப்படிக் கை கால்களைச் சோளக்கொல்லைப் பொம்மை மாதிரி அகட்டி வைத்தபடி தூங்க ஆரம்பித்திருந்தாள். சரோஜினிக்குத் தானும் ஒரு நாள் அப்படித்தான் படுத்துத் தூங்க வேண்டியிருக்குமோ என்று தோன்றியது.

வாசல் கேட் உடைந்துவிடுவது போல ஒரு சப்தம் வந்தது. பெரிய அண்ணா மணி வந்துவிட்டான். அவன் ஆபீஸ் முடிந்ததும் சரியாக ஐந்தரை மணிக்கெல்லாம் வீட்டுக்கு வந்துவிடுவான். வந்து டிபன், காபி சாப்பிட்ட பிறகு வெளியே போனால் இரவு பத்தரை, பதினொரு மணிக்குத்தான் வருவான். இரண்டாவது அண்ணா அப்புவுக்கு சைக்கிள் உண்டு. ஆனால் அவனுக்கு டென்னிஸ் விளையாட வேண்டும். டென்னிஸ் ஆட்டத்திற்குப் பிறகு சகாக்களுடன் என்னதான் பேசிக்கொண்டிருந்தாலும் ஏழு ஏழரைக்கு மேல் சலிப்புத் தட்டிவிடும். அவன் வீடு திரும்பி இரவுச் சாப்பாட்டுடன் டிபனையும் தின்றுவிட்டு உடனே படுக்கப் போய்விடுவான்.

வனஜா விழித்துக் கொண்டுவிட்டாள். "வா மணி" என்றாள். அப்படியே சரோஜினியைப் பார்த்து, "நீ எப்போ வந்தே?" என்று கேட்டாள்.

"பாசஞ்சர்லே வந்தயா? நீ வரதே தெரியாதே!" என்று சொல்லிக்கொண்டே மணி சைக்கிளைச் சுவரில் சாய்த்து வைத்தான். வைத்தது சரியில்லை. அவன் திரும்பியவுடன் சைக்கிள் சரிந்து விழுந்தது. நேராக வைத்தான். சமையலறையி லிருந்து அம்மா, "ஏண்டி சரோஜா, இந்த டிபனைக் கொட்டிண்டு போயேன்," என்றாள். "இதோ நானும் வந்துட்டேம்மா," என்று மணி சொன்னான். "நீயும் வந்துட்டயா?" என்று அம்மா பதில் சொன்னாள்.

மணி பூட்ஸைக் கழற்றி ஓரமாக எறிந்தான். சுரேஷ் எழுந்து உட்கார்ந்து கொண்டான். மணி, "இந்த ரப்பரை ஏன் வாயிலே கொடுத்துத் தொலைக்கிறே? அசிங்கமா இருக்கு," என்றான். வனஜா பதில் சொல்லாமல் குழந்தை வாயிலிருந்த ரப்பரை எடுத்துப் புடவையில் துடைத்தாள்.

"வெறுமனேதானே வந்திருக்கே?" என்று மணி கேட்டான். அவன் டிரௌசரை அவிழ்த்து வேஷ்டி கட்டிக்கொள்வதில் கவனமாயிருந்தான். வாய்ரப்பரை இழந்த சுரேஷ் அழ ஆரம்பித் தான்; மணி திரும்பிப் பார்த்தான். வனஜா சரோஜினியிடம், "கொஞ்சம் தூக்கி வைச்சுக்கோயேன். அப்புறம் அழமாட்டான்," என்றாள். சரோஜினி சுரேஷைத் தூக்கினாள். ஒரு வயதுக் குழந்தைக்கு அவன் நன்றாகவே வளர்ந்திருந்தான். சரோஜினி தூக்கியவுடன் ஒரு முறை திமிறி தன் இரு கால்களாலும் அவளை உதைத்தான். அவள் அத்துடனும் அவனைக் கெட்டியாகப் பிடித்துக்கொண்டாள்.

மணி வேஷ்டியை மேலும் கீழுமாகக் கட்டிக்கொண்டு பின்பக்கம் விரைந்தான். ஒரு விநாடி நின்று, "அத்திம்பேர் எல்லாம் சௌக்யம்தானே? வெறுமனே தானே வந்திருக்கே?" என்று மீண்டும் வனஜாவைக் கேட்டான்.

"உங்களை எல்லாம் பார்க்கணும்னு இருந்தது, வந்தேன். இரண்டு மாசமாவது நிம்மதியா இருக்கணும்னு தான் வந்திருக்கேன்," என்று வனஜா சொன்னாள்.

"இரண்டு மாசமா? அத்திம்பேர்?"

"அவருக்கென்ன? வீட்டைப் பெருக்கி மெழுகி வைக்க வேலைக்காரியிருக்கா. அவரே சமைச்சுக்கிறார். இல்லேன்னா கிளப்பிலேருந்து தருவிச்சுக்கிறார். தூளியை ஆட்டணுமே,

பீத்துணியை அலசிப் போடணுமே, பால் கரைச்சுக் கொடுக்கணுமேன்னெல்லாம் ஒரு கவலையும் கிடையாதே அவருக்கு."

மணி இன்னும் வேகமாக அங்கிருந்து சென்றான். சரோஜினி சமையலறைக்குப் போனாள். அம்மா இரு சிறு தட்டுகளில் உப்புமா எடுத்து வைத்திருந்தாள்.

"வனஜாவைக் கூப்பிடு" என்றாள். சரோஜினி சுரேஷையும் தூக்கிக்கொண்டு வனஜாவைக் கூப்பிடப் போனாள். வனஜா ஒரு பிரம்புக் கைக் கூடைக்குள் சுரேஷின் ஃபீடிங் பாட்டில் ரப்பரைப் போட்டுக்கொண்டிருந்தாள். சரோஜினி, "அம்மா உன்னையும் கூப்பிடறா" என்று சொன்னாள். "இதோ வந்துட்டேன்" என்று வனஜா சொல்லிவிட்டு "தீபாவளிக்கு நீ என்ன புடவை எடுத்திண்டே?"

சரோஜினி உடனே பதில் சொல்லவில்லை.

"நீங்களெல்லாம் புடவை எடுத்திண்டேளோல்லியோ?" என்று மீண்டும் வனஜா கேட்டாள்.

"இல்லை" என்று இம்முறை சரோஜினி பதில் சொன்னாள்.

"ஏன்?"

"அப்பா, அம்மா இரண்டு பேருமே இந்த வருஷம் யாருக்கும் புதுத்துணி வாங்கலை. தலை தீபாவளின்னு பவானிக்கு மட்டும் புடவையும், அத்திம்பேருக்கு வேட்டியும் வாங்கினா." பவானி வனஜாவுக்கு அடுத்தவள். அப்புவைவிட இரண்டு வயது பெரியவள். அவளுக்குக் கல்யாணம் ஆகுமா ஆகுமாவென்று போன ஆவணியில்தான் நடந்தது. வனஜாவுக்கும் பவானிக்கும் ஒன்றரை வயதுதான் வித்தியாசம். பவானிக்குக் கல்யாணம் ஆவதற்குள் வனஜா மூன்று குழந்தைகள் பெற்றுவிட்டாள்.

"எவ்வளவு விலையில் எடுத்தா?" என்று வனஜா கேட்டாள்.

"நூத்தி நாப்பதோ, நூத்தி நாப்பத்திரண்டோ."

வனஜா கண்களை அகட்டிக்கொண்டு உதட்டையும் பிதுக்கிக்கொண்டாள். அம்மா, "ஏ வனஜா, சரோஜா ... எங்கேடி போயிட்டேள்?" என்று கத்தினாள். வனஜா உடனே சமையலறைக்குப் போனாள். சரோஜினியும் அவளைப் பின்தொடர்ந்தாள். மணி அதற்குள் உட்கார்ந்து உப்புமா சாப்பிட்டுக் கொண்டிருந்தான். வனஜா, "அம்மா, கொஞ்சம் பால் வைச்சிருக்கயா, எல்லாத்தையும் பால் மோர் குத்திட்டியா?"

“பால் வைச்சிருக்கேன், ஏன்?” என்று அம்மா கேட்டாள்.

“பசங்கள் இரண்டும் எழுந்தா கொஞ்சம் பாலாகவே கொடுத்திடு. காபி, டீ கொடுத்தா ராத்திரி லேசிலே தூங்கற தில்லை.”

சரோஜினியும் உப்புமா எடுத்துக்கொண்டாள். இரண்டு வாய் எடுத்துப் போட்டுக்கொண்டவுடன் கரப்பான் பூச்சி ஞாபகம் வந்தது. இருந்தும் வயிற்றைக் குமட்டவில்லை. சுரேஷ் அவளை விட்டுவிட்டு வனஜாவிடம் போய் நின்றுகொண்டிருந்தான். அவன் அரை அழுகையாக முனகிக் கொண்டிருந்தான். வனஜா துளி உப்புமாவைக்கூட அவனுக்குக் கொடுக்கவில்லை. மணி கொடுக்கப் பார்த்தான். “ஊஹூம், வேண்டாம். உடம்புக்கு ஒத்துக்கொள்றதில்லை” என்று வனஜா சொல்லிவிட்டாள். எல்லாரும் தின்றான பிறகு கீழே விழுந்திருந்த துகள்களையும், பச்சை மிளகாய்த் துண்டுகளையும் சரோஜினி திரட்டிப் போட்டுக்கொண்டிருந்த நேரத்தில் ரேணுகா சமையலறைக்கு வந்து அவளிடம் ஒரு புஸ்தகத்தைக் கொடுத்தாள். சரோஜினியின் அம்மா “கொஞ்சம் டிபன் சாப்பிடுகிறயாடி?” என்று கேட்டதற்கு “இல்லை மாமி, வாசல்லே அண்ணா ஸ்கூட்டர்லே காத்திண் டிருக்கான்” என்று சொல்லிவிட்டு, “நான் வரேன்” என்று சரோஜினியையும் பார்த்துக் கூறிவிட்டு ஒரே துள்ளாக ஓடிப் போனாள். ரேணுகா போவதை மணி ஹால் ஜன்னல் வழியாகப் பார்த்த வண்ணமே இருந்தான். ரேணுகா போனவுடன், “யார் இந்தப் பொண்ணு?” என்று வனஜா கேட்டாள். சரோஜினி, “என் கிளாசிலேதான் படிக்கிறா” என்று சொன்னாள்.

அம்மா “சுந்தரமய்யரைத் தெரியுமோல்லியோ உனக்கு?” என்று கேட்டாள்.

“எந்த சுந்தரமய்யர்?” என்று வனஜா கேட்டாள்.

“நம்ப இரண்டு குழாய் வீட்டிலே குடியிருந்தப்போ பக்கத்து வீட்டிலே இருந்தாளே. அவர் அசிஸ்டெண்ட் இன்ஜீனியர். அந்த மாமிகூடப் பருமனா காலைச் சாய்ச்சு சாய்ச்சு நடப்பாளே.”

“அந்த ரேணுகாவா இவ? எப்படிக் குதிரையா உசந்துட்டா?”

“இல்லைம்மா, அவளுக்குப் பதினெட்டுக்குள்ளே தான் ஆகிறது” என்று சரோஜினி சொன்னாள்.

“இருக்கவே இருக்காது! நிச்சயம் உன்னைவிட மூணு நாலு வயசாவது பெரியவளா இருப்பா.”

சரோஜினி ஹாலுக்கு வந்தவுடன் வனஜா கேட்டாள்—"அவள் தலைப்பைக் குட்டையா வைச்சுண்டுதானே கட்டிண்டிருக்கா?"

"ஆமாம்."

"நன்னாவேயில்லை. பின்னாலெல்லாம் காமிச்சுண்டு."

"இப்பல்லாம் எல்லாருமே குட்டையாகத்தான் தலைப்பை வச்சுக்கிறா. இவளைவிட இன்னும்கூடக் குட்டையா வைச்சுக்கிறா."

"அதுக்குப் புடவை எதுக்குக் கட்டிக்கிறது? என்ன பாஷனோ?"

மணி ஒரு முழுக்கைச் சட்டையைப் போட்டுக் கொண்டு கைகளை அரைக் கையாக மடித்துவிட்டுக் கொண்டிருந்தான். "சரோஜா, சங்கர் வந்தா நேரே லக்ஷ்மி டாக்கீஸுக்கு வரச் சொல்லிடு" என்று சொன்னான்.

"சினிமாக்கா போறே?" என்ற வனஜா "டேய்... டேய்... என்னையும் அழைச்சிண்டு போடா" என்று கேட்டாள்.

"ஒண்ணும் முடியாது போ" என்று மணி சொன்னான். வனஜா சொன்னாள்: "ஏதோ நான் இங்கே வந்தாத்தான் இரண்டு சினிமா பாக்க முடியும். வெளியிலே போக முடியும். கேட்டா எரிஞ்சு விழறியே."

மணி முகத்தைச் சின்னதாகத்தான் வைத்துக்கொண்டிருந் தான். வனஜா ஒதுங்கிப் போய்விட்டாள். அவள் குழந்தைகள் பெரியவை இரண்டும் இன்னும் தூங்கிக்கொண்டிருந்தன. அந்த வயதுக் குழந்தைகள் தூங்கும் நேரம் அல்ல அது. முக்கால் நாள் ரயில் பிரயாணம் மிகவும் கடுமையானதாகத்தான் இருந்திருக்க வேண்டும். வனஜா, "ஏய் சுதா, எழுந்திரு, உம் உம், எழுந்திரு. டேய் பாலு, இன்னும் என்ன தூக்கம்?" என்று அவர்களை எழுப்பப் போனாள். அப்போது மணி சொன்னான்: "நீ குழந்தை குட்டிகளையெல்லாம் இழுத்துண்டு வராம இருந்தா வா" என்றான்.

"வரேன், வரேன்," என்று வனஜா சொன்னாள். சுதா சிறிது அசைந்து கொடுத்தாள். வனஜா, "தூங்கு, தூங்கு," என்று இரு முறை அவளைத் தட்டினாள்.

"சீக்கிரம் வரணும், அவ்வளவு தூரமும் நடக்கணும் நீ வந்தாக்கே," என்று மணி சொன்னான்.

மணல்

“பக்கத்துத் தெருக்கோடிதானேடா. இதோ வந்துட் டேண்டா . . . இதோ வந்துட்டேண்டா,” என்று வனஜா ஓடினாள். முகத்தில் சோப்பு நுரை சரியாகக் கழுவப்படாமலே சரோஜினியிடம் வந்து, “ஏழு ஏழரைக்கு சுரேஷுக்கு மட்டும் இரண்டு ஸ்பூன் ஹார்லிக்ஸ் போட்டுக் கரைச்சுக் கொடுத்திடறியா? எல்லாத்தையும் அந்த டில்லிக் கூடையிலே வைச்சிருக்கேன்,” என்று சொன்னாள்.

மணி சரோஜினியிடம், “சங்கர் வந்தா நான் எங்கே போயிருக்கேன்னு தெரியாதுன்னு சொல்லு,” என்றான்.

“அம்மா, நான் மணியோட சினிமா போயிட்டு வரேம்மா,” என்று வனஜா அம்மாவிடம் சொன்னாள். “உங்க அப்பா வந்தா, வந்ததும் வராததுமா சினிமா என்னான்னு ரொம்பக் கோச்சுப்பார்,” என்று அம்மா சொன்னாள்.

“நான் போயிட்டு வந்துடறேம்மா, இன்னொரு நாளைக்கு முடியுமோ முடியாதோ,” என்று வனஜா பெட்டியிலிருந்து ஒரு பட்டுப் புடவை எடுத்துக் கட்டிக்கொள்ளத் தொடங்கினாள். மணி சிடுசிடுவென்று கேட்டருகில் போய் நின்றுகொண்டிருந் தாலும் வனஜா தயாராவதற்கு பத்து நிமிஷங்கள் ஆயின. “சரோஜா, போயிட்டுவரேன். குழந்தைக்குக் கொஞ்சம் ஹார்லிக்ஸ் மட்டும் கரைச்சுக் கொடுத்திடு. ரொம்ப அழுதா இதைக் கொடு” என்று மணி கண்ணில் பட முடியாதபடி ஃபீடிங் பாட்டில் ரப்பரை சரோஜினியிடம் கொடுத்துவிட்டுக் கிளம்பினாள். அப்போது சரோஜினி தன் அக்கா புடவைத் தலைப்பைக் கவனித்தாள். அது குட்டையாக இருந்தது.

2

சுரேஷ் பக்கத்திலில்லாமல் இருப்பதைப் பயன்படுத்திக் கொண்டு எழுதிக்கொண்டிருந்த சரோஜினி நிமிர்ந்து பார்த்து தன் நாற்காலியை இழுத்துப்போட்டு விட்டு உள்ளே சென்று அப்பாவிடம், “உங்களைப் பார்க்க ஒருத்தர் வந்திருக்கார்,” என்றாள்.

“வந்தா உக்காரச் சொல்லேன்,” என்றார் அப்பா.

“சொல்லியிருக்கேன்.”

அப்பா க்ஷவரத்தின் பிற்பகுதியை அவசரம் அவசரமாக முடித்தார். சோப்பு நுரை உலர்ந்துகொண்டிருந்த பிரஷ்ஷை பிளாஸ்டிக் கிண்ணத்திலிருந்து நனைத்துக்கொள்வதற்குப் பதிலாகச் செம்பு நிறைய வைத்திருந்த வெந்நீரில் நனைத்து

மூக்குக்குக் கீழேயும் முகவாய்க் கட்டையிலும் இன்னொரு முறை சோப்பு தடவிக்கொண்டார். வனஜா அப்போதுதான் குளிக்கப் போயிருந்தபடியால் க்ஷவரம் முடிந்தவுடனே முகத்தையாவது வெளியே கழுவிக் கொண்டு விடலாமென்று வெந்நீர் எடுத்து வைத்துக்கொண்டது வீணாகப் போய்விட்டது அவருக்குத் தெரிந்தது. "சரோஜா, இதைக் கொட்டிவிட்டு வேறே கிணத்துத் தண்ணிதான் கொண்டா," என்று சொன்னார். சரோஜினி சோப்புக் கலந்த வெந்நீரைக் கொட்டிவிட்டு வெறும் தண்ணீர் கொண்டு வருவதற்குள் அப்பா க்ஷவரத்தை முடித்திருந்தார். கை தவறி பிளாஸ்டிக் கிண்ணத்தை கவித்தார். சற்று முன்புதான் மிகுந்த உடல் உபாதைக்கு உட்பட்டு முகத்திலிருந்து அவர் விலக்கியிருந்த ரோமத்துகள்கள் தரையில் பரவி சாம்பல் நிறம்கொண்ட தண்ணீரில் மிதந்துகொண்டிருந்தன.

சரோஜினி வெந்நீர் அறைக்கு மீண்டும் சென்று பார்த்தாள். வனஜா அவளுடைய இரண்டாவது குழந்தை பாலுவைக் குளிப்பாட்டிக் கொண்டிருந்தாள். அவள் மிரட்டி வைத்துக் கொண்டிருப்பது, பாலு அழுவது, இதில் எது தூக்கலாகக் கேட்டது என்று சொல்ல முடியவில்லை. சரோஜினி, "இவனைக் குளிப்பாட்டினவுடன் நான் குளிச்சிட்டு வந்திடறேன். இப்பவே மணி எட்டே காலாயிடுத்து" என்றாள்.

வனஜா, "நானும் ஒரு நிமிஷத்திலே ஓடி வந்திடறேன், அப்புறம் நீ போகலாம். பாரு, துணியெல்லாம் கூட நனைச்சு வைச்சுட்டேன்" என்றாள்.

சரோஜினி முணுமுணுத்துக் கொண்டே வீட்டிற்குள்ளே வந்தாள். அவள் பிராக்டிகல் ரிகார்டையும் முழுக்க எழுதி வைக்க முடியாமல் வராந்தாவில் அப்பாவும் புதிதாக வந்திருந்தவரும் பேசிக்கொண்டிருந்தார்கள். சமையலறையும், இன்னொரு சின்ன ஸ்டோர் அறையும் தவிர அந்த வீட்டில் கூரையுள்ள இடம் ஹால் ஒன்றுதான். ஹாலில் நான்கு மூலைகளிலும் இரு பீரோக்கள், தாறுமாறாக மலை போல் அடுக்கி வைக்கப்பட்ட படுக்கைகள், பெரியண்ணா மணியின் மேஜை இவையெல்லாம் மிஞ்சி சரோஜினிக்கு இடம் கிடைக்கவில்லை. அப்பா கொட்டிவிட்டுப் போன சொம்புத் தண்ணீரை சுரேஷ் அவனால் முடிந்த வரை தரையில் மெழுகி அவன் தலையிலும் பூசிக்கொண்டிருந்தான். 'கிடக்கட்டும் அப்படியே' என்று முதலில் சொல்லிக்கொண்ட சரோஜினி அவனைத் தூக்கி வேறிடத்தில் உட்கார வைத்து, ஒரு துணி கொண்டு வந்து, ஈரமாக இருந்த இடத்தைத் துடைத்தாள். அப்போது அப்பா உள்ளே வந்து, "சரோஜா,

சட்டுனு உன் பெரியண்ணா ஜாதகத்தை ஒரு காபி எடுத்துக் கொடு," என்றார். சரோஜா வராந்தாவுக்குச் சென்று தன் மேஜை மீதிருந்த பேனாவை எடுத்து வந்தாள். மணியுடைய ஜாதகத்தை மிகவும் விரிவாகக் கணித்திருந்தார்கள். அதே ஜாதக நோட்டுப் புத்தகத்தில் சரோஜினியுடைய ஜாதகமும் இருந்தது. எல்லோருடைய ஜாதகமும் இருந்தது. ஆனால் மணியுடையதை எழுத அரை மணியாவது ஆகும். முதல் பிள்ளை என்று அப்பா, அம்மா, ஜோசியர் எல்லாருமே அவன் பிறந்த வேளை, கிரக நிலைகள் பற்றி மிகவும் அக்கறை கொண்டிருந்திருக்க வேண்டும்.

அம்மா சமையலறையிலிருந்து வந்து, "யாரது?" என்று அப்பாவைக் கேட்டாள். அப்பா பல்லைக் கடித்துக்கொண்டே, "வந்து சொல்லறேன்" என்று சொல்லிவிட்டு வந்தவரிடம் பேச மறுபடியும் வராந்தாவுக்குப் போய்விட்டார். அப்போதுதான் எங்கேயெல்லாமோ சைக்களில் சுற்றிவிட்டு வியர்த்து விருவிருக்க மணி திரும்பி வந்தான். சரோஜினி 'ஐயோ' என்று சொல்லிக் கொண்டாள். அவன் வந்தால் நேரே வெந்நீர் அறைக்குப் போய் ஆக்ரமித்துக் கொண்டு விடுவான். அப்புறம் வந்து சாப்பிட்டுவிட்டு ஆபீஸுக்குப் பறந்து போய்விடுவான். அவனுடைய அவசரத்தில் வேறு யார் அவசரமும் அவசியமும் அவனுக்கு மனதில் படாது.

அப்பா, "மணி, இங்கே வா," என்று அவனை அழைத்துக் கொண்டார். அப்பாவும் பிள்ளையுமாக இருக்கும்போது எந்தச் சமயத்திலும் அவனை அப்படிக் கூப்பிடும்படியான சுமூக நிலை இருவரிடையே நிலவாது. மூன்றாம் மனிதர் இருக்கும் போது மட்டும் அப்பா சிறிது சலுகையை உபயோகப்படுத்திக் கொள்வார்.

மணி அரைச் சந்தேகத்துடன் அவரை அணுக, "இவன் தான்," என்று சொல்லிவிட்டு, "சரி, நீ போய் உன் காரியத்தைப் பார்" என்றார். மணி ஒன்றும் புரியாதவனாக ஒரு நிமிஷம் தயங்கி விழித்துவிட்டு உள்ளே வந்தான். சரோஜினி அப்போது தான் அவனுடைய ஜாதகத்தை எழுதி முடித்துக் காகிதத்தின் நான்கு மூலையிலும் குங்குமம் பூச எழுந்தாள். "என்னடி எழுதிண்டிருக்கே?" என்று மணி கேட்டான். அவளுக்குத் தெரியும் விஷயம் அவனைப் பற்றியதுதான் என்று. "எல்லாம் உன் ஜாதகம்தான்," என்று சரோஜினி பதில் சொன்னாள்.

"கொண்டு வா இங்கே, கிழிச்சிப் போடறேன் அதை", என்று மணி வந்தான். சரோஜினி பயந்த மாதிரி அம்மாவிடம் போக, அம்மா, "என்னடா வந்ததும் வராததுமா?" என்று கேட்டாள்.

“அம்மா, அம்மா! பாரும்மா, நான் எழுதின ஜாதகத்தைக் கிழிக்க வரான்,” என்று சரோஜினி சொன்னாள்.

“உனக்கு ஏண்டா இப்படிப் புத்தி போறது?” என்று அம்மா கேட்டாள்.

“இந்த அப்பா என்னை நடத்தற அழகுக்கு யாருக்கும் என் ஜாதகம் தரவேண்டாம்,” என்று மணி சொன்னான்.

இதற்குள் அப்பா, வந்திருந்தவர் கொண்டு வந்த ஜாதகத்தை கையில் வைத்துக்கொண்டு சரோஜினியிடம், “என்ன, ஆச்சா?” என்று கேட்டார்.

“இதோப்பா” என்று சரோஜினி தன் கையிலிருந்த ஜாதகத்தைக் கொடுத்தாள். அப்போது வனஜா வெந்நீர் அறையின் கதவைச் சிறிது மட்டும் திறந்து தன் தலையை வெளியே நீட்டிக்கொண்டு, “டீ சரோஜா! அந்த ஹால் வாசக் கதவை மூடு!” என்றாள்.

சரோஜினி கதவை மூடி வரப்போக, மணி வனஜாவைக் கேட்டான். “இங்கே வந்துதான் இரண்டு மாசமாறதே, குளிக்கப் போறப்பவே இந்தக் கதவெல்லாத்தையும் மூடிண்டு போறது தானே?”

இதற்கு யாருமே பதில் சொல்லவில்லை. வனஜா சிடு சிடுவென்ற முகத்துடன் ஸ்டோர் அறைக்குப் போய் புடவை கட்டிக்கொள்ளத் தொடங்கினாள். சரோஜினி எதிர்பார்த்த மாதிரி மணி குளிக்கப் போகவில்லை. சரோஜினி தன் புடவை, பாவாடை துணிமணிகளை எடுத்துக்கொண்டு குளிக்கப் போனாள். அவள் கதவைச் சாத்தினவுடன், “சித்தி! சித்தி!” என்றொரு குழந்தைக் குரல் கேட்டது.

“பாலு, போ அந்தண்டை. நான் குளிச்சிட்டு வந்துடறேன்.”

“நான் ஆய் போயிருக்கேன் சித்தி.”

சரோஜினி ஒன்றுமே சொல்லாமல் கதவைத் திறந்து பாலுவைக் கவனித்தாள். அவள் குளிப்பதற்கு ஐந்து நிமிஷங்கள் தான் ஆகின. அதற்குள் வேறு எதுவும் நிகழவில்லை. கிணற்றங் கரையில் ஒரு தொட்டி கட்டப்பட்டு இருந்தது. அங்கே ஒரு சொம்பையும் போட்டு வைத்தால், வெந்நீர் அறையில் குளிக்கிறவர்கள் அதிக நிர்ப்பந்தமில்லாமல் குளிக்கலாம். மற்றவர்கள் கிணற்றில் தண்ணீர் இழுத்து உபயோகப்படுத்திக் கொள்வார்கள். ஆனால் அம்மாவால் இழுக்க முடியாது. அவளுக்கு மார்பு வலி வந்துவிடும். நேற்றுக்கூட வலி என்று

சொல்லிக்கொண்டிருந்தாள். வனஜா இழுக்க மாட்டாள். சுரேஷ் பிறந்த நான்காம் நாள் வயிற்றைக் கீறிக்கொண்டு அரசாங்கத்திடம் அவள் முப்பது ரூபாய் பெற்றுக்கொண்டவள். பிரச்சாரம் செய்கிறவர்கள் என்னதான் சொன்னாலும் ஆபரேஷனுக்குப் பிறகு அவள் உடம்பு பழைய உடம்பாகவே இல்லை. முனியம்மா எட்டு மணிக்கெல்லாம் வேலையை முடித்துவிட்டுப் போய்விடுவாள்.

சரோஜினி புடவையையும் வெந்நீர் அறையிலேயே கட்டிக்கொண்டு வெளியே வந்தாள். அப்பா கிணற்றங்கரைப் பக்கம் வந்திருந்தார். இன்னும் முக்கால் மணி நேரத்திற்குள் அவர், மணி, அப்பு மூவரும் குளித்து, சாப்பிட்டு, அவரவர்கள் ஆபீஸுக்குக் கிளம்பியாக வேண்டும். சுதாவை அழைத்துக் கொண்டு வெளியே போன அப்பு இன்னமும் திரும்பக் காணோம்.

சரோஜினி முன் தலையை மீண்டும் ஒரு முறை வாரிச் சரி செய்துகொண்டு நெற்றிக்குப் பொட்டு இட்டுக்கொண்டாள். புத்தகங்களை எடுத்து அடுக்கி வைத்துவிட்டு அம்மாவிடம் போனாள். அம்மா இரு அடுப்புகளை வைத்துக்கொண்டு சமைத்துக்கொண்டிருந்தாள். சாதம் ஒன்றுதான் வடித்து இறக்கி வைத்திருந்தது. ஒரு அடுப்பில் கல்சட்டியில் குழம்பு தயாராகிக் கொண்டிருந்தது. இன்னொரு அடுப்பில் அம்மா இரும்புச் சட்டியைப் போட்டு அதில் வேக வைத்த உருளைக் கிழங்கை ஒவ்வொன்றாக உரித்துப் போட்டுக் கொண்டிருந்தாள். சரோஜினி சாப்பிடுவதற்குத் தன் தட்டு மட்டும் எடுத்துக்கொண்டு அவளும் உருளைக் கிழங்கை விருவிரு என்று உரிக்கத் தொடங்கினாள். கறி தயாராவதைப் பார்த்தபடியே பாலு நின்றுகொண்டிருந்தான். “சுதாவையும் இவனையும் இங்கேயே ஏதாவது ஸ்கூலிலே சேர்க்கப் போறாளா?” என்று அம்மா சரோஜினியைக் கேட்டான்.

“எனக்குத் தெரியாதே” என்று சரோஜினி பதில் சொன்னாள்.

“நேத்திக்கு உங்கண்ணாவை ஏதோ விசாரிச்சுண்டு வரச் சொல்லலே?” என்று அம்மா மீண்டும் கேட்டாள்.

“எனக்குத் தெரியாது,” என்று சரோஜினி சொன்னாள். உரித்துப் போடப்பட்ட உருளைக் கிழங்குகளை இரும்புச் சட்டியிலேயே அம்மா ஒரு சட்டுவத்தினால் சீரான துண்டங்களாகச் செய்துகொண்டிருந்தாள். அவள் முகம் கறுத்து பக்கவாட்டில் மிகவும் இறங்கித் தொய்ந்துபோன மாதிரி

சரோஜினிக்குத் தோன்றியது. "எனக்கு ஆனதைப் போடும்மா. அப்புறம் பஸ் போயிடும்." என்றாள்.

"உக்காரேன்," என்று அம்மா சொன்னாள். "நீயும் இப்போ சாப்பிடறியா?" என்று பாலுவைக் கேட்டாள். அவன் 'சரி'யென்று தலையை ஆட்டினான்.

இன்னும் முழுக் கொதி கிளம்பாத குழம்பிலிருந்து இரண்டு கரண்டி எடுத்துச் சிறிது மசித்த பருப்புடன் கலந்து அம்மா சரோஜினிக்குப் பரிமாறினாள். நன்றாகக் கொதித்து இறக்கிய குழம்பைவிட இந்தத் தாற்காலிகக் கலவை மிகவும் நன்றாக இருந்தது. வனஜா கிணற்றங்கரைக்குப் போய்த் தன் குழந்தைகள் துணிமணிகளைத் தோய்த்து அலசிக்கொண்டிருந்தாள். சரோஜினி தன் சாப்பாடு முடித்துவிட்டு எழுந்தாள். அவள் மேஜை மீது சுரேஷ் உட்கார்ந்துகொண்டு புத்தங்களைக் கிழித்துக்கொண் டிருந்தான்.

"ஏண்ணா, இவனைப் பார்த்துக் கொஞ்சம் இறக்கி விட்டிருக்கக்கூடாது?" என்று சரோஜினி மணியைப் பார்த்து அழும் குரலில் கேட்டாள். "என்ன? என்ன?" என்று அவன் ரேஸரும் கையுமாகத் திரும்பிக் கேட்டான். சரோஜினி சுரேஷைத் தூக்கி அப்படியே கிணற்றங்கரைக்குக் கொண்டு போனாள். வனஜா கேட்டாள், "ஏன் குழந்தையை அலம்பி விடணுமா?"

"இப்பல்லாம் அதுதான் எனக்கு ஒரே வேலையாய் போயிடுத்து. என் புஸ்தகத்தை எல்லாம் கிழிச்சுப் பாழடிச்சுட்டானே?"

"குழந்தைதானே" என்று வனஜா கேட்டாள்.

"குழந்தைன்னா நீ கிட்டக்கவே இருந்து பாத்துக்கறது தானே?"

"நீ யாருடீ எனக்குச் சொல்றதுக்கு?"

அம்மா "மறுபடியும் என்ன?" என்று ஓடி வந்தாள். சரோஜினி "பாரும்மா, என் ரிக்கார்ட் நோட்சை எல்லாம் சுரேஷ் கிழிச்சு கிழிச்சுப் போட்டிருக்கான்" என்றாள்.

"இவ யாரு இந்த வீட்டிலே நாட்டாண்மை பண்ணறதுக்கு?" என்று வனஜா கேட்டாள். "இவ யாருன்னு கேட்டேன்."

"அவ என்ன சொல்லிட்டா உன்ன?" என்று அம்மா வனஜாவைக் கேட்டாள்.

“நான் ஒண்ணுமே சொல்லலேம்மா. இந்த பிராக்டிகல் ரிகார்டெல்லாம் பரீட்சை முடியறவரைக்கும் அப்படியே இருக்கணும்மா” என்று சரோஜினி சொன்னாள்.

க்ஷவரம் முடித்து பிளேட், ரேஸர், பிரஷ்ஷைக் கழுவ மணி கொல்லைப்புறம் வந்தான். அவன் முறைக்கு, “நானும் தான் கேக்கறேன், உன் குழந்தைகளைக் கொஞ்சம் நீயே பார்த்துக்கிறது தானே?” என்று வனஜாவைக் கேட்டான்.

“ஒரு ஸ்கூல் பார்த்துச் சேர்த்து விடறதுக்குத் துப்பு இல்லை, பேச வந்துட்டானாம்.”

“வனஜா, வாயை மூடு” என்று அம்மா சொன்னாள்.

“நீ உன் ஆத்துக்காரர் கிட்டே சண்டை போட்டுண்டு வந்தா இங்கே பள்ளிக்கூடங்களல்லாம் மூடப்போற சமயத்திலே உன் குழந்தைகளை யார் சேத்துப்பா?” என்று மணி கேட்டான்.

அப்பா வெந்நீர் அறையிலிருந்து, “என்ன ரகளை?” என்று கேட்டார். ரகளை அதுவாகக் கரைந்தது.

அம்மா, “என்ன, இன்னும் அப்புவையும் சுதாவையும் காணோம்?” என்ற கேட்டுக்கொண்டாள்.

சரோஜினி புத்தகங்களைச் சேர்த்து எடுத்து வைத்துக் கொண்டாள். இவ்வளவு பெரிய சண்டை நிகழ்ந்ததற்கு சுரேஷ் அதிகமாக ஒன்றும் புத்தகங்களையும் நோட்டுப் புத்தகங்களையும் பாழடித்துவிடவில்லை. சரோஜினிக்கு அது முதல் பார்வையில் தெரியவில்லை.

சரோஜினி வேகமாகப் போனாலும் முடிந்த அளவு நடை மாதிரியும் தெரியுமாறு பஸ் ஸ்டாண்டிற்குச் சென்றாள். அங்கே முப்பது பெண்களும், நாற்பது பையன்களும் காத்துக் கொண்டிருந்தார்கள். ரேணுகாவும் நின்றுகொண்டிருந்தாள். “உங்கண்ணா, இன்னிக்குக் கொண்டு விடலையா?” என்று சரோஜினி அவளைக் கேட்டாள்.

“ஸ்கூட்டர் ரிப்பேர்” என்று ரேணுகா சொன்னாள். “அடுத்த வாரம் சபா புரோகிராமுக்கு வருவியா?”

“எங்கே முடியும்? நான் இன்னும் ஒரு சப்ஜெக்டையும் முழுக்கப் படிக்கலை” என்று சரோஜினி சொன்னாள். பிறகு “யார் புரோகிராம்?” என்ற கேட்டாள்.

“கமலா டான்ஸ்.”

"ஒரு வேளை எங்கம்மா போவா. அவதான் ரொம்ப நாளா கமலா டான்ஸ் போகணும்னு சொல்லிண்டிருந்தா."

சரோஜினி, பஸ் வந்து ஏறிக்கொண்டாள். நிற்பதற்குத்தான் இடம் கிடைத்தது. பஸ் கிளம்பும்போது அங்கு வந்த பஸ்களில் ஒன்றிலிருந்து அப்புவும் சுதாவும் இறங்குவதைப் பார்த்துவிட முடிந்தது.

3

"உங்காத்துக்குத்தான் போயிண்டிருக்கேன்" என்று அந்த மாமி சொன்னாள். பஸ்ஸிலிருந்து இறங்கி நடந்தது இருபதடிகூட இருக்காது. அந்த மாமிக்கு இரைக்கத் தொடங்கி இருந்தது. "பையைக் கொடுங்கோ, நான் எடுத்திண்டு வரேன்" என்று சரோஜினி சொன்னாள்.

"வேண்டாம்" என்று அந்த மாமி சொன்னாள். ஆனால் சொன்னதில் அதிக வலுவில்லாமல் இருந்தது. சரோஜினி பையின் பிடியைப் பிடித்தபோது அந்த மாமியாகவே கொடுத்துவிட்டாள்.

"அப்புறம் நீங்கள்ளாம் ஒண்ணும் சொல்லியனுப்பவே இல்லையே" என்று அந்த மாமி கேட்டாள்.

சரோஜினி பதில் சொல்லாமல் நடந்து வந்தாள்.

"மாமாவுக்கு இரண்டு நாளா உடம்பு சரியில்லே. அதான் நானே வந்து கேட்டுண்டு போயிடலாமுன்னு வந்தேன்" என்று அந்த மாமி சொன்னாள். பிறகு "உங்காத்திலே என்ன பேசிண்டா?" என்று கேட்டாள்.

கேட்டது சரியாகக் காதில் விழாத மாதிரி சரோஜினி "என்ன?" என்று கேட்டாள்.

"உங்காத்திலே பிடிச்சிருக்கோல்லியோ?" என்று அந்த மாமி மாற்றிக் கேட்டாள்.

"பெரியவாதானே சொல்லணும் மாமி" என்று சரோஜினி சொன்னாள். அப்போது வீடு வந்துவிட்டது. சரோஜினி கேட்டைத் திறந்துகொண்டு முன் வாசல் கதவைத் தட்டினாள். அந்த மாமி அவள் பையைத் திரும்ப வாங்கிக்கொண்டாள். வனஜா உள்ளிருந்து வந்து கதவைத் திறந்தாள். அந்த மாமியைப் பார்த்துச் சிறிது ஆச்சரியம் தெரிய, "வாங்கோ" என்றாள். மாமியை ஹாலுக்கு அழைத்துப்போய் ஒரு பாயும் விரித்தாள்.

பிறகு "அம்மா!" என்று கூப்பிட்டுக்கொண்டு சமையலறைப் பக்கம் போனாள்.

சரோஜினி கல்லூரிப் புத்தகங்களைத் தன் மேஜை மீது வைத்தாள். மேஜைக்கு அடியில் சுதா உட்கார்ந்திருந்தாள். "ஏன் இங்கே உட்கார்ந்திண்டிருக்கே?" என்று சரோஜினி கேட்டாள்.

"மாமா வராளோன்னு பாத்திண்டிருக்கேன்" என்று சுதா சொன்னாள்.

"மேஜைக்கடியிலே உக்காந்திண்டிருந்தா மாமா வரது தெரியுமா? வா வெளியிலே" என்று அவள் கையைப் பிடித்து சரோஜினி இழுத்தாள்.

"நானே வந்துடறேன் சித்தி" என்று சுதா அவளாகவே வந்தாள். சரோஜினி ஹாலில் உட்கார்ந்திருந்த அந்த மாமியைக் கடந்து சமையலறைப் பக்கம் போனாள். முகத்தில் களைப்புத் தெரிய அப்போதுதான் அம்மா அடுப்பங்கரையை விட்டுக் கிளம்பியிருந்தாள். வனஜா சரோஜினியைக் கேட்டாள்: "நீதான் இவளை அழைச்சிண்டு வரயா?"

"நான் பார்க்கவேயில்லை. அந்த மாமியாத்தான் என்னோடு பேசினா. என் பஸ்ஸிலேதான் வந்தா போல இருக்கு."

அம்மாவும் வனஜாவும் ஹாலுக்குப் போனார்கள். சரோஜினி அடுப்பங்கரைப் பாத்திரங்களைச் சப்தமெழுப்பாமல் திறந்து பார்த்துவிட்டுக் கிணற்றடிக்குப் போனாள். தேய்க்கிற கல் மீது உட்கார்ந்திருந்த பாலு, "சித் – த்தீ" என்று எழுந்து வந்தான்.

"என் புடவை மேலே விழாதேன்னு எத்தனை தடவை சொல்றது?" என்று சரோஜினி சொன்னாள். நல்ல சமயத்தில் அவன் இரண்டு கைகளையும் பிடித்துக்கொண்டாள். "என்னடா இது?" என்று கேட்டாள்.

"பாட்டி கடலே உருண்டைக் கொடுத்தாளே!" என்று பாலு சொன்னான்.

"அதை இப்படியா சப்பித் தின்னு மூஞ்சி கையெல்லாம் ஒரே பிசுக்காகப் பண்ணிக்கிறது?" என்று சரோஜினி கேட்டாள். அரை வாளித் தண்ணீர் அவனைக் கழுவுவதற்கே வேண்டியிருந்தது.

ஆறிக் குளிர்ந்து போயிருந்த டீயைச் சொம்பிலிருந்து ஒரு டம்பளர் எடுத்துக் குடித்துவிட்டு சரோஜினியும் ஹாலுக்குப் போனாள். ஒரு பார்வைக்கு அம்மா, அந்த மாமி இருவரும் ஒரே மாதிரி இருந்தார்கள்.

“நாங்க பத்து பவுனுக்க மட்டுந்தானே நகை போடறோம்னு மனசிலே வைச்சுக்காதேங்கோ. அடுத்த வருஷமே வளைகாப்பு, வருஷச் சீருன்னு வரப்போறது. எப்படியும் இன்னும் அஞ்சு பவுனுக்குக் குறையாமே நகை போடறோம். பொண்ணு வேலைக்குப் போறவ. கல்யாணத்துக்கு அப்புறமும் நீங்க வேலைக்குப் போகலாமேன்னு அபிப்பிராயப்பட்டாக்கூட அது உங்களைச் சேர்ந்தது ...”

“இப்ப என்ன சம்பளம் அவளுக்கு?” என்று வனஜா கேட்டாள்.

அந்த மாமி ஒரு வினாடி பேசாமல் இருந்தாள். “எல்லாமாச் சேந்து நூத்தித் தொண்ணூறு வரது,” என்று அந்த மாமி சிறிது மாறுபட்ட குரலில் சொன்னாள். அம்மா கேட்டுக் கொண்டபடிதான் இருந்தாள். அந்த மாமி மேற்கொண்டு சொன்னாள்: “அப்படியே எங்க கையிலே கொண்டு வந்து கொடுத்திட்டு அதிலேந்துதான் அப்புறம் அவள் செலவுக்கு வாங்கிப்பாள்.”

ஸ்டோர் அறையிலிருந்து சிறு முனகல் கேட்டது. வனஜா உடனே திரும்பிப் பார்த்தாள். முனகல் அழுகையாகி, சுரேஷ் ஃபீடிங் பாட்டில் ரப்பரைக் கையில் வைத்துக்கொண்டு ஹாலுக்குத் தவழ்ந்து வந்தான். அவன் கண்களில் தூக்கக் கலக்கம் இன்னும் முழுதும் போகவில்லை. அம்மா, “வனஜா, போ. குழந்தையைப் பாரு,” என்றாள். வனஜா எழுந்து சென்று குழந்தையைத் தூக்கிக்கொண்டாள்.

“இதுவும் உங்க பொண்ணோட குழந்தைதானே?” என்று மாமி கேட்டாள். “பொண் பார்க்க வந்த அன்னிக்கு இவளை அழைச்சிண்டு வரலைபோலேயிருக்கே?” என்றும் கேட்டாள்.

“இவனை விட்டுட்டுத்தான் வந்திருந்தா. எவ்வளவு பேருதான்னு நாங்க வந்து உங்களைச் சிரமப்படுத்தறது?”

“அதுக்கென்ன, அம்மாவை விட்டு இருக்கிற வயசில்லை பாருங்கோ.”

“சித்த நாழி இவ பாத்திண்டிருந்தா” என்று சரோஜினியைக் காட்டினாள்.

அப்போது வாசல் கேட் சப்தம் பெரிதாகக் கேட்டது. “அண்ணா வந்துட்டான்,” என்று சரோஜினி அம்மாவிடம் தழைந்த குரலில் சொன்னாள்.

அந்த மாமி, "யாரு?" என்று கேட்டாள்.

மணி சைக்கிளை வராந்தாவில் தடதடவென்று வைத்து விட்டு பூட்ஸைக் கழற்றி மூலையில் விட்டெறிந்தான். அந்த இடத்திலிருந்து ஹாலில் உட்கார்ந்திருந்தவர்கள் எல்லாரையும் பார்த்துவிட முடியாது.

பாண்ட் இடுப்பிலிருந்து ஷர்ட்டை வெளியே உருவிவிட்டுக் கொண்ட வண்ணம் ஹாலுக்கு வந்தவன் புதிதாக ஒரு நபரைக் கண்டவுடன் முகம் வெளுத்து நேரே ஹாலைக் கடந்து பின்பக்கம் போனான். வந்தது யார் என்று தெரிந்தவுடன் அந்த மாமி கண்ணிமைப் போதில் எழுந்து நின்றுகொண்டாள். அம்மா, "சரோஜா, நீ போய் உங்கண்ணாவுக்கு வேண்டியதைப் பாரு" என்றாள். சரோஜினி உள்ளே போனாள்.

மணி பல்லைக் கடித்துக்கொண்டு, "யாரோ வந்திருக்கான்னு எனக்கு முன்னாலியே சொல்றதுதானே?" என்று சரோஜினியைக் கேட்டான்.

"நீ வந்தாக்க நாங்க என்ன ஓடி வந்தா உனக்குச் சொல்ல முடியும்?" என்று சரோஜினி பதிலுக்குச் சொன்னாள்.

மணி கோபம தணியாமல், "போய் கோட்ஸ்டாண்டிலேந்து வேஷ்டியை எடுத்திண்டு வா" என்றான்.

"நீயே யோசிச்சுப் பாரு, நான் இப்ப போய் உன் வேஷ்டியை எடுத்திண்டு வந்தா வந்திருக்கிறவா யாரானாலும் உன்னைப் பத்தி என்ன நினைச்சுப்பா?"

"நானே எடுத்துண்டு வந்துக்கிறேன். எனக்கென்ன வெட்கம்?" என்று சொல்லி மணி ஹாலுக்குப் போனான். அப்போதுதான் உட்கார ஆரம்பித்திருந்த அந்த மாமி மீண்டும் சடாரென்று எழுந்து நின்றுகொண்டாள். மணி கோட்ஸ்டாண்டிலிருந்து அவனுடைய வேஷ்டியை எடுக்கும்போது அங்கே மாட்டப்பட்டிருந்த பிற ஷர்ட் பனியன் முதலியன கீழே விழுந்தன. அவைகளை எடுத்து வைக்காமல் அவன் அப்படியே மீண்டும் சமையலறைக்கு வந்தான். சரோஜினி அவனுடைய டீயைச் சுட வைத்துக் கொடுத்தாள். அவன், "டிபன் ஒண்ணும் பண்ணலே?" என்று கேட்டான்.

"ஏதோ பட்சணம்தான் பண்ணியிருக்கா போலயிருக்கு. எனக்கே தெரியாது," என்று சரோஜினி சொன்னாள். ஹாலில் அந்த மாமி அம்மாவிடம் சொல்வது லேசாகக் கேட்டுக்

கொண்டிருந்தது. "நீங்க சீக்கிரமே பதில் சொன்னா எங்களுக்கு ஏற்பாடெல்லாம் பண்ணச் சௌகரியமா இருக்கும். பிள்ளை ஷில்லாங்கிலே இருக்கான். அவன் லீவுக்கெல்லாம் கொஞ்சம் முன்னாலேயே எழுதிப் போட்டத்தான் சமயத்துக்குக் கிடைக்கும். அவன் வந்துதான் எல்லா ஏற்பாடும் பண்ணணும். எங்காத்து மாமாவுக்கு உடம்பு ரொம்பத் தள்ளாமையா போயிடுத்து."

மணி டீயை சப்தமே எழுப்பாமல் குடித்துக்கொண்டிருந்தான். அப்போது சுதா, "மாமா" என்று அவனிடம் வந்தாள். மணி, "வெறுமனே கூச்சல் போடாதே" என்றான். சரோஜினி உதட்டைப் பிதுக்கினாள். சுதா பயந்து போய், அழுவதற்குத் தயாரானாள். மணி மீண்டும் இன்னும் கடுமையான முகத்துடன் "உஷ்" என்றான். சுதாவின் ரோசம் பறந்து போய், அவள் அழாமல் நின்றாள். அம்மா அந்த மாமியிடம் சொல்லிக்கொண்டிருந்தாள், "நான் கேட்டுச் சொல்லறேன். ஜாதகங்களை ஊருக்கு அனுப்பிச்சிருக்கார் ..."

"இங்கே பார்த்ததிலே சரின்னு சொன்னேளே? அதுக்கப்புறம் தானே பெண் பார்க்கக் கூப்பிட்டது?"

"அப்பா எதுக்கும் ஊருக்கு அனுப்பிச்சுத்தான் கேட்டார். எங்க சின்னத் தாத்தா ... அங்கு அவர் பாத்துச் சொன்னாத் தான் அப்பாவுக்குத் திருப்தி" என்று வனஜா அந்த மாமியிடம் சொன்னாள்.

மணி, "ஆமாம், இவ கண்டா" என்று முணுமுணுத்துக் கொண்டான். அப்படியே நின்று கேட்டுக்கொண்டிருந்தவன் மீண்டும் டீயைக் குடிக்க ஆரம்பித்தான். அதற்கப்புறம் அதிகம் பேச்சுக் குரல் கேட்கவில்லை. அவன் கொடுத்த காலி தம்ளரை வாங்கிக் கழுவி வைத்துவிட்டு சரோஜினி ஹாலுக்கு வந்தபோது அந்த மாமி கிளம்பிப் போயிருந்தாள்.

மணி அவன் மேஜைக்குப் போய் தடாலென்று எது எதையோ எடுத்து வைத்துக்கொண்டிருந்தான். "ஏண்டா" என்று அம்மா கேட்டாள். அவன் பதில் ஒன்றும் சொல்லாமல் பழைய தினசரிப் பத்திரிகைகள் நான்கைந்தைச் சேர்த்துக் கீழே எறிந்தான். அம்மா "என்னடி?" என்று சரோஜினியைக் கேட்டாள்.

"இன்னிக்கு டிபன் பண்ணலியா அம்மா?" என்று சரோஜினி கேட்டாள்.

"எனக்கு உடம்பே தள்ளலே, கடலை உருண்டை பிடிச்சு வைச்சிருக்கேன். இரண்டு எடுத்துக்கிறியா?" என்று அம்மா மணியைக் கேட்டாள்.

"ஒண்ணும் வேண்டாம்" என்று அவன் சொன்னான்.

"நாளைக்கு இட்லிக்கு அரைச்சு வைச்சிருக்கேன். பாவம், கைக் குழந்தைக்காரி வனஜாதான் அரைச்சு வைச்சா. எனக்கு இன்னிக்கு உடம்பு தள்ளலேப்பா" என்று அம்மா சொன்னாள்.

வனஜா சொன்னாள், "அம்மா, நீ டான்சுக்குப் போகணும்னா சீக்கிரம் கிளம்பணும். நாழியாறது."

"டான்ஸ்னா உடம்பு தள்ளும். டிபன் பண்ண மட்டும் உடம்பு தள்ளாது" என்று மணி சொன்னான்.

"நான் போகலை. நீ வேணும்னா போயிட்டு வா" என்று அம்மா சொன்னாள்.

"நீயே போயிட்டு வாம்மா. அவன் போனா அரை மணிகூட உட்காந்து பாத்துவிட்டு வரமாட்டான். அவாளை ஏன் இப்படி அலைக்கழிக்கறேள்? முன்னாலே ஜாதகம் சரியாயிருக்குன்னு சொல்லிட்டு இப்ப எதுக்கு மறுபடியும் தாத்தா பார்க்கணும், மாமா பார்க்கணும்னு சொல்லணும்?"

"உங்க அப்பாதான் சொன்னார். வேணும்னா ராத்திரி அவர் வந்தப்புறம் கேட்டுக்கோ."

"அப்படின்னா ஏன் பத்து பேரா அவர் வீட்டுக்குப் போய் இரண்டு மணி நேரம் இல்லாத கேள்வியெல்லாம் கேட்டு பஜ்ஜி சொஜ்ஜியெல்லாம் தின்னுட்டு வரணும்?"

ஒரு நிமிஷம் எல்லாரும் மௌனமாக இருந்தார்கள். அம்மா தான் நிதானமாக ஸ்டோர் அறையிலிருந்தே சொன்னாள்: "இது ஒரு இடம்தானா? இன்னும் கொஞ்சம் மனசுக்குப் பிடிச்சதா வந்தால் பாக்கறது."

"உங்க மனசுக்கு எதைப் பிடிக்கும்? ஏன் இந்தப் பொண்ணுக்கு என்னவாம்?" என்று மணி வனஜாவைப் பார்த்துக் கேட்டான். வனஜா பேசாமல் இருந்தாள். மணி, "நீதான் பார்த்துட்டு வந்தயே, சொல்லேன்" என்று மீண்டும் வனஜாவைக் கேட்டான்.

"என்னவோப்பா, நானெல்லாம் உனக்குச் சொல்லக் கூடியவ இல்லை. நான் இன்னிக்கு வந்துவிட்டு நாளைக்கு ஊருக்குப் போயிடறவ" என்று வனஜா சொன்னாள்.

"அண்ணா அந்தப் பொண்ணைப் பார்த்து அப்படியே மயங்கிட்டான்" என்று சரோஜினி சொன்னாள்.

மணி கண்ணில் கொலை தெரிய, சரோஜினியைப் பார்த்தான். அதற்குள் அம்மா வந்து, "டேய் டேய், அவவழிக்குப்

போகாதே. எனக்கு என்னமோ அந்தப் பொண்ணு இந்தாத்துக்கு சரிப்பட்டு வருவாள்னு தோணலை. அப்புறம் உன் இஷ்டம்" என்றாள். மணி அதே வேகத்தில் சைக்கிளைத் தடதடவென்று இறக்கிக்கொண்டு வெளியே போய்விட்டான்.

சரோஜினி வனஜாவைக் கேட்டாள்: "எப்படித்தான் இருக்கா அவ?"

"நன்னாத்தான் இருக்கா" என்று வனஜா சொன்னாள்.

"பின்னே?"

"அம்மாதான் பார்த்த அன்னிலேந்தே சரிப்பட்டு வராதுன்னு சொல்லிண்டிருக்கா."

அம்மா வேறு புடவை கட்டிக்கொண்டிருந்தால்கூட என்னவோ மாதிரிதான் இருந்தாள். "சபா டிக்கட்டை ஞாபகமாக திருப்பி வாங்கிக்கோம்மா, இந்த மாசம் இன்னும் ஒரு கச்சேரி இருக்கு" என்று சரோஜினி சொன்னாள். அம்மா வாசல் கதவு வரை போனவள், "நீ வேணும்னா இன்னிக்குப் போயிட்டு வாயேன் வனஜா. நான் ஆத்திலே குழந்தைகளைப் பார்த்துக்கறேன்" என்று சொன்னாள்.

சரோஜினி, "நீதாம்மா ரொம்ப நாளா கமலா டான்ஸ்னு சொல்லிண்டிருந்தே. நான் வேணா உன்னை சபாவிலே கொண்டுவந்து விட்டுவிட்டு வரனே்" என்று சொன்னாள்.

அம்மாவும் சரோஜினியும் பஸ் ஸ்டாண்டு வந்தார்கள். அம்மா சொன்னாள், "என்னாலே அங்கே பஸ்ஸ்டாண்ட்லேந்தே நடக்க முடியாது போலேயிருக்கேடி."

"அப்ப டாக்சியிலே போயிடலாமா? எட்டணா தானே ஆகப்போறது?"

ஆனால் டாக்சி சபாவை அணுகும்போது அம்மா, "சரோஜினி, வண்டியைத் திருப்பச் சொல்லு. எனக்கு என்னமோ பண்ணறது" என்று சொன்னாள். சரோஜினி அம்மாவைப் பார்த்தாள். அம்மா முகம் சிறிது அதிகமாகத்தான் வியர்த்திருந்தது. "டிரைவர், திரும்பி வந்த இடத்துக்கே கொண்டு போயிடு" என்று டிரைவரிடம் சொன்னாள்.

வாசலில் வனஜா ஓடி வந்தாள். "என்னம்மா என்ன ஆச்சும்மா?" என்று கேட்டாள். அம்மா 'ஒன்றுமில்லை' என்று கையைக் காட்டினாள். ஆனால் அதிகம் பேச முடியவில்லை.

மணியும் இல்லை. அப்பாவும் பத்து மணிக்குத்தான் வருவார். சரோஜினி டாக்டர் வீட்டுக்குப் போனாள். டாக்டரிடம்

இன்னும் ஐந்தாறு நோயாளிகள் இருந்தார்கள். சரோஜினியைப் பார்த்து, "ஹலோ!" என்றார்.

சரோஜினி "அம்மா" என்றாள்.

"மறுபடியும் பிரஷர் வந்துடுத்தா? இதோ ஒரு பத்து நிமிஷம் இரு. இவாளை அனுப்பிச்சுட்டு வரேன்" என்று டாக்டர் சொன்னார். ஆனால் பதினைந்து நிமிடங்கள் ஆயின. டாக்டர் வெளியே வந்து, "வா போகலாம். வண்டி ஏதாவது கொண்டு வந்திருக்கயா" என்று கேட்டார்.

"டாக்சி கொண்டு வரட்டுமா" என்று சரோஜினி கேட்டாள்.

"உனக்கு ஸ்கூட்டர்லே பின்னாலே உக்காந்துப் பழக்கம்னா வேண்டாம்." என்று டாக்டர் சொன்னார். சரோஜினி பதில் சொல்லவில்லை. டாக்டர் அவர் ஸ்கூட்டரை வெளியே தெருவுக்குக் கொண்டு வந்தார். "நேத்திக்கு உங்கண்ணா அப்பு அழைச்சிண்டு வந்திருந்தான். அப்போ சாதாரணமாத்தானே இருந்தா?" என்று கேட்டார்.

"இன்னிக்குக் கொஞ்சம் வெளியிலே போனோம். உடனே படபடன்ன வந்துடுத்து."

"உங்கம்மா மாதிரி மனுஷாள்ளாம் அதிகம் வெளியிலேயும் போகக்கூடாது. அதிகம் அடுப்பங்கரையிலேயேயும் அடைஞ்சு கிடக்கக் கூடாது," என்று டாக்டர் சொன்னார். "இந்தப் பையை வைச்சிண்டு தைரியமா உக்காந்துப்பியோல்லியோ?"

சரோஜினி கெட்டியாகப் பிடித்துக்கொண்டு உட்கார்ந் தாள். டாக்டர் மெதுவாகத்தான் ஸ்கூட்டரை ஓட்டி வந்தார்.

வீட்டு வாசலில் பக்கத்து வீட்டுக்காரர்கள் நின்றுகொண் டிருந்தார்கள். சரோஜினிக்கு எதற்கு என்று தெரியவில்லை. டாக்டரும் அவளும் ஹாலுக்குப் போனபோது வனஜா அலறிக் கொண்டிருந்தாள். வனஜாவின் குழந்தைகள் மூன்றும்கூட அலறிக்கொண்டிருந்தன. அம்மா டாக்டரின் தேவையை மீறிய நிலை அடைந்திருந்தாள்.

4

"ஏண்டா அறிவு கெட்டவனே, தடுக்கைப் பிரிச்சு எடுக்கறத்துக்கு முன்னாலேயே ஏண்டா கொம்பை அவுத்து விட்டே?" என்று பெரிய ஆள் சின்ன ஆளைத் திட்டினாள். உடனே சின்ன ஆள் பந்தலின் பக்கக் குச்சிகளை மீண்டும் அந்தச் சவுக்குக் கம்பத்தில் கட்டப் போனான். அந்தக் கம்பத்தருகில் ஒரு சிறு பள்ளம்

சேறாகவும், தர்ப்பைத் துண்டுகளுமாக இருந்தது. சரோஜினி, "அடிக்காதே, அடிக்காதே" என்றாள். ஆனால் அந்தப் பெரிய ஆள் சின்ன ஆளை ஓங்கி ஒரு அறை கொடுத்துவிட்டான். சின்ன ஆள் ஏதேதோ கத்திக்கொண்டே தெருவோடு ஓடிப்போய் விட்டான். அவன் என்ன சொன்னான் என்று தனித்தனியாக விளங்காவிட்டாலும் கூசும்படியான வசவுதான் என்று சரோஜினிக்குத் தெரிந்தது. அப்பா கிணற்றங்கரையிலிருந்து வீட்டைச் சுற்றி வந்து, "பந்தலைப் பிரிச்செடுத்துண்டு போனப்புறம் இங்கே வந்து உக்காந்துக்கோயேம்மா" என்று சரோஜினியிடம் சொன்னார். பத்து நாட்கள் களையப்படாமலிருந்த தாடி, மீசையை எடுத்து மூன்று நாட்களாகியும் அவர் நேற்றுத்தான் க்ஷவரம் செய்துகொண்டவர் மாதிரி இருந்தார். பதறும் அடி உதட்டைக் கடித்துக்கொண்டு சரோஜினி தன் புத்தகத்துடன் வீட்டிற்குள்ளே போனாள். வராந்தாவில் அவள் மேஜை இருக்கும் இடம் காலியாக இருந்தது. அந்த இடத்தில் தான் இறந்துபோன அவள் அம்மாவுக்குக் கல் ஊன்றி அந்திமக்கிரியைகள் செய்திருந்தார்கள். அதற்காக வாசலில் போட்டிருந்த தட்டிப் பந்தலும், மறைப்பும் இன்னும் சில நிமிடங்களில் முழுக்க எடுபட்டுப் போய்விடும்.

மாடிப்படி முடிந்து மொட்டை மாடி துவங்கும் மூன்றடி அகல இடத்தில் மணி, அப்பு இருவரும் படுத்துத் தூங்கிக் கொண்டிருந்தார்கள். அவர்களை மிதிக்காமல் சுவரோரமாக இருந்த இடத்தில் சரோஜினி தன்னைச் சுருக்கிக் கொண்டு உட்கார்ந்து புத்தகத்தைப் பிரித்தாள். பரீட்சை வினாத்தாளில் அந்தப் புத்தகத்திலிருந்துதான் சில பகுதிகளை விடையெழுதத் தேர்ந்தெடுப்பார்கள். அவளுக்கு மிகவும் பழக்கமான அந்தப் புத்தகம் அந்நேரத்தில் அவளுக்கு ஏதோ புரியாத மொழியில் எழுதப்பட்டிருந்தது போலிருந்தது.

அப்பு சட்டென்று எழுந்து தன் காதைக் குடைந்து கொண்டான். அந்த வேகத்தில் மணி சிறிது தூக்கம் கலைபட்டுப் புரண்டு படுத்துக்கொண்டான். அப்பு, சரோஜினியைப் பார்த்து, "என்ன மணியாறது?" என்று கேட்டான்.

"இரண்டு, இரண்டரை இருக்கும்," என்று சரோஜினி சொன்னாள். அப்புவின் நெற்றியில் முன் மயிரை அரை அங்குலத்திற்கு வழித்துவிடப்பட்டிருந்தது.

"அம்மா," என்று அப்பு கொட்டாவி விட்டான். "கீழே என்ன சத்தம்?" என்று கேட்டான்.

"பந்தலைப் பிரிக்கறா" என்று சரோஜினி சொன்னாள்.

"யார் இருக்கா?"

"அப்பா."

அப்பு உடனே கீழே இறங்கிப் போனான். சரோஜினி முழங்காலைக் குத்திட்டு உட்கார்ந்துகொண்டாள். பிறகு புத்தகத்தை அங்கேயே வைத்துவிட்டு அவளும் கீழே இறங்கிப் போனாள். வராந்தாவில் வனஜா அவள் கணவரிடம் ஏதோ மெதுவாகச் சொல்லிக்கொண்டிருந்தாள். அவர் வெற்றிலை பாக்கு மென்றுகொண்டு வாய் பேசாமல் கேட்டுக்கொண் டிருந்தார். சரோஜினியைப் பார்த்ததும், "நாளைக்குப் பரீட்சை ஆரம்பமா?" என்று கேட்டார்.

"உம்," என்று சரோஜினி சொன்னாள்.

"பாவம்," என்று அவர் சொன்னார்.

ஹாலில் ஏகப்பட்ட சாமான்களை ஒரு பக்கமாகக் குவித்து வைத்திருந்தது. சரோஜினியின் மேஜையும் அந்தக் குவியலில் தான் இருந்தது. மறுபக்கத்தில் இரண்டு மூன்று பாய்கள் கோணலும் மாணலுமாகக் கிடந்தன. ஒன்றில் மட்டும் சுரேஷ் தூங்கிக்கொண்டிருந்தான்.

சமையலறையில் பவானி பிற்பகல் காபிக்கு ஸ்டவ்வைப் பற்ற வைத்து வெந்நீர் போட்டிருந்தாள். அம்மாவின் அக்கா காலை நீட்டி அங்கேயே உட்கார்ந்திருந்தாள். சரோஜினியைப் பார்த்து, "வாடா என் கண்ணு," என்றாள். சரோஜினி பெரியம்மாவுக்குப் பக்கத்தில் போய் உட்கார்ந்து கொண்டாள். மறுகணம் அவளைக் கட்டிக்கொண்டு அழ ஆரம்பித்தாள்.

"நான் போக வேண்டியவ. எல்லாம் இன்னும் இருக்கிறப்போ இவ இப்படி முந்திண்டாளே," என்று பெரியம்மாவும் அழுதாள். பெரியப்பா செத்துப்போய்ப் பல வருடங்கள் ஆகிவிட்டன. குழந்தைகளும் கிடையாது.

பவானி சொன்னாள், "அம்மா வளைகாப்பு செஞ்சுவைப்பா, அதுக்கு வருவேன்னு இருந்தேன். என்னை இப்படி ஏச்சுட்டா," என்று விம்மினாள். அப்போது வெந்நீர் கொதித்துவிட்டது. பவானி மெதுவாகப் பாத்திரத்தை இறக்கி, காபி ஃபில்டரில் வெந்நீர் விட்ட பிறகு மீண்டும் அடுப்பில் ஜலம் வைத்தாள்.

"பால்காரன் இப்போ வந்துடுவானா?" என்று பெரியம்மா கேட்டாள்.

“அவன் மூணரை நாலு மணிக்குத்தான் இரண்டு நாளா வந்திண்டிருக்கான். அத்தனைக்கும் இன்னிக்கு அதிகப்படி பால்கூட இல்லை,” என்று பவானி சொன்னாள்.

பெரியம்மா சரோஜினியின் தலையைத் தடவி விட்டுக் கொண்டிருந்தாள். அப்போது வனஜாவும் அங்கே வந்தாள். பெரியம்மா அவளைப் பார்த்து, “உங்காத்துக்காரர் இன்னிக்கே கிளம்பிப் போகிறாரா?” என்று கேட்டாள்.

“நானும்கூடக் கிளம்பலாமான்னு பாக்கறேன். இரண்டு மாசமா எங்கேயோ சாப்பிட்டு அவர் உடம்பு நாராப் போயிடுத்து,” என்று வனஜா சொன்னாள்.

“ஏண்டி, இவ்வளவு நாளா இருந்தவ இன்னும் பத்து நாள் சரோஜினி பரீட்சை முடிஞ்சப்புறம் போறதுதானே?” என்று பெரியம்மா கேட்டாள்.

“அவர் அப்படித்தான் சொல்றார். எனக்குத்தான் மனசு கேக்கலை,” என்று வனஜா சொன்னாள்.

பவானி மிகுதியிருந்த காலைப் பாலில் பாத்திரம் நிறையக் காபி கலந்து முதலில் ஒரு தம்ளரில் எடுத்துவிட்டு, “இதைக் கொண்டு போய் அப்பாவுக்குக் கொடுத்துட்டு வா சரோஜா,” என்றாள்.

சரோஜினி காபி எடுத்துக்கொண்டு வந்தாள். பந்தல் இருந்த போது நிழலாக இருந்ததென்று அவள் வெளியே போட்டுக் கொண்டு படித்துக்கொண்டிருந்த நாற்காலியில் அப்போது அப்பா உட்கார்ந்து கொண்டிருந்தார். “மாப்பிள்ளைக்குக் கொடுத்தாச்சா?” என்று கேட்டார்.

“இல்லை” என்று சரோஜினி சொன்னாள்.

“அவாளுக்கெல்லாம் கொடுத்தப்புறம் எனக்குத் தரலாமே” என்று அப்பா சொன்னார். சரோஜினி பதில் பேசாமல் நிற்க, அவர் தம்ளரை வாங்கிக்கொண்டார். அப்பாவும் வனஜாவின் கணவரும் அந்தப் பக்கம் வந்தார்கள். அப்பு முகம் கழுவி இன்னும் துடைத்துக்கொள்ளாமல் இருந்தான். வனஜாவின் கணவர், “நான் இன்னிக்குக் கிளம்பறேன்,” என்று அப்பாவிடம் சொன்னார்.

“நீங்களே இப்படி அதைரியப்பட்டுண்டிருந்தா இவபோல குழந்தை எல்லாம் என்ன செய்யும்? இனிமேதான் நீங்க இன்னும் திடமாக இருக்கணும்,” என்று வனஜாவின் கணவர் சொன்னார்.

“நான் இனிமே என்ன திடமா இருக்கப்போறேன்?”

சரோஜினி வெகு வேகமாக உள்ளே போனாள், ஆனால் அவள் அழுவதற்கு அவகாசம் தராமல் பவானி இன்னொரு தம்ளர் காபியை அவளிடம் கொடுத்து, “இதை அத்திம்பேருக்குக் கொடுத்துட்டு வா. இந்தா, இது உனக்கு” என்றாள். சரோஜினி மீண்டும் வெளியே வந்தாள். இப்போது அப்பாவும் வனஜாவின் கணவரும் சாதாரணமாகப் பேசிக்கொள்ள ஆரம்பித்திருந்தார்கள். வனஜாவின் கணவர் சொன்னார்: “என்ன காரணத்தைக் கொண்டும் சரோஜினி படிப்பை நிறுத்திடாதேங்கோ. ஒரு டிகிரி வாங்கிடட்டும். பி.யூ.சி. படிச்சிட்டு வீட்டிலே உக்காந்துக்கறத்துக்கு எஸ்.எஸ்.எல்.சி. யோடெயே நிறுத்திக்கலாம்.”

சரோஜினி காபியை அவருக்குக் கொடுத்தாள். அப்போது அடுத்த வீட்டிலிருந்த சுதா பாலுவைக் கையைப் பிடித்து அழைத்து வந்தாள். பாலு நனைந்திருந்த தன் நிக்கரைக் கையில் வைத்துக்கொண்டிருந்தான் எப்படியோ உள்ளேயிருந்தே அவர்களைப் பார்த்துவிட்ட வனஜா அவர்கள் இரண்டு பேரையும் உள்ளே அழைத்துப் போனாள். வனஜாவின் கணவர் சரோஜினியைப் பார்த்துச் சொன்னார்: “இதோ பார் சரோஜி, இனிமேயெல்லாம் நீ அழுதுண்டு கிழுதுண்டு இருக்கக் கூடாது. தைரியமா இருக்கணும். பரீட்சை நன்னா எழுதணும். மேலே படிக்கணும். அப்பா அண்ணாவெல்லாம் நன்னா பார்த்துக்கணும். உன் அக்காவை எதுக்கும் ஒரு மாசம் இங்கே இருந்துட்டே வரச் சொல்லியிருக்கேன். இருந்தாலும் இனிமே நீதான் வீட்டுக்குப் பெரியவ ...”

சரோஜினி காலித் தம்ளரை எடுத்துக்கொண்டு சமையலறைக்குச் சென்றாள். வனஜாவின் குழந்தைகள் மோர் சாதம் சாப்பிட்டுக்கொண்டிருந்தனர். வனஜா, பவானி இருவரும் எதிரில் உட்கார்ந்து பேசிக்கொண்டிருந்தனர். அப்பு, பெரியம்மா பக்கத்தில் உட்கார்ந்து எல்லாவற்றையும் கேட்டுக்கொண்டிருந்தான். பெரியம்மா சொன்னாள்: “அதுக்குள்ளே எதுக்கு அவசரப்படறேள்? இன்னும் சரோஜா இருக்கா; அவளுக்கே தன் நகைகள் எல்லாத்தையும் போட்டு ஒப்பேத்தலாம்னு அம்மா இருந்திருப்பா. இப்போ நீங்க ஆளுக்கு ஒண்ணுன்னு நகை நட்டெல்லாம் எடுத்திண்டு போயிட்டா நாளைக்குக் குழந்தைக்குக் கல்யாணம்னா என்ன பண்ணறது? எனக்கென்னமோ சம்மதமாத் தோணலை.”

பவானி அழுகுரலில் சொன்னாள்: “வளைகாப்புக்குக் கட்டாயம் ஒரு ஜோடி கரும்பு வளை பண்ணிப் போடறேன்னு அம்மா சொல்லிண்டிருந்தாள் ...”

“கரும்புக் கணு வளையா?” என்று வனஜா கேட்டாள்.

பவானி ஒரு விநாடி அசையாமல் இருந்தாள். பிறகு "ஆம்மாம், கரும்புக் கணு வளை," என்றாள். அவள் அழவில்லை.

சுரேஷ் அப்போதுதான் எழுந்தவன், அழுதுகொண்டே அவன் அம்மாவைத் தேடி வந்தான். வனஜா, "இன்னும் கொஞ்சம் நாழி தூங்கித் தொலையறதுதானே, என்ன தலைபோற அவசரம்?" என்று அவனிடம் கேட்டாள். அவன் இன்னும் கொஞ்சம் அதிகமாக அழுதான். பெரியம்மா சொன்னாள்: "இன்னும் ஒருத்தி கல்யாணத்துக்கு இருக்கா, பிள்ளைகளுக்கெல்லாம் கல்யாணம் ஆகலை. அதனாலே இப்பவே பங்கு போட்டுண்டு போறதெல்லாம் சரியில்லே," என்றாள்.

அப்போது மணியும் எழுந்து வந்துவிட்டான். அவனைக் கண்டதும் எல்லாரும் பேசாமல் இருந்தார்கள். அவன் பொதுவாக, "நாளைக்கு நான் ஆபீஸ் போகணும், சமையலெல்லாம் இன்னி மாதிரி நாழி பண்ண வேண்டாம்," என்றான். அப்புவும், "ஆமாம், எனக்கும் இன்னியோட லீவு முடியறது," என்றான். பிறகு, "அப்பாவுக்குக்கூட," என்றான். பவானி மணிக்குக் காபி எடுத்துக் கொடுத்தாள். மணியின் முகமும் கறுத்துப் போயிருந்தது. அவனுக்கும் முன்தலையில் கிராப் சிறிது வழித்து விடப்பட்டிருந்தது. பெரியம்மா சொன்னாள்: "ஒரு வருஷத்துக்கு அதிகமா வெளியூர் எங்கேயும் போக நேராதபடி இருக்கணும். ஊனம் மாஸ்யம் ஒண்ணும் விட்டுப் போகாம நீதான் இருந்து செஞ்சுடணும்," என்று மணியிடம் சொன்னாள். மணி அப்படியே கேட்டுக்கொண்டிருந்தான். பிறகு சரோஜினியைப் பார்த்து, "நாளைக்குப் பரீட்சைன்னா போய் பாடத்தை ஏதாவது பார்த்துக்கறதுதானே?" என்றான்.

"ஏன் குழந்தையை வெறுமனே துரத்தறே? அவளே இப்பத் தான் இங்கே வந்தா. பாவம், ஒரு மூலையிலே தனியா உக்காந்து வாசிக்கறதுக்குக்கூட இப்போ இடமில்லாம இருக்கு" என்று பெரியம்மா சொன்னாள்.

"அதுக்கென்ன செய்யறது? அவ மேஜையெல்லாம் இப்போவே பழைய இடத்திலே எடுத்துப் போட்டுடப் போறேன்." பிறகு மணி பவானியைப் பார்த்து, "உன் சமாச்சாரம் என்ன? நீ திரும்பி ஊருக்குப் போகணுமா, இல்லே இங்கேயே இருந்துடலாமா – எல்லாம் பெரியம்மா இங்கே இருக்கிறப்பவே பேசித் தீர்மானம் பண்ணிக்கோ," என்றான்.

"அவளா என்னடா பண்ணுவா? அப்பாவைக் கேக்க வேண்டாமா, அவ புக்காத்துக்காராளைக் கேக்க வேண்டாமா?" என்று பெரியம்மா சொன்னாள்.

"அதுதான் கேக்கறதையெல்லாம் முன்னாலிலே எல்லாரும் இருக்கிறப்பவே கேட்டுண்டட்டும்னுதான் சொல்லறேன். எல்லோருக்கும் எம்மாதிரி ஆக வேண்டாம் பாருங்கோ," என்று சொல்லிவிட்டு மணி போய்விட்டான்.

"அவன் என்ன சொல்றான்?" என்று பெரியம்மா கேட்டாள்.

"அண்ணாவுக்கு அம்மா போனப்போ பக்கத்திலே இல்லை யேன்னு ரொம்பத் துக்கம்," என்று சரோஜினி சொன்னாள்.

"இருக்கிறவரைக்கும் ஒரு நாள்கூட அம்மாவோட சிடுசிடுக் கின்ற முஞ்சி இல்லாம அவன் இருந்தது கிடையாது," என்று வனஜா சொன்னாள்.

"இப்ப அதெல்லாம் எதுக்கு?" என்று அப்பு சொன்னான். "டிபனுக்கு என்ன பண்ணப் போறேள்? எனக்கு ரொம்பப் பசிக்கிறது," என்றும் சொன்னான்.

பவானி வனஜாவிடம், "ரவா இருந்தா உப்புமா பண்ணிட லாம்," என்று சொன்னாள். வனஜா சுரேஷுக்குப் பால் கரைத்துக் கொடுக்க ஆரம்பித்திருந்தாள்.

பெரியம்மா எழுந்து மெதுவாகக் கிணற்றங்கரைப் பக்கம் போனாள். சரோஜினியும் அவளைத் தொடர்ந்து போனாள். "பெரியம்மா," என்று மெதுவாகக் கூப்பிட்டாள்.

"என்னடா கண்ணு?" என்று பெரியம்மா கேட்டாள். சட்டென்று, "சீ அசடு, அசடு! இப்படி நினைச்சுண்டு நினைச்சுண்டு அழ ஆரம்பிக்கக்கூடாது. உனக்கு யார் இல்லே இப்போ? அப்பா இருக்கா, அக்கா அண்ணாவெல்லாம் இருக்கா. நான் இருக்கேன். இப்படி வெறுமனே அழுதுண்டே இருக்கக்கூடாது," என்றாள்.

"எனக்கென்னமோ பயமா இருக்கு."

பெரியம்மா சரோஜினியைக் கட்டிக்கொண்டு தலையை யும் முதுகையும் தடவிக்கொடுத்தாள். "ஆனது ஆயிடுத்து, இனிமே நீ அப்பாவைப் பாத்துக்கணும்மா," என்றாள். "பத்து இருபது நாளானா வனஜா அவ வீட்டுக்குப் போயிடுவா, பிரசவம் ஆச்சுன்னா பவானி அவ வீட்டுக்குப் போய்விடுவா. உங்க எல்லாரையும்விட அப்பாவுக்குத்தான் கஷ்டம், அவரைத் தான் நீ ஜாக்கிரதையாப் பார்த்துக்கணும்."

சரோஜினி கேட்டாள், "நீங்க தனியாத்தானே இருக்கேள் பெரியம்மா. இங்கே வந்து இருந்துடுங்கோளேன். அம்மா இல்லாததுக்கு நீங்க எங்களுக்கு அம்மாவா இருந்துடுங் கோளேன்."

பெரியம்மா ஒரு கணம் மலைத்த மாதிரி நின்றாள். பிறகு, "நான் எப்படிம்மா வர முடியும்? நான் வீட்டிலே நாலு குடித்தனக்காராளை வைச்சிண்டிருக்கேன். வீட்டை எல்லாம் விட்டுட்டு எப்படி வர முடியறது? அதோட நாளைக்கே மணிக்குக் கல்யாணம் முடிஞ்சுதுன்னா வீட்டுக்குன்னு ஒருத்தி வந்துடுவா. நான் என்னத்துக்கு?" என்றாள்.

சரோஜினி பெரியம்மாவை விட்டுவிட்டு வாசல் பக்கம் வந்தாள். மணி அவள் மேஜையைப் பழையபடி மாடிப் படியருகில் போட்டு வைத்திருந்தான். அப்பா வெளி நாற்காலி யில் அசையாது உட்கார்ந்திருந்தார். ஹாலில் அப்பு, சுதாவுக்குக் கயிற்றை எப்படித் தரையில் இடிக்காமல் சுற்றி ஸ்கிப்பிங்கு ஆடுவது என்று செய்து காட்டிக்கொண்டிருந்தான். அதைப் பார்த்தபடி வனஜாவின் கணவர் அவருடைய ஹோல்டாலை இழுத்துக் கட்டிக் கொண்டிருந்தார்.

சரோஜினி ஒரு சித்தமாக மனத்தை வைத்துக்கொண்டு மேஜை முன்னால் உட்கார்ந்தாள்.

5

சரோஜினி சாம்பார் சாதத்தையும் தயிர் சாதத்தையும் தனித்தனிப் பாத்திரங்களில் பிசைந்து வைத்துக்கொண்டே பின் அடுப்பில் காய்ந்துகொண்டிருந்த பாலை இறக்கி வைத்தாள். தண்ணீர் தெளித்து அடுப்பை அணைப்பது ஆகாது என்ற உணர்வுடனேயே தண்ணீர் தெளித்துத்தான் சிவப்பாக எரிந்து கொண்டிருந்த கரித்துண்டுகளை நொடியில் சிறுத்துப் புகை எழுப்பி சாம்பல் பூத்து அணைய வைத்தாள். அவள் முன்பே இறக்கி வைத்திருந்த டிகாக்ஷனில் ஒரு தம்ளர் காபி கலக்க நான்கு கரண்டி பால் தேவைப்பட்டது. காபியை பிளாஸ்கில் விட்டு வைத்துவிட்டு வெளியே ஒரு தரம் போய் எட்டிப் பார்த்துவிட்டு வந்தாள். ஐந்து நிமிஷங்கள் கழித்துத்தான் அப்பு ஆபீஸிலிருந்து வந்தான். அவன் கொண்டு வந்திருந்த காலி டிபன் காரியரை அவசரம் அவசரமாகக் கழுவி, பிசைந்து வைத்திருந்த சாதங்களை எடுத்து வைத்தபின் காரியரின் வெளிப்புறத்தை ஒரு துண்டால் சுத்தமாகத் துடைத்தாள். அப்பு வந்ததிலிருந்து அப்படியே நாறகாலியில் உட்கார்ந்திருந்தான். அவனிடம், "இந்தா காபி சாப்பாடு" என்று சொல்லி இரண்டு பைகளையும் சரோஜினி கொடுத்தாள்.

"எனக்கு ஒண்ணும் இல்லையா?" என்று அப்பு கேட்டான்.

சரோஜினி நாக்கைக் கடித்துக்கொண்டு, "இதோ கலந்துதுண்டு வரேன்," என்றாள்.

"வேண்டாம், நானே கலந்துக்கறேன். இன்னிக்கு மட்டும் நீ போயிட்டு வந்துடேன்," என்று அப்பு சொன்னான்.

"இவ்வளவு நாழிக்கப்புறம் சொல்லறியே? நான் இப்போ கிளம்பிப் போறதுக்குள்ளே ஆறு மணி ஆயிடுமே!"

"கொஞ்சம் இன்னிக்கு மட்டும் நீயே போயிட்டு வந்துடேன். நான் எப்போ போனாலும் டாக்டரைக் கேளு, ஆர்.எம்.ஓ.வைக் கேளுன்னு அவ விரட்டிண்டே இருக்கா."

"என்னாலே ஒண்ணும் இப்போ திடுதிப்புன்னு போக முடியாது."

"அப்போ நானும் போகப் போறதில்லை. யாருமே போக வேண்டாம்."

சரோஜினி வேகமாகச் சமையலறைக்கு வந்தாள். ஒரு நிமிஷம் கழித்து ஸ்டோர் அறைக்குச் சென்று வேறு புடவை எடுத்துக் கட்டிக் கொண்டாள். அப்பு இன்னமும் அப்படியே நாற்காலியில் உட்கார்ந்து கொண்டிருந்தான். "சரி, நான் போயிட்டு வரேன். பாலைப் பூனை குடிச்சுடாதபடி பாத்துக்கோ. பாஸ் எங்கே?" என்ற சரோஜினி கேட்டாள்.

அப்பு கசங்கி நைந்து போயிருந்த ஒரு காகிதத் துண்டை எடுத்துக் கொடுத்தான்.

ஒன்பதாம் நம்பர் வார்டில் பவானியின் படுக்கையில் வேறு ஏதோ ஒரு அம்மாள் இருந்தாள். சரோஜினி அவளிடம், "என் அக்கா எங்கே?" என்று கேட்டாள். அந்த அம்மாள் கண் திறந்தாலும் கேள்வியை வாங்கிக்கொண்ட மாதிரி இல்லை. சரோஜினி அந்த வார்டைப் பார்த்துக்கொள்ளும் நர்ஸைத் தேடிக்கொண்டு போனாள். அந்தப் பகுதிக்கு என்றிருந்த மேட்ரன் அறையில் ஒரு நர்ஸ் எதையோ தேடிக்கொண்டு போனாள். சரோஜினியைப் பார்த்து, "இங்கே எங்கே வந்தே, போ, போ, போ. இதென்ன பிரைவேட் நர்ஸிங் ஹோம்னா நினைச்சு இந்த நேரத்துக்கெல்லாம் இப்படிச் சுத்திட்டிருக்கீங்க? போ, போ, போ. விசிட்டர்ஸ் டைம் எல்லாம் முடிஞ்சு மணியடிச்சாச்சு," என்றாள்.

"பதிமூணாம் நம்பர் பெட்லே இருந்த பவானி எங்கே? அவுங்களைத்தான் பார்க்க வந்தேன்," என்ற சரோஜினி சொன்னாள்.

“பிரைமியா?” என்று நர்ஸ் கேட்டாள். ஒரு விநாடி கழித்து சரோஜினி, “ஆமாம். இதுதான் முதல் பிரசவம்,” என்றாள்.

“அவங்களுக்கு வலியெல்லாம் நின்னு போயி மத்தியானமே நாலாம் நம்பர் வார்டிலே போட்டிருக்கு” என்று நர்ஸ் சொன்னாள்.

“நாலாம் நம்பர் வார்ட் எங்கேயிருக்கு?” என்று சரோஜினி கேட்டாள்.

“எல்லாம் டைம் இருக்கிறப்பவே வரக்கூடாதா? கீழே ஆபரேஷன் தியேட்டர் பக்கத்திலே போ,” என்று நர்ஸ் சொன்னாள்.

சரோஜினி நாலாம் எண் வார்டை அடைவதற்குள் இரண்டவது மணியும் அடித்து நோயாளிகளைப் பார்க்க வந்தவர்கள் எல்லாரும் வெளியே போய்க் கொண்டிருந்தார்கள். சக்கரத்துக்குச் சரியாக எண்ணெயிடப்படாத ஒரு பெரிய தள்ளுவண்டியை ஒரு தடிப் பெண்மணி தள்ளிக்கொண்டு வந்தாள். இன்னும் இருவர் அந்த வண்டியிலிருந்த ரொட்டித் துண்டுகளையும் பாலையும் நோயாளிகளுக்கு விநியோகித்துக் கொண்டு வந்தார்கள். பவானி அழுதுகொண்டிருந்தாள். சரோஜினி, “முதல்லே காபி சாப்பிட்டுடு,” என்றாள்.

பவானி கண்ணைத் துடைத்துக்கொண்டு “ஏன் இவ்வளவு நாழி?” என்றாள்.

“பஸ்ஸே கிடைக்கலை. உன் வார்டு மாத்தினது வேறே தெரியாது,” என்று சரோஜினி சொன்னாள்.

“கடிதாசு ஏதாவது வந்ததா?”

“இல்லை.”

பவானி இன்னும் ஏமாற்றம் அடைந்தவளாக இருந்தாள். காபியை வாங்கிக் குடித்தாள். “சர்க்கரையே போடலியா?” என்று கேட்டாள்.

“போட்டேனே.”

“நீயே சாப்பிட்டுப் பாரு” என்று பவானி சொன்னாள்.

சரோஜினி பவானியின் படுக்கைக்குப் பக்கத்திலிருந்த வலை அலமாரியைத் திறுந்த பார்த்தாள். அதில் வீட்டிலிருந்து பவானிக்காகக் கொண்டு வைத்திருந்த சர்க்கரை சீசா காலியாக இருந்தது. சரோஜினி மேற்கொண்டு, “இன்னிக்கு இரண்டு

சாதத்தையும் கொஞ்சம் இளகவே பிசைஞ்சுண்டு வந்திருக்கேன்” என்றாள்.

“அப்படி வைச்சுட்டுப் போ,” என்று பவானி சொன்னாள். பிறகு, “நான் சொன்ன புடவை, பாடி, ஜாக்கெட் கொண்டு வந்திருக்கிறயா ?” என்று கேட்டாள்.

“நீ ஒண்ணும் கொண்டு வரலே? அப்புகிட்டே சொல்லி யனுப்பிச்சேனே, அவன் சொல்லலை ?”

“இல்லையே.”

பவானி மறுபடியும் அழ ஆரம்பித்தாள். அப்போது அந்த வார்ட் நர்ஸ், “யாரும்மா அது, இன்னமும் அங்கேயே நின்னுட்டிருக்கிறது? உங்களுக்கு எத்தினி வாட்டி போ போ போன்னு சொல்றது. இப்பிடி போயிட்டு அப்பிடி வந்து நின்னுடறீங்களே? அறிவு இல்லே?” என்று கேட்டாள்.

“நான் இப்பதான் வந்தேன் சிஸ்டர், இதோ போயிடறேன்,” என்று சரோஜினி சொன்னாள். பவானியிடம், “நாளை கார்த்தாலே காபியோட நான் எல்லாம் அனுப்பறேன். இன்னும் என்ன வேணும் சொல்லு” என்றாள்.

“நான் எப்படி வேணா, எக்கேடு கெட்டும் போய்த் தொலையறேன்,” என்று பவானி மேலும் அழுதாள்.

“என்ன வேணும்னு சொல்லேன். சொன்னாத்தானே நான் எடுத்து அனுப்ப முடியும்?”

பவானி கண்களைத் துடைத்துக்கொண்டாள்.

“உன்னைக் கோச்சுண்டு என்ன பண்ணறது?” என்று சொன்னாள். பிறகு, “அட்டைப் பெட்டியிலே இரண்டு வெள்ளைப் புடவை வைச்சிருந்தேன். அதிலே ஒண்ணும், நேத்திக்கு சோப்பு போட்டு உலர்த்தக் கொடுத்த பாடி, பாவாடை, ஜாக்கெட் இது நாலையும் கொடுத்தனுப்பிச்சுடு,” என்றாள்.

“சர்க்கரை ஆயிடுத்து இல்லையா ?”

“ஆமாம். சர்க்கரை, ஹார்லிக்ஸ்... நாளைக்குக் கட்டாயமா அப்பாவை வரச்சொல்லு கார்த்தாலேயே. இப்போ பிரசவம் இல்லேன்னா வீட்டுக்காவது வந்துடலாம். நான் கேட்டா ஒரு டாக்டரும் சரியாச் சொல்லறதில்லை.”

“நான் இப்போ கேட்டுண்டு வரட்டுமா ?”

“நீயா . . . சரி, கேட்டுண்டு வாயேன்.”

சரோஜினி எப்பக்கம் கிளம்புவது என்று புரியாமல் ஒரு கணம் தயங்கினாள். பவானி சொன்னாள். “ஆர்.எம்.ஓ.வெல்லாம் இப்போ யாரும் கிடைக்கமாட்டா. காத்தாலே பத்து பத்தரை மணி விட்டா மறுபடியும் ராத்திரி ஏழு மணிக்குத்தான்.”

“நான் பாத்துண்டு வரேனே.”

சரோஜினி வராந்தாவில் நேராகப் போனாள். ஒரு சிறு அறையில் இரண்டு நர்ஸ்கள் ஆஸ்பத்திரி துணிமணி சலவைக்குப் போய் வந்ததைக் கணக்குப் பார்த்து எடுத்து வைத்துக்கொண்டிருந்தார்கள். சரோஜினியைப் பார்த்து, “ஏய், யாருது? போ... போ... போ. இப்போ மேட்ரன் வர நேரம்,” என்று ஒரு நர்ஸ் சொன்னாள்.

சரோஜினி, “ஒரு நிமிஷம் சிஸ்டர்,” என்றாள்.

நர்ஸ் தன் வேலையைவிட்டு “என்ன?” என்றாள்.

“இங்கே ஏழாம் நம்பர் பெட்லே என் அக்கா இருக்கா. அவளை டிஸ்சார்ஜ் பண்ணிடுவாங்களான்னு யாரைக் கேக்கறது?”

“எந்த வார்டு?”

“நாலாம் நம்பர்.”

“ஓ, இன்னிக்கு மத்தியானம் இங்கே வந்த கேஸ்,” என்று இன்னொரு நர்ஸ் சொன்னாள்.

“அவ அடமிட் ஆயி பத்து நாளைக்கு மேலே ஆறது...” என்று சரோஜினி ஆரம்பித்தாள்.

“ஃபால்ஸ் பெயின்ஸ். ஆனா இதான் டைம். எந்த நேரத்திலேயும் மறுபடியும் வலி வரலாம்.”

“இப்போ டாக்டர் யாரையும் பார்க்க முடியாதா?”

“நம்பர் ஸெவன் டாக்டர் ஜானம்மா கேஸ். நாளைக்கு அவுங்களுக்கு அவுட் பேஷண்ட் டியூடி கூட, பதினொரு மணியாகும். வீட்டிலே யாராவது பெரியவங்க இருந்தாங்கன்னா சாப்பாடு கொண்டு வர்ரமாதிரி வந்து கேட்டுட்டுப் போகச் சொல்லு. நாளைக்கு உன் அம்மாவை அனுப்பு.”

“எங்களுக்கு அம்மா இல்லே.”

“வேற பெரியவங்க யாராவது வரட்டும்.”

“அப்பாதான் இருக்கார்...”

“லேடீஸ் வரச் சொல்லு.”

சரோஜினி திரும்பவும் பவானியிடம் வந்தாள். அதற்குள் அந்த அறையில் விளக்குகளை எரியவிட்டிருந்தார்கள். “என்ன, கேட்டியா?” என்று பவானி கேட்டாள்.

“நாளைக் காத்தாலே நானே வரேன்,” என்று சரோஜினி சொன்னாள். பவானியின் படுக்கையில் கயிறு கட்டி கிளிப்பு பொருத்தப்பட்ட ஒரு தகரத்தகடு நிறையக் காகிதங்களுடன் தொங்கிக் கொண்டிருந்தது. அதைப் படித்தால் அரை குறையாவது விவரம் தெரியும். ஒரு நர்ஸ் தன்னையே கவனித்துக்கொண்டு இருப்பது சரோஜினிக்குத் தெரிந்தது. பவானி சொன்னாள்: “நீ போ. இனிமேலும் நீ இருந்தா அவ என்னைத்தான் வெறுமனே சிடுசிடுன்னு ஏதாவது சொல்லுவா.”

ஃபிளாஸ்குடன் இருந்த பையை மட்டும் எடுத்துக்கொண்டு சரோஜினி கிளம்பினாள். அப்போது பவானி கேட்டாள்: “பெரியம்மாவை யாராவது பாத்துட்டு வந்தாளா? அவ எப்போ வரேன்னா?”

“அப்பாவே போய்ப் பார்த்திருக்கார். பிரசவம்னு ஆனவுடனே நம்மாத்திலேயே வந்து கொஞ்ச நாள் இருக்கேன்னு சொல்லியிருக்கா.”

ஆஸ்பத்திரி வார்டுகளிலிருந்து வெளியே போகக் கூடிய பாதைகள் எல்லாவற்றையும் அதற்குள் மூடிவிட்டிருந்தார்கள். சரோஜினி பல பகுதிகளைக் கடந்து காஷுவாலிடி இடத்தை அடைந்து அங்கிருந்துதான் வெளியே போக முடிந்தது. இரண்டு பஸ்களில் ஏறுவதற்கு இடமில்லாமல் போய் மூன்றாவது பஸ்ஸில் தான் முண்டியடித்துக்கொண்டு ஏறச் சாத்திய மாயிற்று. சரோஜினி நேராக வீட்டிற்குப் போகாமல் ரேணுகா வீட்டிற்குப் போனாள். ரேணுகா சிறிது நிலை கொள்ளாமல் இருந்தாள்.

“ஏதாவது தெரிஞ்சுதா?” என்று சரோஜினி கேட்டாள்.

“எங்கண்ணா இப்பத்தான் போயிருக்கான். இன்னிக்குத் தகவல் வந்திடும்னு அவர் டெலிபோன் பண்ணினாராம். எனக்குப் பயமாக இருக்குடி சரோஜி. என் பக்கத்திலேயே இருடி.”

ரேணுகாவுடைய அம்மா, “எங்கே, ஆஸ்பத்திரிக்குப் போயிட்டு வரயா? உன் பையை அப்படி வெளியிலேயே

வைச்சுடு," என்றாள். பிறகு, "அம்மா காரியமெல்லாம் நடந்துண்டு வரதா?" என்று கேட்டாள்.

சரோஜினி, "ம்" என்றாள்.

"பெரிய உபகாரி. எப்பவும் எல்லாருக்கும் ஒத்தாசையா இருப்பா. இப்படித் திடீர்னு மோசம் பண்ணிட்டாளே!" என்று ரேணுகாவின் அம்மா அழுகை கலந்த குரலில் சொன்னாள். பிறகு, "உங்கக்காவுக்குச் சீமந்தம் பண்ணப் போறாளோல்லியா?" என்று கேட்டாள்.

"குழந்தை பிறந்தப்புறம்கூடப் பண்ணலாமாம். புண்யா வஜனத்தன்னிக்குப் பண்ணிடலாம்னு அவ மாமியார் எழுதியிருக்கா" என்று சரோஜினி சொன்னாள்.

"தலைச்சன் குழந்தை. பத்தியம் போட்டு எண்ணெய் தேய்ச்சு குளிப்பாட்டறத்துக்குத்தான் பாட்டி இல்லை."

ரோணுகாவின் அண்ணா வந்தான். யுனிவர்ஸிடி ஆபீஸில் அவனுக்குத் தெரிந்தவர் ஒருவர் மூலம் பி.யு.சி. பரீட்சை முடிவைத் தெரிந்து கொண்டு வந்திருந்தான். ரேணுகா ஏழெட்டு நம்பர்களை ஒரு துண்டுக் காகிதத்தில் எழுதிக் கொடுத்திருந்தாள். அதைத்தான் அவன் திருப்பிக்கொண்டு வந்திருந்தான். அதில் சரோஜினியின் நம்பரும் இருந்தது. அதற்கு எதிரில் பென்சிலால் 'முதல் கிளாஸ்' என்று எழுதியிருந்தது.

6

அப்பா செய்திப் பத்திரிகை படித்துக்கொண்டிருந்தார். ரிக்ஷாவிலிருந்து சரோஜினி கீழேயிறங்கி பவானியிடமிருந்து குழந்தையை வாங்கிக் கொண்டாள். ஒரு கணம் வெயில் நேராக முகத்தில் படக் குழந்தை கண்களை இறுக முடியிருந்தாலும் சிணுங்கி, கால்களை உதைத்துக் கொண்டது. பவானி கீழே இறங்கி, தளர்ந்த நடையுடன் கேட்டைத் திறந்துகொண்டு உள்ளே போனாள். ரிக்ஷாக்காரனிடம், "இரு, இதோ வந்து தரேன்," என்று கூறி சரோஜினி பவானி பின்னால் போனாள். அப்பா பவானியைப் பார்த்து, "என்னாச்சு?" என்று கேட்டார். பவானி காதில் ஒன்றும் விழாத மாதிரி உள்ளே போனாள். சரோஜினி, "பழைய மருந்தை நிறுத்தச் சொல்லி வேறே மருந்து கொடுத்திருக்கார். தாய்ப்பாலே கொடுக்கக்கூடாதுன்னு சொன்னார்" என்றாள்.

"இருபது நாள் குழந்தைக்குத் தாய்ப்பால் இல்லாமே வேறே எதைத் தரது?" என்று அப்பா கேட்டார்.

சரோஜினியும் பதில் சொல்லாமல் உள்ளே போய் குழந்தையைத் தரையில் கிடத்தினாள். சமையலறைக்குச் சென்று அடுப்பிலிருந்து குக்கரை இறக்கி வைத்துவிட்டு ரசச்சொம்பை ஏற்றி வைத்தாள். பிறகு ஸ்டோர் ரூமுக்குச் சென்று அங்கிருந்த பல பெட்டிகளில் ஒரு மரக் கைப்பெட்டியாக இருந்ததைத் திறந்து அதிலிருந்த மிட்டாய்த் தகரத்தை எடுத்துக் குலுக்கினாள். அம்மா இருந்தபோது எப்போதும் கனத்துக் கொண்டிருக்கும் அந்த தகர டப்பா இப்போது காலியாக இருந்தது.

சரோஜினி வராந்தாவுக்கு வந்து அப்பாவிடம், “அப்பா, முக்கால் ரூபாய் வேண்டும்,” என்றாள்.

அப்பா, “என் கோட் பையிலே பாரு,” என்றார்.

அப்பா கோட் பையில் நிறையக் காகிதங்கள்தான் இருந்தன. பவானி, “என்ன தேடறே?” என்று கேட்டாள். சரோஜினி, “ஒண்ணுல்லே,” என்று சொன்னாள்.

அப்பா கோட்டில் இருந்த சில்லறை அரை ரூபாய் கூட இருக்காது. சரோஜினி அதை எடுத்து ரிக்ஷாக்காரனிடம் கொண்டு போய்க் கொடுத்து “இந்தா. நீ ஸ்கூல் டிரிப்பெல்லாம் முடிச்சுட்டு அப்பறமா வா. நான் பாக்கிச் சில்லறையைத் தரேன்,” என்றாள். ரிக்ஷாக்காரன் போய்விட்டான். பவானி, “ரிக்ஷாக்குக் கொடுக்கறதுக்குக்கூடப் பணம் இல்லாமல் போயிடறது.” என்றாள். அப்பா சரோஜினியிடம், “மணி கிட்டே இருந்தா வாங்கிக் கொடுக்கிறதுதானே” என்றார். சரோஜினி, “அண்ணா குளிச்சுண்டிருக்கான்,” என்றாள். அப்பா பத்திரிகையைக் கீழே மடித்து வைத்துவிட்டு உள்ளே பவானியிடம் சென்று, “டாக்டர் என்ன சொன்னார்?” என்று கேட்டார்.

பவானி “இப்போது சாதாரணமாக, மருந்தைக் கொடுத்துண்டு வரச் சொல்லியிருக்கார். இரண்டு நாளைக்கு நீர்க்க ஆரோரூட் மாவுக் கஞ்சியும், குளூகோஸ் ஜலமும் மட்டும் கொடுக்கச் சொல்லியிருக்கார்” என்றாள்.

“நம்மாத்துலே ஆரோரூட் மாவு இருக்கா?” என்று அப்பா கேட்டார்.

சரோஜினி “இல்லை” என்றாள்.

அப்பா “இதோ போய் நான் வாங்கிண்டு வரேன்” என்றார்.

சரோஜினி சமையலறைக்குச் சென்றாள். அப்பா சட்டையைப் போட்டுக்கொண்டு வெளியே போகத் தயாராக இருந்தார். அப்போது சாஸ்திரிகள் வந்துவிட்டார். அப்பா

“என்ன?” என்றார். சாஸ்திரிகள், “நாளைக்கு, நாளன்னிக்கு” என்றார். அப்போதுதான் மணி குளித்துவிட்டு வந்தான். அவன் இளைத்துக் கறுத்து இருந்தான். அவனும் சாஸ்திரிகளைப் பார்த்து, “என்ன?” என்றான்.

“நாளைக்கு சோதம்பம். நாளன்னிக்கு மாஸ்யம். நாளைக்கு நான் சீக்கிரமே தாத்தாவை அனுப்பிச்சுடறேன்.”

மணி அப்பாவைப் பார்த்தான். அப்பா “நாளன்னிக்கும் அதுக்கு அடுத்த நாளுமா இல்லை?” என்று சாஸ்திரிகளைக் கேட்டார்.

“இல்லை, இல்லை. நீங்க இந்த காலண்டரிலே போடறதைப் பார்த்துச் சொல்றேள். அதுலே இந்த மாசம் முழுக்க எல்லாம் தப்புத் தப்பா போட்டிருக்கு,” என்று சாஸ்திரிகள் சொன்னார்.

“அட ராமா!” என்று மணி சொன்னான்.

“ஏன்?” என்று சாஸ்திரிகள் கேட்டார்.

“இது முன்னாலேயே தெரிஞ்சிண்டிருந்தா நான் இன்னிக்கே க்ஷவரம் பண்ணிண்டிருக்கலாம். இப்போதுதான் டில்லிலேந்து கமிஷனர், அண்டர் செகரட்டரி எல்லாம் வந்திருக்கா. நான் தாடி மீசையோட இன்னும் மூணு நாளைக்கு அவுங்க முன்னாலே போய் நிக்கணும்.”

சாஸ்திரிகள் தன் பொறுப்பு முடிந்த மாதிரி பவானியைப் பார்த்து, “என்னம்மா சௌக்கியமா?” என்று கேட்டார்.

“இன்னிக்குப் பண்ணிண்டுடு, அப்போ சரியாயிருக்கும்” என்று அப்பா மணியைப் பார்த்துச் சொன்னார்.

“நான் அதுக்குள்ள குளிச்சுத் தொலைச்சுட்டேன்.” என்று மணி முணுமுணுத்துக்கொண்டான்.

“குளிச்சா என்ன?” என்று அப்பா சொன்னார்.

சாஸ்திரிகள் மறுபடியும் மணியைப் பார்த்து, “சரியா எட்டரை மணிக்குத் தாத்தாவை அனுப்பிச்சுடறேன். எல்லாத்தையும் மூடிச்சுண்டு நீ பத்து மணிக்கு டயத்துக்கு ஆபீஸுக்குப் போயிடலாம்” என்றார்.

“உம், பாத்துக்கலாம்,” என்று மணி சொன்னான். சமையலறையில் சரோஜினி கொதிக்கும் ரசத்தை இறக்கி வைத்தாள். அடுத்து தாளித்து, கறியை வதக்க வேண்டும். அதை அவள் உடனே செய்யவில்லை.

சாஸ்திரிகள் சிறிது சமையலறைப் பக்கம் பார்த்து, "என்னம்மா சரோஜா. இன்னிக்கே போய் பெரியம்மாவை அழைச்சுண்டு வந்துடு," என்றார்.

மணி, "நான் போய் சொல்லிடறேன்," என்றான். சரோஜா இப்போது இலுப்பச் சட்டியில் எண்ணெய் விட்டாள். "அப்ப நான் வரட்டுமா?" என்று சாஸ்திரிகள் கிளம்பினார்.

"சரி" என்று அப்பா சொன்னார். சாஸ்திரிகள் கிளம்பினவர் திரும்பி, "நீங்க இன்னும் கிருஷ்ணசாமி ஐயருக்கு முடிவா ஒரு தகவலும் சொல்லலையா?" என்று கேட்டார். சரோஜினிக்குக் கிருஷ்ணசாமி ஐயர் யார் என்று தெரிந்துவிட்டது. மணிக்கும் தெரிந்தும் அவன் கோபித்துக் கொள்ளாமல் இருந்தான். அப்பா, "யாரு, எந்த கிருஷ்ணசாமி ஐயர்?" என்று கேட்டார்.

"அதுதான் ரிடையர்டு ரயில்வே ஆடிட்டர். இவா அம்மா எல்லாம் இருக்கிறப்பவே போய் பெண்ணைப் பார்த்துட்டுக்கூட வந்தேள். என்னப்பா மணி, இனிமே கூடத் தாமதப்படுத்தலாமா? காலா காலத்துலே ஆகவேண்டியதெல்லாம் தள்ளிப் போட்டுண்டே வந்தா எவ்வளவு கஷ்டமாப் போயிடறது பாரு. நீ ஏதோ சட்டுபுட்டுன்னு சொன்னா ஆவணியிலேகூட முகூர்த்தம் பார்த்து ஏற்பாடு பண்ணிடலாம். ஒண்ணுமில்லே, இந்தக் கர்மாக்கெல்லாம்கூட அப்போதாப்பா முழுப் பலனும் கிடைக்கும்."

மணி கேட்டுக்கொண்டே நின்றான். அப்பா, "நான் சொல்றேன்" என்றார். சாஸ்திரிகள் சொன்னார். "நல்ல குலம், கோத்திரம். பொன் வரைக்குமே எட்டு பத்து ரூபாய்க்குச் செய்வா."

"அம்மாதான் போயிட்டா," என்று பவானி சொன்னாள்.

"அதனாலென்ன, இன்னும் நன்னா இருபது வருஷம் இருக்கலாம். இப்படி அகாலமாப் போயிட்டா . . . அதுக்காக இருக்கிறவா காரியம் நின்னு போயிடறதா? அது அது காலா காலத்துலே ஆனாத்தானே நன்னாயிருக்கும்? உனக்கப்புறம் அப்புக்கு ஆகணும், சரோஜாவுக்கு ஆகணும், எல்லாம் உனக்காகக் காத்திண்டு இருக்கு பாரு. அப்பு எங்கே? அவன் கிட்டேயும் சொல்லி வைச்சுடு. நாளைக்கு எல்லாம் பத்து மணிக்கு முடிச்சுண்டு ஆபீஸ் போயிடலாம். நாளன்னிக்கு மட்டும் கார்த்தாலே அரை நாள் லீவு போட்டாப் போதும்."

அப்பா, "கொஞ்சம் காபி இருக்குமா?" என்று சரோஜினியைக் கேட்டா.

"ஊஹூம் . . . வேண்டாம், நான் காபியை விட்டு ஆறு மாசத்துக்கு மேலாறது. வேண்டாம்மா சரோஜா." சாஸ்திரிகள் இதைச் சொல்லிவிட்டு அப்பாவைக் கேட்டார்: "சரோஜா மெடிகல் காலேஜ் அப்ளிகேஷன் என்னாச்சு?"

"போட்டிருக்கு . . . பாக்கணும்," என்று அப்பா சொன்னார்.

"பர்ஸ்ட் கிளாசுதானே?"

"பாஸ்ட் கிளாஸ்தான். ஒரு 'டி' வாங்கியிருக்கா . . ." அப்பா பூணூலை எடுத்துக் காண்பித்தார். "மூணு 'டி' வாங்கினாலே இதுக்கு இல்லேன்னுடுவான். ஒரு 'டி'க்கெல்லாம் அவ்வளவு சுலபமா?"

"நான் வரேன். மணி, நாளைக்கு அப்புவையும் கூடவே இருக்கச் சொல்லு. நான் எப்ப வந்தாலும் அவன் கண்லே அம்படறதில்லை."

சாஸ்திரிகள் கிளம்பிப் போய்விட்டார். அப்பா வராந்தா வுக்குப் போய் "மணி," என்று கூப்பிட்டார். மணி போனான். சரோஜினியும் சமயலறையிலிருந்து வராந்தாப் பக்கம் போனாள். அப்பா மணியைக் கேட்டார்: "ஒரு பத்து ரூபாயிருந்தா கொடு, ஆத்துக்கு சாமான்லாம் கொஞ்சம் வாங்கிண்டு வந்துடணும்."

மணி ஒன்றும் சொல்லாமல் உள்ளே போய் அவனிடமிருந்த ஒரு பத்து ரூபாய் நோட்டு கொண்டு வந்து கொடுத்தான். "மாஸ்யம் சோதம் பத்துக்குக் கறிகாயும் இப்பவே வாங்கிண்டு வந்துடறேளா?" என்று கேட்டான்.

"இப்ப முடியாது. ஆரோரூட் ஒரு டப்பாவும் எண்ணெயும் வாங்கி வந்துடறேன். மத்ததை சாயங்காலம் பாத்துக்கலாம்," என்று அப்பா சொன்னார்.

சரோஜினி சொன்னாள், "அப்பா நான் இன்னிக்குக் காலேஜுக்குப் போயிட்டு வரணும்."

"பவானி தனியாத்தான் இருக்கணும் – உங்கப் பெரியம்மா வந்தப்புறம் போயேன்."

"நீங்க எனக்கு மெடிக்கல்லே சீட் வாங்கித் தர முடிய லேன்னா பி.எஸ்ஸிக்காவது உடனே பார்க்கணும். அப்புறம் ஒண்ணுமே கிடைக்காம போயிடும்."

"மூவாயிரம் வேணும், நாலாயிரம் வேணுங்கறாம்மா. அவ்வளவு பணத்துக்கு நான் இப்ப எங்கே போவேன்?"

"அப்பொ எதுக்கப்பா மெடிக்கல் காலேஜுக்கு அப்ளை பண்ணணும்? முடியாதுன்னா முதல்லேயே பாக்க வேண்டா மில்லையா?"

அப்பா மணியைக் கேட்டார், "இந்த மாசம் அப்பு, அவன் சம்பளப் பணம் கொடுத்தானா?"

மணி சொன்னான், "நான் அவனை ஒண்ணும் கேக்கிற தில்லை. இரண்டு மூணு மாசமாகவே அவன் வீட்டுக்குப் பணம் தர்ரதில்லை."

"என்ன பண்றான் அவன்?"

"நீங்க கேக்காமே நான் எங்கே கேக்கறது?"

"முன்னெல்லாம் ராத்திரி வரதுக்குத்தான் நாழியாகும். இப்பல்லாம் கார்த்தாலேயே வேறே வெளியிலே போயிடறான்."

சரோஜினி இந்தப் பேச்சில் சம்பந்தப்பட்டுக் கொள்ளாமல் உள்ளே போனாள். பவானி, "சமையல் ஆயிடுத்தா?" என்று கேட்டாள்.

"ஆயிடுத்து, இதோ, அப்பா வந்தப்புறம் சேர்ந்தாப்பல உக்காந்திடு."

"பி.எஸ்ஸி. கி.எஸ்ஸி.யெல்லாம் எதுக்கு? நான் ஆன மட்டும் கெஞ்சினேன். என்னைக் காலேஜிலேயே சேர்க்கவே மாட்டேனுட்டா அப்பா அண்ணா எல்லாரும்."

"உனக்கு அப்பவே கல்யாணம் பண்ணணும்னு பாத்துண்டிருந்தா."

அப்போது குழந்தை அசைந்து கொடுத்து அழ ஆரம்பித்தது. "தொ தொ தொ தொ" என்று பவானி அதைத் தட்டிச் சமாதானப்படுத்த ஆரம்பித்தாள். சரோஜினியும் பக்கத்தில் உட்கார்ந்து போர்த்தியிருந்த துணியை விலக்கினாள். குழந்தையின் அடித்துணி நனைந்திருந்தது. மணி எட்டிப் பார்த்துவிட்டு வராந்தாவுக்கே போய்விட்டான்.

அப்பு அப்போது வந்தான். அவனும் இளைத்துக் கறுத்து இருந்தான். பவானி, "நீ குளிச்சிட்டயோல்லியோ?" என்று கேட்டாள். "ஆச்சு," என்று அப்பு சொன்னான். பவானி கேட்டாள்:

"நீ சம்பளத்தை ஆத்திலே கொடுக்கிறதில்லையா?"

"அதெல்லாம் உனக்கென்ன?"

சரோஜினி சொன்னாள்: "அப்பா இப்போத்தான் முதல் தடவையா அதைப் பத்தி பேசிண்டிருந்தா."

"யார் கிட்டே?"

"அண்ணாகிட்டே."

"அவன் மட்டும் ரொம்ப ஒழுங்கோ?"

"என்னடா சொன்னே?" என்று கேட்டுக்கொண்டு மணி உள்ளே வந்தான்.

"உங்கிட்ட ஒண்ணுமில்லே," என்று அப்பு பதில் சொன்னான்.

"நான் ஊருக்குப் போனப்புறம் சண்டை போடுங்கோ. நான் இருக்கிறவரைக்கும் சண்டை போடாதேங்கோ" என்று பவானி சொன்னாள். அப்பு குழந்தையிடம் கொஞ்சுவதற்கென மண்டியிட்டு உட்கார்ந்தான். பவானி சொன்னாள்: "நீயும் வேஷ்டியைக் கட்டிண்டு வந்தா நம்ப மூணு பேருமாவது சாப்பிட உட்காரலாம். சரோஜினிக்கு இன்னிக்குக் காலேஜ் வேறே போகணுமாம்."

அப்பு "பரவாயில்லை," என்று சொன்னான். அப்போது ஆரோரூட் மாவு டப்பாவும் எண்ணெயும் வாங்கிக் கொண்டு அப்பா வந்தார். அப்பாவைப் பார்த்துவிட்டு அப்பு எழுந்து நின்றுகொண்டான். அப்பா அவனைத் தாண்டிச் சமையலறைக்குச் சென்று தான் வாங்கி வந்தவைகளைக் கீழே வைத்தார். ஹாலுக்கு வந்து யாரிடமோ சொல்வதுபோல், "நாளைக்கு அம்மா மாசச் சோதம்பம். அதுக்கடுத்த நாள் மாஸ்யம். காத்தால வேளையிலே வீட்டிலேயே இரு" என்றார்.

அப்பு, ஒரு நிமிஷம் இடைவெளி எடுத்துக்கொண்டான். பிறகு "அப்பா, நான் உங்ககிட்டே ஒண்ணு சொல்லணும்," என்றான்.

"பேஷ்! அண்ணனுக்கே இன்னும் ஜாதகம்தான் பாத்திண்டிருக்கு. தம்பி நீ முந்திடறியா, பேஷ்!"

அப்பு பதில் சொல்லவில்லை.

"வீட்டிலே இன்னும் ஒரு பொண்ணுக்குக் கல்யாணம் பண்ணணும். அதுக்குன்னு போறப்போ மூஞ்சியைத் தூக்க முடியாதபடி பண்ணிடாதே."

அப்பு பேசவில்லை.

அப்பா சட்டென்று ஒன்று ஞாபகம் வந்த மாதிரி மீண்டும் பேசினார். "ஓகோ, அதுக்குத்தான் பணத்தைச் சேர்த்து வைச்சிருந்தயா? பேஷ், பேஷ்!"

அப்பு பேசவில்லை.

"கல்யாணம் என்னிக்கோ?"

"நாளைக்கு."

"செத்துப்போன உன் அம்மா காரியம்டா நாளைக்கு."

அப்பு பதில் சொல்லவில்லை. அப்பா கடைசியாகக் கேட்டார், "பொண்ணாவது பிராமணப் பொண்ணா?"

"இல்லை."

அப்புறம் யாரும் பேசவில்லை.

7

தன் முகத்தில் இன்னும் சிறிது உற்சாகம் இருந்தால் கூட அந்த மோகன் போட்டோ கடைக்காரன் தன்னைப் பார்த்து அந்த ஆபாச சமிக்ஞை செய்திருக்க மாட்டான் என்று சரோஜினிக்குத் தோன்றியது. முகம் என்று மட்டுமில்லை; தன் கை கால்கள், தலையச் சரியாக வகிடெடுத்துச் சீவி விடாமல் இருப்பது; புடவை ஏகமாகக் கசங்கிக் கிடப்பது; இதெல்லாம் அவன் தினமும் காணும்படிதான் அவன் போட்டோக் கடைக்குப் பக்கத்திலிருந்த மளிகைக் கடையிலிருந்து சிறிதும் பெரிதுமான வீட்டுச் சாமான்கள் வாங்கிப் போவது; அவன் கடைக்கு முன்னால் கை தவற விட்டு அதிலிருந்து உப்பெல்லாம் கீழே மண்ணுடன் சிதறிக் கிடக்க விட்டுச் சென்றது இதெல்லாமும் கூடச் சேர்ந்திருக்கவேண்டும் என்று சரோஜினிக்குத் தோன்றியது. ஒரு பெட்டிக் கடையைவிடச் சிறிதே பெரிதான கடையாக அவன் நடத்தி வந்தாலும், அவன் தன் பல் சந்துகளில் அடைந்திருந்த வயதுக்கு மீறிய கருமை அருவருப்பு ஏற்படுத்தும்படி தெரிந்தாலும் அவன் தைரியமாக வாயைத் திறந்துகொண்டு சிரித்துக்கொண்டிருந்தான்.

சரோஜினி பஸ் ஸ்டாண்டைக் கடந்து செல்லும்போது அவசியமே இல்லாமல் இருந்தும் தெருவின் எதிர்புறத்துக்குச் செல்வதற்கு நடைபாதையிலிருந்து இறங்கி நின்றாள். நிர்ணயிக்க முடியாத வேகத்தில் வந்துகொண்டிருந்த சைக்கிள் ரிக்ஷா அவளுக்கு வழி விடுவதற்குள் ரேணுகா பார்த்துவிட்டாள். "சரோ" என்று கூப்பிட்டுவிட்டாள். சரோஜினி தான் நின்ற இடத்திலிருந்தே திரும்பிப் புன்னகை புரிந்தாள்.

“ஏண்டி, என்னைப் பார்த்தும் பார்க்காதபடி போறே?”

சரோஜினி பதில் சொல்லாமல் புன்னகை மட்டும் நீடிக்க இருந்தாள்.

“ரொம்ப அவசரமோ?” என்று ரேணுகா கேட்டாள்.

“வீட்டுக்கு வரதுதானே?” என்ற சரோஜினி கேட்டாள்.

“ஞாயிற்றுக்கிழமை காலையிலே உன்னைப் பாக்றதுக்குன்னு வந்து அரை மணி நேரம் காத்திண்டிருந்தேன். நீ வரவேயில்லை.”

“எதுக்குப் போனியோ, பத்து மணி வரைக்கும் நீ வரலை.”

“நீ பால் கூப்பன் எப்பவாவது வாங்கப் போயிருந்தா தெரியும், அதுக்கு எவ்வளவு நாழியாகும்னு.”

“பால் கூப்பனெல்லாம் நீயேன் வாங்கப் போய் நிக்கறே? உங்க அப்பா அண்ணா யாராவது போகக்கூடாதா?”

சரோஜினி கேட்டாள்: “மிஸ் பிரேமாவதி ரிசைன் பண்ணிட்டாளா?”

ரேணுகா ஒரு கணம் என்ன பேசுவதென்று தெரியாமல் நின்ற மாதிரி இருந்தது. பிறகு சொன்னாள்: “பேச்சை மாத்தறியா? நிஜமாகவே கேக்கறியா?”

“ஏன், உன் காலேஜ் டிமான்ஸ்டிரேட்டர் பத்தி உங்கிட்டே கேக்கக் கூடாதா?”

“நான் சொல்லறதுக்கென்ன, ஊரே சிரிச்சுப் போச்சே, நீ இருந்தாயோல்லியோ, அப்பவே அவ ஏதேதோ லாட்ஜுக்கெல்லாம் போயிட்டு வந்திண்டிருந்திருக்கா. அவ இருந்த லட்சணத்துக்கு ஹாஸ்டல் ஹெட் குக் மேலே இல்லாத கம்ப்ளெயின்ட் கொடுத்து அவனை சஸ்பெண்டு பண்ண வச்சுட்டா. நீ வாயேன் ஒரு நாளைக்கு காலேஜுக்கு.”

“வரேன்.”

“நம்ம செட்டிலே இருந்த பதினெழு பேரிலே பத்து பேர் பி.எஸ்ஸி கெமிஸ்ட்ரிதான்.”

“தெரியுமே எனக்கு.”

“ஜானு பர்ஸ்ட் இயர்லியே விட்டுட்டுப் போயிட்டா . . . நீதான் வரலேடி. பெரிய எம்.பி.பி.எஸ்.னு சொல்லிண்டிருந்தே.”

“செகண்ட் குரூப் எடுத்துக்கிறவா எல்லாருமே டாக்டராகப் போறோம்னுதான் முதல்லே நினைச்சுண்டிருப்பா.”

அப்போது சரோஜினிக்குத் தன் முகம் கறுத்துப் போனதை உணர முடிந்தது. அந்த மோகன் போட்டோக்கடைக்காரன் அவர்கள் இருவரையும் கடந்துகொண்டு போனான். பஸ் ஸ்டாண்டில் நின்றுகொண்டிருந்த கும்பலினால் அவர்கள் இரண்டு பேரையும் உரசிக்கொண்டு போவதைக்கூட தவறாகச் சொல்ல முடியாது இருந்தது. “நான் ஆறு மணிக்கு சுந்தரம் பார்க்காண்ட நின்னிட்டிருப்பேன்” என்று அவன் பாட்டுக்கு மெதுவாகத் தெளிவாகச் சொல்லிவிட்டுப் போனான். ரேணுகா மட்டும் சஞ்சலமின்றி அவன் போவதைப் பார்த்துக்கொண்டே இருந்துவிட்டு, “இவன் போட்டோகிராபர்தானே?” என்று கேட்டாள். சரோஜினி, “உனக்குத் தெரியுமா?” என்று கேட்டாள்.

“மிஸ் பிரேமாவதிக்கு சரியான ஜோடி,” என்று ரேணுகா சொன்னாள்.

“அவன் கடையிலே ஒரு படம்கூடப் புதுசு கிடையாது. எல்லாம் மங்கிப் போனதா இருக்கும்”

“ஆனால் அவன் மட்டும் எல்லாப் பொண்ணையும் பாத்துப் பல்லைக் காட்டுவான்.”

“நான் போகணும்டி. கரி மூட்டைக்கு வேறே சொல்லிட்டுப் போகணும்.”

“உங்கண்ணா சீக்கிரம் கல்யாணம் பண்ணிண்டா என்னா?”

“முன்னே யாராரோ வந்தப்போ முடியாதுன்னுட்டான். இப்பல்லாம் ஜாதகம்கூட வரதில்லை.”

“நான் ஒண்ணு சொல்லறேன், கோச்சுக்கமாட்டியே?”

“என்ன? சீக்கிரம் சொல்லு.”

“உன் சின்ன அண்ணாவாவது எவளையோ கல்யாணம் பண்ணிண்டு எங்கேயோ இருக்கான். உன் பெரிய அண்ணா வுக்கு அதுக்குக்கூடத் தைரியம் இல்லை.”

சரோஜினி பதில் சொல்லாமல் இருந்தாள்.

“எங்கே பொறுப்பு வந்திடுமோன்னு தட்டிக் கழிச்சிண்டு இருக்கான்.”

“வீட்டிலையாவது இருக்கான்.”

“நீ வீட்டோடேயே இருந்திண்டு வேளா வேளைக்குச் சமைச்சுப் போட்டிண்டிருக்கயே.”

பஸ் வந்து ரேணுகா கிளம்பிப் போய்விட்டாள். சரோஜினி வீட்டுக்கு வந்து தான் வாங்கிக் கொண்டு வந்த பண்டங்களைச் சரியான டப்பாக்களில் போட்டு வைத்தாள். வேலைக்காரி தேய்த்து வைத்துப் போயிருந்த பாத்திரங்களை அப்பா அலம்பி வைத்துக் கவிழ்த்துக்கொண்டிருந்தார். "இலையைப் போடறியாம்மா, நாழியாகிறது" என்று சரோஜினியிடம் சொன்னார்.

"நாழியானா என்ன?" என்று சரோஜினி கேட்டாள்.

அப்பா தலையை நிமிர்ந்து பார்த்தார். "இன்னும் ஒரு மாசமாகி நான் ரிடையராயிட்டேன்னா அவசரப்படுத்த மாட்டேன்."

சரோஜினி தான் வடித்து வைத்துப் போயிருந்த சாதத்தை மேலாக ஒரு பிடி எடுத்துக் கிணற்றருகே காக்கைக்காக வைத்தாள். அப்போதுதான் வழக்கமாகப் பூஜை அலமாரி எதிரே சமைத்ததை வைத்து நிவேதனம் செய்வது அன்று தவறவிட்டது ஞாபகம் வந்தது. ஒன்றும் பேசாமல் அப்பாவுக்குச் சாப்பாட்டுத் தட்டை எடுத்து வழக்கமான இடத்தில் போட்டாள். தட்டுச் சப்தம் கேட்டு மணி மாடிப்படியிலிருந்து வந்து கொல்லைப் பக்கம் போனான். அப்பா சாப்பிட உட்கார்ந்ததும் மணியும் அழுக்கு வேஷ்டியுடன் பக்கத்தில் சாப்பிட உட்கார்ந்தான். அப்பா அவனைப் பார்த்துவிட்டுப் பிறகு தன் தட்டைப் பார்த்தவண்ணம் இருந்தார். சரோஜினி கேட்டாள்: "நீ குளிக்கலியா?"

"ச்சு," என்று மணி சொன்னான்.

சரோஜினி சாதம் பரிமாறினாள். அப்பா சொன்னார்: "அரப்புப் பொடி டப்பா காலியாருக்கு. வாங்கிண்டு வரணும்னு முனியம்மா சொன்னா."

"அரப்புப் பொடிகூட நான்தான் பாத்து வாங்கணுமா? நீங்க யாராவது வாங்கிண்டு வரக்கூடாதா?"

மணி ஒன்றும் சொல்லாமல் சாப்பிட்டுக் கொண்டிருந்தான். அப்பா பணிந்துபோய், "நான் வாங்கிண்டு வரேன், வாங்கிண்டு வரேன்" என்று சொன்னார்.

"இனிமே நான் மளிகைக் கடைப் பக்கமே போக மாட்டேன்," என்று சரோஜினி சொன்னாள்.

"சரி . . . சரி . . . சரி . . . சரி" என்ற அப்பா தொடர்ந்து சாப்பிட்டுக் கொண்டிருந்தார். ஒரு கணம் சரோஜினிக்கு அப்பா, மணி இருவரும் கை கால்களை அசைக்கக்கூடிய உயிரற்ற

பொம்மைகள் மாதிரித் தோன்றிற்று. இவர்களால் யாருக்குத்தான் என்னதான் செய்ய முடியும்?

மணி அழுக்கு வேஷ்டியுடனேயே ஆபீஸுக்குப் போனான். வாசல் கதவைத் தாளிட்டு விட்டு சரோஜினி சாப்பிட உட்கார்ந் தாள். சமையல் அன்று சப்பென்று இருந்தது. அவள் உப்பே போட மறந்திருக்கிறாள். அப்பா, அண்ணா இருவரும் அதைக் கூடச் சொல்லாமல் சாப்பிட்டுவிட்டுப் போயிருக் கிறார்கள். கொல்லைக் கதவையும் தாளிட்டுவிட்டு சரோஜினி பாயை விரித்துப் படுத்துக்கொண்டாள். அம்மா போவதற்குச் சில நாட்கள் முன்புதான் வாங்கிய பாய் அது. அது இப்போது ஓரங்களெல்லாம் பிரிந்து போயிருந்தது. காலண்டர் தேதித் தாள் தவிர மற்றெல்லாமே பழசாகிக் கிடந்தது.

சரோஜினி வாரப்பத்திரிகைகள் இரண்டை எடுத்து வைத்துக்கொண்டு மீண்டும் படுத்தாள். அந்தக் கதைகள் எல்லாமும் பழையதாகத்தான் இருந்தன. பன்னிரண்டு மணி தபால்காரன் ஒரு கடிதத்தைக் கொடுத்துவிட்டுப் போனான். வனஜாவின் கை எழுத்து. “இங்க எல்லோரும் சௌக்கியம். அங்கு எல்லோரும் சௌக்கியமா? இங்கு மழை பெய்கிறது. அங்கு மழை பெய்கிறதா? சுதாவும் பாலுவும் நன்றாகப் படிக்கிறார்கள். அண்ணா, பெண் பார்த்து விட்டுச் சரியென்றானா? அப்பாவுக்கு என் நமஸ்காரங்கள்” என்றுதான் எழுதியிருப்பாள். கடிதத்தைப் பிரிக்காமலேயே மேஜை மீது சரோஜினி வைத்தாள். பிறகு பிரித்துப் பார்த்தாள். புதிதாக ஒன்று மட்டும் வனஜா எழுதி யிருந்தாள். “அப்புவுக்குக் குழந்தை பிறந்திருக்கிறதாமே, போய்ப் பார்த்தாயா?”

பிற்பகல் வேலைக்கு வந்த முனியம்மா, “என்ன கண்ணு. இன்னிக்குக் காப்பிப் பாத்திரம் ஒண்ணும் போடலியா?” என்று கேட்டாள்.

“நான் மத்தியானம் காப்பி போட்டுக்கலை,” என்று சரோஜினி சொன்னாள்.

“நீ மட்டும் ஏன் தனியா வீட்டுலே குமிஞ்சு குமிஞ்சு கிடக்கே?”

“எந்த வீட்டிலேயும் யாராவது இருக்கத்தானே வேணும்?”

“நீ இருக்கிறது நல்லால்லே கண்ணு.”

“உன் வேலையைப் பார்த்துண்டு போயேன்.”

“அதெப்படி முடியும்? உங்க பெரியம்மாவையாவது கொண்டுவந்து வீட்டிலே வைச்சிக்கிறது தானே கண்ணு?”

“அவங்க வந்திருந்தாத்தானே முனியம்மா?”

“சரி, அரப்புப் பொடி போடு.”

“அரப்புப் பொடி இல்லை. அரப்புப் பொடி இல்லாமலே தேய்.”

முனியம்மா அவளுக்குள் எதையோ சொல்லிக்கொண்டு வேலையைச் செய்தாள். வீட்டைப் பெருக்கி முடித்த பிறகு பால் வாங்கி வர பால் கூப்பனையும் புட்டியையும் எடுத்துக் கொண்டு கிளம்பினாள். “கிளப்புலேந்து உனக்கு ஏதாவது வாங்கியாரணுமா கண்ணு?” என்று கேட்டாள்.

“எனக்கு ஒண்ணும் வேண்டாம்,” என்று சரோஜினி சொன்னாள்.

“எப்படியானும் கெட்டுப் போ,” என்று சொல்லி விட்டு முனியம்மா போனாள்.

சரோஜினி, முனியம்மா தேய்த்த பாத்திரங்களை அலமாரி யில் எடுத்துக் கவிழ்த்து வைத்துவிட்டுக் கண்ணாடி முன்பு நின்றுகொண்டாள். இனியும் அந்த முகத்தைக் குழந்தை முகம் என்று யாரும் சொல்ல முடியாது. சரோஜினி மீண்டும் சமையலறைக்குச் சென்று பார்த்தாள். காலையில் தயாரித்த சாதம், குழம்பு இரவுக்கும் போதுமானதாக இருந்தது. அதைத் தவிர ஒரு பாத்திரம் நிறைய பழைய சோறு தண்ணீரில் ஊறிக் கொண்டிருந்தது.

சரோஜினி வீட்டைத் துப்புரவாக்க ஆரம்பித்தாள். பாலை வாங்கி வந்த முனியம்மா, “என்னாது... இப்படி இந்த வேளைக்கு ஒரே ஒட்டடைக் குப்பையாக கீழே தள்ளறே? நான் இப்பத்தான் பெருக்கிட்டுப் போனேன். மறுபடியும் பெருக்க முடியாது,” என்றாள்.

“நானே பெருக்கிக்கறேன். நீ போ,” என்று சரோஜினி சொன்னாள். மாதக்கணக்கில் தூசி, ஒட்டடை தட்டப்படாத அலமாரி, பீரோ மேல்புறம் எல்லாம் சுத்தம் செய்து பெட்டிகள் வைத்த சுவரோரம் இருந்த சந்துகளையும் அடித் தரையையும் பெட்டிகளை நகர்த்திச் சுத்தமாகப் பெருக்கினாள்.

எப்போதோ தேடி, இனி கிடைக்காது என்று மறந்துபோன பொருள்கள் பல அங்கு கிடந்தன. சீப்பு, சாவி வளையம், ஒரு ஒற்றை வளையல், பவானியின் குழந்தைக்காகத் தைத்த நாப்கின், இன்னும் இரண்டு குழந்தைத் துணிகள், அப்புவுடைய கையில்லாத பனியன். சரோஜினி பெருக்கி முடித்த பிறகு சுவரில் மாட்டியிருந்த படங்களையும் காலண்டர்களையும் தூசியில்லாமல்

துடைத்தாள். அம்மாவும் அப்பாவும் சரோஜினி பிறப்பதற்கும் முன்னால் சேர்ந்து எடுத்துக்கொண்ட புகைப்படத்தில் கறுப்பாக இருக்க வேண்டிய இடங்கள் மங்கல் சிவப்பாகி படத்தையும் பூச்சி அரிக்க ஆரம்பித்திருந்தது. அம்மா முழங்கைக்கும் கீழே தொங்கும்படியாக ரவிக்கை போட்டுக்கொண்டு விறைப்பாக உட்கார்ந்திருந்தாள். அம்மா விறைப்பாக இருப்பது தெரிந்தது; அப்பா அப்போதே பொம்மை மாதிரிதான் இருந்திருக்கிறார்.

பூஜை அலமாரிப் படங்களையும் சிறு விக்கிரகங்களையும் சரோஜினி துடைத்து வைத்தாள். கங்கை நீர் வைத்திருந்த சிறு சொம்புகள் இரண்டுதான் இப்போது இருந்தன. பெரிதாக இருந்து பல தடவைகள் கீழே உருண்டு விழுந்து நசுங்கிய செப்புச் சொம்பைத்தான் அம்மா போனதற்கு உடைத்தது. அதற்குப் பிறகு கங்கை எவர் நினைவுக்கும் வரவில்லை. அப்புவின் சாயிபாபா டாலரும் அங்கே கிடந்தது. அவன் வைத்தது மறந்துபோய் வீடெல்லாம் தேடி அவன் இப்போது சாயிபாபாவைக்கூட மறந்திருக்கக்கூடும். சரோஜினிக்கு அப்புவைப் போய்ப் பார்க்க வேண்டும் போலிருந்தது. அவன் ஒரு குழந்தைக்குத் தகப்பனார் ஆகிவிட்டான். அவனுக்கு இங்கிருப்பவர்கள் பற்றி அக்கறை இல்லை. இவர்களுக்கும் அவனைப் பற்றி அக்கறை இல்லை. வனஜாவாவது கடிதம் போட்டுக்கொண்டு இருப்பாள்.

ஆபீஸ் முடிந்து மணி வந்தான். முதலில் சரோஜினி அசையாமல் இருந்தாள். பிறகு காபி போட உள்ளே போனாள். மணி கொல்லைப் பக்கம் போய் வந்த பின் ஒரு மர்ம ஒற்றன் கதைப் புத்தகத்தைப் கையில் சுருட்டி வைத்துக்கொண்டு ஹாலில் சுவரில் சாய்ந்து படித்துக்கொண்டிருந்தான். சரோஜினி காபி கொண்டு வந்து கொடுத்ததும் சாப்பிட்டுவிட்டு வெளியே கிளம்புவதற்காகச் சட்டையை எடுக்கச் சென்றான். சரோஜினி, "நீ எங்கேயும் போயிடாதே நான் வெளியிலே போகணும்," என்றாள்.

"கறிகாய் ஏதாவது வாங்கிண்டு வரப் போறியா?" என்று மணி கேட்டான்.

"வெளியே போகிறதுன்னாக்கூட உங்களுக்கு உழைக்கத் தான் நான் போகணுமா?"

மணி சட்டையை ஆணியில் மாட்டிவிட்டு மறுபடி பழையபடியே சுவரில் சாய்ந்தபடி தரையில் படுத்துக்கொண்டு புத்தகத்தைப் படிக்க ஆரம்பித்தான்.

சரோஜினி தலையைமட்டும் படிய வாரிக்கொண்டு வெளியே கிளம்பியபோது அப்பா இன்னும் வரவில்லை. எப்படியும் இன்னும் அரை மணி, ஒரு மணி நேரத்திற்குள் வந்துவிடுவார்.

சரோஜினி தான் அவசரப்படவில்லை என்று சொல்லிக் கொண்டாள். நேரே சென்று வலது பக்கம் திரும்பி விளையாட்டு மைதானத்தைக் கடந்து சென்றாள். அப்போதுதான் சிறிது தூரத்தில் உயரமான அசோக மரங்களின் உச்சிப் பகுதிகளைப் பார்க்க முடிந்தது. விளையாட்டு மைதானம் தாண்டித் திரும்பியவுடன்தான் தெருவின் எதிர்ப் புறத்தில் சுந்தரம் பார்க் இருந்தது.

(1969)

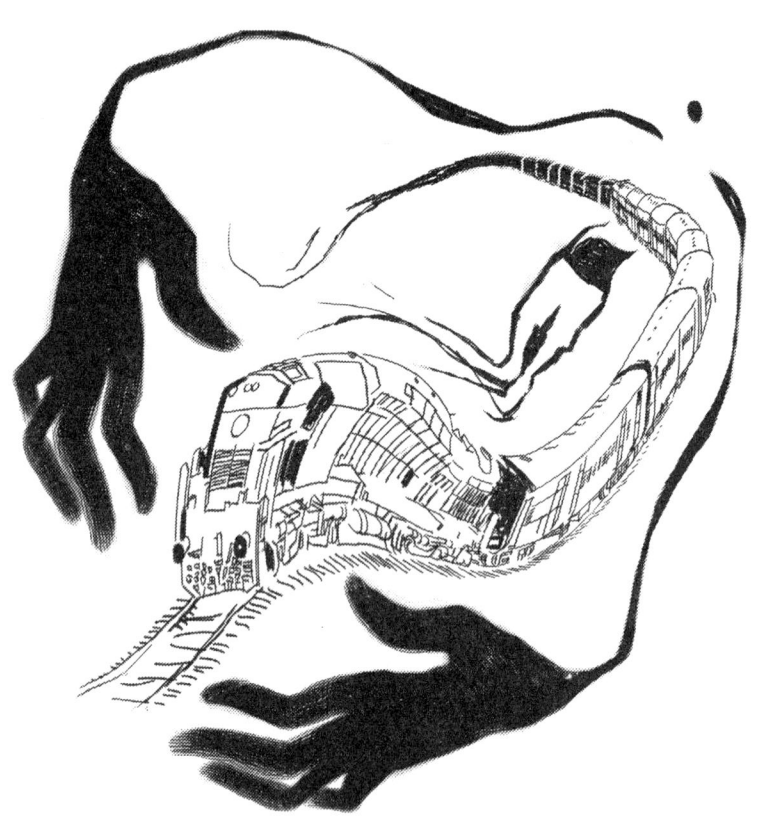

மாறுதல்

ஊருக்கு வெளியில் வரிசையாக இருந்த அந்த வீடுகளில் கோடி வீட்டிலிருந்து பார்த்தால் கண்ணில் தெரியாது இருக்குமாறு கால் மைலுக்கும் அப்பாலிருந்த அந்த வேப்பமரத்தை நோக்கி சாயனா நடந்து வந்தான். உண்மையில் அந்த மரத்துக்கு வெகு அருகில் வந்த பிறகுதான் அந்த வீட்டிலுள்ளோர் பார்வையிலிருந்து முற்றிலும் மறைந்துகொள்ள முடியும். மேடும் பள்ளமுமாகக் கட்டாந்தரையாக இருந்த பிரதேசத்தில் அந்த மரம் தன்னிச்சையாகத் தங்கு தடங்கலில்லாமல் வளர்ந்து செழித்திருந்தது. மரத்தை அடைந்தவுடன் அங்கே மறைந்திருந்து அந்த வீட்டு ஜன்னல்களைக் கூர்ந்து பார்த்தான். ஜன்னல் கதவுகள் திறந்திருந்தன. ஆனால் அங்கே யாரும் தென்படவில்லை. இன்னும் யாரும் எழுந்திருந்திருக்க மாட்டார்கள்.

சாயனா உட்கார்ந்தான். கைகளால் மரத்தடியில் துழாவினான். எடுத்த எடுப்பிலேயே ஆணி எட்டிவிட்டது. சுமார் அரை அடி நீளமிருக்கும் அந்த ஆணியை மரத்து வேரில் சிறிது மட்டும் நீட்டியிருக்கும்படியாக அடித்திருந்தது. அவன்தான் அந்த ஆணியை அங்கே அடித்திருந்தான். ஆணியின் மேல் பாகம ஒரு வளையம். அதனுள் அவனுடைய கட்டை விரலையும் ஆள்காட்டி விரலையும் நுழைத்துக்கொண்டான். அவனுடைய படபடப்பு சிறிது அடங்கினாற் போலிருந்தது.

சதக்பொதக் என்று மாடுகள் நடந்து வரும் சப்தம். அப்பக்கமாக அந்த ஊர் மாட்டுக்காரர்கள் மாடுகளை ஓட்டிக்கொண்டு சுமார் ஒரு மைல் தூரத்திற்கப்பால் உள்ள புல்வெளிக்குப் போவார்கள். பகல் பொழுது அங்கே மாடுகளை மேய விட்டுவிட்டு மாலையில் திரும்ப ஊருக்குக் கொண்டுவருவார்கள். வருடத்தில் மூன்று நான்கு மாதங்களுக்குத்தான் அந்த இடத்தில் பசுமையாக இருக்கும். ஆனால் எல்லா நாட்களிலும் மாடுகளை அங்கே மேய்த்து வர ஓட்டிப் போவார்கள். காலாற நன்கு அலைந்து திரிந்து வருவதே அந்த ஊர் மாடுகளுக்குப் பெரும் போஷாக்கு.

சாயனா உட்கார்ந்தபடியே மரத்தின் மீது சாய்ந்து கொண்டான். அவனுடைய முதுகை எப்படிச் சாய்த்துக் கொண்டாலும் எங்காவது ஓரிடத்தில் வலித்தது. முதுகில் புண்கள் இன்னும் ஆறவில்லை.

அவன் தன்னை மறைத்துக்கொண்ட வீட்டிலிருந்து நாய் குரைக்கும் சப்தம் கேட்டது. எதிர்ப்புத் தெரியும் குரைப்பு இல்லை அது. நாய் நடுநடுவில் முனகுவது போலவும் ஒலியெழுப்பியது. சட்டென்று அது ஒருமுறை உற்சாகமாக ஒலியெழுப்பியது. தானாகக் கட்டவிழ்த்துக் கொண்டிருக்க வேண்டும். அது குரைத்துக்கொண்டே தாவி வருவதை உணர முடிந்தது. சில விநாடிகளுக்குள் அது சாயனாவை வந்தடைந்தது. முனகிக்கொண்டும் குரைத்துக்கொண்டும் அது சாயனாவின் முகத்தில் பாய்ந்து அவனை நக்கிக்கொடுக்க ஆரம்பித்தது.

சாயனாவால் உடனுக்குடன் அவன் விரல்களை அந்த ஆணியின் வளையத்திலிருந்து விடுவித்துக்கொள்ள முடிய வில்லை. நாய் வாலையும் அதன் பின்புறத்தையும் பலமாக ஆட்டிக் கொண்டு அவன்மீது பாய்ந்து முகம் கழுத்து தலையெல்லாம் நக்கியவண்ணம் இருந்தது. அவன் கையை விடுவித்துக்கொண்டு அதைத் தடவிக் கொடுக்க ஆரம்பித்தபோது அப்படியே தரையில் மல்லாக்கப் படுத்துக்கொண்டு அதனுடைய நான்கு கால்களாலும் அவனைத் தொட முயன்றுகொண்டிருந்தது.

சாயனா நாயைத் தன் மடியில் போட்டுக்கொண்டு தடவிக் கொடுத்தான். அதன் உரோமத்துக்கிடையில் பல இடங்களில் முண்டுமுண்டாக அவன் விரல்களில் இடறின. அப்படிப்பட்டதொரு இடத்தை விரல்களால் உரோமத்தை விலக்கிப் பார்த்தான். அவன் நினைத்தபடிதான் இருந்தது. அது ஒரு உண்ணி. சாயனாவுக்குக் குறிப்பாகச் செய்ய வேலை

யொன்று கிடைத்துவிட்டது பற்றி ஆறுதலாக இருந்தது. அவன் நாயை அணைத்துக்கொண்டு ஒவ்வொன்றாக அதன் மீதிருந்த உண்ணிகளைப் பிடுங்கிப் போட ஆரம்பித்தான்.

நான்கைந்து வயது இருக்கக்கூடிய ஒரு பெண் அப்போது அங்கு ஓடி வந்தாள். சாயனா அவளைத் தலை நிமிர்ந்து பார்த்தான். அவள் அவனைக் கண் கொட்டாமல் பார்த்தபடி நின்றாள். சாயனாவும் மூச்சையடக்கிக்கொண்டு அவளையே பார்த்தபடி அசையாமல் இருந்தான். அந்தப் பெண் சட்டென்று திரும்பி வீட்டிற்குள் ஓடினாள். "அப்பா, அம்மா! சாயனா வந்துட்டான்! சாயனா வந்துட்டான்!" என்று அவள் உரக்கக் கத்துவது கேட்டது.

நாயைத் தொட்டவாறு இருப்பதுகூடத் தவறு என்கிற மாதிரி சாயனா சிறிது விலகி உட்கார்ந்தான். வீட்டுள்ளேயிருந்து முதலில் ஒரு அம்மாள்தான் அவனைப் பார்க்க வந்தாள். பிறகு ஒரு பையன். இன்னொரு பெண். இன்னொரு பையன். முதலில் வந்த பெண்ணும்கூட. நால்வரும் வரிசையாக சாயனாவைப் பார்த்துக்கொண்டு நின்றார்கள். சாயனா ஒருமுறை தலையைத் தூக்கி அவர்களைப் பார்த்துவிட்டுத் தலையைக் குனிந்துகொண்டான். நாய் அவன் கண்களைச் சந்தித்து வாலையாட்டியது.

"போங்கோ, போங்கோ, உள்ளே! எல்லாரும் என்ன கூட்டம் போட்டுண்டு? போங்கோ உள்ளே!" என்று அந்த அம்மாள் அதட்டினாள். சிறுவர்கள் அங்கிருந்து போகச் சிறிது தயங்கின மாதிரி இருந்தது. ஆனால் சிறிது எட்டிப் போன பிறகு இறுக்கம் தளர்ந்து குதித்துக்கொண்டு ஓடினார்கள்.

வெகுநேரம் அப்படியே நின்றிருந்த பிறகு அந்த அம்மாள் தான் முதலில் பேசினாள். "சாப்பிட்டயாடா?" என்று தெலுங்கில் கேட்டாள்.

சாயனா பதில் சொல்லாமல் தலையைக் குனிந்து கொண்டே உட்கார்ந்திருந்தான்.

அந்த அம்மாளும் உள்ளே போய்விட்டாள். நாயும் சாயனாவை விட்டு விலகி அங்குமிங்கும் ஓடித் திரிந்தது. தானாக ஒரு விளையாட்டை அமைத்துக்கொண்டு அவனிடம் பாய்ந்து வந்தது. அவன் கைக்கெட்டும் தூரம் வந்ததும் திரும்பி வேறு திசையில் பாய்ந்தோடியது. அவன் பார்த்துக்கொண்டிருக்கிறான் என்ற உணர்வில் துள்ளித் துள்ளி விளையாடியது.

சாயனாவுக்கும் நாயுடன் துள்ளி விளையாட வேண்டும் போலிருந்தது. அதே நேரத்தில் கண்ணை மூடிக்கொண்டு படுத்துவிட வேண்டும் போலுமிருந்தது. அந்த நேரத்தில் படுத்துக் கிடக்க அது பொருத்தமான இடமில்லை. முதலிலேயே இன்னும் சிறிது ஒதுக்குப்புறமாக இருக்கும் மரம், மூலை எதையாவது தேர்ந்தெடுத்துப் போயிருக்க வேண்டும். அந்தப் பிரதேசத்தில் அப்படியும் சில இடங்கள் இருந்தன. ஆனால் அவை அந்த வீட்டிலிருந்து மிகவும் தள்ளியிருந்தன. அங்கு எங்காவது போயிருந்தால் அந்த நாய்கூட அவனைக் கண்டறிந்திருக்காது.

ஒரு சின்னப்பையனும் பெண்ணும் அவனருகே வந்தார்கள். பையன் கையில் சோள ரொட்டி இரண்டு இருந்தன. 'இந்தா' என்று அதை சாயனாவிடம் கொடுத்தான். சாயனா சிறிது தயக்கத்திற்குப் பிறகு வாங்கிக்கொண்டான். இப்போது நாய் அவனிடம் ஓடி வந்துப் பெரிதாக வாலையாட்டியது. "நாய்க்குப் போடாதே. அது நிறையத் தின்னுடுத்து" என்று அந்தப் பெண் சொன்னாள். பிறகு அவர்கள் மீண்டும் வீட்டிற்குள்ளே போய் விட்டார்கள்.

சாயனா ரொட்டியை விண்டு வாயில் போட்டுக் கொண்டான். முந்திய இரவில்தான் அது தயாரிக்கப்பட்டிருக்க வேண்டும். ஆனால் சோள ரொட்டிக்குரிய கட்டைத்தனம் வந்துவிட்டது. முதல் துண்டை மென்று விழுங்குவதற்குச் சிறிது நேரம் ஆயிற்று. நாய் காத்திருந்தது. சாயனா அங்குமிங்கும் பார்த்தான். பிறகு ஒரு சிறு துண்டை நாய்க்குத் தந்தான். நாய் அதை வாங்கிக்கொண்டு ஓடிற்று. அது வீட்டுக்குள் ஓடாதது பற்றி அவனுக்கு ஆறுதலாயிருந்தது.

அவன் முதல் ரொட்டியைத் தின்று முடித்து இரண்டாவதைத் தின்ன ஆரம்பித்தபோது அந்த வீட்டுப் பையன்களில் பெரியவன் வந்தான். அவனுக்கு பதிமூன்று பதினான்கு வயதிருக்கும். அப்போதே உடைய ஆரம்பித்திருந்த குரலில், "இந்தா, இதைக் குடி" என்று உயரமான ஒரு நிக்கல் தம்ளரை சாயனாவிடம் கொடுத்தான். அது நிறைய டீ இருந்தது. அந்த வீட்டில் காலையில் யாரும் டீ குடிப்பதில்லை என்று சாயனாவுக்குத் தெரியும். இப்போது அவனுக்காகவென்றே அதைத் தயாரித்திருக்கிறார்கள்.

சாயனா ரொட்டியைத் தின்று முடித்து டீ குடிக்கத் தொடங்கியவுடனே அவனுக்கு ஒன்றடுத்து ஒன்றாக ஏப்பம் வந்தது. டீயைக் குடிப்பதற்கும் அவனுடைய வயிற்றின் கொந்தளிப்பு அடங்குவதற்கும் சரியாக இருந்தது. அவன் அந்தத் தம்ளரை எடுத்துக்கொண்டு மெதுவாக அந்த வீட்டுக் கேட்டருகே போய்

நின்றான். முதலில் அவனை யாரும் பார்க்கவில்லை. சட்டென்று ஒரு ஆண் குரல், “போடா வெளியே! திருட்டுப் பசங்களுக்கு இங்கே என்னடா வேலை! போ வெளியே!” என்று கேட்டது. அதையடுத்து அந்தக் குரலுக்குரிய நபரும் வெளியே வந்தார்.

சாயனா தம்ளரைக் கையில் வைத்துக்கொண்டு அப்படியே குந்தியபடி உட்கார்ந்தான். அவனிடமிருந்து சொற்கள் எதுவும் வெளிவர மறுத்தன. அப்படியே குப்புறத் தரையில் சாஷ்டாங்கமாக விழுந்தான்.

இப்போது அந்த வீட்டிலுள்ளோர் எல்லாரும் வந்து விட்டார்கள். வீட்டுக்காரர், அம்மாள், அவர்களுடைய நான்கு குழந்தைகள் எல்லாரும் அவன் முன் வந்து நிற்பதை அவன் உணர முடிந்தது. அவன் அசையாமல் அப்படியே கிடந்தான். அவர்களும் பேசாமல் அப்படியே சிறிது நேரம் நின்றார்கள். அந்த அம்மாள்தான் கடைசியில் சொன்னாள். “இன்னிக்கு ஒருவேளை இருந்துட்டு வேறெங்கேயாவது போறதாந்தா போகட்டும். சாப்பிட்டு நாலு நாள் ஆற மாதிரி இருக்கு.”

இதற்காகவென்றே காத்திருந்தவர்போல அந்த வீட்டுக் காரர் விலகிப் போய்விட்டார். அந்த அம்மாள் கேட்டாள், “மாட்டைக் குளிப்பாட்டறயா?”

சாயனா எழுந்திருந்து தலையை ஆட்டினான். அந்த அம்மாள் தன் பிள்ளைகள் ஒருவனிடம் சொன்னாள், “போ, கொல்லைக் கதவைத் திறந்துவிடு.”

சாயனா தம்ளரை எடுத்துக்கொண்டு வீட்டைச் சுற்றி வந்து கொல்லைப்புறக் கதவருகே சென்று நின்றான். கொல்லைக் கதவு திறக்கப்பட்டது. பெரிய பையன்தான் திறந்தான். சாயனா குழாயடிக்குச் சென்று தம்ளரைக் கழுவி ஒரு மூலையில் கவிழ்த்து வைத்தான். குழாயடியில் வேறு பாத்திரங்கள் தேய்ப்பதற்காகக் குவித்து வைத்திருந்தன. அவன் உட்கார்ந்து அவற்றைத் தேய்த்துக் கழுவ ஆரம்பித்தான். ஆனால் வீட்டு அம்மாள் சமையலறையிலிருந்து, “அதெல்லாம் நீ தொட வேண்டாம். வேற ஆள் இருக்கு” என்றாள். சாயனா சடாலென்று எழுந்தான். தலையைக் குனிந்துகொண்டே மெதுவாகக் கையைக் கழுவிக்கொண்டு மாட்டருகே போய் நின்றான்.

நாயைப் போல மாடு துள்ளிக் குதிக்கவில்லை. முகத்தைத் திருப்பி அவன் முழங்கையை மட்டும் நக்கிக் கொடுத்தது. சாயனா மாட்டின் கழுத்தைச் சொறிந்து கொடுத்தான். மாடு முகத்தைத் தூக்கிக் கழுத்தை விறைப்பாக வைத்துக்கொண்டது.

அந்த அம்மாள் சொன்னது சரிதான். ஒரு வேலைக்காரப் பெண் பாத்திரங்களிடம் வந்து உட்கார்ந்தாள். ஒரு செங்கல் துண்டைத் தரையில் அடித்துப் பொடிசெய்துப் பாத்திரங்களைத் தேய்க்க ஆரம்பித்தாள். அவள் கை இன்னும் அழுந்த வேண்டும் என்று சாயனாவுக்குத் தோன்றிற்று. நிச்சயம் இரண்டு மூன்று பாத்திரங்களில் பற்றுப் போகாமல் ஒட்டிக்கொண்டிருக்கும் என்றுகூடத் தோன்றிற்று. திரௌபதி கிருஷ்ணனுக்கு காட்டில் ஒருமுறை உணவு படைத்தது பற்றி அவன் கேள்விப்பட்டிருக்கிறான். கிருஷ்ணனுக்கு உணவு படைக்க வாய்ப்பு இருந்தால்கூடப் பாத்திரங்களை அப்பழுக்கில்லாமல் தேய்த்துக் கழுவுவதுதான் அந்த வீட்டில் வழக்கமாயிருந்தது.

சாயனா மாட்டை அவிழ்த்து அவன் முன்பு உட்கார்ந்திருந்த மரத்தடிக்கு இழுத்துச் சென்றான். மரத்தடி ஆணியில் மாட்டைக் கட்டிய பிறகு மீண்டும் அந்த வீட்டின் கொல்லைப் புறத்திற்குச் சென்றான். இரும்பு பக்கெட் ஒன்றை எடுத்துக் குழாயருகே போய் நின்றான். புது வேலைக்காரி அவனை ஏறிட்டுப் பார்த்தாள். அவள் முகத்திலிருந்து அவளும் ஒரு போயிதான் என்று அவனுக்குத் தெரிந்தது. போயி ஜாதியில் இப்போதெல்லாம் பெண்கள்கூட வீட்டு வேலைக்கு வர ஆரம்பித்துவிட்டார்கள்.

அந்தப் பெண் பாத்திரங்களை நகர்த்திக்கொள்ள சாயனா குழாயைத் திறந்து பக்கெட்டில் தண்ணீர் நிரப்பிக்கொண்டான். இன்னும் அரைமணி நேரத்தில் குழாயில் தண்ணீர் வருவது நின்றுவிடும். வீட்டில் தண்ணீர்த் தொட்டியில் தண்ணீர் பிடித்து வைத்துவிட்டதாகத் தெரியவில்லை. யார் அதைச் செய்யப் போகிறார்களோ?

சாயனா பக்கெட் தண்ணீருடன் வெளி மரத்தடிக்குச் சென்றான். மாடு ஒருமுறை தண்ணீரில் வாயை முக்கி எடுத்தது. அதன் வாயோர உரோமங்களிலிருந்து தண்ணீர் சொட்டியது.

சாயனா சிறிது சிறிதாகத் தண்ணீரை மாட்டின் மீது ஊற்றி கையாலேயே தேய்த்துக் குளிப்பாட்ட ஆரம்பித்தான். எருமை மாடாயிருந்தாலும் அது ஒருமுறை உடலைச் சிலிர்த்துக் கொண்டது. அவன் அதன் வயிற்றின் அடிப்பாகத்தையும் மடியையும் தேய்த்தபோது தலையை உயர்த்திக் கழுத்தை நீட்டிக்கொண்டது. கடைசியாக பக்கெட்டில் மிஞ்சியிருந்த தண்ணீரை அதன் மேல் கொட்டியபோது வாலால் தன்னை அடித்துக்கொண்டது. சாயனா விலகி நின்றும் அவன் முகத்தின் மீது நிறையத் தண்ணீர் தெறிப்பதைத் தவிர்த்துக்கொள்ள

முடியவில்லை. அது போதாதென்று ஆணியில் கட்டிய கழுத்துக் கயிற்றை அவிழ்த்தவுடன் மாடு ஓட ஆரம்பித்தது. சாயனா மாட்டைத் துரத்திக்கொண்டு ஓடினான். மாடு சர்வ சாதாரணமாக மேடு பள்ளங்களைப் பொருட்படுத்தாமல் நாலுகால் பாய்ச்சலாகப் பாய்ந்தது. இம்மாதிரிப் பலமுறை நிகழ்ந்திருக்கிறது. அந்த வீட்டிலேயே பணம் வாங்கிக்கொண்டு சாயனா 'கீலு குர்ரம்' என்ற தெலுங்குப் படத்தைப் பார்த்து வந்திருக்கிறான். அன்றிலிருந்து அந்த மாட்டை 'கீலு குர்ரம்' என்றுதான் அவன் அழைத்தான். அந்த வீட்டிலுள்ளோரும் அந்தப் பெயரை ஏற்றுக்கொண்டு அந்த மாட்டை எந்திர எருமை என்று குறிப்பிட்டுக் கொண்டிருந்தார்கள். இப்போதும் அப்படிச் செய்கிறார்களோ தெரியாது.

மாடு அந்தப் பிரதேசத்தில் சாயனாவை வேண்டிய மட்டும் இழுக்கடித்தது. இரண்டு மூன்று முறை அதைப் பிடித்துவிட முடியும் என்றிருந்தபோதுகூட சாயனாவாகக் கயிற்றை விட்டு விட்டான். மாட்டோடு ஓடுவது அவனுக்குக் கடந்த கால நாட்களுக்குத் திரும்பிப் போய்விட்ட மாதிரி இருந்தது. அது இல்லை என்பது போல முதுகில் வியர்வை பெருகி இன்னும் காயமாறாத இடங்களில் பட்டு எரிச்சல் உண்டுபடுத்தியது. அந்த எரிச்சலும் வலியும் பொறுக்க முடியாமல் போய் சாயனா நின்றான். அவன் நிற்பதைக் கண்டு மாடும் ஓரிடத்தில் போய் நின்றுவிட்டது.

அப்போது கையில் ஒரு சிறு குச்சியுடன் ஒரு சிறுவன் சாயனாவிடம் ஓடி வந்தான். "மாட்டை எங்கே ஓட்டிப் போகிறாய்?" என்று சாயனாவைத் தெலுங்கில் கேட்டான்.

"எங்கேயும் இல்லையே?" என்று சாயனா பதில் சொன்னான்.

சிறுவன் முணுமுணுத்துக் கொண்டு மாட்டிடம் சென்று அதைக் குச்சியால் சுளீரென்று அடித்தான். மாடு ஓடத் தொடங்கு முன் அதன் கயிற்றைப் பிடித்து முரட்டுத்தனமாக இழுத்தான். மாடு வீட்டுப் பக்கம் திரும்பியது. தூரத்தில் வேறு மாடுகள் மேய்ச்சலிடமிருக்கும் திசை நோக்கிச் சென்றுகொண்டிருந்தன. இந்த மாட்டையும் அந்த மாட்டுக்காரப் பையன் அவைகளோடு சேர்த்து ஓட்டிப் போனான். இப்படி ஓட்டிப் போய் மேய்த்து வருவதற்கான ஏற்பாடும் சமீபத்தில் தான் செய்யப்பட்டிருக்க வேண்டும். சாயனாவுக்கு அந்தப் பையன் மாடுகளை அப்படி வெறித்தனமாக அடிக்க வேண்டாம் என்று தோன்றிற்று.

அந்த வீட்டிலுள்ளோர் ஒருவர் பின் ஒருவராக வெளியே போகத் தொடங்கிவிட்டார்கள். வீட்டுக்காரர் காரியாலயத்திற்கு.

இரு பையன்களும் ஒரு பெண்ணும் பள்ளிக்கூடத்திற்கு. அவர்கள் போவதை மரத்தடியிலிருந்துகொண்டு சாயனா பார்த்துக்கொண்டிருந்தான். மாட்டைக் குளிப்பாட்டிய பிறகு முதல் காரியமாக பக்கெட்டை வீட்டின் கொல்லைப் புறத்தில் கொண்டு போய்ச் சேர்த்திருக்க வேண்டும். அதற்கு இடம் கொடுக்காமல் மாடு ஓட ஆரம்பித்துவிட்டது. மாட்டுக்காரப் பையன் மாட்டை மேய்த்து வர ஓட்டிப் போன பிறகுதான் சாயனாவுக்கு நினைவு வந்தது. நல்ல வேளை, பக்கெட் மரத்தடியிலேயே இருந்தது. அவன் அதைத் திருப்பிக்கொண்டு போய் வைக்கச் சென்றபோது ஏனோ கொல்லைக் கதவைத் தாண்டிப் போகத் தைரியம் வரவில்லை. இப்போது யாரும் வா என்றும் சொல்லவில்லை. அந்த வேலைக்காரப் பெண்தான் பக்கெட்டை வாங்கி உள்ளே வைத்தாள்.

மரத்தடி நிழல் இடம் மாறிக்கொண்டிருந்தது. அதற்கேற்ப சாயனாவும் தன்னிடத்தை மாற்றிக்கொண்டிருந்தான். ஊர்க் கோடியாதலால் ஜனநடமாட்டம் அதிகம் இல்லாத இடம். அவனை அடையாளம் கண்டுகொள்ள அந்த வீட்டிலுள்ளோரைத் தவிர வேறு யாரும் அங்கு கிடையாது. மாட்டுக்காரப் பையன் ஒருவன்தான் அவனை அதற்கு முன்னர் பார்த்திருக்கக் கூடியவன். அவனுக்குச் சாயனாவைப் பற்றி அதிகம் தெரிந்திருக்காது.

சாயனாவுக்குப் படுத்துக்கொள்ள வேண்டும் போலிருந்தது. இன்னமும் குப்புறப்படுத்துக் கொள்ளத்தான் வேண்டியிருந்தது. குப்புறப்படுத்துக் கொள்வதில் ஒரு சௌகரியம் தலைக்கு உயரமாக வைத்துக்கொள்ள ஒன்றும் தேவையில்லை.

அவனுக்குப் படுத்துவிடத் தயக்கமாயும் இருந்தது. நிதானமாக அவனுடைய கை கால் விரல்களைச் சொடக்கிக்கொள்ள ஆரம்பித்தான். ஒவ்வொரு கை விரலையும் இரு இடங்களில் சொடக்கலாம். பத்து விரல்களுக்கு இருபது சொடக்குகள். ஆனால் பதினேழு முறைதான் சொடக்க முடிந்தது. கால் விரல்களை ஒவ்வொன்றாக இழுக்க ஆரம்பித்தபோது அவனை அன்று முதன் முதலில் பார்த்துப் போன சிறு பெண் அங்கு வந்தாள். "உன்னை அம்மா சாப்பிடக் கூப்பிடறா" என்றாள்.

சாயனா எழுந்திருந்து கொல்லைக் கதவுப் பக்கம் போக ஆரம்பித்தான். "இல்லே இப்படியே வா" என்று அப்பெண் சொன்னாள். சாயனா அவளைப் பின்தொடர்ந்து தலையைக் குனிந்துகொண்டு போனான். வாசல் கேட்டைத் தாண்டும் போது அவனுடைய உடல் சிறுத்துப்போகத் தொடங்கியது போலிருந்தது. முன் வாசல் கதவைக் கடந்தபோது இன்னமும் குறுகிப் போனான். அங்கே கட்டிப் போடப்பட்டிருந்த நாய்

பலமாக வாலை ஆட்டியது. சமையலறையைத் தாண்டும் போது இடது பக்க அலமாரியைப் பார்க்கக்கூடாது என்று தான் அவன் நினைத்திருந்தான். ஆனால் அவனுடைய கண் அவன் நினைத்திருந்ததை மீறி அதைத்தான் பார்த்தது. அங்கே இப்போது சாப்பிடும் தட்டுகள் அலுமினியத் தட்டுகளாகத்தான் கவிழ்த்து வைக்கப்பட்டிருந்தன.

“கை கால் அலம்பிண்டு வா” என்று வீட்டு அம்மாள் சொன்னாள். சாயனா தண்ணீர்த் தொட்டியருகே சென்றான். அதில் கால் தொட்டித் தண்ணீர்கூட இல்லை. இப்போது அதை யாரும் காலையில் நிரப்புவதில்லை என்பதில் சந்தேக மிருக்க முடியாது.

முதலில் குழாயடியில் நிழலாக இருந்த இடத்தில் சாயனா உட்கார்ந்துகொண்டான். உடனே எழுந்து மாடு கட்டும் இடத்தருகே சென்றான். மாட்டைக் கட்டும் பாதாம் மரத்தி லிருந்து நான்கு இலைகளைப் பறித்துக்கொண்டு மீண்டும் குழாயடிக்கு வந்தான்.

ஆனால் அதற்குள் அந்த அம்மாள் ஒரு தையலிலை எடுத்து வந்திருந்தாள். சாயனா கையிலிருந்த பாதாம் இலையைப் பொருட்படுத்தாமல் தான் கொண்டுவந்த இலையைத் தரையில் பரப்பினாள். உள்ளே சென்று சாதம் கொண்டுவந்து அந்த இலையில் சாய்த்தாள்.

சாயனா சாதத்தைக் குவியலாக்கி நடுவில் குழித்துக் கொண்டான். அந்த அம்மாள் குழி நிரம்பக் குழம்பு ஊற்றினாள். “போதுமா?” என்று கேட்டாள். சாயனா போதுமென்று தலையை அசைத்தான். அங்கே வேடிக்கை பார்த்துக்கொண்டிருந்த பெண்ணின் கையைப் பிடித்து “வா அந்தண்டை, யாராவது சாப்பிடறதைப் பாத்தண்டே இருக்கக் கூடாது” என்று சொல்லி அழைத்துப் போனாள்.

சாயனா மீண்டும் மரத்தடிக்குச் சென்றான். மரத்தடியில் இப்போது நிறைய நிழலிருந்தது. அதோடு எறும்புகள் சிறு பூச்சிகள் நடமாட்டமும் நிறைய இருந்தது. சாயனா முழங்காலைக் கட்டிக்கொண்டு உட்கார்ந்தான். அந்த வீட்டில் அவன் செய்யக்கூடிய வேலைகள் நிறைய இருந்தன. மாடு கட்டும் இடம் சரியான கவனிப்பு பெறாமல் இருந்தது. வீட்டுச் சுவர்களில் ஒட்டடை பல இடங்களில் தொங்கிக் கொண்டிருந்தது. வீட்டுத் தண்ணீர்த் தொட்டி காலியாக இருந்தது. வீட்டு முன்னாலிருந்த சிறு தோட்டத்தில் செடிகள் காய்ந்து வாடிக்கொண்டிருந்தன. இதெல்லாவற்றையும் கவனிப்பது ஒரு ஆண் பிள்ளையின் வேலை.

அந்தச் சிறு பெண் மீண்டும் அவனருகே வந்தாள். சாயனாவையே உற்று நோக்கிப் பார்த்து நின்றாள். இப்போது சாயனாவும் அவளைப் பார்த்தான். அவள் கேட்டாள், "ஏன் என் தட்டை எடுத்துண்டு ஓடிப்போனே?"

சாயனா உடனே தலையைக் குனிந்துகொண்டான்.

"உன்னைப் போலீஸிலே ரொம்ப அடிச்சாளா?"

சாயனா பதில் சொல்லாமல் இருந்தான்.

"எங்கே அடிச்சா, காமி."

சாயனா திரும்பி சட்டையைத் தூக்கித் தன் முதுகைக் காண்பித்தான்.

"ஐயயோ! ஒரே காயமாயிருக்கே!"

சாயனா பதில் சொல்லவில்லை.

"உனக்கு ரொம்ப வலிச்சுதா?"

ஆமாம் என்று சாயனா தலையை ஆட்டினான்.

"அப்பா அடிக்க வேண்டாம்னு சொன்னாளாம், நீதான் அடின்னு சொன்னயாம்."

விசாரணைக்கு முன் வேறு பழுத்த திருடர்களும் அவனோடு இருந்தார்கள். அவர்கள் சொல்லிக் கொடுத்தபடிதான் அவன், எனக்குச் சம்பளம் தரவில்லை, அதற்காக வெள்ளித் தட்டை தூக்கிக்கொண்டு போனேன், என்று சொன்னான். அதன் பிறகு அந்த நீதிபதி நெருப்பாகிவிட்டார். பன்னிரண்டு கசையடிகள். ஒவ்வொரு அடியின் போதும் கசை நுனி அவன் சதையைப் பிய்த்துக்கொண்டுதான் வெளியேறியது.

அந்தப் பெண் உள்ளே ஓடிப்போனாள். குருவி, அணில், பருப்பு சாதம், அம்மா அணைப்பில் தூக்கம், சொப்பு, மரப்பாச்சி, நான்கைந்து எழுத்துக்கள், நான்கைந்து எண்கள், பாரபட்சமில்லாமல் எல்லாருடைய முகத்தையும் நக்கும் நாய் இத்துடன் முடியும் உலகம் கொண்டிருந்த அந்தச் சிறுமிக்குத் தன் முதுகைக் காண்பித்திருக்க வேண்டாமோ வென்று சாயனாவுக்குத் தோன்றிற்று. அவளும் அடி வாங்கியிருப்பாள். ஆனால் அந்த அடிகள் ஒரு வலுவான உறவின் அடிப்படையில் வலிக்க வேண்டிய அதே நேரத்தில் அதிகம் வலித்துவிடக் கூடாது என்ற நோக்கத்துடனும் தரப்பட்ட அடிகளாக இருக்கும். அவனுக்குத் தரப்பட்ட அடிகள் ஏதோ அரூபமான, தெளிவான

உருவமில்லாத எதன் சார்பிலோ யாரோ அவனையும் அவன் யாருக்குக் குற்றம் இழைத்திருப்பதாகக் கூறப்படுகிறதோ அவரைக் கூட நேரில் அறியாத ஒரு மூன்றாம் மனிதனால் தரப்பட்ட அடிகள். சாயனாவின் முதுகைப் போல வேறு எவ்வளவோ நூற்றுக்கணக்கான முதுகுகளில் அதே கசை வீசப்பட்டிருக்கும். ஒரு வாரம் முன்பு சாயனாவை அடித்தபோது கசையடிப்பவன் தான் செய்ய வேண்டியதை அலுப்புத் தட்டாமல் திறம்படச் செய்ய வேண்டியதற்குக் கசையின் பிடியைப் புது மாதிரியாகக் கையில் பிடித்திருக்கலாம். அதை வீசியபோது வித்தியாசம் தோன்றும்படி வீசியிருக்கலாம். சாயனாவிடம் மற்ற பழுத்த கைதிகள் எச்சரித்திருந்தார்கள். வலிக்கும். நிறைய வலிக்கும். பொறுக்க முடியாதபடி வலிக்கும். ஆனால் அதன் பிறகு அவன் உலகம் மாறிவிடும். அவனே வேறு மனிதனாகிவிடுவான். அவனும் உள்ளூர அவர்கள் மாதிரி ஆகிவிடுவான். அதன் பிறகு அவனை யார் என்ன செய்தாலும் அவன் அசைக்க முடியாதபடி ஆகிவிடுவான்.

அந்தப் பெண்ணின் உலகத்தை விகாரப்படுத்தி விட்டோமோ என்று சாயனாவுக்கு வருத்தமாக இருந்தது. ஆனால் அந்தக் கைதிகள் கூறியபடி அவன் முழுக்க மாறிவிடாமல் போனதுதான் அவனுக்கு இன்னும் அதிக வருத்தத்தை ஏற்படுத்தியது.

(1971)

விடுதலை

பொழுது விடிந்ததும் ஒரு மணி நேரம் தண்ணீர் 'பம்ப்' அடித்துவிட்டு, ஒன்றிரண்டு குழந்தைகளைக் குளிப்பாட்டிய பிறகு, எட்டே முக்காலுக்குள் ஆவி பொங்கும் சாதத்துடன் கொதிக்கும் குழம்பையும் ரசத்தையும் கலந்து விழுங்கி பஸ் ஸ்டாப்புக்கு ஓடிவந்த பரசுராமய்யருக்கு மேல் மூச்சு கீழ் மூச்சு வாங்கியது. கல்யாணமாகி, 'பாவம், சம்சாரி' என்று குறிப்பிடப்படத் தொடங்கியதிலிருந்து இந்த நிகழ்ச்சி அட்டவணை அநேகமாகத் தினம் தவறாமல் நடந்துகொண்டு வருகிறது. சாப்பிடுவதிலும் பஸ் ஸ்டாப்புக்குச் செல்வதிலும் அவசரம், பரபரப்பில்லாமல் இருக்க வேண்டு மென்று வேண்டும் முயற்சிகள் செய்து பார்த்தாகி விட்டது. ஆனால் குழாயில் ஆறு மணிக்குத்தான் தண்ணீர் வந்தது. கடைக்குச் சென்று பண்டங்கள் வாங்கிக்கொண்டுவரும் நேரத்தைக் குறைக்க முடியவில்லை. குழந்தைகளுக்குக் குளிப்பது அவ்வளவு பிடித்தமானதாகத் தோன்றவில்லை. இப்படி இருக்கையில் நேரத்தைக் குறைக்கக் கூடியதாக மிஞ்சியவை சாப்பிடுவதும் பஸ்ஸுக்கு ஓடுவதும்தான். பரசுராமய்யருக்குத் தன் அன்றாட வாழ்க்கை தன்னையும் மீறியது என்று தோன்றியது. பஸ்ஸுக்குக் காத்திருக்கும் இடைவெளியில் அது எங்கே அழைத்துச் செல்லக்கூடும் என்ற யோசனை தானாக வந்தது.

எப்பொழுதும்போல அன்றும் அவர் ஸ்டாப்பை அடையும் போது அதற்கருகில் அந்த மரத்தடிப் பிச்சைக்காரனும், பட்டாணிக்கடலை வண்டிக்காரனும் தானிருந்தார்கள். பரசுராமய்யர் ஓடி வந்து நின்றவுடன் பிச்சைக்காரன் எழுந்திருந்து அவர் பக்கத்தில் போய் “ஐயா, இரண்டு கண்ணும் பொட்டை, ஒரு தருமம் போடுங்க!” என்று இரண்டு முறை கெஞ்சினான். பிறகு தான் செய்யவேண்டிய கடமைகளில் ஒன்றைச் செய்து முடித்தவன் போல, பதிலுக்குக்கூடக் காத்திராமல், திரும்பவும் மரத்தடியில் போய் உட்கார்ந்து கொண்டான். பரசுராமய்யர் தன் கழுத்தையிறுக்கி ஷர்ட் பொத்தானை மாட்டிவிட்டு, தொங்கிக்கொண்டிருந்த வேஷ்டி நுனியை இடுப்பில் செருகிக்கொண்டார். பிறகு கையில் எடுத்து வந்த கோட்டைப் போட்டுக்கொள்ளத் தொடங்கினார். அதுவரை காத்திருந்தவன் போலப் பட்டாணிக்கடலைக்காரன் “என்னங்க, மணி ஒன்பது ஆயிடுச்சுங்களா?” என்று வினாவினான். பரசுராமய்யருக்கு அந்தப் பட்டாணிக்கடலைக் காரனுக்குக் கன்னத்தில் ஓங்கி ஒரு அறை, அல்லது கையில் ஒரு கைக்கடிகாரம் அந்த க்ஷணமே கொடுக்க வேண்டுமென்று தோன்றியது. ‘ஊம்’ என்று சொல்லிக்கொண்டே கோட்டின் உள் பையிலிருந்த பாக்கெட் கடிகாரத்தை வெளியிலெடுத்துச் சாவி கொடுக்க ஆரம்பித்தார். அந்தக் கடியாரம் அவர் கல்யாணமாகு முன்பே கும்பகோணத்தில் கல்லூரியில் படிக்கும்போது வாங்கியது. இருபத்தாறு வருட சேவைக்குப் பிறகுகூட அவருக்கும் அந்தக் கடிகாரத்திற்கும் பற்று இருந்தது. உருவத்தில் பெரிதான பழங்காலத்துக் கடிகாரமானதால் சங்கிலி ஒன்றைத்தான் அதற்குக் கட்டி கோட்டில் மாட்டிக்கொள்ள வேண்டியிருந்தது. அதைப் பார்த்துத்தான் பட்டாணிக்கடலைக்காரன் யதார்த்தமாகவோ அல்லது லேசாகக் கிண்டல் பண்ணும் எண்ணத்திலோ தினமும் அவரை மணி கேட்கிறான். அதற்காகவாவது அவன் முன் அதனை யெடுத்துச் சாவி கொடுக்க வேண்டாமென்றால் வீட்டை விட்டு வெளிக்கிளம்பின பிறகுதான் கடிகாரத்துக்குச் சாவி கொடுக்க மறந்தது ஞாபகம் வருகிறது. பரசுராமய்யருக்குத் தூக்குப் போட்டுக்கொள்ளலாம் போல இருந்தது. ஆனால் பஸ் வந்துவிடவே கயிற்றில் தொங்குவதற்குப் பதிலாக ஒரு தோல் பட்டையைப் பிடித்துத் தொங்கினார்.

கண்டக்டர் சில்லறை இல்லையென்று விட்டான். ஒரு மாதிரியாக டிக்கெட்டை வாங்கிக்கொண்டு பரசுராமய்யர் பஸ்ஸினுள் தமது பார்வையை ஓட்டினார். அந்தச் சந்தனப் பொட்டு–கறுப்புக் குல்லா, ஓயாமல் ஆபீஸைப் பற்றியே பேசிக்கொண்டிருக்கும் ஸெக்ரட்டேரியட் என்.ஜி.ஓ,

இரக்கம் கொள்ளும்படியான தோற்றமளிக்கும் பள்ளிக்கூட வாத்தியார் (அவர் வண்ணாரிடமிருந்து வந்த துணிகளைக் கூட வேண்டுமென்றே கசக்கிவிட்டு உடுத்திக் கொள்வாரோ என்ற சந்தேகம் பரசுராமய்யருக்கு உண்டு.), ஏதோ காரியாலயத்தில் வரவேற்பாளர் வேலை பார்க்கும் அந்தக் குண்டுப் பெண் – இவர்களெல்லாரும் அந்த பஸ்ஸினுள் இருந்தார்கள். பரசுராமய்யர் அப்போதிருக்கும் இடத்திற்குக் குடித்தனம் வந்து இரண்டரை வருடங்களாக பஸ்ஸில் இவர்களை அநேகமாக நாள் தவறாமல் சந்திப்பார். குண்டுப் பெண்ணுக்கு எப்போதும் உட்கார இடம் கிடைத்துவிடும். மற்றவர்களெல்லாரும் பஸ்ஸில் கூட்டத்துக்குத் தகுந்தபடி நின்றுகொண்டோ உட்கார்ந்துகொண்டே இருப்பார்கள். பரசுராமய்யருக்கு எப்போதும் உட்கார இடம் கிடைத்தது கிடையாது...

வேகமாகப் போய்க்கொண்டிருந்த பஸ் தெருவில் குறுக்கே போய்க்கொண்டிருந்த ஒரு எருமை மாட்டுக்காகச் சடாரென்று நின்றது. பஸ்ஸில் உட்கார்ந்துகொண்டிருந்த முப்பத்தினான்கு பேரும் நின்றுகொண்டிருந்த இருபத்தியெட்டுப் பேரும் அவர்களை அறியாமல் முன்புறம் சாய்ந்தார்கள். அரைக் கணத்திற்குப் பிறகு அதே வேகத்துடன் பின்புறமும் சாய்ந்தார்கள். நிற்கும் பிரயாணிகளில் பாதிப் பேர் கதவருகேயே குவிந்திருந்தார்கள், அக்குவியலின் மத்தியில்தான் சிக்கிக்கொண்டிருந்த பரசுராமய்யருக்கு முதலில் அவருக்கு முன்னால் நின்றுகொண்டிருந்தவரின் வழுக்கைத் தலைமீது மூக்கினால் மோத நேரிட்டது. பின்னால் சாயும்போது அதே வழுக்கைத் தலைப் பேர்வழி அவரது வலது கால் கட்டை விரலை நன்கு அழுத்தி மிதித்து விட்டார். பரசுராமய்யர் ஒன்றும் பேசவில்லை. அவர் இறங்குமிடத்தில் பஸ் நின்றவுடன் கீழே இறங்கிய பிறகு கையால் மூக்கைத் தடவிக் கொடுத்துவிட்டு இடது குதிகாலால் வலதுகால் கட்டைவிரலைச் சிறிது மிதித்துக்கொண்டார். பிறகு குடல் தெறிக்க ஆபீஸுக்கு விரைந்தார்.

❍

ஆறு அடுக்கு கொண்ட அந்தப் பெரிய கட்டிடத்திற்கு மூன்று 'லிப்டு'கள் இருந்தும் பரசுராமய்யா போய்ச் சேர்ந்தபோது ஒரு லிப்டுகூடக் கீழே இல்லை. அக்கட்டிடத்தில் இயங்கும் எல்லாக் காரியாலயங்களும் வேலை துவங்கும் நேரம் ஆனதால் அந்தக் கீழ்த்தள வரவேற்பு ஹாலில் ஏராளமானவர் வந்து போய்க் கொண்ட வண்ணம் இருந்தார்கள். பரசுராமய்யருடைய ஆபீஸ் நான்காவது மாடியில் இருந்தது. லிப்டுக்குக் காத்திருந்த முப்பது

நாற்பது பேர்களில் பரசுராமய்யருடைய ஆபீஸ் டைரக்டர், துணை டைரக்டர், விற்பனை மானேஜர் ஆகிய மூவரும் இருந்தார்கள். பரசுராமய்யர் மாடிப்படிக்குச் சென்றார்.

அந்த ஆபீஸ் வெகு நேர்த்தியாக வைக்கப்பட்ட கொலு போல் இருந்தது. நடுவில் பாதைவிட்டு இருபுறங்களில் மும்மூன்று அறைகள் 'ஏர் கண்டிஷன்' செய்யப்பட்டு இருந்தன. அந்தப் பகுதியைத் தாண்டியவுடன் வரிசை வரிசையாக மேஜை நாற்காலிகள் சுமார் ஐம்பது அறுபது பேர்களுக்குப் போடப்பட்டிருந்தன. சில மேஜைகள் மீது மட்டும் அவைகளுக்கானவர்களின் பெயர்ப்பலகைகள் வைக்கப்பட்டிருந்தன. பரசுராமய்யருக்குப் பெயர்ப்பலகை கிடையாது. பரசுராமய்யர் தம் மேஜையை அடைந்தபோது அநேகமாக மற்றெல்லாரும் வந்துவிட்டார்கள்.

பதினொன்றரை மணிக்கெல்லாம் காபி தயாரிக்கும் வாசனை வந்துவிட்டது. அங்கு வேலை செய்பவர்களுக்குக் காலை ஒருவேளை, பிற்பகல் ஒருவேளை காபி மட்டும் தயாரித்து விநியோகிக்க ஒருவரை ஏற்பாடு செய்திருந்தார்கள். பின் வெராண்டாவின் ஒரு மூலையில் அவர் இரண்டு பெரிய மண்ணெண்ணெய் அடுப்புகள் வைத்திருந்தார். சில முக்கியப் பாத்திரங்களும் அங்கேயே வைக்கப்பட்டிருந்தன. பால் மட்டும் அவ்வப்போது வாங்கி வந்து அவர் காபி போட்டுக் கொடுத்துவிட்டுப்போய்விடுவார். காபி சாப்பிடும் சந்தர்ப்பத்தில் தான் பரசுராமய்யர், சிவஸ்வாமியைப் பார்த்துப் பேச முடிந்தது. சிவஸ்வாமியும் அவரும் ஒரே நாளில் பத்தொன்பது வருடங்களுக்கு முன் அந்த ஆபீஸில் வேலைக்குச் சேர்ந்தார்கள். சிவஸ்வாமி சொந்தத்தில் குரோம்பேட்டையில் ஒரு சிறு வீடு கட்டிக்கொண்டு போயாகிவிட்டது.

"அம்மாவிடமிருந்து ஏதாவது கடிதம் உண்டா?" என்று பரசுராமய்யர் கேட்டார். அவர் தாயாரும் சிவஸ்வாமி தாயாரும் இன்னும் ஒரு அம்மாளுமாகக் காசிக்குப் போயிருந்தார்கள்.

"போன வாரம் வந்ததுதான். சரோஜாவுக்கு பம்பாயிலிருந்து 'பாரம்' கிடைத்துவிட்டதா?" சரோஜா பரசுராமய்யருடைய பெண்களில் மூத்தவள். எஸ்.எஸ்.எல்.சி. அந்த வருடம் முடித்திருந்தாள். அவளுக்குக் காலேஜுக்குப் போக வேண்டுமென்று ஆசை. அப்பாவின் மீது அது காரணமாக அவளுக்கு மிகவும் கோபம்.

"வந்துவிட்டது. ஆனால் இப்படித் தபாலில் சொல்லித் தருவதற்குக்கூட மாதம் இருபத்தைந்து ரூபாய் கேட்கிறானே!"

"அந்த இன்ஸ்டிடியூட் சர்டிபிகேட்டுக்கு நல்ல மதிப்புண்டு. அதுவும்கூடக் கொஞ்சம் டைப்ரைட்டிங்கும் தெரிந்திருந்தால் நம்ம டைரக்டரிடம் சொல்லி இங்கேயே சேர்த்துக்கொள்ளச் சொல்லலாம்."

"பார்க்கலாம்."

"இந்த ஞாயிற்றுக்கிழமை குரோம்பேட்டை வந்துபோக முடியுமா?"

"ஏன், என்ன?"

"அந்த மூலை இடத்தை நீ பார்த்துப் பேசி முடித்து விடலாம்…"

"இப்போது என்ன விலை சொல்கிறான்?"

"இரண்டாயிரம்."

"இரண்டாயிரமா?"

"ஆமாம். நிச்சயம் விலை எல்லாம் ரொம்ப மேலே போய்விடும். இப்பவே முடித்தால்தான் உண்டு. அப்பறம் பெண்ணுக்கெல்லாம் கல்யாணம் செய்கிற நாள் வந்துவிடும், உன்னாலே இது மாதிரி ஒன்றுமே வாங்க முடியாது."

"இப்போது மட்டும் எப்படி முடியப்போகிறது… இரண்டு கிரவுண்டுதானே அது?"

"ஆமாம். மொத்தத்துக்கு நாலாயிரமாகப் பேசி பத்திரமே எழுதி வாங்கிவிடலாம்."

"பார்க்கலாம்."

"இப்படித் தள்ளிப் போட்டுக்கொண்டே இருக்க முடியாது. நாளைக்குக் குழந்தை குட்டிகளைப் பற்றி ஏதாவது ஏற்பாடு செய்யாமல் இருக்க முடியுமா?"

"அம்மா காசியிலிருந்து வரட்டும். அவள் கிட்டே சொல்லி…"

"உங்கம்மா வருகிற வரைக்கும் இது காத்துக்கொண் டிருக்காது. ஐம்பது வயது வரைக்கும் கூடவா அம்மாவைக் கேட்டுச் சொல்கிறேன் என்று சொல்வது?"

அதற்குள் ஆபீஸ் பையன் சிவஸ்வாமியிடம் வந்து, "ஸார், உங்களை டிபுடி கூப்பிடுகிறார்" என்றான்.

சிவஸ்வாமி பரசுராமய்யரைப் பார்த்து "நீ உருப்பட மாட்டாய்" என்று முணுமுணுத்துவிட்டு முன்னால் இருந்த தனி அறைகளில் ஒன்றிற்குச் சென்றார். பரசுராமய்யர் தன்னிடத்திற்குத் திரும்ப ஆரம்பித்தார். பையன் அவரிடம், "ஸார்! நீ ஒண்ணு எழுதித் தரணும்" என்றான்.

"என்ன ?"

"நம்ம சித்தப்பா சகலை பக்கத்து வீட்டிலேயே இருக்காரு. அவரு ஆபீஸ¬லே அவர் 'லோன்' வாங்கணும். ஒண்ணு எழுதித் தாங்க."

"இதே வேலையாகப் போச்சா உனக்கு? முடியாது."

"ஸார், ஸார்."

"முடியாது."

பரசுராமய்யர் தம் மேஜைக்குப் போய்விட்டார். பையன் "இந்தப் பாப்பானுக்குத் திடீர்னு என்ன வந்தது?" என்று சிறிது உரக்கவே சொல்லிக்கொண்டான். ஒரு காகிதக் கட்டு அவரிடம் சேர்க்க இருந்தபோது அது தொம்மென்று அவர் மேஜை மேல் விழுந்தது. பரசுராமய்யர் தலையைத் தடவிக்கொண்டார்.

பரசுராமய்யரையும் டிபுடி கூப்பிட்டார். ஏற்கெனவே அங்கு உட்கார்ந்திருந்த சிவஸ்வாமியுடன் டிபுடி, அடுத்த மாதம் வருவதற்கிருந்த மேற்கு ஜெர்மனி நிபுணர்களை எங்கே தங்கவைப்பது, அவர்களுக்கு எது எதைக் காண்பிப்பது, என்ன விஷயங்கள் குறித்து விவாதங்கள் நடத்தி அவர்கள் ஆலோசனைகள் பெறுவது என்பது பற்றி ஓர் அட்டவணை தயாரித்துக்கொண்டிருந்தார். அந்த நிபுணர்கள் சிவஸ்வாமி பொறுப்பு. பரசுராமய்யர் கூட இருந்து சிவஸ்வாமிக்கு ஒத்தாசை செய்ய வேண்டும்.

❍

டிபுடி பரசுராமய்யரை உட்காரச் சொல்லவில்லை. சிவஸ்வாமி மட்டும் ஓரிரு முறை சிறிது அமைதியற்றவராகத் தன்னிடத்திலேயே திரும்பித் திரும்பி அசைந்துகொண்டிருந்தார். அவர்களிருவரும் டிபுடியின் அறையை விட்டு வெளியேறுவதற்கு ஒரு மணி நேரத்திற்கும் மேலாகிவிட்டது.

❍

அன்று மாலை பரசுராமய்யர் வீடு திரும்பியபோது மணி ஏழாயிற்று. கோடை இன்னும் முடியவில்லையாதலால்

சூரிய வெளிச்சம் சிறிது இருந்துகொண்டிருந்தது. வீடுகளிலும் கடைகளிலும் விளக்கேற்றிவிட்டார்கள். மோட்டார் வண்டி விளக்குகள் எரிய ஆரம்பித்துவிட்டன. சைக்கிளில் போவோர்கள் தான் அநேகம் பேர் விளக்கேற்றிக்கொள்ளவில்லை. அவர்களில் ஒருவன் பாபுவாக இருக்கலாம்.

பரசுராமய்யருக்கு பஸ் ஸ்டாப்பிலிருந்து வீடு செல்லும் இரண்டு பர்லாங்கு தூரம்கூட மிகவும் அதிகமாகப் பட்டது. அவரது கால் ஆடுசதை வலித்தது. அந்த மாதிரி வலி தொடங்கி ஏழெட்டு வருடங்கள் ஆகியிருந்தன. வலி அவ்வப்போது வரும் போகும். ஒரு நாட்டுத் தைலம் இருந்தது. அதை அழுத்தித் தேய்த்துக்கொண்டால் குணம் இருக்கும். முன்பெல்லாம் பாபுவிடம் சொன்னால் நன்றாகத் தேய்த்துவிடுவான். அவன்தான் அவர் குழந்தைகளில் பெரியவன். அவன் காலேஜுக்குப் போக ஆரம்பித்துச் சில மாதங்களுக்கெல்லாம் என்ன காரணமோ அவனும் சுறுசுறுப்பாகத் தைலம் தேய்க்க முன்வருவதில்லை. அவராலும் அவனிடம் அதிகம் சொல்ல முடியவில்லை. அடுத்தவள் சரோஜா சொன்னதைக் கேட்பாள். ஆனால் அவள் பூஞ்சை. அப்புறம் அவளும் தைலத்தைத் தேய்த்துக்கொள்ள வேண்டி வரும். காலாகாலத்தில் சிறிது முயற்சி எடுத்துக் கொண்டிருந்தால் அவளை ஒரு வருஷமாவது, பி.யூ.சி.யாவது படிக்க அனுப்பியிருக்கலாம். அவளுக்குக்கூட அப்பா மீது கோபம் வரும்படியாகிவிட்டது.

பரசுராமய்யருக்கு எப்படித் தன் வீடு பூட்டியிருக்க முடியும் என்று ஆச்சரியமாக இருந்தது. ஒன்பது நபர்கள் இருந்த அவர் வீடு மிகவும் அபூர்வமாகத்தான் பூட்டிக் கிடக்க நேர்ந்திருக்கிறது. அவருடைய தாயார் இருந்திருந்தால் அது முடியவே முடியாது. காசி யாத்திரை போனவள் கடிதம் எழுதி இருபது நாளைக்கு மேலாகிறது.

அந்த வீட்டில் மொத்தம் நான்கு குடித்தனங்கள். பரசுராமய்யர் பின்பக்கத்தில் இருப்பவர்களுக்கு ஏதாவது தகவல் தெரியுமா என்று விசாரிக்கலாமென்று போனார். அவருக்கு எங்காவது உட்கார வேண்டும் போலிருந்தது.

அந்த வீட்டுக் கதவு திறந்திருந்தது. விளக்குகள் போடப் பட்டிருந்தன. சமையலறையிலிருந்து பேச்சுக் குரல் கேட்டது. பரசுராமய்யர் ஜன்னல் வழியாக எட்டிப் பார்த்தார். முன்னறை யில் யாரையுமே காணோம். பரசுராமய்யருக்கு அந்த வீட்டி லிருப்பவர் பெயர்கூடத் தெரியாது. ஆவடிக்கருகில் வேலை. அதற்காகக் காலை ஏழே முக்காலுக்கெல்லாம் வீட்டை விட்டுக் கிளம்பிவிடுகிறவர் என்றுதான் தெரியும். சமையலறையில் இரு

பெண் குரல்கள் கேட்டன. பட்டணத்து வேலைக்காரிகள் திமிர் பிடித்து இருப்பதைப் பற்றிய விவரங்கள் பேசப்பட்டன. பரசுராமய்யர் 'ஸார்' என்று கூப்பிட்டார். உள்ளே அடுத்து பழங்காகிதக்காரன் மோசடி... பரசுராமய்யர் மறுபடியும் 'ஸார்' என்று கூப்பிட்டார். நாக்குப் பூச்சிகள் இருவகை. ஒன்றை உயிருடன் வெளிக்கொணரலாம். இன்னொன்றை வயிற்றிலேயே கொன்ற பிறகுதான் அகற்ற வேண்டும். அந்தப் பூச்சி பத்தடி இருபது அடிகூட நீண்டிருக்கும்... பரசுராமய்யர் இம்முறை 'ஸார்' என்று கூப்பிட்ட பிறகு நாக்கைச் சிறிது கடித்துக்கொண்டார். ஆனால் உள்ளே தொடர்ந்து கடை ரொட்டியைச் சுண்டல் பண்ணும் முறை விவரிக்கப்படத் தொடங்கியபோது அவர் நிம்மதி அடைந்தார். தன் வீட்டு முன் புறத்திலேயே காத்திருக்கலாம் என்று கிளம்பினார். அப்போது அவர் எதிர்ப்பட ஒரு உருவம் வந்தது. "யார்?" என்று கேட்டது. அது அந்த ஆவடிக்காரர்.

பரசுராமய்யர், "நான்தான்... பரசுராமன்" என்றார்.

"ஓகோ, வாங்கோ, வாங்கோ, உள்ளே வாங்கோ."

அந்தக் குரலில் தொனித்த நயமும் மரியாதையும் பரசுராமய்யருக்குத் தன்னிடத்திலேயே கோபம் கொள்ளச் செய்தன. ஒருவரையொருவர் தெரியாமல் இருந்து காட்டும் மரியாதையல்ல அது. நீண்ட நாட்கள் கவனித்து மனத்தில் உருவாகி இருக்கும் எண்ணம் உந்தும் மரியாதை அது. அப்படிப் பட்டவர் பெயர்கூடப் பரசுராமய்யர் தெரிந்து வைத்துக் கொள்ளவில்லை, அவருடன் இரண்டரை வருஷமாக ஒரு வார்த்தை பேசாமலிருந்திருக்கிறார்!

"எங்க வீடு பூட்டியிருந்தது. இங்கே ஏதாவது தகவல் சொல்லிப் போயிருப்பாள் என்று கேட்க வந்தேன்."

"இப்பத்தான் நான் வரேன்; ஆனால் அங்கே உங்கள் வீட்டில் விளக்கு எரிகிறாப் போலிருக்கிறதே?"

"அப்படியானால் திரும்பி வந்திருக்க வேண்டும். நான் வரேன்..."

அப்போதுதான் சமையலறையிலிருந்து அந்த ஆவடிக் காரர் மனைவி வந்தாள். விளக்கு வெளிச்சம் அதிகம் இல்லை என்றாலும் அவள் தலை மயிர் நெற்றியை ஒட்டி ஏதோ கோலமிட்டதுபோல் நரைத்திருந்தது நன்றாகத் தெரிந்திருந்தது. அவளுக்கு முப்பத்தைந்து வயது இருக்கும். அதற்குள் அப்படி நரைத்துவிட்டது. அந்த வீட்டில் அதிகக் கவலை, தொந்தரவு இருப்பதாகத் தோன்றவில்லை. குழந்தை இல்லை என்கிற குறை

ஒன்றுதான். உடம்பு பருமனாகிவிட்டது. பரசுராமய்யரைப் பார்த்து, தன் கணவரிடம் சொல்லுகிற மாதிரி அந்த அம்மாள், "சரோஜாவுடைய அப்பாவா? அடுத்த தெருவிலே ஒரு சீமந்தம். பெண்ணைச் சாயந்திரம் உட்கார வைத்துப் பாடுகிறார்கள். மாமி குழந்தைகளை அழைத்துக்கொண்டு போயிருக்கிறார். போய் உடனே திரும்புவதாகச் சொல்லச் சொன்னார்."

அதற்குள் இன்னொரு அம்மாளும் வந்துவிட்டாள். அவள் வயதில் இன்னும் பெரியவள். பின்புறத்திலேயே அடுத்த போர்ஷனில் இருப்பவள். "மாமி என்னிடமும் சொல்லிவிட்டுப் போயிருக்கார். சீக்கிரம் வந்துவிடுவார். உங்களுக்குக் காபி போட்டுத் தரச்சொன்னார். இதோ கொண்டு வரேன் ..."

ஆவடிக்காரர், "வாங்கோ. நம்ம வீட்டிலே காபி சாப்பிட்டு விட்டுப் போகலாம்" என்று அழைத்தார்.

பரசுராமய்யர் கெஞ்சுகிற மாதிரி "வேண்டாம். சாப்பாட்டுக்கு இரண்டுங்கெட்டானாக இருக்கும். நான் வரேன்" என்றார்.

அந்த வயதான அம்மாள் கேட்டாள்: "ஜயம் வந்து விட்டாளா?" ஜயம் என்பது பரசுராமய்யரின் ஆறாவது குழந்தை. இரண்டாம் வகுப்பில் படித்துக்கொண்டிருந்தாள்.

"வந்திருக்கணும். நான் வரேன். ரொம்பத் தொந்தரவு கொடுத்துவிட்டேன்." பரசுராமய்யர் நகர்ந்தார். அடுத்த ஞாயிற்றுக்கிழமையாவது ஆவடிக்காரரை வீட்டில் சாப்பிட அழைக்க வேண்டும் என்று நினைத்துக்கொண்டார்.

❍

பரசுராமய்யர் வீட்டினுள் நுழைந்தவுடன் அவருடைய கடைசிக் குழந்தை சம்பு பாய்ந்து வந்து காலைக் கட்டிக்கொண்டாள். சம்பு பரசுராமய்யருடைய ஒன்பதாவது குழந்தை. அவருக்குத் தங்கின ஏழு குழந்தைகளில் கடைசி. அவருடைய தாயார் தான் அக்குழந்தைக்கு சம்பூர்ணம் என்று பெயர் வைத்தாள்.

பரசுராமய்யர் குழந்தையைப் பாராட்டாமல் கோட்டு சட்டையைக் கழற்ற ஆரம்பித்தார். அவர் குழந்தைகளை நிறையப் பாராட்டியிருக்கிறார். அவர் குடும்பத்தில் ஈரல் குலைக் கட்டி வழிவழியாக இருந்து வந்தது. அவருக்குப் பிறந்த நான்கு ஆண் குழந்தைகளில் இரண்டு பெருத்த வயிறோடு போய்ச் சேர்ந்து விட்டன. அவர் நிறைய அலைந்திருந்தார். ஐந்து ரூபாய் மருந்து, பத்து ரூபாய் மருந்து, ஜம்மி மருந்து, பாத்ருடு மருந்து, கால் வீக்கத்திற்கு மந்திரம், மஞ்சள் காமாலைக்கு மந்திரம், பொழுது விடிந்தவுடன் குழந்தையைத் தோளில் போட்டுக்கொண்டு

வைத்தியன் வீட்டுக்கு ஒரு ஓட்டம், அங்கே காத்திருந்து வைத்தியன் சீட்டு ஒன்றை வைத்துக்கொண்டு நாள் முழுதும் மருந்துக்காகத் தேடுதல்...

"இப்படீன்னு ஒரு மருந்து இருக்கிறதா? நான் கேள்விப் பட்டதேயில்லை, சார்."

"இந்த மாதிரி மருந்தெல்லாம் நம்ப கிட்ட இருக்காதுங்க. சந்தனச் செட்டித் தெருக்கடைகளிலேதான் கிடைக்கலாம், கேட்டுப் பாருங்க."

"ஏன் ஸார், இது 'ஸகார்ப்பியன் பைட்'டுக்குத்தானே..? என்ன, குழந்தைக்கா? ரொம்ப ஜாக்கிரதையாகக் கொடுக்க வேண்டும்..!"

"இந்த மாதிரிக் குலைக்கட்டிகளுக்கெல்லாம் வைத்தியமே கிடையாது. அந்த வைதீஸ்வரன் சன்னதியிலே முடியிறக்கு கிறேன் என்று வேண்டிக்கொள்ளுங்கள். ஈசுவர கிருபை இருந்தால் பிழைக்கும்."

"ஐய்யய்யோ, இங்கே எழுந்து வாங்களேன்! குழந்தை கண் எங்கேயோ சொருகுகிறதே. வெங்கடரமணா! வெங்கட ரமணா!"

பரசுராமய்யர் சம்புவிடமிருந்து தன்னை விடுவித்துக் கொண்டு அடுத்த அறைக்குச் சென்றார். நார் உரிக்காத தேங்கா யுடன் நிறைய வாழைப்பழங்கள், வெற்றிலை, சீவல், மஞ்சள் கிழங்கு தரையில் இறைபட்டுக் கிடந்தன. அவர் மனைவியும் அவர் பெண்களுமாக எதைப் பற்றியோ வாக்குவாதம் செய்து கொண்டிருந்தார்கள். பரசுராமய்யரைக் கண்டவுடன் அந்த வாக்குவாதம் கணப்பொழுதில் மிக அழகாகக் கரைந்துவிட்டது.

"இப்பத்தான் வரேளா? சரோஜா, எழுந்துபோய் குமுட்டி யடுப்பை மூட்டு. நீங்க சீக்கிரமாகவே வந்துவிட்டால் பின்கட்டு மாமியைக் காபி போட்டுத் தரச் சொல்லியிருந்தேன். மீனா, குமாரை அழைச்சுண்டு வாசல் பக்கம் போ. குழந்தை அங்கே தனியாயிருக்கு! ஏன், மறுபடியும் உங்களுக்குக் கால் வலிக்க ஆரம்பித்திருக்கிறதா? பாலா, இந்தாம்மா, இந்தப் பையைக் கொண்டுபோய் மாட்டு. ஜயம் எங்கே? மறுபடியும் பின்கட்டு வீட்டுக்குப் போய்விட்டாளா? காபியே கலந்து தரலாமா?" என்றெல்லாம் அவர் மனைவி தர்மாம்பாள் கேட்டாள்.

"எனக்குக் காபி, டீ ஒன்றும் வேண்டாம். சாப்பிட்டுவிட்டு படுத்துக்கொண்டால் போதும்." பரசுராமய்யருக்குச் சாப்பிடாமல்கூடப் படுத்துக்கொள்ளலாம் போலிருந்தது. ஆனால்

சாப்பாடு வேண்டாமென்றால் ஏன், உடம்பு சரியில்லையா, சாப்பாட்டுக்குப் பதில் கஞ்சியா, மிளகுக் கஷாயமா? – இந்தக் கேள்விகளுக்காகவே சில சமயங்களில் உண்மையிலேயே உடம்பு சரியில்லாதபோதுகூட வழக்கம் போலச் சாப்பிட்டுவிடுவார். தாயாரும் இதே மாதிரிதான் கேட்பாள். ஒரு கட்டத்திற்குப் பிறகு தாயார், மனைவி இருவரும் ஒரே மாதிரியாகிவிடுகிறார்கள்.

சரோஜாவும் பாலாவும் சீமந்த வீட்டிலிருந்து கொண்டு வந்தவைகளைச் சரியானபடி பங்கீடு செய்துவிட்டார்கள். எல்லாப் பெண்களுமே நடக்க ஆரம்பித்தவுடன் வீட்டு வேலைக்குப் பயன்படுகிறார்கள். வேலையும் செய்கிறார்கள்.

பின்புறம் சென்று கைகால்கள் கழுவிக்கொண்டு வந்த பரசுராமய்யரிடம் தர்மாம்பாள் தொடர்ந்து பேசத் தொடங்கினாள். “சீமந்தம் நடந்த பெண்ணுக்கு அன்றுடன் ஏழு மாதம் தான் முடிந்து எட்டாவது பிறந்திருக்கிறது. அதற்குள்ளேயே அடி முதுகைப் பிடித்துக்கொண்டு மேல் மூச்சு கீழ் மூச்சு விடுகிறாள். முகம் நன்றாகக் களையிட்டிருக்கிறது. நிச்சயம் பெண் குழந்தை தான் பிறக்கப்போகிறது. இருக்கிற பெண்களுக்கே வரன் தேடிக் கல்யாணம் செய்வது எவ்வளவோ கஷ்டமாகிப் போய்விட்டது இந்த நாட்களில்.”

“அந்த ஆவடிக்காரர் சம்சாரத்துக்கு முப்பத்தைந்து வயது இருக்குமா?” என்று பரசுராமய்யர் கேட்டார்.

அந்தக் கேள்விக்குத் தன்னைச் சம்பந்தப்படுத்திக் கொள்ள தர்மாம்பாளுக்குச் சிறிது நேரம் வேண்டியிருந்தது.

“முப்பத்தஞ்சு என்ன நாப்பத்தஞ்சுகூட இருக்கும். என்னை விடக் குறைஞ்சது பத்து வயசாவது பெரியவளாக இருப்பாள்.”

பரசுராமய்யர் தர்மாம்பாளுக்கு நாற்பத்தியொன்றாவது வயது நடந்துகொண்டிருப்பதைத் தெரிந்தவராகக் காண்பித்துக் கொள்ளவில்லை. “இருக்கலாம். தலைமயிர் ஏகமாக நரைக்க ஆரம்பித்துவிட்டது” என்றார்.

“ஆமாம். ரொம்பப் பித்த சரீரம். நீங்க என்ன, இன்னிக்கு அவளைப் பார்த்தேளா?”

“நீ வருகிறதுக்கு முன்னாலே அந்தப் பக்கம் போயிருந்தேன். அங்கே விசாரிக்கிறபோதே நீ வந்தாகிவிட்டது.”

“ஜயம் அங்கேதானே இருக்கா?”

“ஜயமா? இல்லையே. என் கண்ணில் படவில்லையே.”

“அங்கே இல்லியா? மீனா!”

“ஏன் நீ அவளை அழைத்துக்கொண்டு போகவில்லையா?”

“இங்கேயே விளையாடிண்டு இருக்கேன்னு சொன்னா. மீனா, ஓடிப்போய் மாமியாத்திலே ஜயம் இருக்காளா பார்த்துண்டு வா.”

சீக்கிரமே பாலாவும் ஜயத்தின் பள்ளிக்கூடம் பக்கம் ஓடினாள். பள்ளிக்கூடம் அடுத்த தெருவில்தான் இருந்தது. பாலாவும் ஜயமும் நடந்தே போய்விடுவார்கள். அந்தப் பள்ளிக் கூடத்தில் ஐந்தாவது வரைதான் இருந்தது. இடைவேளையில் இரண்டு பேரும் வீட்டுக்கே வந்து மோர் சாதம் சாப்பிட்டுப் போவார்கள். ஜயத்திற்கென்று அந்த வீட்டிலிருப்பவர்கள் யாரும் சிரமப்பட வேண்டி இருந்ததே இல்லை. அவள் தன் பாட்டிற்குச் சாப்பிடுவாள், பள்ளிக்கூடம் போவாள், திரும்பி வருவாள், விளையாடுவாள், பாடுவாள், ஆடுவாள், இரவு எட்டு மணிக்கெல்லாம் படுத்துத் தூங்கிவிடுவாள்...

ஜயத்தைப் பற்றி விசாரிக்கப் போனவர்கள் இரண்டு நிமிஷங்களில் திரும்பி வந்துவிட்டார்கள். குழந்தையைப் பற்றி ஒன்றும் தகவலில்லை.

ஜயத்தைக் காணோம்.

❍

“வாழ்க்கை என்பது அனுபவம். அனுபவம் என்பது தன்னை வேறு ஒன்றுடன் சம்பந்தப்படுத்திக்கொள்வது. யாரும் தனியே பிரிந்து வாழ முடியாது. ஆதலால் வாழ்க்கை என்பது சம்பந்தப்படுத்திக்கொள்வது. சம்பந்தப்படுத்திக் கொள்வ தென்பது செயலில் ஈடுபடுவது. வாழ்க்கையாகிய உறவைப் புரிந்துகொள்ளும் ஆற்றலை ஒருவர் எப்படிப் பெற முடியும்? சம்பந்தப்படுத்திக்கொள்வது என்பது மனிதர்களோடு மட்டுந்தானா அல்லது வேறு பொருள்களும் கருத்துக்களும் இதில் சேர்த்தியா? வாழ்க்கையே விஷயங்களோடு நம்மைச் சம்பந்தப்படுத்திக்கொள்வது – இதில் மற்றவர்கள், பொருள்கள், அபிப்பிராயங்கள் எல்லாம் சேர்ந்ததுதான். இந்த ‘சம்பந்தப்படுத்திக்கொள்வது’ என்பதைப் புரிந்துகொள்வதில் தான், நாம் வாழ்க்கையைப் பூரணமாகவும் சரியாகவும் எதிர்த்து நிற்கக்கூடிய பக்குவத்தைப் பெறுகிறோம். நம் பிரச்னை திறமை யல்ல – அறிவும் திறமையும் வெவ்வேறல்ல. நம் பிரச்னை உறவைப் புரிந்துகொள்வது. அது நமக்கு அனுசரிப்பும் விழிப்பும்

பொருத்தமான செயல்களில் உடனுக்குடனே உந்தவைக்கும் குணமும் ஏற்படுத்தும்...”

பம்பீனா மெதுவாகத் தன் பக்கத்திலிருப்பவரைப் பார்த்தாள். அவரும் அக்கூட்டத்திலிருந்த மற்ற நூற்றைம்பது இருநூறு பேர்களைப்போல் அப்படியே உறைந்து போயிருந்தார்.

எல்லாரும் மண் தரையில் ஜமக்காள விரிப்பில் உட்கார்ந் திருந்தார்கள். அந்தப் பெரிய ஆலமரம் முளைத்திருந்த இடத்தில் மட்டும் ஒரு சிறிய மேடை கட்டப்பட்டிருந்தது. அதில்தான் பிரசங்கம் செய்பவர் உட்கார்ந்திருந்தார்.

அவருக்கு ஐம்பது, அறுபது வயதிருக்கும். சாதாரணமான வெள்ளை வேஷ்டி ஜிப்பா அணிந்துகொண்டிருந்தார். சிறிது கலைந்திருந்த அவரது கிராப் தலையில் நிறைய நரைமயிர்கள் தெரிந்தன. ஆனாலும் அவரிடம் ஒரு குழந்தையிடம் காணப்படும் துடிப்பு இருந்தது. அவர் வாழ்க்கையின் சுக துக்கங்களுக்கு அப்பால் சென்றவர் என்று கூறுவார்கள். அவர் வருஷம் முழுவதும் எங்கெங்கோ உலகெல்லாம் சுற்றிவிட்டு ஒரு மாதம் மட்டும் சென்னையில் தங்குவார். அப்போது வாரத்திற்கு இரண்டாக அவர் பிரசங்கங்கள் ஏற்பாடு செய்யப்படும். அவர் பேசுவதற்குத் தலைப்பு என்று ஒன்றும் கிடையாது. கூட்டம் அவர் வீட்டு ஆலமரத்தடியில்தான் நடக்கும். மாலையில் சுமார் இருநூறு பேர்கள் வந்து உட்கார்ந்துகொண்டிருப்பார்கள். சரியாக ஐந்தரை மணிக்கு அவர் வருவார். உடலமைப்பு கொண்டு பார்த்தால் எல்லாரையும் போலத்தான் இருப்பார். ஆனால் அவர் மெதுவாக, தனியாக, தம் அறையிலிருந்து அந்த ஆலமரத்தை நோக்கி நடந்து வரும்போது அவர் எவ்விதத்திலோ ஒரு தனிப்பிறவி என்றுதான் தோன்றும். அவர் வந்து மேடைமேல் உட்காருவார். கைகூப்பி ஒரு நமஸ்காரம். உடனே பிரசங்கத் துவக்கம்.

“நம் வாழ்க்கையைச் சிறிது பரிசோதித்துப் பார்த்தாலும், நாம் மற்றவர்களிடம் கொள்ளும் உறவு முறைகளைத் துளியேனும் கூர்ந்து பார்த்தாலும், எப்படி நாம் நினைத்துக்கொண்டிருப்பதற்கு நேர் எதிரிடையாக இருந்து வருகிறோம் என்று தெரியும். உண்மையில் நமக்கு யாரைப் பற்றியும் அக்கறையேயில்லை. நாம் அதுபற்றி நிறையப் பேசுகிறோம். ஆனால் உண்மையில் நமக்கு எவரைப் பற்றியும் ஒரு அக்கறையும் கிடையாது. நமக்கு அநுகூலமாயிருக்கும் வரை, நமக்கு ஓர் அடைக்கலமாயிருக்கும் வரை, நமக்குத் திருப்தியளிக்கும் வரைதான் நாம் ஒருவரோடு உறவுகொள்கிறோம். ஆனால் அதில் சௌகரியம் இல்லை, பயன் இல்லை என்றான மறுகணம் அந்த உறவை அப்படியே

நழுவவிட்டு விடுகிறோம். அதாவது உறவு என்பது நமக்கு சுயதிருப்தியளிக்கும் வரைதான். இதைக் கேட்கும்போது கொடூரமாக இருக்கிறது. ஆனால் நீங்கள் உங்கள் வாழ்க்கையைக் கூர்ந்து பரிசோதித்தால் நான் சொல்வது உண்மைதான் என்று விளங்கும். இந்த உண்மையைப் புறக்கணித்திருப்பது அறியாமையில் விழுந்திருப்பதாகும். அறியாமை சரியான உறவை உண்டுபண்ண முடியாது..."

பம்பீனா மீண்டுமொருமுறை அந்தக் கூட்டத்திலிருப்பவர் களைச் சுற்றிப் பார்த்தாள். அவள் இரண்டாவது வருஷமாக அந்தப் பிரசங்கங்களைக் கேட்டு வருகிறாள். மொத்தம் பத்துப் பிரசங்கங்கள் கேட்டிருப்பாள். அன்று அந்தக் கூட்டத்தில் இருந்த இருநூறு பேர்களில் முக்காலுக்கும் மேல் அநேக வருஷங்களாக வருகிறவர்கள். அவர்கள் தோற்றத்தில் நீண்டகாலப் பழக்கம் தரும் சகஜ உணர்ச்சி இருந்தது. முதுமை இருந்தது. சிலருக்குக் கம்பீரம்கூட இருந்தது. ஆனால் எல்லாருமே மனக்குழப்பமும் ஏதோ விவரம் புரியாமல் கலங்கித் தவிப்பவர்கள் போலவும் இருந்தது. எத்தனையோ வருஷங்களாகத் திரும்பத் திரும்ப இந்தப் பிரசங்கங்களைக் கேட்டு அவர்கள் அடைந்த பயன்தான் என்ன?

பம்பீனா தான் ஏதாவது பயன் அடைந்திருக்கிறாளா என்று யோசித்துப் பார்த்தாள். அவளுக்குச் சில விஷயங்கள் புரிந்து வருவதுபோல்தான் தோன்றியது. புரிந்துகொள்வதால் என்ன பயன்? புரிந்துகொண்டிருப்பதுதான் பயன்.

பம்பீனாவுக்குத் திடீரென்று அவளே அவளிடமிருந்து தனிப்பட்டு உட்கார்ந்திருக்கும் அவளையும் அங்கு குழுமியிருந்த மற்றவர்களையும் அந்தப் பிரசங்கம் செய்பவரையும் எங்கோ உயரத்தில் இருந்துகொண்டு பார்ப்பதுபோல உணர்வேற்பட்டது. அவர் தொடர்ந்து பேசிக்கொண்டிருந்தார். பம்பீனாவும் அங்குள்ளவர்களும் அப்படியே கல்லாக உட்கார்ந்துகொண்டிருந் தார்கள். எங்கோ தூரத்தில் போகும் மோட்டார் வண்டிச் சப்தமும் பட்சிகள் கூட்டுக்குத் திரும்பும் ஒலியைத் தவிர வேறொன்றும் அங்கு சப்தமெழுப்பாதது போலிருந்தது. அதற்கு முந்தின பிரசங்கத்தில் அவர் ஒரு விஷயத்தை மிகவும் முக்கியமாகக் கூறினார்: எவரும் தன்னைப் பற்றி எந்தவித அபிப்ராயமும் வைத்துக்கொள்ளாமல் தன்னைத்தானே கவனித்து வர வேண்டும்; இது நல்ல எண்ணம், இது கெட்ட எண்ணம் என்றெல்லாம் கூறிக்கொள்ள வேண்டியதில்லை; தன்னைத் தானே மௌனமாகப் பார்த்துக்கொள்ள வேண்டும். பம்பீனாவுக்கு ஒருகணம் அந்த நிலை அவளிடம் தோன்றி

மறைந்தது போலிருந்தது. அவர் கூறுவது உண்மை! நாம் உறவுகொள்வதெல்லாம் சுயநலத்திற்காகத்தான். தனக்குச் சௌகரியமாக இருக்கும், ஆதரவு கிடைக்கும், அடைக்கலம் அகப்படும், பின்னொரு காலத்தில் பிரயோசனம் உண்டு என்றெல்லாம் உள்ளூரத் தோன்றினால்தான் உறவுகொள்ளத் தகுந்த சூழ்நிலை ஏற்படுத்திக்கொள்கிறோம். தாய், தகப்பன், புருஷன், மனைவி, சகோதரன், சகோதரி எல்லாமே அப்படித் தான். நண்பர்கள் என்று சொல்லிக்கொள்வது இன்னமும் மோசம். வீட்டிலாவது ரவையளவாவது உண்மையான அன்பு எங்காவது தொத்திக்கொண்டிருக்கும், ஆனால் நட்பு என்பது முழுக்க முழுக்க சுயநலத்திற்காகத்தான். உண்மை இதுவா யிருக்க எல்லாரும் எப்படி இதைத் தெரிந்துகொள்ளாமல் இருக்கிறார்கள்? வேண்டுமென்றுதான் இருக்க வேண்டும். இந்தப் பொய்யைக் கிழித்தெறிந்துவிட்டால் அவர்களுக்கு ஆதாரமாக இருக்கும் உலகமே மறைந்துவிடும்.

அங்கே உட்கார்ந்திருந்தவர்கள் முகபாவமெல்லாம் அப்படியேதான் இருந்தது. ஆனால் அவர்களைப் பார்த்து இப்போது பம்பீனாவுக்கு எந்த வியப்பும் எழவில்லை. அவர் பேசிக்கொண்டே போனார். குருவி, மோட்டார் சப்தம்கூட அமுங்கிவிட்டது. ஓர் இலை, இரண்டு அசைந்தால்கூடக் கேட்கும் அற்புத நிசப்தம். பேசுபவர், பேசவேண்டியவர் அவர் ஒருவர்தான்; வேறெவரும் வேறெதுவும் ஒரு பொருட்டாகத் தோன்றவில்லை. “உறவு சுய உணர்வூட்டக் கூடியது. தன்னை அறிந்துகொள்ளாமல் தன் மனத்தின், நெஞ்சத்தின் வழிகளைக் கண்டுகொள்ளாமல், வெளிப்படையாக உலகத்தை ஒழுங்குப் படுத்த முயலுவது அர்த்தமற்றது. தான் மற்றொருவரிடம் கொள்ளும் உறவு முறையைப் புரிந்துகொள்வதுதான் முக்கியம். அப்போது உள்புதைந்திருக்கும் தந்திரங்கள், குரோதங்கள், அபிலாஷைகள் இவைகளைக் கண்டுகொள்ள முடியும். எப்போது அவைகளைக் கண்டுகொள்ளுதல் ஆரம்பமாகிறதோ அப்போதே உங்களுக்குப் புதுவாழ்வு தொடங்குகிறது. அதுதான் விமோசனத்தின், விடுதலையின் முதல் அறிகுறி.”

ஒரு கணம் மௌனம். அவர் சபையை நோக்கிக் கை கூப்பினார். பிறகு எழுந்திருந்து மெதுவாக அவருடைய அறைப் பக்கம் செல்லலானார்.

○

எல்லாரும் மெல்ல வெளியேறத் தொடங்கினார்கள். தாவரம் மண்டியிருந்த அந்த இடம் பத்துப் பதினைந்து ஏக்கரா பரப்பளவு இருக்க வேண்டும். அதைச் சுற்றிலும் உயரமான மதில்சுவர்

பாசிபடர்ந்து காரையுதிர்ந்து நின்றது. சுமார் முக்கால் மைல் நீளமுள்ள அந்தச் சாலையின் இரு புறங்களிலும் ஒரு காலத்தில் மொத்தம் பத்து பங்களாக்கள்கூட இருக்காது. இன்று எல்லா இடங்களும் அநேகப் பகுதிகளாகப் பிரிக்கப்பட்டு, விற்பனை செய்யப்பட்டு, சிறிது சிறிதாக வீடுகளும் கிளம்பிவிட்டன. பிரசங்கம் செய்பவர் பங்களா மட்டும் எவ்வளவோ ஆண்டு களாக, காலம் ஏற்படுத்தும் சேதங்களைத் தவிர வேறொரு மாறுதலும் ஏற்படாமல் நின்றுகொண்டிருந்தது.

பம்பீனா கூட்டத்தோடு சாலையை அடைந்தாள். கூட்டம் கலையும்போதுகூட அதிகமாகச் சப்தம் கேட்கவில்லை. பிரசங்கம் முடிந்த பிறகும் எல்லாரும் ஒரு தீவிர சிந்தனைக்குட்பட்டு இருந்தார்கள். பம்பீனா சாலைமுனை வந்ததும் அங்கு இருந்த சேரிக்குள் புகுந்தாள். முன்பு பெரிய பெரிய வெள்ளைக்காரர்கள் மட்டுமே இருந்த அந்தச் சாலையில் எப்படியோ ஒரு சேரியும் ஏற்பட்டிருந்தது. எஸ்டேட்டுகள் கலைந்து கரைந்துவிட்டன. சேரி மட்டும் நிரந்தரமாகிவிட்டது. பங்களாக்களில் சமையல் மற்றும் மற்ற வேலை செய்பவர்கள் குடியேறிய இடமது. அங்கு அநேக குடிசைகளில் தகப்பனார் வேணுகோபாலாக இருப்பார். மகன் ஸாமுவேலாக இருப்பான். அல்லது மூத்த சகோதரன் ஜானாக இருப்பான், தங்கை புருஷன் கந்தசாமியாக இருப்பார். அந்தச் சேரி ஆரம்பத்தில் தாறுமாறாகத்தான் இருந்தது. அதிகாரிகள் அதை நான்கு நேர் சந்துகளாக அமைக்கப் பத்து வருடம் திட்டமிட்டு, மூன்று முறை விசேஷப் போலீஸைக் கூப்பிட்டு, இரண்டு முறை மந்திரிகள் தலையீட்டைச் சரிப்படுத்த வேண்டியிருந்தது. குடிசைக்காரர்கள் எல்லாருக்கும் அந்தந்த நிலம் சொந்தம் என்று பட்டாவும் கொடுத்தாகிவிட்டது. ஆனால் நிபந்தனைகள் எல்லாவற்றையும் மீறி ஒரு குடிசை மட்டும் ஒரு சந்தைப் பாதி அடைக்கிற மாதிரி கோணிக்கொண்டு இருந்தது. அதன் வெளியிலேயே உட்கார்ந்துகொண்டு வேர்க்கடலை மென்றுகொண்டிருந்த பம்பீனாவின் அம்மாவும் அந்தோணியும் பம்பீனாவைக் கண்ட உடனேயே பேச்சை நிறுத்திவிட்டார்கள்.

பம்பீனா இருட்டில் குடிசைக்குள் நுழைந்து ஒரு தடுப்புக்குப் பின்னால் சென்று கையிலிருந்த நோட்டுப் புத்தகங்களை வைத்தாள். மூலையில் அவளுடைய டிரங்குப் பெட்டியைத் திறந்து கைப்பையையும் பேனாவையும் வைத்தாள். அந்தோணி சொன்னான்: "பம்பீ இன்னைக்கும் கூட்டத்துக்குப் போய் வந்தாப்ல இருக்கு."

பம்பீனா தலைக்கு மேல் வெறும் கயிறாக இருந்த கொடியைத் தடவிப் பார்த்துவிட்டுத் தடுப்புக்கு வெளியே வந்தாள்.

"ஏம்மா என் பழைய சேலையை எடுத்துண்டீங்க? எனக்கு இப்போ கட்ட வேற ஒண்ணும் கிடையாதே?"

அந்தோணிதான் பதில் சொன்னான். "நீயே பாரு, அம்மா மேலே அப்படியே காப்பித் தண்ணி கிளாசோட கொட்டிடிச்சு. நான்தான் ஒன் சேலையை இசுத்துக் கொடுத்தேன்."

அம்மா பேசினாள்: "என்னுதைக் காயப் போட்டிருக்கு. அப்புறமா இதை நீ எடுத்துக்க."

பம்பீனாவுக்கு ஒரு முறை தன் தாயைக் கண்ணோடு கண்ணாகப் பார்க்க வேண்டுமென்று இருந்தது. குரலில் இருந்த விஷமத்தைப் பொருட்படுத்தாமல் இருக்க முடியவில்லை.

பதில் பேசாமல் பம்பீனா ஹரிக்கேன் லாந்தலை ஏற்றி வைக்கத் தலைப்பட்டாள். அதன் சிம்னியைத் துடைக்க வேண்டி யிருந்தது. தான் வெள்ளைப் புடவை உடுத்தியிருக்கிறோம் என்கிற உணர்விலேயே காரியம் செய்வது கடினமாக இருந்தது. அம்மாவும் அந்தோணியும் அவளைக் கண் கொட்டாமல் பார்த்துக்கொண்டிருந்தார்கள்.

"அந்தோணி, வேட்டிதான் ஒண்ணு எடுத்துக் கொடு..."

"வேண்டாம்மா," என்று பம்பீனா உடனே குறுக்கிட்டுச் சொன்னாள்.

"ஒன் அண்ணன்தாண்டி அவன்..."

"இல்லை. வேண்டாம்மா."

கூடவே 'அவன் என் அண்ணன் இல்லை' என்றும் சொல்ல வேண்டுமென்று பம்பீனாவுக்குப் பொங்கி வந்தது. ஆனால் அது எல்லாருக்கும் தெரிந்த விஷயம். அவள் அம்மா ஒளிவு மறைவு ஒன்றுமில்லாமல் அந்தோணி குழந்தையாயிருக்கும் போதே பம்பீனாவின் தகப்பனுடன் வாழ வந்துவிட்டாள். இப்போது பம்பீனாவின் தகப்பனார் இறந்தாகிவிட்டது. அந்தோணியின் அப்பா மட்டும் அங்கு வந்து போய்க்கொண்டிருந்தார். அவர் தன்னைவிட வயதான இன்னொருத்தியுடன் நான்கு மைல் தூரத்தில் இருக்கும் இன்னொரு சேரியில் சம்சாரம் நடத்துகிறார். அந்தச் சேர்க்கையில் அவருக்கு நிறைய குழந்தைகள். அந்தோணி தான் அவன் அம்மா கூடவே இருந்துவிட்டான்.

குடிதண்ணீர்த் தவலை காலியாக இருந்தது. உடனே போனால் சாலைக் குழாய் நின்றுவிடுவதற்குள் ரொப்பிக்கொண்டு வந்துவிடலாம். பம்பீனா அந்தத் தவலையுடன் இன்னொரு

மண்குடத்தையும் எடுத்துக்கொண்டு வெளியே போனாள். காலை வேளையில் தண்ணீர் பிடித்து வருவது மிகவும் சங்கடமான வேலையாக இருந்தது. அவளுக்குக் காலையில் நேரமே இல்லாமல் போய்க்கொண்டிருந்தது. அவளை அந்த வருஷம் ஐந்து மைல் தூரத்திலிருக்கும் பள்ளிக்கூடத்திற்கு மாற்றிவிட்டார்கள்.

தவலை லேசில் நிரம்பாது போலிருந்தது. பம்பீனாவுக்குத் தான் அந்தத் தவலையுடன் என்ன சம்பந்தம் கொண்டிருக்கிறோ மென்ற கேள்வி பிறந்தது. தவலை ஒரு தவலை. அதற்கும் அவளுக்கும் என்ன உறவு? தவலையில் தண்ணீர் வைக்கலாம். தவலையும் தண்ணீரும் உறவினர்கள். தண்ணீர் அவள் குடிக்க வேண்டியிருக்கிறது. தண்ணீரும் அவளும் உறவினர்கள். ஆதலால் அவளும் தவலையும்கூட ஒரு விதத்தில் உறவுகொண்டவர்கள். தவலை அவளுக்குப் பயன்படுகிறது. அதனால்தான் அவளுக்குத் தவலையைப் பற்றி நினைக்கவாவது முடிகிறது. தவலை அவளுடைய அம்மாவுடையது. அவளும் அம்மாவும் என்ன உறவு? அம்மா – பெண் என்பதைத் தவிர ஒரு உறவும் இல்லை. இருவருக்கும் ஒருவர் மேல் மற்றவருக்கு ஒரு மதிப்பும் இல்லாமல் போய்விட்டது. அம்மாவுக்குத் தன்னைப் பார்த்தால் கேலி பண்ணவேண்டுமென்றுதானிருக்கிறது. அவளுக்கும் அம்மா மீது ஒரு அக்கறையும் இல்லை. அந்தோணி மீதுதான் அம்மாவுக்கு ஆசை, அக்கறை, சந்தோஷம் எல்லாம். அம்மாவுக்குப் படிப்புப் பிடிக்கவில்லை. அதிலும் நாலடி தள்ளி நடக்கும் அந்த ஆங்கிலப் பிரசங்கம் போய் வருவது இன்னமும் பிடிக்கவில்லை. முதலிலேயே அம்மா நல்ல கறுப்பு. நாளுக்கு நாள் பருத்துப்போய் வருகிறாள். அம்மா பருத்துப் போவதால் தனக்கு என்ன? அது பருமன் இல்லை. அது ஒரு தடித்தனம். தடித்தனம் என்றால் தடித்தனம். அது சதையை மட்டும் பொருத்ததல்ல. அம்மா ரொம்பத் தடியாகப் போய்க்கொண்டிருக்கிறாள்.

பம்பீனாவுக்குக் கலக்கம்தான் அதிகமாயிற்று. தண்ணீரை எடுத்துக்கொண்டு குடிசைக்குள் போனதும் ஒரு சந்தேகம் வந்தது. அவள் பெட்டி திறக்கப்பட்டு, பர்ஸிலிருந்து அரை ரூபாய் பணம் எடுக்கப்பட்டிருந்தது. அந்தோணி அங்குதான் இருந்தான். ஆனால் பம்பீனா தன் அம்மா மீதுதான் பாய்ந்தாள்.

"நான் மாடா உழைச்சு சம்பாதிக்கிற துட்டை ஏண்டி அவனுக்குத் திருடித் திருடித் தரே?"

அந்த அடியைப் பம்பீனாவின் அம்மாவால் எளிதில் தாங்கிக்கொள்ள முடிந்தது. அவள் சிரித்தபடியே பம்பீனாவைப் பிடித்துக் கீழே தள்ளினாள். பம்பீனா மண்பானை மேல்

விழுந்தாள். பானை உடைந்து தண்ணீரெல்லாம் மண்தரையில் பரவிற்று. பம்பீனாவின் புடவை சிறிது கிழிந்து போய்விட்டது. ஈரமண் திட்டுத் திட்டாகக் கறைப்படுத்தியது. அவளுக்கு வெளியே கட்டிக்கொண்டு போகும்படியாக நான்கே புடவைகள் இருந்தன. பம்பீனா உடைந்த பானைச் சில் ஒன்றை அம்மா மீது வீசி எறிந்தாள். குடிசை வாசலில் ஏதோ நிழல் தெரிந்தது. யாரோ கூப்பிடுவதும் கேட்டது. அந்தோணி பம்பீனாவை ஐந்தாறு முறை குத்தினான். அதுவரை அங்கு நிலவியிருந்த மௌனம் கூக்குரல்களால் கலைந்துவிட்டது. பம்பீனா அந்தோணியை ஒரு தடியால் அடித்தாள். அந்தோணி திருப்பித் தாக்குவதற்குள் கூச்சலிட்டுக்கொண்டு குடிசையைவிட்டு வெளியே ஓடினாள். இன்னும் கணப்பொழுதில் சேரியே அங்கு கூடிவிடும்.

குடிசை வாசலில் சேரிக் குழந்தைகள் இரண்டுடன் பரசுராமய்யர் நின்றுகொண்டிருந்தார்.

❍

பம்பீனாவின் குடிசை எதிரில் கூட்டம் கூடிவிட்டது.

பம்பீனாவின் அம்மா நன்றாக வைதாள். பம்பீனாவால் ஓரளவுக்குத்தான் திருப்பி வைய முடிந்தது. அவளுக்கு அழுகை சீக்கிரமாக வந்துவிட்டது. அவளுக்குக் கூச்சல் போட்டு அழத் தெரியவில்லை.

அந்தோணியைச் சேரிக்காரர்கள் இருவர் வேறுபுறம் இழுத்துச் சென்றார்கள். அவன் ஒருவனுக்குத்தான் அந்தச் சேரியில் சிறிதும் பொருந்தாதவராக ஒருவர் நின்றுகொண் டிருப்பதை உணர முடிந்தது. “நீ யாரு?” என்று கேட்டான்.

“ஸ்கூல் டீச்சர் பம்பீனா டேவிடைப் பார்க்கணும்” என்றார் பரசுராமய்யர்.

“ஏய், உன்னைத்தான் இவரு பார்க்க வந்திருக்காரு.” என்று பம்பீனாவிடம் உரக்கச் சொல்லிவிட்டுப் போனான். பத்து நிமிஷம் எந்தக் கணம் என்ன பயங்கரம் நிகழ்ந்துவிடுமோ என்றிருந்த நிலைமை அந்த ஒரு வாக்கியத்தில் வெகுவாகத் தணிந்துவிட்டது.

பம்பீனாவின் அம்மாவும் கத்துவதை நிறுத்திவிட்டாள். சிறிது தள்ளி விக்கி விக்கி அழுதுகொண்டிருந்த பம்பீனாவிடம், “ஒரு ஐயரு நிக்கிறாரு உன்னைப் பார்க்க” என்று வெகு சாதாரணமாகத் தெரிவித்தாள். பரசுராமய்யரைப் பார்த்து “என்னங்க வேணும்?” என்று கேட்டாள்.

"என் குழந்தை நேற்றிலிருந்து காணோம்" என்றார்.

"ஐயய்யோ எம்மாங்கொழந்தைங்க? எப்பலேந்து காணோம்?" என்று பம்பீனாவின் அம்மா பதற்றத்துடன் கேட்டாள்.

"ஆறு வயது முடியவில்லை. குழந்தை ஸ்கூலிலிருந்து வீடு வந்து பிறகு மறுபடியும் ஸ்கூல் பக்கம் போயிருக்கிறாள். பெண் குழந்தை."

"பம்பீ, இதைக் கேளேன்! அவ இஸ்கோலிலேதான் படிக்குதா? ஐயோ, ஏன் தனியா விட்டீங்க? பம்பீ! நீ பாத்தியா?"

பம்பீனா அழுகையை நிறுத்தி வந்தாள். "யாருங்க?" என்று கேட்டாள்.

"பி. ஜயலக்ஷ்மி, இரண்டாவது கிளாஸ் 'பி' செக்ஷன், நீங்கதான் வாத்தியாராம்."

"இன்னிக்குப் பிரைமரி கிளாஸெல்லாம் லீவாச்சுங்களே?"

"நேற்றிலிருந்து காணோம்."

"எப்பவும் பச்சைக் கலர் பையே கொண்டு வர பொண்ணு தானே?"

பரசுராமய்யருக்கு அந்த விவரம் தெரியாது. "ஆமாம்." என்றார்.

"நின்னுகிட்டே இருக்கிறீங்களே? இதுல உக்காருங்க" என்று பம்பீனாவின் அம்மா ஒரு ஸ்டூல் கொண்டு வந்து போட்டாள். "போலீஸ்லே எழுதி வச்சீங்களா? ஐயோ பாவம், என்ன துடிக்குதோ? எந்தப் படுபாவிப்பய கொண்டு போனானோ? பம்பீனா, நீ அதைப் பாக்கலியா? ஏனுங்க சின்னஞ் சிறுசைத் தனியா விட்டீங்க? எங்க கிடந்து கதறுதோ?"

பம்பீனா தன் அம்மாவைப் பார்த்துச் சீறினாள், "நீ உள்ளே போ!"

"கொழந்தை காணாம அவர் தவிக்கிறாரு. அவருக்குப் பதில் சொல்லு. எல்லாப் போலீஸ்டேசனிலும் தேடச் சொல்லி யிருக்கீங்களா? சொந்தக்காரங்க வீடெல்லாம் பாத்துட்டீங்களா?"

"நீ தள்ளிப் போ அங்கே!"

"நான் இருந்தா உனக்கென்னடி? கொழந்தை கையிலே கழுத்திலே பவுனு ஏதாவது போட்டிருந்தீங்களா? எந்தப் பாவிப்பய கண்ணு வச்சுக்கொண்டு போயிட்டானோ?"

"நீ போ அங்கே!"

இப்போது பம்பீனாதான் கத்த ஆரம்பித்தாள். சேரிக் குழந்தைகள் அந்தக் குடிசை முன்னால் நிற்கத்தான் செய்தன. மூன்று சந்துக்கும் பொதுவாக உயரமான கம்பத்தில் தெரு விளக்கு போட்டிருந்தது. அந்த வெளிச்சம் மட்டுமே இருந்தால் அது இருட்டின இடம்தான். அன்று நிலாவும் சீக்கிரம் பிரகாசிக்க ஆரம்பித்துவிட்டிருந்தது. அந்தச் சந்துக்களில் நிறைய நாய்கள் இருந்தன. மூன்று நான்கு பேர் கோழி வளர்த்துக்கொண்டிருக்க வேண்டும். கவிழ்த்த கூடைக்குள் அவை பொருமிக்கொண்டிருக்கும் சப்தமும் அவ்வப்போது வந்தது. பத்தடி தள்ளி வெளியிலே யாரோ குழந்தையுடன் குளித்துக் கொண்டிருப்பது தெரிந்தது. நல்ல கறுப்பு உடம்பில் நிறைய நுரை கிளம்ப சோப் தேய்த்துக்கொண்டிருந்தார்கள். அங்கு எங்கேயோ புளிக்குழம்பு காயும் வாசனையும் வந்தது. பரசுராமய்யர் தான் அங்கு வந்தது ஒரு தவறு என்று எண்ணிக்கொண்டார். ஆனால் அந்த இரண்டு நாட்களாக எது சரி, எது தவறு என்று முதலிலேயே தெரியவில்லை. எங்கெங்கேயோ ஓடியாயிற்று. யாராரிடமோ கேட்டாயிற்று. போலீஸ் ஸ்டேஷனுக்கு நான்கு முறை போயாயிற்று. ஒவ்வொரு முறையும் ஆதி முதல் கடைசி வரை விஷயத்தைப் புதுப்புது ஆட்களிடம் சொல்லித் 'தகவல் இல்லை' என்பதைக் கேட்டுக்கொண்டு வர வேண்டும். வீட்டில் இன்னமும் ஜயம் காணாமல் போய்விட்டாள் என்பதை முழுக்க ஒத்துக்கொண்டு உணர முடியவில்லை. எங்கேயோ போயிருக்கிறாள், இதோ வந்துவிடப் போகிறாள் என்கிற எண்ணத்தில்தான் அவர் மனைவிகூட இருக்கிறாள். அவர்கூட அன்று பிற்பகல் வரை அப்படித்தான் நினைத்துக்கொண்டிருந்தார். ஒவ்வொரு முறை எங்கேயோ வெளியே போய் வீடு திரும்பும்போது வீட்டில் ஜயம் திரும்பி வந்திருப்பாள் என்று எதிர்பார்த்துத்தான் வீட்டில் காலடி வைத்துவந்தார். திடீரென்று என்னவோ ஆகிவிட்டது, அவருடைய நம்பிக்கையெல்லாம் ஒட்ட வடிந்துவிட்டது. இந்த வாத்தியாரம்மாவைத் தேடி வந்ததுகூட உபயோகமற்ற வேலை.

பரசுராமய்யர் பதிலுக்குக்கூடக் காத்திராமல் திரும்ப ஆரம்பித்தார். அவர் போக வேண்டுமென்று அநேகர் சொல்லி அவரும் ஒரு மாதிரித் தீர்மானித்துக்கொண்ட இடம் இன்னும் ஒன்று இருந்தது. அது அந்தச் சேரிக்குச் சமீபத்தில்தான் இருந்தது.

பரசுராமய்யர் திரும்பிப் போவதை பம்பீனா பார்த்தாள். தன் தாயுடன் சண்டையிடுவதை நிறுத்திப் பரசுராமய்யரிடம் சொன்னாள். "மன்னிச்சுக்கணங்க, பி. ஜயலக்ஷ்மி பத்திதானே கேட்டீங்க?"

"ஆமாம்."

“நேத்து கிளாசுக்கு வந்திருந்தது. ஸ்கூல் முடிஞ்சு நான் வீட்டுக்குப் போக பஸ் ஸ்டாண்டுலே நின்னுட்டிருக்கிறப்போ அந்தப் பக்கம்கூட வந்தது.”

“மறுபடியும் பார்த்தீங்களா? எப்போ? என்ன மணி இருக்கும்?”

“எல்லாம் ஒரு அஞ்சரைக்குள்ளேதான் இருக்கும்.”

“ஆறு மணிக்கு வீட்டிலே இருந்திருக்கா. அதுக்கப்புறம் தான் எங்கேயோ காணோம்.”

பம்பீனாவின் தாயாரும் அருகில் வந்து விவரங்களை மிக அக்கறையுடன் கேட்டுக்கொண்டிருந்தாள்.

ஒருமுறை ஏதோ கேட்க வாயெடுத்தவள் தன்னைக் கட்டுப் படுத்திக்கொண்டாள். பரசுராமய்யர் நாக்கு தழதழத்தது. பம்பீனா சொன்னாள்: “கவலைப்படாதீங்க, கிடைச்சுடுவா. கெட்டிக்காரப் பொண்ணு. சாமர்த்தியமா பேசி விவரம் சொல்லி வீடு வந்துவிட திறமை உண்டு.”

“உண்டும்மா. ஆனால் அப்படி எல்லாம் வருகிற மாதிரி இருந்தால் இவ்வளவு நேரத்திற்கு வந்திருக்க வேண்டும். ஏதோ ஆயிடுத்து, ஏதோ ஆயிடுத்து.”

“ஆஸ்பத்திரியெல்லாம் பாத்திங்களா? லாரிக்காரப் படுபாவிங்க கண்ணை மூடிட்டுத்தான் வண்டி விடறாங்க” என்று பம்பீனாவின் அம்மா சொன்னாள்.

“இல்லை, அது இல்லை.”

“நீங்கல்லாம் நாங்க சொல்லிக் கேப்பீங்களோ என்னவோ, அதோ பாலத்துக்கு அந்தாண்டை வீருன்னு ஒருத்தன் இருக்கான். பெரிய பெரிய காரிலெல்லாம் வந்து அவனைக் கேட்டுட்டுப் போவாங்க.”

“அதெல்லாம் இவங்களுக்கு வேண்டாம்.” என்று பம்பீனா சொன்னாள்.

“நானே அங்கேதான் போகணும்.” என்றார் பரசுராமய்யர்.

பரசுராமய்யர் போன பிறகு என்ன விதத்திலோ பம்பீனா வுக்கும் அவள் அம்மாவுக்கும் அதிகம் பேச்சு வார்த்தை நடக்க வில்லை. அந்தோணி அப்படியே சினிமா இரவுக்காட்சி ஒன்றுக்குப் போய்விட்டான். பம்பீனா மட்டும் சாப்பிட்டுவிட்டுப் பாத்திரங்களையும் மண்பாண்டங்களையும் சுத்தம் பண்ணி

மூலையில் கவிழ்த்து வைத்தாள். அவள் நாற்பத்தைந்து கணக்கு விடைத்தாள்களைப் பார்க்க வேண்டியிருந்தது. எட்டரை மணிக்குப் பக்கத்துச் சந்து டிரைவர் முருகையன் குடிசையில் ‘அருச்சுனன் தபசு’ தெருக்கூத்து ஒத்திகை ஆரம்பித்துவிட்டது. அடுத்த பௌர்ணமியன்று நடக்க ஏற்பாடு செய்த அந்தத் தெருக்கூத்து ஒத்திகை, கூத்து இரண்டும் பெரிய வித்தியாசம் கொண்டதாக இருந்துவிடாது. ஆனால் ஒத்திகையின்போது பாட்டும் மிருதங்க வாசிப்பும் எந்தவிதத் தணிக்கையுமில்லாத ஸ்வாதந்திரியம் கூடியதாக இருக்கும். பம்பீனாவுக்கு மிருதங்கம் வாசிப்பது பிடிக்கும். அவள் தன் லாந்தலைத் தணித்துவிட்டு சாக்குத்துணி விரித்து அதன் மேல் படுக்கையைப் போட்டுக் கொண்டாள். அவளுக்கு விவரம் புரிந்த நாளிலிருந்து அவள் அம்மாவுக்கு அவள் படுக்கை விரிப்பது கிடையாது. அந்தோணி கதவருகே படுத்துக்கொள்வான்.

மிருதங்க த்வனியைக் கவனத்தில் வைத்தபடி பம்பீனா படுத்துக்கொண்டாள்.

❍

பம்பீனாவால் அதிகம் மிருதங்க வாசிப்பைக் கேட்க முடிய வில்லை. காரணம், முருகையனுக்கும் கண்ணுசிங்குக்கும் அன்றிரவு மனஸ்தாபம் ஏற்பட்டிருந்தது.

கண்ணுசிங் ஒரு சினிமா ஸ்டூடியோவில் வாச்சுமென் வேலை பார்த்து வந்தான்.

முருகையன் ஏற்பாடு செய்கிற தெருக்கூத்துக்கெல்லாம் கண்ணுசிங்தான் பாட்டு எழுதித் தருவது. சிவாஜி காலத்தில் குடியேறிய ஒரு வடக்கத்திய வம்சத்தைச் சேர்ந்தவன் கண்ணுசிங். பெயர் ஒன்றில் தவிர வேறு வடக்கிந்திய அம்சம் அவனிடம் கிடையாது. தெருக்கூத்து எழுதுவதில் நல்ல பெயர் வந்துவிட்டது. மூன்று வருஷங்களுக்கு முன்னால் அவன் பெருமை கேள்விப்பட்டு முருகையன் வலிய வருத்தி அவனோடு சேர்த்துக்கொண்டான். இதுவரை அவர்கள் இருவரும் சேர்ந்து இரண்டு தெருக்கூத்துகள் தயாரித்து அவைகளை ஐந்தாறு முறை மேடையேற்றியும் ஆயிற்று. கண்ணுசிங் பாட்டு எழுதுவதோடு மிருதங்கமும் அடிப்பான்.

‘அருச்சுனன் தபசு’ அவன் முருகையனுக்கென்றே புதிதாக எழுதுவது.

முருகையனுக்குச் சில சந்தேகங்கள் தோன்ற ஆரம்பித்து விட்டன. அவன் சமீப காலத்தில் வேறு சில நாடகங்களும் தெருக்கூத்துகளும் பார்த்திருந்தான். அவன் எல்லாரையும்

போல்தான் வேஷம் போட்டுக்கொண்டு, காஸ் விளக்கு ஏற்பாடு பண்ணி, மிருதங்கம் பக்கவாத்தியம் வைத்துக்கொண்டு, தொண்டை கிழிய விடிய விடியக் கத்தினாலும் அந்த மற்றத் தெருக் கூத்துகளில் ஏற்பட்ட நிறைவு அவன் தெருக் கூத்துகளில் ஏற்படவில்லை. இதைக் கண்ணுசிங்கிடம் சொன்னால் அவனுக்குப் புரியாது, கோபம்தான் வரும்.

"கொஞ்சம் அதைத் தூக்கிக்கோயேன். ஒரேயடியா இறங்கிக் கிடக்குது" என்று முருகையன் மிருதங்கத்தைப் பார்த்துச் சொன்னான். கண்ணுசிங் முருகையன் தயாராவதற்கு முன்னாலிருந்தே அடித்துக்கொண்டிருந்தான்.

"என்ன?" என்றான் கண்ணுசிங்.

"கொஞ்சம்கூட சுருதி கூடியாரலை. நான் எவ்வளவுதான் கீழே பாடறது?"

"என்ன?" என்றான் கண்ணுசிங். அப்புறம் ஒரு மாதிரி புரிந்து கொண்டு. "அட, சரிதாம்பா, சும்மாதானே பாடிப் பாத்துக்க றோம்?" என்றான். அவன் முருகையன் பாட வேண்டுமென்றுகூடக் காத்திருக்கவில்லை. அன்று அங்கு வந்ததிலிருந்து விடாமல் மிருதங்கம் அடித்துக்கொண்டே இருந்தான்.

அந்த மிருதங்க வாசிப்புக்குத் தகுந்தபடி முருகையனும் வேகமாகப் பாட ஆரம்பித்தான். அவன் மனைவி அவனை வாய்க்குள் வைத வண்ணம் ஒரு மூலையில் படுத்துக்கொண்டு விட்டாள். பெரிய பெண் தூங்கிவிட்டாள். இரண்டாவது பெண்தான் படுத்தபடியே கண்கொட்டாமல் அப்பாவையே பார்த்தபடி இருந்தாள். அவளுக்கு மூன்று முடிந்து நான்கு வயதாக இன்னும் பதினைந்து நாட்கள் இருந்தன.

முருகையன் சட்டென்று பாட்டை நிறுத்திக்கொண்டான். அவனுக்கு மூச்சு மிகவும் இரைத்தது. கண்ணுசிங் விடாமல் மிருதங்கம் அடித்துக்கொண்டிருந்தான்.

முருகையன் மீண்டும் பாட ஆரம்பித்தான். ஆனால் ஒரு நிமிஷத்திற்கெல்லாம் மீண்டும் நிறுத்திவிட்டான். அவனுக்குக் களைப்பு அதிகமாகப் போயிருந்தது.

"என்ன நிறுத்திட்டே?" என்று கண்ணுசிங் மிருதங்கத்தை அடித்துக்கொண்டே கேட்டான்.

முருகையன் மனைவி சட்டென்று எழுந்திருந்து, "இதோ பார். அக்கம் பக்கத்துக்காரங்களுக்குதான் அறிவில்லேன்னா வீட்டிலே இருக்கிறவங்க பைத்தியம் பிடிக்காம இருக்க வாணாமா?

இனிமே உன் கூத்தெல்லாம் எங்கயாவது சத்திரம் சாவடிலே வச்சுக்க. ஒரே ரோதனையாப் போயிடுத்து" என்றாள்.

முருகையன், "சும்மாயிரும்மே" என்றான்.

கண்ணுசிங் மிருதங்கம் அடிப்பதை நிறுத்திவிட்டு, "என்ன?" என்றான்.

முருகையன் பதில் பேசாமல் பாடத் தொடங்கினான். கண்ணுசிங் முதலில் முருகையன் பாடுவதற்குத் தகுந்தபடி மிருதங்கம் வாசித்தான். ஆனால் சீக்கிரமே அவனுக்குப் பழக்கமாகிப் போயிருந்த வேகத்தில் வாசிக்க ஆரம்பித்தான். முருகையன் அதற்குத் தகுந்தபடி பாடினான். வனவாசத்தின் போது அண்ணா தருமர் உத்தரவு பெற்று அருச்சுனன் தவத்திற்குக் கிளம்பிவிட்டான். அங்கு பாட்டு நின்றது.

இரண்டு நிமிஷங்களுக்கு இருவரும் ஒன்றும் தோன்றாமல் அப்படியே உட்கார்ந்திருந்தார்கள். கண்ணுசிங்தான் முதலில் எழுந்தான்.

"என்ன போறியா?" என்று முருகையன் கேட்டான்.

"ஆமாம் இப்ப கிளம்பினாத்தான் சைதாப்பேட்டைக்குப் பஸ் பிடிச்சு அங்கேருந்து தாம்பரம் போற கடைசி ரயிலையாவது பிடிக்கமுடியும்."

"ஆமா நீ சொல்றது ரைட்டுதான்." கண்ணுசிங்குக்கு அந்தப் பதில் சரியானதாகப் படவில்லை. எவ்வளவோ நாட்களுக்கு அவன் முருகையனுடன் இரவில் பன்னும் டீயும் வாங்கிச் சாப்பிட்டுவிட்டு முருகையன் குடிசை முன்னால் ஒரு கயிற்றுக் கட்டிலில் படுத்துத் தூங்கி மறுநாள் நேரே அங்கிருந்து வேலைக்குப் போயிருக்கிறான். இந்த முறை முருகையன் தன் நிலையில் இல்லாதது போல் பட்டது. மனைவி எரிந்து விழுந்ததனால் இருக்கலாம்.

கண்ணுசிங் சிறிது தயக்கத்துடனே கிளம்பினான். "நாளைக் காவது மிருதங்கத்தை வெய்யில்லே காட்டு," என்றான்.

"சரி."

"தபசு எழுதிண்டு வந்திருக்கேன். படிச்சு மனப்பாடம் பண்றியா?"

"இந்த நேரம்வரை நீ சொல்லலியே? நீ எழுதியாச்சா?"

"நேத்தே எழுதிட்டேன். இரண்டு மூணு வரி மாத்தலாம்னு நினைச்சேன். ஆனா அத அப்புறம்கூடச் செஞ்சுக்கலாம்."

"அப்ப குடுத்திட்டுப் போறியா?"

"உம். இந்தா."

கண்ணுசிங் தன்னுடைய காக்கி ட்ரௌசர் பையிலிருந்து ஒரு காகிதக் கட்டை எடுத்து முருகையனிடம் கொடுத்தான். முருகையன் பிரித்துப் பார்த்தான்.

"என்ன இவ்வளவு இருக்கு?"

"அதுதான் தபசு."

"இவ்வளவுமா?"

"ஆமாம். எல்லாம் ஒரு ஒண்ணரை மணி தேசாலத்தளவு தான் போகும். எல்லாம் சுருக்கமாகத்தான் எழுதியிருக்கேன்."

கிட்டத்தட்ட முப்பது பக்கங்களில் சிறு சிறு எழுத்துக்கள் நெருக்கமான வரிகளில் அடைப்பட்டுக் கிடந்தன அவ்வளவை யும் தான் மனப்பாடம் செய்ய வேண்டும் என்று உணரும்போது முருகையனுக்கு ஏதோ பொங்கி வந்தது. பகலெல்லாம் பல்லாவரத்துக்கும் சேப்பாக்கத்துக்கும் ஜெல்லியடித்துவிட்டு ராவெல்லாம் முப்பது பக்கத்துக்குத் தபசைப் படித்து மனப்பாடம் செய்வது சாதாரணமாக மனிதன் செய்யும் காரியமாகப் படவில்லை. அதுவும் கண்ணுசிங் எழுதின தெருக் கூத்தென்றால் எல்லாரும் பத்துபத்தரை மணிக்கே மணற்பரப்பில் துண்டை விரித்துப் படுத்துவிடுகிறார்கள்.

"இந்தக் காலத்திலே யாரும் தபசுலே அதிக நேரம் செலுத்த மாட்டாங்க" என்றான் முருகையன்.

"ஏது திடீர்னு இந்தக் காலம் பத்தி பேச்சு வருது?"

"இல்லே கண்ணுசிங். இப்பலாம் முழுக் கூத்தையும் மூணு மணி நேரத்திலேயே முடிச்சுடறாங்க. நீ எழுதியிருக்கிற கணக்குக்குப் பழயபடி விடிய விடிய ஆயிடும்."

"கொஞ்சம் அதை எங்கிட்டே கொடு."

"சிறிசு பண்ணித் தரயா? இந்தா."

கண்ணுசிங் காகிதக் கட்டை வாங்கித் திரும்பித் தன் பையினுள் போட்டுக்கொண்டான். "இதோ பாரு. எனக்கு எந்த நாயி ஆடற கூத்து பத்தியும் கவலை கிடையாது. அவன் மூணு மணி ஆடட்டும், மூணு நிமிட் ஆடட்டும். உனக்குப் பிடிச்ச மாதிரி வேறு எந்தக் கழுதைகிட்டையாவது கூத்து வாங்கிக்க."

"என்ன, கண்ணுசிங். இப்படிக் கோபம் கோச்சுக்கறே?"

“இதோ பார், நீ இல்லேன்னா பத்து பேரு தினம் என் கூத்தை ஆடறத்துக்குக் காத்திட்டிருக்காங்க. நீ பாடற பாட்டுக்கு நான் மிருதங்கம் வேற அடிக்கணும்...”

“நீ அடிக்கிறதற்குத்தானே நான் பாடவேண்டியிருக்கிறது” என்று சொல்ல முருகையனுக்குத் தோன்றிற்று. ஆனால் கண்ணுசிங் மூச்சுவிட இடம் தரவில்லை.

“உன் சங்காத்யமே வேண்டாம். நல்ல பையனாட்டமா இருக்கிறியேன்னு நானா உன் வீடு தேடி வந்ததுக்கு இப்படிச் செருப்பால அடிச்சிட்டே ...”

“என்ன கண்ணுசிங், ஏதோ பேச்சுக்கு ஒண்ணு சொன்னா ...”

“இப்ப பேச்சுன்னுவே, நாளைக்கு சபையிலே காட்டிடுவே. வேண்டாம்பா, உன் திக்குக்கு ஒரு கும்பிடு.”

முருகையன் அயர்ந்து போய் நிற்க, கண்ணுசிங்கும் சிறிது அப்படியே நின்றான். பிறகு “எனக்கு நேரமாச்சு, நான் வரேன்” என்று கிளம்பினான்.

“நானும் வரேன் உன்னை பஸ்டாண்டிலே விட.”

ஒரு சேரிநாய் பதுங்கிப் பதுங்கி அவர்கள் அருகே வந்தது. இருவரும் மௌனமாக நடந்துகொண்டிருந்தார்கள். ஏதோ நினைவுக்கு வந்தமாதிரி அந்த நாய் கண்ணுசிங் பக்கம் முகத்தை நீட்டிச் சீறியது. கண்ணுசிங் “ஐயோ அம்மா” என்றான். முருகையன் “சீ போ! எலும்பெல்லாம் நொறுக்கிடுவேன்!” என்று நாயை பயமுறுத்தினான். நாய் போய்விட்டது.

சாலையையடைந்து நூறு கஜம் நடந்தால்தான் பஸ் ஸ்டாண்டு. அந்த நேரத்தில் மனித சஞ்சாரமே அங்கில்லை. கண்ணுசிங்குக்கு முருகையன் கூட வந்தது நல்லது என்று தோன்றியது. “உனக்கு எவ்வளவு இருக்கணும்னு சொல்றே?” என்று கேட்டான்.

முருகையன் ஒரு கணம் விழித்தான். பிறகு புரிந்துகொண்டு, “நான் அப்படி என்ன சொல்லிட்டேன்னு கோவிச்சுண்டே ? ரொம்ப நீட்ட வேண்டாம், குறைச்சிக்கலாம்னுதான் சொன்னேன். உனக்கு என்னவோ தோணிடுத்து.”

“நீ என்னதான் சொன்னாலும் உன் மனசிலே அவநம்பிக்கை விழுந்திடுத்து. போனாப்போவுது. அதைப் பாதியா குறைக்கட்டுமா?”

"ஆமாம். அதுதான். அதுதான் நானும் சொல்றது. பாதி சரியாயிருக்கும்."

"சரி, அப்படியே உன் நோக்கம் போலே பண்ணிட்டாப் போறது."

முருகையனுக்கு இப்படி எதிர்பாராத சமரசம் ஏற்பட்டது மிகுந்த சந்தோஷத்தைக் கொடுத்தது. "அங்கே பாத்தியா, எவனோ நன்னாப் போட்டுட்டு வரான்," என்று காண்பித்தான். சாலை யோரமாக ஓர் உருவம் தள்ளாடியபடி மெதுவாக வந்தது. பஸ் ஸ்டாண்டருகே வந்தவுடன் நின்றது.

"உன் மாதிரி வயசான ஐயரெல்லாம் இப்படி ஆரம்பிச்சுட்டா நாங்க எங்கே போறது?" என்றான் முருகையன்.

பரசுராமய்யர் "ஐயோ, நான் என்ன பண்ணுவேன்?" என்று வாய்க்குள் பிதற்றிக்கொண்டிருந்தார். தடாலென்று கீழே சாய்ந்த அவரைக் கண்ணுசிங் தன் துடையால் தடுத்துக்கொண்டான்.

"ஆளு மயக்கம் போட்டுருக்கப்பா, குடி எல்லாம் ஒண்ணு மில்லை." என்றான் கண்ணுசிங். பரசுராமய்யர் ஒரு குவியலாகக் கீழே கிடந்தார்.

"இவரு இன்னிக்குப் பொன்னத்தா வீட்டுக்கு வந்த ஐயரப்பா," என்றான் முருகையன்.

"இவர்தானா அவ்வளவு பெரிசா சண்டை போட்டாரு?"

"சண்டை இவரு போடலப்பா. பொன்னத்தாவும் அந்த ஸ்கூலிலே வேலை பாக்கிற பொண்ணும் எப்பவும் சண்டை சச்சரவுதான். இவரு எதுக்கு வந்தாரோ? நம்ம ஜகம்தான் வீடு காண்பிச்சது இவருக்கு."

"இப்படி இங்கே வந்து படுக்கை போட்டுட்டாரே?"

கண்ணுசிங் பரசுராமய்யர் முகத்தைத் தடவிக் கொடுத்து, "சார், சார்" என்று கூப்பிட்டான். பரசுராமய்யர் கண் திறந்தார்.

"நீங்க எங்கிருக்கீங்க தெரியுதா? கீழே விழுந்திட்டீங்களே?"

பரசுராமய்யர் யாருக்கும் புரியாதபடி எதோ முணுமுணுத்துக் கொண்டே இருந்தார்.

"சார், சார்."

அந்த சமயத்தில் சைதாப்பேட்டை போகும் பஸ் வந்தது. அதுதான் கடைசி பஸ். கண்ணுசிங் "நான் போய் வரேன்" என்று பஸ்ஸை நிற்கச் செய்யத் தாவிக் குதித்துக் கையை

வீசி ஆட்டினான். சீறிக்கொண்டு வந்த பஸ் தன் வேகத்தை மட்டுப் படுத்தியது. முருகையன் ஏறுவதற்குக் காத்திருப்பது போல் தயங்கியது. பிறகு மீண்டும் வெகு வேகமாகப் பாய ஆரம்பித்தது. பஸ்ஸில் தொத்திக்கொண்ட கண்ணுசிங் மீண்டும் "நான் போய் வரேன்." என்று கத்தினான். கணப் பொழுதில் பஸ்ஸும் மறைந்துவிட்டது. முருகையன் தலை மிகவும் அரித்தது.

❍

சிவஸ்வாமிக்கு இதமான வெயிலில் பார்வைக்கு எட்டியவரை தரையே தென்படாத அமைதியான நீலக்கடல் நடுவில் ஒரு தென்னை மட்டையின் மீது கண்ணை மூடிக்கொண்டு மிதந்திருப்பது ஆனந்தமாக இருந்தது. மிகச் சிறு அலைகள்தான் அவ்வப்போது 'க்ளுக்' என்று சப்தமெழுப்பின. ஒருமுறை அந்தச் சப்தம் கேட்டுவிட்டு அடுத்த க்ளுக்காக எதிர்பார்த்துக் காத்திருக்கும் இடைவெளி ஓர் அபூர்வமான அனுபவத்தைத் தந்தது. தொடர்ந்து நான்கு முறையாவது அப்படிப்பட்ட இன்பத்தை அனுபவிக்க முடியுமா என்கிற ஆவலில் இருந்த அவரைப் பலத்த பேச்சுக்குரல் ஆர்வமிழக்கச் செய்தது. சிவஸ்வாமி படுக்கையிலிருந்து எழுந்து முகம் கழுவக் கிணற்றங் கரைக்குச் சென்றார்.

அந்தக் கிணற்றின் அடியில் ஒரு ஜாண் அளவுக்குத் தண்ணீர் ஏதோ குழியில் தேங்கியிருப்பது போல் கலங்கலாகத் தென்பட்டது. பத்தடி தள்ளி இருந்த அவர் வீட்டின் இரண்டாவது கிணற்றிலும் சிவஸ்வாமி எட்டிப் பார்த்தார். அதுவும் மிக ஆழமான கிணறு. நடுவில் குறுக்கிட்ட பாறைகளை வெடி மருந்து வைத்துக் தகர்த்து வெட்டிய கிணறு. அதிலும் முதல் கிணற்றில் இருந்த அளவு தண்ணீர்தான் இருந்தது. நான்கு நாட்கள் முன்புகூட அதில் தண்ணீர் நிறைய இருந்தது. இரண்டு மூன்று ஜாணளவுக்குக்கூட இருந்திருக்கும். இப்போது இப்படியாகிவிட்டது. மழை வருவதாக அறிகுறியும் காணப்படவில்லை. அந்தக் குரோம்பேட்டையில் வீட்டு வேலைக்காரர்கள் கிடைப்பதும் மிகக் கடினம். வீட்டு வேலைக்குப் போகக்கூடியவர்கள் வீட்டு வேலையை விடப் பலமடங்கு ஊதியம் தரக்கூடிய கல்லுடைக்கும் வேலைக்குப் போய்விடுவார்கள். சிவஸ்வாமி தன் மனைவிக்கும் முதல் பெண்ணுக்கும் ஒத்தாசையாகத் தானும் ஒரு வாளியை எடுத்துக்கொண்டு பத்து வீடு தள்ளியிருந்த பங்களாவுக்குச் சென்றார். அந்த பங்களாவில் மட்டும் சிவஸ்வாமி ஐயரையும் இன்னும் சில நூற்றுக்கணக்கான குரோம்பேட்டை சொந்த வீட்டுக்காரர்களையும் பரிகசிப்பது போல ஒரு கிணறு அநேகமாக வருடம் பூராவும் நிறையத் தண்ணீருடன் இருந்தது.

“நான் அப்பவே முட்டிக்கொண்டேன், மாம்பலத்திலேயோ நுங்கம்பாக்கத்திலேயோ கூட இரண்டாயிரம் நாலாயிரம் ஆனாலும் இடம் பார்க்கலாம், இந்தப் பாலைவனம் வேண்டாம் என்று. கேட்டால்தானே?” என்று மனைவி உரக்கவே குறைப்பட்டுக் கொண்டிருந்தாள். சிவஸ்வாமி, “வாயை மூடு!” என்று இரைந்தார். அவர் தாயார் மட்டும் ஊரிலிருந்தால் அவர் மனைவி அப்படிக் குரல் எழுப்பிக் குற்றம் சாட்டமாட்டாள். தாயார் உள்ளூர எல்லாருடைய கஷ்டங்களையும் உணர்ந்தவளாக இருந்தாலும் வெளிப்படையாக சிவஸ்வாமியைப் பற்றி ‘என் பிள்ளை தைரியசாலி. இந்த இடத்திலேயே முதலிலே வீடு கட்டிக்கொண்டு குடித்தனம் வந்தவன் அவன்தான்’ என்று சொல்லுவாள். சிவாஸ்வாமிக்குச் சாதாரணமாகவே துணிச்சல்காரர் என்ற பெயருண்டு.

எட்டேகாலுக்கெல்லாம் சாப்பிட்டுவிட்டு, கோட்டு, டை, பூட்ஸ் அணிந்துகொண்டு அவர் காரியாலயத்துக்குக் கிளம்பியவர், தானே கொத்தி எருவிட்டு வளர்த்த பூச்செடிகளைப் பார்த்து, “அடியே, இந்த கேட்டைப் பகலிலே பூட்டியாவது வை. ஆடு மாடு இந்தப் புஷ்பங்களை விட்டு வைக்க மாட்டேங்கறது” என்றார்.

அவர் மனைவி, “நாமே ஒரு தடவை அதுகளை வந்து தின்னுட்டுப் போக சொல்லலாம். அப்புறம் இந்தப் பக்கமே வராது.” என்றாள். அவளுக்கு அந்தத் துலுக்கச் சாமந்திப் பூச்செடிகளைக் கண்டாலே பிடிக்கவில்லை.

சிவஸ்வாமி தெருவில் நடக்க, அநேகமாக ஒவ்வொரு வீட்டிலிருந்தும் ஒருவர் அல்லது இருவர் அவரோடு கூடச் சேர்ந்துகொண்டார்கள். அந்த இடத்திலிருந்து குரோம்பேட்டை ரயில்வே ஸ்டேஷன் சுமார் ஒரு மைல் இருக்கும். நடை அல்லது சைக்கிள் தவிர வேறு சாதனமே கிடையாது. அந்த ஒரு மைலைக் கடக்க சிவஸ்வாமி அந்த இடத்திற்கு அரசாங்க பஸ் வரவேண்டும் என்று இரண்டு மூன்று முறை அந்தப் பிரதேசத்துவாசிகள் அத்தனை பேரையும் மனு கையெழுத்திடச் செய்து மந்திரியையும் நேரில் போய்ப் பார்த்துவிட்டு வந்திருந்தார். அவரால் எப்படியோ மின்சாரம் கொண்டு வந்துவிட முடிந்தது. குழாய், சாக்கடை, பஸ் இவை மூன்று மட்டும் எளிதில் கிடைக்கக்கூடியதாகப் படவில்லை. சிலர் மின்சாரம் வந்தது பற்றிக்கூட அவ்வளவு புகழ்ச்சியாகப் பேசிக்கொள்ளவில்லை. “இது என்ன பிரமாதம்! எங்கெங்கேயோ இருக்கிற குக்கிராமத்துக்குக் கூட இப்போதெல்லாம் மின்சார பம்பு வைத்து விவசாயம் செய்கிறார்கள். சென்னையிலிருந்து நாலு மைல் தள்ளியிருக்கும் குரோம்பேட்டைக்கு என்ன

கேடு!" என்றார்கள். அங்கிருந்த சென்னை நகரத்திலுள்ள காரியாலயங்களில் உத்தியோகம் புரிகிறவர்கள் எட்டேகால் மணியளவுக்கு வீட்டிலிருந்து கிளம்பி ஸ்டேஷனுக்கு எட்டரை எட்டு நாற்பதுக்குச் சென்று நாளுக்கு நாள் நம்பிக்கையைக் குறையவைக்கும் மின்சார ரயில் ஏறி அவரவர் காரியாலயங்களை அடைய வேண்டும். பெரியவர்களைப் போல மூன்று மடங்கு எண்ணிக்கை அப்பிரதேசத்திலிருந்து சென்னை நகர் வந்து படித்துப் போகும் மாணவ மாணவிகள். சிவஸ்வாமிக்கு ஆரம்பத்தில் இப்படிச் சாரி சாரியாகப் பெரியவர்கள் சின்னவர்களாக ரயில்வே ஸ்டேஷனுக்குப் போவதும் வருவதும் ஒரு பெருமிதத்தையும் உற்சாகத்தையும் தந்தது. ஆனால் அந்த எண்ணிக்கை ஏராளமாகப் பெருக, போக்குவரத்து வசதிகள் மட்டும் அப்படியே தேங்கியிருக்க அவருக்குக் கவலை வந்து அவ்வப்போது பீதியும் சூழ ஆரம்பித்தது. ஒரு சிறு மீட்டர் கேஜ் மின்சார வண்டியின் "22 பேர் உட்காருமிடம்" பெண்கள் கம்பார்ட்மெண்டில் நூற்றுக்கணக்கில் குழந்தைகள் நிரம்பி வழிந்து கம்பியையும் ஜன்னலையும் தொத்திக்கொண்டு போகும்போது அவருக்கு உடலெல்லாம் பதறியிருக்கிறது. 'ஐயய்யோ, நான் மட்டும் இந்தக் காட்டுப் பிரதேசத்தில் வீடு கட்டிக்கொண்டு வராமல் இருந்தால் ஆயிரக்கணக்கான ஜனங்கள் இவ்வளவு அபாயத்திலும் அசௌகரியத்திலும் வாழ்க்கை நடத்த வேண்டியிராதே!' என்று தோன்றியதுண்டு. ஆனால் அவர், இதையும் உணராமல் இருக்க முடியவில்லை. வீடு கட்டிக்கொள்வதும் கல்யாணம் செய்துகொள்வதும் ஒரே மாதிரி; அவர் மேன்மேலும் அவருக்குத் தெரிந்தவர்களை எல்லாம் அந்தப் பக்கத்திலேயே மனை வாங்கி வீடு கட்டிக் கொள்ளச் சொல்லிக்கொண்டிருந்தார்; கல்யாணம் ஆனவர்கள் ஆகாதவர்களைச் சீக்கிரம் பண்ணிக்கொண்டுவிடு என்று வற்புறுத்துவது போல.

அன்று சிவஸ்வாமியை வேறொரு விஷயமும் உறுத்திக் கொண்டிருந்தது. அன்றுதான் அவர் கம்பெனி சம்பந்தமாக வெளிநாட்டு நிபுணர்கள் நால்வர் சென்னை வந்தடையப் போகிறார்கள். முதலில் ஒரு மாதம் கழித்து வருவது என்று இருந்தது. திடீரென்று இப்போதே வந்து போகும்படியாக நேர்ந்துவிட்டது. அந்த நால்வரைப் பற்றிய தகவல்கள், பெயர் வயது உட்பட விவரமான குறிப்புக் கொண்ட கடிதம் மேற்கு ஜெர்மனியிலிருந்து வந்திருந்தது. அதை சிவஸ்வாமி சரியாக ஒரு முறைகூடப் படித்துப் பார்க்கவில்லை. எப்படியும் இருவருமாகத்தானே விமான நிலையம் போக வேண்டியிருக்கும். ஏற்பாடுகள் எல்லாம் செய்ய வேண்டியிருக்கும் என்று பரசுராமய்யரிடம் கொடுத்து

வைத்திருந்தார். பரசுராமய்யருடைய மேஜை பைல்களில் அந்தக் கடிதத்தைக் காணவில்லை.

பரசுராமய்யரும் நான்கு நாட்களாக ஆபீஸுக்கு வரவில்லை.

○

பிரம்மாண்டமான காரில் டிபுடி சிவஸ்வாமியைக் கம்பெனி மானேஜிங் டைரக்டர் பங்களாவுக்கு அழைத்துப் போனார். மானேஜிங் டைரக்டர் டிபுடியின் தகப்பனார்.

"ஏமி பக்தா, எல்லாம் தயார்தானே?" என்று மானேஜிங் டைரக்டர் கேட்டார். டிபுடியின் பெயர் பக்தவத்ஸலம்.

"ஆவுனு நானா. நாம் கிளம்ப வேண்டியதுதான்," என்றார் டிபுடி. மானேஜிங் டைரக்டர் தமது தலைப்பாகையைப் பொருத்திக்கொண்டு புறப்பட்டார். "அப்படியே பக்தா, மீனாட்சி சுந்தரம், நட்கர்னி அவர்களையும் நேரே ஏர்போர்ட்டிற்கு வரச் சொல்லு," என்றார். மீனாட்சிசுந்தரம், நடகர்னி இருவரும் இன்னொரு பெரிய உற்பத்திக் கம்பெனியின் முதலாளிகள். டிபுடி சிவஸ்வாமியைப் பார்த்தார். சிவஸ்வாமி, "எஸ் ஸார்" என்று சொல்லிவிட்டு டெலிபோனிடம் சென்றார்.

கார் மாம்பலத்தை அணுகிக்கொண்டிருந்தபோது மானேஜிங் டைரக்டர் கேட்டார், "என்ன பக்தா, மாலை ஒன்றும் வாங்கவில்லையா?"

சிவஸ்வாமி டிபுடியிடம், "இல்லை," என்றார்.

"நம் விருந்தாளி என்று வந்தால் முதலிலே மாலை போட வேண்டும்," என்றார் மானேஜிங் டைரக்டர். தியாகராய நகர் மார்க்கெட்டுக்குச் சென்று அவசரம் அவசரமாக இரட்டை விலை கொடுத்து நான்கு பெரிய ரோஜா மாலைகளும் கைச்செண்டுகளும் வாங்கிக்கொண்டு அவர்கள் மீனம்பாக்கம் அடைந்தபோது விமானம் கீழே இறங்க ஆரம்பித்துவிட்டது.

மானேஜிங் டைரக்டரும் டிபுடியும் ஏப்ரன் படியருகில் நிற்க, சிறிது ஓரமாக சிவஸ்வாமி நின்றார். டிரைவர் கொண்டு வந்து வைத்த மாலைக் கூடை பக்கத்தில் இருந்தது. சிவஸ்வாமி தனக்கு ஞாபகம் இருந்த இரு பெயர்களை மீண்டும் ஒருமுறை சொல்லிக்கொண்டார். ஒரு பெயர் ஹான்ஸ் க்ார். இன்னொரு பெயர் மார்ட்டின் ஜோடல்.

விமானத்திலிருந்து இறங்கி வந்தவர்களில் ஜெர்மானியரைக் கண்டுபிடிப்பது அவ்வளவு கடினமாக இல்லை. மானேஜிங்

டைரக்டர் வெகு அழகாக அவர்களை லவுன்ஜூக்கு அழைத்துப் போனார். சிவஸ்வாமி கூடையை எடுத்துப் போக, மானேஜிங் டைரக்டர் ஒவ்வொரு மாலையாக எடுத்து நான்கு பேருக்கும் அணிவித்தார். சில நிமிஷங்களுக்கு எல்லாருமே விஸ்தாரமான புன்னகை தோன்றும் முகத்தோற்றத்துடன் இருந்தார்கள். நான்கு பேருடைய சாமான்கள் சீட்டுக்களும் ஒருவரிடமே இருந்தன. அதை சிவஸ்வாமி வாங்கிக்கொண்டு "தாங்க்யூ மிஸ்டர் ஜோடல்" என்றார். அப்போது பின்னாலிருந்தவர், "பெக் யுவர் பார்டன்?" என்றார். சிவஸ்வாமிக்கு உடனே யார் ஜோடல் என்று தெரிந்துவிட்டது. சிவஸ்வாமி சாமான்கள் இறக்குமிடம் சென்று அந்த நான்கு பேருடைய பெட்டிகளையும் பொறுக்கி எடுத்துக் காரில் ஏற்றித் திரும்பி லவுன்ஜூக்கு வந்த போது மீனாட்சிசுந்தரம், நட்கர்னி இருவரும் வந்து சேர்ந்து மானேஜிங் டைரக்டருடனும் ஜெர்மானியருடனும் பேசிக் கொண்டிருந்தார்கள். சிவஸ்வாமியைப் பார்த்து டிபுடி "என்ன, ஆயிற்றா?" என்று கேட்டார்.

"ஆயிற்று," என்றார் சிவஸ்வாமி.

டிபுடி, மானேஜிங் டைரக்டரிடம் சொன்னார். அவர் "வாருங்கள், கிளம்பலாம்," என்று எல்லாரையும் அழைத்துக் கொண்டு விமானநிலைய முகப்புக்கு வந்தார்.

மானேஜிங் டைரக்டர் நட்கர்னியைப் பார்த்து "டிரைவர் கொண்டு வந்திருக்கிறீர்களல்லவா?" என்றார்.

"ஆமாம்," என்றார் நட்கர்னி.

"அப்போது அந்த வண்டியையும் இவங்களுக்குக்குக் கொடுத்துவிடுங்கள். நாம் எல்லாரும் மீனாட்சிசுந்தரம் வண்டியிலே போய்விடுவோம்."

மானேஜிங் டைரக்டர் வண்டியில் ஜெர்மனிக்காரர்கள் மூவர் உட்கார்ந்துகொண்டார்கள். சிவஸ்வாமி நான்காமவருடன் நட்கர்னி வண்டியில் ஏறிக்கொண்டார். உள்ளூர்க்காரர்கள் எல்லாரும் எல்லார் கையையும் குலுக்கிவிட்டு ஒரு வண்டியில் ஏறிக்கொண்டு கிளம்பிவிட்டார்கள். சிவஸ்வாமி ஜெர்மனிக் காரர்களை அவர்கள் தங்க ஏற்பாடு செய்திருந்த ஹோட்டலுக்கு அழைத்துச் சென்றார். நால்வரையும் அவரவர்களுடைய அறையில் விட்டுப் பகல் உணவுக்கு ஏற்பாடு செய்தார்.

மீண்டும் நான்கு மணிக்கு அங்கு வந்து அவர்களைக் காரியாலயத்துக்கு அழைத்துப் போவதாகச் சொல்லிவிட்டுக்

கிளம்பினார். ஹோட்டல் வரவேற்பாளர் மேஜைக்குப் போய் அங்கு இருந்த பெரிய புத்தகத்தைப் புரட்டி அந்த நான்கு பேருடைய பெயர்களை இன்னொரு முறை பார்த்துக்கொண்டார். அவர் காரியாலத்தையடைந்தபோது மணி ஒன்று. டிபுடி இன்னும் வரவில்லை. ஆபீஸ் பையன், "ஸார், உங்களைப் பார்க்க துரைராஜன்னு ஒருத்தர் ரொம்ப நேரமாகக் காத்திருக்கார்," என்றான். அங்கே யாரையாவது பார்க்க வந்தால் காத்திருக்க ஓர் அறையில் நாற்காலிகள் போடப்பட்டிருந்தன. சிவஸ்வாமி அந்த அறைக்குச் சென்றார்.

அங்கே பரசுராமய்யருடைய மூத்த பையன் உட்கார்ந்து கொண்டிருந்தான்.

○

சிவாஸ்வாமியைப் பார்த்தவுடன் பாபு எழுந்து நின்றான். "துரைராஜன் என்றால் யாரோ என்று பார்த்தேன். ஆமாம். உங்கள் வீட்டில் இன்னும் யார் யார் காணாமல் போய் விட்டார்கள்?" என்று சிவஸ்வாமி கேட்டார்.

பாபு கண் கலங்கி மௌனமாக நின்றான். பிறகு "அம்மா உங்களைக் கையோடு அழைத்துக்கொண்டு வரச் சொன்னாள்," என்றான்.

"நான் வந்து என்ன பண்ணப்போகிறேன்? அப்பா வீட்டுக்குத் திரும்பி வந்துவிட்டாரா?"

"இல்லை."

"என்ன, இன்னுமா காணவில்லை?"

"அப்பா அகப்பட்டுவிட்டார்."

"பின் என்ன?"

"வீட்டுக்குத்தான் வரவில்லை."

"இதென்ன புதுக் கதையாக இருக்கிறது?"

பரசுராமய்யருடைய மகன் அழுவதற்கு இருந்தான். "நீங்கள் உடனே வரவேண்டும் மாமா," என்றான்.

"இப்போது உன் அப்பா எங்கே இருக்கிறார்?"

"அடையார் பக்கத்தில் மேரிக் குப்பத்தில்."

"குப்பத்திலா? ஏதாவது அடி கிடி பட்டுவிட்டதா..?"

“நான் போய்ப் பார்த்துவிட்டு வந்தேன். ஒன்றும் அடிபட்ட மாதிரி தெரியவில்லை. நீங்கள்தான் வரவேண்டும் மாமா. அம்மா ரொம்பக் கஷ்டப்பட்டுக்கொண்டு இருக்கிறாள். நீங்கள் கட்டாயம் வரவேண்டும். இப்போதே வந்தால் அப்பாவைக் கையோடு அழைத்துக்கொண்டு போய்விடலாம். தாத்தா மாமாவுக்கெல்லாம் நான்தான் தந்தி கொடுத்திருக்கிறேன். அவர்கள் யாராவது வந்தாலும் வராவிட்டாலும் உடனே உங்களை அழைத்துக்கொண்டு போ என்று அம்மா சொன்னாள். நீங்கள் வாருங்கள் மாமா...”

சிவஸ்வாமிக்கு பாபு இவ்வளவு பேசியது ஆச்சரியமாக இருந்தது. பரசுராமய்யருடைய குழந்தைகளில் அவன் ஒருவனைத் தான் பிறந்தது முதல் பத்துப் பன்னிரண்டு வயது வரை வெகு அருகிலேயே இருந்து கவனிக்க அவருக்குச் சாத்தியமாக இருந்தது. அதற்கப்புறம்தான் அவர் வீடு மாறிக் கடைசியில் பத்து மைல் தள்ளியிருக்கும் குரோம்பேட்டைக்குப் போய்விட்டார். பாபுவை அவர் ஆரம்பத்தில் பரமசாது என்று நினைத்து வைத்திருந்தார். அப்புறம் புத்தியே கொஞ்சம் மந்தம் என்று அபிப்பிராயத்தைச் சிறிது மாற்றிக்கொண்டிருந்தார். வெகு நாட்களுக்குப் பிறகு அவனையே முழுக்க முழுக்கக் கவனித்து நிற்கக்கூடிய சந்தர்ப்பம் வந்திருந்தது. அவருக்கே பெரிய வியப்பாக இருந்தது, மனிதரை மதிப்பிடுவதில் எப்படிப்பட்டவரும் எவ்வளவு தப்பு செய்து விடலாம் என்று.

“என்னாலே உடனே வந்துவிட முடியாது. இன்றைக்கு ஆபிஸ் விட்டவுடனும் வர முடியாது. அரை மணி ஒரு மணி அதிகம் ஆகலாம். வரமுடிந்தவுடன் நேரே வீட்டிற்கு வருகிறேன். அப்புறம் பார்க்கலாம்.”

“சரி மாமா.”

“ஐயம் பற்றி இன்னும் ஒன்றும் தகவல் கிடையாது?”

“இல்லை.”

சிவஸ்வாமிக்குச் சட்டென்று வருத்தம் அமுக்கியது.

“சரி, நீ போ. நான் சாயந்திரம் வந்து விடுகிறேன்.”

பாபு எழுந்து போகக் கிளம்பினான். சிவஸ்வாமி, “பாபு, கொஞ்சம் இரு, காபி சாப்பிட்டுவிட்டுப் போ,” என்றார்.

பாபு திரும்ப உள்ளே வந்தான்.

“உட்கார்,” என்றார் சிவஸ்வாமி.

உடனே ஒரு நாற்காலியில் பாபு உட்கார்ந்துகொண்டான். சிவஸ்வாமி அறை வெளியே சென்று ஒரு நிமிஷத்திற்கெல்லாம் திரும்ப அந்த அறைக்கே வந்தார். இம்முறை அவர் அறைக் கதவைச் சிறிது சாத்தி வைத்தார். பாபு பேசாமல் இருந்தான். அவன் வெளியே போகத் துடித்துக்கொண்டு இருந்ததை சிவஸ்வாமியால் உணரமுடிந்தது.

"இதுதானே உனக்கு பி.எஸ்ஸி. கடைசி வருடம்?" என்று சிவஸ்வாமி கேட்டார்.

"ஆமாம்."

"இதெல்லாம் மனதில் வைத்துக்கொண்டு படிப்பில் அஜாக்கிரதையாக இருந்துவிடாதே."

"சரி, மாமா."

"இன்றைக்குக் காலேஜ் போகவில்லையா?"

"மூன்று நாட்களாகவே போகவில்லை. எப்படிப் போக முடியும்?" பாபு கேவினான்.

சிவஸ்வாமி அவனருகே சென்று அவன் தலையைத் தன்னருகே இழுத்து அணைத்துக்கொண்டார். "அழாதே, அழாதே, நான் இருக்கிறேன்."

பாபு கண்களைத் துடைத்துக்கொண்டான். காபி வந்தது. இருவரும் சாப்பிட்டார்கள். பாபு எழுந்திருந்து, "நான் போய் விட்டு வருகிறேன், மாமா" என்றான்.

"ஒன்றுக்கும் கவலைப்படாதே. நான் சாயந்திரம் வீட்டுக்கு வருகிறேன். பாட்டிக்குத் தகவல் தெரியுமா?"

"நாங்கள் யாரும் எழுதவில்லை."

"நான் எழுதிப் போட்டிருக்கிறேன். அவளும் காசியிலிருந்து இன்னும் இரண்டு மூன்று நாட்களில் கிளம்பி வந்துவிடுவாள்."

பாபு போய்விட்டான். சிவஸ்வாமி தன் மேஜைக்குக் கிளம்பினார். அன்று ஒரு மாலைதான் அவருக்கு ஓய்வு கிடைக்கக்கூடும்.

டிபுடி வந்தார். விசேஷமாக டை அணிந்துகொண்டிருந்தார். அவராகக் கூப்பிடவும் சிவஸ்வாமி அவர் அறைக்குப் போவதும் சரியாக இருந்தது. சிவஸ்வாமியைப் பார்த்து "என்ன, நாலு மணிக்கு நீங்கள் போய் அழைத்து வருகிறீர்களா, கார் அனுப்பித்தால் போதுமா?" என்று கேட்டார்.

"நான் போய்த்தான் ஆகவேண்டும் என்றில்லை."

"நான் அப்படித்தான் நினைத்தேன். இன்று ராத்திரி அந்த நான்கு பேர்களுக்கும் அப்பா வீட்டில் விருந்து. அதற்கு முன்னால் சிறிது ஊரைச் சுற்றிக் கண்பிக்கலாமென்று இருக்கிறேன். கிளப்புக்கும் அழைத்துப் போகவேண்டும்."

"பெர்மிட் ஏதாவது ஏற்பாடு பண்ண வேண்டுமா?"

"நான் பார்த்துக்கொள்கிறேன். ஆனால் நாம் இறக்கி யிருக்கும் ஹோட்டலில் அவ்வளவு கஷ்டம் இருக்காது."

இருவரும் சிறிது நேரம் பேசாமல் இருந்தார்கள். சிவஸ்வாமி சொன்னார்: "பரசுராமய்யர் அகப்பட்டுவிட்டாராம்."

"ஓகோ, அப்படியா... என்னாயிற்று திடீரென்று அந்த மனுஷனுக்கு?"

"அவர் குழந்தை ஒன்று காணாமல் போய்விட்டது. அதைத் தேடப்போனவர் அவரும் இன்றுவரை எங்கேயிருக்கிறார் என்றே தெரியாமல் போய்விட்டது."

"குழந்தை கிடைத்துவிட்டதா?"

"இல்லை."

"பாவம்... அவரை ஒன்றுக்கும் கவலைப்பட்டுக்கொள்ள வேண்டாம் என்று சொல்லுங்கள். ஒரு மாதம் லீவு போட்டு இருக்கச் சொல்லுங்கள்."

"ஆமாம். அது அவசியமாயிருக்கும்."

"நாளைக்கு நீங்கள் ஆபீஸுக்கு வருவதற்கு முன் அப்பா வீட்டுக்கு வரவேண்டும். முதல் கான்ஃபரன்ஸைக் காலை பத்து மணிக்கு வைத்துக்கொண்டு விடலாம். ஜோடலிடம் நான் சொல்லிவிடுகிறேன். நாம் போன மாதம் தயார் பண்ணின ரிப்போர்ட், எஸ்டிமேட், எல்லாப் பேப்பர்களையும் தயாராக எடுத்து வைத்துக்கொள்ளுங்கள்."

"அது எல்லாம் ஒரு செட்டாக உங்களிடம் கொடுத்திருக் கிறேன்..."

"அது காபி."

"ஆமாம்."

"ஒரிஜினல் ஃபைல் கட்டாயம் வேண்டியிருக்கும். என்னிடம் நீங்கள் கொடுத்ததைத்தான் அப்பாவிடம் கொடுத்து வைத்திருக்கிறேன்."

"நான் ஏற்கெனவே எடுத்து வைத்திருக்கிறேன். எல்லாம் தயாராக இருக்கிறது."

"வெரிகுட்... மணி நாலாகிறது."

"இதோ டிரைவரிடம் சொல்லி அனுப்புகிறேன்."

நான்கு மணிக்கு ஹோட்டலுக்குப் போன கார் நான்கு ஜெர்மானியர்களுடன் நாலரைக்கெல்லாம் திரும்பி வந்து விட்டது. டிபுடி அவர்களுக்குக் காரியாலயத்தைச் சுற்றிக் காண்பித்தார். அப்புறம் அவர்களை அழைத்துக்கொண்டு வெளியே போனார். போகும்போது மீண்டும் சிவஸ்வாமியிடம் "நீங்கள் காலை எட்டு மணிக்கெல்லாம் நேரே எம்.டி. வீட்டுக்கு வந்து சேருங்கள்." என்று சொல்லிவிட்டுப் போனார்.

○

"நாங்க என்னங்க செய்வோம்? வந்து குந்திக்கிட்டு இருக்கிற பெரிய மனுசனை எளுந்து போன்னு பிடிச்சித் தள்ளவா முடியும்?" என்றாள் பம்பீனாவின் அம்மா. பரசுராமய்யர் அவள் குடிசை வெளியேதான் ஓர் ஓரமாகச் சுவரில் சாய்ந்தபடி புழுதியில் உட்கார்ந்திருந்தார். அவருடைய கோட்டு சட்டையெல்லாம் நாள் கணக்கில் கழற்றப்படாமல் இருந்தது தெரிந்தது. சிவஸ்வாமி பரசுராமய்யரை ஒரு உலுக்கு உலுக்கி, "உம், எழுந்து வீட்டுக்கு வாரும்," என்றார்.

பரசுராமய்யர் அப்படியே உட்கார்ந்திருந்தார். அவர் மனைவி, மகன், மூத்த பெண், பக்கத்துப் போர்ஷன் ஆவடிக் காரர் எல்லாரும் அவரைச் சுற்றி நின்றுகொண்டிருந்தார்கள். சற்றுத் தள்ளி அந்தோணி நின்று வேடிக்கை பார்த்துக்கொண் டிருந்தான். இன்னும் நிறையப் பேர் பார்த்துக்கொண்டிருந் தார்கள். அவ்வளவு பேரிலும் பரசுராமய்யர்தான் அமைதியான தோற்றத்துடன் இருந்தார்.

பரசுராமய்யரின் மனைவி, "ஏன் இப்படி ஊர் சிரிக்க நடந்துகொள்கிறீர்கள்? எனக்கு வந்திருக்கிற கஷ்டம் போதாதா? வீட்டுக்கு வாருங்கள்," என்று அழைத்தாள். அவள் மிகவும் கலங்கிப்போயிருந்தாள்.

"அதோ, பம்பீ வந்திடுச்சு," என்றாள் பம்பீனாவின் அம்மா. பம்பீனா பள்ளிக்கூடத்திலிருந்து திரும்பி வந்துவிட்டாள். பாபு

அவளுக்குத் தெரிந்த முகமாக இருந்தான். அவன் ஒருமுறை அங்கு வந்தவன். பம்பீனா சிவஸ்வாமி, பரசுராமய்யர் மனைவி இருக்கும் இடத்திற்கு வந்தாள்.

"நேத்தாவது வருவீங்கன்னு எதிர்பார்த்தோம். நான் அன்னிக்கே உங்க வீட்டுக்குச் சொல்லியனுப்பிச்சேன்," என்றாள்.

"அந்த ஸ்கூல் பியூனுக்குச் சரியாக விவரம் சொல்லத் தெரியவில்லை. அவன் வந்த வேளையில் வீட்டில் சரியாகக் கேட்டுக்கொள்கிறவர்களும் இல்லை," என்றார் ஆவடிக்காரர்.

"அவர் கொழந்தை காணலைன்னு ராவு வந்து கேட்டுட்டுப் போனாரு. கொஞ்சம் பொறுத்து உடனே அவரை அந்த லாரிக் கார முருவப்பையன் பிடிச்சுக்கொண்டு வந்தான். நாங்க போலீஸுக்குத்தான் ஆளனுப்பணும்னு சொன்னோம். பம்பீதான் தேவையில்லேன்னுது," என்றாள் பம்பீனாவின் அம்மா.

"உம், உம், எழுந்திரும்," என்று சிவஸ்வாமி பரசுராமய்யரைத் தட்டித் தூக்கப் பார்த்தார். பரசுராமய்யர் விழித்துக்கொண்டு தான் இருந்தார். அவரைச் சுற்றிச் சம்பந்தா சம்பந்தமில்லாத வெவ்வேறு மனிதர்கள் சூழ்ந்துகொண்டிருந்தார்கள். ஆனால் அவருக்கு அவர்கள் யாரும் கண்ணில் பட்ட மாதிரியே தோன்ற வில்லை. சரோஜா அருகில் சென்று, "வாங்கப்பா. வீட்டுக்கு வாங்கப்பா," என்று கெஞ்சிக் கேட்டுக்கொண்டிருந்தாள்.

ஆவடிக்காரர் சிவஸ்வாமியைச் சற்றுத் தனியே அழைத்தார். "ஏதாவது ஒன்று செய்ய வேண்டும்," என்றார்.

"இவர் எப்போதும் இப்படி இருந்ததில்லை," என்றார் சிவஸ்வாமி.

"அவர் சரியில்ல. மூளை நிச்சயம் பாதிக்கப்பட்டிருக்கிறது."

"அவர் அப்படியாகிற மனுஷன் இல்லை. மூன்று நான்கு நாட்களுக்கு இப்படி இங்கேயே விட்டுவிட்டது பெரிய தவறு."

"சரியாகத் தகவலே கிடைக்கவில்லையே? நாங்கள் எல்லாரும்தான் குழந்தை, இவர் இரண்டு பேரையும் தேடிக் கொண்டிருந்தோம்."

"இருந்தாலும் இப்படி விட்டுவிட்டிருக்கக்கூடாது. எனக்கு முதல் நாளே நீங்கள் யாராவது ஒரு டெலிபோன் பண்ணி யிருந்தால்கூட ஓடி வந்திருப்பேன். இவர் இப்படியாகிற மனுஷனே இல்லை."

திடீரென்று இருட்ட ஆரம்பித்தது. பரசுராமய்யர் அப்படியே உட்கார்ந்திருந்தார்.

சிவஸ்வாமி, "பாபு!" என்று கூப்பிட்டார்.

பரசுராமய்யருடைய மகன் அவரிடம் வந்தான். சிவஸ்வாமி, "நீ போய் ஒரு டாக்ஸி கொண்டு வா. அப்பாவை அப்படியே தூக்கி எடுத்து வீட்டுக்குக் கொண்டு போய் விடலாம். பிறகு பார்க்கலாம்," என்றார்.

பாபு சிறிது தயங்கினான். சிவஸ்வாமி அங்கே நின்று வேடிக்கை பார்த்துக்கொண்டிருந்த குடிசைக்காரர்களிடம் "இங்கே பக்கத்தில் டாக்ஸி ஸ்டாண்டு எங்கே இருக்கிறது?" என்று கேட்டார்.

"அதோ, அங்கே சாலைக்குப் போனா கார் வரும்," என்று ஒருவன் சொன்னான்.

இன்னொருவன் "அவரு காருன்னு சொல்றது பஸ்ஸைத் தான். நீங்க டாக்ஸி பிடிக்க அங்கே சினிமா ஸ்டூடியோ வாண்ட போகணும்," என்றான்.

"எங்கே இருக்கிறது ஸ்டூடியோ?"

"பாலம் தாண்டினா சினிமா ஸ்டூடியோதான். ஒரு அரை மைலுக்குள்ளேதான் இருக்கும்."

"கொஞ்சம் நீங்கள்தான் போய்க் கொண்டு வருகிறீர்களா?"

"நானா..? நான் இப்பதான் வேலை மேலெ போய் திரும்பிருக்கேன். அந்தோணி, நீ போய் ஐயருக்கு ஒரு டாக்ஸி இட்டாரையா?"

அந்தோணி சிறுநகையோடு வந்தான். "ஐயரு இந்த எடத்தைக் காலி பண்ணமாட்டார் போலத் தெரியுது," என்றான்.

சிவஸ்வாமி, "பாபு, நீயே போய் டாக்ஸி கொண்டு வந்துவிடு," என்றார்.

"இதோ நான் போய்க் கொண்டாறேன்" என்று அந்தோணி விரைந்தான். சிவஸ்வாமியிடம் முதலில் பேசினவன் சொன்னான்: "அந்தோணிதான் பெரியவரை இரண்டு மூணு நாளாக் கவனிச்சுக்கறது" என்றான்.

"ஏதாவது சாப்பிட்டாரா?" என்று சிவஸ்வாமி கேட்டார்.

"முதல்லே ஒண்ணும் சாப்பிடலை. அப்புறம் அப்புறம் எப்போவாவது தோணினா ஏதாவது சாப்பிடுவாரு."

"லாரி டிரைவர் இவர் மீது மோதிவிட்டானா?"

"அதெல்லாம் ஒண்ணுமில்லீங்க. அவன் இருட்டுலே நடந்து போனான். இவரு மரத்தடியிலே கிடந்தாரு. அவன் கொண்டு வந்து போட்டான். அவ்வளவுதான். அதோ அதுதான் அவன் குடிசை."

யாரோ என்னமோ செய்யப் பரசுராமய்யர் ஒருமுறை வாய் விட்டு முனகின மாதிரி கேட்டது. சிவஸ்வாமி சுற்றியிருந்தவர்களை விலக்கிவிட்டு முன்னால் போய் நின்றுகொண்டார். பரசுராமய்யர் அப்படியேதான் உட்கார்ந்துகொண்டிருந்தார். சிவஸ்வாமி, "எல்லாரும் கொஞ்சம் தள்ளிப் போங்கள். உம், உம்," என்றார். எல்லாரும் விலகினார்கள். ஆவடிக்காரரும் பரசுராமய்யரின் மனைவியும் மட்டும் அருகிலேயே இருந்தார்கள். சிவஸ்வாமி அவர்களையும் பார்த்து "நீங்களும் கொஞ்சம் ஒதுங்கிப்போனால் தேவலை," என்றார். அவர்களும் விலகி நின்றார்கள். சிவஸ்வாமி பரசுராமய்யர் முன் மண்டியிட்டுக்கொண்டு உட்கார்ந்தார். "பரசுராமன், பரசுராமன்," என்று நேருக்கு நேர் மெதுவாகக் கூப்பிட்டார். பரசுராமய்யர் அப்படியே உட்கார்ந்திருந்தார். சிவஸ்வாமி, "இது என்ன அசட்டுத்தனம்! எழுந்து வீட்டுக்கு வாரும், குழந்தை தொலைந்தால் தேடிக் கண்டுபிடித்தால் போகிறது. பரசுராமன், பரசுராமன். என்ன நான் சொல்கிறது காதில் விழுகிறதா?"

எங்கேயோ எட்டாத தூரத்தில் நிலைத்திருந்த பரசுராமய்ய ருடைய விழிகள் சட்டென்று சிவஸ்வாமியின் முகத்தைப் பார்த்தன. சிவஸ்வாமி ஆவலோடு காத்திருந்தார். பரசுராமய்யர் பேசினார்: "நீகூட என்னைப் பலவந்தப்படுத்த வேண்டுமா?"

வாய் திறந்தது திறந்தபடியிருக்க சிவஸ்வாமி பரசுராமய்யரைப் பார்த்தவண்ணமே ஒரு நிமிஷம் அசைவற்றிருந்தார்.

பாபு டாக்ஸி கொண்டு வந்துவிட்டான். சிவஸ்வாமி சரோஜாவையும் பரசுராமய்யர் மனைவியையும் முதலில் ஏறச் சொன்னார். "பாபு, நீயும் முன்னால் ஏறிக்கொள்," என்றார்.

"அப்பா?"

"அப்பாவை நான் பார்த்துக்கொள்கிறேன். முதலில் நீங்கள் கிளம்புங்கள்."

கார் கிளம்பிப் போய்விட்டது. சிவஸ்வாமி அந்தோணி யிடம் பேசப் போனார். அவன் அருகில் பம்பீனா, பம்பீனாவின் அம்மா இருவரும் இருந்தார்கள். சிவஸ்வாமி பத்து ரூபாய் நோட்டு ஒன்றை அந்தோணியிடம் கொடுத்தார்.

ஆவடிக்காரர் சிவஸ்வாமியிடம் வந்தார். சிவஸ்வாமி, “வாருங்கள். நாம் ரோடுக்குப் போவோம். டாக்ஸி கிடைத்தால் பார்ப்போம். இல்லாதுபோனால் பஸ்ஸில் போய்விடுவோம்” என்றார்.

“அவர்?”

“அவரை இப்போது ஒன்றும் செய்ய முடியாது. வாருங்கள், கிளம்பலாம்.”

“மூளை சரியில்லாத மனுஷனை ...”

“நாமெல்லோரையும்விட அவருக்குத்தான் சரியா யிருக்கிறது.”

சிவஸ்வாமியும் ஆவடிக்காரரும் போய்விட்டார்கள். பம்பீனா குடிசை முன்னால் கூட்டம் கலைந்துவிட்டது. முருகையன் ‘அருச்சுனன் தபசு’ ஒத்திகை ஆரம்பித்துவிட்டான்.

பரசுராமய்யர் அப்படியே உட்கார்ந்திருந்தார்.

II

கோடையின் ஆரம்பம் கடுமையாக இருந்தது. காரியாலயங்களும் பள்ளிக்கூடங்களும் துவங்கப்போகும் காலை நேரமானபோதிலும் அந்த பஸ்ஸில் கும்பல் அதிகம் இல்லை. டிரைவர், கண்டக்டர் இருவரும் இணைந்து வேலை செய்தார்கள். அடையாரிலிருந்து கிளம்பி அநேகமாக அந்த பஸ் போகும் வழியிலேயே போகும் இன்னொரு பஸ்ஸூம் முன்னால் போய்க்கொண்டிருந்தது. கூடுமான வரையில் அந்த பஸ்ஸை முந்திச் செல்லாமல் மிக நிதானமாக இந்த பஸ் பின் தொடர்ந்துகொண்டிருந்தது. ஸ்டாப்புகளில் நிற்கும் கும்பல் முன்பஸ்ஸின் மீது பாயும், சிலர் ஏற்றிக்கொள்ளப்படுவார்கள். அந்த பஸ் கிளம்பிவிடும். எட்டி வந்து நிற்கும் பின்பஸ்ஸிடமும் கும்பல் அணுகும். ஓரிருவர் அதைத் தொட்டுப் பிடிப்பதற்குள் கண்டக்டர் விஸில் கொடுப்பார். உடனே பஸ் சீறிக்கொண்டு விரையும். பஸ்ஸில் பிரயாணம் செய்துகொண்டிருந்தவர்கள் சௌகரியமாக இருந்தார்கள்.

ஒரு ஸ்டாப்பில் எல்லாரும் வரிசையாக நின்று காத்துக் கொண்டிருந்தார்கள். அங்கே பஸ் இன்ஸ்பெக்டர் ஒருவர் இருந்தார். அவ்வளவு தூரம் பாதிக்கு மேல் காலியாகவே வந்து கொண்டிருந்த பஸ்கூட உரிய இடத்தில் நிற்கத்தான் வேண்டி யிருந்தது. கீழே காத்துக்கொண்டிருந்தவர்கள் அத்தனை பேரும்

அதில் ஏறிக்கொள்ள முடிந்தது. இன்ஸ்பெக்டர் விஸில் ஊத பஸ் கிளம்பிற்று.

கண்டக்டரின் நெற்றி நரம்புகள் லேசாகப் புடைத்திருந்தன. பஸ்ஸினுள் நின்றுகொண்டிருந்தவரை இடித்து விலக்கிக் கொண்டு சிலரின் கால்களை மிதித்துக்கொண்டு பஸ்ஸின் முன்புறம் வந்து சேர்ந்தார். "டிக்கெட் ஒருத்தரும் வாங்கலியே?" என்று கேட்டுக்கொண்டார். பிரயாணிகளிடம் "உம் சீக்கிரம், சீக்கிரம்," என்றார்.

முதலில் ஐந்தாறு பேர்கள் நாணயங்களாகத்தான் கொடுத்தார்கள். அடுத்தவர் ஒரு ரூபாய் நோட்டை நீட்டினார்.

"சில்லரை எடு. சில்லரையா எடு," என்றார் கண்டக்டர்.

"என்னிடம் சில்லரை இல்லை."

"சில்லரையில்லாமே ஏ(ன்)யா பஸ்ஸிலே ஏறறே?" கண்டக்டர் விஸில் அடித்தார், பஸ் உடனே நின்றது.

"உம். கீழே இறங்கு," என்றார் கண்டக்டர்.

"எதுக்கு?" என்றார் ரூபாய் நோட்டுக்காரர்.

"சில்லரை இருந்தா வண்டியிலேயே இரு. இல்லேன்னா இறங்கு. உம் லேட்டாறது."

"ஒரு ரூபாய்க்கு உன்கிட்டே சில்லரை இல்லியா?"

"சும்மாப் பேசிட்டே நிக்காதேயா. இறங்கு."

அவர் இறங்கிவிடுவதற்கு இருந்தார். பஸ்ஸில் டிக்கெட் வாங்க வேண்டியவர்கள் தங்கள் தங்களிடமிருந்து சில்லரையைத் தேடி எடுத்து வைத்துக்கொண்டிருந்தார்கள்.

டிரைவர் "எவ்வளவு நேரம் தகறாறுபண்ணப் போறாரு?" என்றார்.

அப்போது ஒருவர் ரூபாய் நோட்டுக்காரரிடம் "என்னிடம் ஒரு ரூபாய்க்குச் சில்லரை இருக்கிறது, ஸார்," என்றார்.

பஸ் கிளம்பியது. உடனே கண்டக்டர் டிரைவரிடம் "கொஞ்சம் அப்படி ஓரமா நிறுத்திக்க," என்றார்.

டிரைவர் நடைபாதையைத் தொட்டும் தொடாததுமாக பஸ்ஸை நிறுத்தினார். அந்தச் சுற்று வட்டாரத்தில் நிழலே கிடையாது. கண்டக்டர் பஸ்ஸிலிருப்பவர்கள் எல்லாருக்கும் டிக்கெட் கொடுத்து முடிப்பதற்குள் உடம்பு பூஞ்சையாக நின்று கொண்டு இருந்த பதினேழு வயதுப் பையன் ஒருவன் மயங்கிக்

கீழே சாய்ந்தான். காற்றுக்காக அவனை ஒரு ஜன்னல் பக்கம் உட்கார்த்தி வைத்தார்கள். பஸ் கிளம்பியது.

இரண்டு பேர் இறங்குவதற்காக மிகவும் கலவரப்பட்டுக் கொண்டு நிறுத்தச் சொன்ன பின் பஸ் ஓரிடத்தில் நின்றது. அந்த இருவரும் இறங்கினார்கள். இரண்டு பெண்மணிகள் ஏறுவதற்கு ஸ்டாண்டிலிருந்து ஓடி வந்தார்கள். ஐம்பது வயதிருக்கும் அம்மாள் ஒரு மாதிரி பஸ்ஸின் இரண்டு படியையும் ஏறி உள்ளே வந்துவிட்டாள். இரண்டாவதான அம்மாளுக்கு அறுபதுக்கு மேலிருக்கும். பல ஆண்டுகளுக்கு முன்னமேயே அவள் கணவனை இழந்திருக்க வேண்டும். அவளால் இளம் வயதினர் பஸ்ஸில் ஏறும் சுறுசுறுப்புடன் ஏறமுடியவில்லை. கண்டக்டர் "உம், சீக்கிரம் ஆகட்டும்," என்றார். பிறகு விஸில் கொடுத்தார். அம்புபோல் பஸ் பாய்ந்தது. இரண்டாவது படியில் காலை வைத்திருந்த அந்த அம்மாள், "அம்மா" என்றாள். முக்காடகன்ற வெறுந்தலை தூண் போல் நிறுத்தியிருந்த இரும்புக் குழாய் மீது இடித்தது. பிடிநழுவிக் கீழே விழப்போகும்போது ஒரு பெரியவர் ஒரு கையால் தூணைக் கெட்டியாகப் பிடித்துக்கொண்டு, இன்னொரு கையால் அந்த அம்மாளை உள்ளே பிடித்து இழுத்தார். அவள் உடல் வற்றிப்போனவள். அதிகப் பிரயாசையின்றி உள்ளே இழுத்துவிட முடிந்தது. கண்களை அகல விரித்துக்கொண்டு மூச்சை விட முடியாமல் இருந்தாள். அந்த அம்மாளை உள்ளே இழுத்துப் போட்டவர் கண்டக்டரைப் பார்த்து "என்ன வண்டி ஓட்டறே?" என்றார்.

கண்டக்டர், "உன் வேலையைப் பாத்துண்டு போ," என்றார்.

"கவனக் குறைவா இருந்துவிட்டு என்ன அடாவடியடிக்கிறே?" என்றார் பெரியவர்.

"என்னடா அடாவடி?" என்று கேட்டுக்கொண்டு கண்டக்டர் கையை வேகமாக வீசிய வண்ணம் பெரியவரிடம் வந்தார்.

பஸ் நின்றது. டிரைவர் "ஸ்டேஷன்லே போய்ச் சொல்லச் சொல்லு" என்றார். பஸ் சரியாக ஒரு போலீஸ் ஸ்டேஷனுக்கு எதிரில் நிறுத்தப்பட்டிருந்தது.

கண்டக்டர் பஸ்ஸை விட்டுக் குதித்துப் போலீஸ் ஸ்டேஷனுக் குள் ஓடினார். ஒரு நிமிஷத்திற்குப் பிறகு ஸ்டேஷன் ரைட்டருடன் வெளியே வந்தார்.

ரைட்டர் பஸ்ஸருகில் வந்து, "என்னங்க, யாரு? கம்ப்ளெயின்ட் ஏதாவது இருந்தா கம்ப்ளெயிண்ட் எழுதித் தரணும். படிச்சவங் களே சட்டையைப் பிடிச்சிழுத்துண்டா . . ." என்றார்.

கண்டக்டர், "அந்த ஆள் எப்பவும் லேடீஸ் பக்கமே நிப்பார்," என்றார்.

"சரியா ஸ்டாண்டிலே நிறுத்தாதபடி எங்கேயே தள்ளித் தள்ளி நிறுத்துகிறது. ஏற யாராவது ஓடி வந்தால் உடனே வண்டியைக் கிளப்பிவிடுகிறது. இந்த அம்மாள் பாதி கீழே இருக்கிறபோதே விஸில் கொடுத்து இவங்க கீழே விழுந்து சாக இருந்தாங்க" என்றார் பெரியவர்.

"கீழே விழுந்துட்டாங்களா?" என்றார் ரைட்டர்.

"நான் பிடிச்சு இழுக்கவில்லையானால் விழுந்திருப்பாங்க."

"ஒண்ணும் விழலியே?"

"ஒண்ணுமில்லாதத்துக்கு என் சட்டையைப் பிடிக்கிறான் மனுஷன்," என்றார் கண்டார்.

"கீழே விழுந்திருந்தால்?"

பஸ்ஸில் இருப்பவர்கள் 'நேரமாகிறது' என்று முணுமுணுத் தார்கள்.

"நீங்க இதுக்கெல்லாம் டிரான்ஸ்போர்ட் டிபார்ட்மெண்டுக்கே கம்ப்ளெயிண்ட் எழுதிப் போடணும்," என்றார் ரைட்டர்.

பஸ்ஸினுள் ஒருவேளை யாராவது ஒரு வார்த்தை பேசுவார் களோ என்கிற மாதிரி பெரியவர் திரும்பிப் பார்த்தார். யாரும் அவர் கண்களைச் சந்திக்கவில்லை. அவரவர் கடிகாரங்களைப் பார்த்த மாதிரி இருந்தார்கள். அவருக்குத் திடீரென்று ஓர் உண்மை புலப்பட்ட மாதிரி அமைதி ஏற்பட்டது.

"உம், சரி போப்பா. கொஞ்சம் ஜாக்ரதையா ஏறவங்களைப் பாத்து விஸில் அடி," என்றார் ரைட்டர்.

"என் சட்டையைப் பிடிச்சான் அந்த ஆளு," என்றார் கண்டக்டர்.

"சரி, சரி, நீ போ," என்றார் ரைட்டர். பிறகு பெரியவரைப் பார்த்து, "பப்ளிக் ஸெர்வண்ட்கிட்டே யெல்லாம் நீங்களும் முறையா நடந்துக்கணும். அவன் நம்ம பையன், நல்ல பையன், என் பேச்சைக் கேட்பன். வேறெ யாருக்கிட்டேயும் சட்டையைப் பிடிக்கிற வழக்கத்தை வெச்சுக்காதீங்க," என்றார்.

பெரியவர் பேசவில்லை. சிறிது நேரத்தில் பஸ் நகர்ந்தது. கண்டக்டர் மீண்டும் உள்ளே வந்தபோது தேவையே இல்லாமல் அந்தப் பெரியவரை இடித்துத் தள்ளிக்கொண்டு போன மாதிரி இருந்தது.

பஸ் கடைசியாகப் போய் நிற்க வேண்டிய இடத்தை அடைந்தது. பெரியவர் கீழே இறங்கி இரண்டு அடிவைப்பதற்குள் இன்னொருவர் அவருடன் நடந்து வந்து, "சௌக்யமா பரசுராமய்யர்?" என்றார்.

பரசுராமய்யர், "நீங்களும் இந்த பஸ்ஸில்தான் வந்தீர்களா?" என்று கேட்டார்.

இன்னொருவர், "ஆமாம்," என்றார். அப்புறம் ஏதோ தோன்றி "நான் பஸ்ஸிலே முன்னாலே இருந்தேன்" என்று வார்த்தைகளை நீட்டிச் சொன்னார்.

பரசுராமய்யர் அதற்கு அதிகம் கவனம் செலுத்தின மாதிரி தோன்றவில்லை. அவர் காரியாலயத்தை அடைந்தபோது காரியாலயத் தபாலை அதற்குள் எடுத்து வைத்திருந்தார்கள். பரசுராமய்யருக்கும் அவர் வீட்டிலிருந்து எழுதப்பட்ட கடிதம் ஒன்று இருந்தது. அவர் பெண் சரோஜாதான் 'இன்று மாலை கட்டாயம் வீட்டுப் பக்கம் வரவேண்டுமாய்க் கேட்டுக் கொள்கிறேன்' என்று எழுதியிருந்தாள்.

◯

பாய் மீது காலை நீட்டிக்கொண்டு உட்கார்ந்தபடி யோசனையில் ஆழ்ந்திருந்த பம்பீனாவிடம் அந்தோணி ஓடி வந்து 'ஐயர் வந்திட்டாரு,' என்று அறிவித்தான்.

"அம்மா எங்கே?" என்று பம்பீனா கேட்டாள்.

"எங்கே போச்சோ, காணும்," என்றான் அந்தோணி.

"நீ தண்ணி மட்டும் காய்ச்சிக் கொண்டாரயா?"

"நீ போ. நான் பார்த்துத் தயார் பண்றேன்."

பம்பீனா முருகையன் குடிசைப் பக்கம் போனாள். அதற்குப் பக்கத்தில் தலைகுனியாமல் நுழையக் கூடியதான வாயிற் படியுடன் மூங்கில் தட்டித்தடுப்பால் அமைத்த குடிசை சிறிது புதுத் தோற்றத்துடன் இருந்தது. அதில் பரசுராமய்யர் இருந்தார். அவருக்கென்று இருந்த கயிற்றுக் கட்டில் மட்டும் தொய்ந்து போய்விடாமல் இருந்தது.

பம்பீனாவைப் பார்த்து "என்ன ஆச்சு?" என்று பரசுராமய்யர் கேட்டார்.

"இங்கே ஆபீஸிலே ஒண்ணுமே முடியாதுன்னுட்டாங்க. எஜுகேஷனல் ஆபீஸருக்காக மூணு மணிநேரம் காத்திட்டு

இருந்தேன். அவரு வந்து ரொம்பக் கடுமையாப் பேசிட்டாரு," என்றாள் பம்பீனா.

"பரீக்ஷை எப்ப ஆரம்பமாகிறது?"

"இருபதாம் தேதி. வர்ற சனிக்கிழமை."

பம்பீனாவின் அம்மா வெகு மரியாதையுடன் ஒரு உயரமான நிக்கல் தம்ளர் நிறைய காபி கொண்டு வந்து கொடுத்தாள். பரசுராமய்யர் அதை வாங்கிக்கொண்டு ஒரு வாய் குடித்தார்.

"நாளைலேந்து நீங்க டீயே தாருங்க," என்றார்.

"ஏன், காபி நல்லாயில்லீங்களா?" என்று பம்பீனாவின் அம்மா கேட்டாள்.

பரசுராமய்யர் அவளைப் பார்த்தார். அவள் சிறிது கூனிக் கொண்டிருந்தபடி இருந்தாள். புருவங்கள் லேசாக நெறித்தபடி இருந்தன.

பரசுராமய்யர் மீதிக் காப்பியையும் குடித்தார். "நன்னாவே இருக்கும்மா," என்றார்.

பம்பீனாவின் அம்மாவுக்குச் சந்தேகம் முழுக்கத் தீரவில்லை. "அந்தோணியும் கூடவே இருந்துதான் கலக்கினான்," என்றாள்.

"ஒண்ணும் பரவாயில்லை. நன்னாவேயிருக்கு" என்றார் பரசுராமய்யர்.

முருகையனுடைய குழந்தைகள் மெல்ல வந்து எட்டிப் பார்த்தன. பரசுராமய்யர் அவருடைய பெட்டியைத் திறந்து எதையோ தேடிக்கொண்டிருந்தார். பம்பீனா அந்தக் குழந்தை களைப் பார்த்து, கண்களை உயர்த்தி வெளியே போகுமாறு சைகை காட்டினாள். அந்தக் குழந்தைகள் தயங்கின. பம்பீனா முகத்தைக் கடுமையாக வைத்துக்கொண்டு பார்த்தாள். இப்போது அந்தக் குழந்தைகள் தயங்காமல் அங்கேயே நின்றன. பரசுராமய்யர் திரும்பிப் பார்த்தார். அந்தக் குழந்தைகள் அவரைக் கண்கொட்டாமல் பார்த்தன. பரசுராமய்யர் லேசாகப் புன்முறுவலித்தார். அந்தக் குழந்தைகள் முகம் மலர்ந்து சிரித்தன. பிறகு போய்விட்டன.

பரசுராமய்யர் பம்பீனாவிடம், "நான் இன்று வீட்டுக்குப் போய்வரவேண்டும். என் பாலை ஜகத்துக்குக் கொடுத்துவிடு," என்றார்.

"மந்திரிக்குக் கொடுக்க வேண்டிய மனுவை டைப் அடிச்சுட்டு வந்திருக்கேன். இப்போ பாத்திடுறீங்களா?"

"நான் எழுதிக் கொடுத்ததை அப்படியே அடிச்சிருக்கியா?"

"ஆமாம்."

"சரி, கொண்டுவா."

பம்பீனா தன் குடிசைக்குப் போனாள். அந்தோணி வெளியே கிளம்பத் தயார் செய்துகொண்டிருந்தான். அவன் அம்மா பளபளவென்று தேய்க்கப்பட்ட சிறு பித்தனை டிபன் காரியரில் அவன் இரவுச் சாப்பாட்டை அடைத்துக்கொண்டிருந்தாள். பம்பீனாவைப் பார்த்து "ஐயருக்கு லைட் கொண்டு போறீயா?" என்று கேட்டான்.

"வேண்டாம். அவர் எங்கேயோ வெளியே போறாராம்."

"உம்? அப்படியா?" என்று அந்தோணி அவசரப்பட்டான்.

பரசுராமய்யர் தன் குடிசையைவிட்டு வெளியே வந்து விட்டார். அவர் குடிசைக்கு முன்னால் தண்ணீர் தெளித்து இருந்தது. அந்தச் சேரியின் இரு சந்துகளுமே சுத்தமாகத் தான் இருந்தன. கழிவுத் தண்ணீர் ஓடிப்போவதற்கு மட்டும் நேர்க்கோடாகக் கால்வாய் தோண்டி ஒரு மூலையில் அதை ஒரு பள்ளத்தில் இறக்கியிருந்தார்கள். கால்வாய்த் தண்ணீரில் ஒன்றிரண்டு காகிதக் கப்பல்கள் தடுமாறிக்கொண்டு வந்தன. கண்ணுசிங் முருகையனைப் பார்க்க வந்தவன், பரசுராமய்யரைக் கண்டு அவர் முன்வந்து நின்றான்.

"இன்னிக்கு இங்கேயே நீ பாடிக்கலாம். நான் திரும்ப ஒன்பது பத்து மணியாகிவிடும்" என்று பரசுராமய்யர் சொன்னார்.

"சரிங்க," என்று கண்ணுசிங் சொன்னான்.

"இந்தக் குழந்தைகளை எல்லாம் அழைத்துக் கொண்டு எப்போ உன் ஸ்டூடியோவுக்கு வரலாம்?" என்று பரசுராமய்யர் கேட்டார்.

"பத்துநாள் போகட்டுங்க. இப்ப ஷூட்டிங் ஒண்ணும் கிடையாது."

பம்பீனா டைப் அடித்த நீளமான காகிதங்கள் இரண்டு கொண்டு வந்தாள். பரசுராமய்யர் தன் மூக்குக்கண்ணாடியை எடுத்துப் போட்டுக்கொண்டு அதைப் படிக்க ஆரம்பித்தார். உடனேயே அதை அவர் கிழித்துப் போட்டுவிடுவார் போலிருந்தது. ஆனால் நிதானம் நழுவி விடவில்லை.

"'டு'க்கப்புறம் கமா போடாதேன்னு உனக்கு எவ்வளவு தடவை சொல்கிறது?" என்று பரசுராமய்யர் கேட்டார்.

பம்பீனா பதில் பேசவில்லை.

மனதுக்குள் படித்துக்கொண்டே வந்தவர் "நான் எழுதிக் கொடுத்த நோட்டுப் புஸ்தகம் எங்கே?" என்று கேட்டார்.

"கொண்டு வரேன்," என்று பம்பீனா மீண்டும் அவளிடத் திற்குப் போனாள்.

பரசுராமய்யர் கண்ணுசிங்கிடம் "நீ போய் உன் வேலையைப் பார்," என்றார்.

பம்பீனா ஒரு நோட்டுப் புஸ்தகம் கொண்டு வந்தாள். பரசுராமய்யர் அதைப் பிரித்துப் பார்த்தார். அதிலிருந்து மூன்று நான்கு மடிப்பாக மடிக்கப்பட்ட கடிதம் ஒன்று கீழே விழுந்தது. பரசுராமய்யர் நோட்டுப் புஸ்தகத்தில் ஏதோ சில குறிப்புகளைப் பார்த்துக்கொண்டிருந்தார். வேகமாக இருட்ட ஆரம்பித்துவிட்ட படியால் அது எளிதில் முடியவில்லை. பம்பீனா ஒரு நொடியில் கீழே விழுந்த காகிதத்தை எடுத்துத் தன் கைக்குள் கசக்கி உருட்டி வைத்துக்கொண்டாள். பரசுராமய்யர் மீண்டும் டைப் அடிக்கப்பட்ட மனுவை முழுக்கப் படித்தார்.

"நாளைக்கு முடியாது, புதன்கிழமை செக்ரட்டேரியட் போய்ப் பார்க்கலாம்," என்றார்.

"சரிங்க," என்றாள் பம்பீனா.

பரசுராமய்யர் நோட்டுப் புஸ்தகத்தையும் மனுவையும் பம்பீனாவிடம் திருப்பிக் கொடுத்தார்.

"உன் உத்தியோகத்தை இந்த வருஷத்தோடு நிறுத்தினது சரியில்லைன்னு மந்திரிகிட்டேயும் சொல்லிப் பார்ப்போம். அதிலே பலன் இருக்கணும். இல்லாத போனால் அடுத்த வாரமே இங்கே இந்த இடத்திலேயே ஒரு பள்ளிக்கூடம் ஆரம்பிக்கணும்."

பரசுராமய்யர் அந்தச் சந்தை நெடுகப் பார்த்தார். பிறகு தன் குடிசையையும் பார்த்துக்கொண்டார்.

"இங்கே சேரியிலே இருக்கிற பத்து இருபது குழந்தைகளுக்கு மட்டும் ஆரம்பிச்சாக்கூடப் போதும். அதுக்கு இந்த இடம் போதும்."

பம்பீனா பதில் பேசவில்லை. இருவருமே சிறிது நேரம் மௌனமாக இருந்தார்கள்.

அப்போது அந்தோணி அவன் அம்மாவையும், இன்னும் இரண்டு மூன்று பேரையும் அழைத்துக்கொண்டு வந்தான். அவன்

கையில் தாமரை இலையினால் கட்டப்பட்ட ஒரு பொட்டலம் இருந்தது. அந்தோணி அதை அவிழ்த்து அதிலிருந்த மாலையை எடுத்துப் பரசுராமய்யருக்குப் போட்டான். பரசுராமய்யர் அதைக் கழற்றாமல் "எதற்கு?" என்று கேட்டார்.

"இண்ணைக்கு அந்தோணிக்கு கிரேட் கொடுத்திட்டாங்க," என்றாள் பம்பீனாவின் அம்மா.

"நான் இங்கே வந்து இருக்க ஆரம்பிச்சு ஆறு மாசமாயிடுத்து," என்றார் பரசுராமய்யர்.

"நீங்கதான் இந்தப் பையனுக்கு ஒருவழி பண்ணினீங்க. இல்லைன்னா தின்னுட்டுத் தின்னுட்டுத் தூங்கியே விழுந்து கிடப்பான்," என்றாள் பம்பீனாவின் அம்மா.

பரசுராமய்யர் ஒன்றும் பதிலளிக்கவில்லை. வந்தவர்களும் அப்படியே நின்றுகொண்டிருந்தார்கள். அந்தோணி "நான் வரேன்; இண்ணிலேந்து ஏழு மணி ஷிப்டு" என்று சொல்லிக் கொண்டே சங்கடத்துடன் அங்கிருந்து கிளம்பிச் சென்றான். கண்ணுசிங் ஒரு மூலையில் நின்றுகொண்டிருந்தான். பரசுராமய்யர் கிளம்பிய பிறகுதான் அவனும் முருகையனும் அவர்களுடைய அடுத்தத் தெருக் கூத்துக்கு ஒத்திகை ஆரம்பிக்க வேண்டும். பம்பீனா தன் அம்மாவிடம் "நீ போ. நான் வரேன்," என்று சொன்னாள். அவள் போனவுடன் பம்பீனாவிடம் "உங்கம்மா உனக்கு இன்னும் சிபாரிசு பண்ண மாட்டேங்கறாங்க," என்று பரசுராமய்யர் சொல்லிச் சிரித்தார். பம்பீனா, "நான் செத்துச் சுண்ணாம்பானாலும் எனக்கு ஒண்ணும் சகாயம் பண்ண மாட்டாங்க," என்றாள்.

"உன்கிட்டே சில நல்ல குணங்கள் இருக்கு. நல்ல குணங்கள்னு சொல்ல மாட்டாங்க. நல்ல வாசனைகள் இருக்கு. அந்த வாசனைகளை வளர்த்துக்கொண்டே போனால் நம்மைக் கஷ்டப்படுத்தும் ஆத்திரம், எரிச்சல், பொறாமை இதெல்லாம் படிப்படியாகக் குறையும்னு சொல்வாங்க. நான் இங்கே வந்து, திரும்பி வீட்டுக்குப் போகாமே தங்கிப் போனதுக்குக்கூட எனக்கு அப்பிடி ஏதாவது காரணம்தான் சொல்லிக்க முடிகிறது."

சேரியின் பல குடிசைகளில் சிறு சிறு விளக்குகள் ஏற்றப் பட்டுக் கண் சிமிட்டின. கார்ப்பரேஷன் விளக்கும் எரிய ஆரம்பித்துவிட்டது. புளிக்குழம்பு காய்ச்சம் வாசனை மட்டும் தனியாக இரண்டு மூன்று திசைகளிலிருந்து வந்துகொண்டிருந்தது. அங்கிருந்த தெரிந்த பெரிய சாலையில் எதையோ பார்த்து பம்பீனாவின் முகத்தில் லேசான கிளர்ச்சி தோன்றிற்று. "நீங்க போயிட்டு வாங்க," என்றாள்.

“உன் வேலை போனதுகூட இதுக்காத்தானோ என்னவோ. இந்த இடத்திலே ஒரு குழந்தைகள் பள்ளிக்கூடம் ஆரம்பிக்கணும்னு எனக்குப் பலமாத் தோணிடுத்து. உன் வேலைக்கு நம்மால முடிந்த முயற்சி எல்லாம் பண்ணிப் பாக்கலாம். ஆனால் ஒண்ணும் சரிவரலைன்னு தெரிஞ்சா இந்த இடத்திலேயே இந்தக் குழந்தைகளுக்கு ஒரு பள்ளிக்கூடம் ஆரம்பிச்சுடணும்.”

பரசுராமய்யர் கிளம்பிப் போய்க்கொண்டிருந்தார். பம்பீனா அவள் கையிலிருந்த காதிதங்கள், பரசுராமய்யருடைய மாலை எல்லாவற்றையும் எடுத்துக்கொண்டு அவசரம் அவசரமாக அவள் குடிசைக்கு வந்தாள். அரையும் குறையுமாகத் தெரிந்த வெளிச்சத்திலும் ஒருமுறை கண்ணாடியில் பார்த்துக்கொண்டு முகத்தையும் தலையையும் சரிசெய்துகொண்டாள். பிறகு அவளும் வெளியே கிளம்பினாள்.

❍

எல்லாம் சரியாகத்தான் இருந்தது.

பரசுராமய்யர் இருபத்தைந்து ஆண்டுகளுக்கு முன்பு இன்ஷூர் செய்திருந்த ஒரு பாலிசி பூர்த்தியடைந்திருந்தது. அந்தப் பணத்தைப் பெறுவதற்கான நமூனா கடிதங்களை ரிஜிஸ்தர் தபால் மூலம் அனுப்பித்திருந்தார்கள். கவரை வாங்கி வைத்துக் கொண்டு இரண்டு நாட்களாகிவிட்டன. யாரும் நேரில் போய் பரசுராமய்யரிடம் தகவல் தெரிவிக்கச் சௌகரியப் படவில்லை. அதனால் சரோஜா கடிதம் எழுதிப் போட்டிருந்தாள்.

பரசுராமய்யர் முன்னறையிலேயே உட்கார்ந்தபடி அந்தக் காகிதங்களைப் பிரித்துப் பார்த்தார். எல்லாம் ஒரு ஆயிரம் ரூபாய்க்குத்தான். அந்தப் பாலிசியை அவர் ஆரம்பித்தபோது கம்பெனிக்காரர்கள் கொடுத்த ஒப்பந்தத்தை இப்போது திருப்பி அனுப்பவேண்டும். பணத்தைப் பெற்றுக்கொள்வதற்கு முன்னாலேயே ‘பெற்றுக்கொண்டேன்’ என்று அச்சிடப்பட்ட நமூனாவில் ரெவின்யூ ஸ்டாம்பு ஒட்டிக் கையெழுத்துப் போட்டு அனுப்ப வேண்டும். அவர் உயிரோடு இருப்பதற்கு அத்தாட்சி வேண்டும்...

பரசுராமய்யர், “பாபு எங்கே?” என்று கேட்டார்.

“அவன் ஒன்பது மணிக்குத்தான் வருவான்,” என்று சரோஜா சொன்னாள். சம்புவும் குமாரும் படுத்துத் தூங்கியும்விட்டார்கள். அப்பா வந்ததில் சரோஜாதான் சந்தோஷமாகக் காணப்பட்டாள். தர்மாம்பாள் ஒருமுறை வந்து எட்டிப்பார்த்து விட்டுத் தலையைக் குனிந்துகொண்டு உள்ளே போய்விட்டாள். சிறிது நேரத்திற்குப்

பிறகு உள்ளே எண்ணெய் வைத்து ஏதோ பொரிக்கும் வாசனை வந்தது. பாலாவும் மீனாவும் வந்து "அப்பா, அம்மா உங்களை இங்கேயே சாப்பிட்டுவிட்டுப் போகச் சொன்னாள்," என்றார்கள்.

"சரோஜா, உள்ளே பீரோவிலே என் காகிதக் கட்டு இருக்கு, கொண்டுவா," என்றார் பரசுராமய்யர்.

"எந்த பீரோ அப்பா?" என்று சரோஜா கேட்டாள்.

பரசுராமய்யருக்கு என்ன காரணமோ தானே உள்ளே சென்று எடுத்துவரத் தோன்றவில்லை.

"என் கண்ணாடி பீரோ, அம்மா. என் புஸ்தகமெல்லாம் அதிலேதானே இருக்கும்."

சரோஜா தயங்கினாள். "இல்லேப்பா," என்றாள்.

"ஏன்?"

"எங்க பாவாடை தாவணி துணியெல்லாம் அதிலேதான் வைச்சுண்டிருக்கோம்."

"அதுனாலென்ன? நான் இரண்டு மூணு காகிதக் கட்டு அதிலே வைச்சிருந்தேன். அதை எங்கே எடுத்து வைச்சிருக்கு. பாரு."

"அந்தப் பெரிய பெட்டீலே வைச்சிருக்கு," என்று பாலா சொன்னாள். பாலா உயரமாக வளர்ந்திருந்தாள்.

"அதைக் கொண்டுவா," என்றார் பரசுராமய்யர்.

சரோஜாவும் பாலாவும் உள்ளே போய் வெகு நேரமாயும் வரவில்லை. பரசுராமய்யர் இந்தத் தடவை உள்ளே போனார். அந்த அறையில் எல்லாப் பக்கங்களிலும் சுவரோரமாக நிறைய சாமான்களை வைத்திருந்தது. பரசுராமய்யருடைய தாயார் ஒரு பெஞ்சில் உட்கார்ந்திருந்தாள். பரசுராமய்யரும் அவளும் ஒரு கணம் பார்த்துக்கொண்டார்கள். பரசுராமய்யர் சரோஜாவுக்கும் பாலாவுக்கும் ஒத்தாசையாக அந்தப் பெரிய பெட்டிமேல் வைத்திருந்த இன்னொரு பெட்டியைத் தூக்கி இறக்கி வைத்தார். காகிதக் கட்டுகள் புத்தகங்கள் எல்லாம் போட்டு வைத்திருந்த அந்தப் பெரிய பெட்டி கள்ளிப் பலகையினால் செய்யப்பட்டது. அதைத் திறந்தவுடன் மூச்சையடைக்கும் நெடி வந்தது. நிறையக் கரப்பான்களும் பாச்சைகளும் சிறுசிறுப் புத்தகப் பூச்சிகளும் சிதறி வந்தன. பரசுராமய்யர் ஒரு காகிதக் கட்டை மட்டும் எடுத்துக்கொண்டு பெட்டியை மூடினார். கீழே இறக்கிய பெட்டியை சரோஜா தூக்கப் போனாள். "இந்தக் கட்டை

வைத்துவிட்டு மூடலாம்," என்று பரசுராமய்யர் சொன்னார். அந்த அறையில் வெளிச்சம் அதிகம் இல்லை. பரசுராமய்யர் காகிதக் கட்டை எடுத்துக்கொண்டு முன்னறைக்கு வந்தார். வரும்போது மீண்டும் ஒருமுறை தன் அம்மா பக்கம் பார்த்தார். அம்மா அவரைப் பார்க்கவில்லை.

அந்தக் காகிதக் கட்டில் பரசுராமய்யருடைய இன்ஷூரன்ஸ் பாலிசி இருந்தது. அதன் எல்லா ஓரங்களும் பூச்சியால் அரிக்கப் பட்டு இருந்தன. முதலில் அவர் தவணை கட்டிய நான்கைந்து ரசீதுகள் அழகாகச் சேர்த்து வைக்கப்பட்டிருந்தன. அதற்கப்புறம் வந்த ரசீதுகள் தாறுமாறாகக் கட்டிவைக்கப்பட்டிருந்தன. எத்தனையோ ரசீதுகள் காணாமல்கூடப் போயிருக்கலாம். அவருக்கே ஒருமுறை மாதிரிக்காக யாரோ கொண்டுவந்த அரிசியைப் பொட்டலம் கட்டி வைக்க ஒரு இன்ஷூரன்ஸ் ரசீதுதான் உபயோகப்பட்டது. பரசுராமய்யர் நன்றாக மங்கல் நிறமடைந்திருந்த அந்தப் பாலிசியைப் பிரித்துப் பார்த்தார். அவர் பிறந்து நாற்பத்தொன்பது வருடங்களும் ஒன்பது நாட்களும் ஆகியிருந்தன. வலது காதுக்கடியில் ஒன்றேகால் அங்குல நீளமுள்ள தழும்பு ஒன்று அவருக்கு அடையாளமாக இருந்தது. அவருடைய அப்பாவின் நண்பர் கோபால்ராவ்தான் காலையிலும் மாலையிலுமாக வந்து அந்தப் பாலிசியை ஆரம்பிக்கச் செய்தது. அந்தப் பாலிசியின் பணத்தை அம்மா பெயருக்குத்தான் எழுதி வைத்திருந்தார். கல்யாணம் ஆவதற்கு முன் எடுத்துக்கொண்டது.

பாலா, "அப்பா, அப்பா," என்றாள்.

பரசுராமய்யர், "என்னம்மா?" என்றார்.

"எனக்கு ஒரு புதுப் பேனா வாங்கித் தரேளாப்பா பரீட்சைக் குள்ளே?"

"உஸ்" என்றாள் சரோஜா. "அப்பாவைத் தொந்தரவு பண்ணாதே. நான் வாங்கித் தரேன்."

"உனக்கு என்னிக்குப் பரீக்ஷை?" என்று பரசுராமய்யர் கேட்டார்.

"வர மாசம் பதினெட்டாம் தேதிப்பா. ஏப்ரல் பதினெட்டு."

"நான் கட்டாயம் வாங்கித் தரேன்."

"எனக்கும் ஒண்ணுப்பா," என்று மீனாவும் கேட்டாள்.

பரசுராமய்யர் இன்ஷூரன்ஸ் பாலிசிக் கடிதங்களை மட்டும் எடுத்துக்கொண்டு மற்றக் கடிதங்களை மீண்டும்

கட்டாகக் கட்டினார். காகிதக் கட்டை இம்முறை உள்ளேயிருந்த கள்ளிப் பெட்டியில் வைக்கப் போனார். அந்த அறை விளக்கு போடப்படவில்லை. அவர் அம்மா பெஞ்சியில் படுத்தபடி கண்ணயர்ந்த மாதிரி இருந்தாள். கள்ளிப் பெட்டியை மூடி, முன்பு கீழே இறக்கி வைத்த பெட்டியை அதன் மீது தூக்கி வைப்பதைப் பார்த்தபடி சமையலறை வாயிற்படியில் அவர் மனைவி நின்றுகொண்டிருந்தாள். அவர் அந்தக் காரியத்தைச் செய்து முடித்தவுடன் "சாப்பிட வருகிறீர்களா?" என்று கேட்டாள்.

பரசுராமய்யர் அவளை ஒருகணம் ஏறிட்டுப் பார்த்தார். லேசாகத் தெரிந்த வெளிச்சத்திலும் அவள் முகத்தில் வயதுக்கு மீறிய வாட்டம் இருந்தது தெரிந்தது. தலைமயிர் நன்றாக நரைத்துப் பறக்க ஆரம்பித்துவிட்டிருந்தது. ஆனால் கண்களில் ஒரு தீவிரம் வந்திருந்தது. அவள் இனிமேல் சுலபமாக அழ முடியாது.

"பாபு வர ரொம்ப நேரம் ஆகுமா?" என்று பரசுராமய்யர் கேட்டார்.

"பின்பக்கத்து ஆவடிக்காரர் அவனை யாரையோ பார்த்து விட்டு வரச் சொல்லியிருக்கார். இந்த வாரத்துக்குள்ளே நல்ல வேலை கிடைச்சுடும் என்று சொன்னார்."

"அவன் பி.எஸ்ஸி. போறும் என்கிறானா?"

"இது நல்ல வேலையாம். டிரெயினிங் கொடுத்து நல்ல சம்பளமும் கொடுப்பார்களாம். பத்தே வருஷத்திலே ஆயிரம் ரூபாய்கூட வாங்கலாம் என்று சொன்னார்."

பரசுராமய்யர் ஒன்றும் சொல்லாமல் நின்றுகொண்டிருந்தார். தர்மாம்பாள் "இதோ இலை போடுகிறேன்," என்று சொன்னவள் விளக்கைப் போட்டாள். அவள் அவ்வளவு நேரம் குரலைத் தாழ்த்திப் பேசிக்கொண்டிருந்தாள். ஆனால் விளக்கைப் போட்ட வுடன் பரசுராமய்யருடைய அம்மா பெஞ்சியில் எழுந்து உட்கார்ந்துகொண்டுவிட்டாள். "குழந்தைகள் சாப்பிட்டாச்சா?" என்று கேட்டாள்.

"இல்லை," என்று தர்மாம்பாள் பதில் சொன்னாள்.

"மணி ஒன்பது இருக்குமே! ஏன் இன்னும் சாதம் போடலை?"

சரோஜா சாப்பிட உட்காரவில்லை. பாலாவும் மீனாவும் சமையலறையிலே உட்கார்ந்துவிட்டார்கள். பரசுராமய்யருக்குத் தனியாக அவர் அம்மா பெஞ்சு எதிராக இலை போடப்பட்டது. அவள் தன்னையே பார்த்துக்கொண்டிருப்பதைப் பரசுராமய்ய

ரால் உணர முடிந்தது. இருந்தாலும் அவர் நிதானமாகச் சாப்பிட்டார். அவருக்குப் பழக்கப்பட்ட சாப்பாடு. ஏழெட்டு மாதங்களில் காரம் சிறிது அதிகமாகப் போயிருந்தது. அவர் மோர் சாதம் சாப்பிடும்போது அவர் கைகழுவுவதற்காக உள்ளிருந்து ஒரு சொம்பு தண்ணீரை அவர் மனைவி வெளியில் கொண்டுபோய் வைத்தாள். சாப்பிட்டான பிறகு யாரிடமும் சொல்லிக்கொள்ளாமல் பரசுராமய்யர் கிளம்பினார். "உன் பிள்ளை பூணலுக்கு என்ன ஏற்பாடு பண்ணப் போறே?" என்று குரல் கேட்டது. பரசுராமய்யர் திரும்பிப் பார்த்தார். அவர் அம்மாதான் எழுந்து வந்திருந்தாள்.

"ஆமாம், போடணும்," என்றார் பரசுராமய்யர்.

"நீ பாட்டுக்கு எங்கேயோ போய் ஒரு பறச்சேரியிலே உக்காந்துட்டா மத்தவா காரியமெல்லாம் எப்படி?"

அவளைப் பரசுராமய்யரின் மனைவி சிறிது தடுத்த மாதிரி இருந்தது.

"பூணல் போட்டுவிடலாம்," என்று சொல்லிக்கொண்டே பரசுராமய்யர் நடக்க ஆரம்பித்தார். திரும்பிப் பார்க்கவில்லை. ஆனால் பின்னால் இரு இளம் கால்கள் அவரை அணுகி வருவதை உணர முடிந்தது. தெருக்கோடி போன பிறகு நின்றார். "என்னம்மா, சரோஜா?" என்றார்.

"அப்பா."

"என்னம்மா?"

"நான் அம்மாகிட்டேகூட இதைச் சொல்லவில்லை. பாபுக்கும் எனக்கும்தான் இது தெரியும். ஜயம் மாதிரி ஒரு பெண் வேலூரில் இருக்கிறாளாம்."

"யார் சொன்னா?"

"பாபுதான் சொன்னான். அவன் போய்ப் பார்த்துவிட்டு வந்தபிறகு சொல்லலாம், இப்போதே சொல்லி அம்மாவை மறுபடியும் அலையவைக்க வேண்டாம் என்றான்."

"நான் பார்த்துவிட்டு வநதுவிட்டேன்."

"அது ஜயந்தானாப்பா?"

"இல்லை. பாபுவை எங்கேயும் போய்த் தேடவேண்டாம் என்று சொல்லு."

சரோஜா தயங்கினாள்.

"போயிட்டு வாம்மா."

"அப்பா."

"என்னம்மா?"

"நானும் வேலைக்குப் போகணும்பா."

"உனக்குப் பதினேழு வயசுகூட இருக்காதேம்மா."

சரோஜா மறுபடியும் தயங்கினாள்.

"நானே நல்ல வேலை பார்த்துச் சொல்றேனம்மா. அப்போது போகலாம்."

"சரிப்பா."

"அம்மாவை ஜாக்கிரதையாகப் பார்த்துக்கணும்மா."

"எல்லாப் பணத்தையும் எங்களுக்கே அனுப்பி விடுகிறீர்களே, உங்களுக்கு மாதத்துக்கு ஐம்பது ரூபாய் போதுமாப்பா?"

பரசுராமய்யருக்குத் துளிக்கூடக் கண்கலங்கவில்லை.

"போதும்மா. நீ போ வீட்டுக்கு. அம்மா கவலைப்படுவாள்."

சரோஜா வீடடையும் வரையில் பார்த்திருந்துவிட்டுப் பரசுராமய்யர் மேரிக் குப்பத்துக்கு நடந்தே போனார். முருகையனும் கண்ணுசிங்கும் ஒத்திகையை முடித்துவிட்டு மெதுவாகப் பேசிக்கொண்டிருந்தார்கள். பரசுராமய்யரைப் பார்த்தவுடன் கண்ணுசிங் வீட்டிற்குக் கிளம்பினான். பரசுராமய்யர் குடிசை உள்ளே சென்று லாந்தர் விளக்கைச் சிறிதாக்கினார். ஒரு நாய் ஒரு முறை குலைத்துவிட்டு ஓய்ந்தது. பரசுராமய்யர் விளக்கை அணைத்தார். கயிற்றுக் கட்டிலை மெதுவாக வெளியே கொண்டு போய்ப் போட்டுக்கொண்டார். அப்போது அவரையும் அறியாமல் அவர் கவனம் ஒன்றின்மீது நிலைத்தது. எங்கேயோ வெளியே போயிருந்த பம்பீனா அப்போதுதான் திரும்பிவந்து அவள் குடிசைக்குள் மறைந்தாள்.

○

கோட்டை ஸ்டேஷனில் மின்சார இரயில் நின்றவுடன் பரசுராமய்யர் ஐந்தாறு சாப்பாட்டுக் கூடைகள் தன் கண்ணைக் குத்தாதபடி தவிர்த்துக்கொண்டே கீழே இறங்கினார். கூடைகள் துரிதமாகவே சென்றுவிட்டன. பன்னிரண்டரை மணி வெயிலில்

வானத்தைப் பார்த்தபடி இருக்கும் அந்த இரயில் நிலையத்தின் மேம்பாலப்படிகளிலே ஏறுவது அவருக்குக் கஷ்டமாகத்தான் இருந்தது. படியேறி வலது கைப் பக்கம் திரும்பி நடந்து கீழே இறங்கினார். உடனே நிறைய நிழலிருந்தது. கோட்டைக்குச் செல்லும் சாலையோரமாக அவர் செல்ல இரண்டு ராணுவ லாரிகள் எதிரே வந்தன. இரண்டு லாரிகளின் இஞ்சின் சப்தமும் ஒரே மாதிரி இருந்தது. ராணுவ லாரிகள் சென்றுவிட்டன.

பரசுராமய்யர் முதல் அகழியைக் கடந்து கோட்டையின் வெளிச்சுவரைத் தாண்டிச் சென்றார். முள்வேலியிட்ட ஒரு சிறு மைதானத்தில் இன்னும் சில ராணுவ லாரிகள் இருந்தன. அந்த இடத்திற்கு நுழையுமிடத்தை ஒரு சிப்பாய் துப்பாக்கி யுடன் காவல் புரிந்துகொண்டிருந்தான்.

பரசுராமய்யர் கோட்டையின் இரண்டாவது வாசலையும் தாண்டிச் சென்றார். ஒரு பெரிய, பழைய மூன்றடுக்குக் கட்டிடம் குடும்பம் சகிதமாகப் பலர் வாழ்வதற்குரிய அடையாளங்களுடன் இருந்தது. பெண்களாகக் காணப்பட்டவர்கள் முழு உடை உடுத்தியிருந்தார்கள். ஆண்கள் அநேகமாக எல்லாரும் அரை நிஜார் அல்லது பைஜாமா உடுத்திக்கொண்டு இடுப்புக்குமேல் கையில்லாத பனியனுடன்தான் இருந்தார்கள். பனியன்கள் எல்லாம் ஒரே பாணியில் இருந்தன. ராணுவம் விநியோகித்த பனியன்கள். அவற்றின் கைத்துவாரம் கிட்டத்தட்ட இடுப்பு வரையிலும் தழைந்து கிடந்தது.

ராணுவமும் அல்லாததுமாக மாறி மாறி காணப்பட்ட பல அடையாளப் பலகைகளையும் கட்டிடங்களையும் தாண்டிப் பரசுராமய்யர் செக்ரெட்டேரியட்டில் மந்திரிகள் காரியாலயங்கள் இருக்கும் கட்டிடத்திற்கு வந்து சேர்ந்தார். அங்கே பக்கத்தில் இருந்த ஹோட்டலிலும் ஹோட்டலுக்கு வெளியிலும் நிறையக் கூட்டமிருந்தது. அது தவிர, சாப்பாட்டுக் கூடைகளைச் சுமந்து வருபவர்கள் பல திசைகளிலிருந்து அவ்விடத்தில் வந்தடைந்த வண்ணம் இருந்தார்கள். பரசுராமய்யருக்கு அந்த ஹோட்டலில் கடலெண்ணெயை வைத்து ஏதோ தயாரித்துக்கொண்டிருந்த வாசனை வயிற்றைப் புரட்டிற்று.

எத்தனையோ வருட உபயோகத்தால் தேய்ந்து மழமழப் படைந்திருக்கும் மரப் படிகட்டில் ஏறிப் பரசுராமய்யர் மாடியை அடைந்தார். நாற்புறமும் வெராண்டா இருந்தது. சுருட்டிவிடக் கூடிய தட்டிகள் வெராண்டாவுக்குள் விழும் வெயிலைத் தடுத்து, சிறிது குளுமையும் உண்டு பண்ணின. அநேகத் தட்டிகளின் கயிறுகள் அறுந்து அலங்கோலமாகத்தான் இருந்தன.

விடுதலை

கல்வி மந்திரியின் அறை ஒரு புறத்துக் கோடி அறையாக இருந்தது. மந்திரியின் பெயர் பொறித்திருந்த வாசல்படியருகில் ஆண்களும் பெண்களுமாக முப்பது முப்பத்தைந்து நபர்கள் குழுமியிருந்தார்கள். அநேகரை வெளியூர்க்காரர்கள் என்று பார்த்தவுடனே சொல்லிவிட முடிந்தது.

மந்திரியின் உதவியாளர் காரியாலயம் முனை திரும்பியவுடன் முதல் அறையில் இருந்தது. அங்கிருந்தும் மந்திரியின் அறைக்குப் போக வழியிருந்தது.

பரசுராமய்யர் கல்வி மந்திரியின் உதவியாளர் அறைக்குள் நுழைந்தார். இரு பெரிய மேஜைகளை ஒட்டினாற்போல் போட்டுக்கொண்டு இருவர் வேகமாக டைப் அடித்துக்கொண்டு இருந்தார்கள். சுவரே தெரியாதபடி நிறைய மர பீரோக்கள் வைக்கப்பட்டிருந்தன. பீரோவுக்குள் வைக்கக் கூடியதில் பாதி அளவுக்கும் மேலாக வெவ்வேறு அளவுக்குப் பழுப்பு நிறமடைந்த காகிதத் கட்டுக்கள் பீரோவின் மேல் குவிக்கப்பட்டுக் கிடந்தன. அறையின் ஒரு மூலையில் ஒரு சிறு மேஜையும் அதற்கான நாற்காலியும் இருந்தன. அந்த மேஜைக்குக் கீழே மூன்று நான்கு பாட்டில்களில் கோந்து ஊறப்போட்டிருந்தது. மேஜை மீது திட்டுத் திட்டாகக் கோந்து உலர்ந்து காணப்பட்டது. ஒரு மரப்பிறையில் அரசாங்க அழுக்கு நிறக் கவர்கள் சொருகப்பட்டு இருந்தன.

டைப் அடிப்பவர்களில் ஒருவர் பரசுராமய்யரைப் பார்த்து புன்முறுவலித்தார். கோந்து மேஜையைக் காண்பித்து, "அந்த நாற்காலியை இப்படி இழுத்துப் போட்டுக்கொள்ளுங்கள்," என்றார். பரசுராமய்யர் உட்கார்ந்தவுடன், "உங்க காண்டிடேட்டின் காகிதங்கள் எல்லாம் கொண்டு வந்திருக்கிறீர்களல்லவா?" என்று கேட்டார்.

பரசுராமய்யர், "காண்டிடேட்டே இப்போது எல்லாவற்றையும் கொண்டு வந்துவிடுவாள்," என்று சொன்னார்.

"ஒன்றரை மணிக்கு மந்திரி கிளம்பிப் போய்விடுவார். அப்புறம் நான்கு மணிக்குப் பிறகுதான்."

டைப் அடிப்பது மீண்டும் துவங்கப்பட்டது. மந்திரி அறையிலிருந்து ஒரு டவாலி பியூன் ஒரு கட்டுக் காகிதங்களை டைப் அடிப்பவர்களின் மேஜைமீது வைத்தான். தயாராகக் கட்டி வைக்கப்பட்டிருந்த இன்னொரு கட்டை மந்திரி அறைக்கு எடுத்துச் சென்றான். பரசுராமய்யருடன் பேசியவர் மந்திரியிடமிருந்து வந்த கட்டைப் பிரித்தார். தனித்தனி அட்டைகளாக ஏழெட்டு

இருந்தது. ஒவ்வொரு அட்டையிலும் பட்டுவாடா செய்ய வேண்டிய கடிதம் ஒன்று கையெழுத்திடப் பட்டு இருந்தது. அந்தக் கடிதங்களை டைப் அடிப்பவர் ஒன்று சேர்த்து வைத்தார். மீண்டும் மந்திரி அறையிலிருந்து வெளியே வந்த பியூன் அதைக் கோந்து மேஜைமீது வைத்தான்.

டைப் அடிப்பவர் "என்னப்பா, இப்ப யாரு இருங்காங்க?" என்று கேட்டார்.

"அந்த பிரஸ்காரங்கதான்," என்றான் டவாலி.

"அவுங்க இன்னுமா போகலை?"

"ஐயாதானே அவுங்களைப் புடிச்சி வைச்சிக்கிட்டு இருக்கிற மாதிரி தெரியுது."

"மணி ஒண்ணாகப் போகிறதே!"

பரசுராமய்யர் "ஒரு மணி ஆகிவிட்டதா?" என்று கேட்டார்.

டைப் அடிப்பவர், "இன்னும் இரண்டு மூணு நிமிஷம் இருக்கும்" என்றார்.

டவாலி பரசுராமய்யரைப் பார்த்து, "ஐயாவைத்தான் பாக்க வந்திருக்கீங்களா?" என்று கேட்டான்.

"ஆமாம்," என்றார் பரசுராமய்யர்.

"இந்த பிரஸ்காரங்க போனவுடனே சொல்லறேன். உடனே உள்ளே போயிடுங்க. இல்லாட்டி வெளியே இருக்கிறவங்க அத்தினி பேரும் உள்ளே வந்திடுவாங்க."

"எவ்வளவு பேர் அங்கே நிக்கறாங்க?" என்று டைப் அடிப்பவர் கேட்டார்.

"ஒரு நாப்பது கணக்குக்கு இருக்கும்," என்றான் டவாலி.

"பெரிய கூட்டம்தான் இன்னிக்கு," என்றார் டைப் அடிப்பவர்.

இவ்வளவு நேரமும் மௌனமாகத் தன் வேலையே பார்த்துக்கொண்டிருந்த இன்னொரு டைப் அடிப்பவர் எழுந்து, "தண்டபாணி, இன்னிக்கு நான் முதல்லே டிபனுக்குப் போய் விட்டு வருகிறேன்," என்று சொல்லிவிட்டுக் கிளம்பினார்.

பரசுராமய்யர் வாசல் கதவுப்பக்கம் பார்த்தார். டெலிபோன் மணி அடிக்கும் சப்தம் கேட்டது. மேஜைமீது டைப்ரைட்டர்

வைக்க வேண்டியிருப்பதால் டெலிபோனை மேஜையின் ஒரு அலமாரியில் வைத்திருந்தார்கள். தண்டபாணி போனை எடுத்து, "பி.ஏ. டு எஜுகேஷன் மினிஸ்டர் ஸ்பீகிங்," என்றார். ஒரு விநாடி கழித்து, "என்ன மிஸ்டர் மஸ்கரேனஸ்? உங்களைப் பன்னிரண்டரைக்கே ஒரு கால் போடச் சொல்லியிருந்தேனே... இப்போ ஒண்ணும் முடியாது. தர்மதரிசனம் ஆரம்பிச்சாச்சு... ஒன்னரை ஒண்ணே முக்கால் வரை போகும். அப்புறம் மினிஸ்டர் சாப்பிடப் போய்விடுவார்... நாலு மணிக்குத்தான்... எப்படியும் நாலரைக்குள்ளே வந்துவிடுங்க. அஞ்சு மணிக்கு அவருக்கு பார்ட்டி மீட்டிங் இருக்கு... ஆமாம். ரைட்," என்று பேசி முடித்தார். பரசுராமய்யரைப் பார்த்து, "நீங்க உள்ளே போங்க," என்றார்.

"அந்தப் பெண் பம்பீனா இன்னும் வரவில்லை," என்றார் பரசுராமய்யர்.

"அவள் வராவிட்டால் என்ன? பெடிஷன் இருந்தால் போதும். இப்பவே உள்ளே போங்க."

பரசுராமய்யர் அப்படியே உட்கார்ந்திருந்தார். தண்டபாணி சொன்னார். "இன்னிக்கு விட்டா அப்புறம் மந்திரியை ஒரு மாசத்துக்குப் பார்க்க முடியாது."

பரசுராமய்யர் சொன்னார், "பெடிஷன் எல்லாம் அவள் தான் கொண்டுவர வேண்டும். நான் ஆபீஸிலிருந்து நேரே வருகிறேன்."

பரசுராமய்யர் எழுந்திருந்து வராண்டாவுக்குச் சென்றார். அங்கிருந்து வெளியே எட்டிப் பார்த்தார். அன்று நல்ல வெயில். வெளியே நிழல் தெரிந்த இடமெல்லாம் காரியாலயத்தில் வேலை செய்பவர்களும் மற்றவர்களும் சேர்ந்தே காணப்பட்டார்கள். சாவசாகமாகப் புகைபிடித்துக் கொண்டிருந்தார்கள் அல்லது வெற்றிலை பாக்கு மென்றுகொண்டிருந்தார்கள். பரசுராமய்யர் அவர்களைப் பார்த்துவிட்டு அப்படியே தூரத்தில் தெரிந்த மணல் பரப்பையும் கடலையும் பார்த்தார். சில லாந்தல் கம்பங்கள், மின்சாரக் கம்பங்கள், கொடி மரம், சில டாக்சி வண்டிகள், செடி கொடி, மணல், கல் இதெல்லாமும் கண்ணுக்குத் தென்பட்டன. சிறிது இடைவெளி இருக்கிறதென்று அந்த நேரமனைத்தையும் செலவிட மரத்தடியிலும் கட்டிடங்களின் பின் புறத்திலும் எந்தக் குறிப்பிட்ட இலக்குமின்றி அந்த மனிதர்கள் குழுமி இருந்தார்கள். ஒவ்வொரு நாளும் அவர்கள் அதே மாதிரி நடந்துகொள்வார்கள் என்று உறுதியாக எதிர்பார்க்கலாம். பரசுராமய்யருக்கு அவர்களுக்கும் அங்கு கிடக்கும் மரம், செடி,

புல், பாறைகளுக்கும் வித்தியாசம் தெரியாமல் போயிற்று. சிறிது நேரத்தில் கைகால்கள் உள்ள அந்தச் செடி கொடிகள் கலைய ஆரம்பித்தன. பரசுராமய்யர் மந்திரியின் அறைக் கதவைத் திறந்து பார்த்தார். அவரைத் தடுக்க அந்த டவாலி இல்லை. மந்திரி கிளம்பிப் போய்விட்டார். பம்பீனா பன்னிரண்டரை மணிக்கே அங்கு வந்து காத்துக்கொண்டிருக்க வேண்டியவள் வரவே இல்லை. அவளுடைய வேலை நீக்கம்பற்றி இன்னும் ஒரு மாதத்துக்கு ஒன்றுமே செய்ய முடியாது.

தண்டபாணி "பார்த்துவிட்டீர்களல்லவா?" என்று கேட்டார்.

"ஆயிற்று," என்றார் பரசுராமய்யர். என்ன காரணத்தினாலோ இந்த முறை ரயில் நிலைய மேம்பாலம் ஏறுவதும் இறங்குவதும் களைப்பே தரவில்லை. பரசுராமய்யருக்கு மின்சார இரயிலில் உட்காரக்கூட இடம் கிடைத்தது. அவர் இரயில் கிளம்பவும், எதிர்புறத்து இரயில் ஒன்றுவந்து நிற்கவும் சரியாக இருந்தது.

சிவஸ்வாமி "என்ன இது?" என்று திடுக்கிட்டார். பரசுராமய்யர் தன் கைக்குட்டையைக் கடைசித் தடவையாக உதற நான்காவது வெள்ளரிப் பிஞ்சும் சிவஸ்வாமியின் மேஜை மீது விழுந்தது.

"சாப்பிடு, இந்த வெயிலுக்கு ரொம்ப நல்லது," என்றார் பரசுராமய்யர்.

"தண்டபாணி உனக்கு ஒத்தாசையாக இருந்தானா? நான் இன்று காலைகூட அவனிடம் சொல்லிவைத்தேன்."

"ரொம்ப சரியாகப் போச்சு."

பரசுராமய்யர் அவரிடத்தில் போய் உட்கார்ந்துகொண்டார். வேலையைக் கவனித்துக்கொண்டிருந்தவருக்கு வெகுநேரம் கழித்துத்தான் தன் தலைக்கு மேலுள்ள மின்சார விசிறி ஓட வில்லை என்று தெரிய வந்தது.

நாலரை மணிக்குத் தந்தையும் மகனுமாக மானேஜிங் டைரக்டர், டிபுடி மானேஜிங் டைரக்டர் இருவரும் வந்தார்கள். பெரியவர் அறைக்கே இருவரும் போனார்கள். வெகுநேரம் வரை யாரையும் கூப்பிடவில்லை. அவர்களுக்குள்ளேயே பேசிக் கொண்டிருந்தார்கள். பரசுராமய்யர் சிவஸ்வாமியின் மேஜைக்குப் போய் அங்கிருந்த டெலிபோனை எடுத்து ஒரு எண் திருப்பினார். அது அந்தக் காரியாலயத்தினுள்ளேயே பேசிக்கொள்ளக் கூடியது. மானேஜிங் டைரக்டர் போன் ஒலித்தது. மானேஜிங் டைரக்டர், "எஸ்," என்றார்.

பரசுராமய்யர், "இது பரசுராமய்யர். உங்களை ஒரு சொந்த விஷயமாக இப்போது இரண்டு நிமிஷம் நான் பார்க்க வேண்டும்," என்றார்.

"பக்தா இங்கே இருக்கிறான்," என்றார் மானேஜிங் டைரக்டர்.

"இரண்டு பேரையும் சேர்த்துப் பார்ப்பதே எனக்குச் சௌகரியம்," என்றார் பரசுராமய்யர்.

"சரி, இன்னும் இரண்டு நிமிஷங்கள் பொறுத்து வாருங்கள்" என்றார் மானேஜிங் டைரக்டர்.

மூன்று நிமிஷங்கள் கழித்துப் பரசுராமய்யர் அந்த அறைக்குள் நுழைந்தார்.

"என்ன பரசுராமய்யர்?" என்று மானேஜிங் டைரக்டர் கேட்டார்."

"புதிதாக இரண்டு லேடி கிளார்க் வேண்டுமென்று பேப்பரில் விளம்பரம் செய்ய எனக்குக் குறிப்பு வந்திருக்கிறது."

"ஆமாம் இரண்டுதானே, பக்தா?"

டிபுடி, "ஆமாம். இரண்டு புது கிளார்க் தேவை," என்றார்.

பரசுராமய்யர், "ஒரு கிளார்காக விளம்பரம் பண்ணினால் போதும். எனக்கொரு மகள் இருக்கிறாள். ரொம்ப நல்ல பெண். ஆறே மாசத்திலே டைப்ரட்டிங், ஷார்ட்ஹாண்டு இரண்டும் படித்து இப்போ பரிக்ஷைக்குப் போகப்போகிறாள். அந்த இன்னொரு வேலையை அவளுக்குக் கொடுக்கவேண்டும்."

"அதுக்கென்ன வேறே சரியானவங்க கிடைக்கலேன்னா உங்க குழந்தையே இருந்துவிடட்டும்."

"இவளைவிட இன்னும் மேலானவள் யாரும் கிடைக்க மாட்டாள்."

மானேஜிங் டைரக்டர் லேசாகப் புன்முறுவலித்தார். "அப்படியா? ரொம்ப நல்லதாகப் போச்சு. அப்ளிகேஷன் போடச்செல்லுங்க, கட்டாயம் கன்ஸிடர் செய்யலாம்... என்ன பெயர்?"

"சரோஜா."

பரசுராமய்யர் அப்படியே திரும்பினார். அந்த ஏர்கண்டிஷண்ட் அறைக்கு வெளியே செல்லக் கதவைக்கூட

திறந்துவிட்டார். அப்போது மானேஜிங் டைரக்டர் மிகவும் அன்யோன்யமான குரலில் ஒரு கேள்வி கேட்டார். "ஆமாம், இது எந்த சம்சாரத்தின் குழந்தை?"

பரசுராமய்யர் தன் எஜமானர்கள் இருவரையும் திரும்பி உற்றுப் பார்த்தார். சில விநாடிகளே அவர் பார்வை அவர்கள் மீது விழுந்தாலும் என்ன காரணத்தினாலோ கறுத்துக் குறுகிப் போவது போன்ற ஒரு உணர்ச்சி தகப்பன் மகன் இருவரையும் ஒரு கணம் மூச்சடைத்துப் போகச் செய்தது.

III

வெளியே தன் விலையுயர்ந்த செருப்பைக் கழற்றி வைத்துவிட்டு, பொதுவாக மழைக் காலமானதாலும், மூன்று நான்கு பெரிய சாப்பாட்டுப் பந்திகள் ஏற்கெனவே முடிந்திருந்தபடியாலும் தரையெல்லாம் வழுக்கலும் பிசுபிசுப்பும் அடைந்திருந்த அந்தப் பழைய காலத்துச் சத்திரத்தின் இரண்டாம் கட்டு வரை ஜன நெரிசலில் செல்ல வேண்டியிருந்தது. சரோஜாவுக்குச் சிரமமாகத்தான் இருந்தது. ஒவ்வொரு கிருஷ்ணபக்ஷத்துத் துவாதசியன்றும் ஏறக்குறைய ஐந்நூறு பேர்களுக்கு அந்தச் சத்திரத்தில் அன்னதானம் அளிக்க எந்தக் காலத்திலோ யாரோ ஏற்படுத்தியிருந்த கட்டளை அன்றுவரை பின்னமில்லாமல் நடந்து கொண்டிருந்தது. அன்னம் பரிமாறியவர்களின் தாறுமாறலுக்கு இணையாகத் தாறுமாறாக அள்ளிப் போட்டுக் கொண்டிருக்கும் அந்தக் கூட்டத்திலும் துப்புரவாக இருந்த இலைக்கு முன்னால் சென்று சரோஜா, "அப்பா," என்றாள்.

பரசுராமய்யர் தலைநிமிர்ந்து பார்த்தார்.

"நீ எப்பம்மா இங்கே வந்தே?"

"அப்பா,"

"ஆபீஸுக்குப் போகலே? நாழியாகிறது போலிருக்கே?"

சரோஜா பதில் சொல்ல வாயெடுப்பதற்குள் சாப்பிட்டதும் சாப்பிடாததுமாக இருந்த இலைகளை ஆட்கள் இன்னும் உட்கார்ந்திருக்கிற போதே கூடையில் இழுத்துப் போட்டுக் கொண்டிருந்த ஒருவன் பரசுராமய்யர் இலையையும் அணுகி, "யாரும்மாது இடைஞ்சலா இப்படி நிக்கறது? பந்தியிலேயே வந்து பேச வேண்டுமா?" என்று கேட்டான். சரோஜா அவனைத் திரும்பிப் பார்த்தாள். பரசுராமய்யர் எழுந்தார்.

"அப்படி வாசலுக்குப் போம்மா; நான் இதோ வரேன்."

விடுதலை

அந்த ஆள் மிகவும் ஒதுங்கி வழிவிட்டான். சரோஜா சத்திரத்து வாசலுக்கு வந்தாள். சற்றுநேரத்தில் பரசுராமய்யரும் வந்துவிட்டார்.

சத்திரத்துத் திண்ணையில் குப்பையாகச் சிதறிக் கிடந்த வாழையிலைக் கிழிசல்களும் நடுத்தண்டுகளும் இருபது முப்பது பேர்களுக்கு உட்காரவும் இடைவெளி விட்டிருந்தன. சிலர் சாப்பிட்டவர்கள். சிலர் சாப்பிடக் காத்துக்கொண்டிருந்தவர்கள். எல்லாரும் ஏழைகள். இன்னமும் தெருத் தெருவாகப் பிச்சை எடுக்க ஆரம்பிக்கவில்லை. அடுத்த கட்டம் இது. சத்திரத்து அன்னதானம் மாதம் ஒருமுறைதான்.

பரசுராமய்யர் "ஆபீஸுக்குத்தானே கிளம்பியிருக்கே?" என்றார்.

"ஆமாம்," என்றாள் சரோஜா.

"வா, அப்படிப் போகலாம்."

முதலில் மறந்த சரோஜா இரண்டடி வைத்த பிறகுதான் திரும்பிச் சென்று செருப்பைக் காலில் மாட்டிக்கொண்டு வந்தாள். பரசுராமய்யர் வற்றலாக இருந்தார். சரோஜா கேட்டாள், "ஒரு துண்டாவது போட்டுக்கக் கூடாதாப்பா?"

பரசுராமய்யர் பதிலொன்றும் சொல்லவில்லை. மீண்டும் சரோஜா பேசியபோது அவள் குரல் உணர்ச்சிவசப்படாமல் இருந்தது, "பாபுவே இன்னிக்கு உங்களைப் பார்க்க வருவான்."

"அப்படியா?"

"இதுக்குள்ளேயே அவன் சத்திரத்துக்கு வந்திருக்கணும்."

"சத்திரம் பற்றி அவன்தானே உனக்குச் சொன்னான்?"

"இல்லை. நான் அவனுக்குச் சொன்னேன்."

"அப்படியா?"

"மீனாவைக் காலேஜிலே சேர்த்தாச்சு. என்னைக்கூட இந்த வருஷம் அவள்கூடவே சேர்ந்து படின்னு பாபு சொன்னான். ஆனால் சிவஸ்வாமி மாமாதான் நல்ல வேலையையும் மூணு வருஷ சர்வீசையும் விட்டுவிட்டு மறுபடியும் படிக்க வேண்டாம்னு சொல்லிவிட்டார்."

"அவனை நம்பலாம்."

"அப்பா."

நடந்துகொண்டே வந்த சரோஜா நின்றுவிட்டாள். பரசுராமய்யரும் நின்று என்ன விவரமென்று விசாரிக்கிற முறையில் திரும்பிப் பார்த்தார். சரோஜா நன்றாக உயரமாக வளர்ந்திருந்தாள். அவள் அழத்தொடங்கி இருந்தாள்.

"என்னம்மா?"

"அப்பா இன்னிக்கு நீங்க கட்டாயம் வீட்டுக்கு வரணும். கட்டாயமா வரணும்."

பரசுராமய்யர் அதே சுருதியில் பளிச்சென்று "சரி," என்றார். சரோஜா அழுகையை நிறுத்தி அவரைச் சந்தேகத்துடன் பார்த்தாள். பரசுராமய்யருடைய முகம் மெழுகினால் செய்யப் பட்ட மாதிரி இருந்தது.

"உன் பஸ் இந்த ஸ்டாப்பில்தானே?" என்று பரசுராமய்யர் கேட்டார்.

"ஆமாம்" என்றாள் சரோஜா.

நிறையக் கூட்டம் இருந்தது. ஆனால் சரோஜா சிறிது ஒதுப்புறமாகத்தான் நின்றாள். பரசுராமய்யர் சொன்னார், "சில விஷயங்களுக்கு நாம் காரணம் கேட்டுத் தெரிந்துகொள்ள முயற்சிப்பதே வீண்."

சரோஜா அவர் எதைப் பற்றிப் பேசுகிறார் என்று தெரியாமல் நின்றாள்.

"பார்க்கப் போனால் பெரிய ஆபத்து என்று தோன்றினால் ஒழிய ஆகிற காரியங்களை ஆகிற வழிப்படியே விட்டுவிடுவது தான் சரி."

சரோஜாவுக்குப் புரிந்துவிட்டது. அவளுக்கு அது சரியான தாகத் தோன்றவில்லை. அது பரசுராமய்யருக்குத் தெரிந்திருக்க வேண்டும்.

"ரொம்பச் சின்னச் சின்ன விஷயங்களிலெல்லாம் இதை சொல்லிப் பார்த்து ஒன்றும் சரியில்லையே என்று தள்ளிவிடக் கூடாது. இது மிகவும் பெரிய விஷயங்களுக்குத்தான் பொருந்தும்."

"தயவு செய்து இன்னிக்கிக் கட்டாயம் வீட்டுக்கு வாங்கோப்பா. அம்மா இன்னும் ரொம்ப நாள் இருக்க மாட்டா."

"நான் இப்படி ஒருத்தர் சொல்லி அதைக் கேட்கிற மாதிரியே இல்லேம்மா. எனக்காகத் தோணினால் கட்டாயம் வரேன்."

இன்றைக்கும் அவர் வரமாட்டார் என்று சரோஜாவுக்கு தெரிந்துவிட்டது. அப்பா கடைசியாக வீட்டுக்கு வந்தது அந்த இன்ஷூரன்ஸ் கடிதத்திற்காகத்தான். அதற்கப்புறம் அவர் வரவே இல்லை. அவள் வேலைக்குச் சேர்ந்த தினத்திலிருந்தே அப்பாவை ஆபீஸிலும் காணோம். ஆறு மாதங்கள் கழித்து ஆபீஸில் இனிப் பிரயோஜனமில்லை என்று அவர் கணக்கைத் தீர்த்தார்கள். அவர் கையெழுத்தை வாங்குவதற்காகத் தேடிக்கொண்டு எங்கு எங்கெல்லாமோ போக வேண்டியிருந்தது. இப்போது மாதத்துக்கு ஒருமுறை சத்திரத்திற்கு வந்துவிடுகிறார்.

நடைபாதையோரமாக ஒரு சிறு புதுக் கார் வந்து நின்றது. யூனிபார்ம் போட்ட டிரைவர் ஓட்டி வந்திருக்கிறான். பின்னால் உட்கார்ந்திருந்த பாபு, "சரோஜா, அப்பா எங்கே?" என்று கேட்டான்.

"அதோ அந்தச் சந்திலே திரும்பிப் போனார்..."

"வண்டியிலே ஏறு, நான் உன்னை ஆபீஸிலே விட்டுவிட்டு போகிறேன்."

"அப்பாவை இப்ப பாக்கலியா?"

பாபு ஒரு விநாடி யோசித்தான், "இப்பவே பாத்துடலாம்னு சொல்லறியா? அப்பா எப்படி இருக்கார்?"

"அப்படியேதான் இருக்கார்."

"டிரைவர் வலது பக்கம் திரும்பி மெயின் ரோடு வழியாக போ."

சிறிது பொறுத்து சரோஜா கேட்டாள்: "இதுதான் புதுக் காரா?"

"ஆமாம்."

"உனக்கேதானா இது?"

"என் உபயோகத்துக்காகவேதான்."

"நம்ம வீட்டுக்காராளிலே நான்தான் முதல்லே ஏறுகிறேனா?"

"இல்லை. பாட்டியையும் அம்மாவையும் கொஞ்சம் அழைச்சிண்டு போனேன்."

"அதுக்குள்ளேயா?"

"ஒரு பத்து நிமிஷம். அப்பாதான் கிடைக்க மாட்டேனென் கிறார்."

பரசுராமய்யர் அவர்களுக்குக் கிடைக்கவில்லை. அவர் கடற்கரையிருக்கும் திசையில் போய்க்கொண்டிருந்தார். அவர் யார் சொல்லியும் கேட்கக்கூடிய மாதிரி இல்லாமல் போனதி லிருந்து சரோஜா மட்டும் எப்படியோ அவரைக் கண்டுபிடித்து வந்துவிடுகிறாள். அந்தப் பெண்ணுக்குப் பாசம் சிறிது அதிகமாகத் தான் இருக்கிறது. ஆனால் யாரும் யாரையும் நம்பி வாழ்வதில்லை என்பதைத் தெரிந்துகொண்டிருக்க வேண்டும். இல்லாது போனால் முகத்தில் தெளிவு வந்திருக்க முடியாது.

முன்னால் வெகு தூரத்தில் யாரோ தெரிந்த நபர் ஒரு குழந்தையைத் தோளில் போட்டுக்கொண்டு போவது தெரிந்தது. பரசுராமய்யருக்கு அது யார் என்று தெரிந்ததும் எப்படித் தன் நடை தடைப்படாமல் ஒரே சீராக இருந்துகொண்டிருக்கிறது என்று வியப்பாக இருந்தது. குழந்தையைத் தூக்கிக்கொண்டு அதிக வேகமாக நடக்க முடியாது. மழை மேகங்கள் சிதறிப் போய், வெயில் பளீரென்றுதான் அடித்துக்கொண்டிருந்தது. தோளில் இருந்த குழந்தைக்குச் சுரம் அடித்துக்கொண்டிருக்க வேண்டும். அதன் தலையைப் போர்த்தியிருந்த துணி எப்போ தாவது விலகும்போது குழந்தை முகம் கறுத்து, சிணுங்கி நினைவிழந்திருப்பதைக் காண முடிந்தது. பரசுராமய்யர் தாண்டிச் செல்லும்போது பம்பீனா, "இந்தாங்க, பாக்காது மாதிரியே போயிடறீங்களே?" என்றாள்.

பரசுராமய்யர் நின்றார்.

"என்ன இப்படி ஒரேயடியாத் துரும்பா? இப்ப எங்கே இருக்கீங்க? இன்னும் வீட்டுக்குப் போகலியா?"

பரசுராமய்யர் சிரித்தார்.

"நம்ம வீட்டுப் பக்கமாவது வரக்கூடாதா? என் மேலே அவ்வளவு கோபமா? நாங்கள்ளாம் அதிகம் அறியாதவங்க."

"எனக்கு கோபம் கிடையாது," என்றார் பரசுராமய்யர்.

"உங்க பேச்சை அப்போ சட்டை பண்ணாம இருந்திட்டேன, நிறையக் கஷ்டம் வந்துட்டது,"

"இப்போ எப்படி?"

"இரண்டு மாசமாத்தான் வேலையாயிருக்கேன். அந்தோணி யும் அம்மாவும்தான் ரொம்பப் பாத்துண்டாங்க."

"அந்தோணி நல்ல பையன்."

"அந்தோணி போன மாசம்தான் அவன் பெண்டாட்டியை வீட்டுக்குக் கொண்டு வந்தான்."

பம்பீனா கையில் இருந்த குழந்தை மெதுவாக நெளிந்தது. பிறகு ஈனமாகக் குரல் கொடுத்தது. பரசுராமய்யர் சொன்னார், "குழந்தைக்கு வெயிலைத் தாங்க முடியவில்லை."

"கொஞ்சம் சுரங்கூட." ஒரு மரத்தின் நிழலுக்குப் போனார்கள். "டாக்டர்கிட்டே போயிட்டுத்தான் வரேன்."

"ஒண்ணுதானா?" என்று பரசுராமய்யர் கேட்டார்.

"ஆமாம்" என்றாள் பம்பீனா. அவள் சிறிது சங்கடப்பட்டுக் கொண்டிருந்தாள். பிறகு, "அவன் ஒரு இடத்துக்கும் வந்து ஒரு கையெழுத்துக்கூடப் போடவில்லை," என்றாள்.

"அப்படியா?"

"ஏமாத்திட்டான்."

பரசுராமய்யர் பதிலொன்றும் தரவில்லை.

"அம்மாகூட எத்தனையோ எனக்குச் சொல்லிப் பாத்தது, முதலிலே வேலையைத் திருப்பி வாங்கப் பாருன்னு."

"அந்தந்த வேளைக்கு எது நடக்கிறதோ அதுதான் சரி."

"நீங்களே சாபம் கொடுத்திருப்பீங்கன்னுகூட அம்மா சொன்னாங்க."

பரசுராமய்யர் சிரித்துக்கொண்டார். "நான் அந்த மாதிரி செய்வேனா? ஆனால் இப்போ ஒரு விஷயத்தைச் சொல்லிடலாம். எனக்கு அப்போ மனசு கொஞ்சம் கஷ்டப்படத்தான் செய்தது."

"நான் குருடியாயிருந்தேன்."

"நீ மட்டுமில்லே. நேராகவே உன்னை அந்த ஆள் வந்து சந்தித்துப் பேசியிருக்கலாம். ஆனால் யாருக்கும் தெரியாமல் உன்னை அவன் வரச்சொல்லிக்கொண்டிருந்தான். நீயும் அதைத்தான் செய்துகொண்டிருந்தே. இந்த மாதிரி ரகசியமா வைத்துக்கொள்கிற உறவு அதிக நாள் நிலைக்காதேன்னுதான் பட்டது."

"அப்பிடித்தான் ஆயிடுத்து."

“உனக்கு உன் சூழ்நிலையையும் மீறிய சில நல்ல வாசனைகள், குணங்கள் இருந்தது. நான் எதுக்கு எப்படி அந்த இடத்திலேயே தங்கிப் போயிட்டேன்னு தெரியலை. என் வீடு, என் குழந்தைகள் பற்றிக் கவலை அதிகம் வரவில்லை. வந்தாலும் என்னை உபத்திரவப் படுத்தவில்லை. ஆனால் உன்னை விசேஷமாக மாற்றிவிட வேண்டுமென்று ஒரு வேகம் வந்தது. மந்திரியைப் பார்க்க உன்னை வரச் சொல்லிவிட்டு செக்ரட்டேரியட் வெராண்டாவில் உனக்காக நான் காத்திருந்த போது நீ ஒரு அப்துல் காதரைத் தேடிக்கொண்டு போனது எனக்குத் தெரிந்த போது கஷ்டமாகத்தான் இருந்தது.”

பரசுராமய்யர் பேச்சைச் சட்டென்று நிறுத்தி பம்பீனாவைப் பார்த்தார். “உனக்கு அந்த மயக்கம் தீர்ந்து போயிடுத்தில்லையா?”

“பொசுங்கிப் போயிடுத்து,” என்று பம்பீனா சொன்னாள்.

பரசுராமய்யரும் சிரித்துவிட்டார். “இனிமேல் எது வந்தால் என்ன, நீ தாங்கிக்கொள்ளலாம். எனக்குக்கூட இந்த விஷயத்தைச் சிரித்தபடி யோசிக்கவும் பேசவும் கொஞ்ச நாளாத்தான் பக்குவம் ஏற்பட்டது. நீ அந்த அப்துல் காதரைத் துரத்திண்டு போகலைன்னா எனக்கு என்னைப் பத்தி ஒரு விவரம் தெரியாமலே போயிருக்கும்.”

“என் மாதிரிக் கழுதைக்குக் கற்பூர வாசனை தெரியாதுன்னு.”

“இல்லே. நானும் ஒரு கழுதைன்னு. நீ அவன் பின்னாலே போனதிலே எனக்கு ஏன் கஷ்டம் வந்ததுன்னு அலசிப் பார்த்துண்டேன். ஒரு வாரம் கழித்துத்தான் நடுராத்திரியிலே எனக்கு வெளிச்சம் விழுந்தது. நீ திசை கேட்டுப் போனதுக்கு வருத்தம் இல்லை. வருத்தம், நான் ஏன் அந்த அப்துல் காதராக இல்லைன்னுதான்.”

பரசுராமய்யர் எந்தவிதக் கலக்கமும் இல்லாமல் பேசினார்.

பம்பீனா சொன்னாள், “நீங்கள்ளாம் சாமியார் மாதிரி. எனக்கு ஆறுதலா இருக்கும்னு இதெல்லாம் சொல்றீங்க.”

பம்பீனாவும் போய்விட்டாள். பம்பீனா அபார திடம் பெற்றவளாகிவிட்டாள். அவள் குழந்தைக்கு உடம்பு சரியில்லை. குழந்தைகளுக்கு உடம்புக்கு வருவது இயற்கைதான். சரியாகி விடும். பெரிதாகிப்போன பிறகுதான் சங்கடமெல்லாம் ஆரம்ப மாகும். அப்பா யார், எங்கே என்றெல்லாம் கேட்கும். பதில் சொல்ல வேண்டும்.

எல்லாக் குழந்தைகளுக்கும் அப்பா உண்டா? அப்பா என்றால் யார்? அப்பாவை விட்டுத் தள்ளலாம், அம்மா யார்? பெற்றால் அம்மாவா? இந்தக் குழந்தைதான் வேண்டும் என்றா ஒவ்வொரு அம்மாவும் பிரசவிக்கிறாள்?

பரசுராமய்யர் மணலில் இறங்கி நடந்து சென்றார். மணல் பரப்பு அதுவாகவே ஒரு விளிம்பு கட்டிக்கொண்டிருந்தது. விளிம்பிலிருந்து லேசாக ஒரு சாய்வு. அந்தச் சாய்வு வரைதான் கடலலைகள் வந்து நுரைத்து மோதி சிதறி மறைந்து போய்க் கொண்டிருந்தன. பரசுராமய்யர் விளிம்பில் படுத்துக்கொண்டார். அந்த இடத்தில் மணல் அவ்வளவு சுடவில்லை. மேலே சூரியன் தான் கண்ணைக் கூச வைத்துக்கொண்டிருந்தான். அரை மைல் தூரத்தில் செம்படவர்கள் வலையைக் கடலிலிருந்து தரைக்கு இழுத்துக்கொண்டிருந்தார்கள். அந்த வேளையில் கடற்கரையில் அவர்கள்தான் இருக்க முடியும். சில பட்சிகளும் இருக்க முடியும். வேறு யாருக்கும் அந்த வேளையில் கடற்கரை அவசியமல்ல.

'எது அவசியம்' என்று பரசுராமய்யர் கேட்டுக்கொண்டார். அடுத்த மாதம் துவாதசியன்று சத்திரத்தில் சாப்பாடு உண்டு. அடுத்த வேளைச் சாப்பாடு உண்டா என்று தெரியாது. தனக்குச் சாப்பாடு முக்கியம் இல்லை போலிருக்கிறது. அதனால்தான் உலகமெல்லாம் தலை போகிற வேகத்தில் ஏதேதோ செய்து கொண்டிருக்கிற நேரத்தில் தன்னால் மட்டும் உப்பூறிய ஈர மண்மீது படுத்துக்கொண்டிருக்க முடிகிறது.

இது மண்தான். இந்த மண்ணுக்கு நல்ல வாசனை. இதோ காதருகே ஊர்ந்துகொண்டிருக்கிறதே ஒரு கம்பிக்கால் நண்டு, அந்த நண்டின் வாசனைகூட இதில் கலந்திருக்கிறது. நீண்டு காதைத் தொடுகிறது. தொட்டுவிட்டது. எதனாலோ குத்தப் பார்க்கிறது. நான்கைந்து கால்களைக் காதுக்குள் நுழைத்துக் கொண்டு விட்டது. கடிக்கிறது. வலி சுரீரென்கிறது. நண்டு இதோ மெதுவாக வெளியே வரப் பார்க்கிறது. நண்டு வெளியே போகிறது. நண்டு வெளியே போய்விட்டது. ஈரமணல் பரப்பில் ஒரு சிறு துவாரத்தில் நுழைந்துவிட்டது.

சரோஜாவுக்கும் திடம் வந்துவிட்டது. பாபு, அம்மா, பார்வதி, குழந்தைகள் எல்லாருமே திடம் பெற்றாகிவிட்டது. சரோஜாதான் அப்பா அப்பா என்று சிறிது சாய்கிறாள். ஆனால் அதுவும் சீக்கிரம் சரியாகிவிடும்.

எது அவசியம்? எல்லாம் அவ்வளவு தெளிவாகத் தெரிந்து விடுவதில்லை. ஆனால் அந்தந்த சமயங்களுக்கு என்ன

செய்கிறோமோ அதெல்லாம் அவசியம். பிடித்தமில்லாதவை களைக்கூடச் செய்கிறோம், அதைச் செய்து பிடித்தமான, அவசியமான, பெரியது ஒன்றை அடைய.

எனக்கு இதோ ஈர மணலில் படுத்திருப்பது ஒன்றுதான் அவசியமாகத் தோன்றுகிறது. பத்துப் பதினைந்து கஜ தூரத்தில் ஏராளமாக ஜலம் இருக்கிறது. எனக்கு எல்லா அவசியங்களும் போய்விட்டன. கடைசியாக எங்கோ மூலையில் அடைத்துக் கொண்டிருந்ததைக்கூட இப்போது சொல்லித் தொலைத்தாகி விட்டாயிற்று. ஜலத் திவலைகள் கவனத்திற்கு வருகின்றன. அதனால் அவை மட்டும்தான் அவசியம். எவ்வளவு ஆனந்தமான விடுதலை!

இது என்ன பிரயோசனம்? யாருக்குப் பிரயோசனம்? அப்படி யானால் யார்தான் பிரயோசனம்? எதுதான் பிரயோசனம்? பிரயோசனம் என்று நினைத்துக்கொண்டால் பிரயோசனம். இல்லையானால் இல்லை. ஒருவரை நம்பி இன்னொருவர் இல்லை.

எங்கேயோ சிதறிப்போயிருந்த மேகங்கள் ஒன்றுசேர்ந்து கொண்டன. மேலிருந்து கீழே தழைந்து வந்தன.

ஒரு பெரிய அலை வந்து தன்னுடைய ஒரே கந்தல் துணியை அடித்துக்கொண்டு போவதைப் பரசுராமய்யர் உணர்ந்தார். அதைப் பிடிக்கக் கை போகவில்லை.

மழை கொட்ட ஆரம்பித்தது. அடியிலிருந்த மணல் வேகமாகக் கரைய ஆரம்பித்தது. பரசுராமய்யர் தனக்குள் துள்ளிக் குதித்துக்கொண்டிருந்தார்.

(1979)

தலைமுறைகள்

1

அரக்கோணத்தை விட்டு இரயில் தாண்டிய வுடன் அந்தக் கோடி இடத்து ஆள் அவன் ஐந்து ரூபாய் கட்டணம் கட்டி உறுதிப்படுத்திக்கொண்ட மேல் பெர்த்தில் ஏறிப் படுத்துக் கொண்டு விடுவான் என்று சங்கரன் எதிர்பார்த்தான். இந்தக் கோடி ஆள் பாதி பெஞ்சை அடைத்துக்கொண்டு கையையும் காலையும் சுருட்டிக்கொண்டு படுத்து அரை மணிக்கும் மேலாகிறது. அவனுடைய எண்ணெய் மினுமினுக்கும் தலைக்கும் சப்பணம் இட்டு உட்கார்ந்திருக்கும் அந்தக் கோடி ஆளின் முழங்காலுக்குமிடையே சுருங்கிக்கொண்டு உட்கார்ந்திருந்த சங்கரனுக்கு இப்போது பசியைவிடத் தூக்கம்தான் அதிகம் திருகிக் கொண்டிருந்தது. மேலே மெத்தையுடன் கூடிய டூ–டையர் பெர்த்தில் படுக்கை விமரிசையாக விரிக்கப்பட்டிருந்தது. ஆனால் அதற்குரியவன் ஓர் உபயோகமற்ற ஆங்கிலத் துப்பறியும் நாவலை அந்த வண்டியின் அரைகுறை வெளிச்சத்தில் முழுக்கப் படித்து முடித்தே தீர்த்துவிடுவது என்று கங்கணம் கட்டிக்கொண்டவன் போலிருந்தான்.

நீலகிரி எக்ஸ்பிரஸ் பிசாசாக விரைந்து கொண்டிருந்தது. சங்கரன் உட்கார்ந்தபடியே பின்னால் சாய்ந்துகொண்டு தூங்க முயற்சி செய்தான். தூக்கம் வந்துவிட்டது என்று முடிவு செய்யக் கூடிய தருணத்தில் அவன் தலை சாய்ந்து

அவனே அலங்கோலமாக இடப்பக்கம் அல்லது வலப்பக்கம் விழுவான். 'சாரி' என்று சொல்லிவிட்டு நிமிர்ந்து உட்காருவான். இரண்டு நிமிடத்திற்குள் இன்னொரு முறை 'சாரி' சொல்வான். அப்படி இருந்தும் அந்தக் கோடி ஆள் அவனுடைய புத்தகத்தில் அடுத்த கொலை எங்கே யார் புரியப் போகிறார்கள் என்று அறிந்துகொள்ளும் ஆவலை இழக்காமல் இருந்தான். அவனையே கொலை செய்தால் என்ன என்றுகூட சங்கரனுக்கு ஒருமுறை தோன்றிற்று.

வண்டி காட்பாடியில் நின்றது. பிளாட்பாரத்தில் ஒருவன் பால் விற்றுக்கொண்டு போனான். ஒரு கணம் அவனைக் கூப்பிடச் சங்கரன் எழுந்தும் விட்டான். ஆனால் உடனே மீண்டும் அவனிடத்தில் உட்கார்ந்துகொண்டான். பால் விற்பவனிடம் சில்லறை இருக்காது என்று அவனாகச் சொல்லிக்கொண்டான். ஆனால் உண்மையில் அவனுடைய பையில் இருந்த ஏழு ரூபாயை அடுத்த நாள்வரை பாதுகாத்துவிட வேண்டும் என்ற தற்காப்புணர்ச்சிதான் அவன் பால் விற்பவனைக் கூப்பிடுவதைத் தடுத்தது என்று தெரிந்தது. ஆனால் இந்த வைராக்கியம் வெகு நேரம் நீடித்திருக்க முடியாது. இன்று இரவேகூடத் தூங்காமல் விழித்திருந்தால் எந்த நேரத்தில் இந்தத் தற்காப்புணர்ச்சி தகர்ந்து போய் அவன் அந்த ஏழு ரூபாய்க்கும் கண்டதை வாங்கித் தின்று தீர்த்துவிடக்கூடும். அப்படி நேர்ந்துவிடுவதற்குள் தூங்கிவிட்டால் தேவலை.

அந்தக் கோடி இடத்து ஆள் அவனுடைய நாவல் படிப்பை விடாப்பிடியாகத் தொடர்ந்துகொண்டிருந்தான். அந்தப் பெட்டியில் அநேகமாக மற்றெல்லாரும் தூங்கிவிட்டிருந்தார்கள். சங்கரன்கூடத் தரையில் படுத்திருப்பான். ஆனால் ஏழு ரூபாயைச் சிதைக்கக்கூடாதென்று ஒரு மாலைப் பத்திரிக்கையைக்கூட அவன் வாங்காமல் இருந்தான். ஒரு *மாலைமுரசு* இதழ் இருந்திருந்தால் இவ்வளவு நேரம் அந்தக் கோடி இடத்து ஆள் நாவல் படிப்பது சங்கரனைத் தூங்கவிடாமல் செய்யும் ஓர் சதியாகாது. இரயில் தரையில் படுப்பதற்கு அதுவும் இரண்டாம் வகுப்புப் பெட்டிகளில் படுப்பதற்கு 'மாலைமுரசு' பத்திரிகை போலச் சௌகரியமானதொன்று கிடைக்காது. கீழே விரிக்கப் பத்திரிகை வேண்டாம், அப்படியே படுத்துவிடலாம். ஆனால் இந்தச் சட்டையையும் பாண்ட்டையும் இன்றே அழுக்குப் பண்ணிவிட்டால் நாளை யாரையும் போய்ப் பார்க்க முடியாது. ஒருவனுக்குத் தனிமையைத் தூண்டச் செய்ய அழுக்குச் சட்டையைக் காட்டிலும் வேறு சிறப்பான சாதனம் கிடையாது.

இம்முறை சங்கரன் தூங்கி விழித்துச் சாய்ந்தபோது தலையை நன்றாக இடித்துக் கொண்டு விட்டான். அந்த ஆங்கிலத் துப்பறியும் நாவல் ஆசாமி "நீங்க வேணா மேலே ஏறிப் படுத்துக்குங்களேன்" என்றான். இன்னொருவன் படுக்கையில் படுக்கும் எண்ணம் சங்கரனுக்கு உடலெல்லாம் கூசச் செய்தது.

"அது உங்க பெர்த்து. நான் எப்படிப் படுத்துக்க முடியும்?" என்று சங்கரன் சொன்னான்.

"ஒரு மணி நேரம் படுத்துக்குங்களேன். நான் இதை முடிச்சிட்டு வந்துடுவேன். பர்ஸ்ட் கிளாஸ்னா படுத்துண்டே படிக்கலாம். செகண்ட் கிளாஸ்லே அது முடியாது."

"இல்லே வேண்டாங்க. நீங்க மேலே போனப்புறம் நான் இங்கேயே சமாளிச்சுக்கிறேன்."

"சமாளிச்சுக்கலாம். ஆனா நீங்க இரண்டு பேரும் ஒழுங்காத் தூங்க முடியாது. இரண்டு பேரும் தலையை நடுவிலே வைச்சுண்டா ஒருத்தர் தலைப்பேன் இன்னொருத்தருக்கு வந்துடும். தலையைக் கோடியிலே வைச்சுண்டுப் படுத்துண்டா இரண்டு பேரும் ஒருத்தரை ஒருத்தர் உதைச்சுண்டே இருக்கணும். ஒரு பெஞ்சுக்கு ஒருத்தர்தான் சரி."

"நானும் பெர்த்துக்கு கேட்டுப் பார்த்தேன். ஒண்ணும் காலியில்லைன்னுட்டான்."

"இருந்ததே. வண்டி கிளம்பினப்புறம்கூட இருந்ததே."

சங்கரன் பதில் சொல்லாமல் இருந்தான். அந்த ஆள் தொடர்ந்து நாவலைப் படிக்கத் தொடங்கினான். சோர்வு மிகுந்து போய் சங்கரன் அப்படியே கீழே உட்கார்ந்து தரையில் படுக்க ஆயத்தம் செய்தான். இப்போது அந்த ஆள், "அப்படியே கீழே படுக்காதீங்க. ஏதாவது விரிச்சுட்டுப் படுத்துக்குங்க," என்றான்.

"இல்லை, பரவாயில்லை." என்று சங்கரன் சொன்னான்.

"ஊஹூம். வேண்டாம். கண்டவங்க கால்பட்டுடும். நீங்க படுக்கை ஒண்ணும் கொண்டு வரலை போலிருக்கு."

"ஆமாம். ஒரு ராத்திரிதானேன்னு கொண்டு வரலை."

"அப்ப இருங்க. இந்தத் துப்பட்டியை விரிச்சுக்குங்க."

“வேண்டாங்க. எதுக்கு உங்களுடைய துப்பட்டியைப் பாழடிக்கணும்?”

“எப்படியும் நான் ஊர் போய்ச் சேர்ந்தவுடனே வண்ணானுக்குப் போட்டுடுவேன். நீங்க போட்டுக்குங்க.”

அந்த ஆசாமி அவனுடைய நாவலைக் கீழே வைத்துவிட்டு எழுந்து அவனுடைய படுக்கையிலிருந்து ஒரு துப்பட்டியை எடுத்துச் சங்கரனிடம் கொடுத்தான். சங்கரன் அதை நீள வாட்டத்தில் இரண்டாக மடித்துத் தரையில் விரித்துப் படுத்தான். இரண்டு காலையும் முழுக்க நீட்டியபோது சொர்க்கத்தையே அடைந்த மாதிரி இருந்தது. சொர்க்கத்தைக் கண்டவர்கள் யார் என்று கேட்டுக்கொண்டான். இல்லை. இதுதான் சொர்க்கம் என்று மீண்டும் சொல்லிக்கொண்டான்.

அவன் நினைத்தது தவறாக இருக்கக்கூடும் என்று ஐந்து நிமிஷத்தில் தெரிந்தது. சரியாக உட்காரக்கூட இடமில்லாமல் தத்தளித்தபோது வந்த தூக்கம் இப்போது காலை நீட்டிப் படுத்த போது வரவில்லை. துப்பட்டி கொடுத்தவன் இன்னும் நாவலைப் படித்த வண்ணமிருந்தான். அவன் விளக்கை அணைத்தால் ஒருவேளை தூக்கம் வந்துவிடக்கூடும். அவனுக்கு ஒரு வார்த்தை நன்றி சொல்லவில்லை. ஆனால் நன்றி சொல்வது நன்கு தெரிந்தவர்களுக்குத்தான் தேவைப்படுகிறது. அன்னியர்கள் தங்கள் கருணைக்கு நன்றியை எதிர்பார்ப்பதில்லை.

எனக்கு என்றைக்குமே அன்னியர்கள் கருணை தப்பாமல் கிடைத்திருக்கிறது என்று சங்கரன் கூறிக்கொண்டான். அவனுக்கு டென்னிஸி வில்லியம்ஸ் எழுதிய ‘தி ஸ்டிரிட்கார் நேம்ட் டிஸையர்’ நாடகம் ஞாபகம் வந்தது. அதன் இறுதியில் முழுப் பைத்தியமாகப் பைத்தியக்கார ஆஸ்பத்திரிக்கு எடுத்துச் செல்லப் படும் அதன் கதாநாயகி பிளான்ஷ்கூட என்றும் அன்னியர் கருணை அவளுக்குத் தப்பாமல் கிடைத்திருக்கிறது என்றுதான் சொல்வாள். பிளான்ஷ். பிளான்ஷ். பிளான்ஷ். பிளான்…

2

காலையில் சரியாக விழிப்பு வந்தவுடன்தான் இரவில் தூக்கம் சரியில்லை என்று தெரிகிறது. கண்களில் எரிச்சல். தலையில் லேசாக வலி. சங்கரன் படுக்கையை விட்டு எழுந்திருக்க மனமில் லாமல் அப்படியே சிறிது நேரம் கிடந்தான். கீழே தொப்பென்று ஒரு சப்தம். பேப்பர்காரன் பத்திரிக்கையை விட்டெறிந்துவிட்டுப் போயிருக்கிறான். உடனே போய் எடுத்துக்கொள்ளாவிட்டால்

அப்பா கையில் சிக்கிவிடும். அவர் அதைத் தன் ஆபீஸ் அறைக்குக் கொண்டுபோய்விடுவார். அதை அங்கேயே வைத்துவிட்டுக் கதவைப் பூட்டிக்கொண்டு வெளியே போய்விடுவார். வீட்டின் மூத்த பையனுக்குத் தினசரிப் பத்திரிகை படிப்பதற்குக்கூட இடைஞ்சல் செய்ய வேண்டும். அவன் மூக்கில் உப்புத்தாளைப் போட்டுத் தேய்க்க வேண்டும்.

சங்கரன் எழுந்து மாடியிலிருந்து இறங்கி வந்து வெராண்டாவில் கிடந்த தினசரிப் பத்திரிகையை எடுத்துக்கொண்டான். நாட்டின் கள்ளக்கடத்தல்காரர்கள், அயல் நாட்டுச் செலாவணிச் சூதாடிகள், கறுப்புப்பணக்காரர்கள் போன்றவர்களை அரசாங்கம் வேட்டையாடிக்கொண்டிருந்தது. பெரிய நகரங்கள் என்றில்லாமல் சிறுசிறு ஊர்களில்கூட அப்படிப்பட்ட நபர்கள் இருந்தார்கள். ஏகப்பட்ட வீடுகளிலும் காரியாலயங்களிலும் வருமானவரி அதிகாரிகள் திடீர் சோதனை நடத்திக்கொண்டிருந்தார்கள். ஒரு மகாராணியையே காவலில் வைத்திருந்தார்கள். சங்கரனுக்கு இச்செய்திகளைப் படிக்கும்போது உற்சாகமாக இருந்தது. அது அவனுடைய தேசபக்தியினால் அல்ல. இதே செய்திகளை அவனுடைய அப்பா படிக்கும்போது அவருடைய இரத்த அழுத்தம் அதிகரிக்கும் என்பதால்தான். அடடா, இன்றைக்கு மட்டும் அப்பாவே கூட முன்னதாகவே வந்து இந்தத் தினசரியை எடுத்துப் படித்திருக்கக்கூடாதா? எங்கே இவ்வளவு நேரம் ஆசாமியைக் காணோம்?

சங்கரனுக்குத் தலைவலியும் கண்ணெரிச்சலும் எங்கோ ஓடிப்போய்விட்டன. அந்தக் கணத்தில் அவனுள் உதித்த ஒரு சினிமாப் பாட்டு டியூனை சீட்டியடித்துக் கொண்டு குளியலறைப்பக்கம் போனான். டூத் பிரஷ்ஷைக் கையிலெடுத்த போதுதான் அது தேவ் ஆனந் நடித்த 'காம்பிளர்' என்னும் படத்தில் வந்த பாட்டு என்று நினைவுக்கு வந்தது. அது அவ்வளவு ஒன்றும் சுவராசியமான படமில்லை. எஸ்.டி. பர்மனின் இசை. எல்லாப் பாட்டுகளுமே நன்றாக இருக்கும். ஆனால் படம் உபயோகமற்றது. நர்கீஸ் என்னும் பழங்கால நடிகையின் அண்ணா பெண்ணோ அக்கா பெண்ணோ கதாநாயகியாக நடித்தாள். குதிரை போன்ற முகம். அவளுடைய 'ஆண்ட்டி' நர்கீஸைப்போல. இந்த நர்கீஸ் மீது அவனுடைய அப்பாவுக்கு மையல். அதனாலேயேகூட அவனுக்கு அந்தப் படம் பிடிக்கவில்லையோ என்று சந்தேகம்.

அவனுடைய அப்பா எங்கும் போய்விடவில்லை. தோட்டக்காரக் கிழவனைப் பார்த்து இரைந்துக்கொண்டிருந்தார். சம்பளம் அந்த கிழவன் ஒருவனுக்குத்தான். ஆனால் கிழவன், அவன்

மனைவி, அவர்கள் மகள், மகளின் மகள் எல்லாரும் அந்த வீட்டில் கூப்பிட்ட குரலுக்கு ஓடி வந்து வேலை செய்துவந்தார்கள். அந்த வீட்டுத் தோட்டத்தின் ஒரு கோடியில் ஒரு தகரக் கொட்டகை இருந்தது. அதில் கடப்பாரை, மண்வெட்டி, பூவாளி, கொத்துக் கரண்டி போன்றவை கிடந்தன. அவற்றுடன் அந்தக் கிழவன் குடும்பத்தையும் இருக்க அப்பா அனுமதித்திருந்தார். இந்த மாதிரிக் கொட்டகைகளில் தற்காலிகமாக இருக்கலாமென வருபவர்கள் நாளாவட்டத்தில் அந்த இடத்தையே தன் சொந்தம் என்று ஊர்ஜிதப்படுத்தி விடுவார்கள் என்று அப்பாவுக்குத் தெரியும். மூன்று நான்கு வெற்றுத் தாள்களில் அந்தக் கிழவன், அவனுடைய மனைவி, மகள் ஆகியோரின் கையெழுத்துக்களைக் கூடத் தனித்தனியாகவும், சேர்த்தும் வாங்கிவைத்திருந்தார். கிழவன் பார்ப்பதற்கு மிகவும் இளைத்தவன் போலிருப்பானே தவிர நல்ல திடகாத்திரசாலி. அவன் நோய் நொடிவு என்று எப்போதும் படுத்தது கிடையாது. ஐம்பது குடம் தண்ணீர் இழுத்துக் கொட்டினால்கூட அவனுக்கு மூச்சிறைக்காது. சங்கரனுக்கு அந்தக் கிழவன் குடும்பத்தைப் பிடிக்காது. அவர்கள் அவனுடைய அப்பாவுக்கு மிகவும் இசைந்து போகிறவர்கள். அப்படிப்பட்டவர்கள் கண்ணெதிரில் எப்போதும் இருப்பதினாலேயே அப்பாவின் அதட்டலும் மிரட்டலும் வளர்ந்துகொண்டே போகிறது. இப்போதுகூட உப்புப் பெறாத விஷயத்திற்காகக் கிழவனை அப்பா மிரட்டிக்கொண்டிருக்கிறார். இந்த மிரட்டல் நாள் முழுதும் மணிக்கு மணி அதிகரித்துக் கொண்டே வளரும். வீட்டிலிருப்போர் எல்லாரும் இதைச் சகித்துக்கொண்டிருக்க வேண்டும்.

சங்கரன் மாடிக்குச் சென்று அவனுடைய பீரோவைத் திறந்து முகச்சவர சாமான்களை எடுத்துக்கொண்டு மீண்டும் கீழே வந்தான். அவனுடைய தங்கை மீரா மாடி முன்னறையில் இன்னமும் தூங்கிக் கொண்டிருந்தாள். அவளுடைய குழந்தை கிடந்த தொட்டிலுக்கடியில் நீர் தேங்கி துடைக்கப்படாமல் இருந்தது. குழந்தை அழுது அழுது தானாக ஓய்ந்து மீண்டும் தூங்க ஆரம்பித்திருக்க வேண்டும். அப்பாவின் காட்டுக் கத்தலில் எழுந்துவிடாமல் இருக்க வேண்டும். இந்த மீரா தடிச்சிக்குத்தான் எவ்வளவு எருமை மாட்டுத்தனம்! எருமைமாடுகூடத் தன் கன்று விஷயத்தில் இவ்வளவு நிர்தாட்சண்யமாக இருப்பதில்லை.

கீழே குளியலறைக்குச் சென்று சங்கரன் ஷேவிங் சோப்பை முகத்தில் பூசிக்கொண்டான். இப்போது அப்பாவோடு சேர்ந்து கொண்டு அம்மாவும் கத்திக்கொண்டிருந்தாள். இப்போதெல்லாம் அம்மாவோ அப்பாவோ பேசுவதே கத்தலாகத்தான் அமைகிறது.

இப்போதுகூடக் கிழவனோடு ரொம்ப அந்தரங்கமாகவும் அன்பாகவும் அவனுக்கு இன்னொரு கல்யாணம் செய்து வைப்பதாகக்கூடப் பேசிக்கொண்டிருக்கலாம். ஆனால் இந்த வீட்டைப் பற்றித் தெரியாதவர்கள் ஏதோ குருட்சேத்ர யுத்தம் நடந்துகொண்டிருப்பதாகத்தான் நினைத்துக்கொள்வார்கள்.

குருட்சேத்ரம் என்னும் சொல்லுக்கு உரியவன் நாராயணன். அவன்தான் சங்கரனின் அப்பா சத்தம் போடுவதைக் கண்டு அந்தச் சொல்லைப் பயன்படுத்தினான். நாராயணனை ஒரே ஒரு முறைதான் சங்கரன் தன் வீட்டுக்கு அழைத்து வந்திருக்கிறான். அவனும் பிற்பகல் இரண்டு மணியிலிருந்து ஆறு மணிவரை இருந்திருக்கிறான். அவனுக்கு ஒரு வாய் காபி அல்லது டீ தரமுடியவில்லை. ஒரு கையளவு டிபன் தர முடியவில்லை. நாராயணன் வீட்டிற்குச் சங்கரன் எவ்வளவோ முறை சென்றிருக்கிறான். அவர்கள் ஒரு முறைகூட அவனை வெறும் வயிற்றோடு திரும்ப அனுப்பித்ததில்லை. இதனாலேயே சங்கரன் நாராயணன் வீட்டிற்குப் போவதைக் குறைத்துக் கொண்டுவிட்டான். இங்கே வீட்டிலுள்ளோருக்கே அப்பாவும் அம்மாவும் பட்டினிப் பழக்கம் ஏற்படுத்தி வருகிறார்கள். மூன்று மாதங்களாகக் காலைக் காபி கிடையாது. "எட்டு மணிக்கு பிரேக்பாஸ்ட் சாப்பிடறப்போவும் காபி; கார்த்தாலே எழுந்த வுடனேயும் காபி! இது உடம்புக்கே ஆகாது."

ஆனால் இதற்கு விதி விலக்குகள் உண்டு. அப்பா காலையில் சமையலறைக்குப் போய் காபி சாப்பிட்டு வந்துவிடுவார். அம்மா மணிக்கொருமுறை எதையாவது குடித்துக்கொண்டு அல்லது மென்றுகொண்டிருப்பாள். அவளுடைய செல்லப் பெண் மீராவுக்கு எது வேண்டுமானாலும் எப்போது வேண்டுமானாலும் கிடைக்கும். ஒன்றும் இல்லாமல் ஏமாறுவது சங்கரனும் வீட்டு வேலைக்காரியும்தான்.

சங்கரன் ஷேவிங்கை முடித்துக்கொண்டு உடனே குளிப்பதற்கும் ஏற்பாடு செய்துகொண்டான். மாடியில் ஒரு குளியலறை உண்டு. எல்லாக் காரியத்தையும் சங்கரன் மாடியிலேயே முடித்துக்கொண்டு வெளியிலே போய்விடுகிறான் என்று வேண்டுமென்றே அவனுடைய அப்பா அங்கே தண்ணீர் வராமல் செய்தார். இப்போது அது அவருடைய பெண்ணுக்கு இடைஞ்சலாகப் போய்விட்டது. ஆனால் செல்லப்பெண் திண்டாடினாலும் பரவாயில்லை, பிள்ளை அந்த சௌகரியம் அனுபவிக்கக்கூடாது என்று அப்பா இன்னும் அந்தக் குழாய் இணைப்பைப் பூட்டி வைத்திருக்கிறார். "ஐந்து பேருக்கு இரண்டு பாத்ரூம் எதற்கு?" என்று கேட்கிறார்.

இந்த ஐந்தாவது நபரை இன்னும் பார்க்கவில்லையே என்று சங்கரன் கேட்டுக்கொண்டான். அது அவனுடைய தம்பி மணி. பதினெட்டு வயதாகிறது. இன்னும் துணைக்கு அவனுடன் யாராவது படுத்துக்கொள்ள வேண்டும். அப்பா படுத்துக்கொண்டால் அது இன்னும் பயமுறுத்துவதாக இருக்கும். ஆதலால் அவன் அம்மா படுத்துக்கொள்ளும் அறையில் படுத்துக்கொள்வான். அவன் இன்னும் எழுந்திருக்கவில்லை. இல்லாதுபோனால் விடியற்காலையிலேயே அப்பா அவனை எங்கேயாவது அனுப்பியிருக்க வேண்டும். "எங்கப்பா உங்க கிட்டேந்து இந்த மாசப் பாக்கியை வாங்கிண்டு வரச்சொன்னா." ஒரு காலத்தில் சங்கரன் அந்தக் காரியத்தைச் செய்து வந்தான். ஆனால் சங்கரனிடம் யாராவது ஐம்பது ரூபாய் கொடுத்தால் அது அப்பாவை அடையும்போது நாற்பதாகி விடும். ஒருமுறை அப்பாவுக்கும் ஒரு கடன்காரனுக்கு பெரிய சண்டை வந்து விட்டது. அதனால் சங்கரனுக்கு இரண்டு நாட்கள் வீட்டில் சாப்பாடு கிடையாது. மணிக்கு அந்த மாதிரி சாகச உந்துதல் கிடையாது. இவ்வளவு சின்ன வயதிலேயே அவன் 'ரொட்டியின் எந்தப் பக்கம் வெண்ணெய் தடவப்பட்டிருக்கிறது' என்று அறிந்தவன். ஒரு விஷயத்திலும் அப்பாவையும் அம்மாவையும் எதிர்த்துக்கொண்டது கிடையாது. ஒரு விஷயத்திலும் என்று சொல்வது அவ்வளவு பொருத்தமில்லை. மிகவும் அற்பமானதும் எந்த விளைவும் இல்லாததுமான விஷயங்களில் அவன் அப்பா அம்மாவை எதிர்த்துக்கொண்டது கிடையாது. அவனுக்காகத் தீவிரமான ஈடுபாடுகள் கிடையாது. எஸ்.எஸ்.எல்.சி. மூன்று முறை எழுதிவிட்டான். ஆனால் அவனை அப்பாவோ அம்மாவோ ஒருமுறைகூடப் பெரிதாக வைதது கிடையாது. இந்த மாதிரி உறவுகளில் தீவிர விஷயங்கள் முக்கியமேயில்லை. சில்லறை விஷயங்களில் ஒத்துப்போய்விட்டால் போதும், ஐந்து இலட்ச ரூபாய் சொத்தைத் தட்டிக்கொண்டு போய்விடலாம்.

சொத்து ஞாபகம் வந்ததும் சங்கரன் மூச்சு சூடேறியது. கையிலிருந்த சொம்பைத் தொப்பென்று தண்ணீர்த் தொட்டியில் விட்டெறிந்தான். அது அவனுக்குத்தான் சிரமத்தை விளைவித்தது. ஐஸ் கட்டி போன்ற தண்ணீர் அவன் மீது வாரியிறைத்தபடி விழுந்தது. மறுபடியும் இரு முறை அவன் மீது வெந்நீர் விட்டுக் கொண்டான். அந்தச் சூடு ஆறுமுன் உடலைத் துடைத்துக் கொள்ள முயன்றான். ஷேவிங் சாமான்களைப் பத்திரமாக எடுத்துக்கொண்டு மாடியில் தன்னறைக்குச் சென்றான். அவனுடைய ஷேவிங் சோப்பையும் பிரஷ்ஷையும் அவனுடைய அப்பாவே பலமுறை குளியலறையிலிருந்து வெளியே தூர

எறிந்திருக்கிறார். குளியலறையில் யாருடைய க்ஷவரப் பொருளும் இருக்கக் கூடாது. என்ன காரணமாயிருக்கும்? சங்கரனுக்குச் சில அசிங்கமான காரணங்கள்தான் தோன்றின.

மீரா எழுந்துவிட்டிருந்தாள். "டேய் ஷங்கர், அம்மாவைக் கொஞ்சம் வரச் சொல்லேன்," என்றாள்.

"நீயே கூப்பிட்டுக்கோ. நான் இன்னும் டிரஸ் பண்ணிக்கலை."

"அம்மாவைக் கூப்ட்டுன்னா ரொம்பத்தான் கஷ்டப் பட்டுக்கறயே ..."

"ஆமாம், எனக்குக் கஷ்டம்தான்."

சங்கரன் அங்கு மேலும் நிற்காமல் அவனுடைய அறைக்குச் சென்றான். மீரா அவனை உரத்து வைவது காதில் விழுந்தது. எவ்வளவுதான் நிதானமாக டிரஸ் செய்து கொண்டாலும் மணி ஏழே முக்கால்கூட ஆகவில்லை. அப்பாவுக்கு எட்டு மணிக்கு முன்னால் டைனிங் டேபிளிடம் யார் வந்து நின்றாலும் கோபம் வரும். சங்கரனுக்கும் நிதானமாகக் கீழேயிறங்கி அப்பா காலை டிபன் முடித்த பிறகு போய்ச் சாப்பிடுவதில் விருப்பம்தான். ஆனால் அப்பா ஒன்பது மணி வரை இட்லி சாப்பிட்டுக் கொண்டேயிருப்பார். அதற்குள் சங்கரனுக்குப் பசியால் உடல் துவண்டுவிடும். இரவுச் சாப்பாடு ஒழுங்காக இருந்தால் இப்படி விடியற்காலையிலேயே பசி ஆளைத் தூக்கிக் கொண்டு போகாது. ஆனால் அவனுக்கு என்றைக்கு வயிறு நிறையச் சாப்பாடு கிடைத்திருக்கிறது? நேற்று என்றும் போலத்தான். வீட்டில் எல்லா வேளையிலும் அரை வயிற்றுச் சாப்பாடுதான் – அவனுக்கு.

பக்கத்து வீட்டில் ரேடியோவில் ஹிந்திச் செய்தி கேட்க ஆரம்பித்தது. நிச்சயமாக எட்டு மணிக்கு மேலாகவே ஆகி விட்டது. சங்கரன் கீழேயிறங்கி ஹாலில் ஒரு மூலையில் போட்டிருந்த டைனிங் டேபிளிடம் சென்றான்.

3

யாரோ வெகு தூரத்திலிருந்து அவனை, 'சார், சார்.' என்று கூப்பிடுவது போலிருந்தது. ஆனால் கண் விழித்துப் பார்த்த போது முகத்தை முகம் தொடும்படியாக ஒருவன் அவனைத் தட்டி எழுப்பிக்கொண்டிருந்தான். சங்கரன் முழு நினைவு பெற்று எழுந்து உட்கார்ந்தான். அவனைத் தட்டி எழுப்பியவன், 'துப்பட்டியைத் தரீங்களா? நான் இங்கேதான் இறங்கணும்,' என்றான்.

"இதோ," என்று சங்கரன் பரபரப்புடன் எழுந்து துப்பட்டியை உதறிக் கொடுத்தான். இரயில் ஒரு ஸ்டேஷனில் நின்றுகொண்டிருந்தது. வண்டியே காலியாகிக் கொண்டிருந்தது. "என்ன ஸ்டேஷன்?" என்று சங்கரன் கேட்டான்.

துப்பட்டிக்காரன். "கோவை," என்றான்.

சங்கரனும் பரபரப்புடன் கீழே இறங்கி பிளாட்பாரம் குழாயொன்றில் முகம் கழுவிக்கொண்டான். சிற்றுண்டிச் சாலைக்குச் சென்றான். அவன் இதற்கு முன் இதே இரயிலில் வந்து கோவை சிற்றுண்டிச் சாலையில் காபி சாப்பிடப் போனதெல்லாம் நிறையக் கூட்டம் இருந்தது. ஆனால் இந்த முறை கால்வாசிக் கூட்டம்கூட இல்லை. சங்கரன் சிறிது தாராளமாகவே சாப்பிட்டான். அவன் மீண்டும் இரயில் ஏறியபோது இரவு அவனிடமிருந்த ஏழு ரூபாய் இப்போது ஐந்தே காலாகக் குறைந்திருந்தது.

காலை எட்டரை மணிக்கு மேட்டுப்பாளையம். சங்கரன் பழைய நினைவில் வண்டி நின்றபின் ஓட்டம் ஓட்டமாக எதிர் பிளாட்பாரத்தில் நிற்கும் உதகமண்டலம் வண்டியில் ஏறிக் கொண்டான். ஆனால் அவன் அவ்வளவு சிரமப்பட்டிருக்க வேண்டாம். இந்த இரயிலிலும் கூட்டம் இல்லை. காரணங்கள் வண்டி ரன்னிமேடு ஸ்டேஷன் அடைந்தபோது முழுமையாகத் தெரிந்தது. நல்ல குளிர் காலத்தில் மலைப் பிரதேசத்திற்கு யார் போவார்கள்? அங்கேயே வசிப்பவர்கள் அல்லது அங்கே உத்தியோகமாக இருப்பவர்கள் போவார்கள். அதனால்தான் கோவை இரயில் நிலையச் சிற்றுண்டிச் சாலையில் கும்பல் இல்லை. உதகமண்டல வண்டியிலும் கும்பல் இல்லை.

இரயில் குன்னூர் அடைந்தபோது சங்கரனுக்கு வெடவெட வென்று நடுங்கிக்கொண்டிருந்தது. வண்டியைவிட்டு இறங்கி வெயிலில் போய் நிற்கலாமாவென்று தோன்றியது. பல்லைக் கடித்துக் கொண்டு தன்னைக் கட்டுப்படுத்திக் கொண்டான். இரயில் மிக நிதானமாகக் கிளம்பி ஊர்ந்துகொண்டிருந்தது. பஸ்ஸில் வந்திருக்கலாம் ஆனால் முதலிலேயே இரயிலுக்கென்று டிக்கெட் வாங்கியாயிற்று. மேலும் பஸ்ஸுக்கென்றால் கூட இரண்டு மூன்று செலவாகும். இப்போதே கையில் இருப்பது ஐந்து ரூபாய்ச் சொச்சம்தான்.

ஒருவழியாகப் பகல் பன்னிரண்டரை மணிக்கு இரயில் ஊட்டி ஸ்டேஷனை அடைந்தது. எண்ணிப் பதினைந்து பேர்கள்கூட கீழே இறங்கவில்லை. இறங்கினவர்கள் ஸ்டேஷன்

சிப்பந்திகள், போட்டார்கள்கூடக் கம்பளிக் கோட்டு அணிந்து கொண்டிருந்தார்கள்.

சங்கரன் ஸ்டேஷன் வெளியே வந்தபோது அவனை வண்டிக் காரர்கள், டாக்ஸிக்காரர்கள் யாரும் சூழ்ந்துகொள்ளவில்லை. ஒரே ஒரு டாக்ஸிதான் சற்றுத்தள்ளி நின்றுகொண்டிருந்தது. சங்கரன் டாக்ஸி டிரைவரிடம் சென்று, "அண்ணா ஸ்டேடியம் எப்படிப் போகணும்?" என்று கேட்டான்.

"டாக்ஸி வேண்டாமா?" என்று டிரைவர் கேட்டான்.

"லக்கேஜ் ஒண்ணும் இல்லை. வழி தெரிஞ்சா நடந்தே போயிடுவேன்."

"அதோ அப்படி நேரே கொஞ்சம் தூரம் போய் மறுபடியும் கேளு. முதல்லே கோட்டு ஏதாவது போட்டுக்க. குளிர்ல செத்துடுவே."

சங்கரன் வேகமாக நடந்தான். குளிர் பிரதேசங்களில் விரைத்துப் போய்விடாமல் இருக்க எப்போதும் உடலை அசைத்துக்கொண்டே இருக்க வேண்டும் என்று அவன் எங்கோ படித்திருந்தான். இப்போது அவன் உடலை எப்படி ஆட்டி அசைத்து நடந்தாலும் குளிர் நடுக்கித் தள்ளியது. வெயில் நல்ல பிரகாசமாக இருந்தது. ஆனால் அதே நேரத்தில் குளிர் அவன் அதுவரை அனுபவித்து அறியாத அளவுக்கு இருந்தது. தெருவில் அதிக ஜன நடமாட்டம் இல்லை. ஆனால் கண்ணில் தென்பட்டவர்கள், போலீஸ்காரர்கள் எல்லாரும் ஒழுங்காகக் கம்பளிக் கோட்டு அணிந்துகொண்டு கழுத்துக்குக் கம்பளி மப்ளர்கள் சுற்றிக்கொண்ட வண்ணம் இருந்தார்கள். ஒரு கடையில் நிறையப் பத்திரிகைகள் தொங்கிக்கொண்டிருந்தன. சங்கரன் அங்கு சென்று, "ஹிந்து இருக்கிறதா?" என்று கேட்டான்.

"இன்றையது இல்லை."

"அதோ இருக்கிறதே, அது என்ன?"

"அது நேற்றுப் பத்திரிகை."

"அதைத்தான் ஒன்று கொடு."

பழைய தினசரிப் பத்திரிகையை வாங்க அவன் ரூபாய் நோட்டை மாற்ற வேண்டியிருந்தது. அப்படியே ஒரு பன்னும் வாங்கி வெகு நிதானமாகச் சுவைத்துத் தின்றான். பத்திரிகையை இரண்டாகப் பிரித்து மடித்து ஒரு பகுதியை தன் மார்பை

மூடுவதாகவும் இன்னொரு பகுதி முதுகை மூடுவதாகவும் தன் ஷர்ட்டுக்குள் செருகிக்கொண்டான். குளிர் கொஞ்சம் பொறுக்கக் கூடியது போல மாறியது. தன் இரு கைகளையும் பாண்ட் பைக்குள் நுழைத்துக்கொண்டு அண்ணா ஸ்டேடியம் பக்கம் நடந்தான்.

அது அப்படி ஒன்றும் அவனுக்குத் தெரியாத இடம் இல்லை. இதற்கு முன் இரு முறை வந்திருக்கிறான். ஆனால் அப்போது ஊரே வேறு மாதிரி இருக்கும். எங்கு பார்த்தாலும் உற்சாகம் ததும்பும் முகத்துடன் மக்கள் திரள் காணக் கிடைக்கும். குளிர் இருக்கும், ஆனால் சுகமான, பொறுத்துக்கொள்ளக்கூடிய குளிர். என்ன முட்டாள்தனம் ஒரு ஊர் நாம் என்றோ கண்டது போல் என்றும் இருக்கும் என்று எதிர்பார்ப்பது?

அண்ணா ஸ்டேடியம் அனாதையாகக் கிடந்தது. பூதக் குழந்தைகள் அனாதையாகப் போய்விட்டால் இப்படித்தான் இருக்கும். பூதக் குழந்தைகளாக இருந்தாலும் அவற்றை நிறையக் கம்பளி கொண்டு போர்த்தி வைக்காவிட்டால் இந்தக் குளிரில் செத்துப் போய்விடும். சங்கரனின் பாண்டையும் குளிர் ஊடுருவி அவனுடைய கால்களைத் தாக்கிக்கொண்டிருந்தது. வெயில் பிரகாசமாயிருப்பதற்கும் இப்படிக் குளிர் நடுக்கித் தள்ளுவதற்கும் எந்தப் பொருத்தமும் கிடையாது. கண்ணில் தென்பட்டவர்கள், கடைக்காரர்கள், தபால்காரன், போலீஸ் எல்லாரும் இந்தக் குளிரை முன்கூட்டியே அறிந்து மதித்து நடப்பவர்களாயிருந்தார்கள். ஒருவன்கூடச் சங்கரன் போல ஒரு பாண்டையும் சட்டையும் நம்பி வெளியே திரியவில்லை. ஸ்டோன்ஹில் குன்றத்தின் படிக்கட்டையடைந்தபோது சங்கரனுக்கு முன்பு அவன் குன்னூரில் சந்தித்த ஒரு பிச்சைக்காரன் நினைவுக்கு வந்தான். குன்னூரில் தபாலாபீஸுக்கு இறக்கமாக உள்ள வழியாகச் செல்ல வேண்டும். அங்கு தபாலாபீஸுக்குப் பத்து பதினைந்து கஜ தூரத்தில் ஒரு கிழப் பிச்சைக்காரன் உட்கார்ந்திருப்பான். பொதுவாகத் தமிழ்நாட்டுப் பிச்சைக்காரர்களின் தோற்றத்திற்கும் அவனுக்கும் அதிக ஒற்றுமை இருக்காது. அவன் பாண்ட் கோட்டு அணிந்துகொண்டிருப்பான். தலையில் ஒரு தொப்பி கூட வைத்திருப்பான். சங்கரன் அவனுடைய உடை பற்றியும் பொதுத் தோற்றம் பற்றியும் வெகுநேரம் வியந்திருக்கிறான். ஆனால் அந்தப் பிச்சைக்காரனுக்குப் பலர் அனுதாபம் காட்டுபவர்களாயிருந்தார்கள். அவன் பல ஆண்டுகளாக அவ்விடத்தில் உட்கார்ந்துகொண்டு பிச்சை எடுப்பவனாக இருக்க வேண்டும். கோடைக் காலத்தில் அவ்விடங்களில் நிறைய உல்லாசப் பயணிகள் வரும் நாட்களில் அவனுக்குப் பிச்சை எளிதாகக் கிடைத்துவிடலாம். ஆனால் இம்மாதிரி குளிர்

காலத்தில் அவன் யாரை நம்பி எதை நம்பி வாழ்வான்? முதலில் அவன் இந்தக் குளிரிலிருந்து தன்னைப் பாதுகாத்துக்கொள்ள என்ன செய்வான்? பெரிய கம்பளி ஏதாவது வைத்திருப்பானோ? அவனுக்குக் கிடைக்கும் ஐந்து பைசா பத்து பைசாக்களைச் சேர்த்து வைத்து ஒரு கம்பளி வாங்கிக்கொண்டிருப்பான். அவன் வயது அறுபதைத் தாண்டியிருக்கும். சங்கரனின் அப்பாவுக்கும் வயது அறுபத்தொன்று. போன வருடம்தான் சஷ்டியப்த பூர்த்தி செய்துகொண்டார். அவருக்குச் சட்டையே தேவையில்லை. முண்டா பனியனைப் போட்டுக்கொண்டே காலத்தைத் தள்ளிவிடலாம். அவரை இந்தக் குளிர்நாட்களில் ஊட்டியில் கொண்டுவந்து விடவேண்டும்.

அரை பர்லாங்கு நீளத்திற்கு ஒரே கட்டிடமாகக் கட்டப்பட்ட தொன்றில் வரிசையாகப் பல வீடுகள் இருப்பது வெளியே உள்ள தோட்டங்களாலும் தோட்ட வேலிகளாலும் வெளிப்படையாகத் தெரிந்தது. அத்தோட்டங்களில் அப்போது ஒரு பூக்கூடக் காணக் கிடைக்கவில்லை. இதே தோட்டங்கள் வெயில் காலத்தில் பல வண்ணப் புஷ்பங்களை ஏராளமாகச் சுமந்து கொண்டு அடக்கம் அறியாப் பெண்கள் போல இருக்கும். இயற்கையோடு இசைந்திருப்பவர்களுக்கு அடக்கம் எதற்கு? மனிதன்கூட ஆதி நாட்களில் காட்டுமிராண்டியாக இருந்த காலத்தில் குளிரால் இவ்வளவு கஷ்டப்பட்டிருக்க மாட்டான். அவனுக்குக் குளிரை எதிர்க்க இவ்வளவு சாதனங்கள் தேவைப்பட்டிருக்காது.

எல்லா வீடுகளின் வாசற்கதவுகளும் சாத்தியிருந்தன. ஒன்று இரண்டு... ஏழு எட்டு ஒன்பது. சங்கரன் நாடி வந்த வீடும் வந்தாயிற்று. ஒன்பது. அதன் கதவும் சாத்தியிருந்தது. தோட்டத்தைச் சுற்றி மூங்கில் பிளாச்சுகளால் வேலியிடப் பட்டிருந்தது. வேலிக் கதவும் மூங்கிலால் செய்யப்பட்டது. அந்தக் கதவைத் திறக்கும் வரை சங்கரன் மிகுந்த உறுதியோடு அந்த வீட்டையும் அந்த வீட்டில் அவன் நாடி வந்தவனைப் பற்றியும் மனதில் அதிகம் நினைக்கவில்லை. சந்தேகங்களைத் தவிர்க்க அதைவிடச் சிறந்த முறை இல்லை என்பதினாலோ?

ஆனால் இப்போது சிந்தித்துத்தான் ஆகவேண்டும். கதவைத் தட்ட வேண்டும். கதவைத் திறப்பவன் பழனிச்சாமியாகவே இருக்க வேண்டும். இந்த வேளையில் பழனிச்சாமி வீட்டில் இருப்பான். அவன் பகல் சாப்பாட்டிற்காக வரும் நேரம்தான் இது. அவன் இருப்பான். அவன் இருக்க வேண்டும்.

பாண்ட் பையிலிருந்து வெளியே எடுக்கப்பட்ட கை குளிரில் சுருங்கித் தவித்துக்கொண்டிருந்தது. சங்கரன் அந்த ஒன்பதாம்

இலக்கம் இடப்பட்ட கதவைத் தட்டினான். இரு நிமிடங்கள் கழித்து மீண்டும் தட்டினான். அப்போதும் உள்ளே யாதொரு அசைவையும் உணர முடியவில்லை. "சாமி! சாமி!" என்று கத்தித் தட்டினான். அளவு மீறிய இரைச்சல் போட்டு விட்டோமோ என்ற எண்ணம் எழுந்து சிறிது பின்வாங்கி நின்றான்.

உள்ளே கதவுத் தாழ்ப்பாள் விலக்கப்படும் சப்தம் கேட்டது. அது நன்றாக சிக்கிக்கொண்டிருக்க வேண்டும். பலமுறை அசைத்து அதைத் தள்ளும் ஒலி கேட்டது. அந்தத் தாழ்ப்பாளை அடுத்து இன்னொரு தாழ்ப்பாள். இது இலகுவில் வந்துவிட்டது.

பழனிச்சாமியே தன் முன் நிற்க வேண்டும் என்று சங்கரன் வேண்டிக்காண்டான். அவனை நன்கு புரிந்துகொண்டவன் இந்த உலகத்தில் பழனிச்சாமி ஒருவன்தான். பழனிச்சாமி, பழனிச்சாமி, பழனிச்சாமி...

அவனுக்கு 'தி ஸ்டிரீட்கார் நேம்ட் டிஸையர்' ஞாபகம் மீண்டும் வந்தது. இம்முறை முதலாம் காட்சி. பிளான்ஷ் அவளுடைய சகோதரியை நாடிச் செல்கிறாள். பிளான்ஷின் கடைசிப் புகலிடம் அவளுடைய சகோதரிதான். சகோதரி வீட்டிற்குப் பிறகு அவள் அடுத்துச் செல்லுமிடம் பைத்தியக்கார ஆஸ்பத்திரிதான். பிளான்ஷ், பழனிச்சாமி, பிளான்ஷ், பழனிச்சாமி...

கதவு திறந்தது. அது பழனிச்சாமி இல்லை.

4

சங்கரன் எதிர்பார்த்தது வீண் போகவில்லை. அப்பா காலைப் பத்திரிகையைப் பார்த்துச் சிறிது பதற்றம் அடைந்திருந்தார். சந்தேகமில்லை.

காலை டிபனுக்கு அம்மா இட்லி செய்திருந்தாள். "கொஞ்சம் சட்னி போடு" என்று அப்பா சொன்னார். அம்மா சட்னி போட வந்தாள். "நான் உன்னை என்ன கேட்டேன்?" என்று அப்பா எரிந்து விழுந்தார்.

அம்மா அசைந்து கொடுக்காமல், "எல்லாம் நீங்க கேட்டதைத்தான் போடறேன்," என்று பதில் கொடுத்தாள்.

"எவனுக்கு இந்த ஊசச் சட்னி வேண்டும்? கொண்டு போய்ச் சாக்கடையில் கொட்டு," என்று அப்பா கத்தினார்.

அசோகமித்திரன்

அம்மாவும் தளர்ந்து போய் விடாமல், "அப்போ என்ன போடச் சொல்றேள்? சட்னி வேணுமா வேண்டாமா?" என்றாள்.

"மொளகாப் பொடி இல்லை? அது இருந்தாக் கொஞ்சம் கொட்டேன்."

"முன்னாலேயே கேட்டிருந்தா போட்டுட்டுப் போறேன்."

"ஏன் நான் கேட்டது காதிலியே விழலியா? காதிலே என்ன பஞ்சா அடைச்சு வைச்சுண்டிருக்கே?"

"இது எதுக்கு அதிகப்படி பேச்சு? நீங்க மொளகாப் பொடின்னு கேட்டதே இப்பத்தான்."

"நான் அப்பலேந்து மொளகாப் பொடி போடுன்னு அடிச்சிண்டிருக்கேன்…"

இந்தத் தருணத்தில் 'குளுக்' என்று ஒரு சப்தம் கேட்டது. அப்பா திரும்பிப் பார்த்தார். சங்கரன், மீரா, மணி எல்லாரும் மிக மும்முரமாக இட்லி தின்றுகொண்டிருந்தார்கள். சங்கரனுக்கு அச்சப்தம் தான் எழுப்பவில்லை என்பது தவிர யாரிடமிருந்து வந்திருக்கும் என்று தெரியவில்லை.

அறையில் ஆழ்ந்த மௌனம் நிலவியது. அம்மாகூடச் சற்றுத் தள்ளியே நின்றாள்.

"யாரது?" என்று அப்பா கேட்டார். யாரும் பதில் தரவில்லை. எல்லாரும் இட்லியிலேயே கவனமாயிருந்தனர்.

ஆனால் மறுபடியும் 'குளுக்' என்று சற்றுப் பலமாகவே சப்தம் வந்தது. நிச்சயம் அங்கிருந்தவர்களில் யாரோ சிரிப்பை அடக்கிக்கொண்டிருக்கிறார்கள்.

சங்கரனைப் பார்த்து, "என்னடா?" என்று அப்பா கேட்டார்.

சங்கரன், "என்ன?" என்று பதிலுக்குக் கேட்டான்.

"ஏன் உடம்பு ஒண்ணும் சரியில்லையோ?"

"ஏன்? சரியாயிருக்கே!"

"அது சரியாயிருக்கணும்னா ஜாக்கிரதையாயிரு."

"சரி."

பிரமாதமாக ஆரம்பித்த நாடகம் சப்பென்று முடிந்து விட்டது. அப்படி முடியக்கூடாதென்று கங்கணம் கட்டிக் கொண்டது போல மீண்டும் அதே 'குளுக்' சப்தம் எழுந்தது. இம்முறை அப்பா எழுந்து, "டேய் கம்மனாட்டி! என்னன்னுடா நினைச்சிண்டிருக்கே? மரியாதையாய்ப் போட்ட சோத்தைத் தின்னுண்டுகிட. இல்லாட்டா தோலை உரிச்சிடுவேன்," என்றார்.

சிரித்தது யார் என்று இந்த மூன்றாம்முறை சப்தம் வந்த போது சங்கரனுக்குத் தெரிந்துவிட்டது. இருந்தாலும் மீராதான் சிரித்தாள் என்று சொல்வது அவனுடைய வயதுக்கும் அந்த வீட்டில் அவனுக்குத் தரப்பட்ட இடத்திற்கும் சரியாகாது என்று சுபாவமாகவே உணர்ந்தான். மீராவே அவனை ஒரு துரும்பாகத்தான் மதித்து வந்தாள். இப்போது அவளை அவன் காட்டிக் கொடுத்தால் அவள் மிகவும் அபாயகரமான எதிரியாக மாறுவாள்.

"இதோ பார், உன்னைப் பார்த்து யார் சிரிச்சா என்னன்னு எனக்குத் தெரியாது. நான் உன்னைப் பார்த்துச் சிரிக்கலை. அவ்வளவுதான்."

"என்னடா மறுபடியும் மரியாதையில்லாம பேசறே?"

"நான் சிரிக்கலை, சரிதானே?"

மறுபடியும் அறையில் மௌனம் நிலவியது. அப்பா மட்டும் ஏதோ முணுமுணுத்துக்கொண்டே இருந்தார். அவருடைய உண்மையான கோபம் இந்திரா காந்தியிடமும் கே.ஆர். கணேஷிடமும் இருக்க வேண்டும். சங்கரனுக்கு இந்த ஊகம் அவனும் பதற்றமடைவதைத் தவிர்த்தது. அவன் சாப்பிட்டு எழுந்துவிட்டான். அச்சமயம் பார்த்து மீரா மீண்டும் சிரித்து விட்டாள். இப்போது அவள் சிரிப்பதை எல்லாருமே பார்த்து விட்டார்கள். ஆனால் அப்பா சங்கரன் மீதுதான் பாய்ந்தார். "அயோக்கியப் படவா!"

"மரியாதையை விட்டுடாதே."

"ராஸ்கல், பொட்டைக் குட்டியைச் சிரிப்பு மூட்டி வேடிக்கை பாக்கறாயா?"

"உன்னை வேடிக்கை பாக்கறத்துக்கு யாரையும் சிரிப்பு மூட்டிவிட வேண்டியதில்லை."

"என்னடா சொன்னே கம்மனாட்டி?"

"மறுபடியும் சொல்லறேன். மரியாதையை விட்டுடாதே."

"உனக்கு என்னடா மரியாதை, திருட்டு ராஸ்கல்!"

"இதோ பார், திருடன் திருடன்னு சொன்னா உன்னையே திருப்பிக் கேக்கறமாதிரி ஆயிடும்."

"என்னடா கேக்கிறமாதிரி ஆயிடும்?"

"நீதானே திருடிட்டு இரண்டு வருஷம் ஜெயில்லேகூட இருந்துட்டு வந்திருக்கே."

இலை உதிர்ந்தால் அதைக் கேட்கக்கூடிய நிசப்தம். அப்பா அதிர்ந்துபோய் உட்கார்ந்திருந்தார். மீராவுக்குக்கூட அவளுடைய சிரிப்பெல்லாம் பறந்துபோயிருக்கும்.

சங்கரன் எழுந்து போய்க் குளியலறையில் கையை நன்றாக அலம்பிக்கொண்டு வந்தான். அவன் டைனிங் டேபிளைத் தாண்டுகையில் அவனுடைய அப்பா அவன் மீது எச்சில் கையோடு பாய்ந்தார். கழுத்துப்பக்கம் சட்டையைப் பிடித்த வண்ணம், "போடா வெளியிலே" என்றார்.

சங்கரன் ஒரு கணம் திகைத்து நின்றான். ஆனால் வெகு சீக்கிரமே சுதாரித்துக்கொண்டான். அப்பாவைப் பார்த்து, "சட்டையை விடுடா!" என்றான்.

"யாரைடா டான்னு சொன்னே?" என்று அவனுடைய அப்பா அவனைக் குலுக்கினார்.

"உன்னைத்தாண்டா சொன்னேன், விடு சட்டையை!"

அம்மா குறுக்கே வந்தாள், "இது என்ன அசட்டுத்தனம்? அவன் வம்புக்கு ஏன் போறேள்?" அவள் அப்பாவை விலக்கினாள்.

சங்கரன் தன் சட்டையைச் சரிப்படுத்திக்கொண்டு இட்லி ஒட்டிக்கொண்டிருந்த இடங்களை விரலால் தட்டிச் சுத்தம் செய்துகொண்டான். அவனுடைய அப்பா மீண்டும் டைனிங் டேபிளில் போய் உட்கார்ந்தார். உட்கார்ந்தவர் சாப்பிடாமல் சங்கரனைத் திரும்பிப் பார்த்து "டேய், இன்னிலே இருந்து நீ இங்கே இருக்காதே, வெளியே போயிடு," என்றார்.

"நீ யார் என்னை வெளியிலே போகச் சொல்றதுக்கு?" என்று சங்கரன் கேட்டான்.

“நான் இந்த வீட்டு எசமானன். நான் சொல்றபடிதான் இங்கே நடக்கணும்.”

“அப்படி ஒண்ணும் சட்டமில்லே. நீ இருக்கலாம்னா நானும் இருக்கலாம். நான் வெளியிலே போகணும்னா நீயும் வெளியிலே வா!”

“நீ யார்றா என்னை வெளியிலே வரச் சொல்றதுக்கு நாயே!”

“இதோ பார், மறுபடியும் மரியாதையை விட்டுடறியே? இந்த நாய் பன்னியெல்லாம் உன்கிட்டேயே வைச்சிக்கோ.”

“வெளியிலே போடா; போடா வெளியிலே!”

“நீயும் வெளியிலே வா!”

“நான் ஏண்டா வெளியிலே வரணும்?”

“இதோ பார், இது உன் வீடில்லை. இது தாத்தா வீடு. உனக்கு எவ்வளவு உரிமை இருக்கோ அவ்வளவு உரிமை எனக்கும் இருக்கு. பாக்கப் போனா தாத்தா சொத்திலே எல்லாத்திலேயும் எனக்குப் பங்கு இருக்கு. நீ ஒழுங்கா எனக்குச் சொத்தைப் பிரிச்சிக்கொடு, நான் போயிடறேன்.”

“சொத்தைக் கொடுத்தா நாலு நாளிலே ஊதி தள்ளிடுவே.”

“நான் ஊதறேனோ உறிஞ்சறேனோ என் பாடு. இந்த வீட்டிலே உனக்கு இருக்கிற உரிமை அவ்வளவும் எனக்கு இருக்கு.”

“போடா, கோர்ட்லே போய் டிகிரி வாங்கிண்டு வா.”

“நான் எதுக்குக் கோர்ட்டுக்கெல்லாம் போகணும்? அதெல்லாம் உனக்குத்தான் பழக்கம். நீ உன் கிட்டே வைச்சுண்டிருக்கிற பணம் காசு எல்லாம் திருடிச் சம்பாதிச்சது; மறந்துடாதே. உன்னை அலற அடிக்க இப்பவும் மாசம் ஒரு சம்மன் வந்திண்டிருக்கு. மறந்துடாதே.”

பேச்சை வளரவிடக்கூடாதென்று கருதினாள் அம்மா; “சங்கர், நீ மாடிக்குப் போடா. பெரிய பேச்செல்லாம் நீ பேச வேண்டியதில்லை. வாயை மூடிண்டு போ அந்தண்டை.”

“எல்லாம் நான் வாயை மூடிண்டுதான் போறேன். இந்த அப்பாதான் அநாவசியமா மறுபடியும் மறுபடியும் வம்புக்கு வரா.”

"அவனோட நீயேன் பேசறே?" என்று அப்பா அம்மாவிடம் சொன்னார். பிறகு தனக்குத்தானே சொல்லிக்கொள்வது போல, "தண்டச்சோறு," என்றார்.

"என்ன சொன்னே?" என்று சங்கரன் கேட்டான்.

"தண்டச்சோறு."

சங்கரன் ஒரே எட்டில் அப்பாவிடம் சென்றான். மூஞ்சியில் ஓங்கி ஒரு குத்து விட்டான்.

5

"பழனிச்சாமி இல்லை?"

"ஆபீஸ் போயிருக்காரு."

சங்கரனுக்குப் போன மூச்சு திரும்ப வந்தது, அத்துடன் குளிரும் வந்தது. அவனுடைய பற்கள் உடனே கடகடவென சப்தம் செய்தன.

"இப்போ சாப்பிட வருவாரா?"

"அவர் சாப்பிட்டுப் போயிட்டாரு . . . நீங்க ஸ்வெட்டர், கோட் ஒண்ணும் போட்டுக்கலியா? ரொம்பக் குளிருமே?" அந்தப் பெண் அங்கலாய்ப்புடன் கேட்டாள்.

"எனக்கு ஞாபகமே இல்லாமே மெட்ராஸ்லேந்து கிளம்பி வந்துட்டேன். இங்கே வந்தப்புறம்தான் இங்கே இப்படி யெல்லாம் குளிரும்னு நினைவுக்கு வந்தது."

அந்தப் பெண் கதவைத் தாளிடக் காத்துக்கொண்டிருந்தாள். அவள் பழனிச்சாமியின் தங்கை. சின்ன வயதிலேயே அவளைக் கல்யாணம் செய்து கொடுத்திருந்தார்கள். சங்கரன் இருமுறை ஊட்டிக்குச் சென்றிருந்தபோதும் அவளைப் பார்க்கச் சந்தர்ப்பம் நேர்ந்ததில்லை. இப்போது எதற்கு வந்திருக்கிறாளோ . . . அதுவும் இந்தக் குளிரில்.

"எனக்கு ஒரு போர்வை ஏதாவது எடுத்து தரீங்களா? நான் திருப்பிக் கொண்டு வந்துடறேன்."

"போர்வையா?"

"பழனிச்சாமியை அவருடைய ஆபீஸ்லே போய்ப் பார்க்கறேன். என்னாலே குளிரைத் தாங்க முடியலை."

இவனை நம்புவதா கூடாதா என்று தீர்மானிக்க முடியாத நிலையில் அந்தப் பெண் உள்ளே சென்றாள். இரு நிமிடங்களில் பழனிச்சாமியின் தாயார் வந்தாள். "யாரு தம்பி?" என்று கேட்டாள்.

"நான் சங்கரன். முன்னேகூட வந்து உங்க வீட்டிலேயே தங்கியிருக்கேன்."

"சாமிக்கு எவ்வளவோ சினேகிதங்க. நிறையப் பேரு இங்கே வந்திருக்காங்க, போயிருக்காங்க."

"போன வருஷம்கூட நான் வந்திருக்கேன்."

அந்த அம்மா சங்கரனை ஏற இறங்கப் பார்த்தாள். சங்கரனுக்குக் குளிருடன் பசி மயக்கம் வேறு. அதை அவள் ஒரு நொடியில் தெரிந்துகொண்டிருக்க வேண்டும். "இப்படி ஒழுங்காகச் சட்டை துணி இல்லாமே வந்த மனுஷாளுங்க வியாதி வந்து செத்துக்கூடப் போயிடுவாங்க. இங்கே குளிரும்னு தெரியாதா, தம்பி?"

"தெரியும்மா. ஏதோ புத்தியில்லாமே வந்துட்டேன்."

"சாமான் வேறே ஏதும் கொண்டு வரலையா?"

"இல்லை, இப்படியே வந்துட்டேன்."

"வீட்டுலே சண்டை போட்டுண்டு வந்திட்டியா?"

சங்கரனுக்குப் பதில் சொல்லத் தோன்றவில்லை. அவன் உடல் பயங்கரமாக நடுங்கியது. பழனிச்சாமியின் தாயார், "கல்யாணி, அண்ணனுடைய கோட்டு ஏதாவது இருந்தால் உடனே எடுத்து வாம்மா," என்றாள். ஆனால் சங்கரனை உள்ளே வரும்படி சொல்லவில்லை.

பழனிச்சாமியின் தங்கை ஒரு பழைய கம்பளிக் கோட்டு கொண்டு வந்தாள். அதை அவள் அம்மா வாங்கி சங்கரனிடம் கொடுத்தாள். சங்கரன் உடனே அதை அணிந்துகொண்டான். அது அவனுக்கு மிகவும் பெரியது. பழனிச்சாமி உடல்வாகில் அவனளவுதான் இருப்பான். இந்தக் கோட்டு வேறு யாருடைய தாவதாக இருக்க வேண்டும்.

"நான் அவனை ஆபீசிலே பார்த்துக்கறேன்," என்று சொல்லி விட்டுச் சங்கரன் கிளம்பினான். குளிருக்குப் பாதுகாப்பு கிடைத்து விட்டது. இப்போது பசி வயிற்றைக் கிண்டியது.

தாசப்பிரகாஷ் ஹோட்டல் இடம் மாற்றப்பட்டிருந்தது. கோடை தவிர பிற தினங்களில் அவர்கள் வேறு இடத்தில் ஹோட்டலை நடத்தி வந்தார்கள். சங்கரன் அங்கு போனபோது ஒருவரைக்கூடக் காணோம். ஏதோ பள்ளிச் சிறுவர்கள் ‘பொடானிக்கல் எக்ஸ்கர்ஷன்’ வந்திருந்தார்கள். அந்த இருபது சிறுவர்கள் இல்லாது போனால் அந்த ஹோட்டலில் தங்குவதற்கோ சாப்பிடுவதற்கோ யாரும் இல்லாத நாளாக அது இருக்கும். சிறுவர்கள் இரண்டு மணிக்கு வருவதாகச் சொல்லிப் போயிருக்கிறார்கள். அவர்கள் வந்தவுடன் நிலைமை தெரிந்துவிடும். சங்கரனும் சாப்பிடலாம்.

சங்கரன் வேறெங்காவது போய்விடலாமா என்று யோசித்தான். கோடை நாட்களில் பயணிகள் நிறைய வரும் போது அதே ஹோட்டல்கள் செயல்படும். இம்மாதிரி நாட்களில் அவை உள்ளூர்க்காரர்களுக்குத்தான். ஊட்டி மிக ஏழ்மையான இடம். வீட்டில் இரு வேளையும் ஒழுங்காகச் சமைத்துச் சாப்பிடுபவர்களே குறைவாகத்தான் இருக்கும். இதில் வெளியே ஹோட்டலுக்குப் போய் சாப்பிடுபவர்கள் எவ்வளவு பேர் இருக்க முடியும்?

சங்கரன் பசியிலும் களைப்பிலும் கண்ணயர்ந்து விட்டான். அப்போது ஒரு சிறுவர்க் கூட்டம் ஆர்ப்பாட்டமாக ஹோட்டலுக்கு வந்தது. சங்கரனுக்கு அவர்களைப் பார்க்கச் சந்தோஷமாயிருந்தது. அவன் காலையிலிருந்து பார்த்த அனைவரும் சோர்வும் மௌனமும் உற்சாகமின்மையும் கொண்டவர்களாகத்தான் இருந்தார்கள். இப்போது முதன் முறையாகச் சிரிப்பும் சந்தோஷமும் காணக்கிடைத்திருக்கின்றது.

சங்கரனுக்குச் சாப்பாடு இருந்தது. ஹோட்டலில் அவனுக்குத் தாராளமாகவே எல்லாம் பரிமாறினார்கள். ஒரு நாளைக்கு ஒரு வேளை இப்படிச் சாப்பிட்டுவிட்டால் போதும். சாப்பாட்டை மட்டும் இவ்வகையில் தினமும் மூன்று ரூபாய்க்குள் முடித்து விடலாம்.

ஹோட்டல் முன்னறையில் சிறிது நேரம் சங்கரன் களைப்பாறினான். தூக்கம்கூட வந்தது. ஒரு தூக்கம் போட்டு விட்டுக் கூடப் பழனிச்சாமியைப் போய்ப் பார்க்கலாம். அவன் ஆபீசில் எப்படியும் நான்கு நான்கரை வரை இருந்தே தீருவான். அப்படிக் கிளம்பி போய்விட்டானென்றால் திரும்ப அவன் வீட்டுக்குப் போனால் போயிற்று. முதலிலேயே இங்கு வந்து சாப்பிட்டுவிட்டுப் போயிருக்க வேண்டும். ஆனால் கால்கள் நேரே பழனிச்சாமி வீட்டுக்கு அழைத்துச் சென்றதன் காரணமென்ன?

பையில் நான்கு ரூபாய்ச் சில்லறை மட்டுமே இருந்ததுதான். மேலும் குளிர், இப்போது இந்தக் கோட்டை மாட்டிக்கொண்டு மாலை வரை காலம் தள்ளிவிடலாம். இரவுக்கு இது போதாது. ஆனால் இரவுக்குள் பழனிச்சாமியைப் பார்த்துவிடலாம்.

கண்களை மூடியதும் சங்கரனுக்கு வெகு சுகமாகத் தூக்கம் வந்தது. சில சுகமான கனவுகள்கூட வந்தன.

6

இதற்கு முன்னரும் அப்பாவுக்கும் பிள்ளைக்கும் கைகலப்பு நேர்ந்திருக்கிறது. முதல் அடி அப்பாவுடையதாக இருக்கும். சங்கரன் தடுத்துக்கொள்வான். அப்படி அவன் தடுத்துக் கொள்வதே அவனுடைய அப்பாவுக்கு அடிபடும். பல நாட்களுக்கு 'அயோடக்'ஸைக் கை மணிக்கட்டுக்கும் முழங்கைக்கும் தேய்த்து விட்டுக்கொள்வார். இன்று முதலடி சங்கரனுடையதாக இருந்து விட்டது.

அப்பா திகைத்து நின்ற அளவுக்கு அம்மா செயலற்றுப் போகவில்லை. "கடங்காரா! அப்பாவையே அடிக்க வறயாடா?" என்று கேட்டுக்கொண்டு ஒரு கரண்டியை எடுத்துச் சங்கரன்மீது வீசினாள். சங்கரன் அதைக் கவனிக்க வில்லை. அவளுடைய குறியும் மிகவும் மோசமாக இருந்தது. சங்கரனுக்குப் பக்கவாட்டில் ஐந்தாறு அடியாவது தள்ளியிருந்த ஒரு கண்ணாடி பீரோ மீது கரண்டி விழுந்தது. கண்ணாடி உடைந்து பல இடங்களில் தெறித்து விழுந்தது. மீரா, 'ஐயோ, குழந்தை!' என்று கத்திக்கொண்டு ஓடினாள்.

அவள் குழந்தை அந்த அறையிலேயே இல்லை. ஆனால் அந்தக் கணமே அவள் குழந்தைக்கு விபத்து நேர்ந்து விடும்போல வெளியே ஓடினாள்.

சங்கரன் பல்லைக் கடித்துக்கொண்டு கூறினான்: "இனிமே தண்டச்சோறு கிண்டச்சோறுன்னு சொன்னே, உன் பல்லை யெல்லாம் தட்டிக் கையிலே கொடுக்கறத்தோட உன்னை ஜெயில்லே இழுத்துண்டு போறத்துக்கு வழி பண்ணிடுவேன், ஜாக்கிரதை!"

அப்பா வாயை மூடிக்கொண்டுதான் இருந்தார். ஆனால் அம்மாவால் அப்படி இருக்க முடியவில்லை. அடிவயிற்றிலிருந்து மிகுந்த ஆங்காரத்துடன் கத்தினாள். "நீ தண்டச்சோறு இல்லாமே வேறே என்னடா? உன்னைப் பணத்தைக் கொட்டிக் கொட்டிப் படிக்க வைச்சு நீ குப்பை கொட்டி நாலு வருஷம் ஆறது. நாலு

வருஷத்திலே ஒரு காலணா சம்பாதிக்கத் துப்பிருந்ததாடா, தண்டச்சோறு? தண்டச்சோறு! பெத்த தோப்பனை அடிக்க வறியே, பிசாசு; தண்டச்சோறுப் பிசாசு!"

"ஏய், வாயை மூடிக்கோ! நீயும் அவனோட ஜெயிலிலே போய் உட்காரணுமா? உனக்கும் சொல்லிவைக்கிறேன். உன் திருட்டு திரிசமம் எல்லாம் யாருக்கும் தெரியாதுண்ணு நினைச்சுடாதே. சந்தி சிரிக்க வைச்சுடுவேன், ஜாக்கிரதை" என்றான் சங்கரன்.

இதற்குப் பதில் பேச முடியாமல் சங்கரனின் அம்மா ஒரு தட்டை எடுத்து வீசினாள். மீண்டும் குறி இரண்டு கஜ தூர அளவுக்காவது தவறியது. மீண்டும் கண்ணாடிப் பீரோ மீது விழுந்து இன்னும் சில பொருள்கள் கீழே விழுந்தன. ஒரு அலாரம் கடிகாரம் கீழே தரையில் விழுந்து உடனே கணகணவென மணி அடிக்க ஆரம்பித்தது.

சங்கரனின் கண்கள் சுருங்கின. "என்னைக் கொல்லப் பார்க்கறயாடீ?" என்று அம்மாவிடம் பாய்ந்து வந்து ஓர் அறை கொடுத்தான். இப்போது அம்மாவைப் பாதுகாக்க அப்பா சீறி வந்தார். அவருடைய ஓர் அடி சங்கரனின் தலையில் பலமாக விழ அவன் ஒரு கணம் நிலை தடுமாறிப் போனான். உடனே சமாளித்துக்கொண்டு "டேய் லஞ்சம் வாங்கின பயலே! ஊரான் பணத்தைச் சாப்பிட்டு ஏப்பம் விட்ட நாயே! இன்னிக்கு உன்னை ஒழிச்சிடறேண்டா!" என்று அப்பாமீது பாய்ந்து அப்பாவை மார்பிலும் வயிற்றிலும் ஐந்தாறு குத்துவிட்டான். அப்பாவின் பெருத்த உடலில் அந்தக் குத்துக்கள் பொத்பொத்தென்று விழுந்தன. அவர் இப்போது சங்கரனைத் திருப்பித் தாக்குவதை விட்டுவிட்டு, "ஐயயோ, என்னைக் கொல்லறானே! என்னைக் கொல்லறானே!" என்று கத்திக்கொண்டு அறையைச் சுற்றி வந்தார். பிறகு வாசற்கதவைத் திறந்துகொண்டு "என்னைக் கொல்லறானே! என்னைக் கொல்லறானே!" என்று கத்திக்கொண்டு ஓடினார்.

சங்கரன், அவனுடைய அம்மா இருவரும் என்ன செய்வதென்று புரியாமல் நின்றார்கள். மணி வேடிக்கையை ரசிப்பவனாகத்தான் உட்கார்ந்திருந்தான்.

சங்கரனின் அப்பா வீட்டுத் தோட்டத்தில் குதித்துக் குதித்து ஓடினார். 'ஐயய்யோ என்னைக் கொல்லறானே! ஐயய்யோ என்னைக் கொல்லறானே!' என்று ஒவ்வொரு முறை அவர் கத்துவதற்கும் அவர் குதிப்பதற்கும் சரியாக இருந்தது. சங்கரனுக்கே அவர் தன்னுடைய பெருத்த உடலைத் தூக்கித்

கொண்டு இப்படி குதிக்கவும் கத்தவும் செய்வது ஒரு விநாடி சிரிப்பை எழுப்பியது. ஆனால் அக்கம் பக்கத்துக்காரர்கள் கூட ஆரம்பித்துவிட்டார்கள். தெருவில் போவோர்கள் நின்று, வீட்டிற்குள் எட்டிப்பார்த்தார்கள். ஐந்தாறு பேர் உள்ளேயே வந்து "என்ன சார் ஆச்சு? என்ன சார் ஆச்சு?" என்று சங்கரனின் அப்பாவைக் கட்டிப் பிடித்துக்கொண்டு கேட்டார்கள்.

அவர் அவர்கள் பிடியிலிருந்து திமிறி விடுவித்துக் கொண்டு மீண்டும் ஓடிய வண்ணமே "ஐயய்யோ என்னைக் கொல்லறானே!" என்று இன்னும் பெருத்த குரலில் கத்திக்கொண்டே இருந்தார். அங்கு கூட்டம் பெருகப் பெருக அவருடைய கத்தலும் அதிகரித்த வண்ணமிருந்தது.

சங்கரனுடைய அம்மா வாசலுக்கு ஓடி வந்தாள். அவளைப் பின்தொடர்ந்து சங்கரனும் வெளியே வந்தான். ஆனால் அவனுடைய அப்பா இப்போது அவனையோ அவனுடைய அம்மாவையோ கவனிக்கத் தேவையில்லை என்பவர் போலத் தோட்டத்தைச் சுற்றிச்சுற்றிவந்து, "ஐய்யயோ என்னைக் கொல்லறானே! ஐய்யய்யோ என்னைக் கொல்லறானே!" என்று ஒரு சீரான தாளகதியில் கத்திக்கொண்டிருந்தார்.

இரண்டு மூன்று பேர் ஒருவாறு அவரைக் கட்டிப் பிடித்து விட்டார்கள். அவர் அவர்கள் பிடியில் இருந்தபடியே, "ஐயய்யோ என்னைக் கொல்லறானே!" என்று கத்திக்கொண்டிருந்தார்.

அவரைக் கட்டிப்பிடித்தவர்கள் "யார் சார் உங்களைக் கொல்ல வரான்? யார் அவன்?" என்று கேட்டார்கள்.

அவர், "என் பிள்ளை சார்! பெத்த பிள்ளையே அப்பனைக் கொல்ல வரான், சார்!" என்று ஒரு பாட்டு போலப் பதில் தந்தார்.

"யார் உங்க பிள்ளை? எங்கேயிருக்கான் அவன்? ஓடிப் போயிட்டானா?"

"ஓடியெல்லாம் போகலை, சார்! அதோ யமன் மாதிரி நிக்கிறான், சார்!" இதைச் சொல்லிவிட்டு அவர் காலை மாறி மாறி ஊன்றி வைத்துக்கொண்டு குதிக்க ஆரம்பித்தார்.

சங்கரனின் அம்மா கலவரமடைந்துவிட்டாள். 'ஐயய்யோ! என்னாச்சுன்னா உங்களுக்கு? அந்தப் படுபாவி அடிச்ச அதிர்ச்சியிலே இவருக்கு மூளையே என்னமோ ஆயிடுத்து போலேயிருக்கே?" என்று அவள் கத்த ஆரம்பித்தாள்.

சங்கரனின் அப்பா அவர் மனைவியைக் கட்டிக் கொண்டார். "என் மூளைக்கு ஒண்ணும் ஆகலேடி! என் ஹிருதயத்துக்குத்தான் ஆயிடுத்துடி!" என்று சொல்லிக் கொண்டு அவருடைய மார்பில் அவரே நான்கு முறை குத்திக் கொண்டார். அதைத் தடுக்க முயன்ற ஒருவருக்கு முகத்தில் அடிபட்டது.

வெளியே ஐம்பது அறுபது பேருக்கும் அதிகமாகக் கூட்டம். அப்பாவின் கூத்தையும் அதனால் கூட்டத்தில் உண்டாகும் மனப் போக்கையும் உணர முடிந்த சங்கரன் வீட்டினுள் போய்விடப் பார்த்தான். அதைப் பார்த்த அவனுடைய அப்பா, "அதோ அந்தப் பாவி மறுபடியும் வீட்டுக்குள்ளே போகப் பாக்கிறான், சார்! உள்ளே போய்க் கோடாலியைக் கொண்டுவரப் பாக்கிறான், சார்!" என்று கத்தினார். சடாரென்று ஏழெட்டுப்பேர் சங்கரனைப் பிடித்துக் கொண்டார்கள்.

"விடுங்க என்னை! விடுங்க என்னை! அந்த ஆளு நாடகம் நடிக்கிறான்," என்று சங்கரன் சொன்னான்.

"நாடகம் இல்லை, சார், நாடகம் இல்லை, சார்! கத்தியை எடுத்துக் குத்த வந்தான், சார்! பெத்த தகப்பனையே குத்திக் கொல்ல வந்தான், சார்" என்று அப்பா கத்தினார்.

சங்கரனின் பக்கத்து வீட்டுக்காரர் மட்டும் சற்று தணிந்த குரலில், "சங்கரா! என்ன இது ரகளை?" என்று கேட்டார்.

"அவர் பாட்டுக்குக் கூத்தடிக்கிறார், சார்! இவரை யாராலே கொல்ல முடியும்? என்னாலே முடியுமா?"

இது அவன் அப்பா காதில் விழுந்துவிட்டது. அவர் கத்தினார், "என்னை கொன்னுட்டு ஒண்ணுமே தெரியாதவன் மாதிரிப் பேசறானே, படுபாவி! டேய் கொலைகாரப் பாவி! எங்கேயாவது என்னை விட்டு ஓடிப்போயேண்டா. படுபாவி!"

"இதுக்குத்தான் இவ்வளவும், சார்! அவருக்கு என்னை வீட்டை விட்டு வெளியே துரத்திடணும். அதுக்குத்தான் இந்த மாதிரி அவரைக் கொல்லறேன் புடைக்கிறேன்னு நாடகம் போடறார்."

ஆனால் முரட்டு ஆள் ஒருவன் சங்கரனின் கழுத்தின்மீது கையை வைத்து, "உன் அப்பாவை எப்படிடா அடிப்பே?" என்று கேட்டான்.

சங்கரன், "முதல்லே கையை எடுங்க," என்றான்.

தலைமுறைகள்

அவன் மிகவும் நிதானமாகச் சொன்னான். அவன் மீது கையை வைத்தவன் உடனே அதை அகற்றிவிட்டான்.

"இது எங்க குடும்ப விஷயம். நான் இந்த வீட்டு பிள்ளை. அவர் எங்க அப்பா. நீங்கள்ளாம் இதுலே தலையிடாதீங்க."

சங்கரனைச் சுற்றியிருந்த ஐந்தாறு பேர் இறுக்கம் தளர்ந்து நின்றார்கள். ஆனால் வீட்டுக்கு வெளியே இருந்த கூட்டம் ஒன்றுமே நடக்காதது குறித்து ஏமாற்றமடைந்து சிறிது கூச்சல் கூட போட்டது.

சங்கரனின் அம்மா தன் கணவனை, "நீங்க உள்ளே போங்கோ," என்றாள். இதை மிகவும் அக்கறையோடுதான் சொன்னாள்.

ஆனால் அவர் மறுபடியும் கத்த ஆரம்பித்தார். "நீயும் என்னை அடக்கிறயாடி? நீயும் உம் பிள்ளையோட சேந்துக்கிறயாடி? அவன் என்னை வீட்டு உள்ளே கொல்லணுமாடி? அவன் இங்கேயே கொல்லட்டும்டி! என்னை இங்கேயே கொல்லட்டும்டி!"

பக்கத்து வீட்டுக்காரருக்குச் சிரிப்பு வந்துவிட்டது. ஆனால் அவர் சங்கரனின் அப்பாவை நெருங்கி, "நான் உங்க பிள்ளை யோடு பேசி சரி பண்ணி வைக்கிறேன்," என்றார்.

"நீங்க என்ன சரி பண்ண முடியும்? உங்க பிள்ளை உங்களைக் கொலை பண்ண வந்தானா? என்னை இவன் கொலை பண்ண வர்ரானே! என்னைக் கொன்னே விட்டுடுவனே!"

வெளிக் கூட்டத்தில் ஒரு பரபரப்பு. யாரோ போலீஸ் ஸ்டேஷனில் தகவல் கொடுத்து ஒரு போலீஸ் கான்ஸ்டபிள் அங்கு வந்துவிட்டான். கேட்டைத் திறந்துகொண்டு வந்து, "என்ன சார் இங்கே ரகளை?" என்று கேட்டான்.

பக்கத்து வீட்டுக்காரர், "ரகளை கிகளை ஒண்ணும் கிடையாது. சும்மா அப்பாவுக்கும் பிள்ளைக்கும் ஒரு வாக்குவாதம். அவுங்க இரைஞ்சு பேசியிருக்காங்க. யாரோ கொலை கிலைன்னு புரளி பண்ணிட்டாங்க," என்றார்.

ஆனால் சங்கரனின் அப்பா, "புரளி கிரளி இல்லை. கான்ஸ்டபிள், அதோ அங்கே நிக்கிறானே ரவுடி மாதிரி, அவன் என்னைக் கொல்லவரான். இதோ இவுங்க எல்லாம் சாட்சி," என்றார்.

கான்ஸ்டபிள் சங்கரனைப் பார்த்து, "என்ன மிஸ்டர்?" என்று கேட்டான்.

“அந்த ஆளு பைத்தியம் பிடிச்சுப் பாயைப் புரண்டறவர். அவரை யாரும் கொல்லவும் இல்லை, கொல்லவும் முடியாது.”

“ஐயய்யோ! என்னைப் பைத்தியம்னு சொல்றானே! என்னைக் கையெட்டே அடிச்சு அடிச்சுக் கொல்ல வந்தான். இப்போ பைத்தியம்னு சொல்லறான். இவனை அரெஸ்ட் பண்ணி ஸ்டேஷனுக்குக் கொண்டு போயிடுங்க, கான்ஸ்டபிள். எனக்கு ரொம்பப் பயமாயிருக்கு.”

கான்ஸ்டபிளுக்குச் சந்தேகம் வந்துவிட்டதென்பது வெளிப்படையாகத் தெரிந்தது. “நீங்க இரண்டு பேரும் ஃபாதர் ஸன் தானே?” என்று கேட்டான்.

சங்கரன், “ஆமாம்” என்றான்.

சங்கரனின் அப்பா, “அவன் என் பிள்ளையே இல்லை, கான்ஸ்டபிள், அவன் என் பிள்ளையே இல்லை,” என்றார்.

கான்ஸ்டபிள் பக்கத்து வீட்டுக்காரரைப் பார்த்தார். அவர் மெதுவாகத் தோள்களைக் குலுக்கினார்.

கான்ஸ்டபிள் சொன்னான், “இதோ பாருங்க. இது வீட்டு உள்ளே குடும்பத்திலே நடக்கிற விவகாரம். இதெல்லாம் காக்னிஸிபில் அஃபன்ஸா வராது. நீங்க பிரைவேட்டா கம்ப்ளெயிண்ட் எழுதிக் கொடுங்க. அப்பகூட ஆக்ஷன் எடுக்கிறது கஷ்டம்.”

“அப்போ இந்தக் கொலைகாரனை அரெஸ்ட் பண்ண முடியாதா? இவனை இங்கேந்து போயிடச் சொல்ல முடியாதா?” என்று சங்கரனின் அப்பா அலறினார்.

“அதை உங்களுக்குள்ளே ஸெட்டில் பண்ணிக்கணும். நீங்க இவர் கொலை பண்ண வரார்னு சொல்றீங்க, அவர் நீங்க கொலை பண்ண வரீங்கன்னு சொல்லறாரு, என்ன பண்ணுவீங்க.”

“ஆமாம், ஆமாம். அவர் எப்பவுமே என்னைக் கொலை பண்ணனும்னுதான் ஏதாவது பண்ணிண்டேயிருப்பார்,” என்று சங்கரன் சொன்னான்.

“நீ வாயை மூடப்பா?” என்று கான்ஸ்டபிள் சொன்னான். சங்கரனின் அப்பாவைப் பார்த்து, “நான் இவரை ஸ்டேஷ னுக்குக் கொண்டு போனாக்கூட எஸ்.ஐ. இவரை விட்டுடுவாரு. கேஸ் கோர்ட்டுக்குன்னு போனா நிக்க வேண்டாம்?”

சங்கரனின் அப்பா, "அப்போ என்னைக் கொண்டு போங்க," என்று சொல்லி அழ ஆரம்பித்தார்.

பக்கத்து வீட்டுக்காரர், "இது என்ன அசட்டுத்தனம், ராமஸ்வாமி ஐயர், என்ன இவ்வளவு சிறுபிள்ளைத்தனமா இருக்கேளே? நான் உங்க இரண்டு பேருக்குள்ளே பேசி ஒரு வழி பண்ணறேன், சரிதானே?" என்றார்.

வெளியே கூட்டமாக நின்றவர்களிடம் கான்ஸ்டபிள், "போங்க போங்க எல்லாரும், வீட்டு உள்ளே யாராவது பேசிண்டா உங்களுக்கு என்ன இங்கே வேடிக்கை? போங்க, போங்க!" என்றான்.

கூட்டம் கலைய ஆரம்பித்தது. கான்ஸ்டபிள் கேட்டைத் தாண்டி வெளியே போனபோதுதான் அவன் சைக்கிளில் வந்திருந்தது தெரிந்தது. அவன் வெளியே நிறுத்தி வைத்திருந்த சைக்கிள், ஒன்று, அதுவாக பஞ்சர் ஆகியிருந்தது; அல்லது யாரோ முள்ளினால் அல்லது ஊசியினால் குத்தியிருக்கிறார்கள். கான்ஸ்டபிள் சிறிது கடுமையாகவே பேசிக்கொண்டு சைக்கிளைத் தள்ளிக்கொண்டு போனான். இது சங்கரனின் அப்பாவுக்கு உற்சாகம் தருவதாக இல்லை என்பது அவர் முகத்தில் தெரிந்தது. இனிமேல் நிஜமாகக் கொலை விழுந்தால் கூட அந்தப் போலீஸ்காரன் இந்தப் பக்கம் வரமாட்டான் என்ற பயம் ஏற்பட்டிருக்க வேண்டும்.

எல்லாரும் வெளியே போய் அந்த வீட்டுத் தோட்டத்தில் சங்கரன், சங்கரனுடைய அப்பா, அம்மா, பக்கத்துவீட்டுக்காரர் ஆகிய நான்கு பேர்களே நின்றுகொண்டிருந்தார்கள். பக்கத்து வீட்டுக்காரர், "அப்போ நான் போயிட்டு வரட்டுமா?" என்றார்.

சங்கரனின் அப்பா ஒரேயடியாகப் பீதி அடைந்தவராக "என்ன திடீர்னு போயிடறேன்றேள்?" என்றார்.

"ராமஸ்வாமி ஐயர். ஆயிரம் இருந்தாலும் நான் அந்நியஸ்தன். அப்பாவுக்கும் பிள்ளைக்கும் வர மனஸ்தாபத்தை ஒரு மூணாவது ஆள் புகுந்து சரிப்படுத்த முடியாது. அப்படி அவன் புகுந்தால், அது ஜாஸ்தியாகத்தான் போகுமே யொழியக் குறையாது. இன்னிக்கு விஷயத்தை இப்படியே விட்டுட்டு நாளைக்குக் காலையிலே ஒழுங்காகக் குளிச்சுட்டு இரண்டு பேரும் பேசிக்கோங்கோ. நிச்சயம் சரியான வழி வரும்."

இதைச் சொல்லிவிட்டு அவர் யாருடைய பதிலையும் எதிர்பாராமல் வெளியே போய்விட்டார். சங்கரனின் அப்பா

ஏதோ சிறிது ஆறுதலடைந்த மாதிரி நின்று கொண்டிருந்தார். ஆனால் அவர் ஆழமான திட்டம் ஒன்று யோசித்துக் கொண்டிருப்பதாகத்தான் சங்கரனுக்கு தோன்றியது.

7

தாசப்பிரகாஷ் ஹோட்டலின் முன்னறையில் கண் அயர்ந்த சங்கரன் விழித்துக்கொண்டபோது ஹோட்டல் கடிகாரம் நான்கு மணி காட்டியது. சங்கரனின் உடல் உடனே ஒரு கப் காபி வேண்டும் என்பதை யாதொரு அசைவும் இல்லாமல் அவனுக்கு எட்ட வைத்தது. எழுந்திருந்து வாஷ்பேசின் குழாயைத் திறந்தான். முதல் சொட்டுத் தண்ணீர் விழுந்த போது கை துடித்துப் போய்விட்டது. அபரிமித சூட்டைப் போலக் குளிரும் உடம்பைக் கூச வைத்தது.

ஹோட்டல் காலியாகவும் நிசப்தமாகவும் இருந்தது. அந்த எக்ஸ்கர்ஷன் பையன்கள் ஒன்று தூங்கிக்கொண்டிருக்க வேண்டும் அல்லது மீண்டும் வெளியே சுற்றிப் பார்க்கப் போயிருக்க வேண்டும். ஹோட்டல் சிப்பந்திகள்கூட யாரும் காணோம்.

சங்கரனுக்கு அந்தக் கட்டிடத்தில் அதிகமாக உட்புகுந்து தேடத் தயக்கமாக இருந்தது. பொறுக்க முடியாத குளிர்ச்சியுடைய தண்ணீரைத் துளி எடுத்து கண்களை மட்டும் துடைத்துக் கொண்டான். அன்று குளிக்காததாலும் பொதுவாகக் குளிர் அதிகமாக இருந்ததாலும் அவன் முகம் கறுத்துக் காணப் பட்டது. அதற்குள்ளாகவே கண்கள் காப்பற்றுப் போவதின் கவலையையும் பயத்தையும் காட்ட ஆரம்பித்துவிட்டன. பையில் ஒரு ரூபாய்ச் சில்லறை மட்டும் இருப்பது எப்படியோ சங்கரனின் நரம்புகளுக்கும் தரைகளுக்கும் தெரிந்துவிட்டது.

சங்கரன் ஹோட்டலை விட்டு வெளியேவந்தான். வெயில் குறைந்து நல்ல குளிர் தொடங்கிவிட்டது. இப்போது கோட்டிருந்தும் கூட உடம்பு வெடவெடவெனத் துடிக்கத் துவங்கிவிட்டது. கோட்டின் காலரை நன்கு தூக்கி கழுத்தை மூடிக்கொண்ட வண்ணம் சங்கரன் இரயில்வே ஸ்டேஷன் பக்கம் நடக்கத் தொடங்கினான். பழனிச்சாமியின் ஆபீசுக்கு இரயில்வே ஸ்டேஷனிலிருந்துதான் அவனுக்கு வழி தெரியும். என்னதான் தூரமிருந்தாலும் எல்லாம் இரு மைலுக்குமேல் போகப்போவதில்லை. இரண்டு மைல் என்றால் நாற்பது நிமிடங்கள். இந்தக் குளிரில் அது முப்பதாகக் குறையும். ஊட்டியின் பாதைகளில் கொஞ்சம் ஏற்றம் இறக்கம் உண்டு. அதனால் ஒரு பத்து நிமிடம் கூட்டிக் கொள்ள வேண்டும்.

ஆதலால் எப்படியும் நாலே முக்காலுக்குள் பழனிச்சாமியைப் பார்த்துவிடலாம்.

வாழ்க்கையில் ஒரு பயங்கரமான பயணத்தை மேற் கொண்டு மிக அபாயகரமான விளிம்பு ஒன்றின் முனையில் நின்றுகொண்டிருக்கும் நிலையை எட்டிவிட்டோம் என்று நன்கு உணர்த்தப்பட்டும் எப்படித் தன்னால் ஒருவித அமைதியையும் அனுபவிக்க முடிகிறது என்று சங்கரனுக்கு வியப்பாக இருந்தது. இரயில்வே ஸ்டேஷனை நோக்கிச் செல்லும்போது உண்மையில் மனம் அமைதியாகத்தான் இருந்தது. ஆனால் ஒரு சந்தேகமும் அவ்வப்போது தோன்றிக் கொண்டிருந்தது. இது உண்மையான அமைதிதானா? இந்த அமைதியின் அடிப்படை அசலானதுதானா? இந்த மிக முக்கியமான, மிகவும் நெருக்கடியான நேரத்தில், தருணத்தில், நான் என்னையே ஏய்த்துக்கொண்டிருக்கிறேனா?

இப்போது சங்கரனுக்குப் பயம் வந்துவிட்டது. நேற்று இரயில் ஏறியதிலிருந்து அந்தந்தக் கணத்தை மட்டும் வாழ்ந்து அனுபவித்தவண்ணம் காலத்தைக் கழித்திருக்கிறான். எல்லாம் இருபது மணி நேரத்திற்கும் உட்பட்டுத்தான் இருக்கும். ஒருவன் வாழ்க்கையில் இருபது மணி நேரம் மிகச் சிறிய பகுதியாகும். இச்சிறு பகுதியை மட்டும் அந்தந்தக் காலத்தின் அனுபவமாக வாழ்ந்து விடுவது பெரிய சாதனையல்ல. இது எதற்கு அவனை இட்டுச் செல்கிறது? அடுத்த இருபது மணி நேரமும் இப்படி இருக்க முடியுமா? அப்புறம் அதற்கடுத்த இருபது மணி நேரம். அப்புறம் அதற்கடுத்தது. அதற்கடுத்தது. அதற்கடுத்தது. இப்படியே இந்த ஆயுளின் இறுதிவரை முடியுமா? அது உண்மையில் முடியுமா?

முடியாது. அடுத்த ஒரு மணி நேரமே இதுவரை இருந்தது போலிருக்கும் என்று கூற முடியாது. பெரும் அதிர்ச்சியாலும் பெரிய மாறுதலுக்கான முடிவு எடுத்த காரணத்தாலும் மனம் அயர்ச்சி காரணமாகவே இப்படி ஒரு போலி அமைதியில் அடக்கம் கொண்டிருக்கலாம் அல்லவா?

திடீரென்று சங்கரனுக்குப் பசிப்பது போன்ற உணர்வு ஏற்பட்டது. உடனே அது அடங்கி தாகம் எடுப்பது போல இருந்தது. அவனைச் சூழ்ந்து அவனை வாட்டிக்கொண்ட குளிரில் இவை இரண்டும் அடிபட்டுப் போய் உடலை எங்காவது ஒரு பொந்தில் நுழைத்துக்கொண்டு பொந்தின் வாயிலை அடைத்துவிட்டு தூங்கினால் போதுமென்றும் தோன்றிற்று.

இது பொய்த் தாகம். தாகம் தண்ணீருக்காக அல்ல. ஒரு கப் காபி அல்லது டீக்காக.

சங்கரன் ஊட்டி இரயில்வே ஸ்டேஷனை அடைந்த போது அங்கு சிறிது ஜனநடமாட்டம் இருந்தது. காரணம் இன்னும் அரைமணி நேரத்தில் அன்றைய கடைசி இரயில் அங்கிருந்து கிளம்பப் போகிறது. அந்த இரயிலுக்கு மட்டும் சிலர் ஸ்டேஷனில் காத்து இருந்தனர். ஆனால் சென்னை மின்சார இரயில்களுக்குப் போல நூற்றுக்கணக்கில் அல்ல. எல்லாரும் சேர்ந்து இருபது பேர் இருந்தால் அதிகம்.

சங்கரனுக்கு அந்த ஸ்டேஷன் மிகவும் பிடித்திருந்தது. அது இந்தியா மாதிரியே இல்லை. ஏதோ ஐரோப்பிய நாட்டினது இரயில் நிலையம் போல இருந்தது. ஸ்டேஷன் சிப்பந்திகள், அங்கு காணப்பட்ட ஓரிரு போர்ட்டர்கள்கூடக் கம்பளியில் முழுக்கால் சராய், கோட் அணிந்துகொண்டு பெரிய துரைகள் மாதிரி இருந்தார்கள். அந்த ஊரே துரைகள் கலாச்சாரம் கொண்டது. துரைகளை வேறெந்தக் காரணத்திற் காக வெறுத்தாலும் அவர்களையும் அவர்களைச் சார்ந்த இடங்களையும் மனோரம்மியாக வைத்துக்கொள்வதில் அவர்கள் கைதேர்ந்தவர்கள். இந்த ஊட்டி அவர்கள் உண்டு செய்த சிறு வாசஸ்தலம். இந்த ஊரின் தெருக்களையும் முக்கிய கட்டிடங் களையும் இரயில் நிலையத்தையும் எவ்வளவு அழகுணர்ச்சியுடன் அமைத்திருக்கிறார்கள்!

சங்கரனுக்கு அந்தத் தருணத்தில் இப்படிப்பட்ட சிந்தனைகளில் ஆழ்வதுகூட ஒரு பெரும் பொய்ப் பள்ளத்தில் விழவைக்கும் வழி என்று தோன்றியது. அவன் இரயில் நிலையத்தின் சிற்றுண்டிச் சாலைக்குச் சென்று ஒரு கப் டீ வாங்கிக் குடித்தான். டீ வாயைச் சுட்டது. ஆனால் அப்படிச் சுட்டது சுகமாக இருந்தது. இப்போது பையில் சரியாக ஒரு ரூபாய். ஒரே ரூபாய்.

பழனிச்சாமி காரியாலயத்தை நோக்கி வேகமாக சங்கரன் நடந்தான். ஓரிடத்தில்கூடத் தட்டுக்கெடாமல் சரியாக அங்கு போய்ச் சேர்ந்துவிட்டான். அந்த இடமும் எவ்வித மாறுதலும் இல்லாமல் அவன் முன்பு பார்த்த மாதிரியே இருந்தது. அரசு காரியாலயங்கள் அவ்வளவு எளிதில் மாற்றம் அடைவதில்லை.

காரியாலயக் கட்டிடத்தில், முன் அறையிலேயே பழனிச்சாமி உட்கார்ந்திருப்பான். சங்கரன் அங்கு எட்டிப் பார்த்துப் பழனிச்சாமி இல்லாததைக் கண்டு கவலைகொண்டான். புது

டில்லியில் மத்திய அரசு கெடுபிடி செய்து வருவதாலேயோ என்னவோ இங்கு ஊட்டியிலும் எல்லாரும் மாலை நாலே முக்கால் மணிக்குக்கூட ஐரூராக வேலை செய்துகொண்டிருந்தார்கள். இவ்வளவு மும்முரமாக வேலை செய்பவர்களை எப்படி தொந்தரவு செய்வது என்றுகூட ஒரு கணம் சங்கரன் தயங்கினான். பிறகு தயக்கத்தை விட்டு முன் கதவுக்கு அருகில் உட்கார்ந்திருந்த ஒருவரை, "பழனிச்சாமி இந்த ஆபீஸிலேதானே இருக்கார்?" என்று கேட்டான்.

"ஆர், பழனிச்சாமிதானே?" என்று அவர் கேட்டார்.

"ஆமாம்."

"கொஞ்சம் நேரம் இருங்க. ரிக்கார்ட்ஸ் ரூமுக்குப் போயிருக்கார். இதோ வந்திருவார்."

சட்டென்று சங்கரனின் சகல கவலைகளும் அவனை விட்டகன்ற மாதிரி இருந்தது. அவன் மிகவும் இலேசாகவும் இலகுவாகவும் மாறிவிட்டதாக உணர்ந்தான். ஐந்து நிமிடங்கள் கழித்து பழனிச்சாமி கத்தை ஃபைல்களோடு உள்ளேயிருந்து வருவதைக் கண்ணுறும்போது அவனுக்கு மகிழ்ச்சி அளவிட முடியாததாக இருந்தது.

8

இப்போது எதுவுமே குழப்பத்தையே உண்டு பண்ணுவதாக இருந்தது.

ஊர் கூட்டிப் போலீஸ் வந்த சண்டைக்குப் பிறகு சங்கரன் உடனே வெளியே போய்விட்டான். தெருக்கோடியில் ஒரு சிறு ஹோட்டல் இருந்தது. அங்கே போய் வயிறார ஒரு வெங்காய ரவா தோசையும் சேமியா பாயாசமும் சாப்பிட்டான். பில்கொடுக்க வந்தபோது அங்கே மேஜைமீது இருந்த டெலிபோன் "என்னை உபயோகப்படுத்து" என்று சொல்வது போலிருந்தது. ஹோட்டல்காரனிடம் அனுமதி கேட்டுவிட்டு சங்கரன் முதலில் ஒரு எண்ணைத் திருப்பினான். மறுமுனையில் இரு நிமிடங்கள் கழித்துத்தான் போன் எடுக்கப் பட்டது.

"சியாம்ளா இருக்கிறாளா? எனக்கு சியாம்ளாவுடன் பேச வேண்டும்."

"நீங்கள் யார்?"

"சங்கரன், அவளுக்குத் தெரியும்."

“குளித்துக்கொண்டிருக்கிறாள். ஐந்து நிமிடங்கள் கழித்து போன் செய்ய முடியுமா?”

“இப்போது லைனில் காத்திருக்கிறேன்.”

இதைச் சங்கரன் சொன்னபோது கூட மறு முனையில் டெலிபோன் துண்டிக்கப்பட்டது. சங்கரன் ஐந்து நிமிடம் பொறுத்து மீண்டும் டெலிபோன் செய்தான். இப்போது சியாமளாவே டெலிபோனை எடுத்தாள். “என்ன ஷங்கர்?” என்று கேட்டாள்.

“இப்போ உன்னைப் பாக்க வரலாமா?”

“எனக்கு நேத்தைக்கெல்லாம் ஒரே தலைவலி. முந்தா நேத்து திருப்பதி போயிட்டு வந்தோமா, பஸ் நடுவிலே பிரேக்டவுன்...”

“உன்னை இப்போ பார்க்க வரலாமான்னு கேட்டேன்!”

“என்னாச்சு, இங்கே மெட்ராஸ் வரப்போ இராத்திரி ஒம்பது மணியாயிடுத்து. நான் இப்பக்கூட டாக்டர் கிட்டேத் தான் போயிண்டுருக்கேன்...”

சங்கரனுக்கு இப்போதுதான் அவள் இப்படி சம்பந்த மில்லாமல் பேசுவதற்கான காரணத்தை ஊகிக்க முடிந்தது. அவளுடன் வேறு யாரோ இருக்கிறார்கள்!

சங்கரன் குரலைத் தணித்துக்கொண்டு, “சியாம் டார்லிங் இன்னிக்கு நான் உன்னைக் கட்டாயம் பார்க்கணும்” என்றான்.

“இவ்வளவெல்லாம் ஆனப்புறம் எப்படி ஆபீசுக்குப் போறது? என் அண்ணா பாங்களூரிலிருந்து வேறே வந்திருக்கான். இன்னிக்கி நான் எங்கேயும் வெளியிலே போகலை.”

“நான் வரேன் வீட்டுக்கு.”

“அண்ணா இந்தத் தடவைச் சோளமண்டல் கட்டாயம் போணும்னு சொன்னான். இன்னிக்கு அங்கே போனாத் திரும்பறதுக்கு ராத்திரி ஆயிடும்.”

“நீ கிளம்பறத்துக்கு முன்னாலே வரேன்.”

“இங்கே எல்லாருமே திருப்பதி டிரிப்பினாலே ரொம்பக் களைச்சுப்போய் கிடக்கா. இன்னும் பிரசாதமெல்லாம் கூட எடுத்து வைக்கலை.”

"நான் இதோ பத்து நிமிஷத்துலே வரேன்."

"இடியட், வராதே!" இதை சியாமளா அழுத்தமாக, ஆனால் மெதுவான குரலில் சொன்னாள். அதன் பிறகு டெலிபோனை வைத்துவிட்டாள்.

சங்கரனுக்கு சியாமளாவை வைதுவிடச் சொற்கள் தொண்டைக்கடியில் துடித்துக் கொண்டிருந்தன. ஆனால் அப்படிச் செய்யவும் முடியவில்லை. அவனுக்கு தெரிந்தவர்களில் இந்தச் சியாமளா ஒருத்திதான் பெண். அவள் அவனுக்கு இதுவரை அதிகம் சலுகை தராவிட்டாலும் அவனிடம் ஒரு நம்பிக்கை வளர்வதற்கு இடம் அளித்திருந்தாள். ஒருமுறை அவள் அவன் வசப்பட்டுவிட்டாள் என்று நினைத்த தருணத்தில் ஒரேயடியாக இருமத் தொடங்கிக் கண்ணாலும் மூக்காலும் தாரையாகக் கொட்ட ஆரம்பித்தாள். சிருங்காரத்தை துரத்தி யோட்ட மூக்கொழுகும் பெண் போதும். சங்கரன் ஒரு மாதம் அவளைப் பாராமல் இருந்தான். ஆனால் அதன் பின் அவளைச் சந்தித்தபோது அவள் பாதி உலகத்துக்குப் பட்டமகிஷியாக ஏற்கப்படக் கூடிய அழகு கொண்டவளாக இருந்தாள். இன்று அண்ணா வந்திருக்கிறான். அவன் ராணுவத்தைச் சேர்ந்தவன். தங்கையோடு சந்தேகத்துக்குரிய உறவு வைத்திருக்கும் இளைஞனை சகஜமாக ஏற்றுக்கொள்ளவும் கூடும். எலும்பை முறித்துவிடுவேன் என்று பயமுறுத்தவும் கூடும். சங்கரனுக்கு நேரே போய்ப் பார்த்துவிடுவது மேல் என்று தோன்றிற்று. இந்த அண்ணன் அப்பாவைவிட முரட்டாளாக இருக்க முடியாது.

சியாமளா சொன்னதில் நிறைய உண்மையிருந்தது. அவள் குடும்பத்தார் திருப்பதிப் பயணக் களைப்பில் அயர்ச்சியோடு தான் இருந்தார்கள். சியாமளாவின் அண்ணன் ஊரிலிருந்து வந்திருந்தான். ஆனால் சியாமளா சங்கரனை அவள் வீட்டிற்கு வரவேண்டாமென்று சொன்னதற்கு இதெல்லாம் உண்மையான காரணமில்லை என்று அவனுடைய உள்ளுணர்வு கூறிக் கொண்டிருந்தது. எவ்வித உற்சாகமுமில்லாமல் சியாமளா சங்கரனை அவள் அண்ணனுக்கு அறிமுகம் செய்துவிட்டு உள்ளே சென்றுவிட்டாள். அவளுடைய அண்ணன் அந்தச் சூழ்நிலையின் உண்மை ஓட்டங்களை உணராதவனாக இருந்தான். "வாயேன், மாடிக்குப் போகலாம்," என்று சங்கரனை மாடிக்கு அழைத்துப் போனான். அந்த வீட்டில் மாடியில் அறையொன்றும் கிடையாது. மாடிப்படி அறைதான் இருந்தது. அங்கே போனதும் சியாமளாவின் அண்ணன் ஒரு பட்டையான புட்டியை அவனுடைய இடுப்பிலிருந்து எடுத்தான். அது ரம்

கொண்டது. "இங்கே இப்போ புரொஹிபிஷன் இல்லையே?" என்றான்.

"உண்டு," என்று சங்கரன் சொன்னான்.

"உண்டா? அதை எடுத்துடலே?"

"எடுத்தாங்கதான். திண்டுக்கல் பை எலெக்‌ஷன்லே ரூலிங் பார்ட்டிக்கு உதை. அதுக்குக் காரணம்னு அவங்களுக்குத் தோணினதுலே மதுவிலக்கும் ஒண்ணு. உடனே மதுவிலக்கைக் கொண்டு வந்துட்டாங்க."

"புரோஹிபிஷனை எடுத்திருந்தப்போ தினம் குடிச்சிண்டு இருந்தேன். அதிலேதான் எனக்கும் எங்க அப்பா அம்மாவுக்கும் பெரிய சண்டை வந்தது."

"உங்க அப்பா குடிக்க மாட்டாரா?"

"எல்லாம் அவர் சின்ன வயசிலே நிறைய குடிச்சிருக்கார். ஆனா இங்கே மெட்ராஸ் வந்ததிலேந்து குடியை விட்டுட்டார். எனக்கு உபதேசம் பண்ண ஆரம்பிச்சார்."

சியாமளாவின் அண்ணன் ஒரு வாய் குடித்துவிட்டு புட்டியைச் சங்கரனிடம் தந்தான். நல்லப் பட்டப் பகலில் குடிக்க வேண்டியிருக்கிறதே என்று நினைத்துக்கொண்டே சங்கரனும் ஒரு வாய் விழுங்கிவிட்டுப் புட்டியை சியாமளாவின் அண்ணனிடம் கொடுத்தான். சியாமளாவின் அண்ணன் மீண்டும் அவனுடைய இடுப்பைத் தடவினான். செப்பிடுவித்தை போல அவன் பையில் ஒரு சிகரெட் டப்பியும் நெருப்புப் பெட்டியும் இருந்தன.

"உனக்கு, சிளாமளாவை இப்பத்தான் தெரியுமா?" என்று கேட்டுக்கொண்டே சிகரெட் டப்பியை சங்கரனிடம் நீட்டினான்.

"சுமார் இரண்டு வருஷமாகத் தெரியும்."

"அவளோட வேலை பண்ணறியா?"

"இல்லை."

"பின்னே? அவளோட படிச்சியா?"

"இல்லை."

"உனக்கு இஷ்டமில்லேனா சொல்ல வேண்டாம்."

தலைமுறைகள்

"அதெல்லாம் ஒண்ணும் இல்லை. நாங்க இரண்டு பேரும் ஒரு ஸ்டுபிட் டென்னிஸ் டோர்னமெண்ட்லே மிக்ஸட் டபிள்ஸ் பார்ட்னர்ஸா இருந்தோம்."

"அவ ரொம்ப மோசமா ஆடுவாளே?"

"ஆமாம். நாங்க முதல்லியே தோத்துட்டோம்."

"சாரி, இதோ மாச்சஸ், உன் சிகரெட்டை இன்னும் கொளுத்தவே இல்லை."

"அதனாலென்ன?"

இரண்டு மணி நேரம் கழித்து, சியாமளாவுடன் ஒரு வார்த்தைகூட ஒழுங்காகப் பேசமுடியாமல், அன்றே அறிமுக மான அவளுடைய அண்ணனுடைய சாராய புட்டியில் பாதியும் அவனுடைய சிகரெட் டப்பியில் பாதியும் தீர்த்து விட்டுச் சங்கரன் அந்த வீட்டைவிட்டு வெளியேறினான். வெயில் வேளையில் போதை சிறிது கட்டுக்கடங்காததாகவே இருந்ததாக அவனுக்குத் தோன்றிற்று. அந்த அண்ணனோடு இவ்வளவு பேச்சு நீடிக்க முதலிலேயே இடம் கொடுத்திருக்கக் கூடாது. அதன் விளைவு இப்போது வீட்டுக்குப் போனால் மீண்டும் எல்லாரிடமிருந்தும் ஒளிந்துகொள்ள வேண்டும். எப்போதெல்லாம் ஒளிந்துகொள்ள நேருகிறதோ அப்போ தெல்லாம் அப்பாவுடைய கை வலுக்க ஆரம்பித்துவிடுகிறது. அம்மாவினுடைய அலறலைச் சகிக்கவே முடியாது.

சங்கரன் ஒரு டாக்ஸி பிடித்து நாராயணன் வீட்டுக்குப் போனான். அங்கே நாராயணன் இல்லை. அமெரிக்கன் நூலகத்திற்குப் போகலாம். அந்த ஒரு இடத்தில்தான் சாப்பாட்டு இடைவேளை என்று விடாமல் திறந்து வைத்திருப்பார்கள். ஆனால் அன்று என்ன காரணமோ விடுமுறை; மூடியிருந்தார்கள். அன்று வீட்டில் சண்டை; வெளியே போலீஸுக்குப் பயந்து ஒளிந்தவாறு ஒடுங்கியிருக்க வேண்டும். "என் வீட்டுக்குப் போப்பா" என்று டாக்ஸிக்காரனிடம் சொன்னான்.

"உன் வீடு எங்கே இருக்கு?"

அவன் சொன்னான். அப்போதும் டாக்ஸி கிளம்பவில்லை.

"என்ன, போகமாட்டே?"

"இப்பவே மீட்டர்லே பன்னெண்டு ரூபாய் ஆயிருக்கு. நீ வேறே ஃபுல்லோடுலே இருக்கே, பணம் இருக்கா உங்கிட்டே?"

சங்கரன் அவனுடைய பையைத் துளாவி இரு பத்து ரூபாய் நோட்டுக்களையும் சிறிது சில்லரையும் எடுத்துக் காண்பித்தான். தெரு முனையிலேயே டாக்ஸியை நிறுத்தி பணம் கொடுத்து அனுப்பிய பிறகு வெகு கவனமாக நேராக நடக்க ஆரம்பித்தான். அந்த முயற்சி வீணானது என்று தெரிந்தால்கூட நேராக நடக்க யத்தனிப்பதை உதறித்தள்ள முடியவில்லை. அவன் வீட்டை அடைந்தபோது இவ்வளவு சிரமப்பட்டிருக்க வேண்டியதில்லை என்று தெரிந்தது. அவன் வீட்டார் எல்லாருமே எங்கோ வீட்டைப் பூட்டிக்கொண்டு வெளியே சென்றிருந்தார்கள்.

9

சங்கரன் வீட்டுக்குப் பின்னாலிருந்த தகரக் கொட்டகைக்குப் போனான். கொட்டகை வெளியில் யாருமில்லாததால், "மாணிக்கம்!" என்று குரல் கொடுத்தான்.

மாணிக்கம் இல்லை. அவன் மனைவிதான் வெளியே வந்தாள். சங்கரனைப் பார்த்து, "என்ன, தம்பி?" என்று கேட்டாள்.

"வீட்லே ஐயா அம்மா யாரும் இல்லையே. வெளியிலே எப்போ போனாங்க?"

"வெளியிலே போயிருக்காங்களா? வீட்லே யாரும் இல்லே?"

"இல்லேன்னுதானே உன்னைக் கேக்கறேன். சொல்லிட்டுப் போகலியா?"

"இல்லியே, தம்பி."

"மாணிக்கம் எங்கே?"

"இங்கேதானே இருந்தாரு. தம்பி வீட்டுக்குப் போகணும்னு சொல்லிட்டிருந்தாரு. போயிட்டாரோ, என்னவோ."

"உங்கிட்டே சொல்லாமயா போயிருவாரு?"

"எம் பொண்ணுகூடச் சமயத்திலே எங்கிட்டே சொல்லாமத் தான் வெளியிலே போயிடறது."

சங்கரன் அங்கிருந்து திரும்பிவந்து தன் வீட்டு வாசற் படியில் உட்கார்ந்துகொண்டான். ஒவ்வொரு முறையும் உட்கார்ந்தபோதுதான் போதை தலையைச் சுற்றியது. சாராய வகைகளில் ரம் கொஞ்சம் முரட்டுத்தனமானது. நாற்றமாக நாறும். ஆனால் மிலிடரிக்காரர்கள் அதைத்தான் அமிருதமாகக்

குடிப்பார்கள். அவர்கள் கண்ணில் கிடைப்பவர்களுக்கெல்லாம் அந்த அமுதைப் படைப்பார்கள்.

சங்கரனுக்கு சியாமளா மீது மிகவும் கோபம் வந்தது. வீட்டில் நடந்த சண்டையைப் பற்றி அவளிடம் அவன் பேச வேண்டும் என்றிருந்தான். அவளுக்கு எப்போதும் சில அபூர்வமான யோசனைகள் தோன்றும். தண்டச்சோறு என்று அழைத்தால் அதற்குச் சீறவேண்டும் என்பது அவளோடு பேசி எடுத்துக்கொண்ட முடிவுதான். அவளுடைய பார்வையில் யாரும் யாரையும் தண்டச்சோறு என்று அழைப்பதற்கும் யாரும் தண்டச்சோறு என்று அழைக்கப்படுவதற்கும் நியாயம் கிடையாது. அவளுக்கு அவனுடைய எதிர்காலம் பற்றி ஓர் அக்கறை இருந்ததாக அவனுக்குத் தோன்றிற்று, அவளுக்குச் சில திட்டங்கள் இருந்தன. அவனைப் பற்றி இன்று நடந்த ரகளைக்கு அவள் ஒரு மாற்று நடவடிக்கை யோசனை கூறியிருப்பாள். ஆனால் வேண்டுமென்றே அவனோடு பேச்சுவார்த்தை கொள்வதை தவிர்த்துவிட்டாள். அவனை இன்று உதாசீனம் செய்துவிட்டாள்.

சங்கரன் வாசற்படியிலேயே வெயில் அதிகம் படாத இடமாக நகர்ந்து உட்கார்ந்தான். அவன் குடித்திருந்த ரம் இப்போது ஐந்து நிமிடத்திற்கு ஒருமுறை ஏப்பம் உண்டு செய்தது. சியாமளாவின் அண்ணன் மீது அதற்காகக் கோபம் வரவில்லை. தான் ஒழுங்காக ஏதாவது சாதித்திருக்கக்கூடிய நேரத்தில் இரண்டு மணி நேரத்தைப் பாழடித்துவிட்டதுதான் கோபத்துக்குரியது. நாராயணன் வக்கீலுக்குப் படித்துக் கொண்டிருப்பவன். அவன்தான் சங்கரன் அந்த வீட்டை விட்டு வெளியேற வேண்டியதில்லை என்று சொல்லிக் கொடுத்திருந் தான். இன்று அவனைச் சந்திக்க நேர்ந்திருந்தால் இன்னும் சிறிது தெம்பாக இருந்திருக்கும். குடித்துவிட்டு இப்படி வீட்டு வாசலில் பழிகிடக்க வேண்டியிருக்கிறது. வீடு திறந்திருந்தால் ஒழுங்காகப் படுக்கையில் போய் படுத்திருக்கலாம்.

சங்கரன் வாசற்படியில் படுத்துக்கொண்டு விட்டான். சொல்லிவைத்தாற்போல அப்போது கேட்டைத் திறந்து கொண்டு தபால்காரன் உள்ளே வந்தான். "ஏன், சார் இங்கே படுத்திருக்கே?" என்று கேட்டவன், உடனே மூக்கை இரு முறை விரித்துவிட்டு ஒரு குறும்புப் புன்னகையோடு, "சார் பாடு என்ன, என்னிக்கும் கொண்டாட்டம்தான்" என்றான்.

"என்னய்யா கொண்டாட்டம்?"

"ஒண்ணுமில்லே. ஒண்ணுமில்லே. ஒரு ரிஜிஸ்டர் வந்திருக்கு. நீங்க வாங்கிக்கிறீங்களா? அல்லது அப்பாகிட்டேயே கொடுத்து விடட்டுமா?"

"எங்கே கொடு, பார்க்கலாம்."

சங்கரன் அந்த நீண்ட பழுப்பு நிற உறையை வாங்கிப் பார்த்தான். அப்பா ஐந்து ஆண்டுகள் முன்பு வேலை பார்த்த மாநில அரசிடமிருந்து வந்திருந்தது. அதில் என்ன விஷயம் வந்திருக்கும் என்று அந்த வீட்டில் எல்லாருக்குமே தெரியும், அப்பாவே வாங்கிக்கொள்ளட்டும்.

"அப்பா கிட்டேயே கொடுத்திடு."

"இன்னிக்கே வேணும்னா போஸ்டாபீஸ் வரச்சொல்லறியா? மூணு மணிக்குள்ளே வரச் சொல்லு."

"உம்."

"சொல்லறியா?"

"சொல்லமாட்டேன். நீயே வேணும்னா சொல்லிட்டுப் போ."

தபால்காரன் கடுப்புடன் திரும்பினான். "தெரு முனைக்குப் போயிடாதே. போலீஸ்காரன் இழுத்திண்டு போயிடப்போறான்" என்றான்.

"நீ உன் வேலையைப் பாத்துண்டு போ..."

தபால்காரன் நின்று நிதானமாகப் பதில் தந்தான். "மிஸ்டர், எங்கிட்டே தகராறு வைச்சுக்காதே. இந்த லெட்டரை 'ரிஃப்யூஸ்டு'ன்னு திருப்பி அனுப்பிச்சுடுவேன். இல்லே 'பார்ட்டி நாட் அவேலபிள்'னுடுவேன். அப்புறம் நீ தினம் போஸ்டாபீஸ் வந்து அலையணும்."

"இந்த லெட்டரைத் தாராளமாகத் திருப்பி அனுப்பிச்சுடு. உன்னைத் தேடிண்டு யாரும் போஸ்டாபீஸ் வர மாட்டாங்க."

"நீ இந்த நிலைமையிலே ஜாக்கிரதையா இரு. ஒரு வாரம் ஜெயில்லே இருந்துட்டு வரணும்."

"நீ இந்த மாதிரி உன் வேலையைப் பண்ணிண்டிருந்தா நீயும் எங்கூட ஜெயிலுக்கு வரணும். நான் ஒரு வாரத்திலே வந்துடுவேன். நீ ஆறுமாசம்கூட இருக்க வேண்டி வரும். ஆமாம்,

அப்போ உன்னை வேலையிலே வைச்சிருப்பாங்களா, சீட்டைக் கிழிச்சிருப்பாங்களா?"

அப்போது தோட்டக்காரக் கிழவன் மாணிக்கம் வந்தான். "அப்பா அம்மா எங்கே போயிருக்காங்கனு தெரியாது, தம்பி" என்றான்.

"எப்போ போனாங்க தெரியுமாய்யா?"

"தெரியாது, தம்பி. சொல்லிட்டுப் போகலியே."

"சொல்லிட்டுப் போனாத்தான் தெரியுணுமாய்யா? நீ என்னய்யா வீட்டைக் காவல் காக்கிறே?"

தபால்காரன் மாணிக்கத்தை நோக்கி ஒரு சைகை காண்பித்தான்; 'ஐயர் தண்ணி அடிச்சிருக்காரு.' மாணிக்கம் அசையாமல் நின்றான். தபால்காரன் சென்றுவிட்டான்.

சங்கரன் நன்கு காலை நீட்டி வாசற்படிக்கட்டில் படுத்துக்கொண்டான். மாணிக்கம் சொன்னான், "அவுங்க வர வரைக்கும் நம்ம இடத்திலே வந்து இரேன், தம்பி."

சங்கரனுக்கு அது நல்ல யோசனையாகப் பட்டது. ஒரு மாதிரி தடுமாறிக்கொண்டே மாணிக்கத்துடன் சென்றான். மாணிக்கம் அவனருகே இருந்தாலும் அவனைப் பிடித்துக் கொள்ளவில்லை. தான் குடித்திருப்பதைக் கண்டுகொள்ளா திருப்பதைத்தான் இது காட்டுகிறது என்று சங்கரன் நினைத்துக் கொண்டான்.

தோட்ட ஷெட்டில் மாணிக்கத்தின் மனைவியுடன் மகளும் படுத்திருந்தாள். சங்கரனை மாணிக்கம் உள்ளே அழைத்து வருவதைக் கண்டு அவர்கள் இருவரும் எழுந்து வெளியே வெயிலில் போய் நின்றார்கள். "நீங்களும் உள்ளேயே இருங்களேன்" என்று சங்கரன் சொன்னான்.

"பரவாயில்லை, தம்பி," என்று மாணிக்கம் சொன்னான். சங்கரன் ஏற்கெனவே விரித்திருந்த பாய் ஒன்றின்மீது உட்கார்ந்து கொண்டு தலையைக் குலுக்கிக்கொண்டான். மாணிக்கம் ஒரு மூலையில் நின்றுகொண்டிருந்தான். அந்தக் கொட்டகையின் இருட்டுப் பழகிப்போவதற்குச் சங்கரனுக்குச் சில நிமிடங்கள் பிடித்தன.

"ஏன் நிக்கறே?" என்று மாணிக்கத்தைக் கேட்டான்.

மாணிக்கம் உட்கார்ந்தான்.

“கார்த்தாலே அப்பா உன் கிட்டே பெரிசா சத்தம் போட்டுண்டிருந்தாரே, என்ன விஷயம்?”

மாணிக்கம் பேசாமல் இருந்தான்.

“நான் கேட்டது காதிலே விழலே?”

இப்போது மாணிக்கம் பதில் சொன்னான்:

“கொஞ்ச நாளாவே சொல்லிட்டுத்தான் இருக்காரு. நீ இருந்துக்கோ, ஆனா உன் பொண்ணு மாப்பிள்ளையையும் இங்கேயே இருக்க விடாதேன்னு.”

“உன் மாப்பிள்ளை என்ன வேலை பண்ணறான்?”

“லாரியிலே ஆத்து மணல் லோடு அடிக்கிறான், லாரி சொந்தக்காரரு அமிஞ்சிக்கரையிலே இருக்காரு. ஒரு நாளைக்கு அவருக்கு எழுபது ரூபாய் கொடுத்திடணும்.”

சங்கரனுக்குத் தூக்கம் கண்ணைச் சுழற்றியது. அந்தப் பாயில் அப்படியே படுத்துக்கொண்டான். இப்போது மாணிக்கம் கேட்டான், “உன்னோட அப்பா இன்னிக்கு உரத்துப் பேசிக்கிட்டிருந்தாரே, என்ன தம்பி?”

சங்கரன் பதில் தரவில்லை.

“ஒரேயடியா ஊர் கூடிப்போனவுடனே பயந்துபோயிட்டேன். நல்லபடியா நீங்க இரண்டு பேரும் சமாதானமாக போயிட்டீங்க.”

“ஒரு சமாதானமும் இல்லே. என்னைத் திண்டாட வைக்கணும்னுதான் வீட்டைப் பூட்டிண்டு வெளியிலே போயிருக்காரு.”

மாணிக்கம் சிறிது நேரம் மௌனமாக இருந்தான். அப்புறம் கேட்டான், “நான் ஒண்ணு உன் கிட்டே கேக்கலாமா, தம்பி?”

சங்கரன் பாதித் தூக்கத்தில் இருந்தான். “என்ன?” என்றான்.

“என்னதான் அப்பாரு தவறாப் பேசினாலும் நீ அவரைக் கை நீட்டி அடிச்சிடக்கூடாது. தம்பி.”

சங்கரன் முக்கால் தூக்கத்தில், “அப்படியா?” என்றான். பிறகு சடாரென்று விழித்துக்கொண்டு, “என்ன சொன்னே?” என்று கேட்டான்.

"ஒண்ணுமில்லே. தம்பி. பெரியவங்களை அடிச்சிடக் கூடாதுன்னு சொல்லுவாங்க."

"யார் சொல்லுவாங்க?"

"பெரியவங்கதான்."

"பெரியவங்க பெரியவங்களைக் காப்பாத்திக்கிறதுக்காக என்ன வேணா சொல்வாங்க. இந்தப் பெரியவங்களைக் கூவத்திலே தூக்கிப்போடு."

சங்கரன் மீண்டும் காலை நீட்டிப் படுத்துக்கொண்டான்.

மாணிக்கம் சிறிதும் நேரம் பொறுத்துச் சொன்னான். "அப்பாருதான் உன்னைத் துரத்துறாருன்னு வைச்சுப்போம். நீயேன் தம்பி சும்மா அவருகிட்டே பேச்சு வாங்கிக்கிட்டே இருக்கணும்?"

சங்கரன் கோபப்படாமல் சொன்னான், "நீ உன் பெண்ணையும் மாப்பிள்ளையையும் இந்த இடத்தை விட்டுத் துரத்து. அப்புறம் அப்பாகூடச் சேந்துண்டு எனக்கு உபதேசம் சொல்ல வா."

ஆனால் கிழவன் மாணிக்கம் பேசியதில் அந்த வீட்டை விட்டு வெளியேறக் கூடாது என்ற தன் பிடிவாதம் தளர்ந்து போவதைச் சங்கரன் உணர்ந்தான். நாராயணன் கூறுகிறபடி அவனுக்கு அந்த வீட்டிலும் அவன் அப்பா ஆண்டு வரும் சொத்திலும் பங்கிருக்கலாம். ஆனால் அப்பாவாலும் அம்மாவாலும் தினம் இழிவு படுத்தப்பட்டுக் கொண்டு அங்கு இருக்கத்தான் வேண்டுமா? அப்பா, அம்மா அப்படி நடந்து கொள்ளாமல் தடுக்க முடிந்தால் நன்றாக இருக்கும். அது எப்படி முடியும்? இப்போதைக்கு அவர்கள் இருவரையும் கொலை செய்தால்தான் முடியும்.

சியாமளாவின் அண்ணன் யாரோ நாட்டின் விரோதிகளை நோக்கிச் சுடும் சில வேட்டுக்கள் தன் அப்பா அம்மா மீது வந்து விழக்கூடாதா என்று சங்கரன் நினைத்தான். ராணுவச் சாராயம் அரைகுறைப் பைத்தியமாக இருப்பவனையும் முழுப் பைத்தியமாக மாற்றிவிடும் என்றுதான் தோன்றிற்று. இப்போது உலகமே பைத்தியக்காரத்தனமாக இருந்தது. உலகமே ஒரு குழப்பம் நிறைந்ததாக இருந்தது. எல்லாவற்றிலிருந்தும் தப்பிக்க ஒரு வழி இருக்கிறது. அது செத்துப்போவது. செத்துப் போக வேண்டாம், சாவின் ஒன்றுவிட்ட உறவான தூக்கத்தை இறுக அணைத்துக் கொள்வது. இந்த நேரத்தில் எதுவுமே வேண்டாம்.

தூக்கம் ஒன்று மட்டும் இருந்தால் போதும். இதோ தூக்கம் அப்படியே தன்னை எங்கேயோ இழுத்துப் போகிறது. ஒரு முடிவுறாக் கணவாய் வழியாகப் பாதாளத்துக்கு எடுத்துப் போகிறது. இல்லை, பாதாளம் இல்லை, ஆகாயத்திற்கு மேலே ஆகாயத்திற்கு...

அவன் அப்படி எளிதில் தூங்கிவிட முடியாது என்று சொல்வது போல மாணிக்கத்தின் மனைவி அப்போது உள்ளே வந்து, 'ஐயாவும் அம்மாவும் வந்துட்டாங்க,' என்று அறிவித்தாள்.

10

பழனிச்சாமி கேட்டான், "இந்தக் குளிரிலே ஊட்டிக்கு வந்திருக்கியே?"

"உனக்கு ஆபிஸ் எப்போ முடியுது?"

"ஒரு பத்து நிமிஷம் இரு. நான் சொல்லிட்டு வரேன். காபி சாபிட்டியா?"

"இங்கே இருக்கா?"

"நான் வந்துடறேன். வெளியிலே போய்ச் சாப்பிடலாம்."

சங்கரன் வெராண்டாவைத் தாண்டிப் பெரிய ஹாலாக இருந்த இடத்தில் சுவரோரமாக இருந்த ஒரு காலி நாற்காலியில் உட்கார்ந்துகொண்டான். உள்ளே இயற்கை வெளிச்சமே போதுமானதாக இருந்தது. ஆனால் எல்லா விளக்கையும் போட்டிருந்தார்கள். அந்த விளக்குகள் உள்ளே குளிரைச் சிறிது குறைத்தன. ஆனால் அந்தக் குளிருக்கு வெறும் ஏழெட்டு மின் விளக்குகள் போதாது. ஒரு பெரிய அடுப்பே தேவைப்பட்டது.

பத்து நிமிடத்தில் பழனிச்சாமி அன்றைய விடுதலையைப் பெற்றுவிட்டான். சங்கரனிடம் வந்து, "வா, போவோம்," என்றான். சங்கரன் எழுந்தவுடன் அவனை உற்றுப் பார்த்து "கோட் எங்கே வாங்கினே?" என்று கேட்டான்.

"உன் வீட்டில்தான்."

"என் வீட்டிலையா?"

"ஆமாம். இரயில் வந்ததும் முதல்லே உன் வீட்டுக்குத்தான் போயிருந்தேன்."

"வீட்டுக்கே போயிட்டயா? வீட்டுக் கதவு சாத்தித்தானே இருந்தது? யாரு திறந்தாங்க?"

“உன் அம்மாதான். ஆனால் நான் அங்கே ரொம்ப நேரம் நிக்கலே. வெளியே சுத்திப் பாத்துட்டு தாசப்பிரகாஷ்லே சாப்பிட்டுட்டேன்.” இதைச் சொல்லிவிட்டுச் சங்கரன் பழனிச்சாமி முகத்தைப் பார்த்தான்: ‘என்னைப் பார்க்க வந்துட்டு ஏன் ஹோட்டல்லே சாப்பிட்டே?’ என்று கேட்பான் என்று எதிர்பார்த்தான். ஆனால் பழனிச்சாமி பதில் தரவில்லை.

ஆனால் அவன் சங்கரனை ஊட்டி இரயில் நிலையத்துக்கு அழைத்துச் சென்றான், அங்கே காபி வாங்கிக் கொடுத்தான். அவர்கள் இருவரும் வேகமாக நடந்துகொண்டிருக்கும்போது அப்போதே பெய்ய ஆரம்பித்த மழை நிமிஷத்தில் அவர்களை நனைத்துவிட்டது. ஒரே ஓட்டமாகப் பழனிச்சாமியின் வீட்டை இருவரும் அடைந்தார்கள். வீட்டினுள் தலையைத் துவட்டி உடம்பைத் துடைத்துக்கொண்ட பழனிச்சாமி சங்கரன் அப்படியே நிற்பதைப் பார்த்து, “சீக்கிரம் தலையைக் கிலையைத் துடைச்சுக்கோப்பா, நியுமோனியா வந்துடும். முதல்லே கோட்டைக் கழட்டிப் போடு. டவல் கொண்டு வந்திருக்கேல்லே?” என்று கேட்டான்.

“நான் சாமானே ஒண்ணும் கொண்டு வரலை.”

பழனிச்சாமி திடுக்கிட்டு சங்கரனை உற்றுப் பார்த்தான். அவன் அவ்வளவு திடுக்கிடப் பிரமேயம் இல்லை என்று சங்கரனுக்குத் தோன்றிற்று.

இப்போது எல்லாத் துணிகளுமே பழனிச்சாமியுடையது. பழனிச்சாமியுடைய அம்மா, தங்கை குழந்தை எல்லாரும் காதுக்கெட்டாத சமையலறைக்குச் சென்றிருந்தபோது பழனிச்சாமி சங்கரனை இரகசியமாக, “உன்மேலே வாரண்ட் ஏதாவது இருக்கா?” என்று கேட்டான்.

சங்கரனுக்கு அவனுடைய அப்பாவுடன் நடந்த சண்டைதான் நினைவுக்கு வந்தது. “இல்லை. போலீஸ்காரன் வந்திருந்தான் ஆனால் கேஸ் ஒண்ணும் எடுக்கலை.”

பழனிச்சாமி ஆழ்ந்த யோசனையில் இருந்தான். அவன் கூறினான். “அண்டர்கிரவுண்டிலே போறதுக்கு இது சரியான இடமில்லை. என்னை இதுவரைக்கும் மூணு தடவை என்கொயரிக்கு அழைச்சிட்டுப் போனாங்க. இப்பவும் வாட்ச் பண்ணிக்கிட்டுதான் இருக்காங்க. நீ வந்தது இதுக்குள்ளே போலீஸுக்குத் தெரிஞ்சிருக்கும்.”

சங்கரன் சொன்னான், “என்னுடைய கேஸெல்லாம் ரொம்ப சாதாரணம். எங்கப்பாவை அடிச்சுட்டேன். அவ்வளவுதான்.”

"வீட்டிலே சண்டை போட்டுட்டு வந்திட்டியா?"

"சண்டை போட்டுண்டப்போ வெளியே போகலை. நாலு நாள் பொறுத்துத்தான் வந்திருக்கேன்."

"அதான் சாமானெல்லாம் கொண்டு வரலையா?"

பழனிச்சாமி வீட்டு ஜன்னல்கதவுகள் எல்லாவற்றையும் தாளிட்டு வந்தான். சங்கரனிடம் முழுக்கை ஸ்வெட்டர் ஒன்றை எடுத்துத் தந்தான். அந்த அறையின் கதவையும் மூடித் தாளிட்டான்.

சங்கரனுக்கு ஒரு மணி நேரத்திற்கு முன் அவன் அனுபவித்த ஆறுதல் – அமைதி உணர்ச்சி இப்போது முற்றிலும் மறைந்துவிட்டதாகத் தோன்றிற்று. அவன் இரு முறை பழனிச்சாமியின் வீட்டில் வந்து தங்கியிருக்கிறான். இருமுறையும் கோடைகாலந்தான். ஒருமுறை பழனிச்சாமியின், உறவினர்களே நிறையப்பேர் இருந்தார்கள். இன்னொருமுறை பழனிச்சாமி தனியாக இருந்தான். ஆனால் சங்கரனை கண்டதில் அவனுடைய உற்சாகம், மகிழ்ச்சி ஒருபோதும் குறைந்தது கிடையாது. முதன் முறை காபி, டீ எல்லாம் அரைத் தம்ளர் அளவில்தான் கிடைக்கும். சாப்பாடு தனித் தனிப் பந்திகளாக நடைபெறும். பழனிச்சாமியின் அம்மாவும் எப்படியெல்லாமோ சமாளிக்க முயலுவாள். ஆனால் கடைசிப் பந்தியில் உட்காரும் நான்கைந்து பேருக்குச் சாப்பாடு சிறிது சிக்கனமாகத்தான் முடியும். அடுத்தமுறை சங்கரனே சமைக்க வேண்டியதாயிற்று. அவன் தயாரித்த காபியையும் உப்புமாவையும் பழனிச்சாமி கரகோஷம் செய்து சாப்பிட்டான். அவை மோசமாக இருந்தும்கூட. ஆனால் இம்முறை அந்த உற்சாகம், மகிழ்ச்சி, ஆரவாரம் எதுவும் காணப்படவில்லை. ஒரு கணம், ஆபீஸ் ரிக்கார்ட்ஸ் அறையிலிருந்து கட்டுக் காகிதங்களுடன் வெளியே வந்தபோது சங்கரன் வாசலில் நின்றதைப் பார்த்தவுடன் அவன் முகத்தில் ஆர்வம் மின்னியது. ஆனால் உடனேயே அது அடங்கிப் போயிற்று. இரயில் நிலையத்தில் காபி வாங்கிக் கொடுத்தபோதுகூட ஒரு சடங்கை முடிப்பது போலத்தான் பழனிச்சாமி இருந்தான். இப்போது அறைக்கதவை மூடி வைக்கிறான்.

"ஷங்கர், நீ உடனே இங்கேயிருந்து போயிடு. இராத்திரிக்கு தங்கறதுக்கு நான் இங்கே ஸ்டேடியத்துலே ஏற்பாடு பண்ணறேன். நாளைக் காலையிலே நீ பஸ்ஸைப் பிடிச்சு ஊட்டியைவிட்டுக் கிளம்பிடு."

சங்கரன் பதில் சொல்லவில்லை.

“நீ வேறே ஏதாவது பிளான்லே வந்தியா?”

சங்கரன் சிறிதுநேரம் பேசாமல் இருந்தான். பிறகு “பிளான் எதுவா இருந்தா என்ன, நீதான் உடனே போயிடுன்னு சொல்லறியே?” என்றான்.

“என்னை மன்னிச்சுக்க. போலீஸ்காரங்க நான் எப்பவோ பெரியார் கூட்டத்திலே ஊர்வலம் போனது, மார்க்சிஸ்ட் மீட்டிங்லெ கலந்து கொண்டது இதெல்லாம் ஒண்ணுவிடாமல் பட்டியல் போட்ட மாதிரி என் முன்னாலேயே காமிச்சு இப்போ என்னுடைய ஆக்டிவிடீஸ் எல்லாம் என்னென்னன்னு துருவித் துருவிக் கேட்டாங்க. இதுக்கு முன்னாலே இங்கே எனக்கு ரொம்ப வேணுங்கற எஸ்.ஐ. ஒருத்தர் இருந்தார். ஆனால் அவரை மாத்திட்டாங்க. என்னைப் பத்தின இன்வெஸ்டிகேஷனை செபாஷ்டியன்னு ஒரு ஆள்கிட்டே விட்டிருக்காங்க. அவன் என்னை எப்படியும் மாட்டி விடறதுங்க மாதிரிதான் நடந்துக்க றான். எனக்கு எந்த பொலிடிகல் ஆக்டிவிடியும் கிடையாது. எனக்கு முதல் தடவையாகக் கிடைத்த ஓட்டைக் கூட நான் யாருக்கும் போடலே.”

இதைச் சொன்ன சங்கரன் நாக்கைக் கடித்துக்கொண்டான். முதலிலேயே ஊரை விட்டுப் போ என்று பழனிச்சாமி சொல்லி யாகிவிட்டது. இப்போது இந்த விளக்கங்களும் வாதங்களும் எதற்காக? யாருக்குப் பிரயோசனம்?

சங்கரன் பழனிச்சாமி முகத்தைக் கவனமாகப் பார்த்தான். பழனிச்சாமி மிகவும் மாறித்தான் இருந்தான். கவலை, பீதி, அவமானம் அடுத்து எது நேரும் என்பது பற்றி உறுதியின்மை இவை எல்லாம் அவன் முகத்தையும் அவனுடைய தோள்களையும் மாற்றிவிட்டிருந்தன. தன்னைப் பற்றிய தீவிரமான கவலை வேறொருவர் பற்றிய சிந்தனைக்கும் இடமில்லாமல் செய்துவிட் டிருந்தது. ஒரு காலத்தில் சங்கரனுடைய அப்பாகூட இம்மாதிரி தவித்திருக்க வேண்டும். ஆனால் இப்போது வயது, உலக அனுபவம் இவை எல்லாம் அந்த மனிதருக்கு பீதி, கவலை போன்றவைகளிலிருந்து சிறிதளவாவது நிவர்த்தி தந்திருக்க வேண்டும். இதனால்தான் பெரும் மோசடிகளில் ஈடுபடுகிறவர்கள் இளம் வயதினராக இருப்பதில்லையோ?

அறைக்கதவை மெதுவாகத் தட்டும் சப்தம் கேட்டது. பழனிச்சாமி தாளை விலக்கினான். அவனுடைய அம்மா அங்கு நின்றுகொண்டிருந்தாள். “சாப்பிட வாரியா?” என்று கேட்டாள்.

பழனிச்சாமியுடன் சங்கரன் அந்த வீட்டின் சமையலறை யில் போய் உட்கார்ந்தான். சமையலறையிலிருந்த விளக்கின் ஒளி

மிகவும் மங்கலாக இருந்தது. இருபத்தைந்து வாட் பல்புதான் பொருத்தியிருக்க வேண்டும். அந்த மங்கலான வெளிச்சத்தில்தான் பழனிச்சாமியுடைய அம்மாவும் தங்கையும் கோதுமை ரொட்டியும் வெங்காயச் சட்னியும் தயாரித்திருந்தார்கள். பழனிச்சாமியின் அம்மா சங்கரன் தட்டு காலியானபோதெல்லாம் சுடச்சுட ரொட்டி போட்டுக் கொண்டிருந்தாள். அவனுடைய வீட்டில் ரொட்டி தயாரித்த போது சங்கரனால் இரண்டு அல்லது மூன்றுக்கு மேல் தின்ன முடிந்ததில்லை. இங்கு ஆறு தின்றுவிட்டான். அவன் உடலே அவனைப் பழிதீர்த்துக் கொண்டிருந்தது. அவனைத் தீவிர உணர்ச்சிகள் எதற்கும் வசப்படவிடாமல் பசியுணர்வு ஒன்றைக் கொண்டே அவனை மந்தப்படுத்திக்கொண்டிருந்தது. பசிக்கு எந்த விவஸ்வதையும் கிடையாது. சுயமரியாதை, அரசியல், ஜாதி, அந்தஸ்து எதுவும் கிடையாது.

சாப்பிட்டு முடிந்தவுடன் விளக்கை அணைத்துவிட்டு இருட்டில் பழனிச்சாமி வெளியிலே போனான். மழை நன்றாக விட்டிருந்தது. இன்னொரு சமிக்ஞைக்காக காத்திராமல் சங்கரனும் பழனிச்சாமியுடன் சென்றான். ஸ்டோன்ஹில் குன்றத்தின் படிக்கட்டில் இறங்கும் போது பழனிச்சாமி, "நல்ல வேளை, நீ வறதைப் பற்றிமுன் கூட்டயே லெட்டர் ஒண்ணும் போடலை," என்றான்.

"ஏன்?"

"இவ்வளவு நேரம்கூட நாம் நிம்மதியா இருந்திருக்க முடியாது."

"அவ்வளவு மோசமா?"

பழனிச்சாமி இருட்டிலேயே ஒருமுறை சுற்றிப்பார்த்துக் கொண்டான். பிறகு சொன்னான். "எனக்கு வேணுங்கறவங்க நாலு பேரை உள்ளே வைச்சிருக்காங்க. போலீஸோ அரசாங்கமோ நினைச்சுதுன்னா நீ செய்யறது செஞ்சது எதையும் குத்தமாகக் காமிக்கலாம். டி.கே.யிலே ஊறிப் பெரியவங்களாக ஆனவங்க இப்போ டில்லியிலேயே பதவியிலே இருக்காங்க. சி.பி.எம். தலைவர்கள்னு பேரு வைச்சிருக்கிறவங்க சிலர் இந்த 71 எலெக்ஷனுக்கு என்னென்ன சமரசம் எல்லாம் பண்ணிண்டாக்கூட எல்லாரையும் போலீஸ் துரத்திறதில்லை. ஒரு அளவுக்கு மேலே உசந்துட்டா உன்னாலே அபாயம் நிகழறதும் குறைந்து போயிடறது. ஆனா என் மாதிரியும் எனக்குக் கீழாகவும் இருக்கிறவங்க, அவுங்க கண்ணுலே பெரிய அபாயம். நாங்க எதை வேணும்னா கொளுத்திப் போடலாம். யார் தலையையும் சீவித்தள்ளிடலாம்... நீ ஒரு டூரிஸ்ட் மாதிரி

வந்திருந்தா கவலை ஒண்ணும் கிடையாது. வெறும் ஷர்ட் பாண்ட்டோட வந்திருக்கே, நீ எதுக்கு எங்கேந்து வந்திருக்கேன்னு யாருக்குத் தெரியும்?"

சங்கரன் குறுக்கே பேச முயன்றான். ஆனால் மெல்லிய குரலில் பழனிச்சாமி தொடர்ந்து கூறினான்: "நீ சொல்லலாம்பா. ஆனா உன் பேச்சு எடுபட்டாத்தானே? யாராவது கேட்டாத்தானே?"

"பழனி, என் சட்டை பாண்ட் உன் வீட்டிலேயே காயப் போட்டியிருக்கு."

"நாளைக் காலையிலே கொண்டு வந்து தரேன்."

ஒரு வீட்டு முன்னால் நின்று அதன் கதவைப் பழனிச்சாமி தட்டினான். கதவைத் திறந்த ஆளோடு மெதுவான குரலில் ஏதோ ஒன்றை சொன்னான். அந்த ஆள் ஒரு டார்ச் லைட்டையும் ஒரு பெரிய கம்பளியையும் எடுத்துக்கொண்டு வெளியே வந்தான். மூவரும் இருட்டில் நடந்து சென்றார்கள். மாலை பெய்த மழையின் அடையாளம் எதுவும் காணக்கிடைக்கவில்லை. பனி இன்னும் பெய்ய ஆரம்பிக்காததை மட்டும் ஒரு சின்னமாக கொள்ளலாம். குளிர் சிறிது குறைந்து இருந்தது. அதுவும் சற்று முன் பெய்த மழை காரணமாயிருக்கலாம்.

ஸ்டேடியக் கட்டிடத்தின் அடித்தளத்தில் இருந்த ஓர் அறைக் கதவை அந்த மூன்றாவது ஆள் திறந்தான். டார்ச் லைட்டை நான்கு புறமும் சுழற்றினான். மிகச் சிறிய அறை முற்றிலும் காலியாக இருந்தது.

அந்த ஆள் பழனிச்சாமியை, "நெருப்புப்பெட்டி இருக்கா உன் கிட்டே?" என்று கேட்டான்.

"கொணாந்திருக்கேன்."

அந்த ஆள் கம்பளியைக் கொண்டே தரையைத் தட்டினான். டார்ச் லைட்டை அணைத்துவிட்டு எங்கிருந்தோ ஒரு மெழுகு வத்தியை எடுத்து பற்றவைத்தான். மெழுகுவத்தியின் ஒளி மூவரின் நிழல்களையும் பூதங்களாகச் சுவர்மீது அப்பியது.

அந்த ஆள் நெருப்புப் பெட்டியையும் இன்னொரு மெழுகுவத்தியையும் சங்கரனிடம் கொடுத்தான். "கதவை இரண்டு தாப்பாளும் போட்டுக்கிட்டு தேவை இருந்தா மட்டும் விளக்கை ஏத்திக்குங்க, இந்த கம்பளியைக் கீழே போட்டுக்கிட்டு அப்படியே போத்திக்கவும் செய்யலாம்."

அந்த ஆள் போய்விட்டான். பழனிச்சாமியும் போய் விடுவான் என்று சங்கரனுக்குத் தோன்றியது. முன் தினம் சென்னையிலிருந்து இரயில் கிளம்பிய நிமிடத்திலிருந்து தொடங்கிய பைத்தியக்காரத்தனம் இருபத்தினான்கு மணியாக வளர்ச்சி பெற்றுவிட்டது. இனிமேல் இரண்டாவது நாள்.

"நீ போறதுக்கு முன்னாலே ஒரு உதவி பண்ணனும் எனக்கு" என்று சங்கரன் சொன்னான். "எனக்குக் கொஞ்சம் பணம் வேணும்."

"பணமா?"

"ரொம்ப இல்லை. ஒரு நாப்பது அம்பது ரூபா இருந்தா போதும், நான் மறுபடியும் மெட்ராஸ் போயிடறேன்."

"இங்கே என்ன நினைச்சிண்டு வந்தே? என்னாலே என்ன பண்ண முடியும்?"

"நீ இரண்டு மூணு தடவை எங்கிட்டே சொல்லியிருக்கே. இங்கே உன்னோட நான் ஆறு மாசம் கூட வந்து இருக்கலாம்னு. இப்போ ஆறு மாசம் இல்லை, ஒரு வாரம் பத்து நாள் இருக்கலாம்னு வந்தேன். இதெல்லாம் ஏதோ யோசனை பண்ணிச் செஞ்ச காரியம் இல்லே. நேத்து மத்தியானம் தோணித்து, உடனே ஒரு டிக்கெட் வாங்கிண்டு இரயில் ஏறினேன். நான் இன்னும் கொஞ்சம் முன்யோசனையோடு காரியம் பண்ணியிருக்கலாம்."

பழனிச்சாமி வெளியே ஒரு முறை எட்டிப் பார்த்தான். பிறகு சங்கரனிடம் சொன்னான், "நாலைக் காலையிலே உன் துணிமணியைக் கொண்டு வரப்போ பணமும் கொண்டு வரேன். எங்கிட்டே நாப்பது ரூபாயெல்லாம் இப்ப இருக்காது. இருபத்தஞ்சு முப்பது ரூபாய் வரைக்கும் சமாளிக்கலாம். என்னாலே இன்னிக்குச் செய்ய முடிஞ்சது இவ்வளவுதான்."

பழனிச்சாமி வெளியே போனவன் மீண்டும் திரும்ப உள்ளே வந்தான். "காலையிலே நீயா எங்கேயும் வெளியே போயிடாதே. நான் இருட்டோட வந்துடறேன். கொஞ்சம் குளிரும். உன்னை முதல் பஸ்சிலேயே ஏத்திவிடறேன். கோயம்புத்தூர் போனப்புறம் நீ அடுத்தபடி போற ஊரைத் தீர்மானம் பண்ணிக்கலாம்."

"நானா எங்கேயும் போயிட முடியாது. எங்கிட்டே இருக்கிற தெல்லாம் ஒரு ரூபாய்தான்."

பழனிச்சாமி போய்விட்டான். சங்கரன் அந்த அறைக்கதவின் இரு தாழ்ப்பாள்களையும் உறுதியாக இறக்கிவிட்டுக் கம்பளத்தைக்

கீழே விரித்தான். அவனுடைய செருப்பை அறை மூலையில் கழற்றி வைத்துவிட்டு வெறுங்காலுடன் ஓரடிவைத்ததும் குளிரின் தீவிரத்தை உணர முடிந்தது. அந்த அறை மனிதர் வசிப்பதற்காக அமைக்கப்பட்டதல்ல என்பது அதில் ஒரு ஜன்னல் கூட இல்லாததிலிருந்து தெரிந்தது. கூரைக்கருகில் ஒரு சிறு காற்றுப் போக்கி மட்டும் இருந்தது. சங்கரனுக்கு அன்றிரவு தேவைப்படும் பிராணவாயு அதன் வழியாகத்தான் உள்ளே புகவேண்டும். குளிர் நாளில் அந்த இடம் அடக்கமாகவே இருக்கும். தரையும் சுவரும் சிலீரென்று இருந்தால்கூட.

கம்பளம் மிகப் பெரியது. அது இந்தியக் கம்பளம் இல்லை. ஆறடி உயரக்காரர்கள் இருவர் பயன்படுத்தக்கூடியது. கம்பளத்தின் ஒரு பக்கத்தைப் பிடித்துக்கொண்டு, உருண்டு கம்பளத்தால் தன்னை நன்றாகச் சுற்றிக் கொண்டான். இருபத்து நான்கு மணிநேர பைத்தியக்காரத்தனத்தில் அவன் குளிரில் நடுங்காமல் படுத்திருக்கப் போவது அன்று இரவுதான். ஒரு பிரச்னையும் முடியவில்லை. எதற்கும் தீர்வு உண்டாகக் கூடிய சூசகமும் இல்லை. ஆனால் அந்தக் கணத்தில் வயிறு நிறைந்திருந்தது. அந்தக் கணத்தில் நன்றாக இழுத்துப் போர்த்திக்கொள்ளக் கம்பளம் இருந்தது. நாளை நாளையே. ஆறுமணி நேர இடைவெளிக்குள் சங்கரன் மீண்டும் தூங்க ஆரம்பித்தான்.

11

சங்கரனுக்கு சியாமளாவைப் பற்றி வியப்பாக இருந்தது. அவனுடைய அப்பாவை அவன் எதிர்த்து நின்ற கணம் வரை அவள் அவன் மீது அக்கறையுள்ளவளாக இருந்தாள். ஆனால் அவனுடைய உறுதித்தளர்ந்து போகத் தொடங்கிய முதல் நாளே அவள் அவனைத் தவிர்க்க ஆரம்பித்துவிட்டாள். அதுவும் மிக இயல்பாக. அந்நிகழ்ச்சிகளை மட்டும் வரிசைப் படுத்தி அவளைக் குற்றம் கூற முடியாது. இது பெண்களின் சுயநல உணர்ச்சியினாலா அல்லது பலமின்மையைத் தண்டிக்க உந்தும் அகம்பாவ உணர்வினாலா?

உடனே செயல்பட வேண்டும் என்று நாராயணனும் கூறினான். அப்பாவுடன் ஏற்பட்ட அடிதடி போலீஸ்வரை உடனே சென்றிருந்தால் பல விஷயங்களுக்குச் சௌகரியமாயிருக்கும். ஆனால் இப்போது ஒவ்வொரு நாள் காலதாமதமாவதும் அவனுடைய அப்பாவுக்குத்தான் சாதகம். காரணம் பூரண உரிமை இருக்கிறதோ இல்லையோ அவருக்குச் சொத்து மீது இன்று பூரண ஆதிக்கம் இருக்கிறது. இன்னொரு முறை விஷயம் முற்றி விவாதம் சந்திக்கு வருவதற்குள் எல்லாச் சட்டமும் அவருக்குச்

சாதகமாக இருக்கும்படி அவர் செய்துவிடக்கூடும். அறுபது வயதுக்காரன் ஒருவன் அறுபது வயதாகும் நீதிபதி முன்னால் 'என்னை என் பிள்ளை பணத்திற்காகக் கொல்ல வந்தான்' என்று சத்தியம் பண்ணினால், அதற்கு முன் இருபத்தைந்து வயது மகன் வேறு எந்த மாற்றுச் சத்தியம் பண்ணினாலும் பலன் இருக்காது. நான்கைந்து வருடங்களாக எந்த வேலைக்கும் போகாமல் எந்த உத்தியோகத்திற்கும் முயற்சி செய்யாமல் வீட்டில் தண்டச்சோறு தின்று விட்டு வெளியே போய்க் கண்மண் தெரியாமல் குடித்துவிட்டு வருபவன் என்று அந்தத் தகப்பன் சொன்னால் அதற்குமுன் எந்த சாட்சியமும் நிற்க முடியாது. ஆதலால் தண்டச்சோற்றுத் தடிராமா, நீ உடனே செயல்படு. நீ கொல்ல வந்தாய் என்று உன் அப்பா பிரமாணம் செய்வதற்கு முன் நீ பிரமாணம் செய். உடனே ஒரு வக்கீல் நோட்டீஸ் விடு!

சாராயம் இல்லாமலேயே சங்கரனுக்குத் தலையைச் சுற்றிற்று. அப்பாவோடும் அம்மாவோடும் வாதுக்குப் போக வேண்டுமானால் அவனால் அந்த வீட்டிலேயே இருந்துகொண்டு அதைச் செய்ய முடியாது. வீட்டைவிட்டு வெளியேறிச் சுயமாகச் சமாளிக்க இன்னும் வழிவகை செய்துகொள்ளவில்லை. இன்னும் உத்தியோகம் என்று கூறும்படி எதுவும் சாத்தியப்படவில்லை, 'நான் கூலி வேலை செய்தாவது பிழைத்துக்கொள்வேன்' என்று எவ்வளவோ நாவல்–நாடக–சினிமாக் கதாநாயகர்கள் சவால் விட்டு அடுத்த காட்சியில் ஒரு கோடீசுவரனுக்கு மூட்டைத் தூக்கி அடுத்த காட்சியில் கோடீசுவரனின் ஒரே செல்வமகளுடன் (மணமாகாதவள்) சந்திப்பு நேர்ந்து, அதற்கடுத்த காட்சியில் கோடீசுவரனின் மருமகனாகி விடுவதும் வந்திருக்கிறது, ஆனால் சங்கரன் இப்போது எழும்பூர் ஸ்டேஷனுக்குப் போனால் அவனிடம் யாராவது மூட்டை தூக்கத் தருவார்களா?

இதை நினைக்க நினைக்க சியாமளாவின் முகந்தான் மனக்கண்முன் தோன்றியது. ஆனால் ஊனக்கண்முன் அவளுடைய அண்ணன்தான் இருமுறை தோன்றினான். முதல் தடவை 'ரம்' கொடுத்தவன். இரண்டாம் முறை சங்கரனையும் வெளியே அழைத்துக்கொண்டு போய் பிரசிடன்சி பெண்கள் பள்ளிக்கு எதிரில் உள்ள ஒரு மாடி வீட்டுக்குச் சென்று அங்கே சாராயம் வாங்கி அவனும் குடித்துச் சங்கரனையும் குடிக்கச் செய்தான். அப்படியே நேராகச் சென்னை சென்ட்ரல் இரயில் நிலையத்திற்குச் சென்று இரவு வண்டியான பெங்களூர் மெயிலில் ஏறிச் சென்றுவிட்டான். அன்று யாரும் தன்னை முகர்ந்து விடக்கூடாது என்று சங்கரன் தவியாகத் தவித்து இரயில் நிலையத்திலிருந்து வீடுவரை நடந்தே வந்தான். உடலெல்லாம்

வியர்த்து விறுவிறுத்ததில் வழக்கத்தைவிட அதிகமாக நாற்றம் அடிப்பதை அவனே உணர்ந்தான். இப்போது வீட்டுக் கதவை எப்படித் தட்டுவது? அப்படித் தட்டினால் யார் திறப்பார்கள்? தம்பி திறந்தால் ஒரு பொருட்டாகக் கருதாமல் நேரே மாடிக்குப் போய்விடலாம். மீரா திறந்தாலும் பரவாயில்லை. சமாளித்துவிடலாம். ஆனால் அவர்கள் இருவரும் இரவு ஏழரை எட்டுக்குமேல் எருமை மாடுகள் மாதிரி ஆகிவிடுவார்கள். ஆதலால் அப்பா அல்லது அம்மா.

வீட்டு வாசற்படியில் படுத்தபடியே சங்கரன் அந்த இரவைக் கழித்தான். காலையில் பேப்பர்காரன் அவனைத் தாண்டிப்போய் ஜன்னல் வழியாகத் தினசரியை உள்ளே விட்டெறிந்துவிட்டுப் போனான். அன்றைய தினசரி உப்புச் சப்பென்று இருந்தது.

காலை ஏழரை மணிக்கு முழுக் குடும்பமே வெளியே சென்றுவிட்டது. அன்று யாருக்கும் கல்யாணம் நடக்கவில்லை. மார்கழி மாதம். கோயிலுக்கும் போகவில்லை. தன்னைக் கலக்கம் கொள்ள வைப்பதற்காகவே இப்படி நடக்கிறது என்று சங்கரன் உணர்ந்தான். அவன் எங்கு வெளியே போனாலும் திரும்பி வரும்போது கதவு பூட்டப்பட்டிருக்கும். அவனது சாப்பாட்டுத் தட்டு கழுவப்படாமலேயே இருக்கும். அவன் அது பற்றி உரத்துப் பேசியபோது மாணிக்கம் ஓடி வந்தான். மாணிக்கம் மட்டும் தனியாக வரவில்லை. அவனுடைய மருமகனும் வந்தான். மாணிக்கத்தின் மருமகன் இப்படி வீட்டினுள் வந்து சங்கரன் பார்ப்பது அதுவே முதல் தடவை. மாணிக்கமே அந்த வீட்டினுள் வெராண்டாவைத் தாண்டி உள்ளே வந்தது கிடையாது. இப்போது மருமகனையும் அழைத்துக்கொண்டு சாப்பிடும் இடம் வரை வர வேண்டுமென்றால் ஓர் உத்தரவின் பேரில், ஒரு முன்னேற்பாட்டின் பேரில்தான் அவன் வந்திருக்கவேண்டும். ஒன்று, அப்பா புதிய சாட்சியங்கள் தயார் செய்துகொண்டிருக்க வேண்டும். அல்லது வேலைக்காரனை விட்டு மகனை அடிக்கச் செய்ய நினைத்திருக்க வேண்டும்.

சியாமளாவிடம் அவனால் கோபித்துக்கொள்ள முடியவில்லை. அவனுடைய மதியூக மந்திரியாக இருக்க அவள் விரும்பவில்லை. பொது விஷயங்கள் பற்றி மிகவும் சுவாரசியமாகப் பேசினாள். ஆனால் சொந்த விஷயங்கள், அந்தரங்கமான விஷயங்கள் எதுவும் பேச்சில் தட்டுப்பட்டு விடாதபடி மிகவும் ஜாக்கிரதையாக இருந்தாள். சென்னையில் சினிமாக் கொட்டகைகளைத் தவிர வேறு நண்பர்களின் நினைவு வரவில்லை. வேறு நண்பர்களே இல்லை. நாராயணன் கேஸ் போடு என்று துரத்துகிறான். கேஸுக்குப் பணம் வேண்டும், தொடர்ந்த

கவனம் வேண்டும், முயற்சி வேண்டும், ஆரம்பித்துவிட்டுப் பாதியில் விட்டுவிட முடியாது. தாத்தா சொத்தில் பேரனுக்கு பங்கு உண்டு என்று உலகத்துக்கெல்லாம் தெரியும். ஆனால் அப்பா நந்தி மாதிரி நடுவே உட்கார்ந்திருக்கும்போது பேரன் தாத்தா சொத்தை அடைவதெப்படி?

தாத்தா சொத்திற்காகப் பேரன் ஏன் இப்படி அவலாகப் பறக்கவேண்டும்? தாத்தாவிடம் ஒரு அன்பான சொல் பேசியது கிடையாது. அவரைப் பார்த்ததே கூடக் கிடையாது. அவர் சொத்து மட்டும் வேண்டும்.

இது என்ன சுரண்டல் எண்ணம், இது என்ன ஒட்டுண்ணி வாழ்க்கை என்று சங்கரனுக்குத் தோன்றிற்று. காலம் காலமாக மனிதன் நீடித்து இருப்பதே இப்படிச் சுரண்டுவதற்கும் மாற்றான் முயற்சியின் பலன்களைத் தான் பறித்துக்கொள் வதற்கும்தானா? இப்படி ஓர் ஏற்பாடு இல்லாத இடம் உலகத்தில் எங்காவது உண்டா?

ஆனால் உடனே சங்கரனுக்குப் பசி வந்துவிட்டது. சமையலறையைச் சுற்றி வந்தான், அவனிடம் கொடுத்து வைக்கப் பட்ட பணம் என்றோ கரைந்துவிட்டது. அப்பாவும் அம்மாவும் மிகவும் அழுத்தமாக இருந்தார்கள். அவனுடன் பேசுவதே கிடையாது. அவன் பேசினால் அதற்குப் பதில் கிடையாது. அவன் கோபமடைந்து கத்தினால் உடனே மாணிக்கமும் அவனுடைய மருமகனும். ஒரு விஷயத்தில் சங்கரனுக்கு மகிழ்ச்சி. அவன் காரணமாகவாவது மாணிக்கத்திற்கு அவனுடைய பெண், மருமகனைத் தோட்டத்துக் கொட்டகையில் வைத்திருக்க அனுமதி கிடைத்திருக்க வேண்டும்!

என்று அப்பாவை எதிர்த்துப் போராடவேண்டும் என்ற உந்துதல் தளர ஆரம்பித்துவிட்டதோ அன்றே அந்த வீட்டில் தொடர்ந்து இருக்க வேண்டும் என்கிற ஆர்வமும் குறையத் தொடங்கிவிட்டது. இப்போது அந்த வீட்டுப் படுக்கை அவ்வளவு சௌகரியமானதாகப் படவில்லை. அறைகள் பாமரத்தனமாகத் தோன்றின. கட்டப்பட்டிருந்த வாசற்படி தடுக்கி விழத்தான் சரியான இடமாகத் தோன்றியது. அந்த தெருவே ஆபாசமானதாகக் காணப்பட்டது. எல்லாம் ஒரே சுரண்டல்காரர்கள்.

இந்தச் சுரண்டல் உலகத்திலிருந்து விடுவித்துக் கொள்வது எப்படி என்று சங்கரன் மிகத் தீவிரமாக சிந்தித்தபோது அவனுடைய நண்பர்களில் ஒருவன், இந்தச் சமுதாயத்தின் அடிப்படைகளே தவறானது என்று திரும்ப திரும்பக் கூறுபவன், தீவிர சீர்திருத்தவாதியாக மலருவான் என்ற எதிர்பார்ப்புக்களைத்

தோற்றுவிப்பவன், பழனிச்சாமி, சங்கரன் நினைவுக்கு வந்தான். எந்த இடத்திலும் பிழைத்துக்கொள்வது பற்றியும் உறுதியான நம்பிக்கைகளையே பழனிச்சாமி வெளிப்படுத்துபவன்.

அன்று பிற்பகல் தன்னுடைய ஐந்து பாண்ட்டுகள், எட்டு ஷர்ட்டுகள் இவை எல்லாவற்றையும் ஒழுங்காக மடித்து எடுத்துக் கொண்டு சங்கரன் மூர்மார்க்கெட் சென்றான். எழுபது ரூபாய் கிடைத்தது. முப்பது ரூபாயை மடித்து ஒரு ஜேபியில் பத்திரமாக வைத்துக்கொண்டான். உதகமண்டலத்திற்கு ஒரு இரயில் டிக்கெட் வாங்கிவிட்டு சென்ட்ரல் இரயில் நிலையத்தின் மாடியில் இருந்த உணவுச் சாலைக்குச் சென்றான். ஆனால் மனம் மாறி இரவு இரயில் கிளம்புவதற்குச் சிறிது நேரம் இருக்கும்போது சாப்பிட்டுக்கொள்ளலாம் என்று இறங்கி வந்துவிட்டான்.

எட்டு மணிக்குக் கிளம்ப வேண்டிய வண்டி ஏழு மணிக்கே பிளாட்பாரத்திற்கு வந்துவிட்டது. கூட்டத்தைப் பார்த்து ஒழுங்காக உட்கார்ந்தாவது செல்லலாம் என்று சங்கரன் ‘ஸிட்டிங் ரிசர்வேஷன்’ செய்துகொண்டான். ஏழு ரூபாய் சில்லறையை ஒரு ஜேபியில் போட்டுக்கொண்டு அனிச்சையாக முன்னே முப்பது ரூபாயைப் பத்திரப்படுத்திய பையைத் தடவிப் பார்த்தான். அந்தப் பை காலியாக இருந்தது.

12

“நாம்ப கற்பனையிலே எதேதோ அதிசயங்களை எல்லாம் நமக்குத் தாங்கிக்கக்கூடிய சத்தியிருக்கிற மாதிரி நினைச்சுக்கிறோம். ஆனா நிஜமான கஷ்டமோ சங்கடமோ வரப்போதான் நாம்ப எவ்வளவு வலுக்குறைவானவங்கன்னு தெரியவருது” என்று பழனிச்சாமி சொன்னான். எவ்வளவோ கம்பீரமும் களையும் தெளிவும் பொருந்திய அவனுடைய முகம் மாலை நேரத்து நிழல் மாதிரி மங்கிக் கிடந்தது. இந்த மாற்றத்தில் தனக்கும் பொறுப்புண்டோவென சங்கரன் நினைத்தபோது அவனுடைய வருத்தம் அதிகமாயிற்று.

பழனிச்சாமி ஒரு பிளாஸ்கில் சுடச்சுட டீ கொண்டு வந்திருந்தான். நாற்பத்தைந்து ரூபாய் பணம் கொண்டு வந்திருந்தான். சங்கரனுடைய ஈரத் துணிகளை நன்றாக மடித்து ஒரு பாலீதின் பையில் போட்டுக்கொண்டு வந்திருந்தான். சங்கரனிடம் யாரும் பேச்சுக்கொடுத்து அவனைப் பேச வைத்துவிடக் கூடாது என்பதில் கருத்தாக இருந்தான். பஸ் கிளம்பிப் போகும்போது கையை ஆட்டவில்லை. ஆனால் சங்கரனைப் பார்த்தவண்ணமே நின்றுகொண்டிருந்தான்.

பழனிச்சாமியின் அம்மாவிடம் ஒருவார்த்தை சொல்லிக் கொள்ளாமல் வரநேர்ந்தது சங்கரனுக்கு வருத்தமாயிருந்தது. குளிரால் தவித்த நேரத்தில் அவள் கம்பளிக் கோட்டு எடுத்து கொடுத்தாள். அப்போது தெரியவில்லை அவள் பிள்ளை குறித்து அவள் எப்போதும் திகிலுடன் இருந்து வருகிறாள் என்று. அவளுக்கு மார்க்சிஸம் பற்றியும் மத எதிர்ப்பு பற்றியும் என்ன தெரியும்? அவளுடைய பிள்ளை நியாயமான வழியில்தான் செல்வான் என்ற நம்பிக்கை மட்டும் இருக்க வேண்டும். பழனிச்சாமி என்றுமே கண்ணியத்தையும் சுய கௌரவத்தையும் கைவிட்டதில்லை. சமூக அநீதி, பொருளாதார ஏற்றத்தாழ்வு என்று பேச நேர்ந்தால் மட்டும் அவனுக்கு வெறி பிடித்துவிடும். சங்கரன் ஓரிரு சந்தர்ப்பங்களில் அந்த வெறியைக் கண்டு உள்ளூர நடுக்கம் கொண்டிருக்கிறான். அந்த வெறியில் பழனிச்சாமி ஆழ்ந்திருக்கையில் யார் தலையாவது சீவப்படவேண்டும் என்று ஒரு குறிப்புக் கிடைத்தால் உடனே அவன் போய் சீவிவிட்டு வந்துவிடுவான் என்றே சங்கரனுக்குத் தோன்றியிருக்கிறது. இப்போதுகூட அந்த செபாஸ்டியன் என்கிற போலீஸ் இன்ஸ்பெக்டருக்கு இந்த வெறி பற்றித் தெரியாதவரை பழனிச்சாமி வெறும் விசாரணையுடன் தப்பித்துக் கொண்டுவிடலாம். அவனுடைய அம்மாவுக்குத் தூக்கத்தின் போது திடீர் திடீரென்று தூக்கிவாரிப் போடாது. அவள் பயங்கரக் கனவுகள் காணமாட்டாள். அவள் மகன் வீட்டிலில்லாத நேரத்தில் மகனுடைய நண்பர்கள் வந்தால் வீட்டு வெளியிலேயே நிறுத்தி வைத்து விசாரித்துவிட்டு அனுப்பிவிட மாட்டாள்.

பஸ்ஸில் இருந்த பத்துப் பதினைந்து பேரும் நன்றாக இழுத்து போர்த்திக்கொண்டு தூங்கிக்கொண்டிருந்தார்கள். ஆனால் ஒரு மணி நேரப் பயணத்தின் பிறகு இவ்வளவு கம்பளிப் போர்வைகளும் மஃப்ளர்களும் கோட்டுகளும் தேவைப்படாது. இவற்றைக் களைந்துவிட்டு இன்னும் கொஞ்சம் சுதந்திரமாக இருப்பார்கள். சுதந்திரமே களைந்து எறிவதில்தான் இருக்கிறது போல் இருக்கிறது.

பழனிச்சாமிக்கு ஒன்றும் விபரீதமாக நடந்துவிடக்கூடாது என்று சங்கரன் வேண்டிக்கொண்டான். இதற்கு முன்னர் அவன் மேற்கொண்ட இரு ஊட்டிப் பயணங்களும் உல்லாசமும் மகிழ்ச்சியும் கொண்டவை. அந்த நினைவில்தான் இந்தப் பயணம் மேற்கொள்ளப்பட்டிருக்க வேண்டும். ஒரு விதத்தில் எதிர்பார்ப்புகள் வீண் போகவில்லை. ஊட்டியிலேயே தங்கி தெரிந்தவர்களின் கண்ணில் படாமல் இருந்து ஏதாவது வேலை

சம்பாதித்துக்கொண்டிருந்தால்கூடச் சிறிது நாட்கள் பழனிச்சாமியின் உடைகளைக் கடன் வாங்கித்தான் சமாளித்திருக்க வேண்டியிருக்கும். இப்போதும் அவன் உடைகள்தான்.

ஊருக்குத் திரும்பிய பிறகு இவற்றை லாண்டரியில் கொடுத்து சுத்தப்படுத்தித் திருப்பி அனுப்ப வேண்டும். தபால் மூலமாகத்தான் அனுப்ப வேண்டும். ஆனால் பழனிச்சாமியைப் போலீஸ் கண்காணித்து வருகிறது என்று அவன் சொன்னான். இப்படி ஒரு மூட்டை தபாலில் வந்தால் இது போலீஸ்காரர்கள் கண்ணில் படாமல் இருக்குமா? யாரோ எடுத்துப் போயிருந்த துணியைத் திருப்பியனுப்பியிருக்கிறார்கள் என்று எளிதான, நேரிடையான, உண்மையான காரணத்தை ஏற்க மாட்டார்கள். இது ஏதோ பயங்கரச் சதிக்கு அடையாளம் என்று நினைத்துக்கொள்ளலாம். இரகசியச் செய்தி என்று நினைத்துக்கொள்ளலாம். இதை அனுப்பியவன் சென்னையில் இன்னும் வேலைக்குப் போகாதச் சாதாரணப் பட்டதாரி என்று தெரிந்தால் அதுவும் எளிதான, நேரிடையான, உண்மையான தகவலாக எடுத்துக்கொள்ளப்படாது. அப்புறம் சியாமளா. அவளிலிருந்து அவள் அண்ணன். அவன் மிலிட்டரியில் இருப்பவன். அவன் சென்னைக்கு வரும்போது அவனோடு இவன் சேர்ந்துகொண்டு குடிப்பதற்கு என்ன காரணம்? ஆயுதங்களைத் திருடுவதற்காக இருக்கக்கூடாது? இப்படித் துப்பாக்கிகளும் கைவெடிகுண்டுகளும் திருடப்படுவதினால் தானே போலீஸ் நிலையங்களும் போலீஸ்காரர்களும் தாக்கப் படுகிறார்கள்?

பழனிச்சாமிக்குத் தற்போதைக்குப் பணத்தையோ அவன் உடைகளையோ திருப்பி அனுப்பக்கூடாது என்று சங்கரன் தீர்மானித்துக்கொண்டான். பழனிச்சாமியின் உருவமும் ஆகிருதியும் தன்னுடையது போல இருப்பதில் எவ்வளவு சௌகரியம்! இந்தச் சட்டை பாண்ட்டைத் தன்னுடையவை போலவே பயன்படுத்தலாம். இருந்த நல்ல சட்டை பாண்ட்டுகளைப் பழைய துணிக்காரனிடம் கொடுத்துப் பணம் வாங்கியாகிவிட்டது.

எதிர்காலம் பற்றி மீண்டும் நினைக்க வேண்டி வந்ததில் வயிறு குபீரென்றது. இப்போது எங்கே போவது? மீண்டும் அந்த சுயநல அப்பா அம்மாவிடம்தான் சரணாகதியடைவதா? அவர்கள் கூரையடியில் போய் நின்றாலே சரணாகதியடைந்தது போலத்தானே?

இந்த அப்பா நிறைய சட்ட விரோதமான செயல்கள் புரிந்திருக்கிறார். இலட்சக்கணக்கான ரூபாய் பொதுச் சொத்தைக் கையாடியிருக்கிறார். ஊழல்களுக்குக் காரணமா யிருந்திருக்கிறார்.

இனி அவர் சம்பந்தப்பட்ட துறையில் எவனும் ஒழுங்கான முறையில் அரசுப் பணி, பொதுப் பணியில் நேர்மையாகவும் நாணயமாகவும் பணியாற்ற வேண்டாம் என்ற அளவுக்கு அந்த இடத்தைக் கெடுத்துவிட்டு வந்திருக்கிறார். இதெல்லாம் அரசுக்குத் தெரியும்; போலீசுக்குத் தெரியும். சாதாரண வேலை நீக்கம் தவிர, வேறெதுவும் செய்ய முடியவில்லை. செய்ய முடியவில்லை என்று சொல்வது சரியாகாது. செய்ய மனமில்லை. இதே அரசும் போலீஸூம்தான் பழனிச்சாமியை விரட்டிக்கொண்டிருக்கிறது.

இனி என்ன நேர்ந்தாலும் சென்னைக்கும் போகக்கூடாது. அப்படிப் போனாலும் வீட்டுக்குப் போகக் கூடாது.

13

சென்னை இல்லாத போனால் கோவை. அதுவும் இல்லாது போனால் திருச்சி. அதுவும் இல்லாதுபோனால் மதுரை. மீண்டும் மீண்டும் நகரங்களைத்தான் சங்கரனால் நாடிப்போக முடிந்தது. நகரம் அவ்வளவு பழக்கப்பட்டுவிட்டது.

பழனிச்சாமி அரும்பாடுபட்டுத் தந்த பணம் நான்கு நாட்களில் தீர்ந்துவிட்டது. மீண்டும் ஒரு டீ சாப்பிடுவதும் ஒரு தினத்தாள் வாங்குவதும் பெரும் பிரச்னையாகிவிட்டன. பழக்கப்பட்ட வாழ்க்கை பெரும் பளுவாகிவிட்டது.

மதுரைத் தெருக்களை சங்கரன் இருநாட்கள் சுற்றி வந்தான். இனி சுற்றக்கூடாது என்று முடிவெடுத்துப் புதுமண்டபம் அருகில் ஓரிடத்தைத் தேர்ந்தெடுத்துப் படுத்துக் கிடந்தான். மதுரையில் குளிர் உபத்திரவமில்லாது போனாலும் பகலில் ஈக்களும் இரவில் கொசுக்களும் அவனைப் பிடுங்கித் தின்றன. ஒரு போலீஸ்காரன் அவன் கழுத்தில் துணியைப் போட்டு போலீஸ் ஸ்டேஷனுக்கு இழுத்துச் சென்றான். அங்கிருந்த போலீஸ் ரைட்டர் குரலைக் கேட்டும் ஒரு கான்ஸ்டபிளின் மீசையைக் கண்டும் சங்கரன் பயந்து போய், விளைவுகள் சிறிது மிதமாக இருக்கட்டும் என்று ஆங்கிலத்தில் பேசினான். பெயர், ஊர், பெற்றோர்கள், முகவரி எல்லாம் ஒழுங்காகச் சொன்னான். அடுத்த நாளே ஓர் அறிமுகக் கடிதத்துடன் சங்கரனின் அப்பா மதுரை போலீஸ் ஸ்டேஷனில் ஆஜரானார். சங்கரனைச் சென்னைக்கு அழைத்துச் சென்றார். மிக அத்யாவசியமான தருணங்களில் தவிர இருவரும் ஒன்றும் பேசிக்கொள்ளவில்லை.

அம்மா எப்போதும் போலிருந்தாள். தம்பி மணியும் எப்போதும் போலிருந்தான். மீரா அவள் கணவன் வீட்டிற்கு

சென்றாள். அவள் மறுபடியும் அங்கு வந்தபோது அந்தக் குடும்பமே சங்கரனுக்காக ஒரு பெண் பார்க்க இன்னொரு வீட்டிற்குச் சென்றது. பெண்ணின் தகப்பனார் சங்கரனின் தகப்பனாருடன் மூன்று இலட்ச ரூபாய் மூலதனத்தில் ஒரு கூட்டுத் தொழில் தொடங்கக்கூடும் என்று நம்பிக்கை அளித்தார். சங்கரனுக்கு இப்போது அப்பா அம்மாவின் புன்னகைகள் கிடைத்தன. அவன் சாப்பாடு சாப்பிட அழைப்பு பெறுவதற்கு உரியவனானான். மீரா அப்பா அம்மா சார்பில் அவனோடு பேசினாள். பெற்றோர் பார்த்திருந்த பெண்ணை அவன் ஏற்கவேண்டிய அவசியத்தை வலியுறுத்தினாள். ஆனால் அதற்கு முன்னாலேயே சங்கரன் ஒரு தீர்மானத்திற்கு வந்திருந்தான். அந்தப் பெண் அவனுக்குப் பிடித்திருந்தது.

அரசு அரசாளுவது இன்னமும் தீவிரமடைந்தது, நான்காம் முறை பழனிச்சாமியை விசாரணைக்கு அழைத்துச் சென்றபோது அவன் வீடு திரும்ப ஒரு வாரம் ஆயிற்று என்று சங்கரன் கேள்விப் பட்டான். பழனிச்சாமியின் உடையை அவன் நன்கு வெளுத்து இஸ்திரி போட்டு வைத்திருந்தான். சங்கரனுடைய அப்பா மீது இருந்த குற்றச்சாட்டுக்கள் வாபஸ் பெறப்பட்டன. மாணிக்கம் குடும்பத்தாரை அவர் போகச் சொல்லிவிட்டு அந்த இடத்தில் நல்ல கட்டிடமாக ஒன்று கட்டினார். வீட்டுப் புரோக்கர்கள் மூலம் அந்த இடத்தை முன்னூறு ரூபாய் வாடகைக்கு விட்டார்.

அரசு அரசாள்வது தளர்ச்சி அடைந்தது. மறு சுதந்திரம் அடைந்ததாக எல்லாரும் கொண்டாடினார்கள். அப்போது தான் சங்கரனுக்கு ஒரு பெண் பிறந்தது.

நாராயணன் பட்டம் பெற்று வக்கீலாகிவிட்டான். இந்த இருபதாம் நூற்றாண்டின் கடைசிக் கால் பாகத்திலும் தலைப்பாகை கட்டும் ஒரு முதிய வக்கீலிடம் ஜுனியராக பணியாற்ற அமர்ந்தான். எடுத்ததெற்கெல்லாம் வழக்குத் தொடுக்கும் இயல்பை மட்டுப்படுத்த வேண்டும் என்ற நோக்கம் கொண்டவர் அந்த வக்கீல். அப்படி இருந்தும் அவர் மூன்று வீடுகளும் இரு கார்களும், நிறைய நகை, சொத்து உடையவராக இருந்தார்.

சியாமளா சங்கரன் வாழ்கையைவிட்டு மிகவும் விலகிப் போய்விட்டாள். அவனுடைய கல்யாணத்தின்போது ஆறு நபர்களுக்குரிய ஒரு பீங்கான் டீ செட் பரிசளித்தாள். கல்யாணத்திற்கு அடுத்த நாள் கல்யாண மண்டபத்திலிருந்து வீட்டுக்கு அதை எடுத்துப் போகும்போது ஒரு சூட்கேஸ் டீ

செட் பெட்டி மீது விழுந்துவிட்டது. இரு கோப்பைகளும் மூன்று தட்டுகளுமே மிஞ்சின.

பழனிச்சாமியைச் சென்னையிலேயே ஒரு நாள் சங்கரன் பார்த்தான். அவனைக் கூப்பிடத்தான் நினைத்தான். ஆனால் ஏதோ அவனைத் தடுப்பதையும் உணர்ந்தான். பழனிச்சாமி சிறிது இளைத்திருந்தான். ஆனால் இளைப்பைக் காட்டிலும் அவனிடம் கூன் விழுந்திருந்ததுதான் திகிலூட்டும்படியாக இருந்தது. உடல் இளைப்பும் உடல் மாறுதலும் இவ்வளவு பயம் விளைவிக்கக்கூடும் என்று சங்கரன் அறிந்தது கிடையாது. பழனிச்சாமி சென்னை நகரின் மாலை நேரப் போக்கு வரத்து நெருக்கடியில் எங்கோ கலந்து மறைந்துவிட்டான். அன்று இரவு பழனிச்சாமியின் உடைகளைச் சங்கரன் வெளியிலெடுத்து வெகுநேரம் ஆலோசனையில் ஆழ்ந்திருந்தான்.

அதை அவன் மனைவி பார்த்துவிட்டாளோ? அப்படி இல்லாமலும் இருக்கலாம். ஒரு மாதம் ஆவதற்குள் அவள் எவர்சில்வர் கிண்ணம் ஒன்றைச் சங்கரனிடம் காண்பித்து, "இது ஏது தெரியுமா?" என்று கேட்டாள்.

"தெரியாது," என்று சங்கரன் சொன்னான்.

"நீங்க போட்டுக்காம பீரோவிலேயே சுருட்டிவைச்சிருக்கிற கொஞ்சம் துணியைப் போட்டு வாங்கினேன்."

சங்கரன் உடனே ஓடிப்போய் பீரோவைத் திறந்து பார்த்தான். பழனிச்சாமியின் துணிகளைக் காணவில்லை.

அவன் பழனிச்சாமியை மீண்டும் சந்திக்க முயற்சி எடுக்காமலிருப்பதற்கு இது இன்னொரு காரணம் என்று தோன்றிற்று.

(1979)

மாலதி

சசியின் கல்யாணத்திற்குப் போய்விட்டு வந்தது தவறாகப் போய்விட்டது. போகாமலிருந் திருந்தால் டாக்டர் விஷயம் இவ்வளவு பெரிதாக ஆகியிருக்காது.

முதலில் மாலதி வரமுடியாதென்றுதான் சொல்லியிருந்தாள். "நீ முகூர்த்தத்திற்குப் போய் விட்டு வா. நான் முடிந்தால் ரிசப்ஷனுக்குப் போகிறேன்" என்று அம்மாவிடம் சொன்னாள்.

"அதென்னடி அப்படிச் சொல்றே? அவா வீட்டிலேந்து எல்லாருமே வந்து கூப்பிட்டிருக்கா. எஸ்.எஸ்.எல்.சி. வரைக்கும் அவளோட சேர்ந்து படிச்சிருக்கே. அவா நம்ம வீட்டு நல்லது பொல்லாதது எல்லாத்துக்கும் வந்திருக்கா. அவ கல்யாணத்துக்கு நீ வராம போனா யாரும் எதுவும் சொல்லுவா," என்று அம்மா கோபித்துக் கொண்டாள்.

"அம்மா, நர்சிங் ஹோமிலே கார்த்தாலே பத்து மணி வரைக்கும் எனக்கு ஓய்ச்சல் ஒழிவே இருக்காது. கிளார்க் வேறே பத்து நாளாய் லீவு. ஏற்கெனவே டாக்டர் என்னை இரண்டு மூணு தரம் கோவிச்சுண்டிருக்கார்."

"நீ பண்ணற பெரிய உத்தியோகத்துக்கு சிநேகிதி கல்யாணத்துக்குக்கூடவா போகக் கூடாது? அப்படி என்ன பெரிசா அந்த டாக்டர் கொட்டிக் கொடுத்துடறார்?"

“கொட்டிக் கொடுக்கிறாரோ இல்லையோ, கொடுக்கிற ரூபாயை இவர்தான் ஒழுங்கா முதல் தேதி தரார். இந்த வேலையையும் போக்கடிச்சுக்கணுன்னா சொல்லு, நானும் தாராளமா உன்னோட எல்லாருடைய கல்யாணம் சீமந்தத்துக்கும் வந்திண்டிருக்கேன்.”

“அதென்னமோ எனக்குத் தெரியாது. அந்தக் குழந்தையே நேரே வந்து கூப்பிட்டிருக்கா. இதுக்கு நீ போகாதபடி நான் மட்டும் நின்னா நன்னாயிருக்காது. வயத்தெரிச்சப் பட்டுண்டு தான் நீ வரலேன்னு யாரும் சொல்லுவா.”

“எனக்கு ஒண்ணும் யார் மேலேயும் வயத்தெரிச்சல் இல்லே.” இதைச் சொல்லும்போது மாலதிக்கு அழுகை வந்துவிட்டது.

“அழு, அழு, உன்னைக் கட்டிண்டு நானும் ஆயுசெல்லாம் அழறதுக்குத்தானே ஜன்மம் எடுத்திருக்கேன்.”

இந்த வாக்குவாதத்தின் விளைவு மாலதிக்கு வழக்கமாகக் காலையில் சாப்பிடும் பழைய சோறின் அளவு மிகவும் குறைந்தது. அன்று நர்சிங் ஹோமுக்குப் போய்ச் சிறிது நேரத்திற்கெல்லாம் வயிற்றைப் பசிக்க ஆரம்பித்தது.

நர்சிங் ஹோமில் இருந்த ஒன்பது படுக்கைகளில் எட்டில் படுத்திருந்த நோயாளிகளில் ஐந்து பேராவது ‘எனக்கு பசியே இல்லை,’ என்றுதான் சொல்லிக்கொண்டிருப்பார்கள். ஆனால் தனியார் நர்சிங் ஹோமில் ஒரு நோயாளியைச் சேர்த்திருந்தால் அந்த நோயாளியின் குடும்பமே அங்கு வசிக்க ஆரம்பித்துவிடும். காலை ஐந்து மணியிலிருந்து இரவு பத்துமணி வரை டிபன், காபி, சாப்பாடு, பழம், பார்லிக் கஞ்சி என்று ஒவ்வொரு படுக்கையிடமும் ஒரு விரிவான உணவுச்சாலை செயல்படும். அவர்கள் அரையும் குறையுமாகச் சாப்பிட்டு எறிந்திருந்த இட்லியும் போண்டாவும் சட்னியும் நர்சிங் ஹோம் குப்பைத் தொட்டியில் ஊசிப்போய் நாற்றமெடுத்துக் கொண்டிருக்கும். ஒரு நாளைக்கு இருமுறை அந்தக் குப்பைத் தொட்டியைக் காலி செய்வர். காலி செய்த அரை மணிக்கெல்லாம் அக்கம் பக்கத்து ஹோட்டல் பணியாரங்களும் அவை சுற்றிக் கொணரப்பட்ட இலைகளும் அந்தத் தொட்டியில் நிறைந்து வழியும். இன்று காலை குப்பைத் தொட்டி இன்னும் காலி செய்யப்படவில்லை.

அட்டெண்டர் சண்முகம் முன் அறையில் செய்தித்தாள் படித்துக்கொண்டிருந்தான். டாக்டர் கன்சல்டேஷனுக்கு எட்டு

மணிக்குத்தான் வருவார் என்றாலும் அப்போதே மூன்று நான்கு நோயாளிகள் காத்திருந்தார்கள்.

மாலதி, டாக்டர் அறைக்குப் பக்கத்தில் இருந்த டிஸ்பென்ஸிங் அறைக்குச் சென்று எல்லா ஜன்னல் கதவு களையும் திறந்தாள். ஒரு கதவைத் திறந்தால் அது நோயாளிகள் காத்திருக்கும் இடத்தில் மேஜை இணைத்த கவுண்ட்டர் போல மாறும். அங்கிருந்து மாலதி சண்முகத்தைக் கூப்பிட்டாள். சண்முகம் எழுந்து வந்தான்.

"இவங்களுக்கு டோக்கன் கொடுத்தாச்சா?"

"டோக்கன் டப்பா உள்ளேதானே இருக்கு."

மாலதி டோக்கன் டப்பாவை எடுத்துக் கொடுத்தாள். "நர்சுங்க மாறிட்டாங்களா?" என்று கேட்டாள்.

"சுப்புலட்சுமியம்மா இன்னும் வரலை."

"அவங்க வந்துருவாங்க. நீங்க போய் ஸ்வீப்பரை உடனே கூப்பிட்டு வாங்க."

"அவ ஹாலையெல்லாம் துடைச்சிட்டுப் போயாச்சே?"

"குப்பைத் தொட்டி அப்படியே இருக்கு. டாக்டர் வந்தா முதல்லே அதுதான் அவர் கண்ணிலே படும்."

"அவளே டாக்டர் வீட்டுக்குத்தான் போயிருக்கா."

"எதுக்கும் ஒரு நிமிஷம் வந்து குப்பைத் தொட்டியை எடுத்துட்டுப் போகச் சொல்லுங்க."

"இருங்க. இங்கே டோக்கன் கொடுத்துட்டுப் போறேன்."

சண்முகம் காத்திருந்தவர்களிடம் டோக்கன் விநியோகித்து விட்டு வெளியே சென்றான். மாலதி டெலிபோன் இணைப்பை ஸ்விட்ச் போர்டுக்கு மாற்றினாள். உடனேயே அது கிர்ரென்று ஒலித்தது.

மாலதி டெலிபோனைக் காதில் வைத்துக் கொண்டாள். "குட்மார்னிங். 4452."

"டாக்டரா?"

"இல்லை. நர்சிங் ஹோம் கிளார்க் பேசறேன். இன்னும் டாக்டர் வரலை. நீங்க யாரு?"

மாலதி

"அப்போ டாக்டர் வீட்டுக்கு கனெக்ஷன் கொடு."

"அவரே பத்து நிமிஷத்திலே வந்துடுவார்."

"கனெக்ஷன் கொடுன்னா பத்து நிமிஷன்ம்றியே? நான் டாக்டரோட உடனே பேசணும்."

"நீங்க யாரு?"

"நான் யாருன்னு உங்கிட்டே என்ன சொல்றது? இப்போ கனெக்ஷன் தரயா இல்லையா?"

மாலதி ஒரு விநாடி தயங்கினாள். பிறகு டாக்டர் வீட்டு இணைப்புக்குக் கம்பிகளை மாற்றினாள். முந்தின இரவு டாக்டரை வந்து பார்த்திருந்த நோயாளிகளின் கேஸ் ஹிஸ்டரி அட்டைகள் ஒரு மூலையில் கிடந்தன. அவற்றை வரிசையாகப் பெரிய ரிஜிஸ்டரில் குறித்து வைக்கத் தொடங்கினாள்.

இரண்டே நிமிடத்தில் டெலிபோன் மீண்டும் கிர்ரென்றது. இம்முறை அது டாக்டர்.

"எஸ் சார்."

"மாலதி, உனக்கு எவ்வளவு தடவை ஏழே முக்காலிலிருந்து எட்டுமணி வரைக்கும் வீட்டுக்குக் கால் கொடுக்காதேன்னு சொல்றது?"

"ஸாரி, சார்."

"மறுபடியும் இந்த மாதிரிச் சொல்லாதே. ஐ டோண்ட் லைக் இட்."

"எஸ் சார்."

"இந்த ஒரு கால்னாலே நான் ஒரு அஞ்சு நிமிஷம் லேட்டாத் தான் வரும்படியா ஆயிடுத்து."

"ஸாரி சார்."

டாக்டர் பேசி முடித்த உடனேயே மறுபடியும் டெலிபோன் கிர்ரென்றது. மாலதி எதற்கும் காத்திராமல், "டாக்டர் இப்போது இங்கில்லை. எட்டு பத்துக்குப் போன் பண்ணுங்க. நீங்கள் யார் என்று சொன்னால் நான் அவருக்குத் தெரிவித்துவிடுகிறேன்."

"சுஜனா."

மாலதி உதட்டைக் கடித்துக்கொண்டாள். சுஜனா டாக்டருக்கு மிகவும் வேண்டியவள். இந்தக் குரலை எவ்வளவு

தடவை கேட்டிருக்கிறாள், ஏன் இன்று புத்தி இப்படித் தட்டுக் கெட்டுப் போயிருக்கிறது? சசி கல்யாணம்!

மாலதி ஒரு நப்பாசையோடு முன் அறையை எட்டிப் பார்த்தாள். அந்த டாக்டர் அவுட் பேஷண்ட் நோயாளிகளைக் காலை எட்டு மணியிலிருந்து ஒன்பதரை வரை பார்ப்பார். அதன் பிறகு நர்சிங் ஹோமில் தங்கியிருக்கும் நோயாளிகளைப் பத்தேகால் வரை பார்த்து வருவார். டாக்டருக்குக் கைராசி உண்டு என்று பெயர். அதே நேரத்தில் ஜலதோஷம் என்று வந்தால்கூட ரத்தப் பரிசோதனை, எக்ஸ்ரே, மல–மூத்திரப் பரிசோதனை என்று முப்பது நாற்பது ரூபாய் செலவுக்கு வழி செய்துவிடுவார் என்றும் பெயர். இப்படியும் ஒரு அபிப்பிராயம் உலவ ஆரம்பித்திருந்த நிலையில் கூட்டம் சிறிது குறைய ஆரம்பித்திருந்தது. ஆனால் நிச்சயமாகச் சொல்லுவதற்கில்லை. திடீரென்று சில நாட்களில் கூட்டம் நிரம்பி வழியும். இன்று கூட்டம் அதிகமில்லாது போனால் ஒரு மணி நேரம் பர்மிஷன் கேட்டுக் கொண்டு சசி கல்யாணத்திற்குப் போய்விட்டு வந்துவிடலாம்.

கூட்டம் குறைவாகத்தான் இருந்தது. ஆனால் டாக்டர் தன் அறைக்கு வர எட்டேகாலுக்கும் மேலாகிவிட்டது. நர்சிங் ஹோம் நோயாளிகள் இருவருக்குப் பில் தயாரிக்க வேண்டியிருந்தது. இன்னொரு நோயாளிக்கு ஒரு ஸ்பெஷலிஸ்ட் டாக்டரைப் பிற்பகல் வந்து பார்த்துவிட்டுப் போக ஏற்பாடு செய்ய வேண்டியிருந்தது. ஆக்ஸிஜன் சிலிண்டர்கள் இன்னும் இரண்டுதான் கைவசமிருந்தன. வழக்கமாக விநியோகம் செய்யும் இடத்தில் ஒரு வாரமாக வேலை நிறுத்தம். அங்கு குறைந்த பட்சம் சம்பளம் நானூற்றுத் தொண்ணூற்றெம்பதிலிருந்து ஐநூற்றுத்தொண்ணூற்றெம்பதாக மாற்ற வேண்டுமென்று ஒரு முக்கிய கோரிக்கை. மாலதி, சசி கல்யாணத்தைச் சிந்தனையி லிருந்து விலக்கிக் கொள்ள முயன்றாள்.

வயதான ஒரு அம்மாள் மாடியிலிருந்து இறங்கி வந்தாள். மாலதியிடம், “டாக்டரைப் பார்க்கணும்,” என்றாள்.

“உங்க ரூமுக்கே இன்னும் ஒரு மணியிலே வந்துவிடுவார்,” என்று மாலதி சொன்னாள்.

“மாடியிலே தண்ணி வரலை,” என்று அந்த அம்மாள் சொன்னாள்.

“நீங்க ஸ்டாஃப் நர்ஸ் ரூம் பக்கத்திலே இருக்கிற பாத்ரூமை உபயோகப்படுத்திக் கொள்ளுங்கோ.”

"அங்கேயும்தான் போய்ப் பார்த்தேன். தண்ணியே வரலை."

"அப்படி வராம இருக்காதே."

"நான் பொய்யா சொல்லறேன்?"

இதற்குள் டாக்டர் அறை மணியடித்தது. மாலதி, "ஒரு நிமிஷம்," என்று சொல்லிவிட்டு டாக்டர் அறைக்குச் சென்றாள்.

அங்கே ஒரு நோயாளி படுக்கையிலும், வேறு இருவர் பக்கத்தில் நின்று கொண்டும் இருந்தார்கள்.

"பெட் நம்பர் எட்டு காலியாத்தானே இருக்கு?" என்று கேட்டார் டாக்டர்.

"ஆமாம்" என்று மாலதி சொன்னாள். இதற்குள் படுக்கையி லிருந்த நோயாளி கையை அசைத்தார். கூட இருந்தவர்களில் ஒருவர் நோயாளி அருகே சென்றார். உடனே டாக்டரிடம் சொன்னார். "வேறே பெட் தாருங்க, டாக்டர்."

"அதுதான் இப்போ காலியாயிருக்கு," என்று மாலதி சொன்னாள்.

அவர் மாலதியை இலட்சியம் செய்யாமல் டாக்டரிடம், "எட்டாம் நம்பர் வேண்டாம்னு அப்பா சொல்றார்," என்று சொன்னார்.

டாக்டர் முகத்தில் ஒரு சிறு ரேகை தோன்றி மறைந்தது.

"இன்னிக்கு இரண்டு பேஷண்ட் டிஸ்சார்ஜ் ஆகறாங்க இல்லே?" என்று அவர் மாலதியைக் கேட்டார்.

"பில் போட்டுண்டிருக்கேன், சார். இரண்டு பேரும் ராகுகாலம் கழிச்சுத்தான் போறாங்க."

அங்கிருந்த நோயாளியுடன் இருந்தவர், "நாங்க அப்பவே வறோம், டாக்டர்," என்றார்.

"ராகு காலம் எப்போ போறது?" என்று டாக்டர் மாலதியைக் கேட்டார்.

"மத்தியானம் மூணு மணிக்கு."

"டூ லேட். பேஷண்ட்டுக்கு இப்பவே ஸ்டாஸிஸ் ஸெட்டிங் ஆயிருக்கு. உடனே ஆக்ஸிஜன்லே ஆரம்பிச்சு மணிக்கொரு தடவை இன்ஜெக்ஷன் போடணும்."

அந்த நோயாளியுடன் வந்திருந்தவர்கள் அரை மனதுடன் தலையை அசைத்தார்கள். மாலதி அவளுடைய அறைக்கு வந்தாள். அங்கே அந்த அம்மாள் இன்னும் காத்திருந்தாள். மாலதி, "இன்னும் தண்ணி வரலையா?" என்று கேட்டாள்.

"நீதானே என்னை இருன்னு சொல்லிட்டுப் போனே?"

மாலதி சண்முகத்தைக் கூப்பிட்டாள். "மாடியிலே தண்ணி வரலையாம்," என்றாள்.

"நேத்தே ஒங்ககிட்டச் சொல்லித்தே."

"பிளம்பரைக் கூப்பிட்டுச் சரி பண்ணச் சொன்னேனே?"

"அந்தப் பிளம்பர் இனிமே வரமுடியாதுன்னுட்டாரு."

"அது எப்படி வரமாட்டேன்னு சொல்லுவாரு? அவர் தானே எல்லா வேலையும் செஞ்சிருக்காரு."

"அவர் பில்லுலே இன்னும் நூத்தம்பது ரூபா செட்டில் ஆகலையாம்."

"டாக்டர்தான் அடிச்சுட்டாரு."

சண்முகம் பேசாது இருந்தான்.

"எதுக்கும் இந்தத் தடவை வந்து சரிபண்ணிட்டுப் போகச் சொல்லு, நான் டாக்டரிடம் பேசறேன்."

"இதை முன்னாலியே செஞ்சிருக்கலாம் இல்லையா?"

"நான் என்ன பண்ணுவேன், சண்முகம்? நான் பிளம்பரை நேராவே டாக்டர்கிட்டே பேசுன்னுதான் சொன்னேன். டாக்டர் முன்னாலே சரிசரின்னுட்டு இப்ப வர மாட்டேன்னா நான் என்ன செய்யறது?"

அந்த அம்மாள் பொறுமையிழந்து கத்தினாள். "நீங்க சண்டை எப்ப வேணாப் போட்டுக்குங்க. மாடியிலே தண்ணி வரலைன்னா யாரையாவது தூக்கிண்டு வரவாவது சொல்லணும். ஒரு நாளைக்கு முப்பது ரூபா கராறா வாங்கிக்கிறீங்களே?"

"நீங்க மாடிக்குப் போங்க, அம்மா. எப்படியும் அரை மணிக்குள்ளே ஏதாவது ஏற்பாடு பண்ணறேன்," என்று மாலதி சமாதானமாகச் சொன்னாள். அந்த அம்மாள் அங்கிருந்து நகர்ந்ததும் மாலதி டாக்டர் அறைக்குச் சென்றாள். அங்கே டாக்டர் இன்னொரு நோயாளியைப் பரிசோதித்துக்

கொண்டிருந்தார். மாலதியைப் பார்த்து, "எட்டாம் நம்பர் பெட் ரெடி பண்ணிட்டியா?" என்று கேட்டார்.

"இதோ பண்ணச் சொல்றேன். சார், அதுக்கு முன்னாலே நீங்க கொஞ்சம் இஞ்ஜினியரோட பேசினாத் தேவலை."

"அவர் லைன்லே இருக்காரா?"

"இல்லை சார், மாடி வாட்டர் டாங்க்குக்கு தண்ணி ஏறமாட்டேங்குது. உடனே வந்து கவனிக்க மாட்டேன்னு பிளம்பர் சொல்றாராம். நீங்க இஞ்ஜினியர்கிட்ட சொன்னா வரச்சொல்லுவார்."

"கன்ஸல்டிங் நேரத்திலே இந்த மாதிரிப் பிரச்சினை களையெல்லாம் கொண்டுவரக்கூடாது." என்று டாக்டர் ஆங்கிலத்தில் சொன்னார்.

"இது அர்ஜண்ட் சார்."

எட்டாவது எண் படுக்கையை அமர்த்திக்கொள்ள அந்த நோயாளியுடன் வந்தவர்களுக்குச் சம்மதமே இல்லை. "டிஸ்சார்ஜ் ஆறாங்கன்னு சொன்னீங்களே, அவுங்களை இந்த பெட்டுக்கு மாத்திக்கச் சொல்லுங்க," என்று மாலதியிடம் ஒரு பெரியவர் சொன்னார்.

"நீங்களே சொல்லுங்க, ஒரு அஞ்சாறு மணி நேரத்துக்காக அவங்களை எப்படி மாத்திக்கச் சொல்ல முடியும்? எப்படியும் சாயங்காலத்துக்குள்ளே நான் வேற ரூம் உங்களுக்குத் தரேன்."

ஒன்பதேகால் மணிக்கு டாக்டர் வெளியிலிருந்து வந்து போகும் நோயாளிகளைப் பார்த்து முடித்துவிட்டு நர்சிங் ஹோமிலேயே தங்கியிருக்கும் நோயாளிகளைப் பார்த்து வரப் புறப்பட்டார். இன்னும் ஒரு மணி நேரம் முன் அறையில் நெருக்கடி அதிகம் இருக்காது. ஆனால் இந்த ஒரு மணி நேரத்தில் அன்று வந்துபோன நோயாளிகளைப் பற்றின விவரங்களை அட்டவணையில் பதிவு செய்ய வேண்டும். மாதா மாதம் பணம் தரும் வாடிக்கைக் குடும்பங்களுக்குத் தனியாகக் கணக்கு எழுத வேண்டும். பிற்பகல் ஒரு நோயாளியை வந்து பார்க்க ஒரு ஸ்பெஷலிஸ்ட் டாக்டருக்கு ஏற்பாடு செய்ய வேண்டும். அன்று டிஸ்சார்ஜ் ஆகும் இருவருக்கும் பில் தயாரித்துப் பணம் வாங்கவேண்டும். மாடிக் குழாய் ரிப்பேருக்கு வழி செய்ய வேண்டும்.

கடைசி விஷயம் தவிர மற்றவற்றைப் பத்தே நிமிஷத்தில் மாலதி செய்து முடித்துவிட்டாள். அரை மைல் தூரத்தில், இன்னும் அரைமணி நேரத்தில் சசியின் கல்யாண முகூர்த்தம் முடிவு பெறும். முகூர்த்தம் என்று கல்யாணப் பத்திரிகையில் ஒரு மணி நேரம் ஒன்றரை மணி நேரம் குறித்திருந்தாலும் கடைசி நிமிடங்களில்தான் தாலி கட்டுவது நிகழ்கிறது. இப்போது கிளம்பினால்கூடச் சரியான தருணத்தில் சசி கல்யாணத்திற்குப் போய் வந்துவிடலாம். சசி சந்தோஷப்படுவாள். அம்மாவுக்குத் தன் பேச்சுக்குப் பெண் அடங்கி நடப்பது குறித்துத் திருப்தியாக இருக்கும்.

மாலதி, டாக்டரின் அறைக்குச் சென்று அங்கு வாஷ்பேசின் மீது சுவரில் பதிக்கப்பட்டிருந்த கண்ணாடியில் தன் முகத்தைப் பார்த்துக்கொண்டாள். கன்னங்கள் சிறிது ஒட்டியிருந்தன என்பதைத் தவிர அவள் முகம் அழகான முகம்தான்.

மாலதி அந்த அறையைச் சுற்றிப் பார்த்துப் பெருமூச்சு விட்டாள். ஏர் கண்டிஷன் செய்யப்பட்டு நேரடியாகச் சூரிய ஒளியே படாத இடம்; அந்த அறையின் காற்றுக்குத் தனி மணம். முதலில் அது பிடிக்காமலிருந்தது. இப்போது அது ஓர் ஏக்கம்கொள்ள வைக்கிறது. சென்னையில் பல சினிமா கொட்டகைகளில் இந்த ஏர்கண்டிஷன் சாதனம் இருக்கிறது. ஆனால் அங்கு சென்றால் இந்த ஏக்க உணர்வு ஏற்படவில்லை. சினிமா கொட்டகைகளுக்கு ஓர் அந்தரங்கமான உறவுணர்வு ஏற்படுத்தும் தன்மை கிடையாது. தினமும் ஆயிரக்கணக் கானவர்கள் வந்து போவதே காரணம். இந்த அறை அப்படி யல்ல. இங்கிருக்கும் ஒவ்வொரு பொருளையும் அவள் தினம் பார்க்கிறாள். அவை இடம் மாறுவது, பழமை அடைவது எல்லாம் அவள் கவனத்தில் நிகழ்கின்றன. இந்த அறையின் உரிமையாளரின் அந்தரங்கங்களை எல்லாம் அவள் அறிந்தவள். அவளாகத் தேடித் துருவி அறிந்ததல்ல. அந்த நர்சிங் ஹோமின் முன் அறையில் உட்கார்ந்து கொண்டு டெலிபோன் ஸ்விட்ச் போர்டை இயக்கிக் கொண்டு அங்கு வரும் நோயாளிகளுக்குக் கட்டணமும் கணக்கும் பார்த்து எழுதி வருவதினாலேயே எவ்வளவோ விஷயங்கள் தெரிந்து விடுகின்றன. மனித உடம்பை மிகவும் கவர்ச்சியற்ற நிலையிலேயே தினம் தினம் பார்த்துவரும் இந்த டாக்டர் வெகு சீக்கிரமே ஒரு பெரிய நெருக்கடியில் விழப்போகிறார். சுஜனா. சுஜனா டாக்டரைக் கைப்பிடியில் வைத்துக்கொண்டிருக்கிறாள். டாக்டருக்கும் அதில் சம்மதந்தான். ஆனால் சுஜனா ஒழுங்காகக் கல்யாணம் செய்து கொண்டு விடு

என்கிறாள். ஏற்கெனவே இருக்கும் மனைவியையும் பிள்ளை, பெண்ணையும் டாக்டர் விட்டுவிட முடியாது. சுஜனாவையும் விட்டுவிட முடியாது.

மாலதி மீண்டும் ஒருமுறை கண்ணாடியில் தன்னைப் பார்த்துக்கொண்டாள். அவளுடைய உத்தியோகத்திலேயே இந்தக் காலை இடைவெளிதான் அவளை மனமொடிந்து விழுந்துவிடாமல் நிறுத்தி வைக்கிறதோ என்ற ஐயம் உண்டு. எல்லாப் பத்திரிகைகளும் அசட்டுப்பிசட்டென்று பெண்களைப் பற்றிச் சிரிப்புத் துணுக்குகள் வெளியிடுகின்றன – இருபத்து நான்கு மணி நேரமும் பெண்கள் கண்ணாடி முன் நின்று கொண்டிருக்கிறார்கள் என்று. எந்தப் பெண்ணைப் பார்த்து இந்த முட்டாள்கள் இப்படித் துணுக்கு எழுதுகிறார்கள்? எவ்வளவு பெண்களுக்குக் கண்ணாடியை ஒழுங்காகப் பார்க்கும் வாய்ப்பே கிடையாது என்று இவர்களுக்குத் தெரியுமா? மாலதி வீட்டில்கூட ஒரு ஓட்டைக் கண்ணாடிதான். அதில் தெரியும் பிம்பம் எல்லாமே அரைகுறைதான். அப்புறம் எவ்வளவு பேருக்குக் கண்ணாடியில் தெரியும் தங்கள் பிம்பங்களைக் கண்டாலே பற்றிக்கொண்டு வரும் என்று இந்த மடையர்களுக்குத் தெரியுமா? சுஜனாவுக்கு வேண்டுமானால் கண்ணாடி பிடிக்கலாம். அவள் காலில் விழுந்து கிடக்கும் டாக்டரைப் போல எல்லாப் பெண்கள் காலிலும் யாராவது விழுந்து காத்துக் கிடக்கிறார்களா என்ன? லட்சக்கணக்கான பேரை யாரும் திரும்பிப் பார்ப்பதுகூடக் கிடையாது. பெண் ஒன்று மட்டும் இல்லை. ஒரு மனமுள்ள, உயிருள்ள பிராணியாகக்கூட மதிப்பதில்லை. இதோ, தன்னைப் போல.

மாலதி தன் கையை மேஜைமீது ஓங்கி அடித்துக்கொண்டு தன் சிந்தனையோட்டத்தை மாற்றிக்கொண்டாள். தன்னைப் பற்றித் தானே நினைத்து நினைத்து மாய்ந்து போக வேண்டு மென்றால் நாளெல்லாம் போதாது. தன்னை இன்னும் வருத்திக் கொள்ளலாமே தவிர வேறு எந்தப் பயனும் கிடையாது.

டாக்டர் செய்யத் தவறியதை மாலதி செய்தாள். இஞ் ஜினியருக்கு டெலிபோன் செய்தாள். நர்சிங் ஹோம் மாடியில் இனிப் பிரளயமாகத் தண்ணீர் வரும். அதைக் கட்டுக்கடங்க வைக்க ஆலிலைக் கிருஷ்ணன் தேவைப்படும்.

சுஜனா வந்தாள். மாலதியைப் பார்த்து "டாக்டர் எங்கே?" என்று கேட்டாள்.

"ரவுண்ட்ஸுக்குப் போயிருக்கார்."

"எங்கே, வெளியிலேயா?"

"இல்லை, நர்சிங் ஹோமிலேயேதான்."

"ரூம்லே யாரும் இல்லையே"—இப்படிச் சொல்லியவாறே சுஜனா டாக்டர் அறைக்குள் நுழைந்தாள். உடனே மாலதியை கிர்ரென்று ஓர் ஒலி கிளப்பிற்று. மாலதி டாக்டர் அறைக்குச் சென்றாள். சுஜனா டாக்டர் மேஜையருகே உட்கார்ந்திருந்தாள்.

"ஒண்ணுமில்லை. இரண்டு நாள் முன்னாலே ஒரு கீ செயினை எங்கேயோ தவற விட்டுட்டேன். இங்கே கிடந்துதா?"

"ஒண்ணு நான் எடுத்து வைச்சேன். அது உங்களுடயதானா?"

"தாங்க்யூ."

மாலதி திரும்பிப் போக இருந்தபோது சுஜனா மீண்டும் பேசினாள்: "இங்கே இன்னொரு வயசானவர் இருந்தாரே, எங்கே இப்பல்லாம் அவரைக் காணோம்?"

"யாரைச் சொல்லறேள்?"

"உசரமா, கறுப்பா, மூஞ்சிலேகூடச் சில இடங்களிலே திட்டுத் திட்டா . . ."

"அவர் வேலையை விட்டுட்டார். அதுக்குப் பிறகு இன்னொரு கிளார்க் அப்பாயிண்ட் பண்ணியிருக்கு. அவர் பத்து நாளா லீவு."

"உங்களுக்கெல்லாம் பிராவிடண்ட் ஃபண்ட், போனஸ் உண்டு இல்லியா?" சுஜனா ஒரு சிறு தொழிற்கூடத்தில் பங்குதாரர்.

மாலதி பதில் பேசாமல் இருந்தாள். சுஜனா மாலதியை உற்றுப் பார்த்தாள். அப்புறம் மேஜை மீதிருந்த மருந்துக் கம்பெனி பிரசாரத்தாள் ஒன்றை எடுத்து வெகு சிரத்தையாகப் படிக்க ஆரம்பித்தாள்.

டாக்டர் மாடியிலிருந்து சீக்கிரமே வந்துவிட்டார். "மிஸ் சுஜனா வந்திருக்காங்க," என்று மாலதி தெரிவித்தாள்.

"எனக்குத் தெரியும்," என்று டாக்டர் சொன்னார். அறைக்குச் சென்றவர் உடனே சுஜனாவுடன் வெளியே வந்தார். "நான் இரண்டு கல்யாணத்துக்குப் போகிறேன். மத்தியானம் மூணு மணிக்கு முன்னாலே அப்பாயிண்ட்மெண்ட் ஏதும் தந்துட வேண்டாம்," என்றார்.

"சரி, சார்," என்று மாலதி சொன்னாள்.

"வேற ஒண்ணுமில்லையே," என்று டாக்டர் கேட்டார்.

மாலதி, "எனக்கு ஒரு மணி நேரம் பர்மிஷன் கொடுத்தா நானும் ஒரு கல்யாணத்துக்குப் போய்விட்டு வந்துடுவேன், சார்," என்றாள்.

டாக்டர் ஒரு கணம் யோசித்தார். சுஜனா அருகில் இருந்தது அவருடைய எதிர்மறை உந்துதல்களை மட்டுப்படுத்தியது.

"சரி, சண்முகம் கிட்டே சொல்லிவிட்டுப் போ. டெலிபோன் மட்டும் ஸ்டாஃப் நர்ஸ் சுப்புலட்சுமி ரூமுக்கு டைரக்ட் கனெக்ஷன் கொடுத்துடு."

"எஸ், சார்."

டாக்டரும் சுஜனாவும் கிளம்பிப் போனவுடன் மாலதி மீண்டும் டாக்டரின் அறைக்குச் சென்றாள். கண்ணாடியில் தன்னைப் பார்த்துக்கொள்ளத்தான்.

சசி கல்யாணம் அவ்வளவு ஒன்றும் தடபுடலாக நடந்து கொண்டிருக்கவில்லை. ஆபீஸ் வேளையும் தொடங்கிவிட்டது. மிகவும் நெருங்கிய மனிதர்கள்தாம் கூடி இருந்தார்கள்.

மணமேடையிலிருந்தே சசி, மாலதி வருவதைக் கவனித்து விட்டாள். ஏன் இவ்வளவு லேட் என்று கேட்பது போலக்கூட இருந்தது. பெண்களின் குவியல்களின் மத்தியில் மாலதியின் அம்மாவும் இருந்தாள். அம்மாவால் எப்படி இவ்வளவு தங்கு தடையின்றி எந்தக் கூச்சமும் இல்லாமல் பக்கத்தில் இருப்பவர்களிடம் சதா பேசிக்கொண்டிருக்க முடிகிறது என்று மாலதிக்கு ஆச்சரியமாக இருந்தது. இவ்வளவிற்கும் மாலதியின் அம்மாவுக்கு வெளியே பிதுங்கி விழுவது போலக் கண்கள். காரை சேர்ந்து பெரிதாகிப் போன பற்கள். அப்பா இருந்தபோதே பளிச்சென்று துணிமணி கிடையாது, இப்போது இன்னும் மோசம், ஆனால் அம்மா இதெல்லாவற்றையும் பற்றிச் சிறிதும் கூச்சம் கொள்ளாதவளாக இருந்தாள், தன் பெண்ணை வாயால் விளாசித் தீர்ப்பது போல எதிரில் இருக்கும் யாரையும் அவளால் வீசியெறிய முடிந்தது. இந்த அகம்பாவம் தன்னிடம் ஏன் இல்லை என்று மாலதி கேட்டுக்கொண்டாள். அழகு, அந்தஸ்து, ஆற்றல் எதுவுமே இதற்குக் காரணம் இல்லை. என்னை யார் என்ன செய்துவிட முடியும் என்ற தைரியம் இருந்தால்

போதும். இது தைரியம்தானா? இதுவே ஏன் அசட்டுத்தனமாக, முரட்டுத்தனமாக இருக்கக் கூடாது? முட்டாள்தனம் என்று தனியாக ஒன்று கிடையாது. விளைவைப் பொறுத்துத்தான் முட்டாள்தனம். எல்லாம் சரியாக முடிந்து வரும் வரையில் துணிச்சல், தைரியம், புத்திசாலித்தனம் தவறாகப் போய்விட்டால் முட்டாள்தனம், இன்னும் சில நாட்களில் டாக்டர் செய்யப் போவதைப் போல.

மாலதியைச் சசியின் தங்கை கையைப் பிடித்துக் கல்யாண மண்டபத்தின் சமையற்கூடத்துக்கு அழைத்துச் சென்றாள். "டிபன் முடிஞ்சு அரை மணியாறது. இங்கேயாவது ஏதாவது இருக்கான்னு பாக்கறேன்," என்றாள். "எனக்கு ஒண்ணும் வேண்டாம். நான் சாப்பிட்டுத்தான் வந்தேன்," என்று மாலதி சொன்னாள். "இங்கே வரப்போ சாப்டுட்டு ஏன் வரேள்? இதைக் கேட்டா அம்மா கோவிச்சுப்பா." மாலதி நாக்கை கடித்துக்கொண்டாள்.

சமையற்கூடத்தில் டிபன் மட்டும் இல்லை. அடுத்து சாப்பாட்டுக்காகத் தயாரிக்கப்பட்டிருந்த பல பதார்த்தங்கள் ருசி பார்க்க வேண்டிய நிலையில் இருந்தன. மாலதி வேண்டாம் வேண்டாம் வேண்டாம் என்று சொல்லிக் கொண்டிருக்கும் போதே இலையை நிறைத்துவிட்டிருந்தாள். "நீங்க டிபன் முடிச்சுட்டு வாங்கோ. இன்னும் அரை மணியிலே தாலி கட்டிருவா. அப்புறமா இருந்து சாப்பிட்டுட்டு சாயங்காலம் ரிசப்ஷனுக்கும் இருந்துட்டு நாளைக்குப் போகலாம்," என்று சொல்லிவிட்டுப் போனாள். அவள் கண் மறைவாகப் போனவுடன் மாலதி இலையை விட்டு எழுந்தாள். பசியில்லை என்று கூற முடியாது. ஆனால் சாப்பிடவும் பிடிக்கவில்லை.

"ஏண்டி, வரமாட்டேன்னியே?" என்று அம்மா சிறிதும் இங்கிதமில்லாமல் உரக்கக் கேட்டாள். மாலதி பெரிதாகப் புன்னகை பூத்தாள். சசிக்குக் கட்டப்படவிருக்கும் திருமாங்கல்யம் பெரியவர்கள் ஆசிக்காகத் தட்டில் பலரிடம் எடுத்துச் செல்லப்பட்டது. மாலதிக்கு அதை ஒரு கணம் கையில் எடுத்துப் பார்க்க வேண்டும் என்று தோன்றியது. அவள் சசியைவிட ஆறுமாதம் பெரியவள் என்றாலும் தாலியைத் தொட்டு ஆசிகூறும் வயதை அடைந்ததாகக் கூற முடியாது. அசட்டுத்தனமாக அம்மா அதைத் தொட்டுவிடப் போகிறாளோ என்று மாலதி பயந்தாள். சபை நடுவில் வந்து உட்கார்ந்திருந்தாலும் அவளுடைய அம்மா சில விஷயங்களில் கட்டுப்பாடாகத்தான் இருந்தாள்.

கல்யாண மண்டபத்தின் வாசலில் சிறிது சலசலப்பு. யாரோ முக்கியமானவர்கள் வந்திருக்க வேண்டும். மாலதியும் ஆர்வத்துடன் வாசலை நோக்கினாள். அவளுக்கு ஒரு முறை மூச்சுத் தவறியது. வந்தது சுஜனாவும் டாக்டரும்.

"**ஏ**ண்டி, உன் டாக்டர்கூட வந்தவளுக்குக் கல்யாணம் ஆகலையாமே?" என்று அம்மா கேட்டாள்.

அம்மாவுக்கு மாலதி பதில் சொல்லவில்லை. அவளுக்குச் சிரிப்பும் வருத்தமும் கலந்து வந்தன. கேள்வி கேட்பவருக்குக் கல்யாண வயது வந்த பெண் இருக்கிறாள்; அவளுக்குக் கல்யாணம் செய்ய வேண்டும் என்று தோன்றவில்லை; அவளுக்குக் கல்யாணம் ஆகவில்லை என்ற வருத்தம் இல்லை. வேறு யாரோ அவளுக்கு எந்த விதத்திலும் சம்பந்தப்பட முடியாத நபர் பற்றி வம்பு பேச வந்துவிடுகிறாள்!

"இப்படியே அந்த டாக்டர், அவருடைய நர்சிங் ஹோம் எல்லாத்தையும் தன்னுடையதாக்கிடணும்னு பாக்கிறாளாமே? ஆமா, அவ என்ன ஜாதி?"

"யார் எப்படிப் போனா உனக்கென்னமா? நாள் முழுக்க அல்லல்பட்டு வந்திருக்கேன், ராத்திரி கொஞ்ச நாழியாவது நிம்மதியாயிருக்க விடமாட்டியா?"

"விடாம என்ன பண்ணறது? விட்டுவிட்டுத்தான் ஒண்ணுக்குமே வழி வகையில்லாம நீயும் நிக்கறே, என்னையும் நிக்க வைச்சுட்டே."

"வெறுமனே வெறுமனே நிக்க வெச்சுட்டே, நிக்க வெச்சுட்டேன்னு என்னைக் குத்திக் குதறிண்டிருக்காதே. நீ சொல்லி நான் செய்யாம இருந்தது அந்த சேட் கம்பெனிக்கு வேலைக்குப் போக மாட்டேன்னு சொன்னதுதான். நான் ஏன் போக மாட்டேன்னு சொல்லிட்டேன்? எவனோ என்னை எப்படியோ பாத்தான்னுகூட இல்லே. அங்கே இருக்கிற அத்தனை பேர்கிட்டேயும் அப்பா கடன் வாங்கியிருக்கா. பத்து ஐம்பதுன்னு இல்லே. நூறு ஆயிரம்னு வாங்கியிருக்கா. அவா யாரும் திருப்பிக் கேக்கலைன்னாகூட எனக்கு அவா முன்னாலே நாள் பூரா இந்த நினைவோட நிக்கறதுக்கு உடம்பெல்லாம் கூசித்து."

அம்மா நிறுத்திக் கொண்டுவிட்டாள். மாலதிக்கு சுஜனா விஷயம் அத்துடன் நின்றது பற்றிச் சிறிது ஆறுதலாயிருந்தது.

ஆனால் இந்த ஆறுதல் வெகு நேரம் நீடிக்கவில்லை. அவளுடைய எண்ணங்களிலேயே சுஜனா திரும்பத் திரும்ப வர ஆரம்பித்தாள். அம்மா சொன்னதில் நிஜமே இல்லை என்று சொல்லிவிட முடியாது. சுஜனா படித்துப் பட்டம் பெற்றவள். அவளே ஒரு கம்பெனியை நிர்வாகம் செய்கிறாள். நர்சிங் ஹோம் நிர்வாகமும் அவளிடம் ஒப்படைக்கப்பட்டால் அதில் வியப்பு ஒன்றும் இருக்க முடியாது. சுஜனா மேல் அதிகாரி என்று மட்டுமல்லாமல் முதலாளியின் மனைவியாகவும் இருக்க நேருமானால் அவளுடன் எப்படிப்பட்ட உறவை மாலதி ஏற்படுத்திக்கொள்ள வேண்டும்? மேல் அதிகாரி அல்லது முதலாளி ஆணாக இருந்துவிடுவது எவ்வளவோ விஷயங்களில் சௌகரியமானது. வேலை செய்யும் பெண்களிடம் அவர்கள் எதிர்பார்ப்புகள் வரையறுக்கப்பட்டது. அவர்களிடம் வேலை பார்க்கும் பெண் அவர்கள் மேற்பார்வையிலேயே அவளுடைய அந்தரங்கங்களைக் காப்பாற்றிக்கொள்ள முடியும். ஒரு சின்ன விஷயம். இப்போது டாக்டருக்கு மாலதியின் அம்மா நடந்துகொள்ளும் விதம் பற்றித் தெரிந்துகொள்வதில் அக்கறை இருக்காது, அதைச் சொன்னாலும் புரியாது. ஆனால் சுஜனாவிடமிருந்து எதையுமே மறைக்க முடியாது. சுஜனா போன்ற ஒரு சூட்சும மூளையுடைய பெண்ணால் மாலதியின் ஒரு சைகையிலிருந்து, பெருமூச்சிலிருந்து அன்று காலை அல்லது முந்திய இரவு அம்மாவுக்கும் பெண்ணுக்கும் என்ன பேச்சுவார்த்தை நடந்திருக்க வேண்டும் என்பதை அப்படியே ஊகிக்க முடியும். இப்போதேகூட சுஜனாவுக்கு எவ்வளவோ தெரிந்திருக்க வேண்டும்.

மாலதி சமையலறைக்குச் சென்று ஒரு தட்டில் மூடி வைத்திருந்த தோசை இரண்டையும் தின்று ஒரு சிறு கிண்ணத்தில் நீர்க்க இருந்த மோரைக் குடித்துவிட்டு அந்த இடமனைத்தையும் சுத்தம் செய்தாள். அன்று முழுக்கவே அம்மா சமையல் என்று பெரிதாகச் செய்யவில்லை. அம்மாவுக்குக் கையளவு அரிசியின் மதிப்பு நன்றாகத் தெரியும். அப்பா உயிரோடு இருந்த போதும் இப்படித்தான் பார்த்துப் பார்த்துக் காரியம் செய்ய வேண்டும். ஆனால் அப்பா உயிரோடு இருந்தபோது குடித்தனத்தை நடத்தப் பணத்தை உரிமையோடு கேட்பதற்கென்று அவர் ஒருவர் இருந்தார். இப்போது எங்கோ வெளியூரில் இருக்கும் இரண்டு பிள்ளைகளும் மாலதியும்தான். பிள்ளைகளும் பெரிதாகச் சம்பாதித்துக் குவித்து வைக்க முடியாது. மாலதிக்கு

எப்படியெல்லாமோ அலைந்து திண்டாடிக் கடைசியில் இந்த நர்சிங் ஹோம் வேலைதான் கொஞ்ச நாட்களாக நிலைத்திருக் கிறது. முதல் தேதியன்றே டாக்டர் நூற்றைம்பது ரூபாய் சம்பளத்தைக் கொடுத்துவிடுகிறார். இவ்வளவு துர்பலமான நிலைமையில் பால் லிட்டர் மூன்று ரூபாயும், புளி கிலோ ஏழு ரூபாயும் விற்கும்போது அம்மா இந்த நூறு இருநூறு ரூபாய் வேலை பற்றி அலட்சியமாக இருக்கிறாள்! காரணம், இந்த நூற்றைம்பது ரூபாய் வந்து இன்றைய வாழ்க்கையில் பெரிய வித்தியாசம் ஒன்றும் ஏற்படப் போவதில்லை. இது அம்மாவுக்குத் தெரிகிறது. ஆனால் மாலதி மட்டும் அடிக்கொரு தடவை 'சார், சார்' என்று குழைந்து கொண்டு யார் யாருடைய ஏச்சு ஏவல் பேச்சுக்களையெல்லாம் ஏற்றுக்கொண்டு முதல் தேதியன்று கையேந்தி எதற்கும் போதாத நூற்றைம்பது ரூபாயைச் சரியாகப் பெற்றுக்கொண்டு வருகிறாள். அம்மா இதுவரை ஒருமுறைகூட அந்த நர்சிங் ஹோம் பக்கம் வந்தது கிடையாது. அப்படியிருந்தும் அவளால் மாலதியின் உத்தியோகச் சூழ்நிலை பற்றி ஊகித்திருக்க முடிந்திருக்கிறது. இல்லாது போனால் அடிக்கொருதரம் உன் டாக்டர் என்ன கொட்டிக் கொடுக்கிறான் என்று சொல்லிக்கொண்டு இருப்பாளா?

சசியின் கல்யாணத்தில் கொடுத்திருந்த தேங்காய் வெற்றிலை பாக்கு பைகளும் கல்யாண பட்சணங்களும் இன்னும் எடுத்து வைக்கப்படாமல் தரையில் கிடந்தன. இதற்குள் எறும்பு வந்திருக்கக்கூடும். மாலையிலும் மாலதியை யும் அவள் அம்மாவையும் கட்டாயம் வரும்படிதான் சசி வீட்டில் எல்லாரும் அழைத்திருந்தார்கள். ஆனால் மாலதியும் அவள் அம்மாவும் போகவில்லை. ஒரு கல்யாணத்தில் ஒருமுறை சாப்பிட்டு வந்தால் போதாது?

ஐந்து நிமிடத்தில் அந்தச் சிறிய சமையலறை குறை கூற முடியாவண்ணம் ஒழுங்கு பெற்றது. அந்த வீடு நிறைய மனிதர்கள் இருந்த போதும் இரவில் படுக்கப்போகும்போது இப்படித்தான் இருக்கும். சமையலறையிலேயே இரண்டு மூன்று பேர் காலைக் கையை மடக்கிப் படுத்துக்கொள்ள வேண்டியிருக்கும். அப்பா செத்தபோது ஒரு இரவு முழுக்கப் பிணத்தைக் காக்க வேண்டி யிருந்தது. அப்போது துக்கத்தையும் மீறிய சோர்வு, அவர்கள் எல்லாரையும் அந்தச் சமையலறையில்தான் மாறி மாறிப் படுக்க வைத்தது. மாலதி முன் அறைக்கு வந்தாள். அம்மா எங்கோ வெளியே போயிருந்தாள். அனேகமாகப் பின்கட்டுக் காரர்களிடம் பேசுவதற்குச் சென்றிருக்கலாம். அன்று வெள்ளிக் கிழமையல்லவா? யார் வீட்டிற்காவது டி.வி.யில் ஒளியும்

ஒலியும் பார்த்துவிட்டு வரப் போயிருக்கலாம். அந்தத் தெருவே ரேடியோவுடன் திருப்தி அடைந்துவிட வேண்டிய தெரு. ஒரே ஒரு வீட்டில்தான் டி.வி. வாங்கி வைத்துக்கொள்ளக் கூடிய நிலை. அந்த வீட்டில் இந்நேரத்தில் கூட்டம் ஜேஜே என்று இருக்கும். சரியாக ஒன்பது மணிக்குக் கலைந்துவிடும். அதற்கு இன்னும் சில நிமிடங்களே இருந்தன.

மாலதி அம்மாவுக்கும் தனக்குமாகப் படுக்கை உதறிப் போட்டாள். ஆனால் படுத்தால் தூக்கம் வராது. யார் யாரிடமோ அம்மா கடன் வாங்கி வைத்திருந்த பத்திரிகை களைத் தொடுவதற்கும் பிடிக்கவில்லை. கதை சொல்கிறேன் என்று எல்லாமே மாற்றி மாற்றிப் பொய்கள் சொல்லிக் கொண்டிருந்தன. பத்துக் கதைகளில் ஒன்பது கல்யாணத்திற்குக் காத்திருக்கும் பெண்கள் பற்றித்தான். ஏதோ அத்தனை பெண்களும் கல்யாணத்திற்காகவே ஏங்கிக்கொண்டு எதிர் வீட்டுக்காரர்களையும் அடுத்த தெருக்காரர்களையும் பார்த்து ஓரக் கண்ணால் சமிக்ஞை செய்துகொண்டு, பார்க்கும் பீச்சும் சினிமாவுமாகத் திரிந்து கொண்டிருப்பது போன்ற பொய்கள். மாலதி சினிமாவுக்குப் போய் எவ்வளவு மாதங்கள் ஆகியிருக்கும்? பார்க்கும் பீச்சும் போனால் மாதம் முடிந்தால் கிடைக்கிற இந்தப் பிச்சைக்காசாவது கிடைக்குமா? யாரை எந்தத் தெம்புடன் எந்த உற்சாகத்துடன் நேருக்கு நேர் பார்க்க முடியும்? ஒருமுறை அப்படிப் பார்த்துச் சிந்தனையை ஓடவிட்டுவிட்டால் அப்புறம் எவ்வளவு சித்திரவதை?

அம்மா டி.வி.க்குத்தான் போய்விட்டு வந்தாள். "ஏண்டி கன்னத்திலே கையை வைச்சுண்டு ஒக்காந்திருக்கே? சாப்பிட்டாயா?" என்று கேட்டாள்.

"ஆச்சு."

"கதவைப் பூட்டிண்டு நீயும் வந்திருக்கலாமே. இப்போ அந்த வக்கீலாத்துலே அவ்வளவு கூட்டம் வரதில்லை. அங்கே மூணு நாலு வீட்டிலே டி.வி. வாங்கிட்டா. இவா இடத்திலே கூட்டம் குறைஞ்சுடுத்து."

"நாளைலேந்து வரேன்."

"படுக்கையை வேணா இப்படித் திருப்பிப் போடேன். அங்கே தலையை வைச்சுப் படுத்துண்டா தூக்கம் வரமாட்டேங்கிறது."

"எனக்குத் தலையை எப்படி வைச்சுண்டு படுத்துண்டாலும் தூக்கம் வரதில்லை."

"உங்க டாக்டர் கிட்டே சொல்றது. அவன் கிட்டே வேலையாயிருக்கிறவளுக்கு மருந்து தரமாட்டானோ?"

"தூக்கம் வரலைன்னு சொல்லிண்டு அவர் கிட்டே போய் நின்னா நீ வேலைக்கு வர வேண்டாம்ன்னு சொல்லிடுவார்."

அம்மாவுக்கு அந்நேரத்தில் வாதாடுவதில் அவ்வளவு நாட்டமிருப்பதாகப் படவில்லை. ஆனால் வாசல் திண்ணையில், முன்கட்டில், பின்கட்டில், பக்கத்தில், அங்கு குடியிருந்த எல்லாரும் அவர்களுக்குள் வாதாடிக் கொண்டிருந்தார்கள். நகரின் எல்லா ஒலிகளுடன் இந்தப் பேச்சும் கலந்துகொண்டு ஒரு ராட்சஸ மகுடியோசை போலக் கேட்டது. அம்மாவாகவே படுக்கையை மாற்றிப் போட்டுக்கொண்டு படுத்தாள். "விளக்கை அணைடியம்மா," என்று மாலதியிடம் சொன்னாள்.

மாலதி உடனே விளக்கை அணைத்தாள். ஜன்னல் கதவுகளைத் திறந்துவிட்டு வாசல் கதவு சரியாகத் தாளிட்டிருக்கிறதா என்று பார்த்துவிட்டு தன் படுக்கையில் படுத்தாள்.

"ஏண்டி, அந்த சுஜனா என்ன ஜாதி?" என்று அம்மா கேட்டாள்.

மாலதி உடனே எழுந்து விளக்கைப் போட்டு ஜன்னலருகே உட்கார்ந்து வெளியே பார்த்தாள்.

"ஒரு காரியமாத்தான் கேக்கறேன்," என்று மாலதியின் அம்மா மீண்டும் பேசினாள்.

"அவ ஜாதியைப் பத்தி உனக்கு என்ன தெரிஞ்சு என்ன காரியம் ஆகணும்?"

"ஒங்கப்பாவுக்கு ஒண்ணுவிட்ட அத்தை ஒசத்தி சிங்கப்பூர்லியோ மலேசியாவிலோ இருந்தா. எனக்குத் தோணறது, இவ அவ பொண்ணோன்னு."

"சுஜனாவுக்கு முப்பது வயசு கூட இருக்காது."

"ஏன், இருக்கலாமே, எங்கம்மாவுக்கு இரண்டாவது பிரசவம் நடந்தப்போ எனக்குக் கடைசி மாமா பொறந்தான். எங்கம்மாவுக்கும் அவனுக்கும் இருபத்தஞ்சு வயது வித்தியாசம்."

"என்னை என்ன பண்ணச் சொல்றே? அவ ஜாதகம் வாங்கிண்டு வரச் சொல்றியா?"

“அப்படி ஜன்னல்கிட்டே உக்காந்துண்டு கத்தாதே, விளக்கை வேற போட்டுத் தொலைச்சிருக்கே.”

“சித்த நாழிதான் என்னை வெறுமனே இருக்க விடம்மா. இந்த இத்தனூண்டு இடத்திலே நான் எங்கேதான் ஓடி ஒளிஞ்சுக்க முடியும்? எனக்கு நாள் முழுக்க வேலைதான்மா இருக்கு, அதுவும் நச்சுபிச்சுன்னு வேலை. எட்டு மணிவரைக்கும் ஓய்ச்சல் ஒழிவில்லாம ஒம்மாதிரியே பத்துப் பன்னண்டு அம்மாக்களுக்குப் பதில் சொல்லிண்டே இருந்துட்டு வீட்டுக்கு வந்தா நீயும் அதே மாதிரிக் கேள்வியாக் கேட்டுண்டிருக்கே. நீயும் தானே கல்யாணத்துக்கு வந்திருந்தே, அவளைக் கேட்டிருக்கிறதுதானே? என்னைவிட உனக்குத்தானே அவ நெருங்கின உறவு?”

“ஒரு சின்ன விஷயத்துக்கு ஏன் இப்படிப் படபடத்துக்கறே? உன் நர்சிங் ஹோமுக்கு அடிக்கடி வராளேன்னு உன்னைக் கேட்டேன். ஒங்க டாக்டர் அவளைக் கல்யாணம் பண்ணிக்கப் போறார்ன்னு ஊரே பேசறது. உன்னைக் கேட்டா மட்டும் என் வாயை அடக்கிறே.”

“நான் அடக்கலே’மா. எனக்கு நிஜமாவே தெரியாது.”

“எது தெரியாது—அவ ஜாதியா, இல்லே அவ டாக்டரோட சுத்திண்டிருக்கிறதா?”

“யார் யாரோட சுத்தினா உனக்கென்ன?”

“எனக்கு ஒண்ணுமில்லே. நாளைக்கு நீ அந்த டாக்டரோட சுத்தறேன்னு பேச்சு வரக் கூடாதில்லையா?”

மாலதிக்குத் தூக்கிவாரிப் போட்டது. இந்த அம்மாவின் தலையினுள்தான் எப்படியெல்லாம் புத்தி போகிறது!

“அம்மா!” என்று மாலதி உரக்கக் கத்தினாள்.

“நான் தப்பாச் சொல்லலே. வீட்டிலே பெண்டாட்டி குழந்தைகளெல்லாம் இருக்கிறவன் இப்படிக் கூச்சமில்லாம இன்னொருத்தியை அழைச்சிண்டு கல்யாணத்துக்கெல்லாம் வந்துடறானே, அவன்கிட்டே வேலை பண்ணற பெண்கள் கிட்டே ஒழுங்கா நடந்துப்பானான்னு கேக்கத் தோணாது?”

மாலதி உட்கார்ந்திருப்பதையும் அறையில் விளக்கு எரிவதையும் பொருட்படுத்தாமல் மாலதியின் அம்மா தூங்கத் தொடங்கினாள்.

டாக்டரின் மனைவியிடம் இவ்வளவு வேகத்தை மாலதி எதிர்பார்க்கவில்லை. வீட்டில் குழந்தைகளுடன் சாதுவாக, வேளா வேளைக்குச் சமைத்துக் கொண்டிருப்பவளாக இருந்தவள் ஒரு நாள் காலை டாக்டர் நர்சிங் ஹோமில் தங்கியிருக்கும் நோயாளிகளைப் பார்த்துவரச் சென்றிருந்த நேரம் டாக்டரின் அறைக்கு வந்து டாக்டரின் நாற்காலியில் உட்கார்ந்துகொண்டாள். சொல்லி வைத்தாற்போல் அவள் வந்து இரண்டு நிமிடங்களுக்குள் சுஜனா அங்கு வந்து சேர்ந்தாள். மாலதி சுஜனாவிடம் 'டாக்டர் அறையில் டாக்டர் மனைவி இருக்கிறாள்' என்று சொல்வதற்குள் அவள் நேரே கதவைத் திறந்துகொண்டு உள்ளே சென்றாள். ஒரு விநாடிக்குப் பிறகு அதே வேகத்துடன் வெளியே வந்து மாலதியிடம், "ஏன் உள்ளே யாரோ இருக்கிறார்கள் என்று சொல்லவில்லை?" என்று கோபத்துடன் ஆங்கிலத்தில் கேட்டாள்.

"எனக்குச் சொல்வதற்குச் சந்தர்ப்பமே தராமல் நீங்களே நேரே உள்ளே போய்விட்டீர்கள்," என்று மாலதி சொன்னாள்.

இப்போது டாக்டர் மனைவியும் முன் அறைக்கு வந்து விட்டாள். "இவளுக்கு என்ன உடம்பு?" என்று மாலதியிடம் கேட்டாள்.

மாலதி, சுஜனாவைப் பார்த்தாள்.

"இவளுக்கு என்ன உடம்புன்னா பதில் சொல்லாம இவளைப் பாக்கறயே?" என்று டாக்டரின் மனைவி மீண்டும் உரக்கக் கேட்டாள்.

சுஜனா, மாலதியிடம் "டாக்டர் வந்தவுடனே நான் வந்து போனேன்னு சொல்லிடு," என்று வெளியே போகத் திரும்பினாள்.

டாக்டர் மனைவி சுஜனாவுடன் பேசினாள்: "எங்கேடி போற? டாக்டரைப் பார்க்க வந்தா பாத்துட்டுப் போ. வியாதி முத்திடப் போறது."

"மரியாதையோடப் பேசு," என்று சுஜனா அவளிடம் சொன்னாள்.

"இப்போ மரியாதைக்கு என்னடி குறைஞ்சு போச்சு? நாய் நுழையற மாதிரி வந்தாக்கூட நான் உன்னை அடிச்சுத் துரத்தாம இருக்கேனே, இது மரியாதையில்லையா? இன்னும் என்னடி மரியாதை வேணும்? உன் காலிலே விழுந்து நமஸ்காரம் பண்ணணுமா? புருஷனோட இருந்து புள்ளை

குட்டி இருக்கிறவளாயிருந்தா உன் வயசுக்கு உன் காலிலே விழுந்து நமஸ்காரம் பண்ணறதுக்கு நூறு பேர் இருப்பா. நீ பிறத்தியாள் புருஷனைத் தேடிண்டு அலையறவ…"

"மாலதி, நான் வரேன்," என்று சுஜனா சொல்லி வெளியே அடியெடுத்து வைத்தாள்.

"அவகிட்டே என்னடி சொல்லிண்டு போறே? அவ வேலைக்கிருக்கிறவடி. வீட்டுக்குரியவகிட்டே சொல்லிண்டு போ. போறியா? மகாராஜியாப் போ. திரும்பி வராதே. குங்குமம் தரலையேங்கிறியா? நீ மஞ்சக் குங்குமம் வாங்கிக்கிறவளா? உன் மூஞ்சியைப் பாத்தா தெரியலையே…"

"இந்த ஒவ்வொரு வார்த்தைக்கும் நீ பதில் சொல்லப் போறே. நானும் மரியாதைக்கு வெறுமனே இருக்கேன். ஜாக்கிரதை. ரொம்பத்தான் அளவு மீறி வாய் விடாதே!"

"நீ என்னடி எங்கிட்டே சொல்லறது? என் வீட்டிலே நாய் மாதிரி நுழைஞ்சுட்டு எனக்கு மரியாதை, வாய் வார்த்தை கத்துத்தரியா? இது என் வீடு. என் இடம், என் புருஷன்டி! நீ உன் வழியைப் பார்த்துண்டு போய்ச் சேரு. பாத்துப் போ. இன்னும் நாலு ஆம்பளை மேலே மோதிண்டு நிக்கப் போறே."

வாசற்படியைத் தாண்டவிருந்த சுஜனா அப்படியே நின்றாள். "என்னடி சொன்னே?" என்று கேட்டாள்.

"உனக்கு காது கேக்காம போயிட்டதா? நல்ல டாக்டரைப் பார்த்து காமி."

சுஜனா விடுவிடுவென்று உள்ளே வந்தாள். டாக்டர் மனைவியை பளாரென்று கன்னத்தில் அறைந்தாள். அதுவரை தூரத்திலேயே நின்று தலையிடாமல் இருந்த மாலதி, சண்முகம் இருவரும் பாய்ந்து சென்றார்கள். மாலதி, சுஜனாவருகில் சென்றாள். சண்முகம் சுஜனாவுக்கும் டாக்டர் மனைவிக்கும் இடையில் நின்று கொண்டான்.

டாக்டர் மனைவி பெரிதாகக் கத்த ஆரம்பித்தாள். "படுபாவி, சண்டாளி, தெருவிலே போகும் நாயே! என் குலத்தைக் கெடுக்க வந்த பாம்பே! நாசமாப் போகிறவளே! உன்னை கடடையிலே வைக்க! உன்னை செக்கில் கட்டி இழுக்க! தொட்டுத் தாலி கட்டினவன் விரலை அசைத்ததில்லை, ஊர் மேயும் மேனாமினுக்கி கை நீட்டி அடிக்கிறாளே! இந்த அக்கிரமத்தைக் கண்டிக்கிறவர்கள் யாரும் இல்லையே! இந்த முண்டை கையைப்

பாம்பு பிடுங்க! கை நீட்டி அடிக்கிறாளே! என் வீட்டில் என் மனிதர்கள் எதிரில் கொலை செய்ய வருகிறாளே!"

டாக்டருக்குத் தகவல் எட்டி ஓடி வந்தார். மனைவியைப் பார்த்து, "உன்னை யாரு இங்கே வரச் சொன்னா?" என்று கேட்டார்.

அவள், கண்கள் வெடித்து விழுந்துவிடுவது போல அவரைப் பார்த்தாள். "யாரைக் கேக்கறேள்? நான் இங்கே வரத்துக்குக் கேட்டு வரணுமா?"

"மாடியில நாலு ஹார்ட் பேஷண்ட்டுகள். இப்படி வந்து கூச்சல் போடறியே? இது நர்சிங் ஹோம்ன்னு நினைச்சுப் பாளா, சந்தைன்னு நினைச்சுப்பாளா? போ வீட்டுக்கு... நான் வந்து பேசிக்கிறேன்."

"இவ யாரு? எதுக்கு வரா இங்கே? என்ன இடம் கொடுத்திருந்தா என்னைக் கைதொட்டு அடிப்பா?"

"இது என்னது, அடிக்கறது கடிக்கறதுன்னு. நீ போ வீட்டுக்கு. மாலதி, நீ இவளை வீட்டுக்கு அழைச்சுண்டு போய்விடு. மிஸ் சுஜனா, ஒரு பத்து நிமிஷம் வெயிட் பண்ணு, நான் வந்துடறேன்."

மாலதி, டாக்டர் மனைவியின் தோளருகே கையைக் கொண்டு போனாள். அவள் சீறிக்கொண்டு உதறினாள். "விடுடி கையை! முழுசா இரண்டு வேளை சோத்துக்கில்லாம லாட்டரி அடிக்கிறவ எனக்குச் சொல்ல வறயா? நீ வேலை பண்ண வந்திருக்கயா, வசியம் பண்ண வந்திருக்கயா? சீ, போ அந்தாண்டை!"

மாலதிக்கு உடல் வெடவெடக்கத் தொடங்கியது. சுஜனாவைப் பற்றி எவ்வளவுதான் டாக்டரின் மனைவி சொன்னாள்! அப்போதெல்லாம் ஏதோ சினிமா டிராமா பார்க்கிற மாதிரி இருந்தது. இப்போது அவளையே தூஷணை செய்கிற மாதிரி ஒரு சொல் வந்தவுடன் சூழ்நிலையே மாறி விட்டது. மாலதி அவளையறியாமல் சுஜனா பக்கமாக நகர்ந்தாள்.

டாக்டர், நிலைமை மிகவும் கட்டுக்கடங்காமல் போவதாக உணர்ந்திருக்க வேண்டும். தன் மனைவியைக் கையைப் பிடித்துத் தரதரவென்று வீட்டுப் பக்கம் இழுத்துப் போனார். அவள் 'ஐயோ ஐயோ' என்று கத்திக்கொண்டே இருந்தாள். டாக்டர் வீட்டில் அந்த நேரத்தில் வேறு பெரியவர்கள் யாரும் கிடையாது. டாக்டர் தம்பதியுடன் அவர்களுடைய இரு குழந்தைகள்தான். டாக்டர் அநேகமாகத் தன் மனைவியை வீட்டில் தள்ளிவிட்டு வெளிக்கதவைத் தாளிட்டு வந்திருக்க வேண்டும்.

சுஜனாவும் மிகுந்த கோபத்தில் இருந்தாலும் அவளுக்கு வாயால் கொட்டிக் கோபத்தை காட்டிக்கொள்ளத் தெரிய வில்லை. டாக்டரின் மனைவியை ஏதோ வேகத்தில் அடித்து விட்டாலும் அதனால் என்ன விளைவு நேருமோ என்கிற ஒரு பட்டணத்து மிடில் கிளாஸ் உணர்வு அவளைச் செயலற்றவ ளாக்கி இருக்கக்கூடும் என்று மாலதிக்குத் தோன்றியது. பட்டணத்துப் பெண்கள், ஆண்கள் எல்லாருமே கோழைகள். கற்பனையிலேயே பயந்து பயந்து சாவார்கள். டாக்டரின் மனைவியைப் போல ஒரு சில நிமிடங்களாவது முழு உள் வேகத்தையும் தீவிரத் தன்மையையும் செயல்படுத்த இலேசில் துணிச்சல் வருமா?

டாக்டர் கலைந்த தலை, உடையுடன் நர்சிங் ஹோமுக்கு திரும்பி வந்தார். மாலதியிடம், "இன்று, நாளை டாக்டர் வரமாட்டார் என்று எல்லாரிடமும் சொல்லிவிடு," என்றார். சுஜனாவைப் பார்த்து, "ஐயம் வெரி ஸாரி... இப்படி நடந்துண் டிருக்குன்னு எனக்குத் தெரியவே தெரியாது" என்றார். சுஜனா பதில் சொல்லவில்லை. "வா, போவோம்," என்று டாக்டர் சொன்னார்.

சுஜனா, "எனக்கு இந்த நிமிஷமே ஒரு விஷயத்தை தீர்மானம் செய்ய வேண்டும்," என்றாள்.

டாக்டர், "இங்கே வேண்டாமே, ப்ளீஸ்," என்றார்.

"இதை எதிர்பார்த்து, இப்படி நடக்காதபடி நீங்க செய்திருக்கலாம்."

"இல்லை, இல்லை. நான் இந்த மாதிரி எதிர்பார்க்கவே யில்லை."

"அப்படியா? எனக்கு உங்களைப் பற்றி மிகவும் ஏமாற்ற மாக இருக்கிறது."

சுஜனா, மாலதியைப் பார்த்தாள். இதுவரையில் சுஜனா விடம் இல்லாத விரோத இழை இப்போது தோன்றியிருப்பதாக மாலதிக்குத் தோன்றிற்று.

அடுத்து சில மணி நேரத்துக்கு நர்சிங் ஹோம் ஒரு பைத்தியக்கார ஆஸ்பத்திரியாக மாலதிக்குத் தோன்றியது. சண்முகம் ஒழுங்காக நேரத்துக்கு வந்து டாக்டர் வருவாரா மாட்டாரா என்று கேட்டுவைத்துக்கொள்ளாமல் டாக்டரைப் பார்த்துப் போக வந்த நோயாளிகளுக்கு வரிசை எண் கொடுத்தான். நர்சிங்

ஹோமில் தங்கியிருக்கும் ஒரு நோயாளி குணமடைந்து டிஸ்சார்ஜ் ஆவதற்குக் காத்திருக்கையில் பாத்ரூமில் சறுக்கி விழுந்து நெற்றியில் அடிபட்டுக்கொண்டார். மூச்சிழுத்துக் கொண்டிருக்கும் ஒரு அம்மாளை அங்கு கொண்டு வந்து சேர்க்க அழைத்து வந்தார்கள். ஒரு மணி நேரம் கழித்து ராயப்பேட்டை ஆஸ்பத்திரிக்கு விழுந்தடித்துக்கொண்டு ஓடினார்கள். ஸ்டாஃப் நர்சுகளுக்குப் பதில் சொல்லி மாளவில்லை. அன்றும் அடுத்த நாளும் அங்கு வர ஏற்பாடு செய்யப்பட்டிருந்த ஸ்பெஷலிஸ்டுகள் அங்கு உரிய நேரத்தில் வந்து நோயாளிகளின் நோய் வரலாற்றை ஒழுங்காக அறிய முடியாதபடி சங்கடப்பட்டார்கள். எல்லாருக்கும் வியப்பு; ஒரு டாக்டர் இவ்வளவு பொறுப்பில்லாமல் நடந்துகொள்வாரா?

சுஜனா தனியே போக, அவளைக் கெஞ்சியபடியே டாக்டரும் போக, உடனேயே டாக்டர் வீட்டிலிருந்து போன் வந்து, மாலதி டாக்டர் வீட்டு வெளிக் கதவை திறந்துவிட்டு வந்தாள். இப்போது டாக்டர் அங்கு இல்லை என்று நன்குணர்ந்த டாக்டரின் மனைவி இன்னும் ஆக்ரோஷத் துடன் ஆட்டமாடினாள். டாக்டரின் அறைக்கு வந்து டாக்டருடைய மேஜை அலமாரி எல்லாம் தாறுமாறாகத் திறந்துபோட்டுக் காகிதங்களை வாரியிறைத்தாள். அவள் வெறி சிறிது அடங்கியது போலத் தோன்றியது. மாலதி அவளிடம் ஒருசிறு தோல்பையைக் கொண்டு கொடுத்தாள். "இது வெளி ரூம்லே என்கிட்டே இருக்கும். நான் இனிமே இங்கே வரதாயில்லே. உங்ககிட்டே கொடுத்துடறேன். எனக்கு ரெண்டு வேளைக்குச் சாப்பாடு இருக்கு."

டாக்டர் மனைவி மாலதியை ஏறிட்டுப் பார்த்தாள். "எங்க அண்ணாவுக்கு ஒரு தந்தி கொடுக்கறியா?" என்று கேட்டாள்.

"எங்க இருக்கார்?" என்று கேட்டாள்.

"கௌஹாதீலே. போனிலேயே கொடுத்துடலாமே."

"என்னான்னு?"

அவள் யோசித்தாள். "டாக்டர் கொலை பண்ணிட்டார்னு கொடுக்கலாமா?"

மாலதி சிரிக்காமல் சொன்னாள். "ரொம்ப ஏதோ மாதிரி இருக்காது? அதோட அவர் அப்படியே போலீசுக்கு ரிப்போர்ட் பண்ணிட்டா?"

"பண்ணட்டுமே. நாலு தரம் போலீஸ்காரர் இங்கே வந்துட்டுப் போகட்டுமே. இவர் எனக்குப் பண்ணிண்டிருக்கிற துரோகத்துக்கு போலீஸ்காரரும் வந்து கேக்கட்டும்."

"எனக்குத் தெரிஞ்சு போலீஸ்காரங்க எல்லாம் இந்த மாதிரி விஷயத்தை தலையிட்டுக்கமாட்டா. உன் புருஷனை உங்கிட்ட வைச்சுக்கறது உன் பாடு, நாங்க வரமாட்டோம்ன்னு சொல்லிடுவா."

டாக்டர் மனைவி சிறிது நேரம் மௌனமாக இருந்தாள். பிறகு சொன்னாள்: "நீயும்தான் எனக்குத் துரோகம் பண்ணி யிருக்கே. இவ்வளவு நடந்துண்டிருக்கு, எனக்குத் தெரிவிக்கவே இல்லை."

"இதோ பாருங்க மாமி. எனக்கு அது வேலையும் இல்லை. அதைச் செய்யவும் மாட்டேன். உங்க சொந்த வாழ்க்கையில, டாக்டரோட சொந்த வாழ்க்கையில எனக்கு அக்கறை கிடையாது. தோல் பையைக் கொடுத்துட்டேன். அதுலே உங்க புருஷனோட செக் புக், பாஸ் புக்கெல்லாம் இருக்கு. நான் இங்கே ஆஸ்பத்திரிக்கு எழுதற கணக்கெல்லாம் நேத்தி வரைக்கும் எழுதி எல்லாம் சரியாயிருக்கு. எனக்கு இந்த மாசம் இருபத்திரண்டு நாள் சம்பளம் பாக்கி. நான் மறுபடியும் வேலைக்கு வரணும்னா சொல்லி அனுப்பச் சொல்லுங்கோ. முடிஞ்சா வரேன். நீங்க மண்டையை உடைச்சுக்கறதிலே தலையிட்டுக்க எனக்குப் பலம் கிடையாது."

மாலதி திரும்பிப் பார்க்காமல் அந்த இடத்தைவிட்டு வெளியேறினாள். பத்தடி சென்ற பின்தான் அவளுடைய பேனாவை மறந்துவிட்டு வந்தது நினைவுக்கு வந்தது. போகட்டும். தன்னைப் பிடித்த பீடை பேனாவுடன் போகட்டும்.

'உன்னை விட மாட்டேன்' என்று கையால் எழுதிய ஒரு சிறு சுவரொட்டி பல ராட்சத விளம்பரங்களுக்கு நடுவில் மாலதியின் கண்ணுக்குத் தெரிந்தது. யாரோ யார் மீதுள்ள அபரிமிதமான காதலால் உன்னை விடமாட்டேன் என்று அந்த சுவர் மூலம் தூது விட்டிருக்கிறார்கள். சுவர் விடு தூது. சுவர் விடும் தூது. சுவர் வீட்டுத் தூது. சுவர் விட்டும் தூது. சுவர் விட்டுத் தூது. வெறும் சுவர், வெறும் சுவர்.

இப்போது மீண்டும் அவள் வெறும் சுவர் ஆகிவிட்டாள். அப்பா வேலைக்குப் போன கம்பெனிக்கு போடீ என்று அம்மா வருஷக்கணக்காகச் சொல்லிக்கொண்டிருக்கிறாள். இம்முறை அம்மா சொன்னதைக் கேட்டுவிடலாம். இன்று சுஜனாவுக்கு டாக்டர் மனைவி மூலம் கிடைத்த வெகுமதிகளைக் கேட்க அம்மாவுக்கு மிகவும் சுவாரசியமாக இருக்கும். உன்னை விடமாட்டேன் என்று டாக்டர் மனைவி சுஜனாவைப் பார்த்துச் சொல்கிறாள். அப்படியே டாக்டரைப் பார்த்தும்

சொல்கிறாள். டாக்டரால் மட்டும் அவ்வளவு எளிதில் அவருடைய மனைவியை விட்டுவிட முடியுமா? அவரால் சுஜனாவையும் விட முடியவில்லை. சுஜனாவால் டாக்டரை விட்டுவிட முடியுமோ? முடியும் என்று தோன்றுகிறது. இருக்கிற இந்தக் கூட்டத்தில் அதிகம் சிக்கல் இல்லாத ஆத்மா சுஜனா தான். அவளுக்கு டாக்டரின் மனைவியிடம் வாய்க்கு வாய் ஒன்றும் சொல்ல முடியவில்லை. அடிக்கத்தான் முடிந்தது. இந்த மாதிரி உறவு வைத்துக்கொண்டால் என்றாவது ஒரு நாள் இப்படி நேரத்தான் செய்யும். பெண்களை நம்ப முடியாது. முயல் குட்டி மாதிரி வீட்டிலேயே சத்தம் போடாமல் அடங்கிக் கிடந்த டாக்டரின் மனைவி என்ன ரகளை செய்துவிட்டாள்.

மாலதிக்குப் பசித்தது. தெருவில் அந்நேரம் ஏராள மானவர்கள் பள்ளிகளுக்கும் கல்லூரிகளுக்கும் காரியாலயங் களுக்கும் சென்றுகொண்டிருந்தார்கள். அவர்களுடைய முதல் உணவை முடித்துக்கொண்டு அவர்களுடைய அன்றைய பணியின் முதற் பகுதியைச் செய்ய விரைந்து கொண்டிருந்தார்கள். பஸ்கள் நிரம்பி வழிந்து ஒரு பக்கமாகச் சாய்ந்து மறுபக்கத்தில் நிறையப் புகை கிளப்பியபடி ஊர்ந்துகொண்டிருந்தன. டாக்சி–ஆட்டோ ரிக்ஷாக்கள் விசேஷ சுறுசுறுப்புடன் இயங்கிக்கொண்டிருந்தன. சைக்கிள் ரிக்ஷாக்காரர்கள்கூட நிறையப் பள்ளிச் சிறுவர்களை ஏற்றிச் சென்றுகொண்டு, அதன் மூலம் விசேஷப் பிரகாசம் கொண்டவர்களாயிருந்தார்கள். நர்சிங் ஹோம் வேலையில் சேர்ந்தபிறகு இந்தக் காட்சியெல்லாம் மாலதிக்குக் கிடைக்கக் கூடாததாக இருந்தது. இன்று சுஜனாவின் தயவால் இதெல்லாம் பார்க்க முடிகிறது.

டாக்டர் இப்போது சுஜனாவிடம் மன்னிப்புக் கேட்டுக் கொண்டிருப்பார். அதன் பிறகு மனைவியிடம் சென்று மன்னிப்புக் கேட்டுக்கொள்வார். மறுபடியும் சுஜனா; மறுபடியும் மனைவி. ஒருவேளை என்னிடமும் மன்னிப்புக் கேட்க வரக்கூடும். 'என் மனைவி உன்னைப் பற்றி அபவாதமாகப் பேசியதற்கு அவள் சார்பில் நான் உன்னிடம் மன்னிப்புக் கேட்கிறேன், என்னை மன்னித்தருள்வாயாக!' போடா, நீ கொடுத்த நூற்றைம்பது ரூபாய்க்கு நான் வீட்டில் அம்மாவிடமும் பேச்சுக் கேட்டுக்கொண்டு வெளியிலும் விபசாரிப் பட்டம் வாங்கிக்கொண்டு உன்னை மன்னிக்க வேண்டுமாக்கும். போ போ, அந்த சுஜனா பின்னாலேயே சுற்று. உல்லாசத்திற்கு சுஜனா, வீட்டில் உழைப்பதற்கு மனைவி. மனைவி அவளுடைய மூர்க்கத்தனத்தாலும் முட்டாள் தனத்தாலும் உன்னை அவள்

திரும்பத் திரும்ப சுஜனாவிடம் விரட்டிக் கொண்டிருப்பாள். சுஜனா இல்லாவிட்டால் சுஜனா மாதிரி ஒருத்தியிடம். பெண்களே பெண்களுக்குச் சத்ருக்கள்.

நான் எந்தப் பெண்ணுக்கும் சத்ருவாகக் கூடாது என்று மாலதி வேண்டிக்கொண்டாள். ஆனால் அவளுடைய உறுதி ஒரு சிறு பரிசோதனைக்குக்கூட உட்பட வாய்ப்பில்லை என்று நினைத்தபோது அவளுக்கு வருத்தமாக இருந்தது.

(1980)

இருவர்

கிழவூர் பெரிய வீட்டு சுப்பையாவின் மகன் மகாலிங்கத்தின் மகன் வெங்கடாசலம் ஒருமுறை வைதீசுவரன்கோயில் சென்றிருந்தபோது அவனுடைய ஒன்றுவிட்ட மாமா சபேசன் யாரு மறியாமல் வெங்கடாசலத்தை ஒரு வீட்டுக்கு அழைத்துப் போனார்.

அவன் மீண்டும் அந்த வீட்டுக்குத் தனியாகப் போனபோது அவன் வயது பதினாறு. அவன் தனியாகப் போன முதல் தினத்தன்று தனம் வீட்டிலில்லை என்று அவள் அம்மா அவனைத் திருப்பி அனுப்பிவிட்டாலும் அவனால் தனத்தைப் பற்றிப் திரும்பத் திரும்ப நினைக்காமல் இருக்க முடியவில்லை.

அப்பா மகாலிங்கம் இறந்து ஒன்றரை வருடங் களுக்குள், தன்னுடைய இருபத்திரண்டாம் வயதில், வெங்கடாசலம் தனியாகப் பாகம் பிரித்துக்கொண்டு மனைவி குழந்தைகளுடன் வைதீசுவரன்கோயிலி லிருந்து வண்டி பூட்டிச் சென்றுகொள்ளக் கூடிய தூரத்தில் இருந்த சாமிநாதபுரத்தில் நிலமும் வீடும் வாங்கிக்கொண்டு குடியேறினான்.

ஆனால் அங்கு போய் மூன்றாண்டு முடிவதற்குள் ஒருநாள் இருட்டில் ஆற்றைக் கடந்து செல்கையில் வண்டியின் இரு சக்கரங் களும் மணலில் நன்றாகச் சிக்கிக்கொள்ள, வெங்கடாசலம் பொறுமையிழந்து மாடுகளை வெகுவாக அடித்துத் தார்க்குச்சியால் குத்தவும் செய்தான். அவன் ஏடாகூடமாக அப்படிக்

குத்தியபோது ஒரு மாடு மட்டும் திடீரென்று சீறிக்கொண்டு முன்னே பாய்ந்ததில் வண்டி குடை சாய்ந்தது.

விடியற்காலை நான்கு மணிக்கு வெங்கடாசலத்தை அவன் வீட்டில் கொண்டுவந்து போட்டார்கள். அவனுக்கு அடிபட்டதாக வெளியே ஒன்றும் தெரியாவிட்டாலும் காது, மூக்கிலிருந்து இரத்தம் கசிந்தவண்ணமே இருந்தது.

கிழவூர் மைனர், வண்டி குடை சாய்ந்து அடிபட்டுக் கிடக்கிறார் என்று கேள்விப்பட்டுத் தன் வீட்டார் பேச்சை மீறிக்கொண்டு தனம் கிளம்பி வந்தாள். ஆனால் என்ன தோன்றியதோ தெருமுனை வந்தவள் அங்கேயே வண்டியில் அரைமணி நேரம் உட்கார்ந்திருந்துவிட்டு வீடு திரும்பினாள். அன்று மாலை வெங்கடாசலம் மீண்டும் சுயநினைவே பெறாமல் இறந்தான்.

வெங்கடாசலம் அடிபட்ட செய்தி உடனடியாகக் கிடைத்த மாதிரி, அவன் செத்தது தனத்திற்குக் கிட்டவில்லை. ஊரெங்கும் பரவியிருந்தும் எப்படியோ அவளுக்குச் செய்தி எட்ட நான்கு நாட்கள் ஆயின. அவள் வீட்டிலிருந்த ஐந்தாறு பேருமாக அவளைக் கட்டிப் பிடித்துக் கொண்டிராவிட்டால் கூரைக்கு நெருப்பு வைத்துத் தன்னையும் அரிவாளால் தாறுமாறாக வெட்டிக் கொண்டிருப்பாள். அப்படியெல்லாம் நேராவிட்டாலும் அன்றைய கலவரத்தில் அவளுக்குக் குறைப்பிரசவம் ஆயிற்று. அன்று சீர்குலைந்த அவள் உடலும் மனதும் அப்புறம் சரியாகவேயில்லை.

வெங்கடாசலம் உயிரோடு இருந்தபோது வராத எல்லாத் தரப்பு உறவினரும் அவன் அந்திமக் கிரியைகளுக்கு வந்தார்கள். எல்லாரும் எதிர்பார்த்தபடியே அவன் உயில் ஏதும் எழுதி வைத்திருக்கவில்லை. உருப்படியாக வீடும் ஒரு தென்னந் தோப்பும்தான்.

வெங்கடாசலத்தின் மனைவி வாலாவின் தகப்பனார் முதல் பாகப்பிரிவினை நியாயமாகச் செய்யப்படவில்லை என்று வழக்காடப் போவதாகக் கத்தினார்.

பிள்ளை விஷயத்தில் மிகவும் மனம் நொந்து போயிருந்த வெங்கடாசலத்தின் தாயார் தன் பங்குக்கு இருந்த சொத்து, நகை எல்லாம் வாலாவும் அவள் குழந்தைகளுமே அடைய வழி செய்வதாகச் சொன்னாள். அத்துடன், வருடத்தில் ஆறு மாதம் குழந்தைகளைத் தன்னோடு வைத்துக்கொள்வதாகவும் உறுதி கூறினாள்.

சாமிநாதபுர அக்கிரகாரத்திலும் குளத்தருகிலும் எதேச்சை யாக விளையாடப் பழகியிருந்த வெங்கடாசலத்தின் மூத்த மகன் விசு திடீரென்று இடம்பெயர்ந்து யாராரோ மத்தியில் சாப்பிடவும் படுத்து உறங்கவும் நேர்ந்ததில் அவன் சுபாவமான சிரிப்பையும் தைரியத்தையும் இழந்து நின்றான்.

வெங்கடாசலம், வாலா இருவரும் நல்ல சிவப்பானாலும் விசு மட்டும் கறுப்பாகத்தான் இருந்தான். ஆறு வயதைத் தாண்டியிருந்தாலும், இடுப்பில் துணி கட்டினால் அது அவனுக்கு எஃகுக் கவசம் போலக் கனத்தது. ஆனால் அவன் அப்பா செத்த பிறகு அவன் இருக்க நேர்ந்த இடங்களில் வேறு குழந்தைகள் நிறைய இருந்தபடியால் அவன் எப்படியாவது அரைத்துண்டு கட்டியபடிதான் சேர்ந்து பள்ளிக்கூடத்துக்குப் போக வேண்டியிருந்தது.

அவனையொத்த குழந்தைகள் கூட்டல் கழித்தல் கணக்கு போட்டுக் கொண்டிருந்தபோது விசு மட்டும் 'ஊ'னாவுக்கு அடுத்தபடி 'ஐ'யன்னா எழுதிக்கொண்டிருந்தான். எழுத்து என்றில்லாமல் ஏதாவது எண்ணைக் காட்டினால் சரியாகப் படித்தான். ஆனால் எதையும் வரிசைக் கிரமமாக அவனால் திருப்பிச் சொல்லவும் முடியவில்லை, எழுதவும் முடியவில்லை. அவன் வரையில் உலகத்தில் எதிலுமே கோவை, வரிசை என்று பார்ப்பது அர்த்தமற்றது என்று தோன்றியிருக்க வேண்டும். இதனால் அவனுக்குப் பள்ளிக்கூடத்தில் மற்ற சிறுவர் சிறுமி களிடம் பரிகசிப்பும், வாத்தியாரிடம் அடியும் நிறையக் கிடைத்தபடி இருந்தன.

அவனுடைய மாமாக்கள், பெரியம்மாவின் குழந்தைகள் எல்லாருக்கும் படிப்பு நன்றாக வந்தபடியால் விசுவுக்கு வீட்டிலும் பள்ளிக்கூடச் சூழ்நிலையே தொடர்ந்தது. அவன் முகத்தில் உற்சாகம் தெரியவில்லை என்பதைத் தவிர அவன் உரிய கிரமத்தில் வளர்ந்து வந்தான். அவன் உடல் நன்றாக இழைத்த கருங்காலிக் கட்டை போல இருந்தது.

விசுவை ஒரு குழந்தையாகக் கருதும் கட்டம் கடந்து விட்டதாலும் அந்த விசேஷக் கவனமோ, கவனமின்மையோ அவனிடத்தில் எந்த மாறுபாடும் ஏற்படுத்தாது என்று எல்லாருக்கும் தோன்றிவிட்டபடியாலும் அவன் எங்கு போகிறான், என்ன செய்கிறான் என்று தெரிந்துகொள்ள அவனுடைய அம்மாகூட முயற்சி எடுத்துக்கொள்வதை விட்டுவிட்டாள். பள்ளிக்கூடத்திற்கு உரிய நேரத்திற்குச் சென்று வீட்டில் இரு வேளைச் சாப்பாட்டிற்கு

ஆஜரானால் போதும், அவன் தனிமை பாதிக்கப்படாமல் இருக்கும் என்பதை விசுவும் தெரிந்துகொண்டிருந்தான்.

ஆற்றங்கரையில் பொதுவாக எல்லாரும் குளிக்கும் படித்துறை ஒருபுறமிருக்க அவன் மட்டும் அரை மைல் தள்ளி வண்டிப் பாதை ஆற்றில் இறங்கும் இடத்தருகில் சென்று உட்கார்ந்திருப்பான். வெள்ளம் வரும் நாட்கள் தவிர மற்ற நாட்களில் அந்த இடத்தில் முழங்கால் ஆழத்துக்குத் தண்ணீர் ஓடினாலே அபூர்வம். அது தவிர ஆற்று நடுவிலேயே சிறு தீவுகள் மாதிரி இரண்டு மூன்று இடங்களில் திட்டுகள் இருக்கும்.

அப்படிப்பட்ட ஒரு மணல்திட்டில் ஒருநாள் விசு உட்கார்ந்து கொண்டு சன்னமான மணலைத் தோண்டிச் சிறு சிறு ஊற்றுகள் செய்துகொண்டிருந்தான். இன்னும் சில நிமிடங்களில் முழுக்க இருட்டிவிடும். விசு தோண்டிக் கொண்டிருந்த இடத்தில் மணல் கருமை நிறம் கொண்டதாக இருந்தது. விசுவுக்குத் தானே மணலாகத் தன் கையிலேயே திரண்டிருப்பதாகத் தோன்றிற்று. அப்போது அவனுடன் இன்னும் யாரோ இருப்பது போலவும் தோன்றிற்று.

"அப்பா," என்றான்.

"என்னடா, என் கண்ணே," என்று வெங்கடாசலம் பதில் கொடுத்தான்.

"நோக்கு மணல்லே வீடு கட்டத் தெரியுமா? நான் கட்டினா சரிஞ்சு சரிஞ்சு போய்டறது."

"நான் கட்டினாலும் சரிஞ்சு சரிஞ்சுதான் போயிடறது. இருந்தாலும் பார்க்கலாம்."

வெங்கடாசலமும் விசுகூடச் சேர்ந்து தோண்டியெடுத்த மணல் கொண்டு சுவர் மாதிரிக் குவித்து வைத்தான். செந்நிற மாயிருந்த ஆகாயம் சாம்பல் நிறமாக மாறிக்கொண்டிருந்தது. விசுவும் வெங்கடாசலமும் மனம் போன போக்கில் மணல் சுவர்கள் கட்டி நாலு பக்கத்திலும் கதவு வைப்பதாக நினைத்து அதில் பிளவுகள் செய்து நடுவே ஒரு கோபுரமும் கட்டினார்கள். விசு மிகவும் உற்சாகமாக இருந்தான். அவன் தோண்டின ஊற்று ஒன்றிலிருந்து இரு கையாலும் நீரை ஏந்தி அதைக் கோபுரத்தின் மீது சாய்த்தான். கோபுரம் கொளகொளவென்று உட்கார்ந்து கொண்டது. வெங்கடாசலம் பெருமூச்சு விட்டான். விசு வாய்விட்டுச் சிரித்தான். அவன் அப்படிச் சிரித்துப் பல மாதங்கள் ஆகியிருந்தன.

திடீரென்று விசு கேட்டான்: “ஏம்ப்பா, நீ செத்துப் போயிடலே?”

வெங்கடாசலம் சிரித்தான். “செத்துப் போறது பத்தி உனக்கு எப்படிடா தெரியும்?”

“உன்னைத்தான் நெருப்பு வைச்சுக் கொளுத்தியாச்சே?”

“கொளுத்திட்டா ஆயிடுத்தா?”

“வீட்டுக்கு மறுபடியும் வரவேல்லியே?”

வெங்கடாசலம் உடனே பதில் சொல்லவில்லை. பிறகு, “அது சரிதான்,” என்றான்.

விசு சொன்னான். “நீ வீட்டுக்கு வாப்பா. அம்மாகூட என்னை அடிக்கறா.”

வெங்கடாசலத்தை அண்ணாந்து பார்த்த விசு உடனே சொன்னான், “அழாதே அப்பா, உனக்குப் பிடிக்கலேன்னா வேண்டாம்.”

வெங்கடாசலம் சொன்னான்: “ஆமாம்டா என் கண்ணு. நான் இனிமே யார் வீட்டுக்கும் வரமுடியாது.”

விசு, வெங்கடாசலம் வீடு வருவதில் அக்கறையிழந்து மீண்டும் ஊற்றுத் தோண்டுவதில் முனைந்தான். அவன் அகல மாகத் தோண்டிய ஊற்று நிறையத் தண்ணீர் ஊறிய பின் திரும்பிப் பார்த்தான். வெங்கடாசலத்தைக் காணோம்.

விசுவுக்குப் பசிக்க ஆரம்பித்ததால் அவன் கட்டிய வீடு, தோண்டிய ஊற்றுகள் எல்லாவற்றையும் அப்படியே விட்டு விட்டு ஆற்றுத் தண்ணீர் வாரித்தெளிக்கக் கரையை நோக்கி ஓடினான். ஆற்றில் தண்ணீரில் உயரம் அதிகரித்திருந்தது. அவன் கரையை அடைந்த நேரம் ஒரு வில் வண்டி ஓடி வந்து தண்ணீரில் இறங்கியது. விசு வண்டியில் இருப்பவரைப் பார்த்தான். “அப்பா,” என்று கூப்பிட்டான். ஆனால் பதில் வரவில்லை.

விசு பார்த்துக்கொண்டிருக்கும்போதே வண்டி ஆற்றைக் கடந்து அவன் பார்வையிலிருந்து மறைந்தது. கால் மைல் தூரத்தில் யாரோ குளிப்பதைத் தவிர அந்த நேரத்தில் அந்தச் சுற்றுபபுறத்தில் வேறு மனிதர்களே கண்ணில் படவில்லை.

விசு உற்சாகமாகக் குதித்துக்கொண்டே ஓடினான். இப்போது நன்றாக இருட்டிவிட்டது.

ஒரு வாரம் கழித்து வைதீசுவரன்கோயிலில் ஒரு வீட்டில் இரவில் திடீரென்று, “திருடன்! திருடன்!” என்று கூக்குரலிட்டார்கள். எல்லாரும் கழி, கடப்பாரை எடுத்துக்கொண்டு போய்ப் பார்த்ததில் சுமார் ஏழெட்டு வயது இருக்கும் சிறுவன் ஒருவன் கிணற்றங்கரையில் குளிரில் பாதி விறைத்துக் கிடந்தான். அவனை உள்ளே எடுத்துச் சென்று உடம்பு முழுக்கத் தேய்த்து விட்டுக் கம்பளியால் போர்த்திச் சிறிது மிளகு கஷாயமும் புகட்டினார்கள். பையன் கண்களைத் திறக்க முடிந்தவுடன், “அப்பா! அப்பா!” என்றான்.

“யார் உன் அப்பா?” என்று ஒரு அம்மாள் கேட்டதில், “அதோ, அங்கே நிக்கறாரே! அதோ அப்பா!” என்றான்.

பையன் பார்த்த திசையில் வெறும் வாசல் கதவுதான் இருந்தது.

கன்னங்கரேலென்றிருந்தாலும் பிராமணப் பையன்தான் என்பதைத் தவிர அவன் யார், எங்கிருந்து வந்திருக்கிறான் என்ற விவரமெல்லாம் தெரிய வர இரு நாட்களாயின.

தான் யார் என்றுகூட ஒழுங்காகச் சொல்லத் தெரியாத மந்தமான சிறுவன் ஒருவன் எப்படி மூன்று இடங்களில் ஆற்றைத் தாண்டி ஏறக்குறைய இருபத்தைந்து மைல்களை ஐந்தாறு மணி நேரத்தில் கால்நடையாகக் கடந்து அந்த ஊரை அடைந்து அந்தக் குறிப்பிட்ட வீட்டுக் கொல்லைப்புறத்தில் நுழைந்தான் என்பது எல்லாருக்கும் புதிராக இருந்தது. அவனை அழைத்துப் போக அவன் வீட்டுப் பெரியவர்கள் வந்தபோது அங்கிருந்தவர்கள் அவ்வளவு பேரும் நிலை தடுமாறிப் போகும்படியாக தனம், விசுவைக் கட்டிக்கொண்டு அழுதாள்.

2

வீட்டுப் பெரியவர்கள் எல்லாரும் சேர்ந்து விசுவுக்கு வயது ஏழு நிரம்புமுன் பூணூல் போட்டது அவனை உடனே துவிஜன் ஆக்கிவிட வேண்டும் என்பதற்காக அல்ல. அற்பாயுளில் இறந்து போன அவனுடைய அப்பா வெங்கடாசலத்தின் வருடாந்தரக் காரியங்களையும் அதன் பிறகு சிராரர்த்தம், தர்ப்பணம் முதலிய கர்மாக்களையும் முறையாக நடத்திவிட வேண்டும் என்பதற் காகத்தான். பூணூல் போட்ட அடுத்த நாளே ஆற்றங்கரையில் குளிக்கையில் விசு பூணூல் தொலைந்து போயிற்று. அவனுக்கு சந்தியா வந்தனம் சொல்லித்தர வந்துகொண்டிருந்த சா॰ண்ணா

வாத்தியார் எப்போதும் கையில் ஒரு உபரி பூணூல் எடுத்து வருவது வழக்கமாகப் போயிற்று.

விசுவுக்கு சந்தியாவந்தன மந்திரம் ஒன்றுகூட மனதில் தங்கவில்லை. ஆனால் சூரியனை நோக்கித் தியானம் புரிய வேண்டிய கட்டத்தில் மட்டும் ஒருமுறை வாத்தியார் சொன்னார்: "சூரியனைப் பார்த்து அவன் அப்படியே உன் மார்பே ஜுவலிக்கிறதா நினைச்சுக்கோ."

விசு சூரியனைப் பார்த்த பின் கண்களை மூடிக்கொண்டான். சாமண்ணா வாத்தியாருக்குக் கதி கலங்கிவிட்டது, விசு நின்று கொண்டிருந்தாலும் அவன் உடல் அப்படியே மரத்துப்போய்க் கட்டை போல இருந்தது. அவன் மீண்டும் கண் விழித்துப் பார்க்க அரை மணி நேரத்திற்கும் அதிகமாயிற்று.

வெங்கடாசலத்தின் வருடாந்தரம் முடிந்த அடுத்த நாள் விசு காணாமல் போய்விட்டான். மறு நாள் அவனை வைதீசுவரன் கோயிலிலிருந்து கொண்டுவந்துவிட்டார்கள். அவன் மீண்டும் தனத்தைப் பார்க்கப் போயிருக்கிறான். வெங்கடாசலத்தின் தாயார், தனத்தை மருந்து வைத்து மயக்கும் தட்டுவாணி, வம்சம் வம்சமாகக் குடும்பங்களைக் குலைக்கும் தேவடியாள் என்று கண்டபடி வைதாள். சற்றும் எதிர்பாராதவிதமாக விசு ஒருமுறை சொன்னான், "அவளை அப்படி எல்லாம் பேசாதே பாட்டி, அப்பா வருத்தப்படுவா." மந்திரத்தால் கட்டுண்டவள் போல அவளால் மேற்கொண்டு தனத்தை வைய முடியவில்லை. விசு அதுவரை அவ்வளவு சொற்கள் சேர்த்துப் பேசியதில்லை.

இது நடந்து சில நாட்களுக்கெல்லாம் விசுவையும் அவனுடைய இரண்டு வயது தங்கையையும் அழைத்துக் கொண்டு அவனுடைய அம்மா வாலா பிறந்த வீட்டுக்கே வந்துவிட்டாள். ஆறு மாதம் இங்கும், ஆறு மாதம் மாமியாரிடமும் இருப்பது என்று பேசியது உண்மை என்றாலும் இனி அவள் மாமியாரிடம் இருக்க வேண்டாம் என்று அவனுடைய பிறந்த வீட்டினர் தீர்மானித்துவிட்டார்கள். பெரியவர்கள் யார் சொன்னாலும் அதை எதிர்த்துப் பேசிப் பழக்கமே இல்லாத வாலா மறு வார்த்தை சொல்லாமல் அப்பாவுடன் கிளம்பி வந்துவிட்டாள். அவளுடைய மாமியாரும் அவளைத் தன்னிடம் இருக்கும்படி வற்புறுத்தவில்லை.

விசுவுக்கு இப்புது இடம் முதலில் சங்கடப்படுத்தியது. இங்கேயும் அக்கிரகாரத்தில் நிறையச் சிறுமியர் இருந்தனர். விசுவை 'கறுப்பா – கறுப்பா' என்று கேலி செய்தவண்ணம்

இருவர்

இருந்தனர். திண்ணைப் பள்ளிக்கூடத்து வாத்தியார் ஒன்றிரண்டு பையன்களையே தேர்ந்தெடுத்து அவர்களையே கேள்வி கேட்டுத் துன்புறுத்தினார். விசுவின் மூன்று மாமாக்களில் மூத்தவன் விசுவை எப்போதும் கரித்துக் கொட்டியவண்ணம் இருந்தான். அவன் மனைவி சாதம் பரிமாறும்போது அடிக்கடி விசுவிற்கு நெய்யோ கறியோ பரிமாற மறந்து போவாள். ஆனால் இதெல்லா வற்றையும்விட விசுவுக்கு சங்கடம் ஏற்படுத்தியது அந்தக் கிராமத்துக்கு ஆற்றங்கரை ஒரு மைல் தள்ளியிருப்பது. கிராமத்தார் எல்லாரும் ஒரு பிரம்மாண்டமான தாமரைக்குளத்தில் குளித்து, குடி நீர் எடுத்துப் புழங்கிக்கொண்டிருந்தார்கள். விசுவுக்குக் குளம் ஒரு நீர்த்துறையாகப் படவில்லை. ஓடும் தண்ணீரைப் பார்த்து மனம் லயித்துப் பழகிய விசுவுக்குக் குளத்துத் தண்ணீர் ஜீவனற்றதாகவே தோன்றியது.

நடவு நாட்கள் வந்தன. அதன் பிறகு பெருமழை. ஒரு மாதம் மழை பெய்து ஓய்ந்த பின் அதிகாலையில் பனி பெய்ய ஆரம்பித்தது. விசு தாழ்வாரத்தில் புரண்டு முற்றத்தருகில் வந்து பனி அவன்மீது விழும்படியாகப் படுத்துக்கொள்வான். ஒருமுறை ஒரு ராத்திரியில் எழுந்து வெளியே சென்றுவிட்டு வந்த அவனுடைய தாத்தா அவனை அப்படியே இழுத்து மீண்டும் தாழ்வாரத்து நடுவில் கிடத்தினார். படுத்தபடியே இருட்டில் விசு உற்றுப் பார்த்தான். சமையலறை அருகில் இரு மின்மினிப் பூச்சிகள் அசையாமல் ஒளிவீசிக்கொண்டிருந்தன. அவை பூச்சிகள் அல்ல, அவனுடைய அம்மாவின் கண்கள் என்று அவனுக்குத் தெரிந்துவிட்டது.

வெங்கடாசலம் இருந்தபோது அதிகம் பேசாத வாலா அவன் இறந்து அவள் பெற்றோர் நிழலில் வாழ நேர்ந்த பிறகு அவள் பேச்சு இன்னமும் குறைந்துவிட்டது. அவளுடைய இரண்டு வயதுக் குழந்தையுடன் கொஞ்சுவதுகூடக் கிடையாது. எல்லா நேரமும் சமையலறையிலேயே இருப்பாள். அவளுடைய குழந்தைகள் அவள் இடம் அதிகம் நெருங்காததற்கு இன்னொரு காரணமும் இருக்கவேண்டும். குல வழக்கத்தின்படி அவள் தலைமயிரை மழித்து நீக்கி அவளை நார்மடி கட்டச் செய்திருந்தார்கள்.

காலையில் எட்டு மணிக்கு வீட்டு ஆட்களைத் தாழ்வாரத்தில் வரிசையாக உட்கார வைத்து ஒரு கற்சட்டி பழைய சோறையும் வாலாவின் அம்மா பங்கிட்டுப் போட்டுவிட்டு குளத்தங்கரைக்கு குளிக்கச் சென்றுவிட்டாள். எல்லாரும் சாப்பிட்ட இடத்தைச் சுத்தம் செய்யச் சிறிது சாணமும் ஒரு செம்பு நீருமாக அங்கு வந்த வாலா, விசு அவனுக்கு இட்ட சாதத்தை முழுக்கச் சாப்பிட

முடியாமல் திணறுவதைப் பார்த்தாள். விசுவும் எவ்வளவோ மாதங்களுக்குப் பிறகு அவனுடைய அம்மாவை ஏறிட்டுப் பார்த்தான். அவனுடைய அம்மாவின் கண்களின் ஆழத்திற்கு அவன் அனுபவத்திற்கு எட்டிய எதுவும் ரவைவாசிகூட எட்டாது என்று தோன்றிற்று.

"சாப்பிடு" என்று அவள் சொன்னாள்.

அம்மா அப்படிச் சொன்னவுடன் திடீரென்று அவனுடைய வயிறு விசாலமடைந்தது போலிருந்தது. அவன் கடைசிச் சாதத்தைக் கையில் எடுத்தவுடன் வாலா ஒரு பக்கமாக எச்சில் இடத்தைச் சுத்தம் செய்ய ஆரம்பித்தாள். அவள் அவனருகில் வருவதற்குள் விசு அவனுடைய இலையை எடுத்துக்கொண்டு கை கழுவக் கொல்லைப் பக்கம் சென்றான்.

விசு அன்று பள்ளிக்கூடத்தில் போய் உட்காரவில்லை. தாமரைக்குளத்தை ஒரு முறை சுற்றி வந்தான். பெண்கள் படித்துறையில் அவனுடைய பாட்டி, மாமி மற்றும் ஐந்தாறு பேர் துணி துவைத்தபடி பேசிக்கொண்டிருந்தார்கள். விசு மெதுவாக மீண்டும் வீட்டினுள் நுழைந்தான்.

அவனுடைய அம்மா மட்டும்தான் அப்போது வீட்டிலிருந் தாள். ஒரு படி வெண்கலப் பானை ஒன்றைச் சுமந்துகொண் டிருந்த அடுப்பை ஊதிக் கொண்டிருந்தாள். விறகு ஏகமாகப் புகைந்துகொண்டிருந்தது.

விசு சமையலறையில் சுவரோரமாக உட்கார்ந்துகொண்டான். அவன் அப்படி அந்த அறையில் உட்காருவது அதுதான் முதல் தடவை. அவனை வாலா ஒருமுறை திரும்பிப் பார்த்தாள். பிறகு மீண்டும் அடுப்பை ஊத ஆரம்பித்தாள்.

விசு வெண்கலப் பானையைப் பார்த்தான். அதன் கழுத்து வரை பூசப்பட்டிருந்த மாவு அதற்குள் கறுப்பாக மாறியிருந்தது. அவனுடைய அம்மாவின் முகமும் கறுத்துப் போயிருந்தது. அந்தச் சமையலறையே எங்கு பார்த்தாலும் கறுப்பாயிருந்தது. அந்த இடத்திற்குத் தாழ்வாரத்தை இணைத்த கதவைத் தவிர வேறு ஜன்னல் எதுவும் கிடையாது. ஓட்டுக் கூரையில் ஓரிடத்தில் அரையடிச் சதுரத்திற்குக் கண்ணாடி ஒன்று பொருத்தப் பட்டிருந்தது. அதன் வழியாக இறங்கிய சூரிய வெளிச்சம் சாய்த்து வைக்கப்பட்ட தூண் போல இருந்தது. அறையில் மிதக்கும் தூசுத் துகள் அந்தத் தூண் பகுதியில் ஒளி பெற்று நெளிந்து துவண்டு மினுமினுத்தது.

விசு வெகு நேரம் உட்கார்ந்திருந்தான். அவனுடைய அம்மா அடுப்பு நன்றாக எரியத் தொடங்கியவுடன் வாழைப்பூ ஒன்றை மடல் மடலாகப் பிரித்து ஆய்ந்தெடுக்க ஆரம்பித்தாள். சமையலறையில் வேலை செய்துகொண்டிருப்பதைத் தவிர அவளுக்கு வேறு எந்தப் பணியும் எந்த விஷயமும் அவள் கவனம் பெறக்கூடாது என்று விதித்திருந்தது போல அவள் தன் காரியமே கண்ணாயிருந்தாள். கூரையிலிருந்து தரையைத் தொட்ட ஒளித்தூணைப் பார்த்தவண்ணம் விசு அப்படியே விறைத்துப் போய் உட்கார்ந்திருந்ததுகூட அவளுக்கு ஒரு பொருட்டாயில்லை. அவளுடைய மன்னி குளித்த கையோடு ஒரு குடம் தண்ணீரைக் கொண்டு வந்து வைத்தவள் விசுவைப் பார்த்த வண்ணம் “வீட்டிலே யாருமில்லாதப்போ உன் பிள்ளைக்கு வெல்லமும் நெய்யுமா வழிச்சுக் கொடுக்கறயா?” என்று கேட்டபோதுகூடப் பதில் சொல்லவில்லை. ஒரு மணி நேரத்திற்குப் பிறகு வீட்டுப் பெரியோர்கள் எல்லாரும் அங்கு கூடி விசு விறைத்துப்போய் உட்கார்ந்திருப்பதைக் கண்டு கலவரப்பட்டபோதுகூட அவள் ஒரு வார்த்தை பேசவில்லை. தன் பிள்ளை பேச்சு மூச்சில்லாமல் கிடப்பதற்குச் சிறிதளவுகூடப் பதற்றம் அடைந்ததாக வெளிக்காட்டிக் கொள்ளவில்லை.

விசுவின் பாட்டி இது ஏதோ காற்று சேஷ்டைதான் என்று தீர்மானமாகக் கூறினாள். அது பொதுவாகக் கிராமாந்திரங் களில் பெண்களுக்கு மட்டுமே அல்லவா நேரக்கூடும் என்று விசுவின் தாத்தா சந்தேகப்பட்டார். சாத்தனூர் ஐயனார் கோவிலுக்கு வேண்டிக்கொள்ளப்பட்டது. விசுவை இப்போது யாரும் தனியாகத் திரிய விடுவதில்லை.

பேயடித்த பையன், மூளை பேதலித்த குழந்தை, பிரம்மஹத்தி தோஷம் கொண்டவன் என்றெல்லாம் அந்த கிராமத்தில் அவனுக்குப் பெயர் வைத்த நாளில்தான் விசுவின் முகம் தெளிவடைந்து அவனும் நன்றாக உயர்ந்து வளரத் தொடங்கி னான். அவனுடைய கறுப்பு நிறம்கூடக் கொஞ்சம் மாநிறமாக மாறத் தொடங்கியது போலிருந்தது. அவன் எழுத்துக் கூட்டிப் படிக்க ஒரு மாதிரி கற்றுக்கொண்டுவிட்டான். ஆனால் சந்தியாவந்தனம்தான் மாதக் கணக்கில் வாத்தியார் வந்து சொல்லிக் கொடுத்தும்கூட அவனுக்குப் பாதிக்கு மேல் மனப்பாடம் ஆகவில்லை. ஒரு காரணம், சந்தியாவந்தனம் பாதியில் இருக்கும் போதே அவன் விறைத்துக் கட்டை போல் நின்றுவிடுவான். இனிமேல் அவன் சந்தியாவந்தனம் செய்ய வேண்டாம் என்று அவனுடைய பாட்டி சொல்லிவிட்டாள்.

வெங்கடாசலம் இறந்தது பழங்கதையாகி, வீட்டின் மூத்த பெண் இருபத்திரண்டு வயதில் தாலியிழந்து வீட்டில் முடங்கிக் கிடப்பது பழக்கமாகி, எல்லாம் ஒரு தினசரி அட்டவணையில் பொருந்திப்போன பிறகு திடுதிப்பென்று ஒருநாள் விசு காணாமல் போய்விட்டான். அவனுடைய அம்மாவைப் பெற்றவர்கள் வீட்டிற்கு வந்த பின் அவன் காணாமல் போனது கிடையாது. ஆதலால் இம்முறை யாரும் தனம் பற்றியும் வைதீசுவரன் கோயில் பற்றியும் நினைக்கவில்லை. மேலும் அந்தக் கிராமத்தி லிருந்து சீர்காழியே பதினெட்டு மைல்.

மூன்று நாட்கள் விசுவை அந்தக் கிராமமே தேடிற்று. நான்காம் நாள் கிழவூரிலிருந்து ஒரு ஆள் பையனைக் கொண்டு வந்துவிட்டுப் போனான். விசுவுக்கு யார் வழி சொன்னார்கள், அவன் எப்படிப் போய்ச் சேர்ந்தான் என்றெல்லாம் யாருக்கும் தெரிந்துகொள்ள முடியவில்லை – அவன் இந்தக் கிராமத்தி லிருந்தும் தனத்தின் வீட்டிற்குப் போய்ச் சேர்ந்துவிட்டான். தனத்தின் அம்மா பையனை வெங்கடாசலத்தின் அம்மாவிடம் அனுப்பித்திருக்கிறாள். அங்கிருந்து அவனை வாலாவின் பெற்றோர் வீட்டுக்குக் கொண்டுவிட இரு நாட்கள் ஆகிவிட்டன.

விசுவை அவனுடைய பெரிய மாமா வேப்பங்குச்சி கொண்டு விளாசிவிட்டான். விசுவின் உடம்பெல்லாம் கோடு கோடாகக் காயம். விசு வலி தாங்காமல் துடிதுடித்து அழுதான். அப்போதுகூட அவனுடைய அம்மா சமையலறையை விட்டு வெளியே வரவில்லை. பாட்டிதான், “தோப்பனில்லாத பிள்ளைடா,” என்று தன் பிள்ளையைத் தடுத்தாள். விசுவுக்கு இதையடுத்து நான்கு நாட்கள் சுரம் அடித்தது. அவனை வீட்டின் இரண்டாம் கட்டுத் தாழ்வாரத்தில் படுக்க வைத்திருந்தார்கள்.

வீட்டின் முதற் கட்டில் குதிருக்குப் பக்கத்தில் காமிரா அறை இருந்தது. காமிரா அறைக்கு ஒரு வாசற் கதவும் ஒரு ஜன்னலும் மட்டும் உண்டு. வீட்டின் மிகவும் பந்தோபஸ்தான இடம் அதுதான் என்று அங்குதான் பத்திரங்கள், நகை, வெள்ளிப் பாத்திரம் முதலியன பூட்டி வைத்திருந்தார்கள். அந்த அறையின் இருட்டுக்காகவே அதற்குக் காமிரா அறை என்று பெயர் வைத்திருந்தார்கள். விசுவின் தாத்தாவிடமும் பெரிய மாமாவிடமும்தான் சாவி இருக்கும். அவர்கள் இருவரும்தான் எப்போதாவது ஒரு சமயம் அந்த அறையத் திறந்து வைத்துக்கொண்டு பணம் கொடுக்கல் வாங்கல் பற்றி விவாதிப்பார்கள்.

மீண்டும் ஒருமுறை விசு காணாமல் போய்விட்டான். இம்முறை விசுவின் மாமா நேராகத் தனத்தின் வீட்டுக்குப்

போய் விசாரித்தான். ஆனால் அங்கு விசு இல்லை. தனத்தின் வீட்டிலும் எல்லாரும் கலவரம் அடைந்துவிட்டார்கள். அவர்கள் மத்தியில் விசு ஒரு பொக்கிஷம் போலக் கருதப்பட்டான். விசுவின் தாத்தா வெங்கடாசலத்தின் அம்மா வீட்டுக்குப் போய் விசாரித்தார். அங்கும் விசு இல்லை. இப்போது அவர்களும் சேர்ந்து விசுவைத் தேட ஆரம்பித்தார்கள். விசு காணாமல் போய் ஒரு முழு நாள் ஆகிவிட்டது. அவனைப் பற்றித் தடயம் எதுவும் கிடைக்கவில்லை.

இப்போதும் விசுவின் அம்மா வாலா வாயே திறக்க வில்லை. நிரந்தரமாகச் சோகம் படிந்திருந்த அவள் முகத்தில் இன்னமும் கவலைக்கும் வருத்தத்திற்கும் இடமில்லை போலிருந்தது. விசுவின் பாட்டி மட்டும் சொன்னாள்; "நீங்கள் அன்னிக்கு காமிரா ரூம் உள்ளே பேசிண்டிருந்தப்போ விசு தாழ்வாரத்திலே இருந்தான். அத உள்ளத்தான் கொஞ்சம் திறந்து பாருங்களேன்."

இராத்திரி எட்டு மணிக்கு காமிரா அறையைத் திறந்து பார்த்தார்கள். முதலில் அரிக்கேன் லாந்தர் வெளிச்சத்தில் அந்த அறையில் புதிதாக எதுவும் இருப்பது தெரியவில்லை. ஆனால் விளக்கைச் சுவரோரமாக எடுத்துச் சென்றபோது அங்கே மூலையில் விசு சுருண்டு படுத்துக்கொண்டிருப்பது தெரிந்தது. அவன் உடல் விறைத்துப் போய்க் கட்டையாகக் கிடந்தது.

ஆனால் அவனாகவே அடுத்த நாள் காலையில் எழுந்து எப்போதும் போல் இருந்தான். இருட்டறையில் ஏறக்குறைய இரு நாட்கள் சோறு தண்ணீர் இல்லாமல் கிடந்த சோர்வோ பயமோ ஏதும் அவனிடத்தில் காணப்படவில்லை.

3

விசு ஏதோ மாதிரி இருப்பதுகூட எல்லாருக்கும் பழகிப் போய் விட்டது. அவன் வயதுப் பையன்களுக்கு அந்தக் கிராமத்தில் பொறுப்பு அதிகரித்து வந்தது. பெரியவர்களுடன் வயற்பக்கம் சென்று மேற்பார்வை செய்ய வேண்டியிருந்தது. வாழைத் தோட்டத்திற்குச் சென்று இலைகளை யாரும் அறுத்துக்கொண்டு போய்விடாமல் பார்த்துவிட்டு வர வேண்டியிருந்தது. தேங்காய் களை மட்டையுரித்துப் போட்டார்கள். கீற்றுப் பின்னினார்கள். வீட்டிலுள்ளோர் சாப்பிடுவதற்கு வசதியாக வாழைப்பட்டையை நறுக்கித் தைத்தார்கள். வீட்டுக் கொல்லைப்புறத்தில் காய்கறிப் பாத்திகளைச் சீரமைத்துச் செடிகளில் பூச்சி வந்த இலைகளைக் கிள்ளி வெளியே எறிந்தார்கள். கழனித் தொட்டியைக் காலி செய்து சுத்தம் செய்தார்கள். வீட்டுக் கூரை மீதேறி கலைந்த ஓடுகளை ஒழுங்காகப் பொருத்தினார்கள். தினமும் அரிக்கேன்

லாந்தரைத் துடைத்து, திரியைச் சரி செய்து, சிம்னியை விபூதி போட்டுத் துடைத்து வைத்தார்கள். சந்தை கூடும் நாட்களில் வீட்டுக்கு வேண்டிய பொருள்கள் வாங்கி வந்தார்கள். அரிவாள் கோடரியைச் சாணை பிடித்து வைத்தார்கள். நெல்லை அரைத்துக் கட்டி வைக்கும்போது கணக்குப் பார்த்தார்கள். நூற்றுக்கணக்கான சிறிதும் பெரிதுமான வேலைகளில் பெரியோர்களுக்கு ஒத்தாசையாகவும் துணையாகவும் இருந்தார்கள். விசு எதற்கும் பயன்படவில்லை. எந்த வேலையும் செய்ய முடியாது என்றில்லை. ஆனால் எதற்கும் ஒரு தொடக்கம் ஒரு விளைவு என்று உண்டு என்பதே அவன் மனதில் பதியவில்லை என்பதை ஒருவிதமாக அவனைச் சுற்றியுள்ளவர்கள் ஒப்புக்கொண்டுவிட்டார்கள். அவன் ஒரு தனி ரகம் என்பது ஏற்கப்பட்ட பிறகு அவனுடைய பெரிய மாமாகூட அவனைத் தண்டித்துத் துன்புறுத்துவது கிடையாது. 'அந்த ஜடம் எக்கேடு கெட்டுப் போகட்டும்' என்பான். விசுவை யாராவது ஏதாவது செய்யச் சொன்னால் அது 'உன் தங்கச்சியைக் கொஞ்சம் பார்த்துக் கொள்' என்பதுதான்.

விசுவின் தங்கை காமாட்சி மூன்று வயதாகியும் எழுந்து நிற்கவில்லை. எல்லாக் குழந்தைகளைப் போல அவளும் உரிய காலத்தில் குப்புற விழுந்து தரையில் நிற்கவும் செய்தாள். வெங்கடாசலமே தன் பிள்ளையை விடப் பெண்ணிடம் அதிகப் பாசம் வைத்திருந்த மாதிரித் தோன்றியது. காமாட்சியை அடிக்கடி தூக்கிக்கொள்வான். அவனுடைய ஆயுட்காலத்தின் கடைசி நாளன்றுகூடக் குழந்தையைத் தூக்கி, ஆட்டம் காண்பித்து, அவளையும் கையில் வைத்துக்கொண்டுதான் வண்டி பூட்டச் சென்றிருக்கிறான். அவன் தனத்திடம் போவதற் கென்று உடுத்தியிருந்த வண்ணான் சலவை வேட்டியைக் குழந்தை நனைத்துவிட்டதைக்கூடப் பொருட்படுத்தவில்லை. பின்னால் யாரோ சொன்னார்கள், அவன் ஈர வேட்டியுடன் போனதால்தான் வழியில் யமன் காத்திருந்தான் என்று.

போட்ட இடத்தில் போட்டபடி கிடக்கும் மூன்று வயதுக் குழந்தை யாருக்கும் பெரிய தொந்தரவாக இருக்கவில்லை. குழந்தை ஏன் தவழ ஆரம்பிக்கவில்லை, ஏன் சுவரைப் பிடித்துக்கொண்டு நடக்க ஆரம்பிக்கவில்லை என்று யாரும் வெளிப்படையாகக் கவலைப்பட்டதாகத் தெரியவில்லை. குழந்தைகளே தன்னுடையது இல்லை என்பது போல வாலா எல்லா நேரமும் சமையலறையிலேயே இருந்துவிட்டாள். முதலில் சில நாட்களுக்கு வெங்கடாசலத்தின் தாயாரும், வாலா தாய் வீட்டிற்கே வந்த பிறகு வாலாவின் தாயாரும் குழந்தை மீது சிறிது அக்கறை காட்டினார்கள். அதன் பிறகு காமாட்சி மணிக்கணக்கில் மல மூத்திரத்தில் விழுந்து கிடப்பது சகஜமாகப் போய்விட்டது.

மீண்டுமொருமுறை இரு நாட்கள் காணாமல் போய் மறுபடியும் வீடு வந்து சேர்ந்த விசு என்றுமில்லாத விசேஷமாக அவன் தங்கை அருகில் உட்கார்ந்துகொண்டான். அதற்கடுத்த நாட்களில் மீண்டும் மீண்டும் அவளருகில் போய் உட்கார்ந்து கொண்டான். வாலாவின் அம்மாவுக்கும் வாலாவின் அண்ணா மனைவிக்கும் இது முதலில் எரிச்சலூட்டினாலும் விரைவிலேயே இதில் ஒரு சௌகரியம் இருப்பதும் விளங்கியது. தங்கையைப் பார்த்துக்கொள்வது விசுவின் பொறுப்பாகியது.

விசு தங்கையைப் பார்த்துக்கொள்வது என்பது பற்றி அக்கறை கொண்டவன் என்று கூறுவதற்கு அவன் அவள் பக்கத்தில் உட்கார்ந்துகொண்டான் என்பதைத் தவிர வேறு அடையாளங்கள் இல்லை. குழந்தை எப்போதும் போல மல மூத்திரத்தில்தான் கிடந்தது. விசு அதைப் பொருட் படுத்தியதாகக்கூடத் தெரியவில்லை.

ஒரு நாள் குழந்தை வெகு நேரம் அப்படிக் கிடந்து, அதைத் துடைத்துத் துணி மாற்றுவது வாலாதான் செய்ய வேண்டும் என்றானபோது குழந்தையின் உடல் கைகால்களைச் சுத்தம் செய்து மீண்டும் வேறு உலர்ந்த துணியில் கிடத்திய போது வாலாவின் கண்ணிலிருந்து ஒரு சொட்டுக் கண்ணீர் உருண்டதை விசு கவனித்தான். வாலாவே கண்ணீர்த் திரையினூடே விசுவையும் ஒரு கணம் பார்த்தாள்.

அம்மா அந்த இடத்தைவிட்டு அகன்ற உடனே விசு குழந்தையின் தலையைத் தடவிக் கொடுத்தான். குழந்தையின் கையை உருவிவிட்டான். அதன் பிறகு கால்களை உருவிவிட்டான். அப்போதும் குழந்தை அப்படியே கிடந்தது. விசு தங்கையின் முகத்தையே உற்றுப் பார்த்தான். ஒரு கால் பாதத்தைத் தன் கையில் வைத்துக்கொண்டான். கண்ணை மூடிக்கொண்டான்.

அவன் கண் விழித்தபோதுதான் அவன் வெகு நேரமாகக் கீழே சாய்ந்திருந்தது அவனுக்கே தெரிந்தது. அப்போதும் குழந்தையின் பாதத்தைப் பிடித்த வண்ணம் விழுந்திருக்கிறான். அதனால் குழந்தையும் வீறிட்டு அலறியிருக்கிறது. முதலில் அதனுடைய அழுகையை யாரும் பொருட்படுத்தவில்லை. ஆனால் தொடர்ந்து அழுதிருக்கவே எல்லாரும் சூழ்ந்துகொண் டிருக்கிறார்கள். விசுவின் கையைப் பிரித்துக் குழந்தையின் காலை விடுவிக்க முடியவில்லை. விசுவாகக் கண் விழித்தபோது பல மணிநேரம் கடந்திருந்தது.

வாலாவின் அம்மா இந்த முறை பதறிப் போயிருந்திருக் கிறாள். விசுவின் கையைக் கிள்ளி அடித்து அவனை எழுப்பப்

பார்த்திருக்கிறாள். விசுவாகக் கண் விழித்துக் கைப் பிடியைத் தளர்த்தியவுடன் குழந்தையைத் தூக்கித் தோள் மேல் போட்டுக் கொண்டாள். குழந்தை விக்கி விக்கி அழுதுகொண்டே இருந்தது.

விசு பயந்தவன் போலத் தாழ்வாரத்தின் ஓர் ஓரத்திற்குச் சென்று நின்றுகொண்டான். எல்லாருடைய பரபரப்பும் சிறிது அடங்கலாயிற்று. வாலாவின் அம்மா குழந்தையைக் கீழே விட்டவள் சட்டென்று குழந்தையை உற்றுப் பார்த்தாள். அதன் காலைப் பார்த்தாள். இரு கால்களையும் நீட்டி மடக்கிப் பார்த்தாள். குழந்தை இரு கால்களையும் உதைத்தது. இன்னொரு முறை கால்களை உதைத்தது. குழந்தையைத் தூக்கிப் பிடித்த படியே அதன் கால்களில் நிற்க வைத்தாள். அதுநாள்வரை கால்கள் உடனே துவண்டு மடங்கிக்கொள்ளும். அன்று ஒரு கணம் அவை உறுதியாக உடலைத் தாங்கி நின்றன.

நாளுக்கு நாள் விசுவின் தங்கை காமாட்சியின் கால்கள் வலுவடைய ஆரம்பித்தன. ஒரு வார காலத்திற்குள் குழந்தை தவழ ஆரம்பித்தது. இன்னும் மூன்று நான்கு நாட்களுக்குள் உட்கார ஆரம்பித்தது. அந்த மாதம் முடிவதற்குள் தானாக ஒழுங்காகச் சுவரைப் பிடித்துக்கொண்டு நிற்கத் தொடங்கியது.

காமாட்சி நடக்கத் தொடங்கியது, அந்த வீட்டில் ஒரு புது உற்சாகம் ஏற்படுத்தியது. வாலாவின் அண்ணண் மனைவி கூட சந்தோஷம் அடைந்தவள் போலக் காணப்பட்டாள். வாலாவின் அப்பா காமிரா அறையைத் திறந்து ஒரு பீரோவிலிருந்து பழைய ஆனால் சாத்திரமான வெள்ளிக் கொலுசு ஒன்று எடுத்துத் தர, அதை வாலாவின் அம்மா மலர்ந்த முகத்துடன் பேத்தியின் கால்களுக்கு அணிவித்தாள். காமாட்சி தத்தித் தத்தி நடக்க ஆரம்பித்தாள். தாத்தா, அத்தை, மாமா என்று ஒவ்வொரு சொல்லாகப் பேச்சு வந்தது. குழந்தை சிரிக்கத் தொடங்கியது.

தாமரைக்குளத்தில் குளித்துவிட்டு ஒரு தாமரைப் பூவைப் பறித்து எடுத்தவண்ணம் ஒருநாள் விசு வீடு வந்தான். அவனுடைய பாட்டி காமாட்சிக்குத் தலைவாரிப் பின்னிக்கொண்டிருந்தாள். விசு தாமரைப் பூவைத் தன் தங்கையிடம் கொடுத்தான். அவளும் கை நீட்டி அதை வாங்கிக்கொண்டாள்.

"பள்ளிக்கூடத்துக்குப் போயேண்டா," என்று பாட்டி விசுவிடம் சொன்னாள்.

"போறேன், பாட்டி," என்று விசு மெதுவாகச் சொன்னான்.

"வேஷ்டி மாத்திண்டு போ. இதோட போகாதே. சீக்கிரம் போ. உன் மாமாவெல்லாம் போய் ரொம்ப நாழியாறது."

இருவர்

விசு ஈர வேட்டியை அவிழ்த்தான். பாட்டி, "கோவணம் கட்டித் தொலையேண்டா," என்றாள்.

முற்றத்தில் கயிற்றுக் கொடியில் ஒரு கோவணமும் வேஷ்டியும் ஒரு மூலையில் ஒதுக்கி வைக்கப்பட்டிருந்தன. விசு தன்னை மறைத்துக்கொள்ள எந்த முயற்சியும் செய்யாமல் கோவணம் கட்டிக்கொண்டான். பாட்டி காமாட்சியின் முகத்தை வேறு பக்கம் திருப்பினாள்.

விசு வேஷ்டியும் கட்டிக்கொண்டான். ஒரு பிறையில் ஒரு சிறு கட்டி கோவிச் சந்தனமும் விபூதி மடலும் இருந்தன. விசு கோவிச் சந்தனக் கட்டியை எடுத்துச் சிறிது நீரில் குழைத்து நெற்றிக்கு இட்டுக்கொண்டான். அப்போது சமையலறைப் பக்கம் பார்த்தான். வாலா, அவளுடைய அம்மா, காமாட்சிக்குத் தலைவாரி விடுவதைப் பார்த்துக்கொண்டு நின்றாள். ஒரு கணம்தான்; உடனே தலையை உள்ளுக்கு இழுத்துக்கொண்டு விட்டாள்.

பலகை-குச்சி எடுத்துக்கொண்டு விசு கிளம்பினான். பள்ளிக்கூடம் அடுத்த தெருவில் இருந்தது. ஆனால் விசு அதைக் கடந்துகொண்டு வண்டிப் பாதையோடு நடந்தான். அப்பக்கம் முழுக்க அறுவடை முடிந்திருந்தது. தூரத்தில் ஒரே ஒரு பாத்தியில் மட்டும் நாற்றுக்கு விதை தெளித்து ஒரு சின்ன பச்சைப்பாய் உருவாகியிருந்தது. கண்ணுக்குத் தெரிந்த ஏற்றக் கிணறுகள் ஆளரவமற்று இருந்தன. வெயில் அதிகரிக்க ஆரம்பித்திருந்தது. வானத்தில் பறவைகள் தென்படவில்லை. வெகு தூரத்தில் ஒரே ஒரு சிறு மேகம் மட்டும் மிதந்துகொண்டிருந்தது. நாற்று வயலின் ஒரு புறத்தில் மட்டும் நடப்பட்டிருந்த தென்னை மரங்கள் மிக இலேசாக அசைந்துகொண்டிருந்தன.

அந்த வண்டிப் பாதை ஒரு களத்து மேட்டருகில் சென்று முடிந்துவிட்டது. விசு களத்து மேட்டைச் சுற்றி ஓர் ஒற்றையடிப் பாதையோடு சென்றான். அது ஒரு வாய்க்காலருகில் சென்று கரையோரமாக ஓடியது.

வாய்க்கால் வறண்டிருந்தது. விசு வாய்க்காலில் இறங்கினான். வாய்க்காலோடு நடந்து ஒரு கரையோர மரம் தந்த நிழலுக்குச் சென்றான். அந்த இடத்தில் வாய்க்கால் மண்ணில் ஈரம் தெரிந்தது. விசு அப்படியே உட்கார்ந்தான். தோண்ட ஆரம்பித்தான். முழங்கை வரை போகும் ஆழத்தில் சிறிது நீர் வர ஆரம்பித்தது. விசு இன்னும் வேகமாகத் தோண்டினான். ஈர மணலைக் கையில் பிடித்துக்கொண்டு "அப்பா! அப்பா!" என்று கூப்பிட்டான். இன்னும் சிறிது தோண்டி "அப்பா! அப்பா!" என்று உரக்கக் கத்தினான். இன்னும் ஆழமாகத்

தோண்டி மண்ணை வெளியே போட்ட வண்ணம். "அப்பா! அப்பா! அப்பா!" என்று விடாமல் அழைத்துக்கொண்டிருந்தான். திடீரென்று ஒரு குரல் கேட்டது. "என்னடா கண்ணு?"

4

ஜல்ஜல்லென்ற அந்த வண்டி அக்கிரகாரத்தில் ஒவ்வொரு வீடாகக் கடக்க, வீட்டிலுள்ளோர் வெளித்திண்ணைக்கு வந்து நின்றார்கள். அந்த வண்டியை இதற்கு முன் அந்தக் கிராமத்தில் யாரும் பார்த்ததில்லை. வண்டி தயங்கித் தயங்கி எல்லா வீடுகளையும் கடந்து சென்றது. தெருக்கோடி சென்று நின்றது. வண்டியை ஓட்டி வந்த ஆள் கீழே இறங்கினான். அந்தக் கடைசி வீட்டுத் திண்ணையருகில் நின்றுகொண்டிருந்த பெரியவரிடம் கைகட்டி ஏதோ விசாரித்தான். அதன் பிறகு மாட்டின் மூக்கணாங் கயிற்றைப் பிடித்து மெதுவாக வண்டியைத் திருப்பிச் சென்று வலது சாரியில் நடு மையமாக இருந்த வீட்டின் முன் நிறுத்தினான். வண்டியில் இருப்பதே தெரியாமல் அடங்கிக் கிடந்த ஒரு பெண் கீழே இறங்கினாள்.

விசுவின் மாமிதான் வாசலில் நின்றுகொண்டிருந்தாள், அவளிடம் அப்பெண் சென்று குரல் தழைவாக, "இதுதானே வெங்கடாசலமய்யர் வீடு?" என்று கேட்டாள்.

"வெங்கடாசலமா? அது யாரு வெங்கடாசலம்?"

அப்பெண் குழப்பமடைந்து வண்டிக்காரனைப் பார்த்தாள். வண்டிக்காரன் ஒன்றும் புரியாமல் விழித்தான்.

அப்பெண் ஏமாற்றத்தில் கீழே விழுந்துவிடுவாள் போலிருந்தது. அப்போது வாலாவின் அம்மாவும் வாசலுக்கு வந்தாள். "என்ன?" என்று தன் நாட்டுப் பெண்ணிடம் கேட்டாள்.

"யாரோ வெங்கடாசலம் வீடாம்?"

வாலாவின் அம்மா ஒரு கணம் துணுக்குற்றாள். "ஏன்? ஏன்? எதுக்கு வேணும்?"

அந்தப் பெண் உடனே வாலாவின் அம்மாவிடம் வந்து அவளை நமஸ்கரித்தாள்.

"யாரு நீ? எதுக்கு வந்தே?"

வருடக்கணக்கில் தோய்ந்திருந்த துக்கத்துடன் அந்தப் பெண் பதிலளித்தாள், "நான்தான் தனம்."

வாலாவின் அம்மா பத்திரகாளியைப் போல மாறினாள். "பாவி! நீ நன்னாயிருப்பியா? உன் குடும்பம் விளங்குமா?

நீ உருப்படுவியா? என் பொண்ணை மொட்டை அடிச்சு மூலையில் உக்கார வைச்சயே? நீ நன்னாயிருப்பியா? தங்கமாயிருந்தவனை சொக்குப் பொடி போட்டு மயக்கிக் காசு பணமெல்லாம் கறந்துண்டதோடு இல்லாமே அவன் உசிரையும் பிடுங்கிண்டியே? உன் குலம் விளங்குமா? நீ நாசமாப் போக! புழுத்துப் போக! கணுக்கணுவா அழுகிப் போக! நாறிப் போக! வாய்க்கரிசிக்கு வழியல்லாம நாதியத்துப் போக! என் வயத்திலே கொள்ளியை வைச்சயே! உன் மூஞ்சியிலே கொள்ளியைப் போட! அவனை அடியோட அழிச்சதுமில்லாம இப்ப என் வீட்டு வாசலை மிதிக்க வறயா! தட்டுவாணிப் பொணமே! தேவடியாப் பொணமே! நீ நாசமாப் போக! நீ கட்டேல போக! விளக்குமாத்தைக் கொண்டாடி, இந்தச் சிறுக்கியைத் தலையிலே அடிச்சுத் துரத்தலாம்! என்னை வயிறெரிய வைச்சயே! என் பொண்ணை வயிறெரிய வைச்சயே! நீ என்ன கதிக்குப் போகப் போறேடீ! தேவடியா முண்டே! இங்கே ஏண்டி வந்தே? அப்பனை மயக்கி முழுங்கியாச்சு, பிள்ளையையும் முழுங்கிடப் பாக்கறயாடீ? நீ உருப்படுவியாடீ?”

தெருவில் கூட்டம் கூடிவிட்டது. தனம் எல்லாவற்றையும் கேட்டபடி தலைகுனிந்து நின்றாள். அவளுடைய வண்டிக்காரன் பிரமித்து வண்டியுடனேயே நின்றான். வாலாவின் தகப்பனாரும் அண்ணனும் அங்கு இல்லாது போனாலும் கிராமத்துப் பெரியவர்கள் சிலர் அங்கு வந்துவிட்டார்கள். அவர்களைப் பார்த்து வாலாவின் அம்மா சிறிது அடங்கினாள்.

“இங்கே என்ன தகராறு? யாரும்மா நீ?” என்று ஒருவர் தனத்தைக் கேட்டார்.

தனம் பதில் பேசாமல் நின்றுகொண்டிருந்தாள்.

இன்னொருவர் முதல்வர் காதோரமாக ஏதோ சொன்னார்.

“தமயந்தியோட பொண்ணா?” என்று முதல் மனிதர் கேட்டார்.

தனம் இப்போதும் பேசாமல் நின்றுகொண்டிருந்தாள்.

“இதோ பாரு அம்மா. உனக்குச் சேர வேண்டியது ஏதாவது காசு பணம் இருந்தா கிழவூர்க்காராளைப் போய்க் கேளு. இல்லாட்டா வியாஜ்யம் இழுத்திண்டிரு. இங்கே இவாக்கிட்டே நீ ஏன் வரே? இது நொந்துபோன குடும்பம். அந்தப் பையன் வெங்கிட்டு முதல்லேந்து இப்படித்தான்னு தெரிஞ்சிருந்தா இவா பொண்ணைக்கூடக் கொடுத்திருக்க மாட்டா...”

பெரியவர் பேசிக்கொண்டிருக்கும்போது எங்கிருந்தோ விசு வந்தான். அவனைப் பார்த்தவுடன் வாடிய பூப் போல இருந்த தனத்தின் முகம் ஆச்சரியப்படத் தக்க மலர்ச்சி அடைந்தது. அந்தச் சூழ்நிலையையும் மறந்து இரு கைகளையும் நீட்டி "விசு!" என்றாள்.

விசு ஓடிப்போய் தனத்தைக் கட்டிக்கொண்டான். தனத்திற்கு அப்போது உலகில் வேறு எதுவுமே இல்லை. "என் கண்ணே! ஏண்டா இவ்வளவு நாள் என்னைப் பாக்க வராம இருந்துட்டே?" என்றாள். அவள் கண்களிலிருந்து கண்ணீர் தாரை தாரையாக விழுந்தது. மெலிந்திருந்த தன் கைகளால் விசுவின் முகத்தைத் தன் முகத்தோடு அணைத்துக்கொண்டாள்.

முதலில் யாரும் இதைத் தடுக்க முற்படவில்லை. ஒரு கன்று மிக இயல்பாக அதன் தாயை நாடிப் போவது போலத் தான் இருந்தது. வாலாவின் அம்மாவே ஒரு கணம் நெகிழ்ந்து நின்ற மாதிரிதான் இருந்தது. ஆனால் அவள்தான் முதலில் செயல்பட்டாள். விசுவைத் தனத்திடமிருந்து இழுத்துவிடப் பார்த்தாள். அன்றுவரை அவனிடம் யாரும் கண்டிராத உறுதி யுடன் விசு அவள் கையைப் பலமாக உதறித் தள்ளினான். எல்லாருமே அசைவற்று நின்றனர்.

சட்டென்று விசு விலகிக்கொண்டான். வீட்டினுள்ளே ஓடினான். அவனுடைய அம்மாவைக் கைபிடித்து வாசலுக்குக் கொண்டு வந்தான். அந்தக் கிராமத்து ஆண்கள் பலர் வாலாவைப் பல மாதங்களில் முதல் முறையாக வெட்டவெளியில் வெளிச்சத்தில் பார்த்தார்கள். ஒரு கணம் யார் தனம், யார் வாலா என்றுகூட வித்தியாசம் கூற முடியாதபடி இருந்தது.

தனம் வாலாவைப் பார்த்தாள். வாலாவும் அவளும் தனத்தின் முகத்தை நேரிடையாகப் பார்த்தாள். ஏதோ சொல்ல அவள் உதடுகள் துடிதுடித்தன. அவள் கண்களிலிருந்தும் கண்ணீர் அருவியாகப் பெருகியது. தனம் தன் வசமிழந்து "அக்கா!" என்று தீனமாக அழைத்தாள். வாலா தனத்தைக் கட்டிக்கொண்டாள். வாலாவும் தனத்தை இறுக அணைத்துக் கொண்டாள்.

வாலாவின் அப்பாவுக்கு அதற்குள் செய்தி போயிருக்க வேண்டும். வெறி பிடித்தவர் போல அவர் கூட்டத்தைக் கலைத்துக்கொண்டு இரு துக்கிகளிடம் வந்தார். "டீ, வாலா! என்னடீது அபஸ்மாரம்! போடீ உள்ளே! போடீ உள்ளேன்னா!" என்றார்.

வாலா அப்பாவைப் பார்த்தாள். அவள் தலையிலிருந்து நழுவி விழுந்திருந்த நார்மடியைச் சரி செய்துகொண்டாள்.

மீண்டுமொருமுறை தனத்தின் முகத்தைப் பார்த்தாள். உடல் குறுகி நேராகக் கிணற்றுப் பக்கம் போய்விட்டாள்.

இப்போது தனத்தால் மீண்டும் விசுவைத் தன் கைகளில் வாரி எடுத்துக்கொள்ள முடியவில்லை. விசு ஒரு கணம் யோசிப்பது போல இருந்தது. அவன் இன்னொரு முறை வீட்டினுள் ஓடினான். மறுபடியும் வெளியே வந்தபோது அவனுடைய கையில் அவனுடைய தங்கை காமாட்சி இருந்தாள்.

விசு காமாட்சியைத் தனத்திடம் நீட்டினான். தனம் காமாட்சியை அப்படியே அள்ளிக்கொண்டாள். குழந்தையின் முகமெல்லாம் முத்த மழை மொழிந்தாள். பிறகு குழந்தையைக் கீழே இறக்கிவிட்டுத் தன் இடுப்பைத் துழாவினாள். அங்கே செருகி வைத்திருந்த ஒரு நாணயத்தைக் காமாட்சியின் கையில் கொடுத்தாள். அது எட்வர்டு ராஜா முகம் பொறித்த சவரன்.

தனம் மெதுவாக தன் வண்டியிருந்த திசை நோக்கித் திரும்பினாள். கூட்டம் அதுவாக வழிவிட்டது. தனத்தின் கூடவே விசுவும் போனான். வண்டி ஏறுமுன் மீண்டும் ஒரு முறை விசுவைத் தனம் கட்டிக்கொண்டாள். பிறகு வண்டியினுள் ஏறி உட்கார்ந்து கொண்டு ஒரு சிறு பொட்டலமாக மாறினாள். வண்டிக்காரன் மாட்டின் கயிற்றை ஒருமுறை இழுத்துப் பின் தளர்த்தினான். வண்டி நகர ஆரம்பித்தது.

5

தனம் கிளம்பிப் போய் ஒரு மணிநேரம் கழித்துத்தான் எங்கோ வெளியே சென்றிருந்த வாலாவின் அண்ணன் வீடு திரும்பினான். அக்கிரகாரமே அன்று நடந்த நிகழ்ச்சிகளிலிருந்து மீளாமல் இன்னும் பரபரத்த நிலையில் இருந்தது. கிராமத்தினுள் அடி எடுத்து வைத்த உடனேயே அவர்கள் வீட்டு மாப்பிள்ளையின் வைப்பாட்டி வந்துவிட்டுப் போனாள் என்ற செய்தி அவனுடைய காதில் எட்டிவிட்டது. இன்னும் சிறிது தூரத்தில் அவளும் வாலாவும் கட்டிப் பிடித்துக்கொண்டு அழுதார்கள் என்றும் செய்தி தெரிந்துவிட்டது. மிகுந்த ஆங்காரத்துடன் வீட்டினுள் நுழைந்தான். "வாலா! வாலா!" என்று உரக்கக் கூப்பிட்டான். அவனுடைய அம்மாவுக்கோ அன்று பொழுது விடிந்த வேளை சரியில்லை என்று தோன்றியது. "என்னடா?" என்று அவள் தான் பதில் கொடுத்தாள்.

அவளை இலட்சியம் செய்யாமல் அவன் சமையலறைக்குச் சென்றான். அங்கு வாலா இல்லை. கிணற்றங்கரைப் பக்கம்

சென்றான். அங்கே கொல்லைப் புறத்தில் ஒரு மூலையில் வாலா ஒடுக்கிக் கிடந்தாள். அண்ணா வரும் வேகத்தைக் கண்டு வாரிச் சுருட்டிக்கொண்டு இன்னும் ஓரமாக ஒதுங்கினாள்.

அவன் நேராக அவளிடம் சென்று அவள் கன்னத்தில் அறைந்தான். அவள் குறுகிக் கொண்டது அடிக்காக அல்ல என்று தோன்றியது. அவன் அதையும் கவனியாமல் அவளைத் தோளிலும் முகத்திலும் மாறி மாறி அடித்தான். "அண்ணா! அண்ணா!" என்று வாலா முனகினாள். "கழுதை! வீட்டிலே மூலையிலே கிடக்காம தெருவுக்கா போறே நாயே! அறுத்துப் போட்டவ அடங்கிக் கிடக்காம ஊர் சுத்தவா போறே? உன்னை என்ன பண்ணறேன் பார்! உன்னைக் கொன்று குழியிலே தோண்டிப் புதைச்சுடறேன். துக்கிரி நாயே! கட்டினவனை முழுங்கிட்டு இங்கே வந்து என்னடி ஆட்டம் போடறே!"

அம்மா ஓடி வந்தாள். அவன், வாலாவின் கையைப் பிடித்து எருக்குழிப்பக்கம் தள்ளினான். அப்போது அம்மா, "டேய், டேய். அவ தூரண்டா," என்றாள். வாலா எருக்குழி யருகில் சுருங்கிக்கொண்டு உட்கார்ந்தாள். அவன் அவளைத் தீண்டவும் முடியாமல் அதே நேரத்தில் அவளிடமே பெரும் அருவருப்பு அடைந்தவனாகவும் நின்றான். "இதை முன்னியே சொல்லறதுக்கு என்னம்மா?" என்று கேட்டான்.

"நீதான் சொல்ல விடலியேடா."

"உனக்கே இதெல்லாம் நன்னாயிருக்காம்மா?"

"நான் என்னடா பண்ண முடியும்? எவளோ வந்தா நான் தடுக்க முடியுமா?"

"இந்த மூதேவியைத் தடுத்திருக்கலாமே?"

"அவ பாவம், என்ன பண்ணினாடா?"

"பின்னே? வாசல்லே ஒரு குச்சுக்காரி வந்தாக்க இவளா அவளைப் போய்ப் பாக்கப் போனாளா?"

வாலாவின் அம்மா விசுவின் பெயரை எடுக்கவில்லை. ஆனால் அப்போது அவளுடைய நாட்டுப் பெண் அங்கு வந்தாள். வாலாவின் அம்மாவுக்கு விசுவை அதிக நேரம் பாதுகாக்க முடியும் என்று தோன்றவில்லை. நாட்டுப் பெண்ணைப் பார்த்து, "எச்சுமி, உன் ஆம்படையானுக்குத் தலைக்குத் தண்ணி விடு," என்றாள்.

எருக்குழி கிணற்றுக்கு நேர் பின்னால் இருந்தது. வாலாவின் அண்ணன் அவளைப் பார்த்து முறைத்தான். வாலா எழுந்து கொல்லப்புறத்தின் மறுகோடிக்குச் சென்றாள். அவளுடைய அண்ணன் கிணற்றிலிருந்து சற்று தள்ளி உட்கார அவளுடைய மன்னி கிணற்றிலிருந்து தண்ணீர் இறைத்துவிட்டாள். "செத்த வீட்டுக்குப் போய் வந்தமாதிரி வந்ததும் வராததுமா குளிக்க வேண்டியிருக்கு," என்று அவள் சொன்னாள்.

ஒரு ரகசிய பாவனையுடன் அவன் மனைவி "வந்தவ இவளுக்காக வரலை. அந்தப் பிள்ளைக்காக வந்திருக்கா."

"எது? அந்த பிரம்மஹத்திக்கா?"

"ஆமாம். வெக்கம் மானம் இல்லாம இவ்வளவு பெரிய பிள்ளையை அத்தனை பேர் முன்னாலேயும் அவளும் கட்டிக்கறா, இதுவும் தழுவிக் குலாவறது. கொஞ்ச நாழியான்னா அப்படியே படுத்துண்டு புரண்டுப்பா போலவே இருந்தது."

"இந்தக் கூத்தெல்லாம் யாரும் தடுக்கலை? அப்பா இல்லையா?"

"எல்லா சரச சல்லாபமும் முடிந்தப்புறம்தான் வந்தா. அவர் வந்தப்புறம்தான் உங்க தங்கை உள்ளே வந்தா."

அவன் துண்டைக் கசக்கிக் கட்டிக்கொண்டு வேட்டியைப் பிழிந்தான்.

"கால் விளங்காம இருக்கே காமாச்சி—காமாச்சிக்கு அவ ஒரு சவரன் கொடுத்தா."

"அதை யாராவது உள்ளே வாங்கி வைச்சாளோ இல்லியோ?"

"அம்மா வாங்கி வைச்சிருக்கா."

"ஒரு சவரனைக் கொடுத்துட்டு இங்கே இன்னும் சுரண்டிண்டு போலாம்னு வந்திருப்பா."

"யார் கண்டா? இந்தப் பிள்ளைன்னா அவளைச் சுத்திச் சுத்தி வரது?"

"காலை உடைக்கறேன்."

"அதெல்லாம் ஒண்ணும் வேண்டாம். தோப்பன் இல்லாத பிள்ளையைப் பிடிச்சு வதைக்கிறேள்னு உங்க தங்கையே சொல்லுவா."

ஆனால் அவனால் விசுவை ஒன்றும் செய்ய முடியவில்லை. வாலாவுக்கு அவள் வீட்டுக்கு விலக்காக இருந்தபோதே கடுமையான சுரம் வந்துவிட்டது. அந்த சுரத்துடனே தலை முழுக வேண்டியிருந்தது. அவளுடைய அப்பா, அம்மா இருவரும் மிகவும் பதறிப்போய்விட்டார்கள். யாரோ சொன்னார்கள் தனம்தான் மருந்து வைத்துவிட்டாள் என்று. இன்னும் யாரோ சொன்னார்கள் தனம் கொடுத்துவிட்டுப் போனது வெறும் சவரனில்லை; சூனியம் வைத்த சவரன் என்று. வைத்தியரிடம் மந்திரிக்கத் தெரிந்த ஒரு சாஸ்திரிகளையும் அழைத்து வந்து காட்டினார்கள். வாலாவிடம் சுரத்தைத் தவிர வேறு எந்தவித முகவிகாரம், தேகவிகாரம் ஏற்படவில்லை. சாதாரணமாக அந்தச் சுற்று வட்டாரத்தில் யாருக்காவது பெரியதாக உடம்புக்கு வந்துவிட்டால் உடனே வைதீசுவரன் கோயிலுக்குத்தான் வேண்டிக்கொள்வார்கள். இந்த முறை அப்படி இல்லை. வைதீசுவரன்கோயிலில் வைத்தியநாத சுவாமியுடன் தனமுந்தான் இருந்தாள்.

காமாட்சியிடம் அதிவிரைவாக முன்னேற்றம் இருந்தது. மூன்று, மூன்றரை வயதுவரை ஜடமாகக் கிடந்தவள் என்று யாரும் நினைக்கவும் முடியாதபடி பேசி ஓடியாடி விளையாடினாள். வாலாவின் மன்னியால்கூட அவளிடம் குரோதம் பாராட்ட முடியவில்லை.

வாலாவுக்குச் சுரம் நாளுக்கு நாள் அதிகமாகிக்கொண்டே வந்தது. சுர வேகத்தில் நினைவில்லாமல் படுத்துக் கிடந்தபோது கூட அவளிடம் ஏதோ சில முனகலைத் தவிர வார்த்தை ஏதும் வெளிவரவில்லை. அம்மா கொடுத்த கஞ்சியைக் குடித்து விட்டுத் தாழ்வாரத்தில் ஒரு மூலையில் படுத்துக் கிடந்தாள். அம்மையாக இருக்கும் என்று அவளுடைய தம்பிகளையும் விசு, காமாட்சியையும் அவளிடம் நெருங்கவிடவில்லை. அவளும் தன் குழந்தைகளைப் பார்க்க வேண்டும் என்று ஒரு போதும் கூறவில்லை.

நான்கு வார ஜுரத்துக்குப் பிறகு ஒருநாள் மாலை வாலா கண் விழித்துப் பார்த்தாள். வீடே காலியாக இருந்த மாதிரி இருந்தது. அம்மாவும் மன்னியும் காமாட்சியையும் தூக்கிக் கொண்டு எங்கோ உறவுக்காரர் வீட்டில் ஒரு கல்யாணத்திற்கு அப்பளம் இடச் சென்றிருந்தார்கள். அப்பா ஆற்றங்கரைப் பக்கம் போயிருக்க வேண்டும். அண்ணா, தம்பிகள் யாரையும் காணோம். எங்கோ சுற்றிவிட்டு விசு மட்டும் உள்ளே வந்தான்.

வாலா விசுவைப் பார்த்தாள். விசு அவள் பக்கத்தில் உட்கார்ந்துகொண்டு அவள் முகத்தைத் தடவிக் கொடுத்தான். வாலாவின் உலர்ந்து வரண்டிருந்த முகத்தில் அப்போது கசிந்த சிறிது கண்ணீர்தான் ஈரப் பசையூட்டியது. விசு, அம்மாவின் கண்களைத் துடைத்தான். இருவரும் ஒருவரையொருவர் அப்படியே பார்த்துக்கொண்டிருந்தார்கள். விசு அம்மாவின் கைகளைத் தடவிக் கொடுத்தான். அதன் பிறகு நகர்ந்து அவள் பாதங்களைத் தடவிக் கொடுத்தான். அம்மாவின் ஒரு கால் கட்டை விரலைப் பிடித்துக்கொண்டு கண்களை மூடிக்கொண்டான். ஆனால் வெகுநேரம் அவனால் கண்களை மூடிக்கொண்டு இருக்க முடியவில்லை. மீண்டும் அம்மாவின் பக்கத்திலேயே வந்து உட்கார்ந்துகொண்டான். வாலா அவனை ஏதோ கெஞ்சுவது போலப் பார்த்தாள். விசு தன் முகத்தை அவள் முகத்தருகே கொண்டு சென்றான். மிகவும் பிரயாசைப்பட்டு அவள் தன் கையால் அவனுடைய முகத்தைத் தடவிப் பார்த்தாள். விசு அவளிடம் கேட்டான், "அம்மா, உனக்கு அப்பாவைப் பாக்கணுமா?"

அவள் புன்முறுவல் செய்ய எத்தனித்தாள். எவ்வளவோ காலம் அவள் முகத்தில் தோன்றாத அந்தப் பாவம் அப்போதும் தோன்றவில்லை. விசு மீண்டும் கூறினான், "நான் அப்பாவைக் கூப்பிடறேம்மா."

அம்மாவின் உள்ளங்கையை விசு பிடித்துக்கொண்டான். வாலாவின் முகம் திடீரென்று வியப்புக் காண்பித்தது.

○

வாலாவின் அம்மாதான் முதலில் உள்ளே வந்தாள். அப்புறம் ஒவ்வொருவராக வந்துவிட்டார்கள். விசுவுடைய கடைசி மாமா லாந்தர் ஏற்றினான். அதை எடுத்து வந்து வாலாவின் அம்மா வாலாவைப் பார்க்க வந்தாள். வெளிச்சம் நேராக வாலாவின் முகத்தில் விழுந்தது. "கொஞ்சம் கஞ்சி சாப்பிடறியா?" என்று கேட்டவள் ஒரு கணம் வாலாவை உற்று நோக்கினாள். உடனே விளக்கை வாலாவின் தலையருகில் வைத்துவிட்டுக் குனிந்து பார்த்தாள். "மூஞ்சி எல்லாம் நன்னாகத் தெளிவடைஞ்சிருக்கே! இப்ப உடம்பு எப்படி இருக்கும்மா?" என்று கேட்டாள். வாலா பதில் சொல்லாமல் அம்மாவைப் பார்த்தவண்ணமிருந்தாள். அம்மா வாலாவின் கழுத்தைத் தொட்டுப் பார்த்தாள். "ஜுரம் நன்னா இறங்கியிருக்கு, கொஞ்சம் கஞ்சி போட்டுண்டுவரேன். தெம்பாயிருக்கும்," என்றாள். விளக்கை அப்படியே தலைப்புறம் வைத்துவிட்டுச் சமையலறைக்குச் சென்றாள்.

வாலாவின் அண்ணன் வெளியிலிருந்து வந்தவன் நேராகக் கிணற்றங்கரைப் பக்கம் சென்று கால் அலம்பிக்கொண்டான். அங்கே விசு ஒரு வாழைமரத்தை உற்று நோக்கிய வண்ணம் இருந்தான். வாலாவின் அண்ணனும் மரத்தைப் பார்த்தான். அந்த மங்கிய மாலை ஒளியிலும் மரம் அப்போது தார் வெளியே தள்ளியிருந்தது தெரிந்தது.

"உள்ளே வாடா, அந்தி நேரத்திலே தனியாகக் கொல்லையி லேயே நின்னுண்டிருக்காதே," என்றான். அப்படியே உள்ளே சென்று விபூதி அணிந்துகொண்டு சந்தியாவந்தனம் செய்ய முற்றத்தில் உட்கார்ந்துகொண்டான்.

வாலாவின் அம்மா கஞ்சி போட்டுக்கொண்டு வாலாவிடம் சென்றாள். வாலாவின் தலையை மெதுவாகத் தூக்கிச் சிறிது சிறிதாகக் கஞ்சியை வாயில் ஊற்றினாள். பாதித் தம்ளர் கஞ்சி கொடுத்திருந்த நேரத்தில் விசு அங்கே வந்தான். அவனிடம் வாலாவின் அம்மா, "அம்மாக்கு எல்லாம் சரியாயிடுத்துடா, விசு," என்றாள். விசு பதில் பேசாமல் நின்றுகொண்டிருந்தான். வாலாவின் கண்கள் விசுவைப் பார்த்தன. விசுவின் முகம் விளக்கின் நிழல் பகுதியில் இருந்ததால் அவன் தன் கண்களைச் சிறிது இடுக்கிக்கொண்டு பார்த்த மாதிரி இருந்தது. சட்டென்று விசு தன் பாட்டி கையிலிருந்த கஞ்சித் தம்ளரைப் பிடுங்கினான். அவனே பக்கத்தில் உட்கார்ந்துகொண்டு அம்மாவின் வாயில் கஞ்சியை ஒரு வாய் ஊற்றினான். வாலா அதை உடனே விழுங்கினாள். இரண்டாம் முறை ஊற்றினான், அதையும் விழுங்கினாள். தம்ளரில் சிறிதே மிஞ்சியிருந்த கஞ்சியை விசு மூன்றாம் முறையாக வாலாவின் வாயில் ஊற்றினான். அது அப்படியே இருந்தது. விசு, வாலாவின் தலையைத் தன் பாட்டியின் பிடியிலிருந்து இறக்கிவிட்டான். உடனே வெளியே சென்றுவிட்டான்.

வாலாவின் அம்மா அப்படியே சிறிதுநேரம் உட்கார்ந் திருந்தாள். விசு, வாலாவின் வாயில் கடைசியாக ஊற்றிய கஞ்சி உள்ளே போகாதது அவள் கண்களுக்குத் தெரியவில்லை. ஒரு உயிரற்ற உடலருகில் அவள் உட்கார்ந்திருந்தாள் என்று உணர அவளுக்கு அரைமணி ஆயிற்று.

6

மயானத்தில் பால் தெளித்து, சஞ்சயனக் காரியங்களை முடித்து வீட்டை அடைந்த பிறகு கிணற்றங்கரையில் ஓர் ஓரத்தில் கல் ஊன்றிவிட்டு தாழ்வாரத்தில் ஒரு மூலையில் மணல் பரப்பி

அங்கும் கல் ஊன்றி தென்னம் பாளை ஜோடித்து இளநீர் வைத்து பத்து நாள் கிரியைகளைத் தொடங்கிய பின் எல்லாருமாகச் சாப்பிட உட்கார நடுப்பகலாகி விட்டது. விசுவின் புதுப் பூணூல் அவனுடைய கறுத்த உடலில் பளிச் சென்று தனித்துத் தெரிந்தது. வீட்டில் சாவுக்களை பூரணமாக வந்துவிட்டது.

வெங்கடாசலத்தின் அம்மாவும் தம்பியும் தகனத்திற்கே வந்திருந்தார்கள்.

“என் பிள்ளைதான் போயிட்டானேன்னு இருந்தேன். இப்போ அவன் வீட்டுக்கு அழைச்சிண்டு வந்தவளும் போயிட்டாளே!” என்று வெங்கடாசலத்தின் அம்மா விம்மி மிம்மி அழுதாள். சாமிநாதபுரத்திலிருந்தும் நிறையப் பேர் வந்திருந்தார்கள். இருபத்திரண்டு வயது நிரம்பாத ஒரு விதவைப் பெண்ணுக்கு அவளறிந்த சிறு உலகத்தில் இவ்வளவு துக்கத்தை ஏற்படுத்த முடியுமா என்று எண்ணும் வகையில் உற்றார் உறவினர் கூடியிருந்தனர். மூன்று கிராமத்துப் பண்ணையாட்கள் அவர்கள் பெண்டுகளுடன் பிணத்தின் முகத் தரிசனத்திற்காக வந்திருந்தார்கள். இரவெல்லாம் காவல் காத்து குளிகை நேரம் தவிர்த்து உடலை தகனத்திற்கு எடுத்துப் போகும்போது நல்ல வெயில் வந்துவிட்டது.

சஞ்சயனம் தகனத்திற்கு அடுத்த நாள் என்றாலும் சாவு நேர்ந்து மூன்றாவது நாளாகத்தான் கணக்கிடப்பட்டது. தகனத்திற்கு மயானம்வரை சென்ற ஐந்தாறு பேர்தான் சஞ்சயனத்திற்கும் மயானம் சென்று வந்தார்கள். மற்றவர்கள் பிணத்தை எடுத்தவுடன் கிளம்பிப் போய்விட்டார்கள்.

வாலாவை, அவள் வீட்டுக்கு விலக்காக இருக்கும்போதே அண்ணன் அடித்த செய்தி ஒரு மாதிரிப் பரவிவிட்டது. அவள் சாவினால் அவன் மிகவும் கலங்கிப் போயிருந்தான். ‘வீட்டுப் பொண்ணை அடித்தே கொன்று போட்ட பாவி’ என்று ஓரிருவர் அவன் காது கேட்கவே சொன்னார்கள்.

விசுவை யாராரோ வந்து கட்டிக்கொண்டு அழுதாலும் அவன் அழவில்லை. பிணத்தருகில்கூட வைதீகக் கிரியைகளுக் காகத்தான் வந்தான். சிதையடுக்கிக் கொள்ளி போடும் நேரத்தி லும் அவன் முகத்தில் கலக்கம் தோன்றவில்லை.

தகனத் தினத்தன்று வித்தியாசமான பேச்சேதும் எழவில்லை. ஆனால் சஞ்சயனம் முடிந்து சாப்பாடான பிறகு வீட்டில் ஓர் அசாதாரண மௌனம் நிலவியது. வெங்கடாசலத்தின் தாயார் எப்போது தலையை உயர்த்தினாலும் வாலாவின்

அம்மா அங்கிருந்து நகர்ந்துவிடுவாள். விசுவுடன் அவனுடைய சித்தப்பா ஒருமுறை பேச முற்பட்டபோது வாலாவின் தகப்பனார் விசுவை வேறெங்கோ அழைத்துப்போய்விட்டார். காமாட்சியை அக்கிரகாரத்தின் கடைசி வீட்டிலிருந்த ஓர் உறவினர் வீட்டிற்கு அனுப்பிவிட்டார்கள். சஞ்சயனத்திற்கு அடுத்த நாள் வெங்கடாசலத்தின் தாயாரும் தம்பியும் ஏதும் பேசாமல் யாருடனும் சொல்லிக்கொள்ளாமல் கிளம்பிப் போய் விட்டார்கள்.

அன்று மாலை தெருக்கோடியில் ஒரு வண்டி வந்துநின்று வெகுநேரம் காத்திருந்தது. ஆற்றங்கரைக்குச் சென்றுவிட்டு வீடு திரும்பிய விசு யாரோ மெதுவாக அவன் பெயரைக் கூப்பிட அவன் வண்டியருகே சென்றான். தனம் வண்டியிலிருந்து இறங்கினாள். விசுவைக் கட்டிக்கொண்டு விம்மினாள். யார் கண்ணிலும் படாமல் வண்டியில் ஏறிக்கொண்டு திரும்பிப் போய்விட்டாள்.

பத்தாவது நாளன்று மீண்டும் வாலாவின் வீட்டில் உறவுக் காரர்கள் கூடினார்கள். இம்முறை பெரிய கூட்டமில்லை. வீட்டில் ஊன்றியிருந்த கற்களைப் பெயர்த்தெடுத்து பாயைக் கிழித்துப் போட்டுப் பெண்டுகளை வண்டியில் ஏற்றி ஆற்றங்கரைப் பக்கம் அனுப்பப் புறப்பட்டபோது இரு வண்டிகளில் கிழவூர் மனிதர்கள் வந்து இறங்கினார்கள். அதில் ஒரு வக்கீலும் இருந்தார். புதிதாக வந்தவர்களும் காரியங்களில் கலந்து கொண்டார்கள்.

அன்று அவ்வளவு பேருக்கும் நுனி இலை போட்டுச் சாப்பாடு போட்டார்கள். அதன் பிறகுதான் மெதுவாகப் பேச்சுக் கிளம்பியது. வெங்கடாசலத்தின் பெரியப்பா – வயதானவர் – முதலில் பேசினார். இனியும் விசுவையும் காமாட்சியையும் அங்கு விட்டுவைப்பதற்கில்லை. அந்தப் பதிமூன்று நாட்கள் காரியம் முடிந்த பிறகு குழந்தைகள் முறையான இடத்தில்தான் வளரவேண்டும். கையோடு கிழவூருக்கு அழைத்துப் போகத்தான் எல்லாரும் வந்திருக் கிறார்கள்.

வாலாவின் அப்பா பதில் பேசவில்லை. வெங்கடாசலம் செத்தபோது அவர்தான் பெரிய ரகளை செய்திருந்தார், சொததுப் பிரித்ததைப் பற்றி. அதன் நினைவு அங்கிருந்தவர்கள் எல்லாருக்கும் நீடித்திருக்க வேண்டும்.

பதிலுக்காகக் கிழவூர்க்காரர்கள் காத்திருந்தார்கள். மெதுவாக, வாலாவின் தகப்பனார், "அதுக்கு இப்பொ என்ன அவசரம்?" என்றார்.

கிழவூர்ப் பெரியவர் சமாதானமாகவே பேசினார். "அவசரம்னு இல்லே, காரியம் எல்லா முடிந்திடட்டும்."

"அதுக்கு இன்னும் மூணு நாளிருக்கே."

"ஆமாம். ஆமாம். மூணு நாளைக்கப்புறம் குழந்தைகள் இரண்டு பேரையும் அழைச்சிண்டு போறோம்."

"இத்தனை நாள் அழைச்சிண்டு போகலியே?"

"இத்தனை நாள் நீங்க விடலியே? வாலாவையும் குழந்தை களையும் நீங்கதான் அழைச்சிண்டு வந்தேள். திருப்பிக் கொண்டு வந்து விடமாட்டேன்னுட்டேள்."

"குழந்தைகள்ளாம் இங்குதான் ஒட்டிண்டு இருக்குன்னு சொல்லுங்கோ," என்று சமையலறையிலிருந்து வாலாவின் அம்மா குரல் கொடுத்தாள்.

"அங்கே மட்டும் ஒட்டிண்டு இல்லையா? குழந்தைகளுக்குப் பழக்கந்தான் காரணம்."

"பழக்கந்தான் ஏற்பட முடியாதபடி எங்க குழந்தையோட மஞ்ச குங்குமத்தை அழிச்சுத் துரத்திட்டேளே!"

ஒரு கணம் மௌனம் நிலவியது. பெரியவர் பேசினார்: "வார்த்தைகளை அள்ளித் தெளிச்சுடாதீங்கோ. இந்தப் பத்து நாள் காரியமே அங்கே நடக்க வேண்டியதுதான். சம்பிரதாயத்தை உதறித் தள்ளினதே துக்கத்தை அதிகப்படுத்தக் கூடாதுன்னுதான்."

"என் பெத்த வயிறு எரியறதே!" என்று வாலாவின் அம்மா கதறினாள்.

"என் பெத்த வயிறு பத்தியெரியுதேடீ!" என்று வெங்கடாசலத் தின் அம்மா கத்தினாள்.

"உஸ்!" பெரியவர் எழுந்து நின்றார். "நாம் இங்கே வம்பு வளக்க வரலை. பேசாம இரு," என்று தன் தம்பியின் மனைவியை அடக்கினார். ஆனால் அவரால் வாலாவின் அம்மாவை அடக்க முடியவில்லை. அவள் தொடர்ந்து கத்த ஆரம்பித்தாள். "மைனர் ஆட்டம் ஆடறவனுக்கு என் பொண்ணைக் கட்டி வைக்க நீங்களாத்தானே வந்து ஒழிஞ்சேள்! எல்லாத்தையும் மூடி மறைச்சு எங்களைப் படுகுழியிலே தள்ளிட்டேளே! நீங்க நன்னாயிருப்பேளா? நீங்க உருப்படுவேளா? கிளியாட்டமா பொண்ணை வளர்த்து பூனை வாயிலே தள்ளவைச்சேளே, உங்க குலம் விளங்குமா? ஐயய்யோ? ஐயய்யோ! என் வயிறு எரியுதே! என் வயிறு எரியறதே!"

வெங்கடாசலத்தின் தாயாரால் அதற்குமேல் வெறுமனே இருக்க முடியவில்லை. அவளும் கத்த ஆரம்பித்தாள்: "படுபாவி! படுபாவி! என் பிள்ளை நாலு வருஷம் வாழாதபடி முழுங்கிட்டியே! சொத்துக்கும் சுகத்துக்கும் ஆசைப்பட்டுத் துக்கிரிப் பீடைன்னு தெரிஞ்சு எங்க தலையிலே தள்ளினியே! உன் பொண்ணு தாலியறுத்தா என்ன, என் பிள்ளை போயிட்டானேடீ! பிள்ளயையும் முழுங்கிட்டு இப்போ அவன் குழந்தையையும் பிடுங்கிக்கப் பாக்கறயாடீ? அதுக்க ஒழுங்கா சோறு தண்ணி போட்டயாடீ? குழந்தையை நாளெல்லாம் அடிச்சுச் சித்திரவதை பண்ணினியேடீ! கொல்லறியே! ஊரெல்லாம் வழிச்சுண்டு சிரிக்கறதேடீ நீ குழந்தைகளைப் பார்த்துக்கற லட்சணத்தே! உன் பொண்ணே சாதாரணமா செத்தாளாடீ? அவளை அடிச்சுதானேடீ கொன்னுருக்கேள்!"

எல்லாரும் தடாலென்று எழுந்து நின்றார்கள். வெங்கடாசலத்தின் தாயார் தொடர்ந்து கத்திக்கொண்டே போனாள். இப்போது அவளையும் யாராலும் தடுக்க முடியவில்லை. "என்ன மாதிரி சண்டாளிடீ நீ—தூரமா இருக்க பொண்ணை அடி அடீன்னு அடிச்சுக் கொலை பண்ணியிருக்யே—சண்டாளி! உன் குடும்பமே சண்டாளிக் குடும்பம்டீ! உன் வீட்டிலே குழந்தை பொறக்குமா? ஏழேழு ஜன்மத்துக்கு உன் வம்சம் வளருமா? படுபாவி! படுபாவி! அந்தப் பொண்ணு உனக்குப் பொண்ணாயிருந்தா என்னடீ? அது எனக்கு மாட்டுப் பொண்ணுடி. உன் வீட்டிலே தப்பாப் பொறந்துட்டுதுடி. அதை என் வீட்டிலே இருக்க முடியாம இங்கே இழுத்துண்டு வந்துட்டேளேடீ! அம்மா அம்மான்னு என்னையே சுத்திண்டிருந்ததேடீ! என் பிள்ளைதான் அல்பாயுசிலே போயிட்டான். அவன்தான் என்னை மோசம் பண்ணிட்டுப் போயிட்டான்; இவ மூஞ்சியைப் பாத்தாவது மனது ஆறலாம்ன்னு இருந்தேனே? என் தலையிலே, மண்ணைப் போட்டுட்டியேடீ! ஐயய்யோ, நான் எந்தக் கோயில்லே போய் முட்டிப்பேன்! எந்த தெய்வத்துங்கிட்டே முறையிடுவேன்! தெய்வமே! தெய்வமே! என் வயிறு எரியறது உன் கண்ணிலே படலியா? இந்தப் பாவி என் தலையிலே மண்ணை அள்ளிப் போட்டுட்டாளே! நாலு நாளைக்கு அந்த வாயில்லாப் பூச்சியை என் வீட்டிலே வைச்சுக்க முடியாதபடி அதை ஒரேயடியாகத் தொலைச்சுட்டு நிக்கறேளே? என் பிள்ளைதான் மண்ணோடு மண்ணாப் போயிட்டான், இவளாவது இருப்பான்னு இருந்தேனே? எல்லாத்திலியும் மண்ணை அள்ளிப் போட்டாச்சே? எல்லாமே குடிமுழுகிப் போயிடுத்தே! எல்லாமே வாரிண்டு போயிடுத்தே! தெய்வமே! நான் எங்கே போய் அழுவேன்? தீராக் குறையாய்ப் போயிடுத்தே!

நான் எங்கே போய் அழுவேன்?" வெங்கடாசலத்தின் அம்மா துக்கம் தாளாமல் உடல் விறைத்து மூர்ச்சித்து விட்டாள்.

வெங்கடாசலத்தின் தம்பி பதறிப்போய்," "அம்மா, அம்மா," என்று அவனுடைய அம்மாவிடம் ஓடினான். ஆண்கள், இனி எந்தக் காரியமும் நடக்காது என்று எண்ணுவது போல வெளித் திண்ணைக்கு வந்துவிட்டார்கள்.

வெங்கடாசலத்தின் தாயார் சீக்கிரமே கண் விழித்துக் கொண்டாள். இயலாமை தெரிய அழ ஆரம்பித்தாள். வெங்கடாசலத்தின் தம்பி, "வேண்டாம்மா, வேண்டாம்மா. நாம ஊருக்குப் போயிடுவோம்மா," என்றான்.

விசு ஒரு மூலையில் உட்கார்ந்துகொண்டு எல்லாவற்றையும் பார்த்துக்கொண்டிருந்தான். ஒருமுறை சிரித்த மாதிரிகூட இருந்தது. கிழவூர் வக்கீல் தன்னோடு வந்தவர் ஒருவரிடம் காதோடு ஏதோ சொல்ல, அவர் திண்ணைக்குப் போகும்போது விசுவைப் பார்த்து 'வா' என்று அழைப்பது போலச் சைகை செய்துவிட்டுப் போனார். விசு அவன் இடத்தைவிட்டு அசைய வில்லை. வாலாவின் அம்மாவுக்கு வேற வேலைகள் இருந்தன. 'இழவு வீட்டிலே வந்து சாகசம் என்ன வேண்டியிருக்கு?' என்று சொல்லியவண்ணம் அவள் சமையல் பாத்திரங்களைக் கழுவக் கிணற்றங்கரைக்கு எடுத்துச் சென்றாள்.

கிழவூர் வக்கீல் வாலாவின் தகப்பனாரிடம் சொல்லிக் கொண்டிருந்தார்: "மைனர் குழந்தைகள்னு தலைக்குத் தலை ஏதாவது சொல்லுவா. ஆனா நான் தெளிவா உங்களுக்கு நிலையைச் சொல்லறேன். சாமிநாதபுரம் வீடு நிலமெல்லாம் கூடப் பிதுராஜ்ஜித சொத்துதான். அதுலே எட்டாயிரத்துக்குக் கடன் இருக்கு. பத்திரம் இன்னும் உங்க மாப்பிள்ளை பேரிலே தான் இருக்கு. இப்ப வட்டியும் முதலுமா பத்தாயிரம் மேலே வந்து நிக்கறது. உங்க பொண்ணுக்கு நீங்க போட்ட நகையெல்லாம் நீங்களே எடுத்துண்டு வந்துட்டேள். வெள்ளிப் பாத்திரங்கள்ளே தான் ஒண்ணு இரண்டு எங்ககிட்டே இருக்கு. மத்தபடி பித்தளை பாத்திரம், பொட்டி படுக்கை இதுதான். நகையா உங்க மாப்பிள்ளையோட அம்மா உங்க பொண்ணுக்கு நிறையக் கொடுத்திருக்கா ..." வக்கீல் தன் மூக்குக்கண்ணாடிப் பெட்டியி லிருந்து ஒரு துண்டுக் காகிதத்தை எடுத்தார். "இதைப் பாத்தேளா? கல்பதக்கம் வைச்ச கெட்டி அட்டிகை, எட்டு பத்து பவுன் இருக்குமாம். இரண்டு ஜதை வளை. அது ஒரு ஆறு ஏழு பவுன் இருக்கும்னா. ஒரு ராக்கோடி. செஞ்சப்போவே மூணு சரவன்லே செஞ்சு, கல்லு, கூலியெல்லாம் முப்பது ரூபாய் கொடுத்தாளாம்.

விசுக்கு அரைஞாக் கயிறு. கெட்டியா ஆலிலைக் கிருஷ்ணன் போட்டது. அது ஒரு எட்டு பவுன். இதெல்லாம் போட்டப்ப பாத்ததுதான். அப்புறம் யாருமே பாக்கலை. சாமிநாதபுரம் வீட்டை நீங்கதான் காலி பண்ணிண்டு வந்தேள். எவ்வளவு இருந்தது என்னன்னு உங்களுக்குத்தான் தெரியும். நாங்க விசாரிச்சுப் பார்த்ததிலே உங்க மாப்பிள்ளை வைதீசுவரன் கோயில்லே அப்படி ஒண்ணும் கொட்டிப் பாழ் பண்ணிடலே. பாக்கப் போனா வண்டி மாடு ஜதைக்கு தனம் வீட்டுக்காரா தான் பணம் கொடுத்தாளாம். மாட்டை வித்தவனே சொன்னான். இப்ப உங்க பொண்ணும் போயிட்டா. ஆனாக் குழந்தைகள் இருக்கு. எப்பவோ வெங்கடாசலமே சொன்னானாம், 'அவன் தான் படிக்கலே, அவன் பையனாவது கும்போணம் காலேஜ்லே படிக்கணும்னு.' பொண்ணை வளர்த்து நல்ல இடமாப் பாத்துக் கல்யாணம் பண்ணித் தரணும். வாலாவோட மாசக் காரியங்கள் இருக்கு. ஊனமாஸ்யம் எல்லாம் நாங்கதான் செய்யணும், நாங்கதான் செய்யப் போறோம்...

"இப்ப பண்ணறதைக்கூட நாங்க ஏத்துக்கிறதுக்குத் தயாரா வந்திருக்கோம். நாங்களே இங்கே இருக்கிற வைதீகாளை வைச்சுண்டே செஞ்சடறோம். தானம் வாங்கறதுக்கு மத்த ஊர்க்காரா வருவா. சோதம்பப் பிராமணன் மட்டும் எங்க வீட்டு சாஸ்திரிகள் வருவார். இந்தக் காரியங்கள் எல்லாம் இங்கேயே முடிஞ்சுட்டம். எங்க வீட்டுப் பிள்ளயைக் கொள்ளி வைச்சதும் வெளியூர். மாட்டுப் பொண்ணைக் கொள்ளி வைச்சதும் வெளியூர். ஆனா எதுவாயிருந்தா என்ன? எல்லாம் ஒரு பூமி. ஒரே காவேரித் தண்ணி. உங்களுக்கு வீட்டிலே நடக்கிறது எல்லாம் தெரியுமோ தெரியாதோ? குழந்தைகள் இங்கே ரொம்பக் கஷ்டப்படறதுன்னுதான் வெளியிலே பேச்சு. வாலாவே அவளாச் சாகலேன்னுதான் சொல்லிக்கறா. அவளே போயிட்டா. இனிமே ஏன் என்னன்னு யாரைக் கேக்கறது? அவாவா பாவ மூட்டை அவாவாளுக்கு. நாம இங்கே எதையோ அல்பத்துக்கு மண்டையை உடைச்சுக்கறோம். அங்கே ஈசுவரன் வேறென்னமோ விளையாடிக் காட்டிடறான். உங்க பெண்டுகள்கிட்டே சொல்லி வையுங்கோ, குழந்தைகளுக்காகன்னு நாம கோர்ட்லே வியாஜ்ஜியம் ஆடிண்டிருக்க வேண்டாம். நான் அவாளுக்கு வேணுங்கறவன்னு இல்லே. உங்க நல்லதுக்குத்தான் சொல்ல றேன். நாள் கிழமைகளிலே நீங்களும் வந்து பாக்கலாம். இல்லே, குழந்தைகளையுமே இங்கே அனுப்பறோம். யோசிச்சுக்கோங்கோ. இவ்வளவு துக்கத்துக்கு நடுவிலேயும் சுப ஸ்வீகரணத்தை சுபமாவே நடத்தி நாம சுபமாவே அவாவா ஊருக்குக் கிளம்பிப் போவோம்."

வக்கீல் யார் பக்கமோ தலையை உயர்த்த, உடனே அவர் ஒரு பெரிய வெற்றிலைப் பெட்டியைத் திறந்தார். வக்கீல் சாவகாசமாகப் பாக்குவெட்டி கொண்டு பாக்கை வெட்டினார். நல்ல புது வெற்றிலையாக எடுத்துக் காம்பும் நுனியும் விலக்கி, சுண்ணாம்பு தடவிய பிறகு வெற்றிலையை நரம்புடன் மடித்து நரம்பைக் கிழித்துப் போட்டார். வெற்றிலையை வாயில் நன்றாக மசிந்த பிறகு மூன்று விரல்களுக்கிடையில் தங்கும் புகையிலையை எடுத்து வாயில் போட்டுக்கொண்டார்.

வெங்கடாசலத்தின் தம்பியும் திண்ணைக்கு வந்தான். "ஊருக்குப் போயிடலாம், பெரியப்பா" என்றான். பெரியப்பா பதில் தருவதற்கு முன்னால் வக்கீல் அவனுடைய தோளைத் தட்டிக் கொடுத்தார்.

பெரியப்பா உள்ளே சென்றார். பெண்கள் திட்டவட்டமாக இரு பிரிவாகப் பிரிந்துவிட்டார்கள். எங்கோ கொல்லைப் புறத்தில் வாலாவின் அம்மா விடாமல் யாருடனோ பேசிக் கொண்டிருந்தாள்.

பெரியப்பா விசுவின் அருகே சென்றார். அவரை யாரும் தடுக்கவில்லை. விசுவின் தலை அன்று முன்பாதி நன்கு மழித் திருந்தது. அவன் குடுமி மயிரைக் காதருகில் பின்னுக்குத் தள்ளினார். விசு எழுந்து நின்றுகொண்டான்.

வெங்கடாசலத்தின் பெரியப்பா விசுவை கையைப் பிடித்த வண்ணம் வெங்கடாசலத்தின் அம்மாவிடம் அழைத்துச் சென்றார். விசு முதலில் மௌனமாக இருந்தான். பிறகு, "பாட்டி," என்று அழைத்தான்.

7

இரயில் வண்டிகள் வேளைக்கொரு மாதிரிதான் மாறிவிடு கின்றன. பகல் பொழுதில் காணப்படுவது போல இரவில் தோன்றுவதில்லை. பகலில் பூதாகாரமாக எந்நேரமும் தலை மீதிருந்தும் சக்கரங்களிடையும் உஸ்புஸ்ஸென்று புகை வீட்டுக் கொண்டிருந்தாலும் பயத்தைவிட விந்தையுணர்ச்சிதான் ஏற்படு கிறது. பெட்டிகளில் உட்கார்ந்திருக்கும் மனிதர்கள் உருவம் குன்றிப் பொம்மைகள் மாதிரித்தான் காணப்படுகிறார்கள். சச்சதுரமான ஜன்னல்கள் அருகில் அவர்கள் உட்கார்ந்து கொண்டு வெளியே வேடிக்கை பார்ப்பது அவர்களால் வேறேதும் செய்ய இயலாமையால்தான். இரவில் இரயில் சிறுத்துப் போய்விடுகிறது. அது புகை விடுவது தெரிவதில்லை. ஒருவேளை இரவில் இரயில்கள் புகையே விடாதோ என்னவோ.

அப்படியும் சொல்லி விடுவதற்கில்லை. திடீரென்று தீப்பொறிகள் சீறிக்கொண்டு வெளியே வெடித்துக்கொண்டு வந்து ஒரு சில வினாடிகளுக்குள் அணைந்து மறைந்துவிடுகின்றன. தீப் பொறி நெருப்பு இருப்பதற்கு அடையாளம். நெருப்பில்லாமல் புகையுமா என்றுதான் எல்லாரும் சொல்கிறார்கள். அப்போது புகை இருந்துதான் தீரும்.

தனம் அவள் வீட்டு ஜன்னலருகில் உட்கார்ந்து கொண்டு தூரத்தில் ஓடி மறைந்த இரயிலின் புகையைப் பார்த்தவண்ணம் இருந்தாள். அதிகாலையில் அவளூரில் நிற்காமல் போகும் இரயிலின் சப்தம் கேட்கும். இரயில் தலைவிளக்கு ஒருகணம் தெரிந்த உடனே அவளுடைய பார்வையைத் தாண்டிச் சென்று விடும். அதன் பிறகு பயணிகள் பெட்டிகளின் ஜன்னல்கள் வழியாகத் தெரியும் வெளிச்சந்தான். ஒரு கரும் பலகையில் சிறு சிறு மஞ்சள் சதுரங்கள் வரைந்து யாரோ அந்தப் பலகையைத் தூக்கிக்கொண்டு தலை தெறிக்கும் வேகத்தில் ஓடுவதுபோலத் தோன்றும். இரவில் ரயில் ஒரு பொம்மை இரயில் போல மாறிவிடுகிறது. உள்ளே விளக்கு எரியும் பொம்மை இரயில். அது விளையாட தகுந்த பொருளாகத்தான் அவளுக்குத் தோன்றியதே தவிர, ஏதோ திட்டவட்டமான பயனுக்கு உதவும் பொருளாகத் தோன்றவில்லை. குழந்தையாக இருந்து பயணம் மேற்கொண்ட போதுகூட அவளுக்கு ஏனோ இரயில் நம்பிக்கை யூட்டவில்லை. ஆனால் அந்த இரயில் அவளை வைதீசுவரன்கோயிலிலிருந்து வெளியே வெகுதூரம் எடுத்துச் சென்றுவிடப் போகிறது.

வீட்டில் நிறைய மனிதர்கள். வருபவர்களும் போகிறவர்களும், வந்து அப்படியே தங்கிப் போகிறவர்களும் ஏராளம். யார், எதற்காக, எந்த உரிமையின் பேரில் அங்கு இருக்கிறார்கள் என்றுகூடத் தெரியாமல் போவதுண்டு. ஆனால் எல்லாரிடமும் ஒரு பொதுச்சரடு இருக்குமானால் அது சங்கீதமாகத்தான் இருக்கும். மகா வித்துவான்களும், மிகுந்த தேர்ச்சி பெற்ற பக்கவாத்தியக்காரர்களும் வருவார்கள். அப்போதே இசைப் பயிற்சியில் அடி எடுத்து வைப்பவர்களும் வருவார்கள். நாடகக் காரர்கள் வருவார்கள், அவ்வளவு பேருக்கும் தனத்தின் குடும்பத்தார் சாப்பாடு போடுவார்கள். வெற்றிலையும் பாக்கும் வீடெல்லாமும் வெளித்திண்ணையெல்லாமும் இரைபடும். எந்த மூலையிலும் ஒருவர் படுத்துத் தூங்கிக்கொண்டிருப்பார். தனத்தின் அம்மா அவர்களை எழுப்பிச் சோறு போடுவாள்.

இதெல்லாம் மாறப் போகிறது. கிழவூர் மைனர் வெங்கடாசலம் அந்தக் குடும்பத்தில் சம்பந்தப்பட்ட பிறகு

சிறிது சிறிதாக மாறுதல் நிகழ ஆரம்பித்தது. வீட்டின் செழிப்பு குறையத் தொடங்கியது. செலவழிக்கும்போது கணக்குப் பார்க்க வேண்டியிருந்தது. அவ்வப்போது யாரிடமாவது பணம் கடனாவாவது கேட்க வேண்டியிருந்தது. ஆனால் வீட்டில் சங்கீதம் ஒலிப்பது குறையவில்லை. இசைச் சர்ச்சைகள் நிகழுவது குறையவில்லை. வித்துவான்கள் வருவதும் அவர்களாகப் பாடிக் காண்பிப்பதும் தனத்தின் அம்மாவையும் தனத்தையும் பாடச் சொல்லிக் கேட்பதும் குறையவில்லை.

வெங்கடாசலம் அற்பாயுளில் போன பிறகு வெகு நாட்கள் தனம் பாடவில்லை. அவளை யாரும் வற்புறுத்தவில்லை. ஆனால் அவளாகவே அவ்வப்போது பாட ஆரம்பித்தாள். பாடும்போது இரு கண்களிலிருந்தும் அருவியாகக் கண்ணீர் பெருகும். அவளை யாரும் இசையின் அவதாரம் என்றும், சரஸ்வதியின் மனித உரு என்றும் கூறவில்லை. நாடகக் கம்பெனியில் சேர்ந்து ஊர் ஊராகப் போகும் அவளுடைய சித்தி ஒருத்தியைத்தான் அந்தக் குடும்பத்தில் சங்கீத ஞானம் மிகவும் குறைவாக உடையவள் என்று கூறுவார்கள். தனம் அந்தச் சித்தி அளவுகூடத் தேர்ச்சி பெறவில்லை. அவளாகப் பாடி உருகுவதைத் தவிர வேறு சாதகம் அவளுக்குச் சாத்தியப் படவில்லை.

வீட்டைப் பூட்டிவிட்டுப் போவதில்லை என்றாலும் ஒரு அறையில் விலையுயர்ந்த பொருள்களைப் பத்திரப்படுத்திப் போவதாகத்தான் ஏற்பாடு. தனத்தின் அம்மா ஆள்களை அமர்த்தி ஒரு பழங்கால, மிகக் கனமான இரும்புப் பீரோவைப் பூட்டிவிட்டுப் போகும் அறைக்கு நகர்த்திக்கொண்டிருந்தாள். எவ்வளவோ ஆண்டுகளாகப் பீரோ இருந்த அறையின் நிலைப் படி உளுத்துப் போயிருந்தது. நிலைப்படியை அம்மாதிரி வீடுகளில் மாற்றுவது எளிதில்லை.

தனம் அந்தப் பீரோவின் உட்புறம் எப்படி இருக்கும் என்றுகூடப் பார்த்ததில்லை. பீரோ சுமார் இரண்டரை அடி அல்லது மூன்றபடி உயரம்தான் இருக்கும். அதற்குப் பலமான மரப்பீடமொன்று தடிமான கட்டைகளால் செய்து வைத்திருந் தார்கள். இரு சவுக்குக் கட்டைகள் கொண்டு பீரோவைப் பீடத்திலிருந்து இறக்கி வைத்துவிட்டார்கள். இறக்கும்போதே அதை இன்னும் இரு சவுக்குக் கட்டைகள் மீது அமரும்படி செய்துவிட்டார்கள். சிறிது சிறிதாகத் தாழ்வாரத்தில் இன்னொரு அறைப் பக்கம் நகர்த்திக் கொண்டிருந்தார்கள்.

தனம் இருட்டில், பெட்டி முதலில் வைக்கப்பட்டிருந்த அறைக்குச் சென்று ஜன்னல் விளிம்பில் உட்கார்ந்துகொண்டாள்.

கிராமப்புற வீடுகளில் அறைகள் எல்லாமே ஒரே இருட்டுத்தான். அந்த இருட்டிலும் பீரோ வைக்கப்பட்டிருந்த இடத்தில் சுவர் அதிகம் அழுக்கடையாமல் பளிச்சென்று தெரிந்தது. அந்த அறையின் மரப்பரணில் ஒரு வீணையும், இரு டிரங்குப் பெட்டிகளும் இருந்தன. அவை தனத்தின் ஒன்றுவிட்ட பெரியம்மாவின் பெட்டிகள் என்றும், அவள் கப்பலேறி பர்மா போய்விட்டாள் என்றும் எப்போதோ ஒருமுறை சொல்லப் பட்டுத் தனம் கேட்டிருக்கிறாள். யார் வெளியே போனாலும் திரும்ப அந்த வீட்டுக்கு என்றாவது ஒரு நாள் திரும்பத்தான் வேண்டும் என்றிருக்க வேண்டும். அந்தப் பெரியம்மா திரும்பி வருகைக்காக அந்த பெட்டிகள் காத்திருந்தன. அந்தப் பெரியம்மாவே இப்போது உயிரோடு இருக்கிறாளோ போய்விட்டாளோ என்று யாருக்கும் நிச்சயமாகத் தெரியாது.

'ஓவ் – ஓவ்' என்று ஆட்கள் பெரிதாகக் கத்தினார்கள். மரப்பீடத்தை உரிய இடத்தில் வைத்து அதன் மேல் இரும்புப் பெட்டியைத் தூக்கி வைத்துக்கொண்டிருந்தார்கள். தனத்தின் ஒரு மாமாவும் இன்னொரு உறவுப் பையனும் ஆட்களோடு ஆட்களாகப் பளுவுக்குத் தோள் கொடுத்துக் கொண்டிருந்தார் கள். அந்தப் பையன் இரு மாதங்கள் முன்புதான் சோழவந்தானி லிருந்து அங்கு வந்து சேர்ந்தான். தனத்தின் மாமாவிடம் பாடம் கற்கத்தான் வந்தான். ஆனால் இன்னும் ஒரு வாரத்திற்குள் அவன் வேறு இடம் தேடிப் போக வேண்டும். தனத்தின் அம்மா அவனை அந்த வீட்டிலேயே பாடம் கற்று வர ஏற்பாடு செய்வதாகச் சொல்லியிருந்தாள். கந்தசாமிப் பிள்ளை அந்தப் பையனுக்குத்தான் உறவு. முதலிலேயே அவன் அங்கு போகாத தற்குக் காரணம் சிஷ்யப் பிள்ளைகளைக் கந்தசாமிப் பிள்ளை கண், காது தெரியாது அடிப்பது என்பதால்தான். தனத்தின் மாமா பரம சாது. "உன் குடும்பத்திலே எல்லாம் மொழுக்கா வந்து சேர்ந்திருக்கே?" என்று தனத்தின் பெரிய பாட்டி அடிக்கடி சொல்வாள். ஆனால் தனத்தின் அம்மா அதைப் பொருட்படுத்தியதில்லை. "சாதுவாக இருக்கிறது என்னிக்கும் பொழைச்சுப் போகும். ரொம்ப சாமர்த்தியசாலின்னு பேர் வாங்கிறவங்கதான் ஒரேயடியா விழுந்து போவாங்க" என்று சொல்வாள். சாதுக்களாக வீட்டில் சேர்ந்ததன் விளைவு இதோ ஊரை விட்டே போகும்படியாக இருக்கிறது.

இரும்புப் பெட்டியைப் பத்திரப்படுத்தியாகி விட்டது. ஆட்கள் ரேழியில் போய் நிற்க, தனத்தின் அம்மா நீர்மோர் கரைத்து வரப் போனாள். தனத்தின் மாமா தனத்தருகில் வந்து நின்று அவனும் ஜன்னல் வழியாகப் பார்த்தான். தூரத்தில்

அப்போது ஒரு இரயில் போவது தெரிந்தது. தனம் தன் நீண்ட கண்களால் மாமாவின் முகத்தை ஏக்கத்தோடு பார்த்தாள். அவன் அவளுடைய கண்களை நேரிடையாகச் சந்திக்காமல் தலையைத் தடவிக் கொடுத்துவிட்டு நகர்ந்தான்.

தனத்தின் அம்மாவுக்கும் அந்தத் தீர்மானத்திற்கு வருவதற்கு மனம் இலேசில் இடம் கொடுக்கவில்லை. அவளுடைய வாழ் நாளில் அவள் தங்கள் இனத்தவர் எவ்வளவோ சிறப்பும் செல்வாக்கும் அனுபவித்த பிறகு கடைசியில் எல்லாம் இழந்து வெற்றிலை பாக்குக் கிடைக்காமல் தவித்து மடிந்ததைப் பார்த்திருக்கிறாள். ஒரு பாட்டி அனாதைப் பிணமாக ஓர் இரவும் ஒரு முழுப் பகலும் கிடந்து, பிறகு ஊரார் ஆள் வைத்துப் பிணத்தை எடுக்க வேண்டியிருந்தது. எவ்வளவோ தலைமுறைகளுக்கு முன்னால் மதுரைக்குக் குடிபோன சில குடும்பங்கள் அங்கு அவர்கள் வாழ்ந்து வந்த தெருவிலிருந்து விரட்டப்பட்டார்கள். கோணித் துணி போன்ற வெள்ளைச் சட்டை அணிந்த ஒருவர் அங்கு தெருத் தெருவாகத் தர்ம ஒழுக்கத்தைப் பரப்புகிறேன் என்று கிளம்பி யார் யாரையோ ஹிம்சித்துக் கொண்டிருந்தார். இந்த மாதிரியான தர்ம ஒழுக்க வெறி எங்கு பரவும், எப்படிப் பரவும் என்று யார் சொல்ல முடியும்? யார் யார் ஒழுக்கமாக இருக்கிறார்கள்? யாருக்குத் தெரியும். அந்த வெள்ளைக் கோணிச் சட்டைப் பெரியவரின் மகனே இப்போது எவள் காலடியில் விழுந்து கிடக்கிறானோ?

“நீ ஏதாவது சாப்பிடறியா, கண்ணு?” என்று தனத்தின் அம்மா தனத்தின் அருகில் வந்து கேட்டாள். தனத்திற்குக் குறைப் பிரசவம் ஆன பிறகு உடம்பே குட்டிச்சுவராகிவிட்டது. எது சாப்பிட்டாலும் வயிறு புரண்டு உடனே வாந்தி எடுத்தது. உள்ளூர் வைத்தியர், வெளியூர் வைத்தியர் எல்லா வைத்தியமும் பார்த்தாகிவிட்டது. ஒன்றும் குணம் தெரியவில்லை. புத்தி வேறு அடிக்கடி பேதலித்த மாதிரி இருந்தது. எல்லாரும் ஒரே கவலையில் ஆழ்ந்திருந்த காலத்தில்தான் ஒரு நாள் முன்னிரவில் கிணற்றங்கரையில் விசு விழுந்து கிடந்தான். அவன் அந்த வீட்டுக்கு வந்த பிறகு தனம் சிறிது அபிவிருத்தி அடையத் தொடங்கினாள். உடல் பழையபடி ஆகவில்லைதான். ஆனால் ஒரு சமயம் போயே போய்விடுவாளோ என்றிருந்ததற்கு இப்போது எவ்வளவோ மேல்.

அம்மா கொடுத்த நீர்மோரைத் தனம் குடித்தாள். வீட்டி லேயே இரண்டு பசு மாடுகள் இருந்தன. மாட்டை விற்ற பிறகு காலையிலும் மாலையிலும் இரண்டு படி மூன்று படி வாங்கியது.

எல்லாம் போய், இப்போது முக்கால்படி ஒரே வேளையாக வாங்குவதில் நின்றிருக்கிறது. இதில் வந்தவர்களுக்கெல்லாம் நீர்மோர் விநியோகம். அநேகமாக இன்று மீண்டும் குடியானவத் தெருவுக்குச் சென்று மோர் வாங்கிவரச் சொல்வாள்.

அம்மா மோர் கொடுத்த பாத்திரத்தைக் கழுவ தனம் கிணற்றங்கரைக்குச் சென்றாள். முற்றத்திலேயே கழுவி இருக்கலாம். அங்கு எப்பொதெல்லாமோ அந்த வீட்டில் வந்து சேர்ந்திருந்த பட்டுப் புடவைகளைக் காற்றாடக் காயப்போட்டிருந்தது. ஒவ்வொன்றிலும் ஏராளமான ஜரிகை. ஒரு சிவப்பு நிறக் காசிப் பட்டுப் புடவையில் உடலெல்லாம் ஜரிகை. அம்மா வெகு தந்திரமாகப் புடவைகளை உலர்த்தியிருந்தாள். தனத்திற்குத் துக்கம் தரக்கூடிய புடவைகளை அடியில் போட்டு அதன் மேல் பிற புடவைகளை உலர்த்தியிருந்தாள்.

கிணற்றங்கரையில் மாட்டுத் தொழுவம் சுத்தமாகக் காலியாக இருந்தது. ஒரே ஒரு மூலையில் மட்டும் உலர்ந்த தென்னை மட்டைகளையும் சிறிது விறகையும் குவித்து வைத்திருந்தது. ஒரு காலத்தில் வென்னீர் அடுப்பு எப்போதும் எரிந்துகொண்டிருக்கும். இப்போது தனத்திற்கு மட்டும் சிறிது வெந்நீர் போட்டுக் குளிக்கத் தருகிறார்கள். வண்டியும் மாடும் மாயவரம் சின்னப் பண்ணையார் கொடுத்தது—அதை விற்பதற்கு முன்னால் தனத்தின் அம்மா பண்ணையாரிடம் கேட்டு வரச் சொன்னாள். பாரிச வாயுவில் படுத்திருந்த அவர் ‘உன் இஷ்டம் போலச் செய்துகொள்’ என்று சொல்லியனுப்பித்திருந்தார். செய்தி கேட்டு வரச்சொன்ன ஆளிடம் ஒரு கலம் நெல்லும் கொடுத்து அனுப்பியிருந்தார். அது இன்னும் குத்தப்படாதபடி அப்படியே இருக்கிறது.

நிஷ்டூரமாக இருப்பவர்களும் உண்டு. ஆனால் அம்மாவால் யாரிடம் விரோதம் பாராட்ட முடியும்? என்று கோயில் முறை நிறுத்தப்பட்டுவிட்டதோ அன்றே காலொடிந்த மாதிரி தான். கல்யாணம் என்றால் இன்னொரு வீட்டிற்குப் போய் விட வேண்டும் என்ற விவரமே அறியாத நிலையில்தான் சகுந்தலைக்குக் கல்யாணம் யாருமறியாமல் நடக்கிறது. அப்புறம் பல மாதங்கள் கழித்து ஆசிரமம் திரும்பிய கண்வ மகரிஷி அவளைப் புருஷன் வீட்டுக்கு அனுப்ப ஏற்பாடு செய்த போதுதான் சகுந்தலைக்கு அந்த இடத்தைவிட்டுப் போய்விட வேண்டும் என்று புரிகிறது. அப்போது அங்குள்ள ஒவ்வொரு மரமும் செடியும் கொடியும் அவள் பிரிவை இன்னும் வேதனை மிகும்படி செய்கின்றன. சகுந்தலையாவது புருஷன் வீட்டுக்குப்

போகத்தான் அவள் பிரியம் செலுத்தியவைகளைப் பிரிந்தாள். தனம் கிணற்றங்கரையைச் சுற்றுமுற்றும் பார்த்தாள்.

நகைகள் சிலவற்றை விற்கப் பத்தர் தஞ்சாவூர் சென்றிருந்தார். அதில் பாதி நகைகள் அவரே செய்தது. உள்ளூரிலேயே விற்க மனமில்லை. ஒவ்வொரு நகைக்கும் ஒரு கதை இருக்கும். அது நல்ல கதையாக இருக்கும் என்று என்ன நிச்சயம்? ஐம்பது மைல் தள்ளிப் போனால் அதெல்லாம் மறைந்துவிடும். மொத்த நிறை இவ்வளவு பவுன், இதில் இவ்வளவு கல், உருக்கினால் இவ்வளவு சேதாரம், இறுதியாக இது இவ்வளவு பெறும், இவ்வளவு தருவேன், சம்மதமா? அதோடு முடிந்து போயிற்று.

உள்ளே ஒரு கிழவி சமைத்துக்கொண்டிருந்தாள். அவளும் இன்னும் மூன்று நான்கு பேரும் வீட்டில் இருப்பார்கள். குடித்தனம் நடந்துவரும் பெருங்காயம் வைத்த சொப்பாக.

அவர்கள் வீட்டுக்கு அந்தப் பெயர் வந்து நாளாகிறது. குடும்பத்தில் ஒருத்தி நாடகக்காரியாகப் போய்விட்டாள். இன்னொருத்தி ஒருவரை நம்பி அயல் தேசமே போய்விட்டாள். மலை போல இருந்த பெரிய மாமா—அந்த வட்டாரத்திலேயே தோடி ராகத்தில் மன்னன் என்ற பெயர் பெற்றவர்; மன்னாதி மன்னர்கள் அழைப்பு விடுத்துப் பொன்னும் பொருளுமாக வீட்டில் கொண்டுவந்து சேர்ப்பவர்; கிராமபோன் தட்டுகள் நான்கில் பாட்டுப் பதித்து இரண்டாயிரம் ரூபாய் சம்பாதித்துக் கொண்டு வந்தவர்—அவர் திடீரென்று ஒரு நாள் ஒரு கல்யாணக் கச்சேரி முடித்து இரயிலில் திரும்பி வரும்போது மாரடைத்துப் போய்விட்டார். தனம் அனுமன் வராத அசோகவனத்துச் சீதையாகிவிட்டாள். பெருங்காயம் வைத்த சொப்பாவது இன்னும் இருக்கிறதே என்று ஆறுதல் பட்டுக்கொள்ள வேண்டும்.

வெகுவாக அலைந்த களைப்புத் தெரிய தனத்தின் பெரிய மாமா உள்ளே வந்தார். "என்னப்பா போன காரியம் என்னாச்சு?" என்று கேட்டு தனத்தின் அம்மா அவருக்குச் சொம்பு நிறையத் தண்ணீர் கொண்டுவந்து கொடுத்தாள்.

"கணக்குப் பிள்ளைகிட்டேயும் சொல்லியிருக்கேன். கணபதி ஐயர்கிட்டேயும் சொல்லியிருக்கேன். குத்தகைக்காரனைப் பாத்து வருஷத்துக்கு இருநூறு ரூபாயாவது அனுப்பற மாதிரிப் பாத்துக்க றேன்னு சொல்லியிருக்காங்க. தபாலய்யரையும் பாத்திட்டு வந்துட்டேன். கிராம போன் கம்பெனிக்காரங்களுக்கு நாம போட்ட பதில் போய்ச் சேந்திருக்கும்னு சொன்னாரு. கடவுள் மேலே பாரத்தைப் போட்டுட்டுக் கிளம்பவேண்டியதுதான்."

அவர் செம்போடு தண்ணீரை எடுத்து வாயில் ஊற்றிக் கொண்டார். சட்டென்று ஏதோ நினைவுக்கு வந்தது போல, "உன் பொண்ணு மறுபடியும் கிழவூர் மைனர் வீட்டுக்குப் போயிட்டுக் கீய்ட்டு வந்ததா?" என்று குரலைத் தழைத்துக் கேட்டார்.

"இல்லையே! வண்டி மாடு போனப்புறம் இது வீட்டை வீட்டுக் கிளம்பவேயில்லையே," என்று தனத்தின் அம்மா பதில் சொன்னாள்.

"பின்னே நீ ஏதாவது அந்தப் பக்கத்துக்காரங்க கிட்டே நாம ஊரை விட்டுப் போறோம்னு பேச்செடுத்தயா?"

"இல்லையேப்பா. நான் யார் கிட்டேயும் வாயைத் திறக்கலையே. ஏன் கேக்கறே?"

அவன் சிறிது நேரம் வெறுமனே இருந்தான். பிறகு சொன்னான், "தங்கச்சி, எனக்குக்கூட இந்த விஷயத்திலே நாம செய்யறது சரியா தப்பான்னு தெரியாமக் கலக்கமா இருக்கு."

"நீ எதைச் சொல்லறே?"

"புருஷன் பொண்சாதியைப் பிரிச்ச பாவம் நம்பளுக்குக் கிடையாதோ என்னமோ, ஆனால் இவுங்களைப் பிரிக்கப் போற பாவத்துக்கு யார் கிட்டே பதில் சொல்லறது?"

"இவுங்களைன்னா?"

"தனத்தையும் அந்தப் பையனையும்தான்."

"விசுவநாதனையா?"

"ஆமாம். சைகிள்ளே தபால் போட்டுப் போறவன் தபாலய்யர் கிட்டே சொன்னான். அந்தப் பையன் ஆத்தை நீந்திக் கடந்து இந்தப் பக்கம் வந்துண்டிருக்கானாம்."

வைதீசுவரன்கோயில் இரயில் நிலையத்தில் சவுத் இண்டியன் இரயில்வேயின் பெருமைக்குரிய போட்மெயில் நிற்காது. அதில் ஏறிச் சென்னைக்குப் போக மாயவரம் சென்று இரயிலேற வேண்டும், டிக்கெட் கட்டணமும் அதிகம். கட்டண விகிதமும் அதிகம். செங்கோட்டையிலிருந்து வரும் பாஸஞ்சர் வண்டியில் வைதீசுவரன்கோயிலிலேயே ஏறிக்கொள்ளலாம். மூன்று பேர் பத்து ரூபாய்க்குள் பட்டணம் போய்ச் சேர்ந்துவிடலாம்.

செவ்வாய், புதன் வடக்கே சூலம். வெள்ளிக்கிழமை கலக நாள். பிரதமை, பரணி, கார்த்திகை, அஷ்டமி எல்லாம் விலக்கிப் பார்த்துச் சனிக்கிழமை நல்ல நாள் என்று வைத்தியநாத சாஸ்திரிகள் கூறியிருந்தார். "சனிக்கிழமையா?" என்று தனத்தின் அம்மா கேட்டாள்.

"ஏன், தமயந்தி?" என்று அவர் கேட்டார்.

"வேறே நாள் பாருங்களேன், சாமி."

"இன்னும் பதினஞ்சு நாளைக்கு நாள் சரியா இல்லே. கிருஷ்ணபக்ஷம் வேறே வந்துடறது. சனிக்கிழமை நல்ல நாள்தாம்மா. ஸ்திர வாரம், குழந்தை தனத்துக்கு சுபமான நாள்."

"இல்லே. சனிக்கிழமையா இருக்கேன்னு பாத்தேன், சாமி."

8

"உனக்கு ஒரு கஷ்டம் வர மாதிரி நாளை நான் பொறுக்கிப் பார்த்துத் தருவேனாம்மா? ஒரு குறையும் வராது. சஞ்சலமே இல்லாதபடி கிளம்பிப் போயிட்டு வா. ஈசுவரன் உனக்கு ஒரு குறையும் வைக்க மாட்டார்."

"கடவுள் மேலே பாரத்தைப் போட்டுத்தான் சாமி, நான் ஊரை விட்டுப் போறேன்."

"அப்படிச் சொல்லாதேம்மா. சீரும் சிறப்புமா நீ நல்லபடிக்கு இங்கே திரும்பி வரணும். இன்னிக்கும் ஒங்கண்ணாவை நினைச்சுண்டாலே கண்லேந்து ஜலம் விட்டு அழத் தோணறது. என்ன மாதிரி மேதை, என்ன வித்வத், என்ன கல்பனை? எவ்வளவு நல்ல சுபாவம்? அவனும் இருக்கக் கொடுத்து வைக்காம நீங்களும் அவன் இருக்கக் கொடுத்து வைக்காமல் போயிட்டேளே?"

வீட்டிலிருந்த இரு வாழைப்பழங்களைத் தனத்தின் அம்மா சாஸ்திரிகள் முன்பு வைத்தாள். அவற்றை எடுத்துக்கொண்டு அவர் கிளம்பிப் போனார்.

சனிக்கிழமையும் வந்தது. அன்று தனத்தின் அம்மாவே சமைத்தாள். சாத வெங்கலப்பானையைச் சுவாமி பிறைக்கு முன்னால் வைத்து வடக்குத் திசை நோக்கி நமஸ்கரித்தாள். வீட்டு வாசல்படிக்குச் சென்று கோபுர தரிசனம் செய்து வானத்தைப் பார்த்தாள். அது நிர்மலமாக இருந்தது. வெயிலின் கடுமையால் பறவைகள் ஏதும் கண்ணில் படவில்லை. ஒரு பெருமூச்சு விட்டுவிட்டு உள்ளே வந்தாள்.

வீட்டில் இன்னும் இரண்டு மூன்று உறவுக்காரர்களும் வந்திருந்தார்கள். பாவாடை சட்டை அணிந்த ஒரு பெண் முற்றத்தில் பாண்டி விளையாடிக் கொண்டிருந்தாள். அதைப் பார்த்தபடி தனம் தாழ்வாரத்தில் நின்றுகொண்டிருந்தாள்.

பாண்டி விளையாடும் பெண் ஒரு கணம் தனத்தின் அம்மாவுக்காகத் தன் ஆட்டத்தை நிறுத்தினாள். தனத்தின் அம்மா அப்பெண் ஆடுவதைப் பொருட்படுத்தியதாகத் தெரிய வில்லை. அவள் மீண்டும் ஆட ஆரம்பித்தாள். ஒற்றைக்காலில் நின்றபடி தனத்தைப் பார்த்து, "நீயும் வரயா, அக்கா?" என்று கேட்டாள்.

சற்றும் எதிர்பாராத இந்த அழைப்பால் தனம் ஒரு கணம் திகைத்து நின்றாள். மிகவும் இலேசாகப் புன்னகை புரிந்து முற்றத்தில் இறங்கினாள். அந்தப் பெண் மாக்கல்லினால் முற்றத்தில் மிகச் சிறிய கட்டங்களாகக் கோடு கிழித்திருந்தாள். ஒரு பழைய மரச் சீப்புதான் சில்லாகச் செயல்பட்டது. தனம் முதல் கட்டத்தில் அதை வைத்து அதைத் தாண்டி ஒவ்வொரு கட்டமாக நொண்டித் தொடக்கவிடத்திற்கு வந்தாள். இரண்டாம் கட்டமும் எளிதில் முடிந்துவிட்டது. மூன்றாவது கட்டத்தில் சில்லை எறியப் பார்த்தபோது அது கோட்டைத் தொட்டுவிட்டது. பாவாடைசட்டைப் பெண் சில்லை எடுத்துக்கொண்டாள்.

ஒன்று, இரண்டு, மூன்று, நான்கு, ஐந்தாம் கட்டத்திற்குச் சில்லை வீசியபோது அவளுக்கும் அது கோட்டைத் தொட்டு விட்டது. "நீ, ஆடு அக்கா." என்று சீப்பைத் தனத்திடம் கொடுத்தாள்.

தனம் அதை அப்பெண்ணிடமே திருப்பிக் கொடுத்து விட்டாள். ஒன்றும் பேசாமல் முன்னறை ஜன்னல் விளிம்பில் போய் உட்கார்ந்துகொண்டாள்.

உச்சி காலப் பூஜைக்குக் கோயிலில் மணி அடிப்பது கேட்டது. தனத்தின் அம்மா தனத்திடம் சென்று, "குளிச்சுட்டு வாயேன்" என்றாள். தனம் கொல்லைப்புறத்துக் கதவைத் தாளிட்டுவிட்டுக் கிணற்றங்கரையருகே சென்றாள்.

நீளமான மூங்கிலில் ஒரு நுனியில் ஒரு மரக்காலையும் இன்னொரு நுனியை ஏற்றத்திலும் கட்டித் தண்ணீர் எடுக்க ஏற்பாடு செய்யப்பட்ட கிணறு அது. மூங்கிலைப் பிடித்துக் கிணற்றினுள் இறக்கி மரக்காலைத் தண்ணீர் மொள்ளச் செய்ய வேண்டும். ஏற்றம் தானாகவே சாய்ந்து மரக்காலை மேலுக்குக் கொண்டு வந்துவிடும். மிக வேகமாக வந்து இடித்துவிடாமல் மட்டும் மூங்கிலைப் பிடித்துக்கொள்ள வேண்டும். மூங்கிலைச்

சீராக இறக்கவும் மேலே கொண்டு வரவும் ஒரு அகலமான கல்லைப் படியாக வைத்திருந்தது. தனம் அந்தப் படியில் காலை வைத்துக் கிணற்றினுள் எட்டிப் பார்த்தாள். உச்சி வெயிலென்றாலும் தண்ணீர்ப் பரப்பில் பெரும் பகுதி கிணற்று நிழலால் கறுப்பாக இருந்தது. அந்தக் கறுப்பில் அவள் முகம் கண்ணாடியில் தெரிவது போலத் தெரிந்தது. ஓரிரண்டு வண்ணத்துப் பூச்சிகள் உள்ளே விளையாடிக் கொண்டிருந்தன. எப்படியோ ஆழத்தில் கிணற்றுப் பக்கத்துச் சுவரில் ஒரு சிறு செடி முளைத்திருந்தது.

தனம் குளிக்க மனமில்லாமல் துணி தோய்க்கும் கல் மீது உட்கார்ந்துகொண்டாள். முதன்முதலாக அந்த இடத்தில் தான் விசு சுருண்டு படுத்திருந்தான். தன் பெயரை ஒழுங்காகச் சொல்லத் தெரியாத அந்தப் பையன் மைல் கணக்கில் நடந்து இரண்டு மூன்று முறை ஆற்றைக் கடந்து எப்படி அவள் வீட்டுக்கு வந்து சேர்ந்தான்?

அவன் யார், என்ன என்று தெரிவதற்கு முன்பே அவளுடைய மனது படபடத்துக்கொண்டிருந்தது. அவன் வெங்கடாசலத்தின் மகன் என்று தெரிந்தபோது எவ்வளவோ நாட்கள் ஜடமாக இருந்த அவள் பாகாக உருகிப் போய்விட்டாள். அகலிகை, கல்லாக இருந்தவள், இராமன் வந்த பிறகு உயிர் பெற்றாள். கல்லாக இருந்த தனமும் ஒரு பாலகனால்தான் உயிர் தரித்திருக்க முடிந்தது. அந்தக் கல்லைத்தான் துணியால் அடித்து அடித்து எவ்வளவு துன்புறுத்தியிருப்பார்கள்? அது இன்னும் எவ்வளவோ ஆண்டுகளுக்குத் துணி தோய்க்கும் கல்லாகத்தான் இருந்தாக வேண்டும். எவ்வளவோ ஆயிரமாயிரம் ஈரத்துணிகள் அதன்மேல் வீசி விளாசப்படும். ஆனால் அப்படிச் செய்பவர்களில் ஒருத்தியாகத் தனம் இருக்கமாட்டாள். இனிமேல் அந்தக் கல்லை எப்போது மீண்டும் பார்க்க முடியும்?

“தனம்! தனம்!” என்று யாரோ கொல்லைப்புறக் கதவுக் கருகில் அவளைக் கூப்பிட்டுக் கொண்டிருந்தார்கள். தனத்திற்கு அப்படியே கொல்லை வழியாக எங்காவது போய்விடலாமா என்று இருந்தது. எங்கு போவது? மொட்டச்சிக்குப் போக்கிடம் முற்றத்தின் மூலை என்பது போல அம்மாவின் முந்தானையை விட்டால் அவளுக்கு வழியேது?

தனம் கதவுத் தாளை விலக்கினாள். சின்னப் பெண்ணும் பெரிய மாமாவும் நின்றுகொண்டிருந்தார்கள். மாமா கேட்டார், “என்ன பண்ணிண்டிருந்தே?”

“குளிக்கணும்.”

“அரை மணியாவா?”

“நான் குளிக்கலை.”

“கோச்சுக்கோதேம்மா. ரொம்ப நேரமாச்சேன்னு கேட்டேன்.”

“எனக்குக் குளிக்க வேண்டாம்.” தனம் அவர்களைத் தாண்டி உள்ளே சென்றாள்.

அவர் காதில் அது விழவில்லை. அவரும் உள்ளே போனார். தனத்தின் அம்மா அவரை, “எப்போ வண்டி கொண்டுவரச் சொன்னீங்க? சுப்ரமணியன் இப்பவே வந்திருக்கானே?” என்று கேட்டாள்.

“மூணு மணிக்கு மேலே கொண்டு வந்தால் போறும்னு சொன்னேனே? எங்கே இருக்கான் அவன்?”

சுப்ரமணியன் வண்டியிலிருந்து மாடுகளை விடுவித்துக் கொண்டிருந்தான். “நீ வந்தாச்சா? ரொம்ப நல்லதாப் போச்சு. பொழுது சாயத்தான் வண்டி திரும்பி வரும்னு அய்யாவுக்குத் தெரியுமில்லே?” என்று அவர் சுப்பிரமணியனைக் கேட்டார்.

“ஆமாங்க; மாட்டுக்கு இங்கே நிழலில்லையே? கொல்லை பக்கம் எடுத்துப் போகட்டுமா?”

“கொண்டு போய்க் கட்டிப் போடு.”

“சரிங்க.”

அவன் இரு மாடுகளையும் உள்ளே ஓட்டிப் போனான். மாடுகள் கவனமாக வாசல்படியைக் கடந்து முற்றத்தில் இறங்கி ஏறிக் கிணற்றுப் பக்கம் போயின. பாவாடை சட்டைப் பெண் அலறிப் புடைத்துக்கொண்டு துணியைப் போர்த்திக்கொண்டு உள்ளே வந்தாள்.

தனத்தின் அம்மாவே அன்று எல்லாரையும் உட்கார வைத்துப் பரிமாறினாள். தனக்கு ஒரு சிறு கரண்டி மட்டும் வைத்துக்கொண்டு, இருந்த பருப்புப் பாயசத்தை எல்லாருக்கும் பகிர்ந்து கொடுத்தாள். விருந்து மௌனமாக நடந்தது. பாவாடை சட்டைப் பெண் இலைகளை எடுத்துத் தரையைச் சுத்தம் செய்தாள்.

வண்டி கொண்டுவந்த சுப்பிரமணியனுக்கும் சோறு வைத்துவிட்டுத் தனத்தின் அம்மா தன் சாப்பாட்டையும் முடித்துக்கொண்டு சமையலறையிலிருந்து சில பெரிய

பாத்திரங்களை இரும்புப் பெட்டி அறைக்கு எடுத்துச் சென்றார். தனமும் அவள் மாமாவையும் தவிர மற்றவர்கள் இதைக் கவனமாகப் பார்த்தவண்ணமிருந்தார்கள். தனத்தின் அம்மா ஒரு தவலையை, அதிலிருந்த தண்ணீரைக் கீழே கொட்டிக் கவிழ்த்து உட்புறத்தை ஒரு துணியால் துடைக்கும்போது ஒரு கிழவி பொறுக்கமாட்டாமல், "அதையும் ஏன் உள்ளேவைச்சுப் பூட்டறே? நாங்க இருக்க வேண்டாமா?" என்று கேட்டாள்.

"உள்ளே இன்னொண்ணு, இருக்கு, பெரியம்மா." என்று தனத்தின் அம்மா பதில் சொன்னாள்... சிறிது பொறுத்து மீண்டும் சொன்னாள், "இது நம்பளதுகூட இல்லை. யாரோ எப்பவோ இதை அடகு வைச்சது. மீட்டுட்டுப் போக வந்தாக்க பொருளைத் திருப்பித் தரணும் இல்லையா?"

கிழவி சூள் கொட்டினாள். தனத்தின் அம்மா தவலையுடன் இன்னும் சில பொருள்களையும் இரும்புப் பெட்டி அறையில் வைத்துவிட்டு வந்தாள். தனத்தைப் பார்த்து "சாப்பிட்டவுடனே தலையை வாரிப் பின்னிக்கறதுதானே, இதைக்கூட நான் சொல்லணுமா?" என்று கேட்டாள்.

தனம் வேண்டா வெறுப்பாக அங்கிருந்து நகர்ந்தாள். தனம் கண்ணிலிருந்து மறைந்தவுடன் தனத்தின் அம்மா தன் பெரியம்மாவிடம் சென்றாள். கீழே உட்கார்ந்து கொண்டு, தழைந்த குரலில், "நீங்கள்ளாம் இருக்கிற நம்பிக்கையிலேயும் தைரியத்திலேயுந்தான் பெரியம்மா, நாங்க பட்டணத்துக்குப் போறோம். பதினைந்து நாளுக்கொருதரம் இருபது நாளுக்கொருதரம் என்னாலே முடிஞ்சு பணம் இருபதோ முப்பதோ அனுப்பறேன். தபாலய்யர் கிட்டே நானே போய்ச் சொல்லியிருக்கேன். அவர் வீட்டுக்கு வந்து கொடுப்பாரு. நீங்க சந்தோஷமா எங்களைப் போயிட்டு வாங்கன்னு சொல்லலேன்னா என் மனசு கிடந்து தவிக்கும், பெரியம்மா," என்றாள். கிழவியின் காலைத் தொட்டாள். உடனே எழுந்து தனம் இருந்த அறைக்குச் சென்றாள்.

பாதித் தெருவை அடைத்துக்கொண்டிருந்தாலும் சுப்ரமணியன் வண்டி பூட்டி அதைக் கிழக்கு நோக்கி நிற்க வைத்திருந்தான். இரு பக்கமும் சகுனம் பார்த்துத் தனத்தின் அம்மா முதல் பெட்டியை அவளே எடுத்து வந்து வண்டியில் வைத்தாள். இன்னும் இரு பெட்டிகளும் ஒரு படுக்கை மூட்டையும் வண்டியில் ஏற்றப்பட்டன. சோற்று மூட்டை, ஒரு கூஜா, ஒரு கூடை மட்டும் வாசல்படியருகில் இருந்தன. தெரு வீட்டுத் திண்ணை ஒவ்வொன்றிலும் மனிதர்கள் கூடிவிட்டார்கள்.

தனம் இன்னமும் உள்ளே தாழ்வாரத்தில்தான் உட்கார்ந் திருந்தாள். தனத்தின் அம்மா, "எழுந்திரு," என்றாள். தனம் எழுந்து நின்றாள். எவ்வளவோ நாட்களுக்குப் பிறகு ஒழுங்காகத் தலைவாரிப் பின்னிக் கறுப்புப் பட்டுப் புடவையில் மிகவும் அழகாக இருந்தாள். நெற்றியில்தான் பொட்டு இட்டுக்கொள்ள வில்லை.

தனத்தின் அம்மா இரும்புப்பெட்டி அறையின் பூட்டை ஒருமுறை இழுத்துப் பார்த்தாள். சமையலறையை எட்டிப் பார்த்தாள். எங்கோ ஒரு குமிழியில் கையை விட்டு வெளியே எடுத்தாள். அதே கை வீச்சில் தன் கையைத் தனத்தின் நெற்றியருகில் கொண்டுவந்து தனத்திற்குப் பொட்டிட்டாள், "வா," என்றாள். தனம் அவளைப் பின்தொடர்ந்தாள்.

தனம்தான் முதலில் வண்டியில் ஏறவேண்டியிருந்தது. அவள் கையில் கூடை கொடுக்கப்பட்டது. அடுத்து தனத்தின் அம்மா சோற்று மூட்டையுடன் ஏறினாள். தனத்தைப் பார்த்த படி மாறி உட்கார்ந்தாள். கடைசியாக பெரிய மாமா ஏறினார். அவர் ஒருவரிடம்தான் செருப்பு இருந்தது, அதை வண்டியில் ஒரு ஓரமாகச் சொருகி வைத்தார். கூஜா அவரிடம் கொடுக்கப் பட்டது.

சுப்ரமணியன் முன்னால் ஏறி ஒரு பக்கமாக உட்கார்ந் தான். வண்டி இருந்த இடத்திலேயே அசைந்தது. தனத்தின் அம்மா அவளால் இயன்றவரை கழுத்தை நீட்டித் தெருவில் யார் வருகிறார்கள் என்று பார்த்தாள். தன் வீட்டு வாசலில் நின்ற உறவினர்களைப் பார்த்தாள். "நான் போயிட்டு வரேன். வீட்டைப் பாத்துக்குங்க பெரியம்மா, போயிட்டு வரேன்." இதைச் சொல்லிக்கொண்டே தெருவையும் பார்த்தாள்.

பெரிய மாமா தனத்தின் அம்மாவிடம் சொன்னார். "கிளம்பலாம்மா, தெருவெல்லாம் கூடி வேடிக்கை பாக்கறது."

ஆனால் தனத்தின் அம்மா இன்னும் தெருவைப் பார்த்துக் கொண்டிருந்தாள். அந்த வேளையில் தெருவில் வருவோர் போவோர் யாரும் இல்லை.

சுப்ரமணியன் வண்டியினுள் திரும்பிப் பார்த்தான்.

தனத்தின் அம்மா அரை மனதுடன், "சரி, ஓட்டு" என்றாள். வண்டியும் அரை மனதுடன் கிளம்புவதுபோல் அசைந்து திரும்பியது.

தெருக்கோடி போன பிறகு இரயில் நிலையத்திற்கு இடது புறம் திரும்பவேண்டும். வண்டி திரும்பியது. திடீர் என்று தனம், "நிறுத்து! நிறுத்து!" என்றாள்.

சுப்ரமணியனுக்கு வண்டியை நிறுத்த விசேஷ யத்தனங்கள் தேவைப்படவில்லை. தனம் தன் அம்மாவை நெருக்கிப் பிடித்து மாமாவிடம் வந்தாள். அவரையும் நெருக்கித் தள்ளி வண்டிக் குறுக்குக் கம்பியை எடுக்க முயன்றாள். கம்பி கெட்டியாக வளையத்தில் பொருத்தப்பட்டிருந்தது. தனத்தின் வேகத்தில் மாமாவே அவரையறியாமல் கம்பியைத் தளர்த்தித் தள்ளினார். தனம் வண்டியிலிருந்து குதித்தாள். வண்டி நின்ற எதிர்ப்புறத்தில் ஓடினாள்.

"அண்ணாச்சி, அவளைப் பிடிங்க," என்று தனத்தின் அம்மா கத்தினாள். மாமாவும் வண்டியிலிருந்து குதித்தார். அவர் குதித்த வேகத்தில் கூடையும் கூஜாவும் வண்டியிலிருந்து கீழே விழுந்து உருண்டன. சுப்ரமணியனும் வண்டியிலிருந்து குதித்தான்.

9

தனம் ஓடினாள். அவளைத் துரத்திக்கொண்டு மாமாவும் அதற்குப் பின்னால் தனத்தின் அம்மாவும் வேகமாகப் போனார்கள். அது இருபுறமும் சிறு மரங்களும் புதர்களும் மண்டிக் கிடந்த வண்டிப் பாதை. செருப்பை வண்டியிலேயே விட்டு வந்த மாமாவுக்குத் தனத்தை நிறுத்திவிட வேண்டும் என்ற வேகத்திலும் தன் பாதங்கள் அவதிப்படுவதை உணர முடியாமல் இருக்க முடியவில்லை. ஆனால் தனம் காலே தரையில் படாதது போல ஓடிக்கொண்டிருந்தாள். வெட்டவெளிக்கு வந்த பிறகு, புதர்களையும் மரங்களையும் தாண்டி வந்த பிறகுதான், அவள் ஓடிய காரணம் புலப்பட்டது.

தூரத்தில் ஒரு கரிய உருவம் நடந்து வருவது தெரிந்தது. தனம் கண்ணுக்குத் தெரிந்தவுடன் அந்த உருவமும் நடையைத் துரிதப்படுத்தியது. ஒரு கணத்திற்குப் பிறகு ஓடி வர ஆரம்பித்தது.

கறுப்புப் புடவை கட்டிய தனம் அரையில் வேட்டி மட்டுமே உடையாகத் தரித்த விசுவும் கட்டிக்கொண்டார்கள். தனத்தின் மாமாவும், சற்றே கழித்துத் தனத்தின் அம்மாவும் அவர்களை அடைந்தபோது தனம் விசுவைக் கட்டிக்கொண்டு விம்மி விம்மி அழுதுகொண்டிருந்தாள்.

மாமா தனத்தை மிகுந்த மென்மையுடன் விசுவிடமிருந்து விலக்கினார். விசுவை உற்று நோக்கினார். விசுவும் அவர் கண்களை யாதொரு தயக்கமுமின்றி சந்தித்தான்.

தனத்தின் அம்மா விசுவிடம் சொன்னாள்: "நாங்க போயிட்டு வரோம் தம்பி, நீ இனிமே எந்தக் கவலையும் இல்லாமே உன் வீட்டோட இருக்கணும். தங்கச்சியை இப்படி விட்டுட்டு வந்துட்டியே? யார் பாத்துப்பாங்க? போ தம்பி, தனம் பட்டணம் போறா. நீயும் பெரியவனாயிப் பட்டணம் வந்தா எங்களை வந்து பார்க்கலாம். இல்லே, நாங்களே இங்கே வந்தாச் சொல்லியனுப்பறேன். நீ போ, தம்பி. நீ போயிட்டு வான்னு சொன்னாத்தான் தனம் எங்களோட வருவா. போயிட்டு வான்னு சொல்லு."

விசு தனத்தைப் பார்த்தான். "நீ போயிட்டு வாம்மா." என்றான்.

தனம் மறுபடியும் அவனைக் கட்டிக்கொண்டாள்.

விசு மீண்டும், "நீ போயிட்டு வாம்மா. அதைச் சொல்லறதுக்குத்தான் நான் வந்தேன்."

தனத்தின் அம்மா தனத்தைத் தன்னிடம் இழுத்துக் கொண்டாள். தனம் முதன்முறையாகப் பேசினாள். "விசு, நான் செத்துப் போறதுக்கு முன்னாலே என்னை வந்து பாப்பியா?"

"பாக்கிறேம்மா."

"என்னை ரொம்ப தூரம் அழைச்சிண்டு போயிடறாங்களே, விசு."

"எவ்வளவு தூரமானாலும் நான் வந்துடுறேம்மா."

"விசு!"

"அம்மா."

"நான் எங்கே இருந்தாலும் நீ வந்து பார்ப்பே, இல்லையா?"

"ஆமாம்மா."

"என்னைப் பாக்கலேன்னாலும் எனக்குக் கொள்ளி போட வருவே இல்லையா?"

"வருவேம்மா."

தனத்தை அவளுடைய அம்மா கையைப் பிடித்து அழைத்தாள். தனமும் விசுவை ஒரு முறை பார்த்துவிட்டுத் தன் அம்மாவோடு நடந்தாள். பத்தடி சென்று திரும்பிப் பார்த்தாள்.

"நான் வருவேம்மா!" என்று விசு உரக்கக் கூறினான். யாரிடமிருந்தும் எந்தப் பதிலும் எதிர்பாராமல் திரும்பி விடுவிடு வென்று நடந்து போனான்.

இருவர்

சுப்ரமணியன் வண்டியை இரயிலடியில் கொண்டு நிறுத்திய போது அங்கு இன்னொரு தாயும் மகளும்தான் இரயிலுக்குக் காத்திருந்தார்கள். மகள் தோளில் ஒரு சிறு குழந்தை அன்றே முடியிறக்கப்பட்டுத் தூங்கிகொண்டிருந்தது.

10

தொங்கிக்கொண்டிருந்த தண்டவாளத் துண்டை இன்னொரு சிறு இரும்புத்துண்டு கொண்டு மணியடித்துவிட்டு வைதீசுவரன் கோயில் ஸ்டேஷன் மாஸ்டர் தொளதொளவென்றிருந்த ஒரு வெள்ளைச் சட்டையை மாட்டிக்கொண்டார். அதன் பிறகு பிளாட்பாரத்தில் உட்கார்ந்திருந்தவர்களைக் கூப்பிட்டு டிக்கெட் வழங்கினார். சிதம்பரத்துக்கு இரண்டு டிக்கெட்டும் சென்னை எழும்பூருக்கு மூன்று டிக்கெட்டுகளும். தனத்தின் சின்ன மாமாவும் சோழவந்தான் பையனும் நடந்து இரயில் நிலையத்திற்கு வந்திருந்தார்கள். பெண்டுகள், பெட்டி படுக்கை என்றதனாலேயே மாட்டு வண்டி தேவைப்பட்டது. அரை பர்லாங்கு நீளமிருந்த பிளாட்பாரத்தில் இரயில் நிலையம் ஒரு சிறு குடிசையளவுதான் இருந்தது. பிளாட்பாரத்தின் விளிம்புக்கு மட்டும் கற்கள் வைக்கப்பட்டிருந்தன. மற்றபடி மண் தரைதான். நீலச்சட்டை அணிந்த ஒருவன் குடிசை போலிருந்த அந்த இரயில் நிலைய அறையில் இரயில்வே விளக்குகளைத் துடைத்து எண்ணெய் விட்டுக்கொண்டிருந்தான்.

தனம் ஒரு டிரங்குப் பெட்டிமீது உட்கார்ந்திருந்து அடி வானத்தைப் பார்த்தபடி இருந்தாள். மாலை வேளையில் திறந்த வெளியில் உட்கார்ந்திருந்தது மனதுக்கு ஆறுதலாக இருந்தது. வீட்டுக்குள் உட்கார்ந்திருந்து வானத்தைப் பார்ப்பதற்கும் வெட்டவெளியில் உட்கார்ந்து பார்ப்பதற்கும் நிறைய வித்தியாசம் இருந்தது.

சற்றுத் தள்ளி மண் தரையில் தனத்தின் அம்மாவும் அவள் தம்பியும் சோழவந்தான் பையனும் உட்கார்ந்திருந்தார்கள். யாருக்கும் பேசுவதற்கு விஷயமில்லாமல் மௌனமாக உட்கார்ந்திருந்தார்கள். அவர்களுக்கும் இரயில் வருவதற்கும் ஓர் யுகம் ஆவது போலத்தான் இருக்கவேண்டும்.

பெரிய மாமா ஒருவர்தான் சூழ்நிலையால் மாற்றமடையாத வராக இருந்தார். ஒருமுறை ஒரு மரத்தின் பின்னால் சென்று விட்டு வந்தார். தனத்தின் அம்மாவைக் கேட்டு கூஜா நீரில் சிறிது வாயில் விட்டுகொண்டார். கோயில் மணியடித்தபோது கோவிலிருந்த திசையை நோக்கிக் கும்பிட்டார். ஸ்டேஷன்

மாஸ்டருடன் அவர் அறைக்குச் சென்று நாதஸ்வரத்திற்கு மோர்சிங் ஏற்ற பக்கவாத்தியமில்லை என்று விவாதித்தார். ரயில் கண்ணில் பட்டுவிட்டது என்றவுடன் ஒரேயடியாகப் பரபரக்கத் தொடங்கினார்.

அணை திறந்து புதுத் தண்ணீர் வருவது போல் பாஸஞ்சர் வண்டி மிக மெதுவாக இரயில் நிலையம் வந்து நின்றது. அது நின்ற தோரணையில் அது மீண்டும் அங்கிருந்து கிளம்பிப் போகும் எண்ணமில்லை போலத் தோன்றியது. ஏழு பெட்டிகளும் நான்கு சக்கரங்களும் கொண்ட சிறிய பெட்டிகள். முதல் வகுப்பு, இரண்டாம் வகுப்பு, மூன்றாம் வகுப்பு என்று ரகத்திற்கு இரு பெட்டிகள். மூன்றாம் வகுப்புப் பெட்டி ஒன்றில் ஒரு பகுதி ஸ்பென்சர் சோடா வண்டி. எல்லாப் பெட்டிகளின் கதவுகளும் வெளிப்பக்கமே திறக்கும்.

பிளாட்பாரம் இருந்தாலும் இரண்டு படி ஏறித்தான் பெட்டியுள் நுழைய முடிந்தது. பெட்டி படுக்கை உள்ளே ஏற்றப்படுவதைக் கண்டு அந்த மூன்றாம் வகுப்புப் பெட்டியில் இருந்த ஐந்தாறு பேரும் அப்படியே காலை நீட்டிப் படுத்தார்கள். மாமா முதலில் ஏறி, அதன் பின் தனம் ஏறி, கடைசியாகத் தனத்தின் அம்மா ஏறினாள்.

தனத்தின் அம்மா தன் தம்பியிடம், "ஜாக்கிரதையாக வீட்டுக்குப் போப்பா" என்றாள். மாமா பெஞ்சியில் படுத்திருந்த ஒருவரைத் தட்டி எழுப்பிப் பெட்டி படுக்கைகளைப் பெஞ்ச் மீதே அடுக்கி வைத்தார்.

வண்டியில் மொத்தமே பத்துப் பேர் மட்டும் இருந்தாலும் ஒரே புழுக்கமாக இருந்தது. இரயில் கிளம்புவதற்கான அறிகுறி களே தென்படவில்லை. தனம் ஒரு ஜன்னலருகில் உட்கார்ந்து கொண்டு வெளியே பார்த்தாள். பெட்டியில் பெஞ்சுகள் நான்கு வரிசைகள் நீள வாட்டில் எதிரும் புதிருமாக அமைக்கப் பட்டிருந்தன. தனம் ஜன்னல் வழியே வெளியே பார்க்கத் தன் கால்களை நன்கு மடக்கித் திரும்பி உட்கார வேண்டியிருந்தது.

இருட்டத் தொடங்கியது. முதலில் மெதுவாகவும் அப்புறம் விரைவாகவும் இருட்டத் தொடங்கியது. பெட்டியின் கூரையில் இரு விளக்குகள்தான் இருந்தன. அவை ஏற்றப்படவில்லை.

மாமா பொறுமையிழந்து பெட்டியின் கதவைத் திறந்து வெளியே எட்டிப் பார்த்தார். கதவும் வெளிப்புறம் திறப ்பதாக இருந்ததால் எட்டிப் பார்ப்பதற்கு அதிகம் வசதியில்லை.

இருவர்

"இறங்கிடாதே அண்ணாச்சி," என்று தனத்தின் அம்மா சொன்னாள். ஆனால் அவர் கீழே இறங்கத் தொடங்கிவிட்டார். வண்டியில் படுத்திருந்தவர்களில் ஒருவர் எழுந்து உட்கார்ந்தார்.

இரயில் நிலைய அறைக்குள் இருந்த விளக்கும் வெளியே இருந்த ஒரே ஒரு எண்ணெய் விளக்குக் கம்பமும் அதிக வெளிச்சம் தரவில்லை. இரயிலின் எல்லாப் பெட்டிகளுமே இருட்டாகத்தான் இருந்தன.

இரயில் நிலையத்துக்கு வெளியே ஜல்ஜல் என்ற ஒலியுடன் ஒரு வில் வண்டி வந்து நின்றது. சொல்லிவைத்தாற்போல் ரயில் பெட்டிகளின் விளக்குகள் எரியத் தொடங்கின.

வில் வண்டியிலிருந்து இருவர் இறங்கினர். அதில் ஒருவர் கோட்டு அணிந்து தலையில் தலைப்பாகையும் அணிந்திருந்தது அந்த அரை இருட்டில் தெரிந்தது. ஸ்டேஷன் மாஸ்டர் தலைப்பாகைக்காரரை உடல் கூனிக் குறுகி வரவேற்றார். அவரை நேராக ஒரு முதல் வகுப்புப் பெட்டிக்கு அழைத்துச் சென்றார். ஒரு பெரிய பெட்டி, ஒரு பெரிய படுக்கை மூட்டை, ஒரு பிரம்புப் பெட்டி, பிடி வைத்து மரச்சட்டத்தினுள் பொருத்தப் பட்ட மண் கூஜா இவை யாவும் அந்த இன்னொரு மனிதனும் வண்டிக்காரனும் எடுத்து வந்து தலைப்பாகைக்காரர் ஏறிய முதல் வகுப்புப் பெட்டியில் ஏற்றினார்கள். ஸ்டேஷன் மாஸ்டர் தலைப்பாகைக்காரருக்கு சலாம் செய்துவிட்டு வண்டியோரமாக நடந்து போனார். வெளியே நின்றுகொண்டிருந்த தனத்தின் மாமாவைப் பார்த்து, "வண்டியிலே ஏறுய்யா" என்றார். அவர் இரயிலின் கோடியை அடைந்து அங்கு யாரிடமோ பேசிய பிறகு ஒரு சீட்டிச் சத்தம் கேட்டது. இரயில் சாவகாசமாக நகரத் தொடங்கியது.

மாமா தனத்தின் பக்கத்தில் அமர்ந்துகொண்டு ஒரு முறை வெற்றிலை போட்டுக்கொண்டார்.

தனத்தின் அம்மாவும் ஜன்னல் வழியாக வெளியே பார்த்துக்கொண்டிருந்தாள். இனி வைதீசுவரன்கோயிலின் எந்தப் பகுதியும் கண்ணில் தெரியாது என்றானவுடன் ஒரு பெருமூச்சு விட்டாள்.

இரயில் நிறையப் புகைவிட்டுக் கொண்டு பலவிதமான உலோக ஒலிகளைக் கிளப்பிக் கொண்டு மிகவும் நிதானமாக முன்னேறியது. இரவு பூரணமாக வந்துவிட்டதாலும் அமாவாசை கழிந்து மூன்று நாட்களே ஆகியிருந்தபடியாலும் வெளியே நல்ல இருட்டு. அந்த இருட்டில் இரயில் பெட்டிகளின் மங்கலான

விளக்குகள் ஜன்னல் வழியாக வரிசையாகச் சதுரங்களை இரயிலின் இரு புறமும் உண்டு பண்ணின. அந்த ஒளிச் சதுரங்கள் தரையின் மேடு பள்ளங்களையும் அங்கு முளைத்திருந்த சப்பாத்தி மற்றும் முட்புதர்களையும் ஒரு நொடிப் போது பார்வைக்குக் காட்டிக் கொடுத்து விரைந்தன.

தனம் ஜன்னல் வெளியில் வீசிய சதுரத்தில் அவளுடைய தலையின் நிழல் தெரிவதைக் கவனித்தாள். அது மேடு பள்ளம் செடி கொடி எல்லாவற்றின் மீதும் அனாயாசமாக ஓடி வந்து கொண்டிருந்தது.

இரயில் ஒவ்வொரு இரயில் நிலையத்திலும் நின்று நிதானமாகக் கிளம்பி நகர்ந்துகொண்டிருந்தது. சில சந்தர்ப்பங் களில் இரயில் நிலையமே கண்ணுக்குத் தெரியவில்லை.

"சோத்தைச் சாப்பிட்டுடறீங்களா?" என்று தனத்தின் அம்மா கேட்டாள். அவர்கள் பெட்டியில் எந்த இடத்திலும் ஏறுபவர்கள் இருப்பதாகத் தெரியவில்லை. இருவர்தான் எங்கோ இறங்கினார்கள். மிகுதியிருந்த ஏழெட்டுப் பேர் சுகமாகத் தூங்கிக்கொண்டிருந்தார்கள்.

தனத்தின் அம்மா மீண்டும் சோறு உண்பது பற்றிக் கேட்டாள். யார் பதிலுக்கும் காத்திராமல் சோற்று மூட்டையை அவிழ்த்தாள்.

ஓர் இலைக் கிழிசலில் அம்மா கொடுத்த தயிர் சாதத்தைத் தனம் மறுபேச்சுப் பேசாமல் வாங்கிக்கொண்டாள். அம்மா எப்படியோ பிரயாணத்திற்காகத் தயிர் சேமித்து வைத்திருக்க வேண்டும். அதனால்தான் பகல் சாப்பாட்டின்போது ஊற்றிய மோர் வழக்கத்தைவிட நீர்த்து இருந்திருக்கிறது.

மாமா சாப்பிடச் சாப்பிட அம்மா தயிர்சாதம் எடுத்துப் போட்டவண்ணமே இருந்தாள். அது வெறும் ஓரிரவுக்கான சாப்பாடாகத் தெரியவில்லை.

அம்மா, தனம் படுப்பதற்கு பெஞ்சியில் இடம் ஒழித்துத் தந்தாள். தனம் கால்களை நன்கு மடக்கிப் படுத்துக்கொள்ள அம்மா காலடியில உட்கார்ந்துகொண்டாள்.

ஒரு காதை பெஞ்சுப் பலகையில் அழுந்த வைத்துப் படுத்தபோது இரயில் எழுப்பிய ஒலிகள் மிகத் தெளிவாகக் கேட்டன. தடிமனான இரும்புப் பட்டைகளும் சங்கிலிகளும்

ஒன்றையொன்று இடித்துக்கொண்டன. உரசிக்கொண்டன. இது தவிரத் தண்டாவளத்தின் மீது இரும்புச் சக்கரங்கள் உருண்டு கொண்டு செல்வது ஏதோ ஒரு பெரிய தாள வாத்தியமாகச் சப்தம் எழுப்பியது.

பட்டுப் புடவையையும் மீறித் தனத்திற்குக் குளிர் தெரிய ஆரம்பித்தது. அசையாத காற்றுக்கூடத் திறந்த ஜன்னல் வழியாக ஒருவரைத் தொட்டபோது இயல்புக்கு அதிகமான குளிர் கொண்டதாக இருந்தது. இரயில் நின்றபோது இந்தக் குளிரும் மறையவேண்டும். ஆனால் ஒரு முறை உடல் குளிரை உணரத் தொடங்கிய பிறகு இரயில் ஓடினாலும் நின்றாலும் குளிர்வது நிற்கவில்லை.

அந்தக் குளிரும் இரயில் எழுப்பிய ஒலிகளும் தனத்தை எங்கோ முடிவில்லாத குகைக்குள் இழுத்துச் செல்வது போல இருந்தது. அவளாக அவளுடைய வாழ்நாளில் யாரோ சொல்லக் கேட்டதுதான். அவர்கள் வீட்டுக்கு வந்து போய்க்கொண்டிருந்த ஒருவர் அந்தச் சொல்லை வெட்கப்படும்படியான பொருளில் தான் கூறுவார். ஆனால் இந்தப் பூமியில் எங்கோ மலைகள் இருக்க வேண்டும். அந்த மலைகளில் குகைகள் இருக்க வேண்டும். கிணறுகள் நிமிர்த்திவைக்கப்பட்ட குகைகள். அவற்றையே படுக்க வைத்துவிட்டால் குகைகள்தான்.

தனத்திற்கு குகை முதலில் ஒரேயிருட்டாக, ஒன்றுமே புலப்படாததாகத்தான் இருந்தது. ஆனால் ஒளியையே பார்த்துப் பழகிய கண்கள் இருட்டையும் பார்க்கப் பழகிக்கொண்டன. இருட்டிலும் பார்வை செயல்பட்டது.

குகையின் உட்புறம் எல்லாப் பக்கத்திலும் கரடுமுரடாகத் தான் இருந்தது. தரையும் மேடு பள்ளமாகத்தான் இருந்தது.

திடீரென்று குகை அவ்வளவு ஒன்றும் நீண்டதில்லை போலத் தோன்றியது. குகைக்குள் நன்றாகப் பார்க்க முடிந்தது. குகையின் கோடியில் ஒரு கல்லை நிறுத்தி வைத்திருக்கிறார்கள். இந்தக் குகையிலும் யாரோ மனிதர்கள் வந்து ஒரு கல்லைப் பிரதிஷ்டை செய்திருக்கிறார்கள்.

தனம் அந்தக் கல்லை நெருங்கினாள். நெருங்குவது என்ன, அந்தக் கல்லே அவள் முன்புதான் இருந்தது. தனம் அந்தக் கல்லைத் தொட்டாள்.

கல் மிருதுவாக இருந்தது. தனம் கல்லைத் தடவிப் பார்த்தாள். அது கல் இல்லை. ஒரு துணி மூட்டை. இல்லை துணி

மூட்டையும் இல்லை. அது ஒரு மனிதன். ஐயோ எவனையோ தொட்டுவிட்டோமே!

ஆனால் அவன் அசையாமல் இருந்தான். பிணமோ? அவள் கண்ணில் காட்டாமல் கொண்டுபோய் புதைத்துவிட்டு வந்தார்களே அவளுடைய குழந்தையை, அது இப்படித்தான் இருந்திருக்குமோ? மிருதுவாக, வழவழப்பாக, ஆனால் உயிரற்று...

தனம் உட்கார்த்தி வைக்கப்பட்ட பிணத்தைத் தவிர்க்க முடியாத அருவருப்பும் ஆவலும் அவளைத் தூண்ட, மீண்டும் இரு கைகளால் தடவிப் பார்த்தாள். தலை. சிறிதே முடி. பெரிய காதுகள். கன்னம், பெண்ணுடையதாகவும் இருக்கலாம். ஆனால் தலைமுடி ஆணுடையது போலத்தான் இருந்தது. கண்கள் மூடி இருந்தன. விசாலமான கண்கள். இமைகளுக்கு அடியில் விழிகள் அசைவற்று அமைதியாயிருந்தன. மூக்கு, பெரிய மூக்கு. ஒரு மூக்கில் மட்டும் சிறிது சூடு இருந்தது. அந்த மூக்கிலிருந்து மெதுவாக மூச்சு வந்துகொண்டிருந்தது. உதடுகள். முகவாய்க்கட்டை. இதென்ன? எல்லாம் நன்கு பழக்கப்பட்டதாகத் தோன்றுகிறதே! யார் இது? யார் இது?

"விசு!" என்று தனம் பதறி எழுந்தாள். பாஸஞ்சர் இரயில் இடைவிடாமல் எழுப்பிய ஒலிகளில் தனத்தின் அலறல் அந்தப் பெட்டியில் தூங்கிக்கொண்டிருந்தவர்கள் காதில் விழவில்லை.

11

இரயில் செங்கல்பட்டை அடைந்தபோதே பொழுது விடிந்து விட்டது. காலைக் கடன்கள் கழிக்க அந்தப் பெட்டியில் ஒரு மூலையில் சிறு அறை இருந்தது. கணுக்காலருகில் தாழ்வாக ஒரு குழாய் இருந்தது. ஆனால், தண்ணீர் கிடையாது. மாமா தனத்தின் அம்மாவுக்குச் சொல்லி, அம்மா தனத்திடம் சொல்லி, தனம் ஒரு முறை அந்த அறைக்குப் போய் வந்தாள். ஆனால் உள்ளே நுழைந்ததுமே அவளுடைய உடலெல்லாம் குறுகிக் கொண்டு விட்டது. இரவில் நேர்ந்த கனவுக்குப் பிறகு அந்த உடலில் சுவாசம் இயங்குவதே பெரிதென்று தோன்றியது.

தனம் ஜன்னல் வழியாக வேடிக்கை பார்த்து வந்தாள், இங்கே பூமி வேறு மாதிரி இருந்தது. காற்றும் மணமும் அவளுக்குப் பழக்கப்பட்ட மாதிரி இல்லை. நுனி நாக்கில் உப்புக் கரித்தது.

இரயில் இன்னும் ஏதோ ஒரு இடத்தில் நின்றபோது மாமா சாவகாசமாகக் கீழேயிறங்கி, கண்ணிலிருந்து மறைந்து,

சாவகாசமாகத் தோன்றி இரயிலில் ஏறிக்கொண்டார். பக்கத்திலிருந்த இருப்புப் பாதையில் இன்னொரு இரயில் முந்திக்கொண்டு விரைந்தது. அந்த இரயில் சென்று சில நிமிடங்களுக்குப் பிறகு இந்த இரயில் நகர்ந்தது.

தனத்தின் அம்மா சிறு டிரங்குப் பெட்டியைத் திறந்து சீப்புக் கண்ணாடி வெளியிலெடுத்துத் தலைவாரிப் பொட்டிட்டுக் கொண்டாள். தனம் எந்த அக்கறையும் இல்லாமல் ஜன்னல் வழியே பார்த்துக்கொண்டிருப்பதைப் பார்த்து அவளே தனத்தின் முன் தலையை வாரி முகத்தைத் துடைத்துவிட்டாள். முகம் துடைத்த துணி கரி அழுக்காக மாறியது. எல்லாருடைய உடை மீதும் கரித்தூள் நிறையவே இருந்தது. கட்டை வண்டி வேகத்தில் அந்த இரயில் நகர்ந்தாலும் புகை மட்டும் ஏராளமாக வெளியேறிக் கொண்டிருந்தது.

ஒரு வழியாக இரயில் சென்னை எழும்பூரை அடைந்தது. கூடையும் கூஜாவையும் எடுத்துக்கொண்டு தனத்தின் அம்மா முதலில் இறங்கினாள். மாமா ஒவ்வொரு டிரங்குப் பெட்டியாகக் கதவருகில் கொண்டுவந்தார். படுக்கை சரியாகக் கட்டப்படாததால் அளவில் பெருத்திருந்தது. “தனம், நீ இறங்கு,” என்றார். தனம் மெதுவாக இறங்கினாள். அவளுக்குப் பின்னால் அப்பெட்டியில் பிரயாணம் செய்த மற்றவர்கள் இறங்கினார்கள். மாமா இறங்குவதற்குள் ஒரு ஆள் வந்தான். தனத்தின் அம்மாவிடம்,“கூலி வேணுங்களா?” என்று கேட்டான். அவன் பதில் சொல்வதற்குள் மாமா முந்திக்கொண்டு, “வேண்டாம்பா,” என்றார்.

ஆனால் உதவி வேண்டித்தான் இருந்தது. அவன் சாமான்களை ஸ்டேஷன் வெளியே எடுத்து வந்து வண்டி பார்த்துப் பேசித் தர நான்கரையணா கேட்டான். மாமா ஓரணா, ஒன்றரையணா என்று கடைசியில் இரண்டரையணாவுக்கு ஒத்துக்கொண்டார். அவன் இரண்டு பெட்டிகளையும் தலை மீது ஏற்றிக்கொண்டு கைகளில் படுக்கையையும் கூடையையும் தூக்கிக்கொண்டு நடந்தான். தனத்தின் அம்மா, மாமா, தனம் மூவரும் அவனைப் பின்தொடர்ந்தார்கள்.

தனத்திற்கும் அந்த இடம் வியப்பாக இருந்தது. பெரிய பெரிய இரும்புத் தூண்களை எப்படியெல்லாமோ வைத்து ஸ்டேஷனை மிகப் பெரிய கொட்டகையாகக் கட்டியிருந்தார்கள். கோட்டைச் சுவர்கள் மாதிரிச் சுவர்கள். எங்கு பார்த்தாலும் சிவப்பு வர்ணம். எங்கு பார்த்தாலும் மனிதர்கள். நிறையப் பேர் தலைப்பாகையும் தொப்பியும் அணிந்திருந்தார்கள். மனிதர்களிலேயே புது மாதிரியானவர்கள் – இவர்கள்தான்

வெள்ளைக்காரர்களோ? எப்படி விதவிதமான உடைகள்? இவர்களை ஆண்கள் பெண்கள் என்று எப்படி வித்தியாசம் கூறுவது? எவருமே உலகத்தில் எந்தக் கவலையுமே இல்லாதது போல இருந்தார்கள்.

அப்போதுதான் படி வைத்து மேம்பாலம் கட்டியிருந் தார்கள். ஆனால் அந்தக் கூலியாள் எல்லாரையும் ஒவ்வொரு இருப்புப் பாதையைக் கடக்க வைத்து ஸ்டேஷன் வெளியே அழைத்து வந்தான். வெளியே டஜன் கணக்கில் ஜட்கா வண்டிகள். வண்டிக்காரர்கள் ஸ்டேஷனிலிருந்து வெளியே வரும் ஒவ்வொருவரையும் மொய்த்துக்கொண்டிருந்தார்கள். கையிலிருக்கும் சாமானைப் பிடுங்கிக் கொண்டுபோய் ஒரு வண்டியில் வைத்துவிடுவார்கள். ஒரே நபரின் இரு சாமான்கள் இரு வெவ்வேறு வண்டிகளில் எற்றப்படும் நிகழ்ச்சி பல நடந்தன. பெட்டி படுக்கை தூக்கிப்போன ஆள் ஒரு ஜட்காவிடம் போக, தனத்தின் அம்மாவை இன்னொரு வண்டிக்காரன் தன் வண்டிக்கு அழைத்துப்போய்விட்டான். ஸ்டேஷன் எதிரே நிறைய வண்டிகள் ஒரு கொத்தாக இருந்ததால் யார் எவ்விடம் போனார்கள் என்று தெரிந்துகொள்வது சிரமமாக இருந்தது. தனமும் சிறிது கலக்கம் கொண்டுவிட்டாள். மனிதர்கள், கட்டிடங்கள், குதிரைகள், அங்கு வீசிய நெடி எல்லாமே அச்சுறுத்துவதாக இருந்தன. மாமா, அம்மா இருவரும் ஒரு கணம் கண்ணிலே படாமல் போனபோது தனம் அவள் குழந்தையாக இருந்தபோது மட்டுமே அனுபவித்திருந்த திகிலைத் திரும்ப அனுபவித்தாள். அவளுடைய சோகம், ஏக்கம், எதிர்பார்ப்புகளற்ற வறண்ட மனநிலை எல்லாம் போய் வெறும் திகில் மட்டுமே உடல் பூராவும் நிறைந்தது. ஒரு கணம், ஒரே ஒரு கணம். உடனே ஒரு வெட்க உணர்ச்சியும் கிளம்பியது.

ஏழெட்டு வண்டிக்காரர்கள் மூலைக்கொருவராக இழுத்தாலும் பெட்டி படுக்கைகளைத் தூக்கி வந்த ஆளின் உறுதிக்கு முன்னால் அவை சரிப்படவில்லை. அவன் தேர்ந்தெடுத்த ஜட்கா வண்டியில்தான் சாமான்கள் எல்லாம் ஏற்றப்பட்டன. “எங்கே போகணுங்க?” என்று ஜட்கா வண்டிக்காரன் கேட்டான்.

மாமா சொன்ன முகவரி யாருக்கும் புரியவில்லை. மாமா சொன்னார், “நான் போயிருக்கேம்ப்பா. இரயில் கேட் தாண்டி நேரே போய் இடதுபக்கம் திரும்பினால் குளம் வந்துடுமே? அந்த இடந்தான்.”

“புரசவாக்கமா?”

“அதுதான், அதுதான்.”

"புரசவாக்கத்லே எங்கேங்க? குளத்துக்கிட்டேயேவா?"

மாமாவால் சொல்ல முடிந்த அடையாளங்களை வண்டிக் காரன் புரிந்துகொண்டதாக நம்பிக்கை ஏற்படவில்லை. "ஏறுங்க, தேடிக் கண்டுபிடிச்சுடலாம்" என்றான்.

ஸ்டேஷனிலிருந்து பெட்டி படுக்கையைத் தூக்கி வந்தவன், "என்னைப் போகச் சொல்றீங்களா, சாமி!" என்றான்.

மாமா இடுப்பிலிருந்த பொடி மட்டையை எடுத்து அதிலிருந்து ஒரு இரண்டணா நாணயமும் ஒரு ஓரணா நாணயமும் எடுத்துத் தந்தார். அவன் இரு காலணா நாணயங்களைத் திரும்பித் தந்தான்.

நல்ல வெயிலேறியிருந்தாலும் அந்த இடத்திலிருந்த பிரம்மாண்டமான மரங்கள் புள்ளியளவு வெயில் கீழே விழ முடியாமல் நிழல் தந்தன. "தனம், நீ முதல்லே ஏறு," என்று மாமா சொன்னார். உடனே வண்டிக்காரன் கேட்டான், "தனத்தம்மா வீட்டுங்கிட்டேயோ?"

"ஆமாம், ஆமாம். அதுக்குப் பக்கத்துத் தெரு."

"முன்னாலியே சொல்றதுக்கு என்ன, சாமி? இப்போகூட அவுங்க ஊருக்குப் போயிருக்காங்க. அவுங்க சௌக்யங்ளா? அவுங்க வந்தா நான்தான் கொண்டுபோய் விடுவேன், சாமி நீங்க அப்பவே சொல்றதுக்கு என்ன சாமி. பயாஸ்கோப்பைத் தாண்டி இடதுபக்கம் இரண்டாவது தெரு. ஏறுங்க, ஏறுங்க. இனிமே என்ன ஒரு நிமிட்லே போயிடலாம்," என்றான்.

எல்லாருடைய முகத்திலும் மலர்ச்சி ஏற்பட்டது. தனம் வண்டியில் ஏறப்போனபோது ஜட்கா வண்டிக்காரன், "அம்மாவை ஏறச் சொல்லுங்க. பாப்பா அப்புறம் ஏறட்டும்." என்றான்.

தனத்தின் அம்மா வண்டியில் ஏறி உட்கார்ந்தாள். மாமா வண்டிக்காரனின் சொல்லுக்காகக் காத்திருந்தார். அவன், "இப்போ பாப்பாவை ஏறச் சொல்லுங்க," என்றான். அவள் ஏறிக்கொண்டிருக்கும்போது, "இப்ப நீங்க ஏறிக் காலைத் தொங்கப் போட்டுக்குங்க," என்றான். மாமா ஏறியபோது குதிரை வண்டி பின்னால் சாய்ந்துவிடும் போலிருந்தது. ஆனால் அவன் உடனே முன்னால் சென்று அவனிடத்தில் உட்கார்ந்து கொண்டான். வண்டி சமநிலையடைந்தது.

வெளியே பார்ப்பதற்குச் சௌகரியமான இடமாகக் கிடைக்காது போனாலும் தனம் குழந்தை போல வேடிக்கை பார்த்து வந்தாள். தேவைக்கதிகமாகவே தெருக்கள் அகலமாக இருந்தன. சில இடங்களில் வீடுகள் நெருக்கமாக இருந்தன. சில இடங்களில் வீடுகளே கிடையாது. ஆளிழுத்துப் போகும்

ரிக்ஷாக்கள் அவள் முதன்முறையாகப் பார்க்கக் கிடைத்தன. அங்கொன்றும் இங்கொன்றுமாக மோட்டார் கார்கள். இரண்டு சக்கரச் சைக்கிள்கள். சைக்கிள்கள் மணியடித்தன. மோட்டார் காரர்கள் 'பாம் பாம்' என்று ஒலியெழுப்பினார்கள். ஜட்கா வண்டிக்காரன் அவனாக நினைத்துக்கொண்டு அவன் கையில் வைத்திருந்த மெல்லிய மூங்கில் கழியை வண்டிச் சக்கரத்தருகில் நீட்ட அது கடகடவென்று சப்தமிட்டது. தெருவின் முழு அகலத்திற்கும் நிழல் தரும்படியான பெரிய பெரிய மரங்கள். வண்டிக்காரன் அவனுடைய குதிரையோடு ஏதோ பேசிக்கொண்டேயிருந்தான். சில சமயம் வைவதுபோல இருந்தது. சில தருணங்களில் கொஞ்சுவது போல இருந்தது. இரயில் கேட்டருகில் அவன் குதிரையை மிகவும் கவனமாக நடத்தினான். குதிரையும் ஒரு குழந்தை போல அவனுடைய சொல்லுக்குக் கட்டுப்பட்டது.

தனத்தின் அம்மா தனத்திடம் சொன்னாள், "நீ குழந்தையா யிருந்தப்போ உன்னை எடுத்துண்டு இங்கெல்லாம் வந்திருக்கேன். இப்பதான் ஊரு எவ்வளவு பெரிசாப் போயிடுத்து! எவ்வளவு வண்டிங்க? மைலாப்பூர் வக்கீல், மோட்டார் கார் ஒண்ணு அனுப்பிச்சிருந்தாரு. கல்யாணம் என்னமாப் பண்ணினாரு? ஊரையே வளைச்சுப் பந்தல் போட்டு அங்கே சுத்து வட்டாரத்திலே ஒரு வீட்டிலே அடுப்பு மூட்ட வைக்கலியே மனுஷன்! உங்க மாமாதான் என்னமா வாசிச்சாரு! மகா மகா வித்துவான்கள் கூடற இடம். இவரைத் தவிர இன்னொரு செட்டும் பாண்டும் ஏற்பாடு பண்ணியிருந்தாங்க. ஆனா அந்த இன்னொருத்தரு உங்க மாமாவுக்கு நமஸ்காரம் பண்ணி உங்க முன்னாலே நான் ஒத்து ஊதறதுக்குக்கூடத் தகுதி இல்லேன்னு வாசிக்கவேயில்லை. அவ்வளவுக்கும் அவர் உங்க மாமாவை விட வயசிலே பெரியவரு. நாங்க காரிலேயே பீச்சு, சைனா பஜார் எல்லாம் பாத்தோம். நாலு நாள் கல்யாணம். அத்தனைக்கும் அப்போ சண்டை நடந்திண்டிருந்தது."

தனத்தின் மனம் அம்மா சொன்னதை நினைத்துப் பார்த்தது. எவ்வளோ நாட்களுக்குப் பிறகு அம்மாவும் இப்படிப் பேசுகிறாள், அவளும் காது கொடுத்துக் கேட்கிறாள். இரயிலேறிப் பட்டணம் வந்ததும் மனது மாறத்தான் செய்கிறது.

வண்டி மறுபடியும் ஒரு பெரிய சாலையை அடைந்து திரும்பியது. தனம் வண்டிக்காரன் முகத்தைப் பார்த்தாள். அவள் அப்படி ஆண்கள் முகத்தைப் பார்த்தும் எவ்வளவோ நாட்களாகியிருந்தன. புதுமுகம் என்றாலும் அது வித்தியாசமாகப் பட்டது. சாலையில் ஓரிடத்தில் ஒரு சிறு கூட்டம் இருந்தது.

அங்கே மரத்தடியில் நீள அங்கி அணிந்திருந்த ஒருவர் பிரசங்கம் செய்துகொண்டிருந்தார். தமிழ்தான் பேசினார் என்றாலும் சற்று வேறு மாதிரிப் பேசினார். அவரை வண்டி கடக்க வேண்டியிருந்தபோது வண்டிக்காரன் குதிரையைச் சற்று இழுத்துப் பிடித்த மாதிரி இருந்தது. அந்தச் சில விநாடிகளுக்குள் அவர் இரண்டு மூன்று முறை பாவிகளே என்ற சொல்லைச் சொன்னார். வண்டியை ஓட்டியபடியே வண்டிக்காரன் அவர் பேச்சையும் கவனித்த மாதிரித் தோன்றியது. தனத்துக்குப் புரிந்துவிட்டது போலத் தோன்றியது. வண்டிக்காரன் வேறு மதத்தைச் சேர்ந்தவன். கிறிஸ்து மதத்தைச் சேர்ந்தவன்.

எப்போதோ அவள் அந்த மதத்தைப் பற்றிக் கேள்விப் பட்டது நினைவுக்கு வந்தது. இரயில் பயணம் வெளி உலகத்தைக் கவனித்துப் பார்க்க மட்டும் அவளைத் தூண்டவில்லை. அவளுக்குச் சம்பந்தமில்லை என்று மனதிலிருந்து விலக்கிவிட்ட சில விஷயங்களையும் திரும்ப நினைவுக்குக் கொண்டு வந்தது. 'கிறிஸ்து மதக்காரர்கள் இறந்தவர்களை எரித்து விடுவதில்லை. குழி தோண்டிப் புதைப்பார்கள். மற்றவர்களைப் போல நகை களையும் பிற அணிகலன்களையும் உருவி விட்டு மண்ணோடு மண்ணாக ஒழித்து விடுவதில்லை. காரணம், இறந்த பிறகும் உடலை அப்படியே தக்க வைத்துக்கொள்வார்கள். அவர்கள் அப்படியே இருப்பார்கள். அந்த உடல் போன்ற அதே மனதுடன் வானுலகத்துக்குப் போவார்கள். அவர்களுக்கு முன்னால் இந்த உலகத்தை விட்டுப் போனவர்களைச் சந்திப்பார்கள். இறந்தவர்கள் எல்லாருக்கும் அந்த உலகத்தில் இடம் உண்டு. மற்றவர்களைப் போல உடனே உருமாறி வேறு ஜன்மம் எடுத்து இன்னொரு அப்பா அம்மாவுக்குக் குழந்தையாகி வளர மாட்டார்கள். மற்றவர்களைப் போல மனிதர்களாக என்ன, மரம், மட்டை, பூச்சி புழுவாக மறு ஜன்மம் எடுக்க மாட்டார்கள்.

தனம் அவளால் இயன்றவரை கழுத்தைத் திருப்பி பிரசார கரைப் பார்த்தவண்ணம் இருந்தாள். அந்த மனிதர் மீண்டும் மீண்டும் பாவிகளே பாவிகளே என்றுதான் கூறிக்கொண்டிருப் பார். பாவியாக இருந்தால் என்ன, ஒரு நாள் எங்கோ ஓரிடத்தில் எப்போதோ மடிந்து போனவர்கள் எல்லாம் மீண்டும் பார்க்கலாம், மீண்டும் சந்திக்கலாம், பேசலாம், ஆனந்தக் கண்ணீர் விடலாம். பேயாகவும் பிசாசாகவும் புளிய மரத்தையும் முருங்கை மரத்தையும் சுற்றிச் சுற்றி வராமல் இதே உருவுடன் அன்புக்குரியவர்களை மீண்டும் அடையலாம்.

சாலையிலிருந்து ஒரு சிறு சந்துக்குள் வண்டி திரும்பியது. தனத்தின் உடலில் ஒரு படபடப்பு ஏற்பட்டது. இதெல்லாம்

நிஜம்தானா? நிஜமாகவே நாம் அப்படியே இன்னொரு உலகத்துக்குப் போக முடியுமா? நமக்கு முன்னால் செத்துப் போனவர்கள் எல்லாரையும் அங்கு மீண்டும் காண முடியுமா? அது மிகப் பெரிய உலகமாயிருக்க வேண்டும். ஒவ்வொரு நாளும் எவ்வளவு பேர் செத்துக்கொண்டிருக்கிறார்கள்! இரயிலில் வரும்போதே வழியில் எவ்வளவு சுடுகாடுகளில் எவ்வளவு பிணங்கள் எரிவதை அவள் பார்க்க நேர்ந்தது!

அவர்கள் யார் என்று அவளுக்குத் தெரியாது. ஆணாக இருக்கலாம், பெண்ணாக இருக்கலாம், குழந்தையாக இருக்கலாம். அவளுடைய குழந்தைக்கு இப்படிக்கூட ஒரு முறையான முடிவு கிடைக்கவில்லை. பழந்துணிகளுடன் மூட்டை கட்டி எங்கோ எறிந்துவிட்டிருப்பார்கள். அதுகூட அந்த இன்னொரு உலகத்தில் காத்திருக்கும்.

“இந்தத் தெருதான். இதுலேதான்,” என்று மாமா பொதுவாகச் சொன்னார்.

வண்டிக்காரன், “எனக்குத்தான் தெரியும்னு சொன்னேனே, சாமி,” என்றான்.

தனம் தெருவைப் பார்த்தாள். சில வீடுகள் கிராமத்து வீடுகள் மாதிரி இருந்தன. திண்ணை, மரத்தூண், வாசல் படிக்குப் பக்கத்தில் விளக்குப் பிறை. சில அப்படி இல்லை. வீடே தெருவுக்கு வந்த மாதிரி இருந்தது. பல வீடுகள் முன்னால் கோலம் போட்டிருந்தது அழியாமல் இருந்தது. அவளறிந்து வைதீசுவரன்கோயிலில் பறவைகள், கோலமிடப்படும் அரிசி மாவைக் கொத்திப் போகக் காத்திருக்கும். விடிந்து சிறிது நேரத்திற்குக் கோலமிட்ட இடம் தெரியும். ஆனால் பெரும் பகுதி மறைந்திருக்கும். விசேஷ நாட்களில் கல்லுரலில் மாவரைத்துச் செம்மண் இட்டுப் போடும் கோலங்கள்தான் நீடித்து இருக்கும். இந்த இரு வேறு கோலங்களைப் போலத்தான் மனித உடலோ? ஒன்று மறைந்து அழிந்து விடுகிறது. இன்னொன்று நிலைத்து இருக்கிறது. அவர்கள் வீட்டிலேயே இசைப் பயிற்சி நடக்கும்போது, அதுவும் அவள் பாட்டி இருந்தபோது அவள் அடிக்கடி கத்துவாள். ‘சுருதியை விடாதேடீ! சுருதியை விடாதேடீ!’ பாட்டுப் பாடுபவர்கள் சிறியவர்களாயிருந்தாலும், பெரியவர்களாயிருந்தாலும் காது கூசும்படி வைவாள். கைக்கருகில் இருந்தால் அடித்தும் விடுவாள்.

அவள் சுமுகமாக இருந்தபோது ஒரு சமயம் தனம் அவளுடைய மடியில் உட்கார்ந்து கொண்டு, ‘சுருதிவிட்டால் என்னாகும், பாட்டி?’ என்று கேட்டாள். அப்போது தனத்துக்கே சுருதி என்றால் என்ன என்று சரியாகப் பிடிபடாத வயது.

பாட்டி தனத்தின் தலையைத் தடவிக் கொடுத்தாள். பாக்கை மென்றுகொண்டிருப்பது போல வெகுநேரம் மௌனமாக இருந்தாள். தனம் மீண்டும் கேட்டாள். ஒரு மாபெரும் இரகசியத் தைத் தெரியப்படுத்துவது போலப் பாட்டி தனத்தின் காதில் சொன்னாள்: 'சுருதியை விட்டுப் பாடினா நீ கழுதையாப் பொறப்பே.' அவள் சொன்ன மாதிரியிலிருந்து அது மிகப் பெரிய விஷயம் என்று மட்டும் தனத்தால் புரிந்துகொள்ள முடிந்தது. அந்த வயதில் கழுதையைப் பற்றி அதிகம் தெரிந்து கொள்ள அவளுக்கு வாய்ப்பு இருக்கவில்லை. வெகு நாட்கள் கழித்து அவர்கள் எல்லாருமாகச் சீர்காழிக்குப் போனார்கள். அங்குதான் முதலில் அவள் ஒரு கழுதையைக் கவனித்துப் பார்த்தாள். அப்புறம் வெகு நாட்கள் கழித்துத்தான் கழுதை கத்தி அவள் கேட்டாள். அப்போது சுருதி அவளுக்குத் தெரிந்து இருந்தது. பாட்டி கழுதையைப் பற்றிச் சொன்னதின் முக்கியத்துவ மும் தெரிந்தது. சாதாரணமாகப் பேசும்போதோ குரல் கம்மிப் போனாலோ மூச்சு இழுத்துக்கொண்டாலோ கர்ண கடூரமாக இருக்கும். பாடுபவர்களுக்குச் சுருதி தவறினால் அது எவ்வளவு பெரிய விபரீதம்? அவர்கள் குடும்பத்திலேயே எல்லாருக்கும் அபாரமாகப் பாட வந்தது என்று சொல்ல முடியாது. அம்மாவே சுமாராகத்தான் பாடுவாள். ஆனால் யாருக்கும் சுருதி இம்மியளவு விலகிப் போகாது. காரணம் பாட்டி. அடுத்த ஜன்மம் கழுதையாகப் பிறக்க வேண்டியிருக்கும் என்ற பயம். ஆனால் இன்னொரு ஜன்மம் என்று இருந்தால்தானே? இப்படியே இதே உருவோடு இன்னொரு உலகத்துக்குப் போய்விட முடிந்தால்?

"வா, அக்கா. எங்கே சிங்காரம், உங்களை டேஷன்லே பாக்கலியா?" என்று அவர்களின் உறவுப் பெண்மணி அந்த வீட்டு வாசல்படியிலிருந்து கேட்டாள். குதிரை வண்டி நின்றது.

மாமா வண்டியிலிருந்து குதித்தார். "சௌக்யமா, பாக்யம்? சிங்காரத்தை இரயிலடிக்கு அனுப்சிருந்தயா? கண்ணிலே படலியே? பாவம், எங்கே தேடிண்டிருக்கானோ?" என்றார்.

வண்டிக்காரன் கீழேயிறங்கி வண்டியைப் பிடித்துக் கொண்டான். தனமும் அவள் அம்மாவும் இறங்கிய பிறகு வண்டிக்காரன் பெட்டி படுக்கைகளை இறக்கி வீட்டினுள் கொண்டு வைத்தான்.

"அப்பாடா, ஒரு வழியா நீங்க பட்டணம் வந்து சேர்ந்தீங்க! வாடி தனம். ஆமாம், என்ன இப்படி ஒரேடியாக சோகயடிக்க விட்டுட்டே உம்பெண்ணை? குளிச்சிட்டுச் சாப்பிட்டுட்டுப் படுத்துக்குங்க கொஞ்ச நேரம். மத்தியானத்துக்கு மேலே

போகலாம். இங்கே பக்கத்திலேயே நாராயணசாமி ஐயர்னு ஒரு டாக்டர் இருக்காரு. இங்கிலிசு படிச்ச டாக்டர்னாலும் நமக்குத் தெரிஞ்சு மருந்தாத்தான் தராரு. பத்தியம் எல்லாம் சொல்றாரு. தனத்தைக் கொண்டுபோய்க் காட்டுவோம். வாங்கண்ணா, போன மாசம் வந்ததுக்கு இளைச்சிருக்கீங்க."

மாமா சாமானை எண்ணிப் பார்த்துவிட்டு வண்டிச் சத்தம் கொடுத்தார். "எவ்வளவு கொடுத்தீங்க?" என்று பாக்கியம் கேட்டாள்.

"ஆறணா, சரிதானே?"

"சரிதான். இந்த ஆளு அப்படியெல்லாம் அடாவடியாக் கேக்கமாட்டான். இந்த ஊர்லே வண்டிக்காரங்க தயவு வேணும்ப்பா."

தனம் களைப்புற்றவளாகச் சுவரோரமாக நகர்ந்தாள். ஒரு வீட்டை இரண்டாக வெட்டியபடி அரை முற்றத்திலேயே பக்கத்து வீட்டின் சுவர் உயர்ந்து இருந்தது. அந்தச் சிறு முற்றத்துக்குப் பலமான கம்பி போட்டிருந்தது. சம்பிரதாயமான வீடுதான். புதிதாக வெள்ளையடித்திருந்தது. இருந்த ஒரு முழத் தாழ்வாரத்தில் ஒரு சிறு ஊஞ்சல் தொங்கிக்கொண்டிருந்தது. ஒரு பக்கத்திலிருந்த ஊஞ்சல் கம்பிகளில் ஓர் ஈரத்துணியை உலர்த்துவதற்காகக் கட்டியிருந்தது.

பாக்கியம் சொன்னாள்: "முதல்லே எல்லாரும் பல் விளக்கிட்டு வாருங்க. ஒரு வாய்க் காபித் தண்ணி தரேன். அப்புறம் எல்லாம் பாத்துக்கலாம்."

தனம் ஊஞ்சலில் சென்று உட்கார்ந்தாள்.

12

தனத்தின் அம்மா இரகசியமாகப் பயப்பட்டது போல ஒன்றும் நடக்கவில்லை. வைதீசுவரன்கோயிலில் எல்லாருக்கும் பழக்கப்பட்டுவிட்ட ஒரு தன்மையைத் தனம் சென்னையில் அதிகம் வெளிக்காட்டவில்லை. வானத்தைப் பார்த்தபடி மணிக்கணக்கில் உட்கார்ந்து விடவில்லை. அல்லது பல தருணங்களில் நடந்தது போலக காலை வேளையில் படுக்கையை விட்டு எழுந்திருக்காமல் முழு நாளையும் படுத்தபடியே கடத்தவில்லை. அல்லது வாய்விட்டு அழாமல் ஆனால் அடிக்கொருதரம் அடிவயிற்றிலிருந்து கேவிக் கண்ணீரைக் குடம் குடமாகக் கொட்டவில்லை. கறுப்புப் பையன் விசு திடீர் திடீரென்று அவர்கள் வீட்டில் தோன்றிச் சங்கடமான சூழ்நிலை தோற்றுவித்த போதுகூட தனத்தின் அம்மா முகத்தில் ஒரு

சுணக்கம் காட்டாமல் எல்லாவற்றையும் பொறுத்துக்கொண்டாள். கிழவூரில் தன்னந்தனியாகப் போன தனத்தை அந்த ஊர்க்காரர் நடத்திய குரூரத்தை வண்டிக்காரன் வந்து சொன்னபோது அவள் மனம் துடியாகத் துடித்தாலும், ஒரு வார்த்தை தனத்தை கடிந்தோ குற்றம்சாட்டியோ சொல்லவில்லை. வாலா செத்துவிட்டாள் என்ற செய்தி வந்து சேர்ந்தபோது அவளும் மனதுள் துக்கத்தால் துடித்தாள். பிரமாணக் குழந்தைகளாக இருந்தாலும் விசுவையும் அவனுடைய தங்கையையும் தூக்கிக்கொண்டு வந்து எங்காவது கண்காணாத இடத்தில் நல்லபடி வளர்க்க ஏற்பாடு செய்தால் என்ன என்றெல்லாம் அவளுக்குத் தோன்றியதுண்டு. அப்படியே இந்தப் பெண்ணை, தனத்தை, நம்ப முடியாமல் இருக்கிறதே என்றும் வேதனைப்பட்டதுண்டு. எந்த ஜாதியில் பிறந்தாலும் பெண்களில் பத்தினி ஜாதி என்று ஒன்று தனியாக உண்டு என்று யாரோ எப்போதோ பேச்சுவாக்கில் சொன்னது அவளுடைய மனதில், தனம் முதல்முறையாக நோய்வாய்ப்பட்டபோது திரும்ப நினைவுக்கு வந்தது. அதன் பிறகு அடிக்கொருதரம் அந்த வாக்கியம் அவள் மனதில் தோன்றும். இது எவ்வளவு சத்தியமான வாக்கியம் என்று அவள் வியந்திருக்கிறாள்.

சென்னை வந்து சேர்ந்து இரண்டு நாட்களுக்கெல்லாம் சீதாராமன் என்றொரு மனிதர் அந்த வீட்டுக்கு வந்தார். கையில் நான்கு நோட்டுப் புத்தகங்கள் கொண்டுவந்தார். பாடம், நாடகப் பாடம். தனத்தைப் பாடச் சொல்லிக் கேட்டார். அந்த நோட்டுப் புத்தகத்திலிருந்து ஒரு பாடத்தை, ஒரு பாத்திரத்தின் பாடத்தைப் படிக்கச் சொன்னார். இன்னும் இரு நாட்கள் கழித்து ஐம்பது ரூபாய் முன் பணம் கொண்டுவந்து கொடுத்தார். தனம் ஏராளமான ஜனத்திரள் முன்பு பாடித் தன் திறமையைக் காட்ட வேண்டியதில்லை. நாடகம் என்பதற்காக மேடையேறி வேறு ஆண் நடிகர்களுடன் வேஷம் தரித்து மேடையிலும் மேடைக்குப் பின்னாலும் அவர்களுடைய ஆபாசமான பேச்சுக்களுக்கும் பாட்டுக்களுக்கும் ஹாஸ்யத்துக்கும் ஈடு கொடுக்கும்படியான தடித்தன்மை மேற்கொள்ள வேண்டியதில்லை. குறிப்பாக ஐந்தாறு பேர்களுடன் நிசப்தமானதோர் ஒலிப்பதிவு அறைக்கு சென்று பூந்திக் கரண்டி போன்றதன் முன் உட்கார்ந்துகொண்டு கையிலிருக்கும் நாடகப் பாடத்தைப் பாடிப் பேச வேண்டும். இதில் ஒரு விசேஷம், ஒவ்வொரு முறை ஒலிப்பதிவு செய்யும்போது அது சரியாக மூன்று நிமிடங்களில் முடிந்துவிடும். முழு நாடகத்தையும் மூன்று மூன்று நிமிடங்களாகப் பிரித்து ஒலிப்பதிவு செய்வார்கள். ஒத்திகை, பாடத்திற்கும் நேரத்திற்கும் சற்றுக் கடுமையாகவே இருக்கும். ஆனால் அதே நேரத்தில் இந்தச் சௌகரியம் உண்டு. பாடத்தைக் கையில் வைத்திருக்கலாம். அதனால் மறந்துவிடுமோ என்று

கவலைப்பட்டுக் கொண்டிருக்க வேண்டியதில்லை. கூட்டத்திற்கு அரிதாரம் அணிந்து முன்னால் நிற்க வேண்டாம். சௌகரியமான உடையணிந்துகொண்டு சௌகரியமாக உட்கார்ந்துகொண்டு பேசிப் பாட வேண்டும். ஆனால் எப்போதும் அந்தப் பூந்திக் கரண்டியிலிருந்து ஒரே இடைவெளியில் இருக்கும்படியாக முகத்தை வைத்துக்கொள்ள வேண்டும். முகத்தையும் அசைக்கவோ திருப்பவோ கூடாது. பாடும்போது சப்தமெழுப்பும்படியாகத் தாளம் போட்டுக்கொள்ளக் கூடாது. இதெல்லாம் ஒன்றும் பிரம்ம வித்தை இல்லை. மிக எளிதாகப் பழகிக்கொள்ளலாம். இப்படி நாடகங்களில் நடிப்பதில் பெரும் பணம் என்று கிடையாது. ஆனால் தனி இசைத் தட்டுகளாக ஒலிப்பதிவு செய்யக்கூடிய காலம் வரும். அப்போது பணம் குவியும்.

சென்னை வந்து ஒரு மாதத்திற்குள் தனத்தின் முதல் ஒலிப்பதிவு நடந்தது. ஐந்து இசைத் தட்டுகளில், அதாவது பத்துப் பக்கங்களில், 'மனோரஞ்சிதம்' என்ற நாடகம். அந்த நாடகத்தில் எல்லாமே நான்கு நான்காக இருந்தது. நான்கு இராஜகுமாரர்கள், நான்கு இராஜகுமாரிகள். ஒரு இராஜ குமாரன் கதாநாயகன், ஒருத்தி கதாநாயகி. கதாநாயகன் மீது நான்கு இராஜாகுமாரிகள் தனித்தனியாகக் காதல் கொள்வார்கள். நான்கு பேரையும் இரவில் நான்கு ஜாமத்தில், ஒவ்வொரு ஜாமத்திலும் ஒவ்வொருத்தியாகச் சந்திக்க அவன் வாக்குக் கொடுப்பான். நான்கு இராஜகுமாரிகளையும் நான்கு வெவ்வேறு தீயவர்கள் இடைமறிப்பார்கள். ஒரு பூதம், ஒரு வழிப்பறிக் கள்ளன், ஒரு ஆட்டிடையன், இப்படிக் கதை போகும். இறுதியில் எல்லாம் சுபமாக முடியும். இந்த நாடகத்தை நான்கு இசைத் தட்டுகளில் பதிவுசெய்தால் பொருத்தமா யிருக்கும் என்று ஒருவர் சொல்ல, எல்லாரும் கொல்லென்று சிரித்தார்கள். நான்கு இராஜகுமாரிகளின் பெயர்கள் சரசி, சல்லாபி, உல்லாசி, மனோரஞ்சிதம். தனத்திற்கு உல்லாசிப் பாகம், அத்துடன் ஒரு சேடி, ஒரு இராணி, ஒரு சிறு பையன் பாகங்களும். கால் ஹார்மோனியமும் தபலாவும்தான் பிரதான பக்க வாத்தியங்கள். அத்தனை இராஜகுமாரிகளும் கீச்சுக் குரலில் பேசிப் பாடினார்கள்.

இன்னும் இரு மாதங்கள் கழித்துப் 'பாதுகா பட்டாபிஷேகம்' நாடகம். இதில் கைகேயி பாத்திரத்திற்கு ஒரு பிரபல நடிகையை அமர்த்தியிருந்தார்கள். வெற்றிலை பாக்குப் போட்டுக் கொண்டு அட்டகாசமாக வருவாள். பெரியவர் சின்னவர் என்று வித்தியாசம் பாராமல் அரட்டையாகப் பேசுவாள். பெரும் ஆசாரசீலர்களாக இருப்பவர்கள்கூட

அவள் முன்னிலையில் மாறிப்போனார்கள். அந்தக் கிராமபோன் கம்பெனியின் சொந்தக்காரருக்கு அவள் மிகவும் வேண்டியவள் என்று சொன்னார்கள். இருவரும் கல்யாணமே செய்துவிட்டார்கள் என்று ஒருவர் சொன்னார்.

ஆறு மாதங்களுக்குள் தனம் மூன்று இசைத் தட்டு நாடக 'செட்'களில் பங்குபெற்றுவிட்டாள். ஒரே ஒரு முறை அவள் புடவை கட்டிக்கொள்ளும்போது அவள் ஒரு நாடகப் பாட்டை முணுமுணுப்பதை அவளுடைய அம்மா கவனித்தாள். மாமா வைதீசுவரன்கோயிலுக்குப் போய் வந்தார். அரிசி கொண்டு வந்தார். நடந்தே கடற்கரைக்குப் போய்ச் செவ்வாய்க்கிழமைக் குளியல் முடித்துவிட்டு வருவார். பூந்தமல்லிச் சாலையில் ஒரு ஜமீன்தார் மாளிகைக் கட்டிட வேலை மேற்பார்வை யாளர்களில் ஒருவரானார். வைதீசுவரன்கோயில் வீட்டில் விட்டு வந்த பெரியம்மா இறந்தபோது எல்லாருமாகப் போய்ப் பதினாறு நாட்கள் இருந்துவிட்டு வந்தார்கள். அப்படிப் போயிருக்கக் கூடாதோ என்று தனத்தின் அம்மாவுக்குத் தோன்றிற்று. வீட்டின் உட்புறம் மிகவும் மாறியிருந்தது. சுவரில் ஏதேதோ அழுக்குக் கறைகள், கூரை மூலைகளில் ஒட்டடை சேர்ந்திருந்தது. தாழ்வாரத்துத் தூண்களில் கோணலும் மாணலு மாகக் கயிறு கட்டித் துணிகள் தொங்கிக்கொண்டிருந்தன. ஏதோ இரு புது ஆட்கள் வீட்டினுள்ளேயே சுருட்டுக் குடித்துக் கொண்டு இருந்தார்கள்.

தனத்தின் அம்மா அவள் பூட்டிவிட்டுப் போன அறையைத் திறக்கப் போனபோது அந்தப் பூட்டு உடனே திறந்துகொள்ளவில்லை. அந்தச் சாவுக் காரியங்கள் முடிந்து சென்னை திரும்பிய போதுதான் பாக்கியம் அதற்குச் சரியான காரணம் சொன்னாள். யாரோ மறு சாவி பயன்படுத்தி அந்தப் பூட்டைத் திறக்கப் பார்த்திருக்கிறார்கள். பூட்டு மிகவும் கெட்டியானதால் திறக்க முடியவில்லை. ஆனால் உள்ளே சிறிது பழுதுபட்டுவிட்டது. வைதீசுவரன்கோயிலில் அவர்கள் விட்டு வந்த வீடு அவர்கள் வீடாக இருக்கவில்லை. ஆனால் தனத்திற்கு மட்டும் அப்படி இல்லை என்று தெரிந்தது. ஒரு பகல் பொழுதுக்குள் சென்னை வாசத்தின் மாற்றங்கள் அவளிடமிருந்து மறைந்துவிட்டன.

அந்தப் பதினாறு நாட்களுக்குள் அவள் ஒருமுறை அம்மாவை ஒரு வண்டிக்கு ஏற்பாடு பண்ணச் சொன்னாள். அது சாத்தியப்படவில்லை. அவளுக்குத் தெரிந்த ஒரு பையனிடம் கிழவூர் போய்ப் பார்த்துவிட்டு வரச் சொன்னாள்.

போனவன் இரண்டு நாட்கள் கழித்துத்தான் திரும்பி வந்தான். சுப்பையர் வீட்டில் எல்லாருமே கும்பகோணமோ தஞ்சாவூரோ போயிருக்கிறார்கள் என்று யாரோ அவனிடம் சொல்லியிருக்கிறார்கள். அந்தப் பையன் சரியாக ஊருக்குள் கூடப் போகாமல் அவனுடைய உறவுக்காரர் ஒருவரைச் சந்தித்து அவர் வீட்டுக்குப் போய் இரு நாட்கள் இருந்துவிட்டுத் திரும்பி இருக்கிறான்.

இரயிலுக்குக் கிளம்ப வண்டி வீட்டு வாசலில் வந்து நின்றபோது தனம், தனத்தின் அம்மா இருவருக்கும் ஒரே நினைவுதான் இருந்தது. முன்பு இதே தருணத்தில்தான் எங்கிருந்தோ அந்தக் கறுத்த பையன் முளைத்தான். இப்போதும் வருவானா?

மாட்டு வண்டி ஊர்ந்துகொண்டு போயிற்று. மழை பெய்து தெருவெல்லாம் சேறு சகதியாக இருந்தது. அவர்கள் வீட்டிற்கும் இரயில் நிலையத்திற்கும் வெகுதூரம் இல்லை. அன்று விசு எதிர்த் திசையிலிருந்து வந்தான். வண்டியிலிருந்தபடியே தனமும் அவளுடைய அம்மாவும் ஒரே நோக்கமாக இருந்தார்கள். ஆனால் விசு வரவில்லை. இரயில் வந்து அதில் ஏறிக்கொண்ட பிறகும் தனம் ஊர்ப்பக்கமே பார்த்தபடியிருந்தாள். இரயில் கிளம்பிய பிறகும் அவள் கண்கள் விசுவைத் தேடியவண்ணம் இருந்தன. விசு வரவில்லை.

தனம் இரயிலிலேயே தேம்பித் தேம்பி அழ ஆரம்பித்தாள். அவளுடைய அம்மாவுக்கே துக்கத்தில் தோய்ந்து நடைப் பிணமாகத் தனம் இருந்தபோதும், எங்கிருந்தோ விவரிக்க முடியாத முறையில் அவளிடம் நிறைந்திருந்த ஓர் அபூர்வ ஆற்றல் திடீரென்று அவளை விட்டு விலகியது போலத் தோன்றிற்று.

இம்முறை எழும்பூர் இரயில் நிலையம் வியப்பை அளிக்க வில்லை. காற்று புதிதாகத் தோன்றவில்லை. மனிதர்களே கண்ணுக்குத் தென்படவில்லை.

மறுமுறை சென்னை வந்தடைந்து ஒரு வாரத்திற்குள் தனம் சிறிது இரும ஆரம்பித்தாள். அது ஊரில் யாரைப் பார்த்தாலும் ஜுரமும் ஜலதோஷமுமாக இருந்த காலம். தனத்திற்கு ஜலதோஷம் வந்ததாகத் தெரியவில்லை. இருமல மட்டும் இருந்தது. அதுவும் இருமுறை கடுக்காய்க் கஷாயம் சாப்பிட்டதில் போய்விட்டது.

பன்னிரண்டு இசைத் தட்டுகளில் 'கோவலன் நாடக செட்.' கதாநாயகன் கோவலன் – மனைவி கண்ணகி என்றாலும் அதன் பிரதான பெண் பாத்திரம் மாதவிதான். ஏழு இசைத்

தட்டுகளில் ஒரு பக்கம் விடாமல் மாதவியின் பாத்திரம் இருந்தது. அப்புறம் இறுதியில் கன்னிகா தேவி பிரத்யட்சமாகும்போது மீண்டும் மாதவிக்கு ஒரு வரி "அம்பிகா! நமஸ்கரிக்கின்றோம்." ஆனால் கண்ணகியின் பாத்திரமே பதிமூன்றாம் பக்கத்தில் தன் சேடியிடம் "இது என்னடி? இது என்னடி?" என்று ஒவ்வொரு நகையாகக் கேட்டுக் கடைசியில் மாங்கல்யத்துக்கு வரும்போதுதான் முதல் பாட்டு. அப்புறம் கோவலன் மாதவி வீட்டிலிருந்து விரட்டப்பட்டுத் தன் வீடு வந்தவுடன் சிலம்பை "மாயவரம் கும்பகோணம் தஞ்சாவூரில் வாங்குவார்கள் இல்லையோ?" என்ற டூயட். முதலில் தனத்திற்குக் கண்ணகி பாத்திரந்தான் கொடுக்கப்பட்டது. அந்தப் பாடத்தைத்தான் அவள் படித்து வந்தாள். கிராமபோன் கம்பெனிக்காரருக்கு வேண்டியவளான பிரபல நடிகை மாதவி, ஏனோ அந்த அம்மாளாகவே பாத்திரங்களை மாற்றிக்கொண்டாள். அவள் நிறைகர்ப்பமாக இருந்தது ஒரு காரணமாயிருக்கலாம். இரண்டா வது இசைத் தட்டின் இரண்டாம் பக்கத்தில் மாதவி கோவலனை 'எழுந்தென்னுடன் வாரும் துரையே! எழுந்தென்னுடன் வாரும்' என்று பாடவேண்டும். இறுதி ஒத்திகையின்போது திடீரென்று தனத்திற்கு இருமல் வந்தது. ஒரு துளி எச்சில் வாயிலிருந்து சிதறிக் கோவலன் வேஷக்காரரின் சலவை வேட்டி மீது விழுந்தது. அவர் பொருட்படுத்தவில்லை. ஆனால் யாரோ பார்த்துவிட்டு விசேஷமாகச் சுட்டிக் காட்டினார். அந்த இடம் ஒரு சிறு காவிநிறப் புள்ளியாயிருந்தது. தனம் வெற்றிலை போடுவதில்லை என்பது எல்லாருக்கும் தெரிந்த விஷயம்.

பாக்கியம்தான் மிகவும் பதறிப் போனாள். "நீ வந்த அன்னிக்கே வைத்தியர் கிட்டே அழைச்சிண்டு போறேன்னு சொன்னேனே? பாவி, இதுநாள்வரை அழைச்சிண்டே போகலியே? இப்படி வினையா முடிஞ்சிடுத்தே?" என்று தன்னையே கடிந்துகொண்டாள். வைத்தியர்களே டி.பி. என்றால் முடிந்துபோன கதை என்று நினைத்த நாள். தனத்திற்கு வியாதி நன்கு முற்றியிருந்தது. உடலோடு அது குறைந்தது, இரண்டு மூன்று ஆண்டுகளாக ஒளிந்துகொண்டு நுரையீரலை அரித்திருக்க வேண்டும்.

பசும்பாலும் சியவனப்பிராசமும் பஸ்பமும் பெரிய வித்தியாசம் ஏற்படுத்தவில்லை. சூட்டு பூட்டு அணிந்த ஒரு பெரிய வைத்தியர் தாம்பரம் அருகே வீடு பார்த்துக்கொண்டு போங்கள் என்று சொன்னார். வியாதி ஒருவரிடமிருந்து இன்னொருவருக்கு தொற்றிக்கொள்ளக் கூடியது என்றும், தனத்தின் கோழையை எப்போதும் ஒரு மூடி போட்ட பாத்திரத்தில் துப்பச் செய்து

அதைத் தினமும் ஆழமாகக் குழி தோண்டிப் புதைத்துவிட வேண்டும் என்றும் சொன்னார்.

தாம்பரம் வேண்டாம், ஊரே திரும்பிவிடலாம் என்று முடிவாயிற்று. தனத்தை அவளுடைய அம்மா ரயிலில் முதல் வகுப்புப் பெட்டியில் வைதீசுவரன்கோயிலுக்கு அழைத்து வந்தாள். அங்கே வீட்டில் பெரிய கூட்டமே வசித்து வந்தது. ஒரு சிறிய அறையை ஒழித்துக் கட்டிலில் தனத்தைக் கிடத்தி னார்கள். ஒரு சமயத்தில் வீட்டில் ஏகப்பட்ட நபர்கள் இருந்தது எரிச்சலூட்டினாலும் இன்னொரு சமயத்தில் அத்தனை பேரும் தேவைப்பட்டது. ஆனால் வயது வந்த ஒரு பெண் படுத்த படுக்கையாகக் கிடக்க நேர்ந்தால் அருவருப்புக் கொள்வதற்கு இவ்வளவு கண்களா என்று ஒரு முறை தனத்தின் அம்மா வாய்விட்டுச் சொல்லிவிட்டாள்.

ஆனால் யாரும் அதிகம் அருவருப்போ பயமோ உட்படுவதற்கு அவசியமில்லாமல் வைதீசுவரன்கோயில் வந்தடைந்த நான்காம் நாள் முன்னிரவில் தனம் யாரிடமும் ஒரு பேச்சு, ஒரு ஆசையும் தெரிவிக்காமல் இறந்து போனாள். வெங்கடாசலத்தையும் அவன் மனைவி வாலாவையும்கூட இப்படித்தான் சூரியன் அஸ்தமித்த பிறகு எமன் அழைக்க வந்தான் என்று ஒருத்தி சொன்னாள். இரவெல்லாம் பிணம் காத்துவிட்டு விடியற்காலையில் தனத்தின் அம்மா முதல் வேலையாகக் கிழவூருக்குச் செய்தி அனுப்பினாள்.

(1983)

வண்ணங்கள்

ஒரு வெளியூர் நண்பரிடமிருந்து வந்த கடிதத்தில் நான்கு சட்டப் புத்தகங்களை வாங்கி அனுப்புமாறு இருந்த வேண்டுகோளினால் எனக்கு ஒரு புது உலகமே தெரியலாயிற்று. சட்டப் புத்தகங்கள் என்பது பிரபல நீதிபதிகள் அல்லது வக்கீல்களின் பெரிய பெரிய உருவப் படங்களில், பின்னணியில், அலமாரிகளில் அடுக்கி வைத்திருக்கும் தடிப் புத்தகங்கள் மட்டும் இல்லை; பல வெளியீடுகள் இருபது முப்பது பக்கங்களே கொண்டவையாக இருக்கும்; சில தடிப் புத்தகங்கள் பதினைந்து ரூபாயளவில் கிடைக்கும்போது சினிமா பாட்டுப் புத்தகம் போன்றுள்ள சில வெளியீடுகள் ஐந்து ரூபாய்க்குக் குறையாத விலையுடையதாக இருக்கும்; எல்லாவற்றுக்கும் மேலாக நான் தெரிந்துகொண்டது, இவை எல்லாப் புத்தகக் கடைகளிலும் கிடைக்காது.

ஆதலால் முதலில் இந்தச் சட்டப் புத்தகங்கள் எங்குக் கிடைக்கும் என்று தேடி அலைந்தேன். புத்தக விற்பனைத் துறையில் இருப்பவர்களிலேயே இது எல்லாருக்கும் தெரிந்த விஷயமாக இல்லை. லிங்கிச் செட்டித் தெருவில் வரதாச்சாரி கடையில் கிடைக்கும் என்று ஒருவர் சொன்னார். சென்னை ஹைகோர்ட்டுக்கு நேர் எதிரே உள்ளது இந்த லிங்கிச் செட்டித் தெரு. ஹைகோர்ட்டுக்குப் பக்கத்திலே சட்டக் கல்லூரி. கல்லூரி என்னும்போது பாடப் புத்தகங்களும் ஒரு நியாயமான சேர்க்கை. எனக்கு ஏன் முதலிலேயே ஹைகோர்ட்டு சமீபத்தில் சட்ட புத்தகங்கள் விற்கும் கடைகள் இருக்க வேண்டும்

என்று தோன்றவில்லை என்று சிறிது வெட்கமாகக்கூட இருந்தது. நான் வரதாச்சாரி கடையைத் தேடிப் போனேன்.

இங்குகூடத் தேடிப் போனேன் என்றுதான் நினைக்கவும் சொல்லவும் தோன்றுகிறது. உண்மையில் சாதாரணமான பார்வையிருப்பவன் கண்ணைத் திறந்து வைத்திருந்தாலே லிங்கிச் செட்டித் தெருவும் கிடைத்துவிடும்; வரதாச்சாரி கடையும் உடனே கண்டுகொள்ளத் தெரிந்துவிடும். ஆனால் நான் ஒரு கடைக்கு எதிரிலே நின்றுகொண்டு வரதாச்சாரி கடை எங்கே இருக்கிறது என்று விசாரித்தேன். ஆனால் அந்தக் கடையே வரதாச்சாரி கடைதான். பளபளவென்றும் டம்பமாகவும் பெயர்ப் பலகைகள் பார்த்துப் பார்த்து மூளை மந்தித்துவிட்டதில் இந்தக் கடையின் பெயர்ப் பலகை எடுத்த எடுப்பில் என் கவனத்தில்படவில்லை.

கடையில் நுழைந்தபோதும் வெட்க உணர்ச்சி. ஏதோ விக்கிரமாதித்தன் கதையின் மந்திரவாதியின் உயிர் நிலையைத் தேடிக் கண்டுபிடிப்பதுபோல அந்தக் கடைக்குள் நான் அடியெடுத்து வைத்தாலும், அந்தக் கடைக்குள் எவ்வளவோ ஆண்டுகளாகப் பல ஆயிரக்கணக்கான, அல்லது இலட்சக் கணக்கான, பாதங்கள் பட்டிருக்கின்றன என்பது ஒவ்வொரு அங்குலத்திலும் தெரியவந்தது. இதே ஊரில் முப்பத்தைந்து வருடங்களாக இருக்கிறேன். எனக்கு எல்லாமே புதிதாக இருக்கிறது!

அந்தக் கடை மிக மிகப் பழைய கடையாக இருக்க வேண்டும். அது நிறுவப்பட்டு நூறாண்டுகள் ஆகியிருந்தால்கூட ஆச்சரியமில்லை.

ஓரிடத்தின் வயதை எவ்வளவுதான் முயன்றாலும் மூடி மறைக்க முடியாது. வாசற்படி காட்டிக் கொடுத்துவிடும். உள்ளே போட்டிருக்கும் மேஜை, நாற்காலி, பீரோக்கள் ஏதாவது ஒன்று காட்டிக் கொடுத்துவிடும். அங்குத் தொங்கும் மின்சார விளக்கின் ஷேட் காட்டிக்கொடுத்துவிடும். இப்போது என் கண்களுக்குக் காணக் கிடைப்பதெல்லாம் அந்த இடத்தின் வயதின் தடயங்கள். நான் சென்றபோது கடையில் இரு பெண்கள்தான் விற்பனையைக் கவனித்துக்கொண்டிருந்தார்கள். வரதாச்சாரி யுடைய பேத்திகளாக இருக்கலாம். கொள்ளுப் பேத்தி, எள்ளுப் பேத்திகளாகக்கூட இருக்கலாம். அது அவர்கள் குடும்பக்கடை என்பதற்காகத்தான் அப்பெண்கள் அங்கு வேலை புரிகிறார்கள்; அவர்களை வேறு எந்த வர்த்தக நிறுவனத்திலோ, அலுவலகத்திலோ பார்க்க முடியாது என்றுதான் தோன்றிற்று.

கட்டுப்பாடாக வளர்க்கப்பட்டவர்கள். கட்டுப்பாடு தெரிய நடந்துகொண்டார்கள். அதே நேரத்தில் தங்களுக்குச் சொந்தமான பூமி மீது தங்களுக்குச் சொந்தமான கூரைக்கடியில் நிற்பதான சுதந்திரம் தெரியும் முகத்துடனும் இருந்தார்கள். என் கண்களுக்கு அவர்கள் இரு சிறு குழந்தைகளாகத் தெரிந்தாலும், நான் அவர்களோடு பன்மையில் பேசி, நான் தேடிப் போன சட்டப் புத்தகங்கள் பற்றி விசாரித்தேன்.

எனக்கு வேண்டிய நான்கு புத்தகங்களில் மூன்றுதான் அங்கிருந்தது. இன்னொன்று கிடைப்பது மிகவும் சிரமம் என்றுதான் அக்குழந்தைகள் சொன்னார்கள். அப்படிச் சட்டங்கள், அச்சட்டங்கள் கொண்ட புத்தகங்கள் உண்டு என்று எனக்கு அந்நாள்வரை தெரியாது. ஆனால் அக்குழந்தைகள் எல்லாம் நன்கு தெரிந்த உணர்வில், இது கிடைக்காது என்று சொல்வது கடுமையான பதில் என்பதை உணர்ந்து, இது கிடைப்பது சிரமம் என்று கூறினார்கள். ஒரு பெண் மூன்று புத்தகங்களுக்கு பில் எழுதினாள். இன்னொரு பெண் என் கையிலிருந்த நூறு ரூபாய் நோட்டை வாங்கி, புத்தகங்களுக்கான தொகை போகப் பாக்கிச் சில்லறை கொடுத்தாள். புத்தகக் கட்டைக் கையில் எடுத்துக்கொண்டு மீண்டும் தெருவில் காலடி வைத்தபோது எனக்கு என் உலகமே மிகவும் விரிவுபட்டது போலத் தோன்றியது. லிங்கிச் செட்டித் தெருவில் பத்தடிகூட நடந்திருக்க மாட்டேன், அந்தோணியைப் பார்த்தேன்.

அந்தோணியை நான் பார்த்தேன் என்று கூறுவதுகூடத் தவறுதான். அந்த நேரம் ஒருவனுக்கு அந்தத் தெருவில் கண்ணுக்கெட்டினபடி டஜன் கணக்கில் மனிதர்கள் தென்படுவார்கள். அவர்கள் தென்படுவார்கள் என்பதனால் மட்டும் அவர்களைப் பார்க்கிறோம் என்றாகிவிடாது. நான் அந்தோணியைப் பார்க்கவில்லை; அவன்தான் என்னைப் பார்த்து என்முன் வந்து நின்று, "எப்படி இருக்கே சார்?" என்று கேட்டான். அப்போதுகூட நான் அவனைப் பார்த்தேன் என்று சொல்ல முடியாது. அவன் தலையை இம்மியளவு அசைத்தான். அப்போது அவனை அந்தோணியாகத் தெரிந்துகொண்டு பார்த்தேன். நானும், "அந்தோணி!" என்று உரக்கச் சொன்னேன். என் ஒரு கையால் அவன் தோளைப் பிடித்துக்கொண்டேன். தெருவில் அந்த நேரத்தில் அப்பக்க மாகப் போனவர்கள் எல்லாரும் எங்களிருவரையும் திரும்பிப் பார்த்தார்கள். அந்த ஒரு கணத்தில் எங்கள் சந்திப்பு அவர்கள் உலகத்தைக்கூட மிகவும் விரிவுபடுத்தியிருக்கும்.

இருபது வருடங்கள் முன்னால், நானும் அந்தோணியும் இருபது ஆண்டுகள் குறைந்த வயது இளைஞர்களாக இருந்த போது, ஒரே இடத்தில் வேலை பார்த்தோம். அந்தோணி, மாணிக்கராஜ், மாணிக்கவாசகம், முனுசாமி இவர்கள் எல்லாரும் என் பிரிவிலேயே வேலை பார்த்தார்கள். சற்று விலகி நாயர் என்றொருவர். இவர்கள் எல்லாருக்கும் நான் அதிகாரி என்று தோன்றினாலும், நடைமுறையில் நாங்கள் எல்லாரும் ஒரே மாதிரி வேலை, ஒரே அளவு வேலை பார்த்தோம்.

அது தவிர எங்களோடு இணைந்து பத்து டிரைவர்கள், இரண்டு கிளீனர்கள், பெருக்குபவர்கள் என்று ஒரே குடும்பத்தைச் சேர்ந்த ஐந்து நபர்கள், தோட்டிகள் என்று ஒரே குடும்பத்தைச் சேர்ந்த நான்கு நபர்கள், ஒன்பது வாச்சுமென்கள், பன்னிரண்டு தோட்ட வேலைக்காரர்கள் இப்படி ஒரு சைன்யம் அதன் பணிகளுக்காக எங்களைப் பொறுப்புக்காட்ட இருந்தது. அவர்கள் செய்யத் தவறிய வேலைகள், தவறாகச் செய்த வேலைகள் என்று நான்தான் எவ்வளவு முறை விளக்கங்கள் எழுதியிருப்பேன்! அதன் பிறகு கடன் விண்ணப்பங்கள், சம்பள அட்வான்ஸ் விண்ணபப்பங்கள், முன் அனுமதி இல்லாமல் பதினைந்து நாட்கள் எங்கோ கண்காணாமல் போய்விட்டதற்கு மனமுருகும் மன்னிப்புக் கடிதம், பதினைந்து நாட்கள் லீவுக்கு அனுமதி கோரி இன்னும் மனமுருகும் விண்ணப்பக் கடிதங்கள். என் பேனாவில் மை ஊற்றி எழுதவில்லை. கண்ணீரை ஊற்றி எழுதினேன். அது சரியில்லை. கண்ணீர் வரவழைக்கும் கடிதங்கள். ஆதலால் வெங்காயச்சாறு நிரப்பி எழுதினேன் என்று சொல்வது பொருத்தம்.

ஸ்வீப்பர்ஸ், ஸ்காவென்ஜர்ஸ், டிரைவர்கள், தோட்ட வேலைக்காரர்கள் இவர்கள் எல்லாருக்கும், எல்லா மனிதர்களுக்கும் நேரும் கஷ்ட துக்கங்கள் வரத்தான் செய்தன. அவர்களுக்கு நோய், சுகவீனம் ஏற்பட்டது. வீட்டில் வயதானவர்கள், குழந்தைகள் இறந்தார்கள், அவர்களுக்கு விபத்துக்கள் நேர்ந்தன. அடிபட்டது. திடீரெனப் பெரும் செலவினங்கள் வந்தன. ஆனால் அவர்கள் அந்த நேரத்திற்கு உபாதைப்பட்டவர்களாக இருந்தாலும் விரைவிலேயே இயல்பான நிலை அடைந்தார்கள். சிரித்தார்கள், சாப்பிட்டார்கள், தூங்கினார்கள், குழந்தை பெற்றுக்கொண்டார்கள். இவர்களுக்கு மேற்பார்வையாளர்களாக இருந்த மாணிக்கராஜ், மாணிக்கவாசகம், அந்தோணி, முனுசாமியும், இவர்கள் அனைவரின் மேற்பார்வையாளராக இருந்த நானும் அப்படித் தான் இருந்திருக்க வேண்டும்.

மேற்பூச்சாகப் பார்த்தால் அவ்வளவு பேருடைய பொருளாதார நிலையும் அநேகமாக ஒன்றுதான். எல்லாருக்கும் எப்போதுமே பற்றாக்குறை. எல்லாருடைய அரைப் பட்டினி வயிறும் முகத்தில் தெரிந்தது. இந்தப் பற்றாக்குறை குறையாமல் இருக்க விலைவாசிகள் உயர்ந்தவண்ணமேயிருக்க, எங்கள் சம்பளங்கள் மட்டும் அதம நிலையில் இருந்துகொண்டே இருக்கும். நாங்களும் எங்கள் காரியாலயத்திடமிருந்து கடன் வாங்க விண்ணப்பங்கள் செய்தோம்; நாங்களும் சம்பள அட்வான்ஸ் வாங்கினோம். இதெல்லாம் போதாமல் வெளியிலும் கடன் வாங்கினோம். ஆனால் எங்கள் ஐந்து பேருக்கும் ஏனோ எந்நேரமும் மூளை பேதலித்துவிடுமோ என்ற ஒரு நிலை இருந்துகொண்டே இருந்தது. மற்றவர்கள் எல்லாருக்கும் அவர்கள் தொழில் செய்யும் சாதனத்துடன் நேரடி உறவு இருந்தது. அவர்களிடம் வேலை வாங்குபவர்களாயிருந்த நாங்கள், அவர்கள் கண் முன்னிலையே அவர்களைப் போன்றே சதையும் இரத்தமும் பேச்சும் சுவாசமுமாக இருந்தோம். ஆனால் நாங்கள் கண்ணுக்குத் தெரியாத ஒரு நிர்வாகத்துடன், ஒரு தொலைபேசி மூலமும் யாரோ கொண்டு தரும் சீட்டுகள் மூலமும் தொடர்பு வைத்துக்கொண்டு எந்நேரமும் பதில் சொல்ல வேண்டிய நிர்ப்பந்தத்தில் இருந்தோம்.

இந்தப் பதில் சொல்ல வேண்டிய நிர்ப்பந்தம் எங்களை வாட்டியதுபோல மற்றவர்களைச் செய்யவில்லை. மாணிக்க வாசகத்துக்கு ஒரு முறை நிதானம் தவறி மாதக்கணக்கில் அவனைக் கட்டிப்பிடித்து வைக்க நேர்ந்தது. மாணிக்கராஜ் நினைத்தபோது ராஜினாமா கடிதத்தை நீட்டுவான். முனுசாமி ஓயாமல் பேசிக்கொண்டேயிருப்பான் – அது அவனுடைய தற்காப்பு.

அந்தோணி ஒருவன்தான் சாதாரண மனிதன் மாதிரி யாகவும் நடந்துகொண்டு அவனுக்குக் கீழே உள்ளவர்களை அதட்டி மிரட்டி வேலை வாங்கவும் செய்வான். ஆரம்பத்தி லிருந்தே என்னுடைய ஜனநாயக உணர்வு நான் இந்த அதட்டல் மிரட்டலைக் கற்றுக்கொள்ளாமல் இருப்பதை ஊர்ஜிதம் செய்துகொண்டது. என் நிலையில் இந்த ஜனநாயக உணர்வு தான் பைத்தியக்காரத்தனம் என்று நன்கு தெரிந்தால்கூட நான் விடாப்பிடியாக யாரையும் ஒருமுறைகூட மிரட்டவில்லை. இதனாலேயே நான் நிர்வாகத்துக்கு விளக்கங்கள் கொடுத்து வருவதும் அதிகரித்தவண்ணமேயிருந்தது. கடைசி வரை மிரட்டாமலேயே காலம் தள்ளிவிட்டேன்.

அந்தோணி அதட்டுவான். மிரட்டலால் பிரயோசனம் கிடையாது. ஒரு மிரட்டலையும் நிறைவேற்றிக்காட்ட முடியாது. மிரட்டி அதை நிறைவேற்ற முடியாமல் இருந்தால் அதட்டலுக்கு வலுவே கிடையாது. அந்தோணிக்கு அது தெரியும். எல்லாருக்குமே தெரியும். ஆனால் அவன் அதட்டுவான். என்னைவிட இன்னும் சிறப்பாகவே எல்லாரிடமும் வேலை வாங்குவான்.

எனக்கும் அவனுக்கும் அநேகமாக ஒரே வயதுதான் இருக்கும். அதிகமாயிருந்தால் ஓரிரு ஆண்டுகள் அவன் பெரியவனாயிருப்பான். ஆனால் அவன் அந்த நிறுவனத்தில் என்னைவிடப் பல ஆண்டுகள் கூடுதலாகப் பணி புரிந்து வந்துகொண்டிருக்கிறான். பதினைந்து பதினாறு வயதிலேயே வேலைக்கு வந்திருக்க வேண்டும். நாராயணசாமித் தோட்டத்துக் குடிசைப் பகுதியிலிருந்து வரும் பதினைந்து வயதுச் சிறுவனுக்கு என்ன வேலை கிடைக்கும்? அவன் எவ்வளவு படித்திருக்கக் கூடும்? என்ன சம்பளம் பெற்றிருக்க முடியும்? இதெல்லாம் நினைக்கும்போது எனக்கு மிகவும் சோர்வாக இருக்கும். ஆனால் அவன் அடைந்ததாகத் தெரியவில்லை.

நாங்கள் வேலைபார்த்துவந்த நிறுவனத்தில் சம்பளந்தான் குறைவு தவிர, வெளியே அதற்கும் அதன் முதலாளிக்கும் மிக நல்ல பெயர். அவருக்கு அப்படி ஒரு ராசி. இருபது வயதுக்குள் அந்தோணிக்குக் கல்யாணம் நடந்துவிட்டது. நான் வேலைக்குச் சேர்ந்த நாளில் அவன் புது மாப்பிள்ளை. ஒரு பிள்ளை பிறந்த சில மாதங்களுக்குள் உடனே அடுத்த குழந்தையும் உண்டு என்பதற்கான அறிகுறிகள். அந்தக் குழந்தையைப் பெற்றெடுக்கும்போது அந்தப் பெண் – அவன் மனைவியைப் பெண் என்பதா, சிறுமி என்பதா? – ஜுரம் கண்டு ஒரே நாளில் செத்துப் போனாள். பிறந்த குழந்தையும் மறுதினமே செத்துப்போய்விட்டது.

இதெல்லாம் நான் வேலைக்குச் சேர்வதற்கு முன்னாலேயே நடந்துவிட்டது. எடுத்த எடுப்பிலேயே நானும் அந்தோணியும் சேர்ந்து வேலை செய்யவும் நேரவில்லை. ஏழெட்டு ஆண்டுகள் நான் ஏதேதோ பிரிவுகளிலெல்லாம் இருந்துவிட்டுக் கடைசியில் தான் இந்தப் பெரிய மேஸ்திரி நிர்ப்பந்தத்தை ஏற்கும்படி யாயிற்று. துணை மேஸ்திரி அல்லது உதவி மேஸ்திரியாயிருந்த அந்தோணி அப்போதே மணவாழ்க்கையின் கடுந்துக்கங்களை நேரடியாக எதிர்கொண்டவன்.

கையில் மூன்று சட்டப் புத்தகங்களோடு நான்காவதற்காக நான் தேடிக்கொண்டிருந்தபோது அந்தோணியைப் பார்த்தேன்.

எனக்கு அந்த நேரத்தில் என் கண் முன்னால் வயது முதிர்ந்த ஓர் உருவம் நின்றிருந்தால்கூட நான் பார்த்தது தாயை இழந்த மூன்று வயதுச் சிறுவனை வேறு யாரிடமும் விட்டு வைக்க முடியாமல் வேலை செய்யும் இடத்திற்கே அழைத்துவர வேண்டியிருந்த இளைஞன் அந்தோணியைத்தான். அவன் கண்ணில் நான் எப்படியிருந்தேன் என்று ஊகிக்க முடியவில்லை. என்னையும் என் அம்மாவையும் அவன் சேர்த்து நினைத்திருக்கக் கூடும். அவனாகவே ஒருநாள் என் வீட்டுக்கு வருவதாகச் சொல்லி என் வீட்டை ஒட்டடை அடித்துவிட்டுப் போனான். அதன் பிறகு ஒரு நவராத்திரி சமயத்தில் வீட்டை அலங்கரிக்கவென வண்ணத்தாள்கள் எடுத்து வந்தான். தாள்களைத் தோரணம் கட்டி ஜோடனை செய்வது எனக்கும் தெரியும். ஆனால் எங்கள் வீட்டில் எங்களிடமிருந்த பொம்மைகளுக்கு அந்த அலங்காரமெல்லாம் பொருத்தமாயிராது என்று நான் அதில் ஈடுபடவில்லை. ஆனால் அந்தோணியாக முன்வந்தபோது நான் வேண்டாமென்று சொல்ல முடியவில்லை. அவன் எடுத்து வந்த தாள்களின் வண்ணங்களைக் கண்டபோது எனக்குக் குபீரென்றிருந்தது. மிகவும் விபரீதமான கற்பனையில் கூட அப்படி ஒரு வண்ணச் சேர்க்கையை நான் நினைத்துப் பார்த்திருக்க மாட்டேன்.

ஆனால் அந்த ஆண்டு அந்தோணி செய்த அலங்காரத் துக்கு முழுவதுமாகப் பணம் கொடுத்துவிட்டேன். நவராத்திரி யான அந்தப் பத்து நாட்களும் எனக்கு விடாது தலைவலித்துக் கொண்டிருந்தது. என் வீட்டில் காலடி எடுத்து வைத்தவுடன் அந்தோணியின் வண்ணங்கள் என் பசியைப் போக்கிவிடும். வயிறு பசிக்கும்; மூளை உணவை வெறுக்கச் செய்யும். ஆனால் அந்தோணி என் மீது கொண்ட அக்கறையை இதெல்லாம் மறைக்க முடியவில்லை.

அலுவலகத்திலும் அவன் என் மீது எடுத்துக்கொண்ட உரிமைகள் சங்கடத்திலும் சில தருணங்களில் பெரிய சண்டையிலும் இழுத்துவிட்டன. அப்போதெல்லாம் தொழிலாளர்கள் இன்னும் வேலைக்காரர்களாகத்தான் இருந்தார்கள். எல்லாப் பெரிய நிறுவன முதலாளியும் போல எங்கள் முதலாளியும் தொழிற்சங்கம், அரசு அமல்படுத்த விரும்பிய தொழிற் சட்டங்கள் போன்றவற்றின் மீது மிகுந்த சந்தேகம் உடையவராகத்தான் இருந்தார். யூனியன், கம்யூனிஸ்ட் இதெல்லாம் அங்கு தொடர்ந்து வேலையிலிருக்க வேண்டுமானால் அபாயகரமான சொற்கள், சிந்தனைகள். ஆனால் எப்படியோ அடித்துப் பிடித்துச் சில பிரிவுகள் மட்டும் அரசு தொழிற்சட்டங்களுக்கு உட்பட்டாக

வேண்டும் என்றாகிவிட்டது. அதில் டிரைவர்கள் அடங்குவர். அவர்களுடைய வேலை நேரம், சம்பள விகிதம், பஞ்சப்படி, ஓவர்டைம் ஊதியம் இதெல்லாம் ஒவ்வொன்றாக அமலாக ஆரம்பித்தது. ஆனால் நிறுவன இயக்கம் இதுநாள் வரை தொழிலாளி, அவருடைய சாப்பாட்டு நேரம், வார விடுமுறை என்றெல்லாம் நினைத்தும் பாராமல் பழகிவிட்டிருந்தது. மேலதிகாரிகளும் இன்னமும் அவ்வாறே நினைத்துப் பாராத பழக்கமாயிருந்ததில் இத்தொழிலாளிகளை நேரடியாக வேலை வாங்கும் பொறுப்பு இருந்த நபர்கள் நாய் படும் பாடுபட வேண்டியிருந்தது. டிரைவர்களுக்கு வேறிடங்களைப் பார்க்கும்போது சம்பளவிகிதம் குறைவு. ஆனால் எங்கள் எல்லாரையும்விட அதிக ஊதியம். எட்டு மணி நேர வேலைச் சட்டம் அமலுக்கு வந்த புதிதில் பகல் பதினோரு மணிக்கு அவர்கள் எங்கிருந்தாலும் வண்டியை அப்படியே விட்டு விட்டுச் சாப்பாட்டுக்குப் போய்விடுவார்கள். அதேபோலப் பிற்பகல் மூன்று மணிக்கு வீட்டுக்குப் போய்விடுவார்கள். இதனால் விளைந்த குழப்பங்கள் முதலில் என்மீது விடிந்தது. அப்புறம் நிர்வாகமே ஆடிப்போயிற்று. டிரைவர்கள் பங்கு பெற்றிருந்த அனைத்துச் சென்னைத் தொழிற்சங்கத் தலைவரைக் கூப்பிட்டு எங்கள் முதலாளி பேச வேண்டியிருந்தது. இப்படி ஒரு ஏற்பாட்டிற்கு இருவரும் ஒப்புக்கொண்டார்கள்: காலை ஷிப்டில் வேலைக்கிருக்கும் டிரைவர்களைப் பதினொரு மணிக்குச் சாப்பாட்டுக்கு அனுப்ப வேண்டும்; ஆனால் அந்த நேரத்தில அவர்கள் வண்டியெடுத்துப் போயிருந்தால் அடுத்துப் பன்னிரண்டு மணிக்குச் சாப்பாட்டுக்கு அனுப்ப வேண்டும்; பன்னிரண்டு மணிக்கும் அனுப்ப முடியாமல் போய்விட்டால் அவர்கள் சாப்பாட்டுக்கென்று அலுவலகம் பணம் தரவேண்டும். எவ்வளவு? பத்து அணா. பைசாக் கணக்கில் அறுபத்திரண்டு.

இந்த அறுபத்திரண்டு பைசா டிரைவர்களைத் திருப்தி செய்வதாக இருந்திருக்கலாம். ஆனால் அது மேற்பார்வை யாளர் பணியில் இருந்த மாணிக்கராஜ், மாணிக்கவாசகம், அந்தோணி, முனுசாமி ஆகிய நால்வரிடத்தில் கசப்பை உண்டு பண்ணியது. இவர்களுக்கு ஆரம்பத்திலிருந்தே ஊதியம் மிகக் குறைவு. இவர்களும் அநேக நாட்களில் சரியாகப் பதினொரு மணிக்கோ அல்லது பன்னிரண்டு மணிக்கோ சாப்பாட்டுக்குப் போக முடியாதபடி நேர்ந்தது உண்டு. இவர்களுக்கு இந்த அறுபத்திரண்டு காசு கிடையாது. ஆனால் டிரைவர்கள் விஷயத்தில் மட்டும் மணி பன்னிரண்டு அடித்து ஐந்து நிமிஷம் ஆனவுடன் அக்கவுண்ட்ஸ் பிரிவிலிருந்து டிரைவர்களுக்காகப் பணத்தை இவர்கள் வாங்கிவந்து விநியோகம் செய்ய வேண்டும்!

இந்த அறுபத்திரண்டு பைசா இன்னும் பல சிக்கல்களுக்கு வழி வகுத்தது. நிறுவனப் பணிக்காக எந்த அதிகாரிக்காவது வண்டி தரப்படுமானால் அவர் இந்தப் பதினொரு மணி-பன்னிரண்டு மணி கால அட்டவணையைக் கடைப்பிடிக்க வேண்டும் என்று கூறப்பட்டார்கள். இதை நான் செய்ய வேண்டும்; அல்லது மாணிக்கராஜ், மாணிக்கவாசகம், அந்தோணி, முனுசாமி செய்ய வேண்டும். டிரைவர்களுக்கு நாங்கள் இப்படிச் செய்வது அவர்கள் வயிற்றில் அடிப்பது போலிருந்தது. அதனால் எங்களுக்கும் அவர்களுக்கும் ஏற்பட்டிருந்த பிளவு அதிகரித்துக்கொண்டே போயிற்று. அலுவலக வேலையில் வண்டி எடுத்துப்போகும் அதிகாரிகள் இந்தக் கால நிர்ப்பந்தத்தைக் கேட்டுச் சீறி விழுந்தார்கள். அவர்கள் தங்கள் வேலையை முடித்துக்கொண்டு பதினொரு மணிக்கே திரும்புவதாக இருந்தாலும் அப்போதுதான் வண்டி உடனே கிளம்ப மறுத்தது. சாலையில் ஊர்வலம் வழி மறித்தது. எங்களுக்குக் கட்டளை, எக்காரணம் கொண்டாவது சாப்பாட்டுப் பணத்தைத் தருவதைத் தவிர்க்க வேண்டும். டிரைவர்களின் ஒரே குறிக்கோள், எப்பாடுபட்டாவது அதைப் பெற்றுவிட வேண்டும்.

அந்தோணிக்காக நான் பல விண்ணப்பங்கள் எழுதி யிருக்கிறேன். பெரிய கடன், சிறிய கடன், சம்பள அட்வான்ஸ், முன் அனுமதிப் பணம், ஒரு வாரம் அல்லது பத்து நாட்கள் வேலைக்கு வராமல்போனதற்காக மனமுருகும் விளக்கம், நாராயணசாமித் தோட்டத்தில் ஒரு போலீஸ்காரன் குடித்து விட்டு ரகளை செய்ததற்காக ஐ.ஜி.க்குப் புகார்க் கடிதம், சாந்தோம் கிறிஸ்துவ நிறுவனத்தில் மகனின் படிப்புக்காகவும் வைத்தியச் செலவுக்காகவும் நிதியுதவி கேட்டுக் கடிதம், அப்போதிருந்த வீட்டு வசதித் துறை தாழ்த்தப்பட்டவர்கள் குடியிருப்புத் திட்டத்தில் அவனுக்கு அளித்திருந்த மனைக்குப் பணம் கட்டத் தவறியதற்கு மன்னிப்புக் கடிதம்... அறுபத்திரண்டு காசு ஒவ்வொரு நாளும் எங்களுக்குள் வேதனையையும் துவேஷத்தையும் வளர்த்துக்கொண்டுபோன நாளில் அந்தோணி என்னிடம் ஒரு புதிய விண்ணப்ப மனு எழுதக் கேட்டுக்கொண்டான். சுமார் நாற்பதுக்கும் மேற்பட்டவர்களை மேற்பார்வை பார்த்து வேலைவாங்கும் நிலையில் இருந்தாலும் அவனுடைய பதவி 'ஆபீஸ் பையன்' என்றுதான் இருந்தது. இந்தப் பையன் என்ற பெயர் வேண்டாம். தொழிலாளி என்று அழைக்கட்டும். தெருப் பெருக்குகிறவன் என்று அழைக்கட்டும். கிளீனர் என்று அழைக்கட்டும். குமாஸ்தா என்று பெயரிட்டு அதிகச் சம்பளம் தரட்டும். இனியும் பையன் என்ற பெயர் வேண்டாம்.

பையன் என்ற பெயர் வேண்டாம் என்று எழுதிவிட முடிந்தது. ஆனால் அந்தோணி தந்த மாற்றுப் பெயர்களை நியாயம் தொனிக்க எழுத முடியவில்லை. புதுப் பெயர் வைப்பதை நிர்வாகத்திடம் விட்டுவிடலாம் என்று சொன்னேன். ஆனால் அந்தோணிக்கு அதில் சம்மதம் இல்லை. அவன் எப்படியாவது தொழிற்சட்டமும் தொழிற்சங்கமும் பொறுப்பேற்றுக்கொள்ளக் கூடிய உத்தியோகப் பிரிவுகளில் இடம்பெற வேண்டும் என்று முயற்சி செய்தான். "அப்படியானால் குமாஸ்தாவாகப் பெயர் மாற்று என்று ஏன் கேட்க வேண்டும்?" குமாஸ்தா வேலைக்கு அந்த நாளில் தொழிற்சங்கப் பாதுகாப்புக் கிடையாது.

எங்கள் விண்ணப்பங்கள், நேரடியாக முறையிடுதல் எதுவும் பலன் தரவில்லை. நிர்வாகம் எல்லாவற்றுக்கும் ஏதாவது பதில் வைத்திருந்தது. இவ்வளவு குறைந்த சம்பளத்தில் இவ்வளவு குறைந்த வசதியில் எப்படிக் காலம் தள்ளுவது என்று கேட்டால் எங்களைவிட இன்னும் குறைந்த சம்பளம் பெற்று உழைக்கும் வேறு நிறுவனப் பணியாளர்களை உதாரணம் காட்டியது. அனைத்துக்கும் துருப்புச் சீட்டாக ஒரு எச்சரிக்கை: நிறுவனத்தையே இழுத்து மூடிவிடுவோம்.

இப்போதெல்லாம் அந்தோணிக்கும் எனக்குமே வாக்குவாதங்கள் நேர்ந்தன. இதில் தனிப்பட்ட பகைமை இருவரிடமும் கிடையாது என்று இருவருக்கும் தெரியும். ஆனால் அவன் திடீர் திடீரென்று எங்காவது போய்விடுவதும் என் சங்கடங்களைத் தவிர்க்க முடியாத அளவுக்கு எடுத்துச் சென்றன. எனக்கு அந்தோணியையோ இதர 'பையன்' களையோ விட்டுக் கொடுக்கும் எண்ணம் கிடையாது. நான் ஒரு நாளைக்குப் பத்து மணி நேரம் பன்னிரண்டு மணி நேரம் அலுவலகத்திலேயே கிடந்தேன். மாணிக்கவாசகம் வேலைக்கு வந்தாலும் எந்நேரமும் இங்கே பேய் இருக்கிறது, அங்கே பிசாசு இருக்கிறது என்று பெஞ்சுக்கடியிலும் நாற்காலிக்கடி யிலும் ஒளிந்துகொள்வான். உரத்த குரலில் எல்லாக் கடவுள் களையும் கும்பிடுவான். ஒருநாள் அவனுடைய கூச்சல் ஒரு போலீஸ்காரனை அங்கு வரவழைத்துவிட்டது. அவன் வீட்டுக்குச் செய்தி அனுப்பினோம். அவர்கள் யாரும் வரவில்லை. வீட்டிலும் அப்படித்தான் நடந்து கொள்வதாகச் சொன்னார்கள்.

மாணிக்கராஜ் தினமொரு ராஜினாமா கடிதம் கொண்டு தருவான். முனுசாமியின் ஓயாத பேச்சு இப்பொழுது சிரிப்பை உண்டு பண்ணவில்லை. தலைவலியை அதிகரித்தது. நான் தனிமையில் இருந்தபோது பல தருணங்களில் இரு கைகளில் தலையைப் புதைத்துக்கொண்டு அப்படியே உயிர் போய்

விடாதா என்று ஏங்கியிருக்கிறேன். பணம், பற்றாக்குறையான பணம், யாரிடமும் வாக்குக் கொடுத்துவிட்டு மாறக்கூடாது என்ற கட்டுப்பாடு, எஜமானன் ஒழுங்கோ இல்லையோ– அவன் தரப்பில் அவனுடைய நலன்களையே மனத்தில் கொண்டு இயங்குவது, படும் கஷ்டத்தையும் துயரத்தையும் வெளியே காட்டிக்கொள்ளாமல் உற்சாகமாகயிருப்பதுபோலத் தோற்றமளிப்பது – ஐயோ என்று ஒருநாள் அலறினேன். என் பக்கத்திலிருந்த இரு டிரைவர்கள் என்னைத் தூக்கி உட்கார வைத்தார்கள். ஆனால் நான் துவண்டு மீண்டும் கீழே ஒரு துணி மூட்டைபோல விழுந்துவிட்டேன். ஒரு நிமிடம். ஒரு நிமிடந்தான். அன்று வண்டி அனுப்பி யார் யாரை அழைத்துவர வேண்டும் என்ற பட்டியல் பூர்த்தி செய்து அனுப்ப வேண்டியது கண் முன் நின்றது. ஆளுக்கு அறுபத்திரண்டு காசு வாங்கிக்கொண்டு வரிசையாக டிரைவர்கள் கையெழுத்திடும் காகிதம் கண்முன் நின்றது. தோட்டி ராஜய்யாவின் மகள் திருமணப் பத்திரிகையும் அவளுக்கு அன்பளிப்புத் தர நாங்கள் சேகரிக்கும் நிதிப் பட்டியலும் கண்முன் நின்றது. நானும் எழுந்து நின்றேன். என்னைச் சுற்றி நின்ற அனைவரும் ஏதும் நிகழாததுபோல விலகிப் போனார்கள். நான் உத்தியோகமும் பழக்கமும் மனிதன் மீது செலுத்தும் அபார ஆதிக்கத்தை நினைத்து வியந்தவண்ணம் என் நாற்காலியில் உட்கார்ந்து என் வழக்கமான கடமைகளைக் கவனிக்கத் தொடங்கினேன்.

இது நடந்தபோது அந்தோணி இல்லை. அன்று அவனுக்கு வாராந்தர விடுமுறை. எனக்கு உதவியாக இருக்க வேண்டிய மாணிக்கராஜ் யாரோ சாமியார் வந்திருக்கிறார், தரிசனம் செய்துவிட்டு வருகிறேன் என்று சென்றுவிட்டான். மறுநாள் வேலைக்கு வந்த அந்தோணி நாங்களிருவரும் அன்று தனியாக இருக்க நேர்ந்த முதல் வாய்ப்பிலேயே, “சார், நீ நேத்து மயக்கம் போட்டு விழுந்துட்டயாமே?” என்று கேட்டான்.

நான், “இல்லையே” என்றேன். எனக்குத் தலை சுற்றியது உண்மைதான். ஆனால் சுயநினைவு கடைசிவரை இருந்தது. பார்க்கப்போனால் சுயநினைவு சற்றுத் தீவிரமாகவே இருந்தது என்று கூற வேண்டும்.

அந்தோணி என்னைப் பார்த்தவண்ணம் நின்றுகொண் டிருந்தான. இரு நாட்கள் முன்புதான் நாங்கள் இருவரும் பெரிதாகச் சண்டைபோட்டிருந்தோம். மறுபடியும் மறுபடியும் அந்த அறுபத்திரண்டு பைசாதான். ஒரு டிரைவர் ஒரு ரூபாய் வாங்கிக்கொண்டு பாக்கிச் சில்லறை தரும்போது அவனிடம் இல்லாததால் ஒரு பைசா குறைத்துக் கொடுத்திருக்கிறான்.

அதற்காக அந்தோணி அந்த டிரைவரிடம் பெரிதாகச் சண்டை போட்டிருக்க, அதற்குத் தண்டனை தருவதுபோல அடுத்த மூன்று நாட்களுக்கு அந்த டிரைவர் லீவு போட்டு விட்டான். மாற்று டிரைவர் கிடைக்காமல் நாங்கள் திண்டாடிப்போய்விட்டோம். நான் அந்தோணியிடம் 'ஒரு பைசா குறைந்தால் குடிமுழுகியா போய்விடும்?' என்று கேட்டேன். நான் டிரைவர்கள் பக்கமே சார்ந்திருக்கிறேன் என்றும் 'பையன்'களுக்கு ஒன்றும் செய்வதில்லை என்றும் அந்தோணி சொன்னான். திரும்பித் திரும்பி இதையே உயர்ந்துவரும் குரலில் நாங்கள் இருவரும் சொல்லித் தொண்டை கிழியக் கத்தும் அளவிற்கு வந்தோம்.

இப்போது அந்தோணி என்னையே உற்றுப் பார்த்தான். "சார், நீ இந்த எடத்தை விட்டுட்டுப் போயிடு, சார்" என்றான்.

"ஏன்?"

"நீ இங்கே இருக்காதே, சார். உனக்கு நல்லதில்லே."

"நான் இங்கேந்து போயிட்டா மட்டும் எனக்கு நல்லதாயிடுமா?"

"இதைவிட மோசமாயிருக்காது, சார்."

"ஏன் அப்படிச் சொல்லறே?"

"இந்த எடத்திலே நிறையப் பிசாசுங்க இருக்கு, சார்."

எனக்குக் குபீர் என்றது. மாணிக்கவாசகம்தான் பிசாசு, பேய் என்று கத்திக்கொண்டிருப்பான். கொஞ்சம் நிதானமாயிருக்கும் அந்தோணிக்கும் ஏதாவது ஆகிவிட்டதா?

"என்ன சொல்லறே அந்தோணி? பிசாசாவது, பேயாவது? அதெல்லாம் கிடையாதுப்பா."

"நீ ஹிண்டு–நீ இப்படிச் சொல்லறியே, சார்? இந்த எடத்திலே அஞ்சாறு இருக்கு. மாணிக்கவாசகம் சும்மாப் பைத்தியமாகலே, சார். இந்தப் பிசாசுங்கதான் அவனைத் துரத்தியடிக்குது."

"அப்ப எல்லாரையும் துரத்தியடிக்கிறதுதானே?"

"அடிக்குது, சார், அடிக்குது. ஒவ்வொருத்தரை ஒரு மாதிரியா அடிக்குது. நான் உங்கிட்டே சண்டை போடறேனே, வாய்க்கு வந்த மாதிரிப் பேசறேனே, நானா செய்யறேன், சார்? இல்லே, முழுக்க முழுக்கப் பிசாசு வேலை."

“அப்ப எல்லா வேலையும் பிசாசு வேலைன்னு சொல்லிட லாமே?”

“பிசாசு எல்லா வேலையும் செய்யாது, சார். ஆனா மனுஷாளுங்களையும் பிசாசு மாதிரி மாத்த என்னென்ன செய்யணுமோ அதெல்லாம் செய்யும். இத்தினி நாள் அது எதுவும் உங்கிட்டே வரலை, சார். ஆனா இனிமே வந்துடும். என்னிக்கு நீ மயக்கம் போட்டு விழறியோ அன்னிலேந்து உனக்கும் பிசாசு பிடிச்சுச்சு. இல்லே, பிடிக்கப்போறது.”

“நீ ரொம்பத் தெரிஞ்ச மாதிரிப் பேசறியே, நீ பிசாசைப் பார்த்திருக்கயா?”

அந்தோணி வெறுப்போடு என்னைப் பார்த்தான். “உன் நல்லதுக்குச் சொல்லறேன், சார். நீ பாழாவறது எனக்குச் சம்மதம் இல்லே. அதான் சொல்லறேன். நீ வேணும்னா பாரு, இனிமே மறுபடியும் மறுபடியும் மயக்கம் வரும். தினம் வரும். மயக்கம் சும்மா வராது, சார்.”

இதற்குள் வேறு வேலை வந்துவிட அவன் என்னைவிட்டுப் போக வேண்டியிருந்தது. எனக்கு இப்போது நிஜமாகவே கோபம் வந்திருந்தது. அந்தோணியைப் பிடித்து இரண்டு அடி அல்லது குத்து விட வேண்டும் என்று தோன்றியது. அந்தோணி அதுவரை ஒரு துடிப்புள்ள, உரிமைகளுக்கு வாதாடத் தயங்காத, துணிச்சலுடைய, படிப்பு வசதி அதிகம் இல்லாத காரணத்தால் மட்டுமே எளிய ஆபீஸ் ‘பையன்’ உத்தியோகத்தை ஏற்க வேண்டிய நிர்ப்பந்தத்தில் இருந்த இளைஞனாக நான் அறிந்திருந்தேன். இப்போது பேய் பிசாசுகளை அறிந்தவனாக அவன் அறிமுகப்படுத்திக் கொண்டது அவனுக்கு ஒரு புதுப் பரிமாணம் கூடியது போலிருந்தது. வழக்கம்போல அன்று ஒரு கடுமையான தினமாக எனக்கு இருந்தாலும் அந்தோணியின் எச்சரிக்கை திரும்பத் திரும்ப என் கவனத்துக்கு மிதந்து வந்து கொண்டிருந்தது.

அவனுடைய ஷிப்ட் முடிந்து போகும்போது அவனைக் கூப்பிட்டேன். “அந்தோணி, இப்போ சொல்லு நீ காலையிலே சொன்னதை.”

இந்த ஐந்தாறு மணிநேரத்தில் அவன் பேச்சின் கூர்மை குறைந்திருந்தது. ஆனால் ஒரு நிதானமும் தீர்மானமான தோரணையும் வந்திருந்தன. “நான் சொன்னதுதான், சார். உன்னைப் பிசாசு பிடிக்கப்போறது.”

காலையில் நான் சற்றும் எதிர்பாராத தருணத்தில் இப்பேச்சு எழுந்ததால் நான் சிறிது திகைத்திருந்தேன். ஆனால் இப்போது அந்தத் திகைப்பு கிடையாது. "அந்தப் பிசாசுக்கு என்ன பேர், அந்தோணி?"

"பிசாசுங்களுக்குப் பேர் கிடையாது, சார். ஆனா எல்லாத் துக்கும் ஒரு குணம் உண்டு. மனுஷாளுங்களைச் சுத்தமாப் பிடிக்காது. மனுஷாளுங்க சந்தோஷமாச் சிரிச்சுப் பேசிட்டிருக் கிறது பிடிக்காது."

"இங்கே நாம்ப என்ன சந்தோஷமாச் சிரிச்சா பேசிட் டிருக்கோம்?"

"பிசாசு வந்தப்புறம் எப்படி சந்தோஷமாயிருக்க முடியும், சாரு?"

"நீ பிசாசைப் பார்த்திருக்கியா?"

அவன் முன்பு போலவே இந்தக் கேள்விக்குப் பதில் சொல்லாமல்போகப் பார்த்தான். "அந்தோணி" என்று கூப்பிட்டேன். அவன் நின்றான்.

"நிஜமான பிசாசு எது தெரியுமா? இவன் பணக்காரன், இவன் ஏழை, இவன் எஜமானன், இவன் வேலைக்காரன், இவன் சம்பளம் தறவன், இவன் சம்பளம் வாங்கறவன்னு இருக்கே இந்த அமைப்பு—இதுதான் நிஜமான பிசாசு. இந்தப் பிசாசு இல்லேன்னா அரை வயத்துக்குச் சாப்பிட்டாக்கூட நீயும் நானும் எல்லாரும் சந்தோஷமா இருக்கலாம். இந்தப் பிசாசுக்கு ஆயிரக்கணக்கான வருஷம் வயசாயிருக்கு. அது பெரிசாயுண்டேபோறது. இந்தப் பிசாசை ஒழிச்சுட்டா நீ சொல்லற பிசாசெல்லாம் தானாகவே செத்துப்போயிடும். செத்துப்போக முடியாதுன்னா அப்படியே மறைஞ்சுபோயிடும். இந்தப் பெரிய பிசாசை ஒழிக்கறதுக்கு ஏதேதோ வழி இருக்குதுன்னு சொல்றாங்க. எங்கேயோ சில இடங்களிலே ஒழிச்சுட்டதாகக்கூடச் சொல்லிக்கிறாங்க. ஏதோ ஒரு நாளைக்கு இங்கேயும் நாம்ப ஒழிச்சுடுவோம்னுதான் நான் நம்பறேன்."

அந்தோணிவரையில் அப்போதே எனக்குப் பிசாசு பிடித்து விட்டது என்று தோன்றியிருக்க வேண்டும். அவன் போய் விட்டான்.

நான் ஏதேதோ பேசிவிட்டேனே தவிர எனக்குத் தலை சுற்றலும் ஓரிரு விநாடிகளுக்கு நினைவே போய்விடுகிற மாதிரி

ஒரு நிலையும் அடிக்கடி வரத் தொடங்கின. இது பிசாசால் அல்ல, பிசாசால் அல்ல என்று நான் சொல்லிக்கொண்டேன். அந்தோணி இப்போது என்னை ஒரு எதிரிபோலவே நடத்தத் தொடங்கினான். ஒருவருடைய பரிவை அவர் எதிர்பார்ப்புக் கிணங்க ஏற்றுக்கொள்ளாது போனால் இவ்வளவு துவேஷம் ஏற்பட்டுவிடும் போலும். ஆனால் பல அம்சங்களில் போதிய பாதுகாப்பு அளிக்கப்படாதபோதிலும் உறுதியுடனும் அதிகாரத்துடனும் அந்தோணியால் நடந்துகொள்ள முடிவது பற்றி எனக்கு உள்ளூர அவன்மீது மதிப்பு இருந்தது. அவன் மிகச் சிறு வயதிலேயே மனைவியை இழந்துவிட்டு, பேய் பிசாசுகள் இருக்கின்றன என்று தீர்க்கமாக நம்புவது பற்றியும் எனக்கு வியப்பும் மரியாதையும் இருந்தன.

நவராத்திரி வந்தது. அந்தோணி என்னை ஒரு வைரியாக நினைக்காது போனால் அவனிடம் பத்து ரூபாய் கொடுத்து வீட்டில் கொலு ஜோடனை செய் என்று சொல்லியிருப்பேன். ஆனால் அவன் மீண்டும் சகஜமாகப் பழகுவான் என்ற நம்பிக்கையே ஏற்படாத வகையில் திரும்பத் திரும்பச் சங்கடங்கள் விளைவித்தான். எனக்குச் சிறிது சிறிதாகப் பிசாசுகள்மீது நம்பிக்கை வந்தது.

அது மதுவிலக்கு அமலில் இருந்த காலம். போலீஸ்காரர்கள் போலீஸ்காரர்களாக இருந்த காலம். வீட்டில் தனியாகக் குடித்துப் படுத்துவிடுகிறவர்கள் பற்றிக் கவலை இல்லை. ஆனால் பொது இடங்களில் யாராவது குடித்துவிட்டு வந்தால் போலீஸிடமிருந்து தப்பிக்க முடிந்ததே கிடையாது. அன்று அந்தோணி வேலைக்கு வந்தபோது சரியாகத்தான் இருந்தது. ஆனால் வேலைக்கு வந்த பிறகு ஐந்தே நிமிடங்களில் எங்கோ போய்க் குடித்துவிட்டு வந்துவிட்டான். ஒரு வேளை கையோடு வாங்கிவந்து அலுவலகம் வந்த பிறகு குடித்திருக்க வேண்டும். எங்கள் அலுவலகத்திற்கு நிறைய வெளி மனிதர்கள் வந்து போய்க்கொண்டிருப்பார்கள். அந்தோணி போன்ற பாணியில் இருப்பவன் குடித்துவிட்டு அதை ரகசியமாக வைத்துக்கொள்ள முடியாது.

அன்று அந்தோணியைத் தனியாகக் கையைப் பிடித்து ஒரு மூலைக்கு இழுத்துச் சென்றேன். “நீ வேலை கீலை ஒண்ணும் பண்ண வேண்டாம். டூல்ஸ் ரூம்லே பேசாமப் படுத்துக்கிட” என்றேன்.

உடனே என்னை எதிர்க்கத்தான் அவனுக்குத் தோன்றி யிருக்க வேண்டும். ஒருமுறை கையை வீசியவன் உடனே அடங்கிப் போனான். நான் சொன்னபடியே டூல்ஸ் ரூமில் பாதி நாள்

படுத்திருந்தான். கடைசியாக வேலை நேரம் முடித்து வீட்டுக்குப் போக வேண்டியபோது என் மேஜையருகே வந்து என்னையே பார்த்தவண்ணம் நின்றான். அந்தோணி என்ற பிறவியே இந்த உலகத்தில் கிடையாது என்கிற மாதிரி நான் என் வேலையில் ஆழ்ந்திருந்தேன். அவன் பொறுமையிழந்து, "இன்னிக்கு வீட்டுப் பக்கம் போயிருந்தேன்" என்றான்.

நான் அவனை ஏறிட்டுப் பார்த்தேன். அவன் மறுபடியும், "வீட்டுப் பக்கம் போயிருந்தேன்" என்றான்.

"இத்தினி நாள் நீ வீட்டுக்குப் போகாம நடைபாதையிலேயே இருந்தாயா?"

"உன் வீட்டுக்குப் போனேன், சாரு."

"என் வீட்டுக்கு ஏன் போனே? உனக்கும் எனக்கும் இனிமே பேச்சே வேண்டாம்."

அவன் போய்விட்டான். எனக்கு நிஜமாகவே கோபம் பொங்கிக்கொண்டு வந்தது. என் வீட்டுக்கு எதற்கு இவன் போக வேண்டும்?

ஆனால் வீட்டுக்குப் போன பிறகுதான் தெரிந்தது, அவன் இந்த ஆண்டும் நவராத்திரி கொலுவுக்கு என் வீட்டில் அலங்காரம் செய்துவிட்டு வந்திருக்கிறான் என்று. அவன் வேண்டாம் என்று சொன்னபோதிலும் என் அம்மா அவனிடம் பணம் கொடுத்திருக்கிறாள். அன்று அவனை எந்தப் பிசாசு பிடித்திருந்ததோ எங்கோ டிங்க்சர் வாங்கி வந்துவிட்டான். எனக்கு அந்த அலங்காரத்தைப் பார்த்தபோது கோபமும் பரிதாபமும் மாறிமாறித் தோன்றின. அவனுடைய ஜோடனை விசேஷ கலைத்திறமை பொருந்தியதாக இருக்காது. அவனுக்குண்டான வசதியிலும் அனுபவத்திலும் அவனுக்கு வண்ணங்களின் ஒருமை, இசைவு, எதிரெதிர்த்தன்மை இவை எல்லாம் மனதில் பிடிபட வழியில்லை. ஆனால் கற்பனையும் கைத்திறனும் ஏதோ ஒரு தளத்தில் செயல்படத்தான் செய்தன. அலங்கரித்தல் என்னும் முயற்சியே அவனையொத்தவர் பலருக்குத் தோன்றாமலே இருக்கக்கூடும். ஆனால் இது அலங்காரம், இது அலங்கரிக்கக்கூடியது என்று அவனுடைய பிரக்ஞையில் சில இடங்கள் ஒதுக்கப்பட்டிருந்தன.

அந்த நாளெல்லாம் நான் நாயாகப் பாடுபட்டு மாடாக உழைத்திருந்தாலும் எளிதில் தூக்கம் வரவில்லை. எங்கள் வீட்டில் எல்லா விளக்குகளையும் அணைத்திருந்தாலும்

தூரத்தில் இருந்த ஒரு தெருவிளக்கு முன்னறையில் சிறிது வெளிச்சம் உண்டுபண்ணியவண்ணமிருந்தது. அங்கேதான் கொலு வைக்கப்பட்டிருந்தது. கொலுவும் எந்தத் திட்டமோ ஒழுங்கான அமைப்போ இல்லாதது. சிங்கத்தின் பக்கத்தில் தாஜ்மகாலும் அதற்குப் பக்கத்தில் நாரதர் பொம்மையும் இருக்கும். இந்தப் பொம்மை வரிசைகள் மீது அந்தோணி தொங்கவிட்ட காகிதத் தோரணங்கள் அந்த அரை இருட்டில் விநோதமாகக் காட்சியளித்தன. என்ன பைத்தியக்காரத் தனமான வண்ணக்கலவை!

திடீரென்று அந்தோணியின் வண்ணத் தேர்வு எனக்கு ஏதோ உணர்த்துவது போலிருந்தது. சம்பிரதாயக் கலைஞர்களுக்கு அவனுடைய வண்ணப் பிரயோகம் அறியாமையில் உருவானது போலிருந்தாலும், அவன் பயன்படுத்திய வண்ணங்களுக்குச் சாதாரணமாகப் புலனாகாத சக்தி ஏதோ ஒன்று புதைந்திருக்க வேண்டும் என்று தோன்றியது. அந்த அரை இருட்டில் அந்த வண்ணக் காகிதங்கள் மர்மமான இயக்கம் ஒன்றில் ஈடுபட்டிருப்பதாகவும் தோன்றியது. எனக்கு அவன் எச்சரிக்கை செய்தது நினைவுக்கு வந்தது. பிசாசுகள்! அந்தோணி என்னை எச்சரிக்கை செய்கிறான்: ஜாக்கிரதை, பிசாசு! அப்படி என்றால் அவனுக்குப் பிசாசுகள் பழக்கமாயிருக்குமா! ஏன் நான் மீண்டும் மீண்டும் பிசாசை அவன் பார்த்திருக்கிறானா என்று கேட்டபோது பதில் சொல்லாமல் கோபப்பட்டுக் கொண்டான்? இதோ இங்கே வீட்டிலேயே பிசாசுகளைக் கொண்டுவந்துவிட்டானா?

எனக்கு இப்படி நினைப்பதற்குக் கோபமாகவும் இருந்தது, வெட்கமாகவும் இருந்தது. இந்தப் பிசாசுகள் பற்றித் தர்க்க பூர்வமான விளக்கம் என்றுமே கிடைத்ததில்லை. சரி, சரி, சரி, என்ற இரண்டு மூன்று படிகளுக்குப் பிறகு நான்காவது படி விளக்கம் தரும்போது எல்லாப் படிகளும் நொறுங்கி விழுந்து விடுகின்றன. பிசாசு இருக்கிறது என்று சொல்ல வருகிறவர்கள் இக்காரணத்திற்குத்தான் விவாதம் என்று ஆரம்பித்தவுடன் பின்வாங்கி விடுகிறார்கள் போலும்.

இதெல்லாம் நான் எனக்குள் சொல்லிக்கொண்டபோதிலும் அந்தோணி செய்த அலங்காரத்தினால் என்றும் ஒரு பொருட்டே யில்லாத கொலு ஓர் அசாதாரண முக்கியத்துவம் அடைந்தது போலிருந்தது. பழைய மண் பொம்மைகள் அச்சத்தை விளைவித்தன. அவை அனைத்துக்கும் விபரீத சக்தி விநியோகிப்ப தாக அந்தோணி கட்டிய காகிதத் தோரணங்கள் கூரையிலிருந்து அசையத் தொடங்கிக்கொண்டிருந்தன.

எப்போதோ கேட்டு மறந்துபோன பிசாசுக் கதைகள் எல்லாம் இப்போது ஒன்றன்பின் ஒன்றாக நினைவுக்கு வந்தன. இம்மாதிரிக் கதைகளைக் கேட்பதில் அசிரத்தையாக இருக்கும் நானே இவ்வளவு கேட்டிருக்கிறேனா என்று ஆச்சரியமாக இருந்தது. ஒவ்வொரு கதையும் ஒரு தகவல் தவறிப் போய்விடாமல் நிதானமாக என் மனதுக்குள் விரிந்து கொண்டிருந்தது. ஒரு கட்டத்துக்கு மேல் நான் மேற்கொண்டு திமிறி எதிர்க்காமல் என் மனதை அதன் போக்குக்கு விட்டேன். நான் உடனேயே தூங்கியிருக்க வேண்டும், ஏனென்றால் அந்தக் கட்டத்திற்குப் பிறகு எனக்கு நினைவு இருந்ததாகத் தெரியவில்லை.

ஆனால் அந்தோணியின் தோரணங்களுக்கும் பிசாசு களுக்கும் ஒரு சம்பந்தமுமில்லை என்று அடுத்த நாளே எனக்குத் தோன்றிவிட்டது. இதற்கும் தர்க்க ரீதியாகக் காரணம் இல்லாது போனாலும் ஏனோ அந்தோணியின் நிலைமையைக் கேள்விப்பட்டதும் எனக்கும் அப்படித்தான் தோன்றியது. அந்தோணிக்கு மறுபடியும் கல்யாணம். மகிழ்ச்சிக்குரியதா, துக்கத்துக்குரியதா என்று புரியாத நிலையில்தான் அவன் குடித்திருந்தான்.

நாராயணசாமித் தோட்டம் எப்போது தோட்டமாக இருந்திருக்கும் என்று ஊகிக்க முடியாதபடி ஒரு குடிசைப் பகுதியாக மாறிப் பல ஆண்டுகள் ஆகியிருக்க வேண்டும். அந்தோணியின் தாய்வழித் தந்தை வழி உறவினர்கள் என்று டஜன் கணக்கில் அங்கு இருந்தார்கள். சிறு வயதிலேயே மனைவியை இழந்து ஒரு குழந்தையுடன் அப்படியே காலத்தைத் தள்ளிவிடலாம். ஆனால் ஏகப்பட்ட உறவினர்கள் சுற்றி இருப்பதனாலேயே மறுமணத்தைத் தவிர்க்க முடியவில்லை. எல்லா உறவினர்களுக்கும் பெண்கள் இருந்தார்கள். ஏதோ நல்ல காரணங்களுக்குத்தான் அந்தோணி இன்னொரு கல்யாணத்திற்கு ஒப்புக்கொள்ளாமல் அது நாள்வரை கடத்தியிருக்க வேண்டும். ஆனால் என்றென்றுமாக அப்படிச் சமாளிக்க முடியவில்லை. என் பெண்ணைக் கட்டிக்கொள், என் பெண்ணைக் கட்டிக்கொள் என்று தினம் நான்கு நடுவயது மாதுக்கள் நச்சரிப்பதை முடிவுகட்டுவதற்காவது ஏதோ ஒரு பெண்ணைக் கல்யாணம் செய்துகொண்டுவிடச் சம்மதம் தெரிவித்திருக்க வேண்டும்.

மறுமணம் என்று தீர்மானமான பிறகு அந்தோணி தினமும் குடிக்கத் தொடங்கிவிட்டான். அவனுக்கு எங்கே பணம் கிடைத்தது என்று எனக்கு ஆச்சரியமாகயிருந்தது. நானறிந்த அவன் நாராயணசாமித் தோட்டத்திலிருந்து நுங்கம்பாக்கத்துக்கு நீண்ட கால்நடையாக வெறுங்கை, வெறும் பையாகத்தான்

வருவான். வேலை நேரத்தில் சாப்பாட்டு இடைவேளை என்று சண்டை போட்டு ஒரு மணி நேரம் எடுத்துக்கொண்டாலும் ஒரு மணிநேரமும் ஒரு மரத்தடியில் உட்கார்ந்துவிட்டுத்தான் வருவான். அவன் சாப்பிட்டு நான் பார்த்ததில்லை.

எங்களுக்குக் கொடுக்கப்பட்ட சம்பளத்தில் எல்லாருமே கிட்டத்தட்ட அந்தோணி மாதிரிதான் வாழ்க்கை நடத்த வேண்டும். அவனுக்கு மனைவி உயிருடன் இருந்தால் உணவு இடைவேளைக்காகவென அவள் ஏதாவது கட்டிக் கொடுத்து அனுப்பலாம். அதற்காகவாவது அவன் இரண்டாம் கல்யாணம் செய்துகொள்ள வேண்டும். ஆனால் இப்படிக் குடிக்க ஆரம்பித்துவிட்டால் ஒரு வேளைச் சாப்பாட்டுக்கே திண்டாட்டமாகிவிடுமே?

அவன் கல்யாணத்திற்கு யாரையும் கூப்பிடவில்லை. ஆனால் நான்தான் கையெழுத்தில் ஓர் அழைப்பு மாதிரி எழுதி அதை வைத்துக்கொண்டு கல்யாணப் பரிசு நிதி திரட்டினேன். ஐம்பது ரூபாய்கூடச் சேரவில்லை. அப்போதிருந்த விலையில் ஒரு தண்ணீர்க் குடமும் இன்னொரு பாத்திரமும் வாங்க முடிந்தது. கல்யாணத்திற்கு என்று யாரும் போகாவிட்டாலும் இரு நாட்கள் கழித்து அந்த இரு பாத்திரங்களையும் அவனுடைய வீட்டில் கொண்டுபோய்க் கொடுத்துவர ஏற்பாடு செய்து, கடைசியில் நானே தூக்கிப் போகும்படியாயிற்று. நடந்தேதான் போனேன். அந்தோணி அவனுடைய குடிசையில் இல்லை. அங்கு யாருமே இல்லை. நான் விசாரிப்பதை அறிந்து வேறொரு குடிசையிலிருந்து ஒரு பெண் வந்தாள். அவள்தான் அந்தோணியின் புது மனைவி. அவளிடம் இரு பாத்திரங்களையும் கொடுத்து விட்டுத் திரும்பினேன். அந்தோணி குடிக்கத் தொடங்கியதற்குக் காரணம் புலப்படுகிற மாதிரியிருந்தது.

அவள் நன்கு வளர்ந்த பெண். அந்தோணியைவிடப் பெரியவளாகவும் இருக்கக்கூடும். படித்தவளாகத் தெரிந்தாள். கணவன் பற்றியும் வாழ்க்கை பற்றியும் எதிர்பார்ப்புகள் இருக்கும். எனக்கு அந்தோணிமீது மதிப்பும் வியப்பும் இருக்கலாம். நான் அவனிடம் காணும் சிறப்புகள் அவளுக்குச் சிறப்புகளாகத் தோன்றுமா?

அந்தோணியாக இந்தக் கல்யாணத்துக்கு முயற்சி செய்யவில்லை. ஆனால் ஏராளமான உறவினர்கள் குவிந் திருக்கும் பகுதியில் ஒருவன் வாழ்ந்ததனால் அவனுடைய வாழ்க்கையைச் சார்ந்த பல முடிவுகள் வேறு யார் யாரோ எடுப்பதாகத்தான் இருக்கும். அந்தப் பெண்ணின் தகப்பனுக்கு ஒரு பொறுப்புக் குறைந்தது என்றிருக்கலாம். தாயற்ற சிறு பையனை

வைத்துக்கொண்டு அவதிப்படுகிறானே என்று உண்மையாகவே அந்தோணிமீது பச்சாத்தாபம் கொண்டிருக்கலாம். ஆனால் இதெல்லாம் வயது வந்த, நினைவு தெரிந்த தீர்மானமான மனதுக்கு முன் எம்மாத்திரம்? அந்தோணி இதெல்லாம் உணர்ந்திருக்க வேண்டும். ஆனால் எல்லாருமாகச் சேர்ந்து அவனுக்கும் அப்பெண்ணுக்கும் மணமுடித்து வைத்துவிட்டார்கள்.

என்னிடம் அந்தோணி எவ்வளவு கண்டிப்பாக இருப்பான்? அவனுக்கு உரிமைகளும் சலுகைகளும் குறைவுதான். ஆனால் அவற்றில் சிறிதளவும் விட்டுக்கொடுக்க மாட்டான். உணவு இடைவேளை பதினொரு மணி அடிப்பதற்கு முந்தைய விநாடி ஏதாவது பணியிட்டால்கூடக் காதில் கேளாதது மாதிரிப் போய்விடுவான். இந்தக் கண்டிப்பு அவனுடைய சித்தி, மாமன், பாட்டி, பெரிய தாத்தா இவர்களிடம் செல்லவில்லையே.

அந்தோணி புது உடை உடுத்தியபடிகூட வேலைக்கு வரவில்லை. சில சமயங்களில் நாமாக விபரீதமாகக் கற்பனை செய்துகொண்டு திண்டாடுவோம். யதார்த்தம் உண்மையில் மகிழ்ச்சியையும் தரக்கூடியது; அந்தோணி விஷயத்திலும் அவ்வாறு இருந்துவிட வேண்டும் என்று நினைத்தேன். அவன் இன்னும் சண்டைக்காரனாகவும் குடிகாரனாகவும்தான் மாறினான். எது எதையெல்லாமோ மீறி அவனுடைய புது மனைவிக்கு ஒரு குழந்தை பிறந்தது. பெண். அடுத்த ஆண்டு இன்னொரு குழந்தை. பிள்ளை. அப்போதுதான் பிசாசுகள் நிறைந்த அந்த இடத்தைவிட்டு நான் நிரந்தரமாக விலகினேன்.

இருபது வருடங்கள் கழித்து நான் மீண்டும் அந்தோணியை லிங்கிச் செட்டித் தெருவில் பார்த்தேன். நடுவில் ஓரிரு சமயம் அவனும் என் கண்ணில் பட்டிருப்பான். நானும் அவன் கண்ணில் பட்டிருப்பேன். ஆனால் அந்தத் தருணங்களில் நின்று பேசிக்கொள்ள வசதியில்லாமல் போயிருக்கும். அவன் பஸ்ஸில் போய்க்கொண்டிருப்பான், நான் சைக்கிள் மிதித்துக்கொண்டிருப்பேன்; அவன் மவுண்ட் ரோடு தபாலாபீஸருகில் நின்றுகொண்டிருப்பான், நான் எதிர்சாரியில் *சுதேசமித்திரன்* காரியாலயத்திலிருந்து வெளிப்பட்டிருப்பேன், எங்கள் இருவர் நடுவில் டஜன் கணக்கில் பஸ்களும் கார்களும் ஸ்கூட்டர்களும் இரு திசைகளில் தலைதெறிக்கும் வேகத்தில் போய்க்கொண்டிருக்கும். எல்லாவற்றுக்கும் மேலாக அந்தத் தருணத்தில் பழைய நினைவுகளுக்கு நேரமிருக்காது, அல்லது பழைய நினைவுகள் தவிர்க்கப்பட வேண்டியதாக இருந்திருக்கும். பழைய நினைவுகள் மனதைக் குதறிப்போடாமலிருக்கக் காலம் தேவைப்படுகிறது. இப்போது அந்தோணிக்கு என்னைக்

கண்டதில் எவ்வளவு மகிழ்ச்சியோ அவ்வளவு எனக்கு அவனைச் சந்தித்ததில் இருந்தது. எங்களிருவருக்கும் இந்த இருபது வருடங்கள் எப்படியிருந்தன என்று எங்களுக்குள் விவரமாகக் கேட்கத் தேவையில்லாமல் எங்கள் இருவரின் தோற்றங்களும் அனைத்தையும் தெரிவித்துவிடும்போல இருந்தன. என்னோடு அந்தக் காலத்தில் வேலை செய்தவர்கள் அநேகமாக எல்லாருமே 'காபி வாங்கித் தாயேன், மூணு ரூபாய் இருந்தால் கொடுக்கறியா, கண் டாக்டருக்குத் தர ஒன்பது ரூபாய் வேண்டியிருக்கிறது' என்றுதான் முதல் விசாரிப்புகளுக்குப் பிறகு கூறுவார்கள். நான் அந்தோணியைக் கேட்டேன், "நீ எப்படி இருக்கே, அந்தோணி? உனக்கு ஏதாவது வேணுமா?"

அவன் பழைய சட்டை, பழைய டிரவுசர், பழைய செருப்புதான் போட்டுக்கொண்டிருந்தான். முற்றின சேனைக் கிழங்கின் மேற்பரப்புபோல அவனது முகம் கரடுமுரடாக இருந்தது. கண்களை இடுக்கிக்கொண்டு பேசியதிலிருந்து அவன் கண்ணாடி அணிவதை ஒத்திப் போட்டுக்கொண்டு வருகிறான் என்று தெரிந்தது. அவன் சொன்னான், "எனக்கு ஒண்ணும் வேண்டாம் சார். நீ எப்படி இருக்கே?"

லிங்கிச் செட்டித் தெருவின் அடைசலான போக்குவரத்து, இரு நண்பர்கள் பல ஆண்டுகள் கழித்துச் சந்தித்துப் பேசிக் கொள்ளும் தகுதியைச் சற்றும் பெறாமல் இருந்தது. நாங்கள் இருவரும் ஒரு கடையின் முன்வாயிற் படிக்கட்டு மீது ஏறிக் கொண்டோம்.

என்னுடைய சிறு விளக்கங்களுக்குப் பிறகு அவனைக் கேட்டேன், "நீ என்ன பண்ணறே, அந்தோணி?"

"இப்போ ஒண்ணும் பண்ணாமச் சும்மாத்தான் இருக்கேன், சார். நீ போனப்புறம் அடுத்த வருஷமே அந்தப் பீடை வேலையை விட்டு ஒழிச்சேன். பதினைஞ்சு வருஷம் என் பொண்டாட்டி பிள்ளையைச் சாகக் கொடுத்து உழைச்சேன், வெளியிலே போறப்போ கையிலே ஆயிரம் ரூபாகூடத் தரலே, சார்."

"அங்கே சம்பளமே ரொம்பக் கொஞ்சம்தானே?"

"பகல் சாப்பாட்டுக்குப் பத்தணா தர என்னமா வயத்தெரிச்சக் கொட்டிண்டாங்க?"

"இன்னும் அதெல்லாம் ஞாபகம் வைச்சிண்டிருக்கயா?"

"படுபாவிங்க முதலாளியும் அவன் மகன்களும் ஊரிலே இருக்கிற தேவடியாளுக்கெல்லாம் கொட்டி அளந்தாங்க. வீடு வீடாக் கட்டிக் கொடுத்தாங்க. காரு வாங்கிக் கொடுத்தாங்க.

எங்களுக்குப் பத்தணா கொடுக்கப் பிசிநாறித்தனம் பண்ணி நல்லவங்களை எல்லாம் விரோதிகளாக்கினாங்களே, அதான் அடுத்த தலைமுறைக்கு ஒண்ணும் தங்காமப் பாழாப் போறாங்க."

"உன் பையன் என்ன பண்ணறான்?"

"எத்தினி தொழிலாளிங்க வயத்தெரிச்சலையும் வேதனையையும் வாங்கிக் கட்டிட்டாங்க, அந்தப் படுபாவிங்க! அவுங்க வம்சமே உருப்படாமத் தெருத் தெருவா நாறும்."

"பையன் வேலையாயிருக்கானா?"

"ஆமா, சார். கிண்டி இண்டஸ்டிரியல் எஸ்டேட்லே ஒரு இடத்திலே ஃபிட்டராயிருக்கான். கல்யாணம் கட்டி ஒரு குழந்தைகூட இருக்கு."

"அவனுக்கும் ஏன் இப்படிச் சின்ன வயசிலேயே கல்யாணம் கட்டினீங்க?"

"அவன் சோத்துக்கு என்ன பண்ணுவான், சார்? நானே தான் பெரிய மச்சான் பொண்ணையே கட்டிவைச்சேன்."

"ஏன், அவன் உன் வீட்டிலே இல்லையா?"

"இல்லையே, சார். நான் இரண்டாவது கட்டிண்டேனே, அந்தப் புண்ணியவதி அவனைப் பத்து வயசிலேயே விரட்டி விட்டுட்டாளே."

"பத்து வயசிலேந்தா அவன் வேலைக்குப் போறான்?"

"இல்லே, சார். என் சின்னம்மா ஒருத்தி சின்னமலை கிட்டே இருந்தால்லே, அவ கிட்டே கொண்டு போய்விட்டு மாசம் அம்பது ரூபா கொடுத்தேன்."

"உம்?"

"நான்தான் வேலையிலே இருந்தேனே? இங்கேதான், இதே தெருவிலே. பதினாறு வருஷம் சர்வீஸ் முடிச்சுட்டு ரிடயர் ஆயிட்டேன். நான் ரிடயர் ஆனப்போ அந்த மார்வாடி எவ்வளவு கொடுத்தான், தெரியுமா?"

"தெரியாது."

"இருபத்தையாயிரம், சார். அங்கே உன்னோடப் பதினஞ்சு வருஷம் உழைச்சேன், எட்டு நூறு ரூபா கொடுத்தான் அந்த முதலாளி நான் போனப்போ. இவன் இருபத்தையாயிரம் ரூபா கொடுத்தான். அதுலே ஒரு ஃபைவ் தெளசண்ட் பெரிய

பொண்ணு மாரேஜுக்குத் தனியா வைச்சுட்டேன். மிச்சப் பணம் அங்கே இங்கே வட்டிக்குக் கொடுத்திருக்கேன்."

"வட்டிக்கா?"

"அதெல்லாம் பத்திரமா இருக்கு, சார். கவலைப்படாதே. வீட்டு மேலே, வீட்டு மனை மேலேதான் கொடுத்திருக்கேன். உன் பையன்லாம் என்ன பண்ணறான், சார்?"

எனக்கு அவனைப் பற்றிப் பெருமையாக இருந்தது. மீளவே முடியாது என்று கஷ்டங்களும் துக்கங்களும் வந்தால்கூட ஒரேயடியாக விழுந்து போகாமல் சிறிது நிறுத்திப் பிடித்துக் கொண்டால் அந்த நேரத்தில் கணக்கில் அதுவரை எடுக்காத சில காரணிகள் நிவர்த்திக்கு வழி செய்கிறதல்லவா?

நாங்கள் அந்தக் கடையை விட்டு நகர்ந்து இன்னொரு கடை வாசலில் போய் நின்றோம்.

"அந்த இன்னொரு மாரேஜ்தான் ரொம்ப டிரபிளா யிடுத்து, சார். மூணு வாட்டி அது ஓடிப் போயிடுத்து. எல்லாருமாப் போய் இழுத்துண்டு வந்தாங்க. இப்போ அது பாட்டுக்கு நாராயணசாமித் தோட்டத்திலே இருக்கு. நான் பெரியமேட்டிலே இருக்கேன்."

"பிசாசு பிடிச்சுருக்கும்."

அந்தோணி முகத்தைச் சுளுக்கிக்கொண்டான். "அங்கே வீட்டிலே எங்கே சார் பிசாசுங்க? கிரீன்வேஸ் ரோடு வந்தா உண்டு. இல்லை, பாலத்தாண்டே உண்டு. நாராயணசாமித் தோட்டத்திலே பிசாசு கிடையாது, சார்."

அந்தோணியைப் பார்க்கப் பார்க்க எனக்கு மிகவும் சந்தோஷமாக இருந்தது. விடிவே தோன்றாத பற்றாக்குறையால் அறை வயிறு கால் வயிறு உண்டு உலகத்தையே துவேஷக் கண்களோடு பார்த்து அவனும் அழிந்து உலகமும் அழியட்டும் என்றிருந்த அந்தோணிதான் நான் அது வரை அறிந்தது. எப்போதுமே அவன் முகச் சருமம் சேனைக் கிழங்கின் தோல் மாதிரி இருக்கும். கண்களை இடுக்கிக்கொண்டுதான் பேசினான். ஆனால் இப்போது அதிலெல்லாம் அழகும் ஆர்வமும் இருந்தன. ஒருவன் உலகத்தை நேசிப்பதற்குப் பணக்காரனாக இருக்க வேண்டுமென்பதில்லை. ஒருவேளை பணக்காரனாக இருப்பதே அதைச் சாத்தியமில்லாமல் செய்துவிடலாம். ஆனால் சுய கௌரவத்தையும் கைவிடாமல் பட்டினியாகவும் இருக்க வேண்டுமானால் அவனுக்குக் கண்ணில் தெரிபவர்கள்

எல்லாரும் விரோதிகள். அவர்களை அவன் அழித்தேயாக வேண்டும், மனத்தினளவிலாவது.

"நாம வேலை பண்ணின இடத்திலே பிசாசுங்க இருக்கும்னு சொன்னியே, நினைவிருக்கா அந்தோணி?"

"ஆமாம், சார். அங்கே பிசாசுங்க நிறைய இருந்தது. அங்க மட்டும் இல்லே, சார். சுத்தி நாலா பக்கமும். சன் தியேட்டராண்ட இருந்தது. அந்த கார்டன்லேயும் நிறைய. இந்தப் பக்கம் கிராமபோன் கம்பெனி காம்பவுண்டிலே…"

"நிஜமான பிசாசு அதெல்லாம் இல்லே, அந்தோணி. கையிலே காசு இல்லாம போயிடறதே, நீயும் சாப்பிடாம, உன் குழந்தை குட்டிக்கும் ஒழுங்காச் சாப்பாடு போட முடியாம போயிடறதே, அதுதான் நிஜப் பிசாசு. தரித்திரம்தான் நிஜமான பிசாசு."

அந்தோணி மரியாதைக்காக நான் பேசுவதைக் கேட்டுக் கொண்டிருந்தான். அந்தக் கடையின் வாயிற்படியையும் நாங்கள் கைவிட வேண்டியிருந்தது. லிங்கிச் செட்டித் தெருவின் போக்குவரத்து வெயிலோடு சேர்ந்து உச்சநிலையடைந்திருந்தது. சமீபத்தில் பெய்த மழையும் எங்கோ ஒரு பாதாளச் சாக்கடை அடைத்துக்கொண்டு மறைவாகப் பாய வேண்டிய தண்ணீரும் தெருவில் பெருக்கெடுத்து ஓடிக்கொண்டிருந்தது. இயல்பாக எழும் அருவருப்பை அடக்கிக்கொண்டு வாகனங்களும் மக்களும் தெருவில் போய்க்கொண்டிருந்தார்கள். அசுத்தமான தண்ணீரில் காலை வைக்காமல் சமாளிக்கவெனச் சிலர் தெருவோரமாகக் கடைகளின் வாயிற்படிகள் மீது ஏறி இறங்கிச் சென்றுகொண்டிருந்தனர். நாங்கள் நின்றுகொண்டிருப்பது பலருக்கு இடைஞ்சலாக இருந்தது. எனக்கு அப்போது நான் வாங்க வேண்டியிருந்த நான்காவது புத்தகம் பற்றி நினைவுக்கு வந்தது. அதையும் உடனே வாங்க முடிந்தால் நான்கு புத்தகங்களையும் உடனே நண்பனுக்கு அன்றைய தபாலில் சேர்ப்பித்து விடலாம்.

"நீ இந்தத் தெருவிலேயேதானே வேலை பார்த்தே?"

"ஆமாம், சார். பிரதாப் கம்பெனி."

"இங்கே சட்டப் புத்தகங்கள் எங்கே கிடைக்கும்?"

"வரதாச்சாரி கம்பெனி, சார். அதோ அங்கேதான் இருக்கு."

"அங்கேந்துதான் வரேன். எனக்கு வேண்டியது நாலுலே மூணு அங்கே இருக்கு. ஒண்ணு கிடைக்கலை."

"அப்போ சீதாராமன் கடையிலே டிரை பண்ணு, சார்."

“அது எங்கே இருக்கு? பக்கத்திலேயே இருக்கா?”

“இங்கே இல்லை, சார். ராயப்பேட்டையிலே இருக்கு.”

“பைகிராப்ட்ஸ் ரோடிலியா?”

“இது அஜண்டா கிட்டே, சார். அஜண்டாயில்லே அஜண்ட்டா. அஜண்ட்டா ஹோட்டல்?”

“ஆமாம்.”

“அதுக்குக் கிட்டே. அங்கே போனாச் சொல்லிடுவாங்க.”

எனக்கு இதுவும் அந்தோணி அடைந்த இன்னொரு பரிமாணமாகத் தோன்றியது. சட்டப் புத்தகங்கள் சென்னையில் எங்கெல்லாம் கிடைக்கும் என்று சொல்லும் அளவுக்கு அவனுடைய உலகம் விரிவடைந்திருந்தது.

“ஆயிரம் விளாக்காண்ட சொன்னே – ஆமா இங்கே பிசாசு இருக்கா?”

“எங்கே, சார்?”

“இங்கே, சைனா பஜார்லே. டவுன்லே.”

“நிறைய இருக்கு, சார். பூக்கடை போலீஸ் ஸ்டேஷன்கிட்டே மரமும் கக்கூஸூம் இல்லே? அங்கே டஜன் கணக்கிலே இருக்கு. இங்கே லா காலேஜ் கேட் கிட்டே. அண்ணாமலை மன்றம் எதுத்தாப்லே இருக்கிற ஹைகோர்ட் காம்பவுண்ட் கேட்டாண்ட. இதோ இந்தத் தெருவிலேயே நிறைய இருந்தது, சார். பழைய கட்டடத்தை இடிச்சாங்க, பிசாசுங்களும் போயிடுத்து.”

“அப்போ இங்கேயெல்லாம் இருக்கிறவங்க பிசாசு தோணற படி ஆடுறாங்கன்னா சொல்லறே?”

“அப்படி இல்லே, சார். பிசாசு எல்லார்கிட்டேயும் போறதில்லையே? டீ சாப்பிடறியா, சார்?”

நாங்க இருவரும் ஒரு சிறு டீக்கடைக்குச் சென்று இரண்டு டீக்குச் சொன்னோம். அதன் பிறகுதான் எனக்குத் தெருவில் ஓடும் சாக்கடைத் தண்ணீர் மறுபடியும் கவனத்துக்கு வந்தது. டீ வேண்டாம் என்று சொல்வதற்குள் டீக்கடைப் பையன் அந்தோணியிடம் இரு கோப்பைகளைக் கொடுத்துவிட்டான்.

ஆனால் டீ நன்றாக இருந்தது. நான் டீக்குப் பணம் கொடுக்கப் போனபோது என்னை உறுதியாகத் தடுத்து அந்தோணி பணம் கொடுத்தான். அந்தத் தெருவையே விட்டு வெளியேற

வேண்டுமென நான் நினைத்தேன். ஆனால் அந்தோணிக்கு அங்கே ஏதாவது வேலை இருக்க வேண்டும். அல்லது இன்னும் யாரையாவது சந்திக்க வேண்டியிருக்க வேண்டும். அவன் மறுபடியும் இன்னொரு கடை வாயிற்படியை ஆக்கரமித்துக் கொண்டான்.

“நான் கிளம்பறேன், அந்தோணி. உன்னைப் பாத்ததுலே ரொம்ப சந்தோஷம்” என்றேன்.

“எனக்கும் சார். உன் வீட்டுக்கு வரலாமான்னு நிறைய நாள் நினைச்சிருக்கேன். ஆனா உங்கம்மா செத்துட்டாங்க, அப்போ நான் வரலை. இப்போ எப்படி வறதுன்னு கஷ்டமாயிருந்தது.”

“அம்மா செத்தது தெரியுமா?”

“தெரியும் சார்.”

“இப்போ வீட்டிலே கொலு கிலுவெல்லாம் பெரிசா வைச்சுக்கறது கிடையாது.”

“அப்படியா, சார்?”

“ஆனா நான் நினைச்சுப்பேன், நீ வீட்டுக்கு வந்து டெகரேஷன் பண்ணினதை. அதெப்படி அந்த மாதிரி கலர் காகிதம் வாங்கினே?”

“எந்த மாதிரி, சார்.”

“என் வீட்டிலே இரண்டு வருஷம் நீ டெகரேஷன் பண்ணினயே?”

“ஆமாம், சார்.”

“நீ எப்பவுமே அந்த கலருங்கதான் உபயோகப்படுத்துவியா?”

“இல்லே, சார். உன் வீட்டுக்கு என்ன கலர் காகிதம் போடணும்னு முதல்லே தெரிஞ்சுண்டுதான் நான் வாங்கி வந்தேன்.”

“வீட்டுக்கு வீடு கலர் மாறுமா?”

“ஆமாம் சார். ஒரு வீட்டுக் கலர் இன்னொரு வீட்டுக்குச் சுகப்படாது.”

“சுகப்படாதா?”

“ஆமா, சார். சுகப்படாது.”

“ஏன்?”

அந்தோணி அரை வினாடி நின்றான். பிறகு, "காரணம் சொல்லட்டுமா, சார்?" என்று கேட்டான்.

"அதானே கேக்கறேன்."

"நீ இருக்கிற வீட்டிலேயேயும் பிசாசுங்க இருக்கு சார்."

இப்போது நான் சிறிது நேரம் பேசாமல் நின்றேன். ஏதேதோ நினைவுகளும் எண்ணங்களும் வெடித்துச் சீறி மோதி அடித்துப் பிடித்துக்கொண்டன. அந்தோணி சொல்வது நிஜமாக இருக்கலாம். நிஜமாகவே இருக்கலாம். நானும் ஒரு ஆயுதம் வைத்திருந்தேன். அதை உபயோகப்படுத்தினேன்.

"அந்தோணி, நீ பிசாசைப் பார்த்திருக்கயா?"

அந்தோணி ஓர் அற்புதமான புன்னகை எனக்குத் தந்தான்.

"நீ நிஜமாப் பிசாசைப் பாத்திருக்கயா?"

முன்பு ஒரு தடவையும் அவனை இக்கேள்வி கேட்டிருக்கிறேன். அன்று போலவே இன்றும் அவன் பதில் தரவில்லை.

(1985)

பாவம், டல்பதடோ

1

சாலை விபத்துக்கள் சாலைகள் தோன்றிய நாட்களிலிருந்து நேர்ந்து வர வேண்டும். மனுநீதிச் சோழன் பெருமையே ஒரு சாலை விபத்தைத்தான் சார்ந்திருக்கிறது. குருக்ஷேத்ர யுத்தத்தில் தேர்ச் சக்கரங்கள் புதையுண்டு கர்ணன் திண்டாடியதற்கு அவனுக்கு எப்போதோ நேர்ந்த ஒரு சாலை விபத்துதான் காரணம். சார்லஸ் டிக்கன்ஸ் எழுதிய 'எ டேல் ஆஃப் டூ சிடீஸ்' நாவலின் இறுதியில் நேரும் பெரிய சிக்கலுக்கு ஆரம்ப அத்தியாயங்களில் நிகழும் ஒரு சாலை விபத்துதான் காரணம் என்று கூறிவிடலாம். அந்தச் சாலை விபத்தில்தான் இறுதிச் சோகத்தை விளைவிக்கும் இரும்பு மனதுடைய பெண்மணி அறிமுகப்படுத்தப்படுகிறாள்.

சென்னை சாலை விபத்துகள் பற்றிய தகவல்கள் பகிரங்கமாக ஒரு விளம்பரப் பலகையில் எழுதி வைக்கப்படுகின்றன. அண்ணா சாலையில் ஆயிரம் விளக்குப் பகுதியில் வைக்கப் பட்டிருக்கும் இந்த பிரம்மாண்டமான பலகையில் குறிக்கப்பட்டிருக்கும் தகவல்களைப் படிக்க முற்படுகையில் பல விபத்துகள் நேர்ந்ததாகக் கூறுகிறார்கள்.

விபத்துகள் எல்லா சாலைகளிலும் நிகழ்ந்து விடுவதில்லை. ஒரு நாளைக்கு லட்சக்கணக்கில் வாகனங்களும் பாதசாரிகளும் செல்லும் சைனா

பஜார் சாலையில் விபத்துகள் நேர்வதில்லை. ஒரு நாளைக்கு ஆயிரக்கணக்கில் வந்து போகும் பயணிகளும் நூற்றுக்கணக்கில் கிளம்பிச் செல்லும் ஆம்னி பஸ்களும் பயன்படுத்தும் எழும்பூர் கென்னட் சந்தில் விபத்துகள் நேர்வதில்லை. ஆனால் ஜி.எஸ்.டி. சாலையில் மீனம்பாக்கம் விமான நிலையம் எதிரில் அநேகமாகத் தினமும் ஒரு விபத்து நிகழ்ந்துவிடுகிறது. வேறெங்கெல்லாமோ பிரகாசமான விளக்குகளைப் பொருத்தியிருக்கும் நகரசபை இங்கு மட்டும் ஏன் இருட்டாகவே வைத்திருக்கிறது? அகால மரணமடைந்தோரின் ஆவிகள் முடிவு பெற்ற இடத்தையே சுற்றிச் சுற்றி வருமென்பது உண்மையானால் மீனம்பாக்கம் விமான நிலையம் எதிரில் ஆயிரக்கணக்கில் பிசாசுகள் உலவிக் கொண்டிருக்க வேண்டும். ஒருவேளை அதுவேதான் மீண்டும் மீண்டும் அங்கு உயிர்கள் பறிபோவதற்குக் காரணமோ?

நான் முதன்முறையாக மீனம்பாக்கம் விமான நிலையத்துக்குச் சென்றபோது உலகம் மிகவும் ஒழுங்காக இருந்தது. எனக்கு ஃபிளையிங் கிளப்புக்குப் போக வேண்டும். அதன் முகவரி ‘மீனம்பாக்கம் விமான நிலையம்’ என்றுதான் இருந்தது. அந்த நாளில் விமான நிலையத்தில் பல மணி நேரத்துக்கு மனித வாடையே இருக்காது. யார் வேண்டுமானாலும் உள்ளே நுழைந்து ஒரு சுற்றுச் சுற்றிவிட்டு வரலாம். தரையில் ஒரு வெள்ளைக் கோடு போட்டு ‘இதற்கு மேல் வரக்கூடாது’ என்று எழுதியிருக்கும். ஆனால் எனக்குத் தெரிந்து விமானத்தின் படிக்கட்டுவரை சென்று நாம் வரவேற்கலாம். விமானத்தின் இஞ்சினைக் கிளப்பிய பிறகுகூட மீண்டும் கதவைத் திறக்கச் செய்து ஏணியை அதனிடம் தள்ளச் செய்து ஒரு பிரபல நடிகரை ஏற்றி அனுப்பிவிடலாம். நான் சென்ற முதல் தடவை ஃபிளையிங் கிளப் எப்பக்கம் என்று கேட்டுத் தெரிந்து கொள்ளக்கூட எனக்கு ஆள் கிடைக்கவில்லை. ஆனால் நாட்கள் செல்லச் செல்ல விமான நிலையம் சுறுசுறுப்படைய ஆரம்பித்தது. ஓரிரண்டு போலீஸ்காரர்கள் வந்துவிட்டார்கள். அப்புறம் ஒரு ரூபாய் அனுமதிச்சீட்டு. இன்னும் சில நாட்கள் கழித்து இரண்டு ரூபாய். நிறையப் போலீஸ். ஹைஜாக்கிங் தடுப்பு நடவடிக்கைகள். இதற்குள் விமான நிலையம் இன்னும் பெரிதாயிற்று. எனக்கு முதலில் ஆண்டுக்கு ஒரு முறை, அதிகம் போனால் இரு முறைதான் அப்பக்கம் செல்ல நேர்ந்தது. இப்படி இடைவெளி விட்டு அங்கு போக நேர்ந்ததில் ஒவ்வொரு முறையும் சிறு மாற்றமானாலும் பளிச்சென்று தெரிந்தது.

ஒரு காலகட்டத்திற்குப் பிறகு தினமும் போக வேண்டிய தாயிற்று. நான் வேலை புரிந்த சினிமா ஸ்டூடியோவில் இந்திப் படம் எடுக்க ஆரம்பித்தார்கள். அதற்காக நடிகர்களைப் பம்பாயிலிருந்துதான் தருவிப்போம். இது ஐந்தாறு ஆண்டுகளுக்கு முன், அப்புறம் பல ஆண்டுகள் விமான நிலையத்தின் பக்கமே போகவில்லை. ஒரு முறை பம்பாயிலிருந்து சென்னைக்குக் கிளம்பியவுடனே விமானம் தீப்பற்றி எரிந்துவிட்டது. அடுத்த நாள் மாலை சென்னையில் நீளமான கறுப்பு நிறப் பெட்டிகள் கருகிப் போன உடல்களுடன் வந்தன. என் மகளுடையதும் இந்த உடல்களில் ஒன்று. முதலில் நான்தான் போய் உடலைப் பெற்று வருவது என்றிருந்தது. எனக்குக் காலையிலிருந்து குமட்டிக்கொண்டே இருந்தது. மாலை நேரத்தில் தாங்க முடியாத அளவுக்கு அதிகரித்திருந்தது. நான் போய் விசேஷமாகச் சாதித்திருக்கப் போவதில்லை. பெட்டிகள் ஆணி அடித்து மூடப்பட்டிருந்தன. பம்பாயிலேயே ஒரு மாதிரி அடையாளம் கண்டுகொள்ளப்பட்டு அப்பெயரைப் பெட்டியில் குறித்திருந்தார்கள். 'பெட்டியைத் திறக்க வேண்டாம்', என்று எங்களுக்குச் சிலர் கூறியிருந்தார்கள். விமான நிலையத்தில் ஒருவர் பெட்டியைத் திறந்து அங்கேயே பித்துப் பிடித்தவர் போலானார் என்றார்கள். என் மகளின் பெயரைக் கொண்டிருந்த பெட்டியை வீட்டுக்குக்கூடக் கொண்டு வரவில்லை. விமான நிலையத்திலிருந்து நேராகக் கண்ணம்மாப்பேட்டைச் சுடுகாட்டுக்குக் கொண்டு போய் எரித்துவிட்டார்கள். நான் தகனத்திற்குக்கூடப் போக முடியவில்லை.

நான் இப்போது ஒன்பது மணியளவில் விமான நிலையத்தின் வெளி வராந்தாவில் நின்றுகொண்டிருந்தபோது அங்கே குழுமியிருந்த எல்லாரும் பிசாசுகள் போலத்தான் கண்ணுக்குத் தெரிந்தார்கள். பத்திரிகைகளும் வானொலியும் தொலைக்காட்சியும் மேன்மேலும் தேர்ச்சி பெற்றுப் படுகொலைச் செய்திகளை வாரி வழங்கி வருவதன் ஒரு விளைவோ என்று நான் நினைத்துக் கொண்டேன். சாவைப் பற்றி நினைப்பதற்குச் சுடுகாட்டை விட விமான நிலையமே உரிய இடம் என்று எனக்குத் தோன்றியது.

விமான நிலையத்தில் நுழைவுக் கட்டணத்தை இரண்டு ரூபாயிலிருந்து நான்காகச் செய்து இப்போது பயணிகள் தவிர யாருமே உள்ளே நுழையக் கூடாது என்று செய்துவிட்டார்கள். நுழைவும் கிடையாது. நுழைவுக் கட்டணமும் கிடையாது.

நாங்கள் நூற்றுக்கணக்கானவர் அந்தக் குறுகலான வெளி வராண்டாவில் நின்றுகொண்டு வெவ்வேறு விதமான சங்கடங் களை எதிர்பார்த்திருந்தோம். யாருக்கும் உட்காருவதற்கு இடமில்லை. ஆதலால் கால் கடுப்பதைத் தவிர்க்க முடியாது. வந்தவர்கள் பலர் கார் கொண்டு வந்திருக்கலாம். ஆனால் விமானம் வருவதற்குள் மழை ஆரம்பித்துவிட்டால் நனையத்தான் வேண்டும். சொந்தக் கார் இல்லாமல் வேறு வாகனம் அமர்த்திக்கொள்வதென வந்தவர்களில் சிலர் குடை கொண்டு வந்திருந்தார்கள். சென்னைக்கு ஒரே விமான நிலையம் இருந்த நாளது. விமான நிலையத்திலிருந்து மீனம்பாக்கம் ரயில் நிலையம் செல்ல கிட்டதட்ட ஒரு மைல் நடக்க வேண்டும். அதிக சாமான்கள் இல்லாமல் பகல் வேளையாகவும் இருந்தால் பல்லவன் பஸ் ஏதாவது பிடிக்கலாம். விமான நிலையத்தின் எதிரே நிறுத்தி வைக்கப்பட்டிருந்த இருபது முப்பது டாக்சிகள் பாய்வதற்கு முன் பதுங்கும் புலிகள் போலிருந்தன. பல்லவன் ‘கோச்’ என்ற பஸ் உண்டு. அந்த பஸ் நிறுத்துமிடங்கள் வெளிநாட்டுப் பயணிகளுக்கு வசதியாக இருக்கும். உள்ளூர்க்காரர்கள் பற்றி அப்படிக் கூற முடியாது. எனக்கு இந்த ‘கோச்’ ஒருபோதும் பயன்பட்டதில்லை. என்னை வேதனைக்குட்படுத்தாத டாக்சிக்காரரை நான் இன்னும் சந்திக்கவில்லை. இந்த இரவு அதற்கு வாய்ப்பு உண்டா? மணி பத்துக்கும் மேலாகப் போகிறது. மழை இருட்டிக்கொண்டு வருகிறது. நல்ல டாக்சிக்காரரையும் சபலத்துக்கு இழுத்துக் கொண்டு செல்லும் சூழ்நிலை.

மணி பத்து அடித்து இருபது நிமிடங்களுக்கு நான் நின்ற படியே தூங்கிக்கொண்டிருக்கிறேன். அப்போது காதைத் துளைத்து விடுவது போல ஓர் ஒலிக் கற்றை. ஒரு விமானம் கீழேயிறங்கிப் பயணிகளை இறக்க வசதியாகப் பக்கவாட்டில் நின்றுகொண்டிருந்தது. விமான நிலையத்தினுள்ளும் வெளியி லும் சிறிதே பரபரப்பு. நான் விமான நிலையத்தின் கண்ணாடிச் சுவரில் என் முகத்தை அழுத்தி வந்த விமானம் எது என்று பார்த்தேன். சிங்கப்பூரிலிருந்து வந்திருக்கிறது. பிற்பகல் மூன்று அல்லது மூன்றரைக்கு வர வேண்டியது இரவு பத்தரைக்கு வந்திருக்கிறது. இங்கே வெளியில் நிற்கும் கூட்டம் இந்த விமானத்துக்காகத்தான் இருக்க வேண்டும்.

இன்று இந்த சிங்கப்பூர் பயணிகளுக்கு அவர்கள் முஸ்லிமானாலும் கிறிஸ்துவரானாலும் சிவராத்திரிதான் என்று நினைத்துக்கொண்டேன். இப்பயணிகளைக் கையில் தூக்கி வந்த பொருள்களோடு ஒரு மாபெரும் கண்ணாடிக்

கூண்டில் அடைத்துவிடுவார்கள். எல்லோரும் காத்துக் களைத்துக் கீழே விழும் தருணத்தில் சுங்கப் பரிசோதனை நடக்கும். மனித வரலாற்றில் அப்போது அங்கு நிலவும் பரஸ்பர சந்தேகமும் அவநம்பிக்கையும் போல வேறெங்கும் இருக்காது. இதுதான் பயணச் சீட்டோ என்று எண்ணும்படி அத்தனை பயணிகளும் கையில் ரேடியோ–இணைத்த–டேப்ரிகார்டர் வைத்திருப்பார்கள். இதைக் கையில் வைத்திருப்பதாலேயே கட்டாயச் சுங்கப் பரிசோதனையைத் தவிர்க்க இயலாத நிலையில் அந்தக் கண்ணாடிக் கூண்டில் படபடத்த நெஞ்சத்தோடு உட்கார்ந்திருப்பார்கள். அவர்கள் அந்த அசாத்தியத் தவிப்பை அனுபவிப்பதைச் சற்றும் பொருட்படுத் தாமல் நிலையத்தின் வெளியே அவர்களுடைய உறவினர்கள் அவர்கள் கொண்டு வரும் அயல்நாட்டுப் பொருட்களின் மீதே சிந்தனையைச் செலுத்திக் கொண்டிருப்பார்கள். இது சுங்கப் பரிசோதனைக் காத்திருத்தலை இன்னும் தீவிரமாக்கும்.

என்னால் முடிந்தவரை நானும் என் கண்களை ஓட்டி னேன். சிங்கப்பூர் பயணிகள் பளபளத்த உடைகளாக அணிந்திருந்தார்கள். வெள்ளைக்காரர்களாக இருந்தவர்கள் கூட வழக்கத்துக்கு மாறாக சற்று உரத்த உடைகளையே அணிந்திருந்தார்கள்.

நான் சிங்கப்பூர் பயணிகளை அவர்களுடைய சொந்தக் கவலைகளுக்கு விட்டு விட்டு விமானநிலையம் எதிரே சாலையில் போகும் லாரிகளையும் பஸ்களையும் பார்த்தபடி நின்றேன். என்னுடைய வலது காலை விட இடது கால் அதிகம் வலித்தது. இப்படியே போனால் இன்னும் சில நிமிடங்களில் என் காலை யாராவது வெட்டிப் போட வந்தால்கூட நான் ஆட்சேபம் தெரிவிக்காமல் நின்றுகொண்டிருப்பேன் என்று தோன்றியது. ஒரு காலை வெட்டுங்கள், என்னுடைய இடது காலை வெட்டுங்கள் என்று நானே கேட்டுவிடுவேன் போலிருந்தது.

சிங்கப்பூர் பயணிகளுக்காக வந்திருந்தவர்கள் பலர் குடும்ப சகிதமாக வந்திருந்தார்கள். பத்து வயது நிரம்பாத சிறுவர்கள் சிங்கப்பூர் பொம்மை, சாக்லேட், பவுடர் அல்லது சோப்பு, டூ–இன்–ஒன் எனப் பரபரக்கச் செய்த பொருள்கள் அனைத்தையும் அவர்கள் மறந்துவிட்டு அந்த நேரத்தில் வெராண்டாவில் கிடைத்த மூலை முடுக்கில் சுருண்டு படுத்துக் கொண்டிருந்தார்கள். விமான நிலையத்துக்குப் போவது அவர்களுடைய வாழ்க்கையில் அடிக்கடி நிகழக்கூடியது அன்று. சிங்கப்பூருக்கு போகவோ வரவோ அன்று இருந்த

ஒரே பயணமுறை விமானந்தான். அதுவே அவர்கள் விமான நிலையம் வர முக்கியக் காரணம்.

நானும் சுவரையொட்டி ஓரிடத்தில் உட்கார்ந்துவிட்டேன். என் பக்கத்திலேயே ஒரு குடும்பம், கணவன் மனைவி, மூன்று குழந்தைகள். மனைவியையும் குழந்தைகளையும் வீட்டில் விட்டுவிட்டுக் கணவன் மட்டும் விமான நிலையத்துக்கு வந்திருக்கலாம். ஆனால் மனைவி குழந்தைகள் பிடிவாதம் பிடித்திருக்க வேண்டும். அல்லது அவர்கள் ஏதோ சிற்றூரி லிருந்து இந்த விமானப் பயணியை வரவேற்பதற்கென்றே சென்னை வந்திருக்கக்கூடும். அவர்கள் சென்னை ரயில் நிலையத்திலிருந்து நேராக விமான நிலையத்துக்கு வந்து காத்திருக்கக் கூடும். இம்மாதிரிக் குடும்பமாக விமான நிலையத்தில் வந்து காத்திருப்பது அரபு நாடுகளிலிருந்து வரும் பயணிகள் விஷயத்தில்தான் அதிகம். சிங்கப்பூர் ஒரு பொழுது போக்கு நகரம். அங்கு போய் வருபவர்களின் அந்தஸ்து சமூக, பொருளாதார அந்தஸ்து அரபு நாட்டுப் பயணிகளுடன் மிகவும் மாறுபட்டது. அரபு நாட்டிலிருந்து வருபவர்கள் நிறைய பணமும் பொருளும் கொண்டு வரலாம். ஆனால் அவர்கள் பணக்காரர்கள் ஆக மாட்டார்கள்.

அந்தக் குடும்பத் தலைவர் என்னைப் பார்த்து, "ஏனுங்க, இந்த வேளையிலே இங்கே பால் கிடைக்குமா?" என்று கேட்டார்.

"சாலையிலே இருக்கிற ஹோட்டலை எல்லாம் இந்த நேரத்துக்கு மூடியிருப்பாங்க. நீங்க டீக்கடையிலேர்ந்து பால் வாங்கி வரலாம்," என்றேன்.

அவர் உடனே பால் வாங்கக் கிளம்புவார் என்று நினைத்தேன். ஆனால் அவர் அப்படியேதான் உட்கார்ந ்திருந்தார். நான் கண்களை மூடிக்கொள்ளலாமா என்று நினைத்தேன். அப்போது அவர் மீண்டும் பேசினார், "உங்க மனுஷாளுங்க வந்துட்டாங்களா?"

"என்ன?"

"இந்தப் பிளேனிலே உங்க மனுஷாளுங்க வந்துட்டாங்களா? பாத்துட்டீங்களா?"

"இல்லை. உங்களவங்க வந்துட்டாங்களா?"

"வந்துட்டாரு. எங்க சின்னத் தாத்தாதான் வராரு. அந்தத் தூணுக்கு நேரா உக்கார்ந்திருக்காரு."

நான் அவர் காட்டின திசையில் பார்த்தேன். டஜன் கணக்கில் அங்கு பயணிகள் உட்கார்ந்திருந்தார்கள். சிலர் நின்றுகொண்டிருந்தார்கள். அநேகமாக எல்லாருமே புகை பிடித்துக்கொண்டிருந்தார்கள். அதுவரை என் கண்ணில் படாத ஒருவனை அப்போது பார்த்தேன். எங்கேயோ எப்போதோ பார்த்த ஞாபகம். பெயர் நினைவில்லை. ஆனால் அந்த ஜாடை என் நினைவிலிருந்து மறையவில்லை. எங்கு பார்த்தேன்? யார் அவன்?

ஆனால் அவனைப் பற்றி அதிகம் கவலைப்பட்டுக் கொண்டிருக்க முடியவில்லை. பம்பாயிலிருந்து வரும் விமானமும் கீழேயிறங்க ஆரம்பித்துவிட்டது.

பம்பாய் விமான வருகையால் விமான நிலையத்தின் உள்ளேயும் வெளிவராண்டாவிலும் உண்டான பரபரப்பு சிங்கப்பூர் விமானத்தைக் காட்டிலும் அதிகமாக இருந்தது. பம்பாய் விமானத்தின் பயணிகள் அனைவருமே சென்னையில் இறங்குவார்கள். ஆதலால் எண்ணிக்கையில் சிங்கப்பூரிலிருந்து வரும் பயணிகளைவிட இரண்டு மடங்காவது அதிகம். இரண்டாவது, இவர்கள் இறங்கியவுடன் தங்கள் பெட்டி, பைகளை எடுத்துக்கொண்டு உடனே கிளம்பிவிட முடியும். இம்மிக்ரேஷன், சுங்கப்பரிசோதனை, அயல்நாட்டுப் பணமாற்றம் எனக் கால தாமதம் ஆகாது.

விமானம் ஒருவாறு நின்றவுடன் பயணிகள் இறங்கத் தொடங்கினர். இவர்கள் இன்னொரு பிரம்மாண்டமான கண்ணாடிக் கூண்டுக்குள் நுழைவார்கள். விமானத்திலிருந்து அவர்களுடைய பெட்டிகளும் சூட்கேஸ்களும் நிலையத்துக்குக் கொண்டு வரப்பட்டு இன்னோர் இடத்தில் படுக்க வைத்த ராட்டினம் போன்றதொரு இயந்திரத்தின் மீது வைக்கப்படும். தட்டாமாலை சுற்றும் அப்பெட்டிகளை அவர்கள் இழுத்து எடுத்துக்கொள்ள வேண்டும். அதன் பிறகு வெளியே வந்துவிட வேண்டியதுதான்.

நான் அவர்கள் வரவேண்டிய கதவருகே நகர்ந்தேன். அம்மன் சந்நிதிமுன் தீபாரதனைக்கு காத்திருப்பது போல

அங்கு ஏற்கெனவே டஜன் கணக்கில் ஆட்கள் நின்றிருந்தார்கள். எப்படியோ எல்லாருடைய தூக்கக் கலக்கமும் விலகிப் போய் அனைவரும் அசாத்திய விழிப்போடு கதவையே பார்த்த வண்ணம் இருந்தார்கள். அவர்களில் பலர் டிரைவர்கள், அதாவது எஜமானர்களுக்காகக் காரோட்டுபவர்கள். அந்த அகால வேளையில் எஜமானர்களே ஊரிலிருந்து வரும் விருந்தாளியை எதிர்கொண்டு அழைக்க விமான நிலையம் வர இயலவில்லை. இந்த டிரைவர்களில் சிலருக்கு யாரை அழைத்து வருவது என்று அடையாளம் தெரியாது. ஆதலால் அவர்கள் ஒரு தாளில் அல்லது அட்டையில் பெரிதாகப் பெயர் எழுதி அதைக் கதவு திசையில் காட்டியவண்ணம் இருந்தார்கள். ஆயிரக்கணக்கில் பணம் செலவழித்து விமானப் பயணம் செய்பவர்கள் நல்ல பணக்காரர்களாகவும் நிறைய செல்வாக்கு உடையவர்களாகவும் இருக்க வேண்டும். அவர்களை வரவேற்க இருப்பவர்களும் நல்ல பணக்காரர்களாகவும் நிறைய செல்வாக்கு உடையவர்களாகவும் இருக்க வேண்டும். அல்லது அப்படிப்பட்டவர்கள் சார்பில் விமான நிலையத்துக்கு வந்திருக்க வேண்டும். ஆனால் அவர்கள்கூட இப்படி ஒரு குறுகிய வெராண்டாவில் ஒரு சிறு கதவு எதிரில் நெருக்கியடித்துக்கொண்டு இழிவுபடுத்திக்கொள்ள வேண்டும்.

நான் என்னை வளைத்துக் குறுக்கிக் கொண்டு ஒருவிதமாக ஒரு வரிசையின் முன்பகுதிக்குப் போய்விட்டேன். பயணிகள் ஒவ்வொருவராக வெளியே வர ஆரம்பித்தனர். பளுவான பெட்டிகளை உடையவர்கள் தள்ளு வண்டியில் அவற்றை வைத்துத் தள்ளிக்கொண்டு வந்தனர். கறுப்பானவர்கள், மாநிறமுடையவர்கள், அயல்நாட்டினர், ஆண்கள், பெண்கள், குழந்தைகள்... சட்டென்று ஒரு தெரிந்த முகம். சற்று முன்பே சிங்கப்பூர் பயணிகள் குழுவில் நான் பார்த்த ஒருவனின் முகம். அவன் எப்படி இந்த உள்நாட்டுப் பயணிகள் குழுவோடு சேர்ந்துகொண்டான்? விமான நிலைய ஏற்பாடுகள் பற்றிச் சற்றுத் தெரிந்தவர்கள் இது சாத்தியமே இல்லை என்று கூடச் சொல்வார்கள். ஆனால் இவன் வெகு எளிதாக அந்தச் சுங்கப் பரிசோதனைக் கூண்டிலிருந்து நழுவி, பரிசோதனைகள் ஏதும் இல்லாத குழுவினுள் புகுந்துவிட்டான். இவன் தெரிந்தவன். நான் எங்கோ எப்போதோ பார்த்துப் பேசிப் பழகியவன். ஆனால் யார், எங்கே, எப்போது என்பது சட்டென்று நினைவுக்கு வரவில்லை.

இந்தப் பம்பாய்ப் பயணிகள் குழுகூட, அவர்கள் தூக்கி வரும் பெட்டிகள் அவர்களுடையதுதான் என்று ஓரிடத்தில்

காட்டிய பிறகே வெளியே போகக் கூடிய கதவருகே வரமுடியும். ஆனால் இவன் ஒரு சிறு தோள் பை மட்டுமே வைத்திருக்கிறான். ஆதலால் இவனுக்குச் சோதனை இல்லை.

ஒரு பருத்த அயல்நாட்டுப் பெண்மணி கதவருகே தன் கனத்த பெட்டிகளுடன் தட்டுத் தடுமாறி நகர்ந்து வந்துகொண்டிருந்தாள். அவள் பின்னால் இவன் வந்துகொண்டிருந்தான். அந்த அம்மாள் கதவைத் தாண்டி வெளியே வந்து என்னையும் தாண்டிவிட்டாள். இவன் வந்தான். எனக்கும் அவனுக்கும் ஓரடி தூரம்கூட இருக்காது.

'டல்பதடோ!' என்று என்னையும் அறியாமல் நான் கூவினேன். அவன் பெயர் எனக்கே ஞாபகம் வந்துவிட்டது.

அவன் விநாடியில் ஆயிரத்தில் ஒரு பங்கு நேரம் தயங்கினான். பிறகு நான் கூறியது அவனுக்குச் சம்பந்தமில்லை என்பது போல மேற்கொண்டு நடந்து சென்றான்.

என் கவனம், அவனுடைய கவனம் இரண்டும் ஒருவரை யொருவர் எங்களைப் பற்றித்தான் இருக்க வேண்டும். அப்படித் தான் இருந்தது. ஆனால் அதே நேரத்தில் ஏதோ ஓர் உணர்வு எங்களைச் சற்று உஷார்படுத்தியது. அவ்வளவு கும்பலில் நான் டல்பதடோ என்று கூறியதைக் கேட்டு இருவர் திடீரெனக் கண் விரித்து உடல் விறைத்து நிற்பதை நான் உணர்ந்தேன். ஆனால் டல்பதடோ மேற்கொண்டு விலகிப் போனவுடன் இது என் கவனத்திலிருந்து உடனே மறைந்து போயிற்று. அப்போது அந்த இருவரையும் நான் கூர்ந்து கவனித்து அறிந்திருக்க வேண்டும்.

ஆனால் டல்பதடோ பார்த்திருக்கிறான் என்பது பின்னர் தெரிய வந்தது.

2

கால் மணி நேரத்தில் பம்பாய்ப் பயணிகள் கூடியிருந்த பகுதி வெறிச்சோடிப் போயிற்று. விமான நிலையச் சிப்பந்திகள் கூட அங்கிருந்து அனைவரும் மறைந்து போய்விட்டனர். ஆனால் எங்காவது யாராவது காவல்காரர் ஒளிந்துகொண்டு கண்காணிப்பு புரிந்துகொண்டிருக்கக்கூடும்.

ஏனோ இரவு பதினொரு மணிக்கு மீனம்பாக்கம் விமான நிலையத்தில் இருக்க நேர்ந்தால் விபரீதமாகத்தான் சிந்தனைகள் ஓடுகின்றன.

என் வேலை முடிந்தது. என் தலையெழுத்து என்றும் கூற வேண்டும். இல்லையெனில் ஏன் மீண்டும் மீண்டும் விமான நிலையம் வந்து போகிறேன். சிங்கப்பூர் பயணிகள் சுங்கப் பரிசோதனை தொடங்கி அவர்கள் வெளியே வரத் தொடங்கினால் சாலை பரபரப்படைந்துவிடும். அதற்கு முன்னால் நான் மீனம்பாக்கம் ரயில் நிலையம் அடைய வேண்டும்.

நான் ஜி.எஸ்.டி. சாலையில் மெதுவாக நடந்து மீனம்பாக்கம் ரயில் நிலையத்துக்குக் கொண்டு செல்லும் குறுக்கு வீதியை அடைந்தேன். ஜி.எஸ்.டி. சாலை அந்த இருளிலும் நேராகச் சென்று சுமார் ஒரு மைலுக்கு அப்பால் திரும்புவது தெரிந்தது. நான் நின்ற இடத்திலிருந்து தொலைவில் இன்னொரு விமான நிலையத்தின் கட்டிடப் பணிகள் நடக்குமிடமும் தெரிந்தது. பிரகாசமான விளக்குகள் கொண்டு இரவிலும் வெகு துரிதமாக வேலை நடப்பதைத் தெளிவாகப் பார்க்க முடியாது போனாலும் கேட்க முடிந்தது. தடதடவென ராட்சத இயந்திரங்கள் சிமெண்டையும் கருங்கல் ஜல்லியையும் மணலையும் கலந்து கொட்டுவது அந்த இரவின் அமைதியை மிகைப்படுத்திக் காட்டியது. நான் ரயில் நிலையம் போகாமல் அந்தச் சாலையிலேயே மேலும் நடந்து போனேன். புது விமான நிலையம் பற்றியே என் மூளை முழுதும் நிரம்பியிருந்தது. இப்போதுள்ள நிலையத்திலிருந்து சுமார் ஒன்றரை மைல் தூரத்தில் அமையவிருந்த இதிலிருந்து விமானங்கள் கிளம்பும், வந்து சேரும், பயணிகள் போவார்கள், பயணிகள் வருவார்கள். சிரித்துக்கொண்டு வருவார்கள், கவலையோடு வருவார்கள், சிலர் கருகிய பிணமாகவும் வருவார்கள்...

சாலையின் இருபுறமும் திறந்த வெளி. இடது புறத்தில் ரயில் பாதை. வலது புறம் நீண்ட விமான தளம். பழைய விமான நிலையம், புதியது இரண்டிற்கும் தளம் மட்டும் பொது. இதுகூட ஒரு விதத்தில் ரயில் மாதிரிதான். ரயில் பாதை பொது, அதில் வரிசையாக நிலையங்கள்.

பல்லாவரம் குன்றுகளும் நிழலாகத் தெரிந்தன. வானத்தில் மேகங்கள் இரண்டு, படுத்து, பூமிக்குரிய காற்று மண்டலத்தை அமுக்கிப் பிடிப்பது போலிருந்தது. எனக்கே ஏன் என்று விளங்காமல் நான் அந்தச் சாலையில் அந்த மழையிருட்டில் நடந்து போய்க் கொண்டிருந்தேன்.

பளீரென்று ஒரு மின்னல். சாலையில் சுமார் நூறு கஜ தூரத்தில் டல்பதடோவும் நடந்து போய்க்கொண்டிருந்தான். நாங்கள் இருவரும் நடந்து போய்க் காண்டிருந்தோம் என்றாலும்

என்வரை சுதந்திர உணர்வோடு போய்க் கொண்டிருந்தேன். டல்பதடோ சற்றுப் பதுங்கிப் பதுங்கிப் போவது போலிருந்தது. அதோடு அவன் கையில் இப்போது சூட்கேஸ் போன்ற ஒன்று இருந்தது. அவன் விமான நிலையத்தைவிட்டு வெளியே வந்தபோது ஒரு சிறு தோள் பைதான் அவனிடம் நான் பார்த்தேன். இப்போது சூட்கேஸ் எங்கேயிருந்து வந்தது?

நான் வேகமாக நடக்கத் தொடங்கினேன். அங்கே விமான நிலையத்தில் நான் அவனை அடையாளம் கண்டு கொண்டதை அவன் சட்டை செய்யாமல் போய்விடுவது போல மறைந்து விட்டான். ஆனால் இங்கே வெட்ட வெளியில் தன்னந்தனியாக இருக்கும்போது அது சாத்தியமில்லையல்லவா?

மின்னலின் ஒரு நொடி வெளிச்சத்தில் அவன் உருவத்தை நான் பார்த்துவிட்டபடியால் இப்போது இருட்டிலும் அவனைப் பார்க்க முடிந்தது போலிருந்தது. அதே நடை. அவன் நிச்சயம் டல்பதடோதான்.

என் பின்னாலிருந்து ஒரு கார் என்னை வெகு வேகமாகத் தாண்டிப் போயிற்று. காரின் பின்புறத்துச் சிவப்பு விளக்குகள் அந்த இருட்டில் நெருப்புப் பொறிகள் போல விரைந்தன. திடீரென்று அந்தக் கார் விபரீதமாக இடப்பக்கம் திரும்பியது. அங்கேதான் டல்பதடோ நடந்து போய்க் கொண்டிருந்தான். கார் அவனை மோதியதா அல்லது அவனாகவே தாவிக் குதித்தானா என்று தெரியவில்லை. காரின் முன் விளக்கு வெளிச்சம் அவன் மீது விழுந்தவுடன் அவன் கையில் சூட்கேஸுடன் மேலே எம்பினான். கார் மீண்டும் ஒழுங்காகச் சாலை மீதேறி விரைந்தது.

நான் ஓடினேன். டல்பதடோ கை வேறு, கால் வேறாகச் சிதறிப் போயிருக்க வேண்டும்.

நான் டல்பதடோவைக் கார் மோதியிருக்கக் கூடிய ஸ்தலத்தை அடைந்தபோது முன்வு விரைந்து சென்று மறைந்த வண்டி இப்போது எதிர்த் திசையிலிருந்து அந்த இடத்தை நோக்கி வந்துகொண்டிருந்தது. நான் ஒரே பாய்ச்சலில் சாலைக்குப் பக்கத்தில் இருந்த பள்ளத்தில் ஒடுங்கினேன். கண வேகத்தில் கார் அந்த இடத்தைக் கடந்தது. சற்று தூரம் சென்று மீண்டும் திரும்பியது.

நான் உருண்டு உருண்டு சாலையிலிருந்து விலகிப் போனேன். கார் சாலையில் நின்றது. இருவர் இறங்கி ஒரு டார்ச் லைட் மூலம் சாலையோரமாக டல்பதடோவைத் தேடினர்.

நான் தரையோடு தரையாகக் கிடந்தேன். அவர்கள் பேசுவது கேட்டது. ஆனால் என்ன பேசுகிறார்கள் என்று தெரியவில்லை.

இந்த ஐந்தாறு நிமிடங்களில் ஜி.எஸ்.டி. சாலையில் வண்டிப் போக்குவரத்து அநேகமாக இல்லை என்றே கூற வேண்டும். ஆனால் இப்போது மீண்டும் வண்டிகள் தென்படத் தொடங்கின. மூன்று பஸ்கள் ஒன்றையடுத்து ஒன்று தெற்குத் திசையில் சென்றன. ஒரு ஜீப் போன்றதொன்று அந்த இருவர் ஓட்டி வந்த கார் அருகே வந்து நின்றது. அது போலீஸ் வண்டியாகத்தான் இருக்க வேண்டும். அதிலிருந்து கேட்ட பேச்சுக் குரல் போலீஸ் துறைக்கே உரியதானது. போலீஸ் காரர்கள் அந்த இருவரைக் கேள்விகள் கேட்டார்கள். எல்லாம் ஓரிரு நிமிடங்கள்! அந்தக் கார் கிளம்பிப் போய்விட்டது. போலீஸ் வண்டியும் உடனே மறு திசையில் சென்றுவிட்டது.

எனக்கு எழுந்து நிற்கத் தைரியம் வரச் சற்று நேரமாயிற்று. அந்தக் கட்டாந்தரையில் முளைத்திருந்த புல்லே முள் போலிருந்தது. அதைத் தவிர அசல் முள் செடிகள், நிறையப் பூச்சிகள். சீக்கிரமே பாம்பு தேளைக்கூடச் சந்திக்க வேண்டி யிருக்கும். நான் எழுந்துவிட்டேன். மெதுவாகச் சாலையை நெருங்கினேன். டல்பதடோ நிச்சயம் அங்கேதான் எங்காவது விழுந்து கிடக்க வேண்டும்.

திடீரென்று எனக்கு மூளையில் பொறி ஒன்று தோன்றி வேதனையளித்தது. அந்தப் போலீஸ்காரர் அங்கு வந்திருந்த போதே நான் ஏன் குரல் கொடுக்கவில்லை? அந்தக் கார்க் காரர்கள் இருவரும் நிச்சயம் டல்பதடோவைத் தீர்த்துக் கட்டும் எண்ணத்தில்தான் குறுக்கும் நெடுக்கும் போய் வந்துகொண் டிருக்கிறார்கள். அவர்களையும் போலீஸிடம் ஒப்படைத்து டல்பதடோவையும் காப்பாற்ற அதைவிட நல்ல சந்தர்ப்பம் வருமா? என்ன, தவறு செய்துவிட்டேன்!

பச்சாதாபம் மேலிட்டு நான், "டல்பதடோ! டல்பதடோ!" என்று குரல் கொடுத்துத் தேடத் தொடங்கினேன். ஆனால் என் குரலைக் கேட்கும் நிலையில் அவன் இருக்க வேண்டுமே? மணிக்கு அறுபது மைல் வேகத்தில் ஃபியட் கார் ஒருவனை மோதினால் அவன் உயிர் பிழைப்பதே பெரிய விஷயமல்லவா?

சாலையைச் சற்றுத் தள்ளி ஒரு பள்ளம். தூக்கியெறியப் பட்டவன் அங்கு விழுந்திருக்கக்கூடும். நான் பள்ளத்தருகே சென்றேன். இருட்டில் அந்தப் பள்ளத்தில் தண்ணீர் தேங்கி

யிருந்தது மட்டும் தெரிந்தது. "டல்பதடோ! டல்பதடோ!" என்றேன்.

"உஸ்! உஸ்!" என்று பள்ளத்துக்குப் பக்கத்திலிருந்து சப்தம் கேட்டது.

"டல்பதடோ!"

திடீரென்று யாரோ ஒருவனின் கை என் கையைப் பிடித்து இழுத்துக் கீழே தள்ள முயற்சி செய்தது. நான் மீண்டும், "டல்பதடோ!" என்றேன்.

"முட்டாளே, சத்தம் போடாதே! இப்போது என்னோடு சேர்த்து நீயும் கொல்லப்பட இருக்கிறாய்" என்று அவன் சொன்னான்.

என் கலவரம், பச்சாதாபம் எல்லாம் அடங்கி நானும் தரையோடு தரையாகக் கிடந்தேன். நான் தவறு செய்யவில்லை. அவன் டல்பதடோதான். ஒரு சர்வ தேசத் திரைப்பட விழா இந்தியாவில் நடந்தபோது அயல்நாடுகளிலிருந்து வந்த தயாரிப்பாளர்களில் அவனும் ஒருவன். அவனுடையதான 'பரானிமாறு' என்ற படம்தான் விழாவின் சிறந்த படமாகப் பரிசு பெற்றது. அவனும் இதர அயல்நாட்டுச் சினிமாப் பிரமுகர்களும் சென்னையில் ஒரு வார காலம் தங்கியிருந்தபோது அந்த இருபது பேரையும் நானும் இன்னொருவரும்தான் கட்டிக் காத்துக் கடைசியில் அவரவர்கள் ஊர்களுக்குத் திருப்பி அனுப்பினோம்.

டல்பதடோ பள்ளத்திலிருந்து சற்றே நிமிர்ந்து பார்த்தான். "உஸ்! அப்படியே தரையோடு தரையாக ரயில் டிராக் அருகே போ. ரயில் விளக்கு மேலே விழாமல் பாத்துக் கொள். சமயம் பார்த்துச் சட்டென்று ரயில் டிராக்கைத் தாண்டி மைதானத்துக்குப் போய்விடு" என்றான்.

நான் இரண்டு வயதில்தான் நடக்க ஆரம்பித்தேன் என்பார்கள். ஆதலால் தவழும் அனுபவம் எனக்கு அதிகமாகத் தான் இருக்க வேண்டும். இருந்த போதிலும் அந்த நள்ளிரவில் மீனம்பாக்கத்துக்கும் பல்லாவரத்துக்கும் இடையே ரயில் பாதையோரமாகக் கட்டாந்தரையில் ஊர்வது அவ்வளவு எளிதாக இல்லை. இருட்டு கலைவதற்குள் வீட்டையடைந்து வேறு உடை மாட்டிக்கொள்ள வேண்டும். இல்லாது போனால் எதிரில் வருபவர்கள் எல்லாருக்கும் விளக்கம் கொடுத்துக் கொண்டிருக்க வேண்டும்.

டல்பதடோவைக் கை கால் சிதறுண்ட பிணமாகத்தான் காண முடியும் என்று பதறிப்போயிருந்த எனக்கு அவனுடைய சுறுசுறுப்பு வியப்பும் மகிழ்ச்சியும் தந்தது. அவன் அந்த சூட்கேஸையும் இழுத்துக்கொண்டு ரயில் பாதை இருக்கும் திசையில் விரைவாக நகர்ந்துகொண்டிருந்தான். தெற்குத் திசையில் ஒரு மின்சார ரயில் சென்றது. மணி பன்னிரண்டு இருக்க வேண்டும். இன்னும் அரைமணி நேரத்தில் எதிர்த் திசையில் ரயில் வரும். நான் அன்றிரவே வீட்டுக்குச் சென்று ஒரு மணி நேரமாவது கண்ணயர வேண்டுமானால் அந்த ரயில்தான் என் கடைசி வாய்ப்பு.

எனக்குப் புரியவில்லை. நான் எதற்காக விமான நிலையம் வந்தேன். இப்போது நான் என்ன செய்துகொண்டிருக்கிறேன்? இவனோடு எனக்கு என்ன உறவு? இவன் மண்ணோடு புரண்டு செல்லச் சொல்கிறானென்று நானும் அதைச் செய்து கொண்டிருக்கிறேன். பைத்தியக்காரத்தனமாக அல்லவா பொழுது போய்க்கொண்டிருக்கிறது?

நான் எழுந்து நின்றேன். எனக்குப் பல கஜ தூரம் முன்னே இருந்த டல்பதடோ பெருத்த கலவரத்துடன், "படுத்துக்கொள்! படுத்துக்கொள்! தலையைத் தூக்காதே!" என்றான்.

அவன் சொன்ன வேகத்தில் எனக்கு வேறு வாய்ப்பு ஏதுமில்லாமல் அப்படியே கவிழ்ந்துகொண்டேன். ஆனால் சற்றே மனத்தாங்கலுடன் நானும் சீறினேன். "எனக்கு என்ன தலையெழுத்து மண்ணுளிப்பாம்பு போல உன்னோடு இப்படி ஊர்வதற்கு?"

"என்னை அடையாளம் கண்டுகொண்டவுடனேயே உன் தலையெழுத்து மாறிவிட்டதே," என்று டல்பதடோ சொன்னான். "இனிமேல் பேசிப் பிரயோசனமில்லை. இந்த ராத்திரி உன்னைப் பத்திரமாகக் காப்பாற்றி விடறேன். அப்புறம் பார்க்கலாம்."

நான் இந்த இடத்தில் நகராமல் கிடந்தேன்.

"தயவு செய்து இன்னும் அரைமணி நேரத்துக்கு நான் சொல்கிறபடி கேட்டுவிடு. அந்த இரண்டு பேரும் மறுபடியும் வரப்போகிறார்கள். அவர்கள் கண்ணில் படாமல் நீ தப்பிக்க வேண்டும்."

"யார் அவர்கள்? நான் ஏன் தப்பிக்கவேண்டும்?"

“தயவு செய்து நாம் ரயில் பாதையைத் தாண்டி விடுவோம். அப்புறம் உனக்கு எல்லாம் சொல்கிறேன்.”

“அந்த இரண்டு பேரும் யார்?”

“சரி இதை மட்டும் சொல்லிவிடுகிறேன். அவர்களும் ஏர்போர்ட்டில் காத்துக்கொண்டிருந்தார்கள். நீங்கள் என்னைப் பேர் சொல்லிக் கூப்பிட்டபோதே எனக்குத் தெரிந்து போயிற்று உங்கள் உயிருக்கும் ஆபத்து என்று.”

பன்னிரண்டரைமணி ரயில் சென்னை பீச் ஸ்டேஷன் திசையில் விரைந்து ஓடியது. அது சென்றதும் டல்பதடோவும் நானும் ரயில் பாதையைக் கடந்தோம். லேசாக உதறிக்கொண்டிருந்த தூறல் இப்போது மழையாக மாறியது. டல்பதடோ குனிந்தபடியே இருளில் ஓடினான். நானும் அவன் நிழலாக ஓடினேன். எனக்கு இனி ரயில் காலை நான்கு மணிக்குப் பிறகுதான். இரவுத் தூக்கம் போனதோடு அடுத்த நாள் பகல் விழிப்பும் போய்விடும். உடலின் எல்லா இயக்கங்களும் பழுதுபட்டிருக்கும். ஐம்பது வருட அனுபவமிருந்தும் இதோ இந்தக் கொட்டுகிற மழையில் நடுநிசியில் அர்த்தமே கொள்ள முடியாதபடி எவனோ அயல் நாட்டான் பின் ஓடிக்கொண்டிருக்கிறேன்!

அந்த இருட்டிலும் டல்பதடோ ஏதோ மிகவும் பழக்கமான இடத்தில் போவது போலத்தான் தட்டுத் தடங்காமல் முன்னேறிச் சென்றான். அது கட்டாந்தரை என்பது மட்டுமல்லாமல் திடீர் திடீரென்று பாறைகளும் தட்டுப்பட்டன. ஒரு புறத்தில் பெரிய குன்றே இருந்தது. இன்னும் உற்றுப் பார்த்ததில் வரிசையாகப் பல குன்றுகள் இருந்தன.

முதல் குன்றைச் சுற்றிக் கடந்தவுடன் தூரத்தில் நான்கைந்து சிறு வீடுகள் இருந்தது லேசாகத் தெரிந்தது. அந்த இடம் ஓர் ஏரியாக இருக்கவேண்டும். இப்போது பெய்யும் மழை தொடர்ந்து பெய்தால் அந்த வீடுகளுக்குத் தோணிகளில்தான் போக வேண்டியிருக்கும்.

டல்பதடோவுக்கு அந்த இருட்டிலும் அங்கிருந்த ஒற்றையடிப் பாதைகள் மிகவும் பழக்கமானது போலத் தோன்றியது. எனக்கு அவன் எந்தத் தயக்கமும் சந்தேகமும இல்லாமல்

ஒரு சூட்கேஸையும் தூக்கிக்கொண்டு அவ்வளவு விரைவாகப் போவது குறித்து வியப்பாக இருந்தது.

"டல்பதடோ," என்று கூப்பிட்டேன்.

அவன் நின்றான்.

"நான் இங்கே நின்றுகொள்கிறேன். இப்படியே வீட்டுக்குப் போய்விடுகிறேன்." என்று ஆங்கிலத்தில் சொன்னேன்.

"நான் மிகவும் வருந்துகிறேன். நீங்கள் போக முடியாது."

"ஏன்?"

"இந்த நிமிடம்கூட நாம் ஆபத்தில் இருக்கலாம். தயவு செய்து என்னோடு இன்னும் இந்த அரை மைல் தூரம் வந்துவிடு. நாளைக் காலை நிலவரம் தெளிவடையக்கூடும்."

அவன் பேசியது பாதி கெஞ்சுவதும், பாதி அதட்டுவதும் போலிருந்தது. என் நிலையில் எனக்கு வாதாட உறுதியில்லை. நான் அவனைப் பின்தொடர்ந்தேன்.

நெருங்கிப் போனதில் அந்த வீடுகள் வைக்கோல் போர்கள் போல கூட இருந்தன. ஒரு சந்து அல்லது பிளவு வழியாகக்கூட வீட்டிற்குள் உள்ள விளக்கொளி வெளியே தெரியக்கூடாது என்ற காரணத்திற்காக எல்லாக் கதவுகள், ஜன்னல்கள் இழுத்து மூடப்பட்டிருந்தன என்று தோன்றியது. அதே நேரத்தில் வெளியே வீசும் காற்றும் மழையும் உள்ளே புகுந்து விடக்கூடாது என்ற காரணத்துக்காகவும் அவர்கள் அப்படிச் செய்திருக்கலாம். சாதாரண நாட்களிலேயே அந்த இடம் இயற்கையிலிருந்து யாதொரு பாதுகாப்பும் பெறமுடியாது. இந்த மழை நாளில் அங்கு வாழ்க்கை இன்னும் கடினமாக மாறிவிடவேண்டும். அவ்வளவு கடின வாழ்க்கையையும் பொருட்படுத்தாது அங்கு மனிதர்கள் வாழ்வதற்கு ஓரிரு காரணங்களே சாத்தியம். அத்துவானத்தில் வசித்தாலும் சொந்தக் கூரையின் அடியில் இருக்க வேண்டும் என்ற வேகம்; அல்லது வேறு சௌகரியமான வசிப்பிடத்தில் குடியிருக்க முடியாத வசதியின்மை. இந்தக் காரணங்கள்தான் எனக்குத் தோன்றின.

டல்பதடோ மூன்றாவது வீட்டருகே சென்றான். "சிவநேசன்! சிவநேசன்!" என்று பற்களைக் கிட்டியபடியே கூப்பிட்டான். கதவை ஆள்காட்டி விரலால் இருமுறை தட்டினான். அவன்

தட்டியதும் கூப்பிட்டதும் எனக்கே கூடச் சரியாகக் காதில் விழவில்லை. ஆனால் கதவு தாள் விலக்கும் சப்தம் கேட்டது. அந்த வீடு விளக்கே ஏற்றப்படாமல் இருட்டோடு இருட்டாக இருந்தது. கதவு திறந்ததை நான் சப்தத்தின் மூலந்தான் ஊகிக்க முடிந்தது. முதலில் டல்பதடோ உள்ளே சென்றான். பிறகு "சார், நீங்களும் வந்துவிடுங்கள்" என்றான்.

இருட்டில் தடுக்கி விழுவதில் ஒரு சௌகரியம். வேறு யாரும் நாம் விழுவதைப் பார்த்துச் சிரிக்க முடியாது. ஆனால் அந்தச் சௌகரியத்தைத் தவிர வேறு எந்தப் பயனும் கிடையாது.

நான் மிகுந்த தயக்கத்துடன் காலடி எடுத்து வைத்தேன். வாசற்படி போன்றதொன்றைக் கடந்தேன். உடனே கதவு மூடப்பட்ட சத்தம் கேட்டது. தாளிடவும் செய்த பிறகு யாரோ ஒரு சுவிட்சைத் தட்டும் ஒலியும் கேட்டது.

அன்றிரவு முதல் முறையாக ஒழுங்கான வெளிச்சத்தில் டல்பதடோவைப் பார்த்தேன்.

டல்பதடோ என்னை நேருக்கு நேர் பார்த்தபோது முகத்தில் ஒரு புன்னகை வரவழைத்துக்கொண்டான். அது நீண்ட காலத் தாங்கொணாத துக்கத்தை தெரிவித்தது போலத்தான் எனக்குத் தோன்றிற்று.

அந்த அறையில் இருந்த அந்த மூன்றாமவன் ஒரு மெழுகுவத்தியை ஏற்றித் தரையில் வைத்துவிட்டு மின்சார விளக்கை அணைத்தான். மூன்று நான்கு லுங்கிகளை டல்பதடோ விடம் நீட்டினான்.

நாங்கள் இருவரும் வாயிற்படி அருகில்தான் நின்றுகொண் டிருந்தோம். எங்கள் காலடியில் எங்கள் உடை, உடலிலிருந்து சொட்டிய மழைத் தண்ணீர் சிறு குட்டைகளாகத் திரண்டது. டல்பதடோ கையில் எடுத்து வைத்திருந்த சூட்கேஸைக் காணோம். அதற்குள் அதை அந்த மூன்றாமவன் வாங்கி எங்கோ பத்திரப்படுத்திவிட்டான்.

டல்பதடோ அணிந்திருந்த கோட்டைக் கழற்றி அவன் நின்ற விடத்திலேயே உதறினான். என்னிடம் ஒரு லுங்கியை எறிந்து, "தலையைத் துவட்டிக்கொள்ளுங்கள்." என்றான். அவனுடைய ஷர்ட், பனியன் முதலியவற்றையும் கழற்றி உதறினான். அவன் எவ்வளவுதான் அவசரமாக உதறினாலும் தண்ணீர் நாலாபக்கமும் சிதறத்தான் செய்தது. என் மீதும்கூட.

நான் என்னுடைய ஷர்ட் பனியனைக் கழற்றத் தொடங்கி னேன். வெளியே லேசான சீறலோடு காற்றும் மழையும் அடித்துக் கொண்டிருந்தது. மெழுகுவத்தி ஒரே நேர்க்கோடாக எரிந்து எங்களுடைய நிழல்களை அறையின் சுவரிலும் கூரையிலும் வீசி எறிந்தது. நான் ஒரு முறை தலையை லுங்கியால் துவட்டிக் கொண்டேன். பிறகு அதையே அணிந்துகொண்டேன்.

அந்த அறையையொட்டி இன்னோர் அறை இருந்தது. அங்கே ஒரு பெரிய பாய் விரிக்கப்பட்டு இருந்தது. டல்பதடோ அந்த அறைப் பக்கம் சுட்டிக் காட்டினான். நான் போதை யுண்டவன் போல அந்த அறைக்குச் சென்றேன். இருட்டுக்குப் பழகிப் போய்விட்ட என் கண்கள் என்னைப் பாயின் ஒரு பக்கத்துக்கு இட்டுச் சென்றன. நான் உட்கார்ந்தேன். ஒரு கணம் கழித்து ஒரு புறமாகச் சாய்ந்தேன்.

வெளியே காற்றும் மழையும் வீசிக்கொண்டிருந்தது கேட்ட வண்ணமே இருந்தது.

3

"உங்களுக்குத் தெரியுமில்லையா, லலிதா டூர் போகப் போறா."

"நேத்திக்கு வீட்டுக்குப் போறப்போ சொல்லிண்டுப் போனாளே. அப்ப டூர் பத்தி ஒண்ணும் சொல்லலியே?"

"அப்படியா? நேத்திக்குப் பொட்டி பைன்னெல்லாம் நீங்க பேசிட்டிருந்தேளே?"

"அப்படியா? எனக்கு ஞாபகமில்லையே? கோடி வீட்டுக் காரர் தூக்கிண்டு போற சூட்கேஸ் பத்திப் பேச்சு வந்தது, அவ்வளவுதான்."

"ரொம்ப நாழி பேசிட்டிருந்த மாதிரி இருக்கே? நான் பஜ்ஜி போட்டு முடிக்கிற வரைக்கும் திருப்பித் திருப்பிப் பொட்டி பைன்னுதான் என் காதிலேயே விழுந்தது."

"பேச்சே பஜ்ஜியாலேதான் வந்தது. ஒரு நாள் அந்த மனுஷர் அவருடைய பிரீஃப்கேஸ்லே கத்தரிக்காய் வாங்கிண்டு வந்ததை அவ பார்த்ததாச் சொல்லிச் சிரிச்சா. ஆக, டூர் போறது பத்தி ஒண்ணும் சொல்லலை."

"பாஸ்போர்ட் அப்ளிகேஷன் பத்தி ஒண்ணும் சொல்லலை?"

"பாஸ்போர்ட்டா? இல்லையே? பாஸ்போர்ட் எதுக்கு?"

"அவ டூருக்குத்தான்."

"அப்படியா?"

"ஐயோ, சுத்தமா ஒண்ணுமே தெரியாதா? அவளும் மாப்பிள்ளையும் 'இருபது நாள் ஒரு ஃபாரின் டூர் போகப் போறோம், குழந்தைகளை இங்கேதான் கொண்டு வந்துவிடப் போறோன்'னு சொன்னாள். நான் எதுக்கும் அப்பாவை ஒரு வார்த்தை கேட்டுக்கோன்னு சொன்னேன்."

"இதைக் கேக்கறது என்ன? பாதி நாள் நீதானே குழந்தை களைப் பார்த்துண்டிருக்கே?"

"மாப்பிள்ளை அழைச்சிண்டு போனால், இவ போறா. ஆனா சம்பந்தியம்மா என்ன சொன்னாளாம் தெரியுமா?"

"என்கிட்டே யாரும் வந்து சொல்றதில்லை. சொன்னா நீதான் சொல்லணும்."

"குழந்தைத் துணி இன்னும் அலசிப் போட்டுட்டு இருக்க வேண்டியிருக்கு. ஃபாரின் டூர் என்ன கேக்கறதுன்னு கேட்டாளாம்."

"லலிதாகிட்டேயவா? அவ எந்தத் துணியும் அலச வேண்டாமே? நாலு வேலைக்காரங்கள் இருக்கிறார்களே?"

"மாட்டுப் பொண்ணைக் கரிச்சு கொட்டக் காரணம் வேணுமா?"

"யாரும் கேக்கத்தானே கேப்பா. சின்னதுக்கு இன்னும் ஒரு ஆண்டு நிறைவுகூட ஆகலியே."

"வேலைக்குப் போறவாள்ளாம் குழந்தைத் துணி அலச வேண்டியிருக்குன்னு ஆபீசுக்குப் போகாம இருந்துடறாளா?"

"ஆபீசுக்குப் போறதும் ஃபாரின் டூர் போறதும் ஒண்ணு தானா?"

இந்த விவாதம் நீடித்துக்கொண்டு போயிற்று. ஆனால் நான் அதில் மேற்கொண்டு பங்குகொள்ளவில்லை. எனக்கு உள்ளூர மகிழ்ச்சிதான், லலிதா கடல்கடந்து போய் வருவதற்கு. நான்

லலிதாவுக்கென்று ஒன்றும் செய்ததில்லை. உண்மையில் ஒரு தகப்பன் இவ்வளவு குறைந்த முயற்சியில் ஒரு குழந்தையை, அதிலும் ஒரு பெண்ணை, வளர்த்து ஆளாக்கி மணமுடிக்கவும் முடியாது. மிகச் சாதாரண உடை, மிகச் சாதாரண உணவு, ஒரு பண்டிகைக்குப் புதுத் துணி, பண்டம், பணியாரம் கிடையாது. என் குழந்தையை ஓர் அனாதை விடுதி அகதி மாதிரி வளர்த்தேன். நான் வேலை பார்த்த கம்பெனிக்குப் 'பராசக்தி' சினிமா வசனம் போல உயர்ந்த புகழ், மிகத் தாழ்ந்த ஊதியம். உண்மையில் நாங்கள் எல்லோருமே அனாதை விடுதி வாசிகள் போன்ற வாழ்க்கையைத்தான் வாழ முடிந்தது. என் மனைவி திரும்பத் திரும்பப் பணம் இல்லாமை குறித்துப் புலம்புவாள். ஆனால் லலிதா வாயே திறந்தது கிடையாது. ஒரு பென்சிலை மூன்று மாதம் வைத்துக்கொள்வாள். ஒரு முறை கூடப் பாடப் புத்தகங்கள் புதிதாக வாங்கியது கிடையாது. ஒரு நாள் ஐஸ்கிரீம் வாங்கித் தா என்று கேட்டது கிடையாது. சினிமாவுக்குப் போக வேண்டும் என்று சொன்னது கிடையாது. அவளுடைய அம்மாவின் பழம்புடவைதான் அவளுக்குப் பாவாடை தாவணி. பத்தாவது வகுப்பு வரை செருப்பே அணியாமல் காலம் தள்ளிவிட்டாள். இல்லாமையைக் கண்ணியத்தோடு ஏற்று வாழ்வது அவளுடைய பிறவிக் குணமாயிருந்தது. அவளுடைய அம்மாவுக்குக்கூட அந்தப் பக்குவம் வரவில்லை.

ஆனால் இந்தப் பக்குவம், பொறுமை, சகித்திருத்தல், காத்திருத்தல் இவை எல்லாமே இயலாதார் தமக்குத் தாமே மேன்மையூட்டி ஏய்த்துக்கொள்ளக் கண்டுபிடிக்கப்பட்ட குணங்கள், தத்துவங்களோ என்ற சந்தேகம் எனக்கு எப்போதுமேயுண்டு. லலிதா குழந்தையிலிருந்தே இப்படித் தன்னை ஏய்த்துக்கொள்வதைத் தடுத்து நிறுத்த இயலாமல் போகிறதே என்று பல இரவுகள் இருட்டில் கூரையைப் பார்த்தபடி வருத்தப்பட்டிருக்கிறேன். இன்றைய வாழ்க்கையில் அந்தரங்கம் என்று ஒன்றுமே கிடையாது. ஒருவனுடைய சாத்தியம், இயலாமை, வசதி, வறுமை, கோபம், பொறாமை, எல்லாமே ஊரறியக் கிடக்கிறது. யாரும் இதை அறிவதில் அக்கறை கொள்ளாமல் போகலாம். ஆனால் அறியக் கிடக்கிறது என்ற காரணத்தினாலேயே மனம் குன்றிப்போய் விடுகிறது. எனக்கும் என் மனைவிக்கும் வாழ்க்கையில் இவ்வளவுதான் சாத்தியம் என்று ஆரம்பத்திலேயே முடிவாகிவிட்டதில் எங்கள் மன உளைச்சல் மிகவும் குறைந்துவிட்டது. என் மனைவியாவது அவ்வப்போது அங்கலாய்த்துக்கொள்வாள். ஆனால் என்

மனத்தை நான் துடைத்து உலர்த்தி வைத்துவிட்டேன். ஆனால் லலிதாவுக்கு அது சாத்தியமா? அவளுக்குத்தான் எவ்வளவு சினேகிதிகள்! தெரிந்தவர்கள் என்று எவ்வளவு பேர்? அவள் வித்தியாசமே பாராட்டாமல் நடந்துகொண்டாள். அனேகக் குழந்தைகள் எளிய குடும்பத்தைச் சேர்ந்தவர்கள்தான், ஆனால் நிச்சயம் ஒரு சிலராவது ஒரு சிறுமியின் வசதி—வசதியின்மை உணர்வைக் கிளறக் கூடியவர்களாக இருந்தே தீரவேண்டும். லலிதா எந்த நிலையிலும் சலனம் அடைந்தவளாகத் தெரியவில்லை. பதினாறு வயதுப் பெண். புதுப்பாவாடை வேண்டும், புது மோஸ்தர் ஜிமிக்கி வேண்டும், ஒரு புதுக் கைக்குட்டை வேண்டும் என்றுகூட கேட்டதில்லை—என்னைக் கேட்கவில்லை. ஒருவேளை நான் வீட்டிலிருந்த நேரம் மிகக் குறைவு என்ற காரணத்தால் எல்லாத் தேவையையும் அம்மாவைக் கொண்டு பூர்த்தி செய்துகொண்டாளோ?

ஆனால் திடீரென்று ஒரு நாள் அவளுடைய வாழ்க்கையில் ஒரு பெரிய திருப்பம். எனக்குத் சுற்றி வளைத்து மாமா உறவு ஆகவேண்டிய ராஜகோபாலன் ஒரு நாள் எங்கள் வீட்டில் தங்கவேண்டியதாயிற்று. அதற்கடுத்த மாதம் அவரிடமிருந்து லலிதாவின் ஜாதகத்தைக் கேட்டு ஒரு கடிதம் வந்தது. அவருடைய மகனுக்கும் லலிதாவுக்கும் அடுத்த தை மாதத்தில் கல்யாணம் நடந்தபோது லலிதாவுக்கு இருபத்தொரு வயது முடியவில்லை.

எல்லாமே என் சக்திக்கு அப்பாற்பட்டது. என் வசதி களுக்குச் சற்றும் பொருந்தாது. ஆனால் லலிதா திடீரென்று பெரிய பணக்காரியாகிவிட்டாள். அவளுடைய கணவன் ரங்கநாதன் அவளைக் கண் இமையில் வைத்துப் போஷித்தான். லலிதா போன்ற சுபாவம் உடைய பெண் மனைவியாகக் கிடைத்தால் யார்தான் போஷிக்க மாட்டார்கள்? ஆனால் மாறான எண்ணம் கொண்ட ஒரு நபர் உண்டு. அது ரங்கநாத னுடைய அம்மா.

அவளுக்கு லலிதாவைப் பிடிக்காமல் போய்விட்டது. மாட்டுப் பெண் தேர்வில் தனக்குப் பங்கு இல்லாமல் போனதற்காக இருக்கலாம். தனக்கும் முன்னால் தன் பிள்ளையும் கணவனும் லலிதாவுக்கு வேண்டியவர்களாகிப் போனதற்கு இருக்கலாம். லலிதாவாக எதுவும் தன்னை வேண்டிக் கேட்காததற்காக இருக்கலாம். எது இருந்தாலும் இல்லாது போனாலும் உண்மையான மனத் திருப்தியுடன் இருக்கும் ஒரு மனிதப் பிறவியைச் சற்றும் புரிந்துகொள்ள இயலாமையால் இருக்கலாம்.

ரங்கநாதனுடைய தொழில் பங்காளிகள் அந்த ஆண்டு வந்த லாபத்தில் ஏற்பட்ட அமோக உற்சாகத்தில் கணவன் மனைவியாக நான்கு ஜோடிகள் உலகப் பயணம் போகலாம் என்று தீர்மானித்தனர். இருபத்தெட்டு நாட்களில் பதினைந்து நாடுகள், பத்தொன்பது நகரங்கள்.

லலிதாவுக்குக் குழந்தைகளை விட்டுப் போக மனது இல்லைதான். அதிலும் இரண்டாவதற்கு ஒரு வயதுகூட நிரம்பவில்லை. இரு குழந்தைகளும் இப்படி ஒரு கடுமையான சுற்றுப்பயணத்தைத் தாங்கக்கூடிய வயதை அடையவில்லை. அவர்களுக்கு ஒன்றும் புரியாது. அப்படிப் பயணத்தில் எடுத்துச் செல்லப்பட்டால் அந்தக் குழந்தைகளும் துன்பப்பட்டுப் பெற்றோருக்கும் பயணத்தை இரசிக்க அவகாசமே அளிக்கயிய லாத பிராயம். ரங்கநாதன் குழந்தைகளை விட்டுவிட்டுத்தான் போக வேண்டும் என்று உறுதியாகக் கூறினான். அவனுடைய அம்மா பார்த்துக்கொள்ளமாட்டாள் என்பது எல்லாரும் அறிந்தது. அவனும்தான்.

நாங்கள் எல்லோரும் விமான நிலையத்துக்குச் சென்று லலிதாவையும் அவளுடைய கணவனையும் வழியனுப்பிவிட்டு வந்தோம். அப்போது விமான நிலையக் கட்டடத்தினுள் செல்ல அனுமதி உண்டு. நுழைவுக் கட்டணம் மட்டும் கட்ட வேண்டும். உள்ளே பெரிய கூட்டம். எங்கள் கோஷ்டியிலேயே சுமார் பதினைந்து பேர். ரங்கநாதனின் கூட்டாளிகள், குடும்பத்தினர்கள், நண்பர்கள் என ஐம்பது அறுபது நபர்களுக்கு மேல் இருக்கும். அப்புறம் எவ்வளவு பயணிகள்! அவர்களை வழியனுப்ப வந்த உற்றார் உறவினர்! லலிதாவுக்கு மூத்த குழந்தையோடு சிறிது கொஞ்சிப் பேச வேண்டும் என்று ஆசை இருந்திருக்கவேண்டும். ஆனால் அவள் அந்தக் குழந்தையை நெருங்கும் போதெல்லாம் யாராவது வந்து அவள் வெளிநாடு சென்று வருவது பற்றி அசட்டுத்தனமாக வாழ்த்தி, அப்படியே தனக்கு ஒரு ஜப்பான் புடவை வாங்கி வர வேண்டும் என்று வேண்டுகோள் செய்வதாக இருந்தது. லலிதா குழந்தையின் கையை பிடித்தவண்ணம் இருந்தாள். ஆனால் ஒரு வார்த்தை அதோடு பேச முடியவில்லை.

விமான நிலையத்துக்கு லலிதாவின் மாமனாரும் மாமியாரும் கூட வந்திருந்தார்கள். மாமனார் வரையில் யாதொரு சங்கடமுமில்லை. ஆனால் மாமியார் அடிக்கொரு முறை, லலிதாவைக் கூப்பிட்டு ஏதாவது சொல்லுபவளாக

இருந்தாள். விமானம் கிளம்ப இன்னும் அரை மணிதான் உள்ளது. இனிமேலும் லவுஞ்சில் பேசிக்கொண்டிருக்க முடியாது என்றார்கள். பிறகு லலிதாவும் ரங்கநாதனும் உள்ளே போனார்கள். லலிதா திரும்பித் திரும்பிப் பார்த்தவண்ணம் போனாள்.

நான் லலிதாவை பார்த்தது அதுதான் கடைசி முறை. அவள் சவமாகவோ, சாம்பலாகவோ ஒரு கறுப்புப் பெட்டியில் திரும்பி வந்தபோது நான் அந்தப் பெட்டியைக்கூடப் பார்க்கவில்லை.

ரங்கநாதன் பிழைத்துவிட்டான். உலகப் பயணம் முடித்து இருவரும் பம்பாய் வந்து சேர்ந்தபோது அவர்கள் விமானம் வழக்கத்தைவிட மூன்று மணிநேரம் காலதாமதமாக வந்தது. பம்பாயிலிருந்து சென்னை வரும் பகல் விமானம் அதற்குள் கிளம்பிவிட்டிருந்தது. விமானத்தில் உலகத்தைச் சுற்றினால் பம்பாயிலிருந்து சென்னைக்கு விமானத்தில்தான் வர வேண்டுமா? அவள் போன்றவர்களுக்குப் பழக்கமான ரயில் ஏறி வரக்கூடாதா? இல்லை, சுற்றுப் பயண விமான டிக்கெட் சென்னையிலிருந்து கிளம்பிச் சென்னைக்குத் திரும்பி வரும் வரை உள்ளது. ஆதலால் விமானமோ விமானத்தில் இடமோ கிடைக்கப் பத்து நாட்களானாலும் விமானத்தில்தான் சென்னை வர வேண்டும்.

ரங்கநாதனுக்கு மூன்று நாட்கள் பம்பாயில் தங்கினால் எவ்வளவோ பயனுண்டு. அவனுக்குச் சென்னை விமானம் தவறிப் போனதில் உள்ளூர மகிழ்ச்சி, எதிர்பாராத மகிழ்ச்சி. ஆனால் லலிதா தவித்தாள். ஒரு மாதம் குழந்தைகளை விட்டு பிரிந்ததுகூடப் பெரிதாகத் தோன்றவில்லை. இப்போது சில மணி நேரம் தாமதம் தாங்க முடியாததாக இருந்தது. அவள் அதுவரை அத்தகைய கோரிக்கையை ரங்கநாதனிடம் கேட்டிருக்கமாட்டாள். டெலிபோனிலாவது குழந்தைகளோடு பேசலாமா? ரங்கநாதன் ஆச்சரியத்தோடு விமான நிலையத்தி லிருந்தே அவனுடைய வீட்டிற்கு டிரங்கால் ஏற்பாடு செய்தான். லலிதாவின் குழந்தைகளுக்கு டெலிபோனில் அவர்களின் அம்மாவின் குரலை அடையாளம் கண்டுகொள்ள முடிந்ததோ என்னவோ. அநதக குழநதைகளுக்கு எதுவும் புரியும்படி இல்லை.

இரவு ஒரு மணிக்கு ஒரு விமானம் சென்னைக்குக் கிளம்பும் என்று தெரிந்தது. லலிதா பம்பாய் விமான நிலையத்தை விட்டு நகரவில்லை. ரங்கநாதன் அவளை விமானத்தில் ஏற்றிவிட்டான்.

குழந்தைகளுக்கும், தெரிந்தவர் மற்றும் உறவினர்களுக்காகவும் வாங்கி வந்த பரிசுப் பொருள்களுடன் லலிதா அந்த நள்ளிரவில் சென்னைக்குப் புறப்பட்டாள். அவள் தூங்கி இருபத்து நான்கு மணி நேரம் ஆகியிருக்கும். ஆதலால் விமானத்தில் ஏறியவுடன் தூங்கிப் போயிருக்கக் கூடும். ஒன்று பத்துக்கு விமானம் தீப்பற்றி எரிந்து கீழே விழுந்தது. லலிதாவுக்கு அவள் உயிர் பிரிவது பற்றிக்கூடத் தெரியாமல் இருந்திருக்கக் கூடும்.

4

"லலிதா!" என்று அலறியவண்ணம் நான் எழுந்திருந்தேன். பொழுது விடிந்திருக்க வேண்டும். ஆனால் தொடர்ந்து பெய்து கொண்டிருந்த மழையால் இருட்டாகத்தான் இருந்தது.

ஒரு டார்ச் விளக்குடன் டல்பதடோ நான் படுத்திருந்த அறைக்கு ஓடி வந்தான். "என்னங்க, என்னாச்சு?" என்றான் தமிழில்.

எனக்கு உடனே பதில் சொல்லத் தெரியவில்லை. அவன் இன்னொரு முறை கேட்டவுடன், "மணி என்னாச்சு?" என்று கேட்டேன்.

"ஆறு மணி. என்னாயிற்று? பெருச்சாளி ஏதோ வந்து விட்டதோ என்று நினைத்தேன்" என வழக்கம் போல ஆங்கிலத்திலேயே பேச ஆரம்பித்தான்.

"பெருச்சாளி இல்லை. ஆனால் பெருச்சாளி வந்திருக்கலாம்."

டல்பதடோ நான் கூறுவது விளங்காமல் நின்றான். பிறகு, "டீ சாப்பிடுறீங்களா? மிஸ்டர் சிவநேசன் டீ தயாரிக்கப் போகிறார்."

"யார் சிவநேசன்?"

"நேற்று நமக்குக் கதவைத் திறந்தவர்."

என் நினைவுகள் என்னைக் குழப்பியதோடு என் உடலும் துவண்டு விழும் நிலையில் இருந்தது. நான் மீண்டும் தரையில் சாய்ந்தேன்.

அறையின் ஒரு மூலையில் கூரை ஒழுகித் தண்ணீர் தேங்கி யிருந்தது. மிகக் குறைந்த வசதி இருக்க வேண்டும். தரை, கூரை, சுவர், கதவு எல்லாமே வசதிக் குறைவின் சின்னங்களாக இருந்தன.

டல்பதடோ சிறிது நேரத்தில் ஒரு கண்ணாடித் தம்ளரில் சுடச்சுட டீ கொண்டு வந்தான். பால் பவுடர் கொண்டு தயாரிக்கப்பட்டது என்பது முதல் உறிஞ்சலிலேயே தெரிந்தது.

டல்பதடோவும் ஒரு தம்ளரில் டீ எடுத்து வந்து என்னருகில் உட்கார்ந்தான். "நாம் கடைசியாகச் சந்தித்து இருபது வருஷம் இருக்குமா?"

என் சொந்த மூளையை உதறிக்கொண்டேன். "இருபத்தி ரண்டு வருஷம்," என்றேன்.

"என்னை எதற்கு ஞாபகம் வைத்துக்கொண்டீர்கள்."

"எனக்குத் தெரியாது."

"அடையாளம் கண்டுவிட்டீர்கள், அப்படியே போயிருந் தால்கூடத் தொந்தரவே கிடையாது. நீங்கள் நான் போன வழியே வந்தீர்கள். நேற்று ராத்திரி துரத்திக்கொண்டு வந்தவர்கள் இனியும் வந்தபடியேதான் இருப்பார்கள்."

"ஸில்வியா எப்படியிருக்கிறாள்?"

டல்பதடோவின் முகம் கறுத்தது. அவன் பதில் சொல்ல வேண்டியிருந்தால் மிகவும் சங்கடப்பட்டிருப்பான். அவனுக்குச் சற்றே அவகாசம் தருவது போல சிவநேசனும் ஒரு தம்ளர் டீயுடன் எங்கள் அறைக்கு வந்தான். அவனும் டல்பதடோவைப் போலத் தரையில் என் முன்னால் உட்கார்ந்து கொண்டான். "சாரை எனக்கு இருபது வருஷத்துக்கும் மேலாகத் தெரியும்." என்று டல்பதடோ சிவநேசனிடம் சொன்னான்.

சிவநேசனின் சந்தேகக் கண்கள் மாறுதல் ஏதும் அடைய வில்லை. "அப்படியா?" என்றான்.

"ஸில்வியா எப்படியிருக்கிறாள்?" நான் மீண்டும் டல்பதடோவைக் கேட்டேன். சிவநேசன் ஒரு முறை புருவத்தை உயர்த்தினான். பிறகு அறையை விட்டு வெளியேறினான்.

டல்பதடோ என்னை உற்றுப் பார்த்தான். பிறகு "தெரியாது" என்றான்.

"ஏன்?"

"ரொம்பச் சாதாரணமான காரணம். நான் அவளைப் பார்த்துப் பல வருடங்கள் ஆகின்றன."

"அப்படியா?"

"ஆமாம்."

"ஏன்? அவளுடைய உலகமே நீயாகத்தானே இருந்தது?"

"இருக்கலாம். ஆனால் இந்த உலகமெல்லாம் சாசுவத மில்லையே. அதோடு எல்லோருக்கும் பல உலகங்கள் உண்டல்லவா?"

"வாஸ்தவம்."

அவன் எழுந்து ஜன்னல் கதவைத் திறந்தான். வானம் வெளுத்திருந்தது. மழை தொடர்ந்து பெய்து கொண்டிருந்தது.

நான் எழுந்து நிற்க முயற்சி செய்தேன். முந்தைய இரவின் அசாதாரண அலைச்சல் என் உடம்பெல்லாம் வலிக்கச் செய்திருந்தது. அவ்வளவு மழையில் நனைந்திருந்ததற்குப் பெரிதாக ஜுரம் வராதது ஆச்சரியம்தான்.

"டல்பதடோ, நான் வீட்டுக்கு போக வேண்டும்" என்றேன்.

"மழை பெய்கிறது. அரை மணி நேரம் பொறுத்துக் கொள்ளுங்கள். நான் ஏற்பாடு பண்ணுகிறேன்."

"நீ இங்கேதான் இருக்கிறாயா? நேற்று நீ சிங்கப்பூரிலிருந்து வந்தவர்களுடன் இருந்தாயே?"

"நீங்கள் ஏதோ தவறு செய்கிறீர்கள்."

"என்ன?"

"நீங்கள் என்னை எங்கேயும் பார்க்கவில்லை."

"எனக்கு மூளை இன்னும் அந்த அளவுக்கு மந்தித்துப் போகவில்லை."

"சிவநேசனிடம் ஒரு வார்த்தை சொல்லிவிட்டு வருகிறேன்."

எனக்கு என் மீது மிகவும் கோபம் வந்தது. ஏன் எதற்காக இந்த மாதிரி இடத்திலும் இந்த மாதிரி மனிதர்களிடமும் நான் வந்து சிக்குகிறேன்?

திடீரென்று எனக்குத் துக்கம் பொங்கிக்கொண்டு வந்தது. பெருகி வந்த அழுகையை அடக்க முடியாமல் கேவினேன். அது ஏதோ விலங்கு பேராபத்தில் சிக்கிக்கொண்டபாது அலறுவது போலிருந்தது. டல்பதடோ, சிவநேசன் இருவரும் ஓடி வந்தார்கள்.

"என்னாயிற்று சார்?" என்று டல்பதடோ கேட்டான். என் அருகில் வந்து என் தோள்களைப் பிடித்துக் கொண்டான்.

"ஈஸி, சார் ஈஸி," என்றான்.

அவனால் என் துக்கத்தின் காரணத்தையும் அதன் பரிமாணத்தையும் அறிந்து கொள்ள முடியாது.

5

டல்பதடோவுக்கு ஸில்வியா பற்றி இன்னொரு விஷயமும் தெரியாது. இருபத்திரண்டு ஆண்டுகளுக்கு முன்பு அவனுக்கு ஓட்டல் ஓஷியானிக் முன்பு டாக்ஸி ஒன்று பிடித்துக் கொடுத்த பிறகு நான் அந்த ஓட்டல் வரவேற்பறையிலேயே காத்திருந்தேன், எப்படியும் ஸில்வியா அங்கு வந்தாக வேண்டும்.

பதினொரு மணிக்கு அவள் வந்தாள். கூர்ந்து கவனித்தால் அவளுடைய கண்கள் ஏராளமாகக் கண்ணீர் உகுத்திருந்தது தெரியும். "மிஸ் மாரிஸ்," என்றேன். அப்போதுதான் அவள் என்னைப் பார்த்தாள். பலவீனமாக ஒரு புன்னகை புரிந்தாள்.

"உங்களோடு ஒரு விஷயம் பேசலாமா?"

"என்ன?"

"தங்கள் அறைக்குப் போய்விடலாமா?"

அவள் விடுவிடுவென்று முன்னால் போக நான் அவள் பின்னே ஓடினேன். படிக்கட்டு வழியாகவே மாடிக்குச் சென்றோம். லிஃப்ட் இன்னும் பூர்ணமாக ஒழுங்குபடவில்லை.

அந்த அறையை இன்னும் ஓட்டல் பணியாளர்கள் துப்புரவாக்கவில்லை.

"புரொபஸர் டப்லி..." என்று ஸில்வியா ஆரம்பித்தாள்.

புரொபஸர் டப்லி ஃபிரெஞ்சுக்காரர். இரண்டாம் உலக யுத்தத்துக்கு முன்பே பல அபூர்வத் திரைப்படங்களை

உருவாக்கியவர். இன்று அவர் படங்கள் திரைப்படக் கல்லூரியில் பாடங்களாக உள்ளன. டல்பதடோவின் படத்துக்கு இந்தியத் திரைப்பட விழாவில் அவர்தான் பரிசு கொடுத்தார். "தெரியும். நான் இப்போது ஆஸ்பத்திரியிலிருந்துதான் வருகிறேன்."

"என்ன சொல்கிறார்கள்?"

"இன்டென்ஸிவ் கேர் பகுதியில் வைத்திருக்கிறார்கள். ஃபிரான்ஸில் அவர் உறவினர்களுக்குத் தகவல் கொடுக்க முயற்சி செய்துகொண்டிருந்தார்கள்."

"அவருக்கு வேண்டியவர்கள் என்று யாருமே கிடையாது. அவர் மனைவி இறந்துபோய்ப் பல ஆண்டுகள் ஆகின்றன. அவர் கத்தோலிக், தெரியும் அல்லவா!"

"அப்படியா? தெரியாது."

"ஒரு மூத்த சகோதரி மட்டும் உண்டு என்று கூறியிருக்கிறார். அவள்கூட ஒரு விடுதியில்தான் இருக்கிறாள்."

"சினிமா சம்பந்தமாக, அதிலும் திரைப்பட நுணுக்கங்கள் சம்பந்தமாக எதுவானாலும் அவரைத்தான் இங்கே இந்தியாவில் கலந்துகொள்வார்கள். அப்பேர்ப்பட்ட நிபுணர். ஆனால் சாகும்போது ஒரு உள்ளூர் உறவினர்கூட அவர் பக்கத்தில் வந்து நிற்பதற்கு வழியில்லை."

"அவர் தேசத்தில் அவர் இறந்தால் வெளியே தெருவில் ஆயிரக்கணக்கில் மக்கள் கூடியிருப்பார்கள்."

"நான் ஒரு விஷயம் விசாரிக்க வந்தேன்."

"என்ன?"

"மிஸ்டர் டல்பதடோ ஏதாவது சங்கடத்தில் சிக்கியிருக்கிறாரா?"

"எனக்குப் புரியவில்லை."

"இந்தத் திரைப்பட விழாவுக்கு வந்த பிரமுகர்களை ஓரளவு நெருக்கமாகவே தெரிந்துகொள்ளும் வாய்ப்பு எனக்கும் மிஸ்டர் சர்மாவுக்கும்தான் கிடைத்தது. எனக்கு மிஸ்டர் டல்பதடோ பற்றிக் கவலையாயிருக்கிறது."

"உங்கள் கவலையை அவரிடம்தான் தெரிவிக்க வேண்டும். எனக்கு ஒரு சம்பந்தமும் கிடையாது."

"அப்படியா! மன்னிக்க வேண்டும். இது பற்றி அவரிடம் பேசி ஏதாவது முடிவு எடுப்பதற்குப் பதில் உங்களிடம் பேசுவதுதான் சிறந்தது என்று நான் நினைத்தேன்."

ஸில்வியா சற்று மனம் மாறியவள் போல இருந்தாள். "நீங்கள் எதைப் பற்றிப் பேசுகிறீர்கள்?" என்று கேட்டாள்.

"மிஸ்டர் டல்பதடோ யார் யாரிடமெல்லாமோ கடன் வாங்கியிருக்கிறார். அவர் நாட்டிலிருந்து கொண்டு வந்த பொருள்களை எல்லாம் விற்றுக்கொண்டு வருகிறார். அயல்நாட்டுப் பயணிகள் சில பரிசுப் பொருள்கள் தந்து விட்டுப் போவதில் பிரச்னை இல்லை. ஆனால் இங்கு இறக்குமதிக்குச் சுங்கவரி இருக்கும் பொருள்களை அவர் விற்றால் அது தவறு என்று குற்றம் சாட்ட முடியும்."

ஸில்வியா பேசாமல் இருந்தாள்.

"என்னிடமோ மிஸ்டர் சர்மாவிடமோ அவர் சொன்னால் நாங்கள் எங்களாலான உதவி செய்ய முயற்சி செய்வோம்."

"அவர் நாட்டில் அவர் பெரிய சீமான் தெரியுமா?"

"அயல்நாட்டில் இப்படிப் பணக் கஷ்டம் நேர்வது அபூர்வமல்ல."

"அவர் என்ன பொருள்களை விற்றார் என்று தெரியுமா?"

"தெரியாது. ஆனால் இங்கே போலீஸ்காரர்கள் நன்கறிந்த கடத்தல்காரன் ஒருவன் அவரை அடிக்கடி வந்து சந்தித்துப் போகிறான்."

ஸில்வியா ஒரு கணம் என்னை உற்றுப் பார்த்தாள். "அவர் என்னையே விற்கப் பார்த்தார்." என்றாள்.

நான் சொல்வதறியாது நின்றேன்.

"நான் இவருக்காக என் தாய் தந்தையுடன் கூடப் பிறந்தவர்கள் எல்லாரையும் துறந்துவிட்டு வந்தேன், இவர் இங்கே என்னை விற்கப் பார்க்கிறார்."

ஸில்வியா திடீரென்று அழத் தொடங்கினாள். நான் அவள் அருகே சென்றேன். "எனக்குத் தெரியும்" என்றேன்.

"தெரிந்தும் நீங்கள் எல்லாம் என்ன செய்கிறீர்கள்! நீங்கள் எல்லாம் மனிதர்கள் இல்லை?"

"நானும் சிறியவன்தான். எனக்கு உங்கள் வயதுதான் இருக்கும். ஆனால் ஆண்கள் அனுபவம் வேறு மாதிரிதான். இந்த நாட்டில், இந்த சினிமாத் துறையில்."

"நான் ஒன்றும் சினிமாக்காரி இல்லை."

"சினிமாக்காரரோடுதான் வந்திருக்கிறீர்கள். அவரோடு தான் தங்கியிருக்கிறீர்கள். அவருடைய சினிமாவில் நடித்திருக் கிறீர்கள்."

"அதனாலென்ன?"

"உங்களைச் சினிமாக்காரியாகத்தான் பார்ப்பார்கள். அதோடுகூட இன்னொரு விஷயமும் உங்களைப் பலவீனப் படுத்தியிருக்கிறது."

"என்ன?"

"புரோபஸர் டப்லி விஷயம்."

ஸில்வியா சீறிக்கொண்டு திரும்பினாள்.

"அந்த மனிதன் சாகக் கிடக்கிறான். அவனையும் அவதூறுக்கு ஆளாக்காதீர்கள்."

"அது இன்று காலைதானே? சென்ற வாரம் முழுக்க அப்படி இல்லையே?"

"இல்லை. டில்லியிலேயே எனக்குத் தெரியும். டல்பதடோ வுக்குப் பரிசு தரும்போதே எனக்குத் தெரியும். நான் புரொபஸர் டப்லியை அன்றுதான் முதலில் சந்தித்தேன். அவர் இன்னும் நான்கு நாட்கள் தாங்கமாட்டார் என்று எனக்குத் தெரிந்துவிட்டது."

"அப்படியா?"

"ஆமாம். எனக்கும் அவரிடம் நிகழ்ந்தது எல்லாம், நான் அவர் முடிவு வெகு சமீபத்தில் இருக்கப் போகிறது என்பதை அறிந்த நிலையில்தான்."

“முடிவா?”

“ஆமாம். நான் நான்கு நாட்கள் என்று நினைத்தேன். இப்போது பதினான்கு நாட்கள் ஆகிறது. அவ்வளவுதான்.”

“அவருக்குத் தெரியுமா?”

“அது தெரியாது. ஆனால் நாம் தெரிந்ததெல்லாம் தெரிந்ததாகிவிடுகிறது? அவர் முடிவு அவ்வளவு சீக்கிரம் வரப்போகிறது என்று எது என்னை நினைக்க வைத்ததோ அதை அவரும்தான் அறிந்திருக்கவேண்டும். இருந்தாலும் இது சாவுக்கு அறிகுறி என்று அவர் நினைக்காமல் இருந்திருக்க லாம் அல்லவா? அவர் இன்னும் பத்து வருஷம் இருக்கப் போவதாகத்தான் நினைத்திருந்தார்.”

நாங்கள் சிறிது நேரம் மௌனமாக இருந்தோம். ஸில்வியா இப்போது தெளிவான முகத்தோடு இருந்தாள்.

“இன்றோடு நீங்களும் சென்னையிலிருந்து கிளம்புகிறீர்கள், இல்லையா?” என்று நான் கேட்டேன்.

“எனக்குத் தெரியாது. டல்பதடோ என்ன நினைத்திருக் கிறானோ? நான் இன்னும் சில நாட்கள் இந்தியாவில்தான் இருக்கப் போகிறேன்.”

“இங்கேயா?”

“ஆமாம்... என்ன கேட்டீர்கள்? இந்த ஓட்டலிலேயா என்றா? இல்லை. நான் இன்னும் அரை மணி நேரத்தில் வெளியேறப் போகிறேன்.”

“இந்தத் திரைப்பட விழா ஒரு கணவன்–மனைவி பிரிவுக்குக் காரணமாக இருந்துவிட்டது.”

“டல்பதடோவும் நானும் கணவன் மனைவி அல்ல, அப்படி இருக்கவும் முடியாது. நாங்கள் இங்கே இன்று பிரிந்திருக்காவிட்டால் வேறெங்கேயாவது வேறெப்போதாவது பிரிந்திருப்போம். நல்லவேளை இந்த நாட்டில் எனக்குத் தெரிந்தவர்கள், உறவினர்கள் இருக்கிறார்கள். நான் என்னைப் பாதுகாத்துக்கொள்ள முடிந்தது. இதுவே ஓர் ஐரோப்பிய நகரில் நடக்கும் விழாவாக இருந்தால் அவன் இதற்குள் என்னைப் பத்துப் பதினைந்து பேர் படுக்கையில் தள்ளி இருப்பான்.”

“தாங்கள் மிஸ்டர் டல்பதடோ மீது மிகவும் கடுமையாக இருக்கிறீர்கள்.”

“நீங்கள் டல்பதடோவுக்கு இவ்வளவு நெருக்கமானவர் என்று எனக்குத் தெரியாது.”

“என் வரையில் திரைப்பட விழாவுக்கு வந்த எல்லாரையும் போலத்தான் அவர். ஆனால் எல்லாரையும்விட அவர்தான் ஏதோ எப்போதும் அவதிப்பட்டுக் கொண்டிருந்த மாதிரி இருந்தது.”

நான் கீழே இறங்கி வர அடியெடுத்தேன்.

“ஒரு நிமிடம்,” என்று ஸில்வியா சொன்னாள்.

நான் நின்றேன்.

“முற்றிலும் வெளியாட்கள் மீது இவ்வளவு அக்கறை கொள்கிறீர்கள். மிகவும் அபூர்வம். நீங்கள் எங்களுக்குப் பரிசுப் பொருள்கள் கொடுத்தீர்கள். நாங்கள் ஒன்றுமே தரவில்லை.”

“அதனாலென்ன?”

“இதை எடுத்துக்கொள்ளுங்கள்.” ஓர் அழகிய சிறு அட்டைப் பெட்டியில் கை வேலைப்பாடு அமைந்த மூன்று சிறு கைக்குட்டைகள் இருந்தன. மூன்றிலும் ‘எஸ்.எம்.’ என்று அலங்காரமாகப் பெயர் எம்பிராய்டரி செய்யப்பட்டிருந்தது. அவளுடைய சொந்த உபயோகத்திற்காக ஆர்டர் செய்து, தயாரிக்கப்பட்டது. ஸில்வியா மாரிஸ். ‘எஸ்.எம்.’

“மிகவும் அழகாயிருக்கின்றன. கைக்குட்டைகள் பயன்பட எனக்கு ஒரு நாள் பெண் பிறந்தால் அவளுக்கு ஸில்வியா என்று பெயரிடுகிறேன்.”

“மிக்க நன்றி. மிக்க நன்றி.”

“ஒருவேளை நீங்களே அவளைச் சந்திக்கக் கூடும்.”

“நான் தொடர்ந்து உங்கள் நாட்டிலேயே இருந்தால்.”

அன்று மாலை புரொபஸர் டப்லி இறந்துவிட்டார். ஸில்வியாவுக்குத் தகவல் தரவேண்டுமென்று எங்கெங்கோ விசாரித்து அலைந்தோம். அவள் கிடைக்கவில்லை.

6

எல்லாம் நடந்து இருபத்திரண்டு வருடங்கள் ஆகிவிட்டன. இதோ டல்பதடோ மட்டும் என் முன்னால் நிற்கிறான்; அவன் எனக்கு ஆறுதல் அளிப்பது போலத் தோளைப் பிடிக்கிறான்.

நான் நிமிர்ந்துகொள்கிறேன். "இனிமேலும் என்னால் தாமதிக்க முடியாது. உடனே கிளம்ப வேண்டும்," என்கிறேன்.

"மழை நிற்கட்டும். நான் ஏற்பாடு பண்ணுகிறேன்."

"மழை நிற்காது. இதுவரையில் நிறைய நனைந்தாயிற்று. இங்கிருந்து மீனம்பாக்கம் ஸ்டேஷனுக்குப் போய்விட்டால் அப்புறம் எனக்கு ஒரு கவலையுமில்லை."

"எனக்குக் கவலை இருக்கும்."

"என்ன?"

"இன்னும் ஓரிரு மணிநேரம் பார்ப்போம். இரவு காரில் வந்த இருவர் பற்றி என்னால் கவலைப்படாமல் இருக்க முடியவில்லை."

"அவர்களால் உனக்கு என்ன ஆபத்து?"

"சொல்ல முடியாது. அவர்களால் எனக்கு நிறைய இருக்கிறது. என் பெயரை உரத்துக்கூறி அழைக்கும் அளவு உங்களுக்கு என்னிடம் பரிச்சயம் உண்டு என்பதே உங்களுக்கும் ஆபத்து ஏற்படுத்தக் கூடியது."

"அப்படி ஆபத்து நேரும்படியாக நீ என்ன செய்து வருகிறாய்?"

டல்பதடோ பதில் பேசவில்லை. அவன் எனக்குப் பதில் தருவான் என்று எனக்குத் தோன்றவில்லை. என் முகத்தைத் தடவிப் பார்த்தேன். முந்தின நாளே நான் முக க்ஷவரம் செய்துகொண்டிருக்க வேண்டும். இல்லை. ஆதலால் இப்போது முகம் மிகவும் சொர சொரப்பாக இருந்தது. எல்லாம் நரைத்த மயிர். நான் வெளியே போனால் என் முகத்தின் பரிதாபத் தோற்றத்தைக் கண்டு யாராவது பிச்சை கொண்டு வந்து போட்டால் ஆச்சரியப்பட வேண்டியதில்லை.

டல்பதடோவுக்கு என் வயதுதான் இருக்க வேண்டும். இல்லை. என்னைவிட ஐந்தாறு வயது பெரியவனாக இருக்க வேண்டும். ஐம்பது வயதை அவன் எட்டியிருக்க வேண்டும். தலையிலிருந்து முடி கொட்டியிருந்தது. ஆனால் பெரிதாக வழுக்கை விழவில்லை. முகம் மழமழவென்று வாழைத்தண்டின் மேற்புறம் போல இருந்தது. அவனை இளைஞன் என்று யாரும் சொல்ல மாட்டார்கள். ஆனால் அதே நேரத்தில் அவனைக் கிழவன் என்றும் சொல்லத் தோன்றாது.

"உண்மையில் நீ எனக்கு முதலில் நினைவுக்கு வரவில்லை," என்று சொன்னேன்.

"எனக்கு அதற்கு அவசியம் இல்லை. நான் தெருவில் அனேக நாட்கள் உங்களைக் கவனித்திருக்கிறேன்."

"அப்படி என்றால் நீ இந்த ஊரில்தான் இருந்து கொண்டிருக்க வேண்டும்."

டல்பதடோ வெறுமனே புன்னகை புரிந்தான்.

"என் மனக்கண் முன் ஸில்வியாதான் வந்தாள். அதன் பிறகுதான் உன் பெயர் நினைவுக்கு வந்தது."

"என் வாழ்க்கையைவிட்டு ஸில்வியா போய் எவ்வளவோ ஆண்டுகள் ஆகின்றன."

"நான் அதை அப்போதே எதிர்பார்த்தேன்."

"எப்போது?"

"அதான் நீ ஒரு திரைப்படத் தயாரிப்பாளனாக இந்தியா வந்திருந்தபோது. இருபத்திரண்டு ஆண்டுகளுக்கு முன்பு."

"அப்போது வாழ்க்கையும் உலகமும் மிகவும் எளிதாகவும் சிக்கலில்லாததுமாக இருந்தன."

"நீ அப்போது விழாவுக்குக் கொண்டு வந்திருந்த படமே மிகவும் எளிமையான படம்தான்."

"உங்களுக்கு அதுவும் நினைவிருக்கிறதா?"

"'பரானிமாறு,' அதானே."

"ஆமாம், ஆமாம். நல்ல நினைவிலிருக்கிறதே."

“அதற்குப் பரிசுகூடக் கொடுத்தார்களே?”

“பரிசு, பதக்கம் எல்லாம் எப்போதோ போய்விட்டது. அப்படத்தின் பிரதி ஒன்றுகூட இல்லை என்று நினைக்கிறேன்.”

அவனை இளைஞனாக, இலட்சியவாதியாக, புரொபஸர் டப்லியை வீர வணக்கம் செய்பவனாக, சர்வதேசத்துத் தரத்தில் திரைப்படம் எடுக்க வேண்டும் என்று தன் சொந்த வாழ்க்கை, பரம்பரைச் சொத்து எல்லாவற்றையும் உதறிவிட்டு வந்தவனாக, அப்பாவிக் கலைஞனாக, டல்பதடோவாக நான் மீண்டும் கற்பனைசெய்து பார்த்தேன். நான் அவனை அன்று கண்டதற்கும் இன்று அவனைக் காண்பதற்கும் பொருத்தமே இல்லாது விளங்கியது. இப்போது அவன் என்ன செய்து கொண்டிருக்கிறான்? ஏன் மீண்டும் எங்கள் இருவர் பாதையும் குறிக்கிட வேண்டும்?

சிவநேசன் பரபரப்போடு வந்தான். டல்பதடோவைப் பார்த்து விரலை ஆட்டி அழைத்தான். டல்பதடோ பாய்ந்து சென்றான். நான் எழுந்து, நானிருந்த அறை ஜன்னல் கதவைத் திறக்க முயற்சி செய்தேன். முடியவில்லை. ஆணிகள் அடித்துக் கதவுகள் செயல்பட முடியாமல் அடைத்து வைக்கப் பட்டிருந்தன.

நான் அடுத்த அறைக்குச் சென்றேன். அங்கே டல்பதடோவும் சிவநேசனுமாக ஒரு பெட்டியை நகர்த்திக் கொண்டிருந்தார்கள். அந்தப் பெட்டிக்கு அடியில், தரையில் சட்டென்று கண்ணுக்கு வேறுபாடு தெரியாதபடி ஒரு மரப்பலகை இருந்தது டல்பதடோ பலகையை எடுக்க அங்கிருந்த பள்ளத்தில் சிவநேசன் இறங்கிக் கொண்டான். டல்பதடோ அந்த அறையில் இருந்த ஓரிரு பெட்டிகளையும் ஒரு சூட்கேஸையும் சிவநேசனிடம் கொடுத்தான். சிவநேசன் அவற்றை அந்த ரகசியப் பள்ளத்தில் பத்திரப்படுத்தி வைத்து விட்டு வெளியே எகிறிக் குதித்தான்.

டல்பதடோ என்னைத் திரும்பிப் பார்த்தான். சிவநேசனும் என்னைப் பார்த்தான். சிவநேசன் டல்பதடோவை கேள்வி கேட்பது போலப் பார்த்தான். டல்பதடோ என்னால் யாதொரு பயமும் இல்லை என்பது போலப் பதிலுக்குக் கண்ணசைத்தான்.

அந்த அறையும் சரி, நான் முன்னர் படுத்திருந்த அறையும் சரி ஒழுங்காகக் குடித்தனம் செய்யுமிடம் போலவே இல்லை. தரையில் புழுதி. சுவர் ஓரமாகத் தாறுமாறாகத் தள்ளப்பட்ட சிகரெட் துண்டுகள், நெருப்புக் குச்சிகள். ஒரு சிறு மர அலமாரி

போன்றது மீது ஒரு ஸ்டவ்வும், மூன்று நான்கு சிறு பாத்திரங்களும் இருந்தன. காலை டீ இங்குதான் தயாராகியிருக்க வேண்டும்.

சிவநேசன் ஒரு ஜன்னல் கதவில் இருந்த ஓட்டை வழியாக வெளியே பார்த்தான். விறைப்பாகச் சற்று நேரம் இருந்த பிறகு சிறிது சிறிதாக அவன் சகஜ நிலையடைந்தான்.

"இங்கே இல்லை" என்று டல்பதடோவிடம் சொன்னான்.

"என்ன விஷயம்?" என்று டல்பதடோவிடம் கேட்டேன்.

"நேற்று இரவு இருவர் என்னைக் கொல்ல வந்தார்கள் அல்லவா?"

"அவர்கள் வேண்டுமென்றே உன்னைக் கொல்லத்தான் வந்தார்களா?"

"உங்களுக்கு அதில் சந்தேகமா?"

"எனக்கு என்ன தெரியும்? அவர்களால் எனக்கு ஆபத்து என்றாய். உன்னை அடையாளம் கண்டுகொண்டு கூப்பிட்டது தவறு என்றாய். ஆனால் எப்படி, ஏன் என்று தெரியாது."

"எனக்குத்தான் இப்படிக் கோபம் வர வேண்டும். அந்த இருவருக்கு நான்தான் டல்பதடோ என்று தெரியாது. தெரிய வந்தது உங்களால்."

"ஆனால் உன்னை ஏன் அவர்கள் கொல்ல வேண்டும்?"

"அது அவர்கள் தலைவனின் உத்தரவாக இருக்கலாம்."

"யார் அவர்கள் தலைவன்?"

"உங்களுக்குத் தெரிந்து என்ன ஆகப்போகிறது? எங்கள் நாட்டுக்காரனாகத்தான் இருக்க வேண்டும். என்னோடு படித்தவன். அன்று நான் பணக்காரன். அவன் சாதாரண வசதி பெற்றவன்."

"அவனுக்கு நீ இங்கிருப்பது எப்படித் தெரியும்?"

"நாங்கள் பலர் ஓராண்டுக்கு முன்பு கூடச் சேர்ந்துதான் இருந்தோம். இதோ இந்தச் சென்னையிலேயே."

"இந்த இடத்திலா?"

“இல்லை. இது புது இடம். இன்னும் அவர்களுக்குத் தெரியாது. உண்மையில் நேற்று இரவிலிருந்து உங்களால் மிகப் பெரிய பிரச்னை எழுந்திருக்கிறது.”

“இதைத் திரும்பத் திரும்பச் சொல்லிவிட்டாய்.”

“இல்லை. நீங்களே சற்று முன் சொன்னது போல நான் எதையும் முழுக்கச் சொல்ல முடிந்ததில்லை. பிரச்சினை பலவிதத்தில். என் பாதுகாப்பு, இந்த இடம் ரகசியமாக இருப்பது; உங்களுடைய பாதுகாப்பு, உங்களால் எங்களிருப்பிடம் தெரிந்துவிடும் அபாயம். இது மட்டும் இல்லை. ஓர் ஆயுட்கால உழைப்பு, ஏற்பாடு எல்லாம் தூள் தூளாகவிருக்கிறது.”

“இதெல்லாம் சரி, எனக்கு இப்போது ஒரு விஷயம் உடனே தெரிய வேண்டும்.”

“என்ன ?”

“பொழுது விடிந்து நான் இவ்வளவு நேரம் இப்படி நான்கடி இடத்தில் சுற்றிச் சுற்றி வருவது கிடையாது. நேற்று இரவு முழுக்க வீட்டுக்குப் போகவில்லை. ஆகையால் நான் உடனே என் வழியில் போக முடியுமா முடியாதா என்று எனக்குத் தெரிய வேண்டும்.”

இதைச் சொல்லிக்கொண்டிருக்கும் போதே சிவநேசன் ‘கூடாது’ என்று டல்பதடோவுக்குச் சைகை செய்ததை நான் பார்த்துவிட்டேன். ஆனால் எனக்கு டல்பதடோ மீது சிறிது நம்பிக்கை தொடர்ந்து இருந்தது.

டல்பதடோ அவனுடைய கைக்கடிகாரத்தைப் பார்த்தான். “இப்போது ஆறே முக்கால் மணியாகிறது. சரியாக ஏழு மணிக்குச் சொல்கிறேன். என் கவலைகள் ஓரளவு தீர அந்த இடைவேளை தேவை.”

நான் என் துணிமணிகளைத் தேடிப் போனேன். ஈரமாக இருந்ததோடு சேறும் சகதியுமாக இருந்தன. இதை என் மனைவியிடம் எப்படி விளக்குவேன்?

என் உடைகளை அணிந்துகொண்டேன். டல்பதடோ முந்தைய இரவு எனக்குக் கொடுத்த லுங்கியை அவிழ்த்து மடித்து வைத்தேன். நான் அதற்கு அவ்வளவு மரியாதை தரவேண்டிய தில்லை. அதைத் துவைக்கப் போட்டால் ஒழுங்காக அலசி

உலர விட நிறையத் தண்ணீர் பிடிக்கும். அவ்வளவு அழுக்காக இருந்தது. யாருடையதோ? இந்த வீட்டுக்கு இன்னும் யார் யார் வருவார்கள்? தங்குவார்கள்? சில ரயில் நிலையங்களில் உள்ள வெயிட்டிங் ரூம் போல இது இருந்தது. வெயிட்டிங் ரூமில் நிறைய நாற்காலிகள் இருக்கும். இங்கே சில பாய்கள், லுங்கிகள், சில அட்டைப் பெட்டிகள் அவ்வளவுதான்.

டல்பதடோவும் சிவநேசனும் அவர்களுக்குள் ஏதோ பேசிக் கொள்வது கேட்டது. டல்பதடோ என்னிடம் அநேகமாக ஆங்கிலத்தில்தான் பேசுவான். ஓரிரு சந்தர்ப்பங்களில் அவனுக்குத் தெரிந்த அளவில் தமிழில் பேச முயற்சி செய்திருக்கிறான். சிவநேசன் நிச்சயம் தமிழ் நன்கு அறிந்த மனிதன். ஆனால் இப்போது அந்த இருவரும் பேசிக்கொண்ட மொழி தமிழும் அல்ல, ஆங்கிலமும் அல்ல. சிவநேசன் கண்டிப்பும் ஜாக்கிரதை யுணர்வும் கூடிய தொனியில் பேசினான். டல்பதடோ அவனைச் சமாதானம் செய்யும் தோரணையில் பேசினான்.

திடீரென்று எனக்கு ஒரு விஷயம் நினைவுக்கு வந்தது. இவர்கள் இருவரும் இந்தியர்கள் போல் தோற்றம்கொண்டாலும் உண்மையில் அயல் நாட்டவர்கள். அவர்கள் நாட்டில் ஏற்பட்டிருக்கும் அரசியல் குழப்பத்தினால் இங்கு வந்திருக்கலாம். இவர்கள் நாட்டவர்கள் இன்னும் பலர் தென்னிந்தியா முழுவதும் காணப்பட்டார்கள். இவர்களுக்கென்று அகதி முகாம்களேகூட நடத்தப்பட்டன. டல்பதடோவை ஓர் அகதி என்று எடுத்துக்கொள்ள முடியுமா? அவன் எப்படி விமான நிலையத்தினுள் அவ்வளவு எளிதாகப் போய் வர முடிந்தது? நேற்று அவன் பயணியா அல்லது பார்வையாளனா அல்லது விமான நிலையப் பணியாளா? பயணி என்றால் எந்த விமானத்தைச் சார்ந்தவன்? சிங்கப்பூரிலிருந்து வந்தவனா, பம்பாயிலிருந்து வந்தவனா?

இக்கேள்விகளுடன் நான் இதற்கு முன்னர் கண்ட நிகழ்ச்சிகளும் என்னைக் கவலைப்பட வைத்தன. இரவு அந்தக் கார் வந்த வேகம் கொலை புரியும் வேகம். ஒரு முறை போய் மீண்டும் டல்பதடோவைத் தேட வந்தபோதும் அதே வெறி, வேகம், நல்ல வேளை அவன் அவர்கள் கண்ணில் படவில்லை. அவன் சாமர்த்தியமாகத் தப்பித்துக் கொண்டுவிட்டான். இத்தகைய சந்தர்ப்ப சூழ்நிலைகள் அவனுக்கு அசாதாரணம் அல்லவோ? இவர்கள் சிக்கலில் நான் எப்படி வந்து சிக்கிக் கொண்டேன்?

எனக்கு இப்போது பசிக்க ஆரம்பித்தது. ஐம்பது வயதை எட்டும்போது உள்ள சௌக்யம் உணவு அதிகமாக உட்கொள்ள வேண்டியதில்லை. ஆனால் பசிக்கும்போது பச்சைக் குழந்தையின் திண்டாட்டத்தை விட அதிகமாகவே அனுபவிக்க வேண்டியிருக்கிறது.

டல்பதடோவுக்கும் பசிக்க வேண்டும். அவனுடன் இருக்கும் இந்த சிவநேசனுக்கும் பசிக்க வேண்டும். ஆனால் அவர்கள் மனிதன் உயிர்வாழ உணவு உண்ண வேண்டும் என்ற எண்ணமே இல்லாதது போல நடந்துகொண்டிருக்கிறார்கள். என்னை விட டல்பதடோ வயதில் பெரியவன். ஆனால் தளராத உடற்கட்டு, தொடர்ந்து பல ஆண்டுகள் போஷாக்கான உணவு உண்டு ஜீவித்த உடல். சிவநேசன் சாதாரணக் குடும்பமும் வசதியும் சார்ந்தவன் என்று பார்த்தவுடனேயே தெரிகிறது. ஆனால் எங்களைவிடப் பல ஆண்டுகள் இளையவன். நான் ஒருவன்தான் இந்த வேளையில் பசி தாகம், காலைக் கடன் என்று இங்கு உபாதைப்பட்டுக் கொண்டிருக்கிறவன்.

நான் அந்த அறையிலிருந்த இன்னொரு ஜன்னலைத் திறக்க முடியுமா என்று முயற்சி செய்து பார்த்தேன். மழை சிறிது குறைந்திருந்தது. அறையின் ஜன்னல்கள் எல்லாம் மூடியிருந்ததால் ஓரளவே வெளிச்சம் பரவியிருந்தது.

ஜன்னல் கதவைத் திறக்க இயலவில்லை. ஆனால் மலிவான பலகைகள் கொண்டு செய்யப்பட்டவையாகையால் அவை சந்து விட்டிருந்தன. அந்த ஜன்னல் நேராகக் கிழக்கு நோக்கியது. சந்து வழியாகப் பார்க்க முயற்சி செய்தேன். வெகுதூரம் பொட்டல் நிலம். தூரத்தில் ஓரிரு சிறு வீடுகள். வரிசையாகத் தென்னை மரங்கள். அதற்கு மேல் கண் எட்ட வில்லை. அதன் பிறகு கடல் இருக்க வேண்டும். வாழ்க்கை வாழ்ந்தது போதுமே என்ற எண்ணம் வந்து சற்று ஒதுங்கி வாழ நினைப்பவர்களுக்கு இதெல்லாம் மிகவும் உகந்த இடம். சென்னை நகரம் பெருகிவருகிறது. தரிசாகவும் சேறு சகதியாகவும் இருந்த இடங்களில் வீடுகள் கிளம்பிவிட்டன. புறநகர் ரயில்களில் கூட்டம் எல்லா நேரங்களிலும் இருக்கிறது. எல்லா வயதினரும் எல்லா வர்க்கத்தினரும் இந்த ரயில்களில் பயணம் புரிகிறார்கள். ஆனால் இந்தப் பாறைப் பகுதிக்கு யாரும் வரவில்லை. தப்பித் தவறி வீடு கட்டியவர்கள் டல்பதடோ, சிவநேசன் போன்றோரைத்தான் வீட்டில் குடியிருக்க எதிர்பார்க்கவேண்டியிருக்கிறது. இவர்களை எப்படி என்று அழைப்பது? கொலைகாரர்கள், கொள்ளைக்காரர்கள்,

கடத்தல்காரர்கள், அயல்நாட்டுப் பயங்கரவாதிகள்... எனக்கு இதற்கிடையில் டல்பதடோவின் மனைவியின் நினைவு வந்தது. அவனும் மனைவி மக்களைத் துறந்துதான் ஸில்வியாவுடன் வாழ வேண்டியிருந்தது. சென்னையில் ஸில்வியாவைத் துறந்தாயிற்று. அப்போது மீண்டும் அவனுடைய மனைவி மக்களிடமே சென்றிருக்கலாமே! சினிமாக் கதைகளிலெல்லாம் அப்படித் தானே நடக்கும். இங்கே இந்த நாட்டிற்கு வந்து என்ன செய்து கொண்டிருக்கிறான்!

டல்பதடோ வந்தான். "எங்களை மன்னிக்க வேண்டும். நீங்கள் இன்று பகல் பொழுது முழுக்க எங்களுடன்தான் இருக்க வேண்டும்" என்றான்.

7

துக்கம் சம்பவிக்கிறது என்பதற்காக உலகம் நின்றுவிடுவதில்லை. ஒரு நாள் இரு நாட்கள் கடந்த பிறகு துக்கத்தை நேரிடையாக அனுபவித்தவர்களே மீண்டும் அவர்களுடைய அன்றாட வாழ்க்கையைத் தொடங்கிவிடுகிறார்கள்.

லலிதா மணமாகிப் போனபிறகு எனக்கு முதலில் மாற்றம் ஏதும் இருப்பதாகவே தெரியவில்லை. வாரத்துக்கு ஒருமுறை குழந்தைகளை அழைத்துக்கொண்டு வருவாள். ஏதோ ஒரு சந்தர்ப்பத்தில் ஒரு குழந்தையை விட்டுப் போவாள். நான் அந்தக் குழந்தையைக் கொண்டுபோய் விடச் செல்வேன். கல்யாணத்துக்குப் பிறகு அவளுடைய பொறுப்புக்கள் பலதரப் பட்டவையாகப் பெருகின. அவளுடைய கணவனுடைய காரியதரிசி போலக் குடும்பத்துக்குச் சற்றும் சம்பந்தமில்லாத விஷயங்கள் பற்றி அவள் கவனமாக இருக்க வேண்டியதாயிற்று. ஏராளமான காகிதங்களை வெவ்வேறு ரகமாகப் பிரித்து ஃபைல் பண்ணி வைக்க வேண்டியிருந்தது. நிறையக் குறிப்புகள் தயாரிக்க வேண்டியிருந்தது. பெரிய பெரிய தாள்களில் நிறையக் கோடுகள் இட்டுப் போட்டிருந்த கணக்கு விவரங்களைச் சரிபார்க்க வேண்டியிருந்தது.

அரசாங்க நமுனாக்களில் அவளுடைய கணவனும் அவனுடைய கம்பெனியும் அடிக்கடி சமர்ப்பிக்க வேண்டிய தகவல்களை அவள் அடிக்கடி தடவைக்குத் தடவை ஏறுமாறாகி விடாமல் பொருத்தமாகக் குறித்துத்தர வேண்டியிருந்தது. கோர்ட்களிலும் அரசாங்க இலாக்காக்களிலும் கணவனின் கம்பெனி தாக்கல் செய்திருந்த தாவாக்களையும் விண்ணப்பங்

களையும் தொடர்ந்து செயல்படுத்திக் கொண்டிருக்க வேண்டி யிருந்தது. இன்னும் எனக்குப் புரியாத நிறையப் பொறுப்புகளை அவள் ஏற்று நிறைவேற்ற வேண்டியிருந்தது. இதெல்லாம் அவள் எங்கு கற்றாள், எப்போது தெரிந்துகொண்டாள் என்பது எனக்குப் புதிதாக இருந்தது. ஒரு சாதாரணப் பட்டதாரிப் பெண் இவ்வளவு வர்த்தக நுணுக்கங்களை இவ்வளவு குறுகிய காலத்தில் இவ்வளவு திறமையோடு பயன்படுத்தத் தெரிந்துகொள்ள முடியுமா? வீட்டில் மாமனார், மாமியார், குழந்தைகள், உறவினர்கள், விருந்தினர்கள், வேலைக்காரர்கள் இவர்கள் அனைவரின் தேவைகள், உத்தரவுகள், கோரிக்கைகள் எல்லாவற்றையும் சந்தித்துவிட்டு நிறைய நெளிவு சுளிவுகளையும் சட்ட திட்டக் கட்டுப்பாடுகளும் உடைய வார்த்தகத் துறையில் இவ்வளவு நேரிடையாகவும் தீவிரமாகவும் பங்கேற்க ஒரு பெண்ணால் எப்படி முடிந்தது? அவளுடைய கணவனின் வர்த்தகக் கூட்டாளிகளுக்கு அவனுடைய செயலாற்றலில் ஒரு பெரிய முன்னேற்றம் ஏற்பட்டது தெரிந்துவிட்டது. அதன் காரணமும் தெரிந்துவிட்டது. உண்மையில் அவர்கள் லலிதா நேரிடையாகவே அந்தக் கம்பெனியில் பங்கேற்பதை விரும்பினார்கள். அயல்நாட்டுச் சுற்றுலாவேகூட அவர்கள் திட்டத்தைச் சாத்தியமாக்கும் ஓர் உபாயமாகக்கூட இருக்கக் கூடும். இவ்வளவு நாட்கள் கம்பெனிச் சூழ்நிலையில் அவர் களுக்கு மனைவிகளின் ஞாபகம் அதிகம் வந்தது கிடையாது.

இவ்வளவும் எனக்கு லலிதா இருந்தபோது தெரியாது. அவள் குழந்தையாயிருந்து பெரியவளாகிக் கல்யாணமாகிக் குழந்தைகள் பெற்றுக்கொண்ட பிறகுகூட என் நிலையில் ‘லலிதா’ என்ற பெயருக்கிணங்க இருந்த பிம்பத்துக்கும் அவளுடைய அசலான தோற்றத்துக்கும் தன்மைக்கும் சம்பந்தமே கிடையாதென்பது அவள் மறைந்த பின்புதான் எனக்குத் தெரிந்தது. அவள் மறைந்த பிறகு அவளை நினைவூட்டிக்கொள்ள நான் முயற்சிசெய்தபோதெல்லாம் ஒரு உருவம்கூட உருப்படியாக வரவில்லை. ‘உன் பெண் எப்படி யிருந்தாள், அவளுடைய அடையாளம் சற்றுக் கூறு’ என்று யாராவது கேட்டிருந்தால் நான் முழித்திருப்பேன். அவளுடைய உயரம், நிறம்கூட என்னால் சரியாக நினைவுபடுத்திக் கொள்ள முடியவில்லை. இதற்குத்தான் அவளுடைய உடலை அடையாளம் கண்டுகொள்ள அவளுடைய கணவனே போதும் என்று நான் பம்பாய் செல்லவில்லையோ? இதற்குத்தான் நான் அவளுடைய உடல் சென்னை வந்தபோது அந்தப் பெட்டியைக் கூடப் பார்க்கப் போகவில்லையோ? சுடுகாட்டுக்கும் கூடப் போகவில்லையோ?

ஆனால் ஒரு மாதமாகவில்லை. என்னால் அவளைத் தேடிப் போகாமல் இருக்க முடியவில்லை. அவளுடைய பௌதிக வடிவம் எனக்கு நினைவில்லை. ஏதோ பார்த்தால் லலிதா என்று சொல்லமுடியும். ஆனால் இதனால்தான் இவள் லலிதா என்று கூற முடியாது. அவளுடைய பௌதிகச் சின்னங்கள் மண்ணோடும் கடலோடும் காற்றோடும் கலந்து பல மாதங்கள் ஆகிவிட்டன. பௌதிக சம்பந்தமே இல்லாது அவளைக் காண முடியுமா? பேச முடியுமா? 'உன்னை வளர்த்து ஆளாக்கினேன், ஆனால் ஒரு முறைகூட உன்னைச் சரியாகப் பார்த்ததில்லை' என்று அவளிடம் ஒப்புக் கொள்ள வேண்டாமா? 'என் மகளே, நீ யார் என்று தெரியாமலேயே இருபத்திரண்டு வருடங்கள் கழிந்து விட்டன. இனிமேல் உன்னைக் கண்ணால் பார்க்க முடியாது. உன்னைத் தொட முடியாது, என்னை மன்னித்துக்கொள்' என்று கேட்க வேண்டாமா?

அவளுடைய பழைய பெட்டி, தலையணை, ஜாமெட்ரி பாக்ஸ், துணிமணி, கைக்குட்டை இதெல்லாம் வீட்டில் இறைபட்டுக் கிடந்தன. ஆனால் அவை எதுவும் எனக்கு அவளைத் திருப்பிக்கொண்டு வரும் என்ற நம்பிக்கையை ஊட்டவில்லை. கைக்குட்டைகளில் ஒன்று 'எஸ்.எம்.' என்று அழகாக எம்பிராய்டரி செய்யப்பட்டது. மிகவும் பழைய கைக்குட்டை. உண்மையில் அக்கைக்குட்டையும் லலிதாவும் ஒரே வயது. 'எஸ்.எம்.' என்ற எழுத்துக்களுக்கும் அவளுடைய பெயருக்கும் ஒரு பொருத்தமும் கிடையாது. ஆனால் அக் கைக்குட்டையையும் அதனுடன் சேர்த்து இன்னும் இரு கைக்குட்டைகளையும் அவளுக்கு மூன்று வயதாகும்போது கொடுத்தது. அவளும் அக்கைக்குட்டைகளை ஏதோ பொக்கிஷம் போலப் பாதுகாத்து வந்தாள். இரண்டு நைந்து கிழிந்து போய்விட்டன. ஒன்று மட்டும் இதுவரையில் முழுதாக இருந்துவிட்டது. இருபத்திரண்டு ஆண்டுகள் ஒரு கைக்குட்டை பிழைத்துவிட்டது. அது அவளுடன் அவள் மணந்த வீட்டுக்குப் போகாமல் எங்கள் வீட்டிலேயே தங்கிப் போய்விட்டது.

அந்தக் கைக்குட்டை லலிதாவை நினைவுபடுத்தவில்லை. குழம்பிய மனதோடு இன்னொரு பெண் ஒரு நாள் தவித்ததைத் தான் நினைவுபடுத்தியது. அவளை நினைவுபடுத்த இதோ கண் முன் ஒருவன் நிற்கிறான. இருபத்திரண்டு ஆண்டுகள் கழித்து, புதையுண்ட பூதங்கள் தோண்டப்படும் கிணறுகளிலும் குளங்களிலும் கிளம்புவது போல இந்தப் பூதத்திற்கும் எனக்கும் என்ன சம்பந்தம்? ஒருவாரம் பார்த்துப் பேசிப் பழகியிருக்கிறேன்

என்பதைத் தவிர வேறு எந்த உறவும் இல்லை. ஸில்வியாவாவது கையகலத் துணியை விட்டுச் சென்றாள். இவன் பரிதாபமும் சந்தேகமும்தான் உண்டு பண்ணிவிட்டுச் சென்றான்.

ஸில்வியாவின் பெயர் நினைவில் இருந்தது. அவளுடைய முகமும் நினைவில் இருந்தது. உண்மையில் அவள் பயன் படுத்திய பெர்ஃப்யூம்கூட நினைவில் இருந்தது. இருபத்திரண்டு ஆண்டுகள் உருண்டு சென்றபோதுகூட அவள் அன்று வந்த அழுகையை அடக்க மாட்டாமல் மூக்கையுறிஞ்சிய காட்சி இன்னும் பசுமையாக இருக்கிறது. 'இருக்கிறது' என்று சொல்வது தவறாகலாம். எங்கோ புதைந்து கிடந்தது, நேற்று டல்பதடோ முகத்தைப் பார்த்தவுடன் எங்கோ அதல பாதாளத்தில் இருந்து கிளம்பி இப்போது மனது முழுதும் நிரம்பியிருக்கிறது. ஆனால் நான் விமான நிலையம் சென்றது இன்னொரு முகத்தை என் நினைவுக்குக் கொண்டுவருவதற்கு. இருபத்திரண்டு ஆண்டுகள் என் கண் முன் இருந்தும் என்னால் மனத்தில் உருவகப்படுத்திக்கொள்ள முடியாத என் மகளின் முகத்தை என் எண்ணங்களிடையே கொண்டுவருவதற்கு. இங்குதான் அவளை நான் கடைசியாக உயிருடன் பார்த்தது. இங்குதான் அவளுடைய பாதிக் கருகிய சடலத்தை நான் கடைசியாகவும் முதலாகவும் பார்த்திருக்கக் கூடியது.

எனக்கு மின்சார ரயில் மிகவும் பழக்கமாகிவிட்டது. அதுவும் மாலை ஆறிலிருந்து பத்து மணிவரை மின்சார ரயிலின் தன்மைகள் அணு அணுவாகத் தெரிய ஆரம்பித்துவிட்டன. ஜி.எஸ்.டி. சாலையின் மீனம்பாக்கம் பகுதி அங்குலம் அங்குலமாக நான் அறியக் கிடந்தது. காற்று, மேகம், நட்சத்திரங்கள், சந்திர உதயம் எல்லாமே 'என்னை அறிந்துகொள்! மேலும் அறிந்து கொள்!' என்று என் காதில் ஒலியெழுப்பாமல் வலியுறுத்திக் கொண்டே இருந்தன. நான் கவனிக்கப்பட்டேனோ என்று தெரியாது. ஆனால் அந்தச் சுற்றுப்புறத்தில் இருக்கும் மனிதர் களில் பெரும்பான்மைப் பேரை அடையாளம் கண்டு கொள்ளும் அளவுக்குக் கவனித்துவிட்டேன். விமான நிலையச் சிப்பந்திகள், நிலையத்துக்கு வழக்கமாக வரும் வண்டிகள், விமானங்கள் வந்து கிளம்பும் நேரம், போலீஸ்காரர்கள், டாக்ஸி, ஆட்டோ ரிக்ஷாக்காரர்கள், டீக்கடை, வெற்றிலை பாக்குக் கடைக்காரர்கள், யார் எதற்கு என்று புரியாதபடி விமான நிலையத்தைச் சுற்றி சுற்றி வருபவர்கள், பெண்களுக்காக வருபவர்கள், பெண்கள் சார்பில்

அழைத்துப் போக வருபவர்கள், ரௌடிகள், ஜேப்படிக்காரர்கள், பஸ் ஸ்டாப்பில் வந்து நிற்கும் பஸ்கள், எதில் கூட்டம்கூடக் குறைய இருக்கும். பஸ் கண்டக்டர்கள், ஈசல் பூச்சி, விட்டில் பூச்சி, காது அல்லது மயிருக்குள் புகுந்துவிடும் வண்டு வகைகள், பாம்புகள், தவளைகள், பெருச்சாளிகள் இதெல்லாம் என் கண்ணில் பட்டுவிட்டன. அவை எனக்கு இப்போது தெரியும். ஆனால் என் மகள் லலிதாவின் முகம் இன்னும் தெரியவில்லை. அவள் தலையெழுத்து உறுதியாக இருந்து அவள் மேலும் உயிருடன் இருப்பதாக அமைந்திருந்தால் அவள் பம்பாயிலிருந்து சென்னை வந்திருக்க வேண்டிய விமானம் பொழுது சாய்ந்துதான் சென்னைத் தரையைத் தட்டியிருக்கும். அதற்குள் காத்திராமல் அகாலத்தில் பம்பாயை விட்டுக் கிளம்பி அகாலத்தில் சென்னை அடையும் என்ற விமானத்தில் அவள் ஏறினாள். அவள் உண்மையாகவே அந்த விமானத்தில்தான் ஏறினாளா? அவளுக்கு கால் தடுக்கவில்லையா? பேயுலாவும் நேரத்தில் பயணம் வேண்டாம் என்று அவளுக்குத் தோன்றவில்லையா? யாரும் சொல்லவில்லையா? அவளுடைய குழந்தைகளைப் பார்க்க வேண்டும் என்று அவ்வளவு அவசரம், பரபரப்பு. ஒரு மாதம் பொறுத்திருந்தவள் இன்னும் ஒரு நாள் பொறுத்திருக்கலாம். இப்போது எல்லாம் போயிற்று. அவளுடைய குழந்தைகளுக்கு அம்மா என்று ஒருத்தி இருந்தாள் என்பதுகூடக் கவனத்திலிருந்து விடுபட்டிருக்கும். ஐம்பது வயதுக்காரனான எனக்கே அவள் முகத்தை நினைத்துப் பார்க்க முடியாதபோது பச்சைக் குழந்தைகளுக்கு எதை ஞாபகப்படுத்திக்கொள்ள முடியும்? முடி நரைத்து முகமெல்லாம் ஏராளமான கோடுகளுடன் பாலாடையும் ஃபீடிங் பாட்டிலும் கொண்டு பால் தரும் பாட்டிகளின் வதனம்தான் அவர் மனத்தில் தரித்திருக்கும்.

நான் குழந்தைகள்போல இருந்துவிட முடியவில்லை. என் மனைவி போல நான்கு முறை அழுது புலம்பிய பிறகு அடுத்த வேளை வீட்டுப் பணியைப் பார்க்கப் போய்விட முடியவில்லை. வீட்டுப் பணி என்பதுதான் எவ்வளவு சர்வ வல்லமை படைத்த எஜமானன்? அந்த எஜமானன் அனுமதித்தால்தான் ஒரு பெண் அழலாம் அல்லது சிரிக்கலாம் அல்லது தூங்கலாம் அல்லது ஓய்வெடுக்கலாம். லலிதாவுக்கும் இந்த எஜமானன் விடாது கட்டளைகள் இட்டிருப்பான். அவன் கட்டளையிடுவது வரை காத்திராமல் அவளே அப்பணிகளைச் செய்து முடித்திருப்பாள். பணிகள் தொடர்ந்து இருப்பவர்களுக்குத் துக்கம் கிடையாது. துக்கம் இருந்தாலும் அதைப் பெரிதுபடுத்தித் துக்கம் கொண்டாட முடியாது.

எனக்கு இந்தத் துக்கம் இல்லாது போனால் வாழ்வதற்கு என்ன இருக்கிறது? இதுவும் பொய்தான்—என்ன இல்லை? லலிதா இல்லை, லலிதா மட்டும்தான் இல்லை. அவள் இருந்தபோது மட்டும் என்ன பெரிய வேறுபாடு இருந்தது? அவளோடு ஆறுதலாக அரை மணி நேரம் பேசினது கிடையாது. அவளுடைய குழந்தைகளுடன் கொஞ்சியது கிடையாது, அவளுடைய கஷ்டங்கள் சிரமங்கள் என்ன என்று கேட்டது கிடையாது. அவர்களுடைய முகத்தையேகூட மனதில் இருத்திக்கொள்ள முடியாமல் பாசமே இல்லாமல் இருந்தாகிவிட்டது. அந்தக் குறை உணர்வுதான் இன்று அவள் பேயாக இருந்தாலும் பிசாசாக இருந்தாலும் பார்த்தேயாக வேண்டும் என்று அலைய வைக்கிறது. வாய் திறந்து ஒன்று வேண்டும் என்று அவள் கேட்காதிருந்தாலும் அவளுக்கும் நிறைய ஆசை அபிலாஷைகள் இருந்திருக்கும். அவை யாதும் பூர்த்தியடையாத விதத்தின் நொடியில் சம்பவித்த மரணம் அவளைத் திரும்பத் திரும்ப இங்கே பூமியையே நாட வைக்கும். அவளுடைய அபூர்வத்தன்மைக்கு அவள் கணவன், குழந்தைகள், தாய் யாரையும் அசாதாரண அனுபவத்துக்கு உட்படுத்த மாட்டாள். ஆதலால் அவள் வீட்டுப் பக்கம் வர மாட்டாள். இதோ இங்கே இந்த மீனம்பாக்கத்திலேயே தான் சுற்றிக்கொண்டிருப்பாள். அவளை நான் கட்டாயம் பார்த்துவிடுவேன். 'என் கண்ணே! நீ உயிரோடு இருந்தபோது உன்னைச் சீராட்டவில்லை, இப்போது வந்திருக்கிறேன்!' என்று அலறுவேன். இப்போது இங்கே எங்கேயோ அருகாமையில்தான் இருக்கிறாள். லலிதா! லலிதா!

8

நான் பகல் முடியும்வரை வீடு திரும்ப முடியாது என்று டல்பதடோ சொன்னவுடன், நான் என் கையில் இருந்த லுங்கியைச் சுருட்டிக் கீழே வீசினேன். அவன் அச்செயலைச் சற்றும் எதிர்பாராததால் திடுக்குற்றான்.

"எனக்குப் பசிக்கிறது; எனக்குக் குளிக்க வேண்டும். முதலில் நான் பாத்ரூம் போக வேண்டும்," என்றேன்.

"மழை சிறிது நிற்கட்டும், எல்லாவற்றுக்கும நான் ஏற்பாடு செய்கிறேன். இங்கே பாத்ரூம் வீட்டுக்கு வெளியேதான். மழையில் நனைய வேண்டும்."

"பரவாயில்லை."

சிவநேசன் வேண்டாம் என்று டல்பதடோவுக்குச் சைகை காட்டினான். ஆனால் டல்பதடோ அதைப் பொருட்படுத்தாது என்னை முதல் அறைக்கு அழைத்துச் சென்றான். கதவைத் திறந்தான். மழைச் சாரல் உள்ளே அடித்தது. அட்டைப் பெட்டி பெரிதாக ஒன்று கிடைத்தது. மருந்துக் கடைகள் அல்லது பலசரக்குக் கடைகளில் டஜன் கணக்கில் ஹார்லிக்ஸ் பாட்டில்கள் அல்லது டானிக் பாட்டில்கள் வந்திறங்கும்போது அத்தகைய பெட்டிகளில்தான் அவை இருக்கும். ஒரு காலிப் பெட்டியை டல்பதடோ தன் தலையில் மாட்டினான். அவன் வாட்டர் புரூப் ஜாக்கெட் போன்றதொன்றைத் தலைமீது போட்டுக்கொண்டு என்னை வெளியே அழைத்துப் போனான். மழை ஒரு சீராகப் பெய்துகொண்டிருந்தது. பத்தடிக்கு மேல் பார்க்க முடியவில்லை என்றாலும் அந்த இடத்தில் வேறு ஜன நடமாட்டமே இல்லை என்று கூறிவிட முடிந்தது. வீட்டையொட்டி ஒரு திறந்த அறை. மழையில்லாத நாட்களில் அத்தகைய ஏற்பாடு சிரமமளிக்கப் போவதில்லை. ஒரு விஷயத்தில் ஜாக்கிரதையாக இருக்க வேண்டும். இம்மாதிரி இடங்களில்தான் ஒரு மூலையில் பாம்பு சுருண்டு படுத்துக் கிடக்கும்.

டல்பதடோவும் மழையில் நனைந்து கொண்டு என்னைக் காவல் காத்த வண்ணமிருந்தான். என் உடல் வலிமை மீதும் என்னுடைய சுதந்திர உணர்வு மீதும் அவன் கொண்டிருந்த உயர்ந்த அபிப்பிராயத்தை நினைத்து எனக்குச் சிரிப்பு வந்தது. அவன் அப்போது என்னைப் 'போ' என்று தள்ளிவிட்டிருந்தால்கூட என்னால் என்ன செய்திருக்க முடியும்? மீண்டும் அந்த வீட்டின் சுவரோரமாகத்தான் மழைக்கு ஒண்டிக்கொண்டு நின்றிருப்பேன். ரயில்வே ஸ்டேஷன் குறைந்தது இரண்டரை அல்லது மூன்று மைல்கள் தள்ளியிருக்கும். யாராவது என்னை அங்கு கொண்டு போய் விடாவிட்டால் தானாக வழி தெரிந்து கொண்டு போக முடியும் என்ற நம்பிக்கை எனக்கு இல்லை. டல்பதடோ ஏதோ மர்ம நடவடிக்கைகளில் ஈடுபட்டிருந்தான் என்றாலும் அவன் என்னை ஒரு நண்பன் போலத்தான் நடத்துகிறான்.

சிவநேசன் இன்னொரு முறை டீ போட்டுத் தந்தான். பிறகு மழைக்கோட்டு ஒன்றைப் போட்டுக்கொண்டு வெளியே போனான். டல்பதடோ ஒரு சிறு ரேடியோவை முடுக்கினான். தமிழில் செய்திகள் வாசிப்பது நடந்துகொண்டிருந்தது.

உலகத்தில் பல பாகங்களில் அமைதியின்மை, ஒரு வல்லரசின் படைகள் இன்னொரு நாட்டில், பணயக் கைதிகள் சுடப்பட்டுக் குப்பை மேட்டில் எறியப்பட்டிருக்கிறார்கள்.

நாட்டின் மலைப்பகுதியினரின் வளத்துக்காகப் புதிய முயற்சிகள், ஒவ்வொரு கிராமத்துக்கும் குடி நீர் தருவதற்கு அரசின் விசேஷத் திட்டம், ஒரு டென்னிஸ் வீரன் இன்னொரு வீரனைத் தோற்கடித்துவிட்டான், மூன்றாவது வீரன் நான்காமவனைத் தோற்கடித்துவிட்டான். அடுத்த இருபத்திரண்டு மணி நேரத்தில் தமிழ்நாட்டில் பரவலாக மழை பெய்யும். சென்னையிலும் அதன் சுற்றுப்புறத்திலும் மழை விட்டு விட்டுப் பெய்யும். சில முறை பலத்த மழையிருக்கும்.

டல்பதடோ ரேடியோவைத் திருப்பி இந்தி சினிமாப் பாட்டுக்கள் வருமிடத்தில் முள்ளை நிறுத்தினான். முப்பது வருஷப் பழைய பாட்டு ஒன்று வந்தது. நாங்கள் இருவரும் ஒருவரையொருவர் பார்த்துக்கொண்டோம்.

"சுரையா பாட்டென்றால் நான் என்ன வேலை செய்து கொண்டிருந்தாலும் அதை அப்படியே போட்டுவிட்டு உட்கார்ந்து விடுவேன். பாட்டு முடிந்த பிறகுதான் மீண்டும் வேலையைத் தொடருவேன்." என்று டல்பதடோ சொன்னான்.

"எனக்கும் ஒரு காலத்தில் அவள் மிகப் பிடித்தமான பாடகி தான். ஆனால் அப்போது பாடகிகள் அதிகம் கிடையாதே?"

"இப்போது மட்டும் நிறையப் பேர் இருக்கிறார்களா?"

எனக்கு அக்கேள்விக்கு உடனே பதில் சொல்ல முடிய வில்லை. "இல்லைதான். ஆனால் இப்போது நிறையப் பேர் இருப்பது போலவும் அன்று மிகக் குறைந்தவர்களே பாடியது போலவும் இருக்கிறது."

"அது ஒரு தோற்றம். நாம் இத்தகைய தோற்றங்களை நிஜமாக நினைத்துத்தான் பல முடிவுகளை எடுக்கிறோம். முப்பது நாற்பது வருடங்களுக்கு முன்பு பாடகிகள் நிறையவே இருந்தார்கள். அது தவிர, பல நடிகைகளும் அவர்களே பாடினார்கள். இதனால் பல ரகக் குரல்களும் பாணிகளும் கேட்க முடிந்தது."

"சினிமா விஷயங்களில் நீ சொல்வதுதான் சரியாக இருக்கும். ஆனால் நீ அப்போதே பாட்டில்லாத சினிமாக்கள் அல்லவா எடுத்துக்கொண்டிருந்தாய்?"

"அதனால் எனக்குச் சினிமாப் பாட்டுப் பிடிக்காது என்று நினைத்துவிடலாமா? நான் இந்திய சினிமா பாட்டுக் களை, அதிலும் இந்திப் பாட்டுக்களை, மிகவும் விரும்பிக் கேட்டவன்."

"அந்த நாளில் நினைத்தபோது எல்லாப் பாட்டுக்களையும் கேட்டுவிட முடியாது. ஆனால் இப்போது நிறைய வசதிகள் இருக்கின்றன. ரிக்கார்டுகள், காஸெட், டேப்புகள். உன்னிடமே எல்லாம் இருக்க வேண்டுமே?"

"இருந்தது ஒரு காலத்தில். அப்போதெல்லாம் ஜெர்மன் டேப் ரிக்கார்டர் கிரண்டிக் ஒன்றுதான் கிடைக்கும். பெரிதாக ஒரு டைப்ரைட்டர் மாதிரி இருக்கும். ஆனால் அது தந்த சேவை மாதிரிப் பின்னால் வந்த மோஸ்தர்கள் தரவில்லை. நாங்கள் சினிமா ஒலிப்பதிவிற்கே அந்த ரிகார்டரைப் பயன் படுத்தியிருக்கிறோம்."

"நீ எப்போது உன் நாட்டிற்குத் திரும்பிப் போனாய்?"

"எப்போது? நீங்கள் கேட்கிற கேள்வி எனக்குப் புரியவில்லை."

"நீ ஸில்வியாவை அழைத்துக்கொண்டு இந்தியா வந்தாயே, அந்தச் சமயத்தில்."

டல்பதடோ முகத்தில் தோன்றிய புன்னகை உற்சாகத்தை குறிக்கவில்லை. "என்னால்தான் இங்கு அதிக நாட்கள் இருக்க முடியவில்லையே, என்ன செய்வது? என்னால் இங்கு பணம் கொண்டு வர முடியவில்லை. இங்கு ஒரு சல்லிக் காசுகூடப் பணம் சம்பாதிக்க முடியவில்லை. கடைசி இரண்டு மூன்று நாட்களில் ஒழுங்காகச் சாப்பிடக்கூடப் பணம் இல்லை."

"ஆனால் மீண்டும் மீண்டும் இந்தியா வந்தபடியே இருக்கிறாய்."

டல்பதடோ பதில் பேசவில்லை.

"இங்கே என்ன செய்துகொண்டிருக்கிறாய்?"

"ஒரு நிமிஷம்" என்று டல்பதடோ சொன்னான். அடுத்த அறைக்குச் சென்று அங்கு பிறை மீது வைத்திருந்த ஒரு பையிலிருந்து ஒரு சிகரெட் பெட்டி எடுத்து வந்தான். என் முன்னால் உட்கார்ந்துகொண்டு ஒரு சிகரெட்டைப் பற்ற வைத்துக்கொண்டான். சிகரெட் வெளிநாட்டுடையது.

"என்ன கேட்டீர்கள்?" என்று டல்பதடோ துவங்கினான்.

"நீ சினிமா ஏதாவது எடுத்துக்கொண்டிருக்கிறாயா? இப்போது இங்கு என்ன செய்துகொண்டிருக்கிறாய்?"

டல்பதடோ இம்முறை கேலியாகச் சிரித்தான். "யாருக்கு வேண்டியிருந்தது என் சினிமா? அதை எல்லாம் துறந்துவிட்டு நான் 'பரானிமாறு' எடுத்தேன்? இங்கு நான்கு பேரிடம் அதைக் காட்டுவதற்கு நான் என்னவெல்லாம் அவமானத்தைச் சகித்துக் கொள்ள வேண்டியிருந்தது. கடைசியில் என்ன நடந்தது?"

"நீ என்னைக் கேள்வி கேட்கக்கூடாது, நான் இதெல்லாம் பற்றி அதிகம் அறியாதவன்."

"அந்த நாளில் என்னுடைய ஆதரிச சினிமாக்காரர் யார் தெரியுமா? உங்கள் சத்யஜித் ராய். அவருடைய படமொன்றைப் பார்த்த பிறகுதான் நான் எங்கள் நாட்டில் அவருடையது மாதிரியான படங்கள் எடுக்க வேண்டுமென்று விரதம் எடுத்துக் கொண்டேன். அப்படி எடுக்கவும் செய்தேன். எங்கள் நாட்டில் அதை யாரும் சீந்தவில்லை. அப்போதுதான் உங்கள் திரைப்பட விழா வந்தது. யார் யார் காலிலெல்லாமோ விழுந்து அப்படத்தின் ஒரு பிரதியை எடுத்துக்கொண்டு உங்கள் நாட்டுக்கு வந்தேன். பரிசு கொடுத்தீர்கள். விருந்து கொடுத்தீர்கள். என்னை விருந்து கொடுக்க வைத்தீர்கள். இறுதியில் என்ன? என் பெட்டி பைகளுக்குச் சுமை கூலிகூடக் கொடுக்க முடியாமல் விமான நிலையங்களில் திண்டாடினேன். நான் உங்கள் நாட்டுக்கு வராமலேயே இருந்திருக்கலாம்."

"ஒரு சினிமாவோடு நீ நிறுத்திக்கொள்ளாமல் இன்னும் சில படங்கள் எடுக்க முயற்சி செய்திருக்கலாம்."

"யார் சொன்னது நான் ஒரே படத்தோடு நின்று விட்டேன் என்று? 'பரானிமாறு' படத்துக்குப் பிறகு நான்கு படங்கள். மூன்று முடியவில்லை. முடித்த படத்துக்கு நான் யாரிடம் கடன் வாங்கினேன் தெரியுமா?"

"தெரியாது. எனக்கு உன் பெயர் தவிர வேறெதுவும் சரியாகத் தெரியாது."

"நான் டைவர்ஸ் செய்த மனைவியிடமே சென்று கடன் வாங்கினேன். அவள் என்னிடமிருந்து பிடுங்கிய பணத்திலிருந்து கடன் கொடுத்தாள். நான் அதைத் திருப்பித் தரவில்லை."

"அவள் கேட்கவில்லையா?"

"கேட்காமல் இருப்பாளா? என் படச் சுருள்களை அவள் வீட்டில் கொண்டுபோய்ப் போட்டேன். 'இது உலகத்துச் சிறந்த

கலை பொக்கிஷம்; இதற்குப் பணத்தால் எல்லாம் ஈடு செய்ய முடியாது' என்று சொன்னேன். அவள் விழுந்து விழுந்து சிரித்தாள்."

"எனக்கு மிகவும் பசிக்கிறது."

"சிறிது நேரம் பொறுங்கள். சிவா வந்து விடுவான். அந்த இரண்டு நபர்கள் உங்களையும் என்னையும் துரத்தி வரா விட்டால் இவ்வளவு பிரசினையேயில்லை. நீங்கள் உங்கள் வழி போயிருப்பீர்கள். நாங்கள் இங்கேயே இருந்திருப்போம்."

"யார் அந்த இரண்டு பேர்? உன்னுடன் படித்தவனுடைய ஆட்களா?"

"உங்களுக்குத் தெரியுமா?"

"தெரிந்தால் உன்னைக் கேட்பேனா?"

"எனக்கும் நிச்சயமாகத் தெரியாது. ஆனால் நிச்சயம் என்னைத் தேடி வருகிறார்கள். வருவது எனக்கு வாழ்த்துக் கூறிப் பாராட்டுவதற்கு அல்ல, என்னை முடித்து விடுவதற்கு. நீங்கள் என்னைத் தெரிந்தவன் போலக் காட்டிக் கொண்டதால் உங்களையும் குறி வைத்திருப்பார்கள்."

"என்னை இங்கே நீங்கள் வைத்திருப்பது என்னைக் காப்பாற்றவா அல்லது நீங்களே என்னை முடித்துவிடவா?"

"என்னால் சொல்ல முடியாததற்கு வருத்தமாயிருக்கிறது. உங்களுக்கு எந்தக் கெடுதலும் வருவதை நான் விரும்ப மாட்டேன். இன்று ஒரு பகல் கழிந்துவிட்டால் எல்லாம் தெளிவாகிவிடும்."

"உனக்கு இந்த நாட்டில், இந்த ஊரில் என்ன வேலை?"

"இங்கில்லாமல் நான் வேறெங்கு போக வேண்டும் என்கிறீர்கள்?"

"எனக்குத் தெரியாது. நீ ஏன் இங்கு இருக்கிறாய்? என்ன செய்கிறாய்?"

"உங்களுடைய எல்லாக் கேள்விகளுக்கும் சந்தேகங்களுக்கும் நான் பதில் சொல்ல முடியாது. ஒன்று மட்டும் சொல்லலாம். என் நாட்டில் நான் காலடி எடுத்து வைத்தவுடன் பிடித்துப் போய்விடுவார்கள்."

“யார்?”

“எங்கள் நாட்டில் உள்ள அரசுதான். அந்த அரசின் போலீஸ்தான்.”

“ஏன்? எதற்கு?”

“இவ்வளவு மட்டும் சொல்லிவிடுகிறேன். நான் எங்கள் நாட்டின் விரோத, துரோகி என்று அறிவிக்கப்பட்டிருக்கிறேன். தேசத் துரோகிக்கு எந்த நாட்டிலும் மரணதண்டனைதான்.”

“இங்கே எப்படி இருக்கிறாய்?”

டல்பதடோ பதில் சொல்லவில்லை.

“அண்டை நாடுகள் என்றால் தேசத் துரோகிகளுக்கு அடைக்கலம் கொடுத்தாக வேண்டும் போலிருக்கிறது,” என்றேன்.

“அதே நேரத்தில் உளவாளிகளுக்கும் இடம் கொடுக்க வேண்டும் போலிருக்கிறது.”

“என்ன சொல்கிறாய்?”

“நேற்று என்னைக் கொல்ல வந்தார்களே, அந்த இருவரைச் சொன்னேன்.”

“அவர்கள் யார் என்று தெரியாது என்றாயே?”

“ஓர் ஊகம்தான்.”

“என்ன?”

“அவர்கள் எங்கள் அரசு உளவுத் துறையைச் சேர்ந்தவர்கள்.”

“அப்படியும் உண்டா? உளவாளிகள் இவ்வளவு வெளிப்படையாக இங்கு உலவ முடியுமா?”

“இந்த நாட்டில் எவ்வளவு உளவாளிகள் இருக்கிறார்கள் என்று தெரியுமா? உள்ளூர்க்காரர்களுக்குத் தெரியாது. ஆனால் எங்களுக்குத் தெரியும்.”

“இந்த இருபது வருடங்களில் இலட்சியவாதியாக இருந்த ஒரு சினிமாத் தயாரிப்பாளன் என்னவெல்லாம் கற்றுத் தேர்ச்சியடையக்கூடும் என்று அறிய ஆச்சரியமாக இருக்கிறது.”

டல்பதடோ பதில் பேசாமல் இருந்தான். எனக்கு இந்தச் சூழ்நிலையே பைத்தியக்காரத்தனமாக இருந்தது. அருமையான மகளை ஒரு விபத்தில் இழந்து வேறு விதங்களிலும் வாழ்க்கையில் தோல்வியடைந்து புத்தி பேதலித்த ஒருவன், உயிரைப் பணயம் வைத்து ஏதோ குறிக்கோளோடு இயங்கும் ஒருவனை என்ன உரிமை கொண்டு பரிகசிக்க முடியும். என்னுடைய அன்றாட வாழ்க்கையின் போக்கைத் தடைப்படுத்தினான், என்னை சிறைப்படுத்தி வைத்திருக்கிறான் என்று வேண்டுமானால் கோபிக்கலாம். ஆனால் எனக்குப் பெரிதாகக் கோபம் வரவில்லை. என் வாழ்க்கை முறைக்குப் பொருத்தமில்லாத வகையில் கடந்த பத்துப் பன்னிரண்டு மணி நேரம் செலவழிந் திருக்கிறது. இதற்கு டல்பதடோ மீது நான் கோபிக்க வேண்டும். ஆனால் எனக்கு உண்மையில் சினம் வரவில்லை. என் வாழ்க்கை எனக்கு அந்த அளவுக்கு அர்த்தமற்றுப் போய்விட்டது. தூக்கம்கூட எனக்கு ஒரு பொருட்டாக இல்லை. பசி ஒன்றுதான் வாய்விட்டுச் சொல்லும்படியான உணர்வாக இருக்கிறது. அந்தப் பசி தீர்க்கப்பட்டுவிட்டால் மீண்டும் என் ஜடத்தன்மை திரும்பிவிடும்.

எனக்கு டல்பதடோவிடம் ஸில்வியா பற்றிக் கேட்க வேண்டும் என்று தோன்றிற்று. அவன் ஏதேதோ பற்றியும் பேசினான். ஸில்வியா குறித்து ஒரு வார்த்தை சொல்லவில்லை. பரிசு வாங்கிய அவனுடைய படமாகிய 'பரானிமாறு'வின் கதாநாயகி ஸில்வியாதான். நகர வாசனையே படாத கிராமப்புறப் பெண்ணாக அவள் அந்தப் படத்தில் நடித்தாள். சூதுவாது அறியாத முகம். நல்லதையே எதிர்பார்க்கும் முகம். உழைப்பதற்கும் துன்பங்களைப் பொறுத்துக்கொள்வதற்கும் சற்றும் தயங்காத உறுதியான தன்மை. உண்மையில் இந்தத் திரைப்பட விழாவில் ஸில்வியாவுக்குச் சிறந்த நடிகைப் பரிசும் கிடைத்திருக்கவேண்டும். மிகக் குறைந்த வித்தியாசத்தில்தான் அவள் பரிசைத் தவற விட்டிருக்க வேண்டும்.

டல்பதடோ மௌனமாக ஒரு சிகரெட்... அடுத்து இன்னொன்றாகப் புகைத்துக் கொண்டிருந்தான். அந்தச் சிறிய வீடு சிகரெட் புகையினால் நிரம்பியது. எனக்கு ஒரு கட்டத்துக்கு மேல் புகையைத் தாங்க முடியவில்லை. 'கதவைத் திற' என்று கையைக் காட்டினேன். டல்பதடோ சிகரெட்டை அணைத்துவிட்டுக் கதவைத் திறக்கப் போனான். அப்போது கதவு தட்டும் சத்தம் கேட்டது. முந்தைய இரவு டல்பதடோ தட்டிய மாதிரியே இம்முறையும் தட்டப்பட்டது. டல்பதடோ

கதவைத் திறந்தான். ஒரு சூட்கேஸையும் ஒரு பையையும் சுமந்து கொண்டு சிவநேசன் உள்ளே வந்தான்.

9

சிவநேசன் டல்பதடோவைப் பார்த்த பார்வை அர்த்தம் பொதிந்துள்ளதாக இருந்தது. "ஆல் ஸெட்," என்று அவன் டல்பதடோவிடம் சொன்னான்.

டல்பதடோ சூட்கேஸை வாங்கிப் பத்திரமாகச் சுவரோரத்தில் வைத்தான், என்னைப் பார்த்து, "வாருங்கள், நாம் ஏதாவது சிறிது சாப்பிடுவோம்." என்று சொல்லி அடுத்த அறைக்குச் சென்றான். இரு கிளாஸ் தம்ளர்களில் தண்ணீர் எடுத்து வைத்தான். சிவநேசன் மீண்டும் ஸ்டவ்வைப் பற்ற வைத்தான்.

டல்பதடோ பாயில் அமர்ந்துகொண்டு சிவநேசன் கொண்டுவந்த பையிலிருந்த பொட்டலங்களை வெளியே எடுத்தான். "ஹலோ, மசால் தோஸா!" என்றான். முக்கோண வடிவத்தில் சில பொட்டலங்கள் இருந்தன. டல்பதடோ மசால் தோசைப் பொட்டலங்களைப் பிரித்து வைத்தான். "சாப்பிடுங்கள்" என்றான்.

"மிஸ்டர் சிவநேசன் சாப்பிடவில்லை?" என்று நான் கேட்டேன்.

"அவன் உணவருந்திய பிறகுதான் நமக்கே வாங்கி வந்திருக்கிறான்."

"உனக்கெப்படி தெரியும்?"

டல்பதடோ தோள்களை குலுக்கிக் கொண்டான்.

அவனுடைய பசி எனக்கு ஆச்சரியமாயிருந்தது. அதுவரையில் அவன் முகத்தில் சோர்வு, களைப்பு என ஏதும் ஓர் அறிகுறிகூடத் தென்படவில்லை. இரவு மிகக் குறைவாகத் தூங்கியதன் அறிகுறியும் காணப்படவில்லை. ஆனால் அன்று அவன் சாப்பிடத் தொடங்கிப் பொட்டலம் பொட்டலமாகக் காலி செய்தபோது யாருக்கும் வியப்பு அளித்திருக்கலாம். என் பசி இரு இட்டிலிகளைத் தின்றவுடனேயே அடங்கிப் போயிற்று. சிவநேசன் மறுபடியும் டீ தயாரித்துத் தந்தான்.

டல்பதடோ மிகையாக உணவு அருந்துவதே ஏதோ ஒரு பரபரப்பை ஈடுகட்டவோ என்று தோன்றியது. சிவநேசன் வரும்முன் அவனிடம் நிலவிய சாவகாசத் தோற்றம் இப்போது மறைந்துவிட்டது. அவன் அதிகம் பேசவில்லை. அலட்டிக் கொள்ளவில்லை. ஆனால் ஒரு முனைப்பாக யோசித்துக் கொண்டிருக்கிறான் என்பதை ஒருவாறு என்னால் உணர முடிந்தது.

நான் கை கழுவிவரக் கதவைத் திறக்கப் போனேன். மின்னல் போலச் சிவநேசன் என்னை வந்து தடுத்தான். அந்த அறையில் அவன் இரு சூட்கேஸ்களைத் திறந்து வைத்திருந்தான். சுரங்க அறையிலிருந்து எல்லாப் பொருள்களையும் சூட்கேஸ் அருகில் எடுத்து வைத்துக் கொண்டிருந்தான். நான் அறை மூலையிலேயே சிறிது தண்ணீர் விட்டுக் கையை ஓரளவு சுத்தம் செய்துகொண்டேன்.

டல்பதடோ எல்லாப் பொட்டலங்களையும் தின்று முடித்த பிறகு மீண்டும் புகைபிடிக்கத் தொடங்கினான். சிவநேசன், "கதவை மூடு!" என்றான். நான் டல்பதடோ இருந்த அறைக்குச் சென்றேன். டல்பதடோ அந்த அறைக் கதவை இழுத்து சாத்தினான்.

"இப்போது என்ன செய்வது?" என்று நான் கேட்டேன்.

"நான் சொல்கிறேன், சற்றுப் பொறுத்திருங்கள்."

"எவ்வளவு நேரம்?"

"இன்று மாலை வரை. அதன் பிறகு நீங்கள் வேணுமானால் கூட நாங்கள் உங்களை எங்களிடம் வைத்திருக்கப் போவ தில்லை."

சிவநேசன் அறைக்கதவைத் தட்டினான்.

"என்ன?" என்று டல்பதடோ கேட்டான்.

"கதவைத் திற," என்று சிவநேசன் சற்றுக் கடுமையாகவே சொன்னான்.

டல்பதடோ கதவைத் திறந்தான். நான் அவனுடன் அடுத்த அறைக்குச் சென்றேன். இரு சூட்கேஸ்கள் ஒழுங்காக மூடி வைக்கப்பட்டிருந்தன. காகிதங்கள், சில காகிதப் பொட்டலங் களைச் சிவநேசன் குவித்து அறையின் மூலையில் தள்ளினான்.

சிவநேசன் சுரங்க அறையில் இறங்கிக்கொண்டான். டல்பதடோ ஒரு சூட்கேஸை எடுத்துத் தர அதைச் சிவநேசன் ஜாக்கிரதையாக உள்ளே இறக்கி வைத்தான். சுமார் மூன்று நான்கு சூட்கேஸ்களை நிறுத்தி வைக்கக் கூடிய அளவுக்கு அந்தச் சுரங்க அறை அமைந்திருந்தது. அதை அறை என்று சொல்வதுகூடச் சரியல்ல. பள்ளம் தோண்டியிருந்தார்கள். அவ்வளவுதான். உட்புறம் சிமெண்ட் பூசப்படாமல் இருந்தது. அந்தப் பள்ளத்தைச் சிவநேசனும் டல்பதடோவுமாகச் சேர்ந்து தோண்டியிருக்கக் கூடும்.

இரு சூட்கேஸ்களையும் பள்ளத்தில் வைத்துவிட்டு சிவநேசன் பலகை போட்டு மூடினான். டல்பதடோவைப் பார்த்து, "பணம் பேப்பர்ஸ் எடுத்துக் கொடு," என்றான்.

டல்பதடோ அந்த அறையின் வெண்டிலேட்டர் அருகே கையை உயர்த்தினான். அப்போதுதான் அங்கே வைக்கப் பட்டிருந்த ஒரு சிறு தோல் பை என் கண்ணில் தெரிந்தது. டல்பதடோ அந்தத் தோல் பையை திறந்து பார்த்தான். "பாஸ்போர்ட்?" என்றான். டல்பதடோவின் நாட்டிலிருந்து வந்தவர்கள் எல்லாருமே பல நெடில்களை குறில்களாக்கி விடுவார்கள்.

"உள் ஜிப் பையில் பார்," என்று டல்பதடோ சொன்னான்.

மழை முழுக்க நின்றிருந்தது. பக்கத்து வீட்டில் இரு குழந்தைகள் விளையாடும் சத்தம் கேட்டது. சற்று நேரம் முன்பு நான் வெளியே பாத்ரூமுக்குச் சென்ற போது அங்கிருந்து மூன்று நான்கு வீடுகள். எதிலும் மனித சஞ்சாரமே இருக்காது என்று நினைத்தேன். நிச்சயம் ஒரு குடும்பமாவது உண்டு என்று இப்போது தெரிந்துவிட்டது.

சிவநேசன் மீண்டும் வெளியே போனான். அவன், டல்பதடோ இருவரிடமும் இப்போது ஒரு புது வேகமும் பரபரப்பும் ஏற்பட்டிருப்பதாக எனக்குத் தோன்றிற்று. டல்பதடோ அந்த வீட்டிலிருந்த பொருள்களை எல்லாம் முன் அறையில் சேர்த்து வைத்தான். அதிகம் இல்லை. துணிமணிகளோ மிகக் குறைவு. முந்தைய இரவு அவன் அணிந்திருந்த உடையைச் சிறிது தண்ணீரும் ஒரு பிரஷும் கொண்டு சுத்தம் செய்ய ஆரம்பித்தான். செயற்கை இழையால் நெய்யப்பட்ட துணி. அவன் திறமை வியக்கத்தக்கதாக இருந்தது. இதுபோல அவன் உடைகளைப் பலமுறை சுத்தம் செய்திருப்பான் என்று தோன்றியது.

பாவம், டல்பதடோ

டல்பதடோ, சிவநேசன் உடைகளைக் கவனத்தோடு சுத்தம் செய்து மடித்து வைத்தான். எனக்கு என் உடைகளையும் அவனிடம் கொடுக்கலாம் என்று தோன்றியது. ஆனால் அவன் அந்த வீட்டிலேயே மூலை முடுக்குகளில் இருந்த காகிதத் துண்டுகள், காலி சிகரெட் மற்றும் நெருப்புப் பெட்டிகள், அட்டைப் பெட்டிகள், உணவு அருந்திய பழைய இலைகள், பிளாஸ்டிக் பைகள் எல்லாவற்றையும் வெகு கவனமாக அறை நடுவில் சேர்த்து வைத்தான். அது மங்களூர் ஓடு வேய்ந்த வீடு. சுவர் மீது கூரை தாங்கிய இடமெல்லாமே நீண்ட பரணாகப் பயன்பட்டது. அங்கிருந்துதான் டல்பதடோ அநேகப் பொருட்களை எடுத்தான். சோப்பு, சவரச் சாதனங்கள், சீப்பு போன்றவற்றுடன் கிடுக்கிகள், ஸ்பானர்கள், ஸ்குரு டிரைவர்கள் முதலியவையும் இருந்தன. மெல்லிய கம்பி ஒரு கொத்து இருந்தது. டல்பதடோ காகிதங்கள், காலி அட்டைப் பெட்டிகள் முதலியவற்றை ஒரு பெரிய பிளாஸ்டிக் பையில் அடைத்தான். அவன் சுத்தம் செய்த ஆடைகள் உலர வேண்டி யிருந்தது. தரையில் பாயை விரித்து துணிகளில் ஈரம் இருக்கும் பகுதி காற்றாட இருக்கும்படி உலர்த்தினான். அவனுடைய கால் ஜோடு விசேஷமாக இருந்தது. அவற்றுள் இருந்த சாக்ஸ் இரண்டையும் வெளியே எடுத்து இழுத்து அவற்றைத் தரையில் காற்றாட வைத்தான். சுவர்களை வெகு உன்னிப்பாகப் பார்த்து ஏதாவது எழுத்து அல்லது எண் இருந்தால் அவற்றை அழித்தான்.

நான் முதலில் அவன் செய்கைகளைப் பார்த்த வண்ணம் உட்கார்ந்திருந்தேன். அவன் அந்த வீட்டைக் காலி செய்வதற்கு வேண்டிய ஏற்பாடுகள் செய்துகொண்டிருக்கிறான் என்று தெரிந்தது. அவனுடைய செயல்களில் ஒரு நிபுணத்துவம் இருந்தது. இப்படிக் காலி பண்ணுவது அவனுக்கு மிகவும் பழக்கமானதாக இருக்க வேண்டும். எனக்குக் களைப்பு கண்ணைச் சுழற்றிக்கொண்டு வந்தது. ஒரு கணம் என் மனைவியை நினைத்துக்கொண்டேன். லலிதாவின் கணவன் அவளை உடனே அவன் வீட்டுக்கு வரும்படி அழைத்திருந்தான். லலிதாவின் இரண்டாவது குழந்தைக்குப் பிறந்த நாள். லலிதா இறந்து ஒரு வருடம்' துக்கம் 'கொண்டாடிய' பிறகு இப்போதுதான் ஒரு நிஜக் கொண்டாட்டம். என் மனைவிக்கு நான் இரவு முழுவதும் வீட்டில் இல்லை என்பதுகூடத் தெரிந்திருக்காது. எனக்காக அவள் வைத்திருந்த சிறிது சோறும் மோரும் இதற்குள் எறும்புகளால் மொய்க்கப்பட்டுப் பாதி தீர்ந்திருக்கும். அவள் என்று வீடு திரும்பப் போகிறாளோ?

டல்பதடோ லுங்கிகளையும் மடித்து வைத்துவிட்டான். உயர் ரக நைலான் பைகள் இரண்டை அவன் ஒரு பரணிலிருந்து எடுத்துக் கீழே போட்டான். அவை பெரிய பைகள்.

அடிப்பாகத்தில் சக்கரங்கள் பொருத்தப்பட்டிருந்தன. அவன் தனித்தனியாக அடுக்கி வைத்திருந்த துணிமணிகளை அந்தப் பைகளில் சீராக அடுக்கி வைத்தான்.

"கீழே போட்டிருக்கும் பாயொன்றை எனக்குத் தருகிறாயா? எனக்குப் படுத்துக்கொள்ள வேண்டும் போலிருக்கிறது" என்றேன்.

டல்பதடோ ஒரு பாயை ஒழித்துக் கொடுத்தான். நான் இரவு படுத்திருந்த அறையில் பாயைப் போட்டுக்கொண்டு காலை நீட்டிப் படுத்துக்கொண்டேன். உடனே தூங்கிவிட்டேன்.

10

நான் விழித்த போது வீடு பிரகாசமாக இருந்தது. பகல் மூன்று அல்லது நான்கு மணி இருக்கும். வீட்டில் யாரும் இல்லை. வாசல் கதவை வெளியே பூட்டிக்கொண்டு டல்பதடோ, சிவநேசன் இருவரும் எங்கேயோ போயிருந்தார்கள். கிரசின் ஸ்டவ் அருகே ஒரு தம்ளரில் டீ இருந்தது. எனக்காகத்தான் இருக்கும்.

இரு நைலான் பைகளும் நேர்த்தியாக நிரப்பப்பட்டுப் பூட்டப்பட்டு இருந்தன. வீட்டில் ஒரு குப்பை, ஒரு காகிதம் இல்லை. முன் அறையில் அவர்கள் தோண்டி வைத்திருந்த சுரங்க அறையைத் திறந்து பார்த்தேன், இரு சூட்கேஸ்கள் இருந்தன. அவை பெரிதும் இல்லை, மிகச் சிறியதும் இல்லை. சிறிது முயற்சியுடன் ஒருவன் அந்த இரு சூட்கேஸ்களையும் எடுத்துச் செல்ல முடியும். சுரங்க அறையின் மூடிப் பலகையைப் பழையபடி வைத்தேன். எங்கோ ஒரு கடியாரம் ஓடிக் கொண்டிருக்கும் சத்தம் கேட்ட மாதிரி இருந்தது.

நான் அதிக நேரம் காத்திருக்கவில்லை. டல்பதடோ, சிவநேசன் இருவரும் வந்துவிட்டார்கள். ஒரு பரபரப்பு, முனைப்பு இவற்றுடன் பணி முடிந்து ஓய்வு பெறும் தோற்றமும் அவர்களிடம் இருந்தது. டல்பதடோ கையில் ஒரு துணிப்பொட்டலம் இருந்தது.

சிவநேசன் என்னிடம் பேசவில்லை. டல்பதடோ நட்புத் தொனிக்கும் வகையில், "டீ வைத்திருந்தேனே, குடித்தீர்களா?" என்று கேட்டான்.

நான் பதில் சொல்லவில்லை. "இன்று மாலை ஏழு மணிக்கு நாம் ஒருவருக்கொருவர் விடைகூறிக்கொள்வோம். அதன் பிறகு தங்களுக்கு விருப்பமிருந்தால் என்னை நினைவில் வைத்துக்கொள்ளலாம். அல்லது மறந்துவிடலாம். மறந்து விடுவதே மேல்," என்றான். நான் பேசவில்லை.

"இந்த ஒரு நாள் நிர்ப்பந்தம் இன்றோடு முடிந்துவிட வேண்டும் என்பதுதான் என் விருப்பம்." என்று மேலும் சொன்னான்.

சிவநேசன் "அவரிடம் சொல்லு," என்று டல்பதடோவிடம் சொன்னான்.

"சொல்கிறேன், சொல்கிறேன்," என்று டல்பதடோ அவனுக்குப் பதில் தந்தான். "நீ போய் சைக்கிள் கொண்டு வா," என்றான். சிவநேசன் வெளியே போனான். டல்பதடோ கதவைத் தாளிட்டான்.

"இன்னும் ஒரு மணி நேரத்தில் நாம் எல்லோரும் இந்த இடத்தைவிட்டுப் போகப் போகிறோம். நாங்கள் வெளியூருக்குப் போகிறோம். நீங்கள் வீட்டுக்குப் போகலாம்."

"உன் நாட்டுக்குத் திரும்பப் போகிறாயா?"

"என் நாட்டுக்கா? நான்தான் சொன்னேனே அங்கு காலடி எடுத்து வைத்தவுடன் என்னைத் தூக்கில் போட்டு விடுவார்கள் என்று. நாங்கள் இன்னும் உங்கள் நாட்டிலேதான் இன்னும் சில காலம் இருந்தாக வேண்டும்."

"உன் நண்பன் சிவநேசனும் தூக்கில் தொங்கப்போகிறவர் தானா?"

"ஆமாம். ஆனால் இதில் ஒரு விசேஷம், எங்கள் நாட்டில் நாங்கள் ஒருவரையொருவர் அடித்துக்கொள்வோம். இங்கே நாங்களிருவரும் எங்கள் நாட்டுக்குத் தேசத் துரோகிகள்."

"நான் போகலாமா?"

"இல்லை. நாமெல்லோரும் சேர்ந்து போகப் போகிறோம் - டிரங்க் ரோடு வரையிலாவது. அதன் பிறகு நீங்கள் எங்களுக்குச் சிறு ஒத்தாசை செய்ய வேண்டும்."

"என்ன?"

“உங்கள் ஷர்ட்டைக் கழற்றிவிட்டு நான் புதிதாக ஒன்று தருகிறேன், அதை அணிந்துகொள்ள வேண்டும்.”

டல்பதடோ அவன் கொண்டுவந்த பொட்டலத்தைப் பிரித்தான். அதில் ஒரு புதிய ஷர்ட் இருந்தது.

என் அழுக்குச் சட்டையை அவிழ்த்துவிட்டுப் புதிய ஷர்ட்டை அணிந்துகொண்டேன்.

“சரியாக இருக்கிறதா,” என்றான்.

“ஆமாம்” என்றேன்.

ஸ்டவ், இரு பாத்திரங்கள், பாட்டில்கள், நான்கு கண்ணாடித் தம்ளர்கள், நான்கு ஸ்பூன்கள் எல்லாவற்றையும் ஒன்றுக்குள் ஒன்றாகப் போட்டு இரு கைகளில் டல்பதடோ எடுத்துக்கொண்டான். நான் படுத்திருந்த பாயையும் இடுக்கிக் கொண்டான். “சற்றுக் கதவைத் திறக்கறீங்களா? நான் இதைப் பக்கத்து வீட்டுக்காரர்களுக்குக் கொடுத்துவிட்டு வருகிறேன்,” என்றான்.

நான் கதவுத் தாளை விலக்கினேன். டல்பதடோ பாத்திரங்கள் புட்டிகளை எடுத்துக்கொண்டு வெளியே போனான். நானும் வாயிற்படியில் நின்றுகொண்டு வெளியே பார்த்தேன். அங்கிருந்த இதர மூன்று சிறு வீடுகளில் கோடி வீட்டுக்கு டல்பதடோ சென்றான். எல்லாவற்றையும் கொடுத்துவிட்டு உடனே திரும்பி விட்டான்.

“சிவநேசன் வந்தவுடன் கிளம்ப வேண்டியதுதான், வாருங்கள், உள்ளேயே இருப்போம்.”

“உள்ளே உட்காருவதற்குக்கூட ஒன்றும் கிடையாதே.”

“பை மீது உட்காருங்கள்.”

நான் ஒரு நைலான் பை மீது உட்கார்ந்தேன். கதவு தட்டப் பட்டது. சிவநேசன் வந்துவிட்டான். ஒரு வாடகை சைக்கிள் கொண்டு வந்திருந்தான்.

டல்பதடோ முன் அறையில் தரைக்கடியில் வைத்திருந்த இரண்டு சூட்கேஸ்களையும் வெளியே எடுத்தான். சிவநேசனைப் பார்த்தான். சிவநேசன் சரியென்று தலையசைத்தான்.

சிவநேசன் இரு சூட்கேஸ்களையும் சைக்கிள் லக்கேஜ் காரியர் மீது வைத்தான். அவனுடைய பாண்ட் பையிலிருந்து ஒரு நீளமான நைலான் கயிறு எடுத்துப் பெட்டிகள் இரண்டும் கீழே விழாதபடி கட்டினான். டல்பதடோ இரு நைலான் பைகளையும் சைக்கிளின் ஹாண்டில் பாரின் இரு பக்கங்களிலும் மாட்டினான்.

நான் என் அழுக்குச் சட்டையை எடுத்துக் கொண்டு கிளம்பினேன். டல்பதடோ அதைக் காகிதப் பையில் போட்டு அடக்கமான பொட்டலமாக மாற்றினான்.

"வெறுமனே கதவைச் சாத்திவிட்டு வா," என்று சிவநேசன் சொன்னான். டல்பதடோ அவ்வாறே வீட்டுக் கதவைச் சாத்தினான்.

சிவநேசன் சைக்கிளைத் தள்ள, டல்பதடோ பின்னாலிருந்து சூட்கேஸ்களைப் பிடித்துக்கொண்டு நடந்தான். மழை நின்று போய்ப் பூமி ஓரளவு உலர்ந்து இருந்தது.

ஜி.எஸ்.டி. சாலையில் மாலை நேரப் போக்குவரத்து மும்முரமாக இருந்தது. டல்பதடோ இப்போது இரு நைலான் பைகளையும் சைக்கிளிலிருந்து எடுத்துவிட்டான். என்னிடம் ஒரு பையைக் கொடுத்தான். "தயவுசெய்து சிறிது நேரம் தூக்கி வரவேண்டும்" என்றான்.

நான் பையைத் தோளில் மாட்டிக்கொண்டேன். சிவநேசன் சூட்கேஸ்களுடன் சைக்கிளைத் தள்ளிக்கொண்டே விடுவிடு என்று போய்விட்டான். டல்பதடோ வேண்டுமென்றே மெதுவாக நடப்பது போலத் தோன்றியது. விமான நிலையத்தின் கேட் பத்தடி தூரத்தில் இருக்கும்போது சிவநேசன் சூட்கேஸ்களைக் கைகளில் சுமந்தவண்ணம் வந்தான். சைக்கிளைக் காணோம். நாங்கள் மூவரும் ஒரு நிமிடம் சாலையோரமாக நின்றோம்.

"இப்போது நீங்கள் எங்களுக்கு இன்னொரு உதவி செய்ய வேண்டும்," என்று டல்பதடோ சொன்னான்.

"என்ன?"

"இந்த சிவநேசன் மிகவும் பொல்லாதவன். கொலை செய்யத் தயங்க மாட்டான்."

"அப்படியா?"

"ஆனால் தாங்கள் அவனிடமிருந்து இரு சூட்கேஸ்களையும் எடுத்துக்கொண்டு விமான நிலையத்துக்குப் போக வேண்டும்."

எனக்கு அவன் என்ன சொல்கிறான் என்று புரியவில்லை.

"ஒன்றும் பெரிதில்லை. சிவநேசன் கொலைகாரன்தான். நீங்கள் பெட்டிகளை எடுத்துக்கொண்டு உள்ளே எங்கள் நாட்டு விமான சர்வீஸ் ஜன்னலிடம் போக வேண்டும்."

"முடியாது."

"அப்படிச் சொல்லிவிடாதீர்கள். நீங்கள் செய்ய வேண்டிய தெல்லாம் இவ்வளவுதான். இதோ சிவநேசனின் கோட் இருக்கிறது. போட்டுக்கொள்ளுங்கள். இரு சூட்கேஸ்களையும் எடுத்துக் கொண்டு எங்கள் கம்பெனி ஜன்னலுக்குப் போங்கள். கோட்டின் வலது பையில் டிக்கெட் இருக்கிறது. அத்துடன் நூறு ரூபாயும் இருக்கிறது. அதை நீட்டினால் ஒரு தாள் கிழித்துக்கொண்டு உங்களிடம் போர்டிங் பாஸ் தருவார்கள். அதை வாங்கிக்கொண்டு வெளியே வந்துவிடுங்கள்."

"உனக்கு மூளை சரியில்லை என்று நினைக்கிறேன்."

சிவநேசன் என் அருகே வந்தான். டல்பதடோ கை நீட்டி அவனை "நில்" என்றான். "உங்களுக்கு இஷ்டமில்லையென்றால் நான் வற்புறுத்தவில்லை. நாங்கள் ஊருக்குப் போவதற்கு இதே நேரத்தில் எழும்பூரில் ரயிலைப் பிடிக்கப் போக வேண்டி யிருக்கிறது" என்று என்னிடம் சொன்னான்.

"நீ சூட்கேஸ்களை உன்னுடன் எடுத்துப் போகவில்லையா?"

"இல்லை. இன்னொருவர் வந்து எடுத்துப் போவார். நீங்கள் எங்கள் நாட்டு விமானக் கம்பெனியிடம் இரண்டு பெட்டி களையும் ஒப்படைத்துவிட்டு போர்டிங் பாஸையும் வாங்கி வந்துவிடுங்கள். அதுபோதும்."

எனக்கு அவன் குழையப் பேசியது மயக்க மருந்து தந்ததுபோலிருந்தது. நான் சிவநேசன் கோட்டைத் தோள் மீது போட்டுக்கொண்டு இரு சூட்கேஸ்களையும் எடுத்துக் கொண்டேன்.

நான் நான்கடி எடுத்து வைத்துவிட்டேன். அப்போது டல்பதடோ சொன்னான்: "ஒருவேளை பாஸ்போர்ட் எங்கே என்று கேட்டால் இடது பக்கப் பாக்கெட்டில் இருக்கிறது."

நான் சூட்கேஸ்களைத் தூக்கிக்கொண்டு விமான நிலைய நுழைவாயிலுக்குப் போனேன். கதவுகள் தானாகத் திறக்க வைக்கும் அமைப்பு அப்போது ஏற்படுத்தவில்லை. கதவைத் தள்ளித் திறந்துகொண்டு உள்ளே நுழைந்தேன். லலிதாவை வழியனுப்ப வந்தபோதும் கதவை நான்தான் திறந்து வைத்துக் கொண்டேன்.

டல்பதடோவின் நாட்டின் விமானக் கம்பெனி ஜன்னல் சர்வதேசப் பிரிவில் ஒரு மூலையில் இருந்தது. ஒரு கம்பெனி சிப்பந்தி ஜன்னலுக்கு வெளியிலேயே நின்று கொண்டிருநதான்.

சூட்கேஸ்களைத் தராசு மேடையில் வைத்தான். இருபத்தி மூன்று கிலோ கிராம் காட்டியது. சிவநேசன் கோட்டின் வலது பையிலிருந்து விமான டிக்கெட்டையும் நூறு ரூபாயையும் எடுத்துச் சிப்பந்தியிடம் தந்தேன். அவன் டிக்கெட்டில் '23 கிலோ–(இரண்டு பெட்டிகள்)' என்று எழுதி ஒரு தாளைக் கிழித்துக் கொண்டு மிகுதி டிக்கெட்டையும் பெட்டிக்களுக்கான ரசீதையும் தந்தான். பெட்டிகள் இரண்டையும் உள்ளே தள்ளினான்.

எனக்கு விமான நிலையத்தை விட்டு வெளியே வர மனமில்லை. டிக்கெட்டை எடுத்துப் பார்த்தேன். 'மானுவல்' என்று பெயர் கொண்டவருக்காக வாங்கப்பட்டது. சிவநேசன் கோட்டின் இடது பையிலிருந்து பாஸ்போர்ட்டை எடுத்துப் பார்த்தேன். அது அவனுடைய நாட்டு அரசு தந்த பாஸ்போர்ட். புகைப்படத்தில் மானுவல் முகத்தைச் சுளித்துக் கொண்டு காட்சி தந்தான். அதிகம் பரிசீலிக்காவிட்டால் அந்தப் புகைப்படம் என்னுடையது என்று சொல்லிவிடலாம்.

வெளியே சிவநேசன் காத்திருந்தான். கோட்டை அவனிடம் ஒப்படைத்தேன். அவன் விமான டிக்கெட்டையும் போர்டிங் பாஸையும் கசக்கிப் பையில் போட்டுக்கொண்டான். பாஸ்போர்ட்டை அவனுடைய சட்டைப் பையில் வைத்துக் கொண்டான். "டல்பதடோ எங்கே?" என்று கேட்டேன்.

"அவன் போய்விட்டான். உங்கள் ஷர்ட்டை உங்களிடம் தரச் சொன்னான்," என்று கூறி அவன் கையிலிருந்த பொட்டலத்தைக் கொடுத்தான். "நான் எழும்பூருக்கு மின்சார ரயிலில் போகப் போகிறேன். நீங்களும் வருவதாக இருந்தால் உங்களுக்கும் டிக்கெட் வாங்குகிறேன்."

"அந்த இரண்டு சூட்கேஸ்கள்?"

"அவை எங்கள் விமானத்தில் எங்கள் நாட்டை அடையும்."

"பெட்டிக்குரியவன் எங்கே என்று கேட்க மாட்டார்களா?"

"கேட்கலாம். கேட்காமலும் இருக்கலாம். என்ன, ரயிலுக்கு வருகிறீர்களா?" சிவநேசனுக்கு என்ன தோன்றியதோ அவன் கசக்கி வைத்துக்கொண்ட விமான டிக்கெட்டை வெளியில் எடுத்துத் துண்டுதுண்டாகக் கிழித்துப் போட்டான். "என்ன, வருகிறீர்களா?" என்று கேட்டான்.

"இல்லை. நான் அவசரமாக எங்கும் போக வேண்டியதில்லை."

சிவநேசன் உடனே போய்விட்டான். நான் சாலையோரமாக நின்று மீனம்பாக்கத்தை இரவு கவ்வுவதைப் பார்த்தவண்ணம் இருந்தேன். என் கால்கள் என்னையறியாமல் விமான நிலையம் பக்கம் இழுத்துச் சென்றன. இப்போது நான் கட்டிடத்தினுள்ளே போக முடியாது. வழக்கம் போலக் கண்ணாடி வழியாக உள்ளே பார்த்தேன். உள்நாட்டு விமானங்கள் பிரிவில் நல்ல கும்பல். இரு விமானங்கள் விரைவில் கிளம்பவேண்டும்.

நான் நகர்ந்து கண்ணாடி வழியாக அயல்நாட்டுப் பிரிவுப் பக்கம் பார்த்தேன். டல்பதடோவின் நாட்டின் விமானக் கம்பெனியின் ஜன்னல் பக்கம் மிகவும் சுறுசுறுப்படைந்திருந்தது. அவர்கள் விமானம் கிளம்பும் நேரமாகிவிட்டது.

நான் அந்தப் பயணிகளைப் பார்த்தவண்ணம் இருந்தேன். இவ்வளவு வயதானவன் குழந்தை வேடிக்கை பார்ப்பது போலக் கண்ணாடிச் சுவர் வெளிப்புறத்திலிருந்து முகத்தைக் கண்ணாடியோடு ஒட்டிக்கொண்டு பார்க்கிறானே என்று யாராவது எண்ணக்கூடும். சட்டென்று என் கண்கள் அந்த மூலையைப் பார்த்தன. அங்கே சிவநேசன் என்னிடம் தந்த இரு சூட்கேஸ்களும் சுவரோரமாக வைக்கப்பட்டிருந்தன. அவை விமானத்தில் ஏற்றப்படவில்லை. நன்றாக வேண்டும் அந்தப் போக்கிரிக்கு.

நான் வீட்டுக்குத் திரும்பினேன். என் மனைவி இன்னும் லலிதாவின் கணவன் வீட்டிலிருந்து வரவில்லை.

பழைய சோற்றை வெளியே எறிந்துவிட்டுப் பாத்திரங்களைக் தேய்க்கப் போட்டேன். நானாக டீ போட்டுக்கொண்டு

குடித்தேன். பால் பவுடர் கொண்டு தயாரித்த டீ. சிவநேசனும் இதே பால் பவுடரைத்தான் உபயோகித்திருக்க வேண்டும். அவன் அந்த சூட்கேஸ்களில் என்ன வைத்திருப்பான்? நிச்சயம் ஒரு கடியாரம் வைத்திருப்பான். அதுதான் டிக் டிக் டிக் என்று அடித்துக்கொண்டிருந்தது. அது அலாரம் கடியாரமாகக்கூட இருக்கக்கூடும். அவன் குறிப்பிட்ட ஒரு மணிக்குப் பொருத்தியிருந்தால் அந்த நேரம் வந்தவுடன் அது கணகணவென்று ஒலிக்கத் தொடங்கிவிடும். தடாலென்று எழுந்து நின்றேன். அது அலாரம் கடிகாரம்தான். ஆனால் குறிப்பிட்ட மணி வந்தவுடன் அது மணி அடிக்காது. ஆனால் பெரிதாக வெடிக்கும். வெடித்து கட்டிடங்களை இடித்துத் தள்ளி அநேகம் பேரைக் கொன்று தீர்த்துவிடும். டல்பதடோ இதைத் தான் தேசத்துரோகம் என்று சொன்னான் போலிருக்கிறது. அவர்கள் நாட்டு விமானத்தில் அவர்கள் விமான நிலையம் சென்றடைந்தவுடன் வெடிப்பதற்காகப் பொருத்தப்பட்டிருக்க வேண்டும். அதனால்தான் அவனோ வேறு விஷயம் தெரிந்தவர்களோ அப்பெட்டிகளோடு விமானம் ஏறவில்லை. இப்போது அப்பெட்டிகள் சென்னை விமான நிலையத்தில், அயல்நாட்டுப் பயணிகள் பிரிவில் ஒரு மூலையில் கிடக்கின்றன. குறிப்பிட்ட நேரம் வந்தவுடன் வெடிக்கும்.

நான் பதறிப்போனேன். ஒன்பது மணிக்கு இன்னும் ஓரிரு நிமிடம் இருக்கும்.

நான் வெளியே வந்தேன். போலீசிடம் போகலாமா? அவர்கள் நான் சொல்வதை மனத்தில் வாங்கிக்கொண்டு, நான் பைத்தியக்காரன் அல்ல என்று தீர்மானித்து, நடவடிக்கை எடுக்கத் தொடங்குவதற்குள் பொழுது விடிந்துவிடும். பின் யாரிடம் சொல்வது, எப்படிச் சொல்வது?

என் பையைத் தடவிப் பார்த்தேன். அது டல்பதடோ தந்த ஷர்ட். ஐந்து ரூபாய் நோட்டு ஒன்று வைத்திருந்தான்.

பக்கத்திலிருந்த மருந்துக் கடைக்குப் போய், "டெலிபோன் செய்ய வேண்டும்," என்றேன்.

"ஒரு ரூபாயாக இருக்கிறதா?"

"இருக்கிறது," என்று பொய் சொன்னேன். "டெலிபோன் டைரக்டரி இருக்கிறதா?"

முதலில் அவன் இல்லை என்றுதான் சொன்னான். ஆனால் அவனுடைய சக ஊழியன் ஒரு மூலையிலிருந்த கந்தலாகக் காட்சியளித்த டைரக்டரியை எடுத்துக் கொடுத்தான்.

என்னுடைய குழப்பத்தில் நான் எங்கெல்லாமோ தேடினேன். விமான நிலையத்தின் டெலிபோன் எண் 'விமான நிலையம்' என்ற பெயருக்கடியில் இல்லை. மத்திய சர்க்கார் இலாக்காக்கள் பிரிவில் இருந்தது.

நான் அந்த எண்ணைச் சுழற்றினேன், அங்கே, "ஹலோ!" என்று குரல் கேட்டவுடன், அவசரம் அவசரமாக "ஹலோ! உங்கள் இண்டர்நேஷனல் டிபார்ச்சர் ஹாலில் இரு சூட்கேஸ்கள் இருக்கின்றன ..."

"சாரி, ஏர்லைன்ஸ் போன் செய்யுங்க."

அந்த மனிதர் டெலிபோனை வைத்துவிட்டார். நான் மீண்டும் விமான நிலைய எண்ணையே சுழற்றினேன். "ஹலோ நான்தான் சில வினாடிகள் முன்பு போய் செய்தவன். அந்த இரு சூட்கேஸ்கள் பற்றி எனக்குச் சந்தேகம் இருக்கிறது."

"செக்யூரிட்டி ட்ரை பண்ணுங்கள். நம்பர் 432007."

"சார் சார்! கீழே வைத்துவிடாதீர்கள். நேரம் அதிகம் இல்லை. அந்த சூட்கேஸ்கள் விமான நிலையம் வந்து இரண்டு மணி நேரம்தான் ஆகிறது. எந்த நிமிடமும் என்ன வேண்டுமானாலும் ஆகலாம்."

"என்ன ஆகலாம் என்கிறீர்கள்? அவற்றில் என்ன இருக்கிறது?"

அவர் பேசிக்கொண்டிருக்கும்போதே டெலிபோனில் மறுமுனையில் பூகம்பம் விளைந்தது போல ஒரு சப்தம் கேட்டது.

பூகம்பம் விளைந்தது போலத்தான் விமான நிலையத்தில் வெடி வெடித்திருக்கிறது.

11

அதிகாரப்பூர்வமாக முப்பத்துமூன்று சடலங்கள் கண்டெடுக்கப் பட்டு அடையாளம் கண்டுகொள்ளப்பட்டன. சிதறிய கை கால்கள், தலைகள் பொருத்தம் பார்த்துச் சேர்த்து வைக்கப்பட்டன.

அப்படியும் மூன்று உடல்களுக்குக் கைகள் காணாமல் போய்விட்டன. வெகுதூரம் சிதறிப் போய் மிருகங்கள் ஏதாவது எடுத்துப்போயிருக்கும் என்று அனுமானிக்க வேண்டியிருந்தது. சிதறிய தலைகளில் ஒன்று முகத்தில் ஒரு பின்னம் இல்லாமல் பின் மண்டையில் மட்டும் ஒரு காயம் இருந்தது. இன்னொரு தலையில் முகத்தையே கண்டுகொள்ள முடியவில்லை. பின் மண்டையிலிருந்து அது ஒரு பெண்ணுடையது என்று தெரிந்தது.

இறந்தவர்களில் சரிபாதி பெண்கள். மீண்டும் இந்த அரபு நாட்டுப் பயணம்தான். அவர்களுடைய கணவன்மார்களுடன் பல்வேறு இடங்களிலிருந்து பயணம் தொடங்கியிருக்கிறார்கள். சென்னை வரை ரயிலிலோ பஸ்ஸிலோ வந்துவிட்டார்கள். சென்னையிலிருந்துதான் அவர்கள் சிறிதும் பழக்கப்படாத விமானப் பயணம். விமானம் கிளம்பப் பல மணி நேரம் இருக்கும்போதே விமான நிலையத்தை அடைந்து அயல் நாட்டுப் பயணிகள் பிரிவில் காத்திருந்திருக்கிறார்கள். தரையிலேயே படுத்துத் தூங்கிக்கொண்டிருந்திருக்கிறார்கள். அவர்கள் இறக்கப் போவது தெரியாது என்றில்லை. அவர்கள் இறந்து போனது கூடத் தெரியாது. வெடி வெடித்த அடுத்த வினாடி அவர்கள் கை, கால், தலை சிதறப்பட்ட உயிரற்ற உடல்கள்.

விமான நிலையம் ஒரு பகுதியில் கூரையிழந்து நின்றது. சுவர்கள், குளிர் சாதனம், மின் இணைப்பு, தொலைபேசி சாதனம் அனைத்தும் உருத்தெரியாமல் சேதம் அடைந்திருந்தன. எங்கெங்கோ ரத்தம். எந்தெந்த மூலை முடுக்குகளிலோ மனித மாம்சம். பெண்களின் அணிகலன்கள், உடைமைகள், செருப்புகள், ஜோடுகள், குல்லாய்கள், ஒருவரின் மூக்குப் பொடி பெட்டி கூரை மீது இடித்துச் சப்பையாகித் திறந்த வெளியில் போய் விழுந்திருந்தது.

நான் பொழுது விடிந்ததும் போனேன். ஆனால் சுற்றிலும் காவல். எல்லா விமானங்களும் ரத்துச் செய்யப்பட்டிருந்தன.

இரு சூட்கேஸ்களால்தான் அந்த வெடி நேர்ந்தது என்பதில் யாருக்கும் சந்தேகமில்லை. அவை விமானம் வரை எடுத்துச் செல்லப்பட்டு ஆனால் அங்கு அதற்குரியவன் என்று யாரும் சொல்லிக்கொள்ளாததால் திருப்பி விமான நிலையத்திலேயே கொண்டுவந்து வைக்கப்பட்டன. அப்போது யாருக்கும் அவை வெடிக்கப்போவன என்று தோன்றக்கூட இல்லை. யாரோ பயணி, விமான நிலையம் வரை வந்து, அதன் பிறகு ஏதோ

விபரீதம் நிகழ்ந்துபோய் விமானக் கட்டணமும் பெட்டியும் போனால் போகட்டும் என்று எங்காவது போயிருக்க வேண்டும். என்னாயிற்று மிஸ்டர் மானுவலுக்கு. 'மிஸ்டர் மானுவல்! உங்களுக்காக விமானம் காத்திருக்கிறது. இதுதான் கடைசி முறை. உடனே வந்து விமானத்திலே ஏறவும். மிஸ்டர் மானுவல்! இதுதான் கடைசி முறை!'

நான் யாரிடம் சொல்வேன், அந்த இரு சூட்கேஸ்களையும் நான்தான் கொண்டுபோய் வைத்தேன் என்று. என்னை அங்கே யாருக்கும் அடையாளம் சொல்லத் தெரியவில்லை. பெட்டிகளை என்னிடமிருந்து வாங்கியவரும் வெடி விபத்தில் போய்விட்டார். மானுவல் யார் என்று தேடிப் பயன் இல்லை. அவர் சார்பில் டிக்கெட் வாங்கியது யார் என்ற வரையில்தான் தெரிந்தது.

ஆனால் வேறு பல விஷயங்கள் தெரிந்தன. அந்தப் பெட்டிகள் விமானத்தில் ஏற்றப்பட்டு அந்த அண்டை நாட்டுத் தலைநகரத்தை விமானம் அடையும் நேரத்தில் அந்த விமான நிலையத்தில் இரு வேறு அயல் விமானக் கம்பெனிகளின் ஜம்போ ஜெட் விமானங்கள் வந்திறங்கியிருக்கும். ஒவ்வொரு விமானத்திலும் ஐந்நூறு பயணிகள். அந்த சூட்கேஸ் குண்டு ஓராயிரம் பேருக்கு யமனாக இருந்திருக்க வேண்டியது. இங்கே சென்னை விமான நிலையத்தில் முப்பத்தைந்திலிருந்து சுமார் எண்பது தொண்ணூறு பேர் வரை உயிரிழக்கச் செய்திருக்கிறது.

இன்னும் சில தகவல்களும் தெரிந்தன. எனக்கு முன்பே யாரோ அப்பெட்டிகள் விமானத்தில் ஏற்றப்படவில்லை என்று தெரிந்துகொண்டு அரை மணி நேரமாக விமான நிலைய அதிகாரிகளுக்கு டெலிபோன் செய்தவண்ணம் இருக்கிறான்! யார் அவன்?

எனக்கு ஒரே குழப்பமாக இருந்தது. நான் நேருக்கு நேர் எந்தப் புதிய மனிதனிடமும் ஏதாவது சொன்னால் அவர் அதை நம்பப்போவதில்லை. என்னை இருவர் பிடித்து வைத்திருந்தார்கள். அவர்கள் பெயர்கள் இதோ. அவர்கள்தான் இந்த சூட்கேஸ்களைக் குண்டுகளாகத் தயாரித்தவர்கள். அவர்கள் சார்பில் இந்த இரண்டையும் கொண்டுவைத்தவன் நான்தான் என்று ஒப்புக்கொள்ளப் போனால் பத்திரிகையில் படம் வர வேண்டுமென்று அரைப் பைத்தியம் ஒன்று ஏதேதோ கற்பனை செய்து சொல்கிறது என்று உதறித் தள்ளுவார்கள். அவர்கள் கேட்கும் பல கேள்விகளுக்கு என்னிடம் பைத்தியக்காரத்தனமான பதில்கள்தான் உண்டு.

நீ ஏன் விமான நிலையம் பக்கம் வந்தாய்?

என் கால்கள் என்னையுமறியாமல் இங்கு இழுத்து வரும்.

நீ என்ன பைத்தியமா, உன்னையறியாமல் ஏதாவது இடங்களுக்குப் போவதற்கு?

பைத்தியம் இல்லை. ஆனால் அப்படியும் சொல்வதற்கில்லை. நான் பைத்தியமாகவும் இருக்கலாம்.

இப்போது நீ பைத்தியமா இல்லையா?

இல்லை. இந்த விமான நிலையத்தில் குண்டு வைத்தது நான்தான்.

அப்படியா என்ன குண்டு?

என்ன குண்டு என்று எனக்குத் தெரியாது...

ஆனால் நீதான் குண்டு கொண்டுபோய் வைத்தாய்.

ஆமாம்.

எனக்கு டல்பதடோவும் சிவநேசனும் தங்கியிருந்த வீட்டைப் போய்ப் பார்க்க வேண்டும் என்று தோன்றியது. எனக்கு அதைக் கண்டுபிடிக்கவே முடியவில்லை. நான் அந்தக் குன்றுகளையும் கட்டாந்தரைப் பிரதேசத்தையும் சுற்றிச் சுற்றி அலைந்தேன். ஏதோ ஒரு முக்கிய அடையாளம் தவற விட்டுவிட்டேன். அந்த ஓட்டு வீடுகளைக் கண்டுபிடிக்கவே இயலவில்லை.

இப்போது திட்டவட்டமாகத் தகவல் கிடைத்துவிட்டது. நான் டெலிபோன் பண்ணுவதற்கு வெகு நேரம் முன்பே இப்பெட்டிகள் பற்றிய அபாயத்தைத் தெரிவித்து ஒருவன் டெலிபோன் செய்திருக்கிறான். இதை நம்புவதா வேண்டாமா என்று விமான நிலைய அதிகாரிகள் சர்ச்சை செய்து கொண்டிருக்க வேண்டும். கடைசியாகச் சரி, இது உண்மையாக இருக்கலாம் என்று எண்ணி நடவடிக்கை எடுப்பதற்குள் குண்டு வெடித்துவிட்டது.

டல்பதடோ! டல்பதடோ! நீ எங்கே இருக்கிறாய்?

நான் மீண்டும் மீண்டும் விமான நிலையம் பக்கம் போனேன். விமான நிலையத்தில் குண்டு வெடித்த பகுதியைத் தடுப்புகள்

போட்டு யாரும் புக முடியாதபடி செய்துவிட்டார்கள். ஏதேதோ செய்து மீண்டும் விமானங்கள் வந்து போவதற்கு ஏற்பாடு செய்துவிட்டார்கள்.

இந்தியாவின் எல்லா விமான நிலையங்களிலும் பாதுகாப்பு ஏற்பாடுகள் அதிகரிக்கப்பட்டன. பயணிகளை வரவேற்க வருபவர்கள் வழியனுப்ப வருபவர்கள் எல்லோரும் கட்டிடத்துக்கு வெளியேதான் நின்றுவிட வேண்டும். கண்டிப்பாக யாரும் உள்ளே அனுமதிக்கப்படமாட்டார்கள். விமான நிலையச் சிப்பந்திகள் அனைவரும் அவர்கள் உருவங்கள் கொண்ட அடையாளச் சீட்டை எப்போதும் அவர்கள் உடையில் சட்டென்று யாரும் பார்த்துக் கண்டுகொள்ளும்படி தொங்கவிட்டுக்கொள்ள வேண்டும். இந்த வெடி விபத்துக்காக விமான நிலையச் சிப்பந்திகள்கூடச் சிலர் சந்தேகத்தின் பேரில் கைது செய்யப்பட்டார்கள். ஆனால் நான் ஜி.எஸ்.டி. சாலையில் குறுக்கும் நெடுக்குமாக உலவிக் கொண்டிருந்தேன்.

பகலில் அடையாளம் தெரியவில்லை, இரவில் முயற்சி செய்யலாம் என்று ஓர் இரவு நான் சாலையோரமாக நடந்தேன். அன்றிரவு டல்பதடோவைக் கார் மோத வந்த இடம் எதுவாக இருக்கும் என்று தேடினேன். சாலையே ஓரிடத்தில் மிக லேசாகத் திரும்பும். அங்கிருந்து தூரத்தில் புதிய விமான நிலையக் கட்டிட வேலைகள் நடப்பதைப் பார்க்க முடியும். நான் அந்த இடத்தில் நின்றுகொண்டேன். சாலையைவிட்டுத் தரையில் இறங்கி ரயில் இருப்புப் பாதையருகே சென்றேன். நான் சென்ற நேரம் அடுத்தடுத்து சென்னை எழும்பூரிலிருந்து துரித ரயில்கள் தெற்கே சென்றுகொண்டிருந்த நேரம். நான் சரளைக் கற்கள் பக்கத்தில் ஒற்றையடிப் பாதையாக இருந்த இடத்தில் உட்கார்ந்துகொண்டேன். அது மின்சார ரயில் போகும் பாதைக்கு அடுத்தது. ஐந்து நிமிடத்துக்கொருமுறை கையெட்டும் தூரத்தில் மின்சார ரயில் பெட்டிகளைச் சுமந்து செல்லும் சக்கரங்கள் என்னைத் தாண்டிச் சென்றன. ரயில் பெட்டிகளின் ஜன்னல்கள் வழியாக வெளியே வீசிய வெளிச்சம் சினிமா புரொஜக்டரிலிருந்து வீசும் ஒளிக்கற்றை போல வெட்டி வெட்டி என்னைத் தாண்டி வீசின. நான் ரயில் பாதையின் மிக அருகில் உட்கார்ந்திருந்ததால் அந்தப் பாதையில் போகும் ரயில்களின் வெளிச்சம் என் மீது விழவில்லை. ஆனால் அடுத்து இரு பாதைகளில் சென்ற ரயில்களின் வெளிச்சம் என் மீது விழுந்தது. அந்த ரயில்களில் பயணம் செய்தவர்களில் பலர் என்னைப் பார்த்திருக்கக் கூடும். அந்த ரயில்களின் டிரைவர்கள் என்னைப் பார்த்திருக்கக் கூடும்.

ஆனால் நான் உட்கார்ந்திருந்தது ஒருவன் அந்த ரயில்களை அருகாமையிலிருந்து வேடிக்கை பார்ப்பதற்காகவே என்பது போலத் தோன்றியிருக்க வேண்டும். நானும் அசையாமல் இருந்த இடத்திலிருந்தே பூமியை அதிரடித்து என்னைத் தாண்டிப் போன ரயில்களைப் பார்த்தபடி உட்கார்ந்திருந்தேன். எனக்கு என் நினைவுகள் எல்லாம் எங்கோ மறைந்து போய் அந்த நேரம் முழுக்க முழுக்க ஒரு ரயிலுக்காகவும், அதற்கு அடுத்த ரயிலுக்காகவும் காத்திருப்பதாக இருந்தது. இந்தக் காத்திருப்பது உண்மையில் எவ்வித உலகாயதப் பயனும் இல்லாதது. ஆதலால் என்னுடைய எந்த இந்திரியத்துக்கும் எந்த விதத் தீனியுமாக முடியாது. காத்திருத்தல், கலந்திருத்தல், அடுத்த ரயிலுக்காகக் காத்திருத்தல்... அந்த வேளையில் எனக்கு நான், என் மனைவி, லலிதா, டல்பதடோ, சிவநேசன், இரு சூட்கேஸ்களால் உயிரை இழக்க நேர்ந்த ஏராளமான அப்பாவி மக்கள் எல்லாமே மறந்து போய்விட்டது. நான் அந்த இருப்புப் பாதைகள், ரயில்கள், ஒவ்வொரு முறை ரயில் உருண்டோடும் போதும், நானே அந்த இருப்புப் பாதையாகவும், நானே சக்கரமாகவும், நானே அந்த ரயில் பெட்டிகளாகவும், நானே அந்தப் பயணிகளாகவும் மாறிவிடுவது போல இருந்தது. அந்த ரயில், இருப்புப் பாதை மட்டுமில்லை, போட்ட சரளைக் கற்களாகவும் நான் மாறிவிடுவது போலிருந்தது. அப்படியே அந்தத் தரையாகவும் மாறிவிடுவது போலிருந்தது. அந்தத் தரை தொடுவானம்வரை சென்று கடலோடும் வானத்தோடும் இணைந்தது. நானே வானமும் கடலாகவும் வேறு மாறிவிட்டேன்.

சடாரென்று நான் மீண்டும் என் உடலுக்குள் மட்டும் இருப்பவனாகவும் இயங்குபவனாகவும் மாறினேன். எனக்கேற்பட்ட அந்த அனுபவம் என்னுடைய துக்கத்தால் ஏற்பட்டதா, குற்ற உணர்வால் ஏற்பட்டதா என்று தெரியவில்லை. ஒரு வேளை, இவை இரண்டுமே காரணமில்லை என்று தோன்றியது. ஐம்பது வயதுக்காரன் ஒருவன் இருட்டில் ரயில்களைப் பார்த்தபடியே சூழ்நிலையோடும் பூமியோடும் ஒன்றிப்போவது சுயநலனையும் அகங்காரத்தையும் சார்ந்ததாக இருக்க முடியுமா?

நான் எழுந்து நின்றேன். ஒவ்வொரு இருப்புப் பாதையாகத் தாண்டினேன். அன்று இரவு நானும் டல்பதடோவும் இருப்புப் பாதைகளைத் தாண்டிய பிறகு வலப்பக்கம் சிறிது திரும்பியதாக மனம் கூறியது. நான் வலப்பக்கம் சிறிதே திரும்பி நடந்தேன். அந்த இருட்டிலும் நான் தரையை விட்டு ஏதோ பாறை மீது நடப்பது தெரிந்தது. அன்று நாங்கள் பாறை மீது நடக்கவில்லை.

அது பாதி உடைக்கப்பட்ட குன்று. சிறிது சிறிதாக உடைக்கப் பட்ட குன்று. சிமெண்ட்டும் சரளைக் கற்களும் கலந்து வீடுகள் கட்டப்படத் தொடங்கிய பிறகு, நல்ல கருங்கல்லாக உள்ள குன்று களுக்கு, முக்கியமாகப் பெரிய நகரங்களுக்கு அருகாமையில் உள்ள குன்றுகளுக்கு முடிவு காலம் ஆரம்பமாகியது. இந்தக் குன்றே இன்று ஒரு பாதி உடைபட்டிருக்க நாற்பது ஐம்பது ஆண்டுகள் ஆகியிருக்கலாம். இன்னும் முப்பது நாற்பது ஆண்டுகளில் இந்தக் குன்று இருந்த இடமே தெரியாமல் போக வாய்ப்பு உண்டு.

நான் இருட்டில் பின்வாங்கினேன். மேகங்கள் வெகு அவசரமாக எங்கோ பாய்ந்துகொண்டிருந்தன. நான் சிறுவனா யிருந்தபோது இரவில் அசையும் மேகங்கள் எனக்குப் பயத்துக் குரியதாக இருந்தன. கீழிருந்து பார்க்கும்போது ஒரு சிறு மூட்டை போலக் காட்சியளித்தாலும் அது அளவில் மிகப் பெரியதாக இருக்கும் என்று சொன்னால் என்னால் கற்பனை செய்து பார்க்க முடிந்தது. நான் அறிந்த குன்றுகளையும் மலைகளையும் விடப் பெரியதாக அந்த மேகத்தை நான் உணர நேரிட்டதில் வானத்தில் நகரும் மேகம் எனக்கு எப்போதுமே பயமூட்டியிருக்கிறது. ஆனால் இன்று இந்த மேகங்கள் விபரீதமான உருவமும் அளவும் கொண்டதாயிருந்தாலும் எனக்கு அவை பயமூட்டவில்லை. மாறாக எனக்குத் துக்கம் மேலிட்டது.

நான் அந்தக் கரடுமுரடுப் பிரதேசத்தை அரை மணி நேரம் சுற்றிவிட்டு மீண்டும் ஜி.எஸ்.டி. சாலைக்கே வந்தேன். இரண்டாவது விமான நிலையம் கட்டும் பணி மும்முரமாக நடந்துகொண்டிருந்தது. சற்று கூர்ந்து பார்த்தபோது தூரத்தில் அக்கட்டிட வேலையில் ஈடுபட்டிருக்கும் மனிதர்களைக்கூடப் பார்க்க முடிந்தது. இரவு பகலாகக் கட்டிட வேலை நடப்பது இன்னும் நிறைய விமானங்கள் வந்திறங்குவதற்குச் சௌகரியமாக இருப்பதற்காக. நிறைய விமானங்கள் என்றால் நிறையப் பயணிகள்; நிறையப் பயணிகள் என்றால் நிறையப் பேர் சாக நேரும் அபாயம். மீனம்பாக்கத்தில் ஏற்கெனவே பேய்களுக்கு இட நெருக்கடி. அது இன்னமும் தீவிரமாகிவிடும்.

நான் ஜி.எஸ்.டி. சாலையில் நடந்தபடியே மீனம்பாக்கம் விமான நிலையம் எதிரே நின்றேன். பம்பாயிலிருந்து விமானம் அப்போதுதான் வந்திருந்தது. இப்படி வந்த விமானமொன்றில் தான் நான் சரியாக அறியாத என் மகளின் பிணம் ஒரு பெட்டியில் பார்சல்போல வந்து சேர்ந்தது. சுட்டுப் பொசுக்கப் பட்டு அவள் வந்து சேர்ந்தாள். அவள் கணவன் அவளை எப்படி

அடையாளம் கண்டுகொண்டான்? டஜன் கணக்கில் கருகிப் போய்க்கிடந்த பிணங்களில் யாரை எப்படி என்று அவன் லலிதா என்று கண்டுகொண்டான்? இன்னமும் உடல் மீது ஒட்டிக்கொண்டிருக்கும் நகைகளாலா? மெட்டியாலா? எனக்கு அவள் என்ன நகைகள் அணிந்திருந்தாள் என்று தெரியாது. அவளுடைய மெட்டியையெல்லாம் நான் கவனித்ததே இல்லை. என் பெண் லலிதாவை நான் சரியாகப் பார்த்ததில்லை.

'பாவிகளா! நான் குண்டு வைத்தேன்' என்று இருமுறை கத்தினேன். நான் கத்தியது எனக்கே புரியவில்லை. நான் சோர்ந்து விமான நிலைய கட்டிடத்துக்கருகில் போனேன். ஒரு பகுதி இடிந்து விழுந்து கிடந்திருந்தது என்பதைத் தவிர அது வேறு எந்த விதத்திலும் பாதிக்கப்பட்டதாகத் தெரியவில்லை. அந்த இடிந்த பகுதியில் சுவர்களில் பல இடங்களில் ரத்தம் வாரியடித்து உலர்ந்திருந்தது. ரத்தத்தோடு சதைத் துண்டுகள்கூடச் சிதறியிருக்கக் கூடும். சுவர்களைக் கவனமாகச் சுத்தம் செய்யாதிருந்தால் அத்துண்டுகள் இதற்குள் அழுகி நாற்றமெடுத்திருக்கும். விமான நிலையக்காரர்கள் வேறெதெல்லாமோ பரவாயில்லை என்று பொறுத்திருப்பார்கள். ஆனால் நாற்றத்தைச் சகிக்கமாட்டார்கள். மனித உடல் அதனுள் உயிரிருக்கும்போது ஒரு மாதிரி நாற்றமெடுக்கிறது, உயிர் போன பிறகு இன்னொரு விதமாக நாற்றமெடுக்கிறது. இப்படி நாற்றமடிக்கும் தோற்பைகளைத்தான் கணவன், மனைவி, மகன், மகள், நண்பன், விரோதி என்று உறவு கொண்டாடுகிறோம்.

அன்றும் நான் மனிதர்கள் உறங்கி, பேய்கள் கூத்தடிக்கும் அர்த்த ராத்திரிக்கு வீடு திரும்பினேன். என் மனைவி கதவைத் திறந்துவிட்டு மீண்டும் அவளுடைய படுக்கையில் படுத்து விட்டாள். உள்ளே எனக்காக ஒரு சிறு பாத்திரத்தில் சாதம் மட்டும் வைத்திருந்தது. அலமாரியில் ஒரு டவராவில் சிறிது மோர் இருந்தது. நான் இரண்டையும் சாப்பிட்டுவிட்டுப் பாத்திரங்களையும் கழுவினேன். என் படுக்கையை விரித்துப் படுத்துக்கொண்டேன். என் மனைவி அதற்குள் கண்ணயர்ந்து விட்டாள். அவள் முகம் மீது என் கை பட்டது. அவள் அழுதிருக்க வேண்டும். அவளுடைய கன்னங்கள் இன்னும் ஈரம் உலரவில்லை.

12

காலையில் எழுந்தபோதுதான் முந்தைய தினம் எனக்கொரு கடிதம் தபாலில் வந்திருந்தது குறித்துத் தெரிந்தது. கடிதம்

தபாலில் சேர்க்கப்பட்டபோது மிகவும் நேர்த்தியாக இருந்திருக்க வேண்டும். மிக அழகிய வெளிர் சிவப்பு நிற உறை. அதன் மேலிருந்த முகவரி மூன்று நான்கு முறை வெவ்வேறு மனிதர்களால் அடித்துத் திருத்தி எழுதப்பட்டிருந்தது. கடிதம் முதலில் நான் இருபது ஆண்டுகளுக்கு முன்பு வேலை செய்து கொண்டிருந்த அலுவலகத்திற்கும் போயிருக்கிறது. அங்கிருந்து இன்னொரு இடத்திற்கு. இப்போது கடைசியாக நான் வசிக்கும் இடத்திற்கு... எனக்கு ஆச்சரியமாக இருந்தது. அந்தக் கடிதம் எந்த இடத்திலும் விலாசதாரர் இங்கில்லை என்று எழுதப்பட்டு கடிதம் எழுதியவருக்கே திருப்பி அனுப்பப்பட்டிருக்கலாம். ஆனால் அப்படி நேரவில்லை. ஒவ்வொரு இடத்திலும் யாரோ ஒருவர் அக்கடிதம் என்னிடம் போய்ச் சேரவேண்டும் என்ற எண்ணத்தில் அவரறிந்த என் முகவரியை எழுதித் தபாலில் மீண்டும் சேர்ப்பித்திருக்கிறார்கள். பல கைகள், பல நாட்கள் ஆனதினால் அழுக்குப் படிந்து நைந்து கிடந்தது. அதைத் திறக்காமலே சிறிது நேரம் கையில் வைத்திருந்தேன்.

என் மனைவி எனக்கொரு டம்ளர் டீ கொண்டு வந்து வைத்துவிட்டுப் போனாள். இருபத்து மூன்று ஆண்டு மண வாழ்க்கைக்குப் பிறகு சில தருணங்களில் நாங்கள் இருவரும் ஒருவருக்கொருவர் பேசிக்கொள்ளவே வேண்டியதில்லை என்ற நிலை உண்டாகும். நான் உட்கார்ந்த இடத்திலிருந்தே அவளுடைய மன நிலையையும் சிந்தனைப் போராட்டத்தையும் ஓரளவு அறிவேன். அவளுக்கு என்னைப் பாராமலே நான் என்ன அல்லது எதை நினைத்து அவதிப்பட்டுக் கொண்டிருக்கிறேன் என்று தெரியும். நானும் அவளும் வெவ்வேறு இடங்களில் இருந்தால்கூட இது சாத்தியமாகிச் சில காலம் ஆகிறது. ஆனால் லலிதாவின் விபரீத மறைவுக்குப் பிறகு எங்களில் ஒருவர் மனநிலையை மற்றவர் துல்லியமாக அறிந்துகொள்வது நினைத்த மாத்திரத்தில் நடந்தது. இதுவே ஒருவர் மற்றவருக்காகக் கவலைப்படுவதும் சம்பிரதாய முறையில் நடைபெறவில்லை. கவலையே இன்னொருவர் பற்றி இருளில் இருப்பதால்தான்.

என் மனைவிதான் அக்கடிதத்தை வாங்கி வைத்திருக்க வேண்டும். அவளுக்கு அது என்ன, யார் எழுதியிருக்கிறார்கள் என்ற ஆர்வம்கூடத் தோன்றவில்லை. அது அவளறிந்த உலகத்தைப் பற்றியது அல்ல என்பது காரணமல்ல. அது அவள் அறியத் தேவையற்றது என்பதுதான் காரணமாயிருந்திருக்க வேண்டும். தேவைகள் அறிவு சம்பந்தப்பட்டதாகக்கூட ஒரு கட்டத்திற்குப் பிறகு குறைந்துவிடுகின்றன.

நான் மெதுவாக உறையை ஓர் ஓரத்தில் கிழித்தேன். எனக்கே ஆர்வம் இல்லை. நான் அந்தக் கடிதத்தைத் திறக்காமலே கசக்கிப் போட்டிருந்தால் கூட எனக்கு என் செய்கை வருத்தத்தையோ வியப்பையோ ஏற்படுத்தியிருக்காது. உறையிலிருந்து கடிதத்தை உருவி எடுத்தேன். அது லேசாக மணமூட்டப்பட்டிருந்தது. மனிதச் சதையின் அழுகல் நாற்றத்துக்கு என் நுகரும் ஆற்றல் தயாரானபோது அது எல்லாவகை மணங்களையும் உணரத் தயாராகி இருக்க வேண்டும். அக்கடிதம் மணமூட்டப்பட்டது எனக்குச் சாதாரண நாட்களில் தெரிந்திருக்காது. இப்போது அக்கடிதத்தை எழுதிய கையே என் கண்ணுக்குத் தெரிவது போலிருந்தது.

அந்தக் கையும் தெரிந்த கைதான். ஏதோ பூர்வ ஜன்மத்துக் கை என்று எனக்கு நினைக்கத் தோன்றியது. ஸில்வியா எழுதியிருந்தாள். என்னுடையது என்று அவளறிந்த முகவரிக்குக் கடிதம் எழுதியிருக்கிறாள். இரு மாதங்கள் முன்பு எழுதியிருந்த கடிதம் இன்று என் கைக்கு கிடைக்கிறது.

“நண்பரே,

நான் மீண்டும் இந்தியா வரப் போகிறேன். சென்னைக்கே வரப் போகிறேன். அதனால்தான் உங்களுக்கு இக்கடிதத்தை எழுதுகிறேன். நான் சென்னை வரப்போவது உறுதியானவுடன் நான் முதலில் எழுதும் கடிதம் உங்களுக்குத்தான்.

“என்னுடைய சித்தப்பா ஒருவர் பிட்ரகுண்டா என்னும் ஊரிலிருந்தது உங்களுக்குத் தெரியும். இருபத்திரண்டு ஆண்டு களுக்கு முன்பு நான் சென்னை வந்திருந்தபோது நீங்கள் ரயில் நிலையம் சென்று விசாரித்து வந்ததோடு ரயில் டிக்கெட்டும் வாங்கி வந்தீர்கள். என் சித்தப்பா போன வருடம் செத்துப் போய்விட்டார். அவருடைய பிராவிடெண்ட் ஃபண்ட் பணத்தை அவர் மறைவுக்குப் பின் எனக்கு என்று என் பெயரைத் தந்திருக்கிறார். எனக்கு இதுபற்றி இதுவரை தெரியாது. என்னுடைய சித்தி பல வருடங்கள் முன்பு என் சித்தப்பாவை விட்டுவிட்டுப் போய்விட்டாள். சித்தப்பாவோடு இருந்த நாட்களில் ஒரு பெண் பிறந்தது. அவள் பெயர்கூட ஸில்வியாதான். ஐந்து வயதில் செத்துப் போய்விட்டாள். அவள் செத்துப்போனதற்கு என் சித்திதான் காரணம் என்று என் சித்தப்பா சொல்வார்.

“எது எப்படியோ, நான் என் சித்தப்பா தயவில் மீண்டும் இந்தியா வருகிறேன். உங்களைப் பார்க்க ஆவலாயிருக்கிறேன். அடுத்த மாதம்.

“இக்கடிதத்தைக் கண்டவுடன் உங்களுக்கு இன்னொரு நினைவு வரும். டல்பதடோ, அவன் என் வாழ்க்கையை விட்டும் எங்கள் நாட்டை விட்டும் போய் நிறைய நாட்களாகிறது. அவன் ஒரு புரட்சியாளனாகக் கருதப்படுகிறான் என்பது உங்களுக்கு வியப்பாக இருக்கும். எதையும் அவனால் நீடித்து செய்வதாயிருந்தால் வெற்றி கிட்டும். ஆனால் எல்லாவற்றையும் பாதியில் கைவிட்டுப்போவதுதான் அவன் தலையெழுத்து.

“இம்முறை நான் சென்னையில் ராயபுரத்தில் என் உறவினர் வீட்டில் தங்கப் போகிறேன். முகவரி தந்திருக்கிறேன். நான் சென்னையில் தங்கக்கூடிய நாட்கள் நான்கு. இருபத்தி மூன்றாம் தேதியிலிருந்து இருபத்தாறு வரை. உங்களைப் பார்க்க நான் ஆவலாயிருக்கிறேன். நானே வந்து பார்க்கிறேன். முடிந்தால் நீங்கள் ராயபுரம் வர முயற்சி செய்யுங்கள்...

–ஸில்வியா”

எனக்குத் தெரிந்ததை நம்ப விரும்பாமல் நான் காலண்டரைப் பார்த்தேன். ஆனால் எனக்காகத் தேதி மாற முடியாது. தேதி இருபத்தாறு. இதுவரை ஸில்வியா இங்கு வந்ததாகத் தெரியவில்லை. என் முகவரி மாற்றங்களை எல்லாம் விசாரித்துத் தெரிந்துகொண்டு வருவதற்கு நிறைய அவகாசம் வேண்டும். அவளுக்கு இது இருந்திருக்காது.

ராயபுரமும் ஏராளமானவர்கள் இருந்து, இறந்த இடம். இரும்பும் கரியும் சாம்பலும் புகையும் நிரம்பிய இடம். இருநூறு முன்னூறு ஆண்டுகளாக இங்கிலீஷ்காரர்கள், பிரஞ்சுக் காரர்கள், போர்ச்சுக்கீஸியர்கள், ஆர்மீனியர், சீனர் என்று பல தேசத்தவர், பல இனத்தவர் அந்த மண்ணை மிதித்து அதன் மீது உண்டு, உறங்கி, அதில் புதையுண்டும் போயிருக்கிறார்கள். சென்னையில் ஆவிகளுக்குரிய பல இடங்களில் ராயபுரமும் ஒன்றானால் அங்கு லலிதாவும் இருக்கக்கூடும் அல்லவா?

நான் உள்ளே எட்டிப் பார்த்தேன். எளிய சமையலை முடித்துவிட்டு என் மனைவி சுவரோரமாகச் சாய்ந்து உட்கார்ந்து கொண்டு வெளியே வானத்தை வெறித்து நோக்கிய வண்ணம் இருந்தாள். அவளுக்குத் தெரிந்துவிட்டதோ நான் பேய்க்கூட்டங் களை நாடிப் போகும் விவரம்? இன்னும் பேயை நான் பார்க்க வில்லை. ஆனால் அந்த நாள் வெகு தூரத்தில் இல்லை என்று எனக்குத் தோன்ற ஆரம்பித்துவிட்டது.

நான் வெளியே போவதற்கு ஆயத்தமானேன்.

"சாப்பிடவில்லையா?" என்று அவள் கேட்டாள்.

"இரண்டு மணி நேரத்தில் திரும்பி வந்துவிடுவேன். வந்ததும் சாப்பிடுகிறேன். நீ சாப்பிட்டுவிடு."

நான் ராயபுரம் சென்று ஸில்வியா கொடுத்திருந்த முகவரியைத் தேடினேன். இந்திய கிறிஸ்துவர்களும் ஆங்கிலோ இந்தியர்களும் மிகுந்திருந்த இடம். இவ்வளவு வறுமையில் உழல்பவர்கள் மத்தியில் ஆங்கிலம் மொழியாக இருந்தது. ஆங்கிலம் பேசுபவர்கள் பற்றிப் பொதுவான இந்திய அபிப்பிராயத்தைக் கிண்டல் செய்வதுபோல இருந்தது. ஆங்கிலம் துரைகள் மொழி என்றால் இந்த ஆங்கிலோ-இந்தியர்கள், துரைகள் வர்க்கத்தின் மனசாட்சியைக் கசக்கிப் பிழிய உதித்தவர்கள். அவர்களுடைய வீடு, உடை, வீட்டுச் சாமான்கள், முன்வாசல் திரை எல்லாமே சற்று வேறு மாதிரியிருந்தாலும் வறுமையை எதுவும் மறைக்க முடியவில்லை.

ஸில்வியா கொடுத்திருந்த முகவரியும் பகட்டும் தரித்திரமும் பின்னிப் பிணைந்து விளங்கும் இடம்தான். விசாரித்ததில் வயதான ஒரு அம்மாள் தன் பேரனுடன் அந்த இருட்டுக் குகையில் இருந்தாள். நான் போய்ச் சேர்ந்த நேரம் பேரன்தான் வீட்டில் சிகரெட் குடித்துக்கொண்டிருந்தான். என்னை அவன் சட்டை செய்யவில்லை.

"ஸில்வியா மாரிஸ் வந்துவிட்டாளா இல்லையா, சொல்லுடா?" என்று உரத்துக் கேட்டேன்.

"யாருக்குத் தெரியும்?"

"ஏன், நீ இந்த வீட்டில்தானே இருக்கிறாய்?"

"இருந்தால் என்ன?"

"தெரியாது என்கிறாயே?"

"நான் எல்லா நேரமும் வீட்டிலா இருக்கிறேன். என் பாட்டியைக் கேள்."

நான் பாட்டிக்காகக் காத்திருந்தேன். நான்கைந்து சிறு பொட்டலங்களைச் சுமந்துகொண்டு அவள் வந்தாள். அவள் பேசியது முதலில் எனக்குப் புரியவில்லை. அத்துடன் அவள் மிக வேகமாகவும் பேசினாள். நான் அடுத்தடுத்துச் சிறு சிறு கேள்விகளாகக் கேட்க வேண்டியிருந்தது.

ஸில்வியாவின் பயணத்தில் ஏதோ மாறுதல் நேர்ந்திருக் கிறது. அவள் இன்னும் வந்து சேரவில்லை.

"இரவு பத்து மணிக்கும் பன்னிரண்டு மணிக்கும் விமானம் வருகிறது என்றால் நான் என்ன செய்வேன்? ஒருமுறை விமான நிலையம் போய்வரக் குறைந்தது ஐந்து ரூபாயாவது ஆகிறது. இங்கு எனக்கு வேறு ஆண்கள் துணை இல்லை. நான் என்ன செய்வேன்?"

"ஸில்வியா இங்கு ஏன் வருவதாயிருக்கிறாள்? இதற்கு முன்பு வந்திருக்கிறாளா?"

"ஒரு முறை வந்தாள். நிறைய ஆண்டுகள் முன்பு. அப்போது என் மகள் உயிரோடு இருந்தாள். ஸில்வியா என்னுடைய சித்தியின் மகள். அவளுக்கு இங்கே கொஞ்சம் சொத்து கிடைக்கப் போகிறது. எனக்கும் சிறிது பணம் வரும்."

"அவள் வந்தால் எனக்குத் தெரியப்படுத்துகிறீர்களா? நான் அவளைப் பல ஆண்டுகளாக அறிவேன். அவளுக்கு என் தற்போதைய முகவரி தெரியாது. அதைத் தங்களிடம் கொடுத்து விட்டு போகிறேன். எனக்கு உடனே தகவல் தாருங்கள். ஒரு கடிதம்கூட எழுதிப் போடலாம்."

"அவளுக்காகத்தான் காத்திருக்கிறேன். நாங்கள் தினசரி சாப்பிடுவதே சிரமம். அவள் வந்தால் சமைக்க என்று பலசரக்குக் கடையில் பொருள் சிறிது வாங்கி வந்திருக்கிறேன்."

ஏனோ அந்த அம்மாள் விடாது காத்திருக்கத்தான் வேண்டும் என்று தோன்றியது. அந்தப் பேரன் அவளுடைய மகளின் மகனாகத்தான் இருக்க வேண்டும். அவனுடைய அப்பாவுக்கு என்ன ஆயிற்றோ? அவன் பாட்டியை எப்படியெல்லாம் ஹிம்சைப் படுத்துவான் என்று நினைத்துப் பார்த்தேன். அவனுக்கு ஒரு கிழவியை வேதனைக்கு உட்படுத்துகிறோம், இதனால் அவள் ஆயுள் குறைந்து அவனுக்குத்தான் பாதகமாக விளையும் என்பது தெரியாமல்கூட இருக்கலாம். ஆனால் இத்தகைய சூழ்நிலைகளிலும் சில விசித்திரங்கள் நிகழத்தான் செய்கின்றன. பாட்டியின் மறைவு அவனுக்கு ஒரு புதுப் பாதையை, புது வாழ்வைக் காட்டக்கூடும். தரித்திரத்துக்குப் பழக்கப்பட்டுவிட்டவர்கள் மேலும் மேலும் தரித்திரத்தைத்தான் பெருக வைக்கிறார்கள்—கிழவியின் சாவு இந்த இடத்தின் வறுமைக் குணத்தையும் சின்னங்களையும் அகற்றக்கூடும். ஸில்வியாவுக்குப் பணத்தை வைத்துவிட்டுப் போன அவளுடைய சித்தப்பாவும்

இப்படித்தான் தரித்திரச் சூழ்நிலையில் உழன்று கொண்டிருக்கக் கூடும். ஆனால் அவர் பணம் ஒரு நவநாகரிக மங்கைக்கு அவளுடைய சிறப்பான ஆர்வங்களுக்கு உதவுவதாக முடியும்.

நான் ராயபுரத்திலிருந்து வடக்கு பீச் சாலை வழியாக நடந்து சென்றேன். பீச் ரயில் நிலையத்தில் மின்சார ரயில் பிடித்து நான் என் மனைவியிடம் சொன்ன நேரத்துக்குள் வீடு போய்ச் சேர்ந்துவிடலாம். சிறிது பசிக்கவும் செய்தது. இன்றாவது அகால போஜனத்தைத் தவிர்க்கலாம்.

ரயிலைக் கண்டவுடன் என் புத்தி நிலைகுலைந்தது. ரயில் நிலையத்திலேயேகூட நான் என் தேகத்தின் எல்லைகளைக் கடந்து எங்கெல்லாமோ சஞ்சரிப்பது போலத் தோன்ற ஆரம்பித்தது. இப்போக்கை வலியத் தடுத்து ரயிலேறினேன். இந்த ரயில் பெட்டியில் டல்பதடோ இருப்பானோ என்று எண்ணினேன். அவன் இந்தியாவில்தான் இருக்கிறான். ஆனால் பதுங்கிப் பதுங்கிக் காலம் தள்ள வேண்டும். விமான நிலையத்தில் குண்டு வைத்தது அவனுடைய நாட்டவர்தான் என்று தெரிந்துவிட்டது. தூதரகம் பத்திரிகைகளுக்குக் கொடுத்த செய்தியில் குண்டை வைத்த பயங்கரவாதக் கட்சியின் பெயரைக்கூடத் தெரிந்துகொள்ள முடிந்தது. ஒரு நாள் நானும் பிடிபடுவேன். என்னால் டல்பதடோ தங்கியிருந்த வீட்டைப் பற்றித் தெரிந்துகொள்ள வாய்ப்பு உண்டு. அந்த வீட்டில் என்ன தடயங்கள் கிடைக்கக் கூடும்? சிவநேசனும் டல்பதடோவும் அவர்களுடைய துறையில் கைதேர்ந்தவர்கள். எதையும் நீண்ட நாட்கள் திட்டமிடுவார்கள், அதைச் செய்து முடிக்கும்போது தற்செயலாக அது நிகழ்ந்தது போலச் செய்துவிடுவார்கள். அன்று நான் கிடைத்திராவிட்டால் வேறு யாராவது அவர்களுக்குக் கிடைத்திருப்பார்கள். குண்டுகள் கொண்ட சூட்கேஸ்கள் விமான நிலையத்தைச் சென்றடைந்திருக்கும். ஒருவேளை அவர்கள் நாட்டுத் தலைநகருக்கேகூடச் சென்றடைந்து வெடித்திருக்கக் கூடும்.

நான் டல்பதடோவைச் சந்திக்க நேர்ந்ததை ஸில்வியா அறியும்போது அவளுக்கு எப்படி இருக்கும்? இந்தச் சென்னைக்கு அவள் முதலில் வந்தபோது டல்பதடோதான் அவள் உயிராக இருந்தான். டல்பதடோ ஓர் இலட்சியத் திரைப்படத் தயாரிப்பாளன். அவனுக்கு அவள் ஊக்கமும் உற்சாகமுமாக இருந்தாள். ஒரு சர்வதேசப் பரிசு வருவதற்கு அவள் முக்கியக் காரணமாயிருந்தாள். அவளுடை[illegible] ஒத்துழைப்பும் பிரயாசையும்

அவனுக்குக் கிடைத்திராவிட்டால் 'பரானிமாறு' என்ற அந்தப் படம் சாத்தியமாகியிருக்காது. டல்பதடோவின் இன்றைய வாழ்க்கை பற்றித் தெரியவரும்போது அவள் என்ன நினைப்பாள்? பாவம், டல்பதடோ என்றுதான் கூறுவாள்.

எனக்கு இதுவும் வியப்பாக இருந்தது. டல்பதடோ சென்னையில் பல நாட்களாகவே இருந்துகொண்டிருக்க வேண்டும். ஆனால் என் கண்ணில் இப்போதுதான் தட்டுப்படுகிறான். அவனுடன் ஏறக்குறைய ஒரு முழு நாள் செலவிட வேண்டி வருகிறது. நான் வீட்டுக்கு வருகிறேன். ஸில்வியாவின் கடிதம் எனக்குக் கிடைக்கிறது. இரு வெவ்வேறு திசைகளில் இருபது ஆண்டுகள் முன்பு பிரிந்துபோன அவர்களை நானும், என் மூலமாக அவர்களும் மீண்டும் சந்திக்கும் வாய்ப்பு!

ஸில்வியா ஏன் இன்னும் வந்து சேரவில்லை? அவள் கடிதத்தின்படி இது அவள் சென்னையிலிருந்து கிளம்ப வேண்டிய நாள். பயணத்தில் தாமதமேற்பட்டால் அந்த வயதான அம்மாளுக்கு ஒரு கடிதம் எழுத மாட்டாளா? ஒரு தந்தியாவது அடித்திருக்கலாமே!

இப்படித்தான் சிலர் பிறர் வேதனையை அறியாதபடியே இருந்துவிடுகிறார்கள். மற்றவர் பற்றி அக்கறையே கிடையாது. பிறர் உயிரைப் பணயம் வைத்தாவது தங்களுடைய இலக்கை அடைய வேண்டும், டல்பதடோவைப் போல.

விமான நிலைய வெடி விபத்து பற்றிப் பத்திபத்தியாகச் செய்திகள் வெளியிடுவது மூன்றே நாட்களில் நின்றுவிட்டது. பத்திரிகைகள் அடுத்த படுகொலைக்குக் காத்திருந்தன.

ஆனால் நான் ராயபுரம் போய் வந்த அடுத்த நாள் நான்கு வரிகள் விமான நிலைய விபத்து சம்பந்தமாக வெளிவந்தது. விபத்தில் மிகவும் உருக்குலைந்த ஒரு சடலம் இப்போது முப்பத்து நான்காவதாக அடையாளம் கண்டுகொள்ளப்பட்டிருந்தது. சுமார் நாற்பத்தைந்து வயதடைந்திருக்கக் கூடிய அந்தப் பெண்மணியின் பெயர் ஸில்வியா மாரிஸ்.

(1987)

விழா மாலைப் போதில்

தேனொத்த பண்டங்கள் கொண்டு – என்ன
 செய்தாலும் எட்டாத உயரத்தில் வைப்பான்
மானொத்த பெண்ணடி என்பான் – சற்று
 மனமகிழும் நேரத்தி லேகிள்ளி விடுவான்.

1

இந்திய அரசே முன்னின்று நடத்தும் சர்வதேச திரைப்பட விழா அந்த முறை ஹைராபாத் நகரில் 'ஃபிலிமோத்ஸவமாக' நடக்கும் என்று அறிவிப்பு வந்தது. திரைப்பட விழா, ஃபிலிமோத்ஸவ் இரண்டும் திரைப்பட விழாக்களே என்றாலும் 'திரைப்பட விழா' தலைநகரான புது டெல்லியில்தான் நடக்கும். ஓராண்டு டில்லியில் திரைப்பட விழா என்றால் அடுத்த ஆண்டு ஃபிலிமோத்ஸவ் என்ற பெயரில் விழா வேறு ஏதாவது பெரிய நகரில் நடக்கும். சென்னை, பெங்களூர், பம்பாய், கல்கத்தா எல்லாம் ஆயிற்று. ஆதலால் இம்முறை ஹைராபாத் என்று முடிவானது பெரிய விஷயமில்லை.

டில்லியில் நடக்கும் விழாக்களில் போட்டிப் பிரிவு என்று உண்டு. போட்டிக்காக அனுப்பப்படும் படங்களில் சிறந்தது, சிறந்த நடிகர், நடிகை, டைரக்டர் என்றெல்லாம் தேர்ந்தெடுக்கப்படும். ஃபிலிமோத்ஸவ்வில் இது கிடையாது. ஆனால் பொதுவாகவே இந்தியாவில் நடக்கும் சர்வதேசத் திரைப்பட விழாக்களுக்கு உலக அரங்கில் பெரிய செல்வாக்குக் கிடையாது. இந்தத் திரைப்பட விழாக்களே பெரிய விஷயமில்லை.

அதாவது எனக்குப் பெரிய விஷயமில்லை. நான் இந்த சினிமாவையே என் மனதிலிருந்தும் கவனத்திலிருந்தும் ஒழித்து வெகுநாட்கள் ஆகின்றன. ஆனால் விதியே என்னைப் பழி வாங்குவது போலத் திரும்பத் திரும்ப சினிமா என் வழியில் தட்டுப்படும். அல்லது நான் தடுக்கி விழ வேண்டும். நான் வேண்டாம், வேண்டாம் என்றாலும் அது என் மீது வந்து விழும். நானும் விழ வேண்டும்.

இந்த ஹைதராபாத் ஃபிலிமோத்ஸவ் விஷயம் அப்படித் தான். திரைப்படம், திரைப்பட விழா, ஃபிலிமோத்ஸவ் என்றெல்லாம் சுத்தமாக என் சிந்தனையிலேயே இல்லாத நாளாகப் பார்த்துத் திடீரென்று எதிர்வீட்டுமாடியிலிருந்து அந்த வீட்டுக்காரர், அவர் மனைவி, அவருடைய பெண் எல்லாருமே, "இதோ பாருங்க... சார் சார்... மாமா மாமா" என்றெல்லாம் என் இருப்பிடம் இருக்கும் திசை நோக்கிக் கத்தினார்கள். கையைத் தட்டிக்கூடக் கூப்பிட்டார்கள் என்று நினைக்கிறேன். எனக்கு அவர்களோடு அதிகப் பழக்கம் கிடையாது. ஆனால் அவர்கள் நிச்சயமாக எனக்கோ என் இருப்பிடத்தில் இருப்பவருக்கோ தகவல் வைத்திருக்கிறார்கள். அவர்கள் கத்திய தோரணையிலிருந்து விஷயம் அவசரம் என்று தெரிந்தது. அவர்கள் என்னைத்தான் கூப்பிட்டுக் கொண்டிருந்தார்கள். நான் அவர்கள் வீட்டுக்கு ஓடினேன். மாடிப்படி ஏறும்போது அவர்கள் எல்லோரும் சேர்ந்து, 'டிரங்க்கால்! டிரங்க்கால்!' என்றார்கள். எனக்கு ஒன்றுமே புரியவில்லை. பெரியவர் டெலிபோனைச் சுட்டிக் காட்டினார். நான் அதை எடுத்துக் காதில் வைத்துக்கொண்டேன். யாரோ வெகு வேகமாகப் பேசினான். என்ன பேசினான் என்றுகூட எனக்கு அவ்வளவு நிச்சயமாகக் கூறமுடியாது.

"என்ன விஷயம்?" என்று அந்த வீட்டுக்காரர்கள் கேட்டார்கள்.

"தெரியவில்லை" என்றேன்.

"ஹைதராபாத்திலிருந்து டிரங்க்கால் என்றல்லவா சொன்னார்கள்?"

"எனக்கு ஹைதராபாத் சம்பந்தம் எல்லாம் விட்டு எவ்வளவோ வருஷம் ஆயிடுத்து. இது ஏதோ ஆள் மாறாட்டம்... அப்படித்தான் நினைக்கிறேன். உங்களுக்கு ரொம்பச் சிரமம் வைச்சுட்டேன்."

அன்று மாலை சீருடையணிந்த ஒருவன் வீட்டுக்கு வந்து ஒரு நீண்ட காகித உறையை நீட்டினான். பிரித்துப் பார்த்தேன், அடுத்த நாளே ஹைதராபாத்துக்குப் பறந்து செல்வதற்கு டிக்கெட்.

“இது என்னப்பா, யாருக்கு?”

“ஒங்க பேருதானே சுந்தர்ராஜ்?”

“ஆமாம்.”

“அப்போ உங்களுக்குத்தாங்க. எங்க பிராஞ்சு மேனேஜர் அனுப்பிச்சாரு. இன்னிக்கு எங்க ஹெட் ஆபீஸிலேந்து உங்களோடு பேசினாங்களாமே!”

“உங்க மேனேஜர் யாரு? என்ன ஆபீஸ்? இப்போ ஆபீஸிலே இருப்பாரா?”

“எப்படியும் எட்டு எட்டரை மணியாயிடும், சார். எங்க ஆபீஸுக்குப் பொழுது விடியறதே சாயங்காலம் நாலு மணிக்குத்தாங்க. எங்கே வேலை எல்லாமே அப்போ தாங்க ஆரம்பமாகும்.” அது ஒரு ஹைதராபாத் செய்திப் பத்திரிகை யின் சென்னைக் கிளை.

அந்த உறையின் மீது சென்னை முகவரியும் தொலைபேசி எண்ணும் இருந்தது. நான் உறையைத் தூக்கிக்கொண்டு மூசா கடைக்குப் போனேன். அங்கு மூசாவின் கல்லாப்பெட்டிக்குப் பக்கத்தில் டெலிபோன் ஓர் அலமாரியில் வைக்கப்பட்டிருந்தது. அலமாரிக்கு அடியில் தரையில் மிளகாய் வற்றல் மூட்டைகள். அங்கு சென்று டெலிபோன் பேசினால் ஒரு நிமிடத்துக்குப் பிறகு உங்களிடம் சொற்கள் எழுவதற்குப் பதிலாக வேறு ஒலிகள் வெடித்துக்கொண்டு வரும். உங்கள் கைக்குட்டையை வேறு தேடி எடுக்க வேண்டும். கல்லாப்பெட்டிக்கு இப்புறத்தில் நின்று பேசலாம் என்றால் உங்கள் முகத்தை மூசாவின் தலைக்கு மேலே வைத்துக்கொண்டு சமாளிக்க வேண்டும். மூசாவின் தலையைச் சகித்துக்கொள்ள அவனை மணந்து கொள்வதுதான் ஒரே வழி. மூசா ஆட்சேபிக்க மாட்டான் என்றாலும் அது எல்லோருக்கும் சாத்தியமில்லை.

புயலில் வளைந்த மின்சாரக்கம்பம் போல பௌதிகத்தின் சமநிலை விதியின் அந்திம எல்லையில் நின்றுகொண்டு அந்தச் சீருடைக்காரன் அலுவலகத்துக்குப் போன் செய்தேன். மாலை நேரமானதால் இணைப்பு உடனே கிடைத்துவிட்டது.

நான் ஹலோ சொல்ல, அந்த ஆள் பதிலுக்கு ஹலோ என்று சொன்னவுடனேயே எனக்குத் தெரிந்துவிட்டது.

“நீங்கதான் பத்துப் பத்தரை மணிக்கு என் எதிர் வீட்டுக்கு போன் பண்ணினீங்களா?”

"யார் வீடு? யார் எதிர் வீடு?"

என் பேட்டையின் பெயரைச் சொல்லி மூன்றாவது தெரு முப்பத்தியொன்றாம் எண் என்றேன்.

"சுந்தர்ராஜ்தானே?" என்று கேட்டான்.

"ஆமாம்."

"சுந்தரம்! என்னைத் தெரியலே?"

"தெரியலை. நீங்க இன்னிக்கு டிரங்க்கால் பண்ணினீங்களா?"

"யாருக்கு?"

"எனக்கு."

"உனக்கு எதுக்கப்பா? நீதான் இங்கேதானே இருக்கே?"

"அப்போ இன்னிக்கு கார்த்தாலே எனக்கு நீங்க டிரங்க்கால் பண்ணலியா?"

"உனக்கு எதுக்குப் பண்ணணும்? நீதான் இங்கேயே இருக்கியே? நிதானமாத்தான் இருக்கியா?"

"மரியாதையாப் பேசுங்க. யாரோடப் பேசறதுன்னு நினைப்பாவது இருக்கா?"

"யாரு? சுந்தர்ராஜ் தானே?"

"ஆமாம். சுந்தர்ராஜ்தான்."

"என்ன சுந்தரம். இப்படிப் பேசறே? என்னை இன்னும் தெரியவில்லை?"

"தெரியலைன்னுதான் தெரியுதே. கொஞ்சம் சொல்லி தொலைங்களேன்."

"நான்தான் சவுண்டு அனந்தசுவாமி. அனந்து, அனந்து."

அப்போதும் புரியாதபடி நின்றேன்.

"ஆமாம் அனந்து! என்ன சுந்தரம், இப்படி ஒண்ணுமே தெரியாத மாதிரிப் பேசறே? அனந்துடா? மாடி ரேகா அனந்து."

"ஓ... அனந்து! அனந்து! நீ எங்கேடா நியூஸ் பேப்பர் ஆபீஸ்லே போய்ச் சேர்ந்தே? நிஜப் பேர் சொல்லித்தானா, இல்லை மறுபடியும் நானூத்தி இருபதா?" நான் இப்படி தமாஷாக பேசுவது போல இருந்தேனே தவிர எனக்கு நெஞ்சின்

ஒரு மூலையில் கடுமையாக வலித்தது. ரேகாவால் உண்டான காயம். ஆறு வருடங்கள் ஓடிவிட்டன என்றாலும் காயம் ஆறவில்லை என்று எனக்குத் தெரிந்தது.

வெங்கோஜிராவ் என்பவர் ஹைதராபத்தில் ஒரு மாநில அளவில் நடத்தும் பத்திரிகை சாம்ராஜ்யத்தின் சென்னைப் பிரதிநிதியாக அனந்தசாமி இருந்தான்.

வெங்கோஜிராவ் ஆங்கிலப் பத்திரிகைகள் உலகில் தேசிய அளவில் பிரவேசிக்க எண்ணம் கொண்டிருந்தார். அதற்கு அந்த வருட ஆரம்பத்தில் நடக்கும் ஃபிலிமோத்ஸவ் நல்ல வாய்ப்பாக இருக்கும் என்று தோன்றியிருக்கிறது. ஃபிலிமோத்ஸவ் நடக்கும் பதினைந்து நாட்களுக்கும் அவருடைய ஆங்கிலப் பத்திரிகை திரைப்பட விழா பற்றிய விசேஷ இணைப்பை வண்ணத்தில் வெளியிடுவதாக இருந்தது. எவ்வளவுதான் புகைப்படங்களைப் போட்டாலும் ஒவ்வொரு நாளும் நான்கு பிரம்மாண்டமான பக்கங்களை நிரப்ப நிறைய எழுதியாக வேண்டும். நான் தேவைப் பட்டேன்.

ஒவ்வொரு நாளும் ஐந்துவிழாப் படங்களுக்கு விமரிசனங்கள், விழாவைப் பற்றிய குறிப்புகள், தகவல்கள், துணுக்குகள், விழாவைப் பற்றி வம்பு, விழாவுக்குத் தப்பித் தவறி வரும் பழைய ஒளியிழந்த நட்சத்திரங்களுடைய பேட்டிகள், சந்திப்புகள்.

"என்னைத் தவிர இன்னும் யாரு?"

அனந்தசாமி சொன்னான். டைம்ஸ் ஆப் இந்தியா வெள்ளிக் கிழமை சினிமாப் பக்கங்களுக்குப் பொறுப்பாளராக இருந்திருக் கிறான், வழக்கமாக நேருவது போல 'ஃபிலிம்ஃபேர்' பத்திரிகைக்கு ஆசிரியர் இல்லாதுபோனபோது கரம்சந்த் 'ஆக்டிங்' ஆசிரிய ராக இருந்தான். அவன் ஆசிரியரான போதுதான் ஒரு பெரிய கொப்புளம் வெடித்தது.

அட்டைப் படத்துக்குப் புகைப்படக்காரர்களுக்கு ஆயிரக் கணக்கில் பத்திரிகை பணம் தந்தது. ஆனால் தங்கள் புகைப் படங்களை அட்டையில் வெளியிட, சினிமா நடிக–நடிகைகள் பத்திரிகையின் ஆசிரியப் பொறுப்பில் உள்ள சிலருக்குப் பத்தாயிரக் கணக்கில் பணம் கொடுத்து வந்தார்கள். ஒரு கட்டத்தில் பணம் கொடுத்தால்தான் அட்டைப் படத்தில் வரமுடியும் என்றாகிவிட்டது. இதனால் என்ன ஆயிற்று? உண்மையிலேயே மிகப் பிரபலமாகவும் செல்வாக்குடனும் இருந்த நடிகை–நடிகர்கள் கடந்த ஆறுமாத காலமாக ஃபிலிம் ஃபேர் அட்டையில் வரவே இல்லை.

இந்தப் பின்னணியெல்லாம் தெரியாத கரம்சந்த், ராஜ்கபூரை ஒரு பிரத்யேகப் பேட்டிக்கும் புகைப்படத்துக்கும் அணுக அந்த மனிதர் சில வசவுகளுக்கு இடையில் நீயுமாச்சு, உன் பத்திரிகையுமாச்சு என்று கூறியிருக்கிறார்.

கரம்சந்த் மேலும் வற்புறுத்த விஷயம் வெளியாகியிருக்கிறது. இதனால் என்னாயிற்று? பெரிய பெருச்சாளிகள் மூன்று நான்கு மாதங்கள் பதுங்கியிருந்தார்கள். ஆனால் அதே நேரத்தில் கரம்சந்த் காலடியிலும் பெரிய வளையாகத் தோண்டியிருக்கிறார்கள். சொந்தக் காரணங்களுக்காக இருமுறை 'டிரங்க்கால்கள்' செய்து பத்திரிகையின் நிதிப்பிரிவுக்குத் தெரியப்படுத்தாததாலும் ஒரு சனிக்கிழமை இரவை ஜுஹு பீச் லாட்ஜில் செலவிட அலுவலக வண்டியை எடுத்துச் சென்றதற்காகவுமெனக் கரம்சந்த் குற்றம் சாட்டப்பட்டு ராஜினாமா செய்யக் கேட்டுக்கொள்ளப்பட்டார்.

அந்தக் கரம்சந்த் இன்று ஹைராபாத் வரப்போகிறான். அவனும் நானும் நடமாடும் சொல் வங்கி என்று பெயர்பெற்ற ஓர் ஆங்கிலப் பேராசிரியரும் ஃபிலிமோத்ஸவ் வைபவத்தை வெங்கோஜிராவின் பத்திரிகைக்காக 'கவர்' செய்யப் போகிறோம்.

2

அடுத்த நாள் காலை நாலே முக்கால் மணிக்கு நான் மீனம்பாக்கம் விமான நிலையத்தில் இருந்தேன். ஒரு காலத்தில் விமான நிலையத்துக்குத் தினமும் வந்திருக்கிறேன். ஆளரவம் இல்லாத அத்துவானமாக இருந்ததிலிருந்து சிறிது சிறிதாகப் பெருக ஆரம்பித்து உள்ளே நுழைவதே கதவு வழியாக வர வேண்டுமென்றாகி, போலீஸ்காரர்கள் வந்து, சுவரளவு கண்ணாடிகள் பொருத்தப்பட்டு, குளிர்சாதனம் அமைக்கப் பட்டு, பயணிகள் தவிர இதர மனிதர்கள் கட்டணம் செலுத்த வேண்டும் என்றாகும்வரை வந்திருக்கிறேன். அப்போது அந்த நிலையம் ஒரு சிறிய அமைப்புதான். இப்போதோ மிகப் பெரியதாகி ஏராளமான மனிதர்கள் குழுமி, கிட்டத்தட்ட ஒரு பேருந்து நிலையம் போல மாறிவிட்டது. இன்னும் பெரிது செய்து கொண்டிருந்தார்கள். இரவு பகலாகக் கட்டட வேலை நடந்து கொண்டேயிருக்க வேண்டும் என்பதற்கு எங்கு திரும்பினாலும் தடயங்கள் இருந்தன.

அதிகாலையில் அரைகுறையாக சவரம் செய்துகொண்டிருந்த என் முகத்தைக் கைக்குட்டையால் துடைத்துக்கொண்டபோது முகம் சுரீரென்று எரிச்சல் தந்தது. என் அப்பா கொடுத்த அந்த நாளைய 'செவன் ஓ கிளாக்' பித்தளை ரேஸர். என்

அப்பாவுக்கு வேற யாரோ எப்போதோ கொடுத்ததைப் பல ஆண்டுகள் பத்திரப்படுத்தி எனக்குத் தந்தார். நான் ஒருமுறை சவரம் செய்துகொண்டேன். பழக்கமே இல்லாததால் முகத்தில் எங்கெங்கோ ரத்தகாயம். "நீங்க கொடுத்த ரேஸர் எப்படி இருக்கு பாருங்க," என்று அப்பாவைக் கோபித்துக்கொண்டேன். என் கோபத்தைப் பொருட்படுத்த முடியாத கவலைகளில் என் அப்பா மூழ்கியிருக்க வேண்டும். என்னுடைய இரண்டாவது சவரம் சுடுகாட்டில். எனக்கு நூறு அடி தள்ளி என்னால் தீயிடப்பட்ட என் அப்பா எரிந்துகொண்டிருந்தார். அந்த சுடுகாட்டுத் தொழிலாளி வெறும் தண்ணீர் தடவி என் முகத்தையும் தலையையும் மழித்தபோது ஏகமாக எரிந்தது. அப்பாவும் மகனும் ஒரே நேரத்தில் எரிந்துகொண்டிருந்தோம். இருபது வருடங்களாகியும் என் குடும்பத்திலும் என் உடைமைகளிலும் பிறர் குத்திப் பிடுங்குவதற்கே உருவாக்கப்பட்டது போன்ற என் மனத்திலும் எவ்வளவோ மாறுதல்கள் ஏற்பட்டுவிட்ட போதிலும் இன்னும் அந்தப் பித்தளை 'செவன் ஓ கிளாக்' ரேஸர்தான் என் முகத்தில் விசுவாசமாக முளைத்துக்கொண்டு வந்த மீசையையும் தாடியையும் அகற்றிக்கொண்டிருந்தது. அன்று காலை, கண் தெரியாத இருட்டில் அந்த ரேஸரில் பிளேடு பொருத்தியபோது கூட நான் அப்பாவை நினைத்துக்கொண்டேன். இப்போது இருட்டில் சவரம் செய்துகொண்டாலும் முகத்தை வெட்டிக் கொள்வதில்லை. என் அப்பாவுக்கு அது அன்றே தெரிந்திருக்கும். ஐயோ, அந்த ஒரு நாளைக்காக என் அப்பாவைத்தான் எப்படிக் கோபித்துக்கொண்டுவிட்டேன்! 'நான் தெரியாம சொல்லிட்டேம்பா' என்று ஒருமுறை சொல்வதற்கு வாய்ப்புக் கொடுக்காமல் அப்பா போய்விட்டார்.

விமானம் கிளம்புவதற்கு ஒன்றரை மணி நேரம் முன்னால் வரச் சொல்லியிருந்தும் அந்த விமானத்துக்கான ஏற்பாடுகள் துவங்கப்படவில்லை. மேஜை, மேஜை மீது ஜன்னல் என்றெல்லாம் இல்லாது நிலையத்துள் வந்த பயணியையே விசாரித்து அவரிடம் உள்ள பயணச் சீட்டைக் கிழித்து நேராக விமானமருகில் அனுப்பும் நாளிலிருந்து நான் விமானப் பயண முறைகளை அறிந்தவன். இன்று பயணிகள் கூட்டத்துக்கு இணையாக விமான நிலையம் மற்றும் விமானப் பயணக் கம்பெனிகளின் பணியாளர்கள் இருந்தார்கள். அவர்களுக்குள் நிறையப் பேசிக்கொள்கிறார்கள். சிரித்துப் பேசிக்கொள்கிறார்கள். இருவராக இருந்தால் ஒருவன் பேசிக்கொண்டே போக இன்னொருவன் தூக்கத்தில் இருப்பது போல அவன் முன் நின்றுகொண்டிருப்பான்... பெண் பணியாளர்கள் சிதறித்தான் இருந்தார்கள். ஆண்கள்

போன்று கூட்டம் கூட்டமாகச் சேர்ந்து இருக்கும் தேவை அவர்களுக்கில்லை போலிருக்கிறது. பணியாளர்களைக் கடந்து செல்லும்போது நொடிப்போதில் ஒரு புன்னகை. அடுத்த நொடி அது இருந்த இடமே தெரியாது மறைந்துவிடுகிறது. நான் விமான நிலையத்துக்கு வரத் தொடங்கிய நாட்களில் சீருடை தவிரப் பயணிகளிடையும் பணியாளர்களிடையும் வித்தியாசம் தெரியாது. எல்லாரும் சேர்ந்து பேசிக்கொண்டிருப்பார்கள். எந்த முன்னறிவிப்பும் இல்லாமல் தடாலென்று எல்லாரும் ஓடுவார்கள். விமானம் நோக்கிச் செல்வார்கள். விமானத்தில் ஏறப் படிக்கட்டு மாதிரி இருப்பதை ஒருவன் தள்ளுவண்டி போலத் தள்ளிக்கொண்டு வருவான். எல்லாமே கிராமப்புறத்தில் யாரோ ஊருக்குப் போகிறவர்களை இதர ஊர்க்காரர்கள் வழியனுப்புவது போல இருக்கும்.

இப்போது எனக்கே எல்லாம் புதிதாக இருந்ததோடு யாரையும் அணுகவும் தயக்கமாக இருந்தது. பேசுவதற்கு யாரும் இல்லாது நான் தனியாக உட்கார்ந்திருந்தது போல டஜன் கணக்கில் பயணிகள் மௌனமாக உட்கார்ந்திருந்தார்கள். குடும்பத்தோடு வந்தவர்கள் மட்டும் காத்திருப்பதை மறந்து வேறு பொறுப்புகளில் ஈடுபட வாய்ப்பிருந்தது.

ஓர் அழகிய பெண்ணை அழைத்துக்கொண்டு இரட்டை நாடியாகவும் முகத்தில் எப்போதும் பரபரப்பு தெரிகிறவனாகவும் ஒருவன் வந்து 'ஹைதராபாத்' என்று எழுதியிருந்த ஜன்னலில் ஒரு டிக்கெட்டைக் கொடுத்து விமானப் பயண அட்டை வாங்கி அதை அப்பெண்ணிடம் கொடுத்தான். யாரையோ தேடுவது போலச் சுற்றும் முற்றும் பார்த்தான். என்னைப் பார்த்து அவன் ஒரு கணம் தயங்கினான். பிறகு என்னிடம் வந்தான். சற்றுத் தயங்கிபடியே, "சுந்தர்ராஜ்!" என்றான். நான் எழுந்து நின்றேன். "அனந்து!" என்றேன்.

"நானேதாண்டா."

நாங்கள் கை குலுக்கிக்கொண்டோம். "ஆமாம் என்ன இது வெங்கோஜிராவ் விஷயம்?" என்று கேட்டேன்.

அவனுக்கு கவலை வந்துவிட்டது.

"நான்தான் நேத்திக்குச் சொன்னேனே? நிதானமாத்தான் இருந்தியா?"

"உனக்கு என் நிதானம் பத்தி ஏன் இவ்வளவு கரிசனம்? நான் என்னிக்கு நிதானம் தவறி உன்னைக் கழுத்தறுத்தேன்? நீ என் முன்னாலே வந்து நின்னியேன்னு கேட்டேன்."

"போய்க் குஷியா இருடா, எங்க பாஸ் 'சுந்தரராஜை அனுப்பு'ன்னு சொன்னப்போ நீதான்னு தெரியாது. ஆனா நீன்னு தெரிஞ்சப்போ ரொம்ப சந்தோஷமாயிருந்தது. அந்த ஆள் ரொம்ப நல்ல ஆள்."

"உன்னையே வேலைக்கு வச்சிண்டிருக்கானே?"

"இல்லேடா, நீயே பார்ப்பே பாரு. ஒரு நிமிஷம்" அனந்து எட்ட நின்றுகொண்டிருந்த பெண் பக்கம் திரும்பி 'இங்கே வா' என்பது போலத் தலையை அசைத்தான். அப்பெண் எங்களருகே வந்தாள்.

"எங்க பாஸுடைய இரண்டாவது பொண்ணு. இவளும் ஹைதராபாத் தான் போறா." இதைச் சொல்லிவிட்டு அனந்து அவளிடம் "இவர்தான் சுந்தர்ராஜ்," என்று அறிமுகம் செய்து வைத்தான். அவள் கை கூப்பி வணக்கம் தெரிவித்தாள். நான் கைகூப்பும் வழக்கத்தை ஆறு ஆண்டுகளுக்கு முன்பு ஒழித்திருந்தேன்.

"உன் பெயர் என்ன?" என்று தெலுங்கில் கேட்டேன்.

"ரமா ராவ்" என்றாள்.

"நீ ராவ் என்பது எனக்குத் தெரியுமே."

அவள் சிரித்தாள். "என் பெயர் எனக்குச் சங்கடந்தான் விளைவிக்கிறது. நன்கு தெரிந்தவர்கள் சரியாகச் சொல்லிக் கூப்பிடுகிறார்கள். அநேகமாக எல்லாரும் ராமாராவ் என்று தான் கூப்பிடுகிறார்கள், மனதில் நினைத்து எழுதுகிறார்கள்."

"இருந்துவிட்டுப் போயேன். உங்கள் முதல் அமைச்சர் பெயரே அதுதானே?"

"அதில் இருக்கிறது பெரிய சங்கடம். அதுதான் எனக்கு இன்னும் கஷ்டமாயிருக்கிறது. எனக்கு சினிமாவே பிடிக்காது."

"அப்படியா? மொத்தமாக சினிமாவே பிடிக்காதோ? சினிமா பிடிக்காத இளம்பெண்கூட நமது பாரத தேசத்தில் இருக்க முடியுமா?"

"ஏதோ கொஞ்சம் பிடிக்கலாம் நிச்சயமாக எங்கள் தெலுங்கு சினிமாவை எனக்குப் பிடிக்கவே பிடிக்காது."

"ஏன்?"

அவள் புன்னகை புரிந்தாள். "என் பெயர்தான் காரணம் என்று வைத்துக்கொள்ளுங்களேன்" என்றாள்.

மாதக் கணக்கில் சோர்வில் மூழ்கியிருந்த எனக்குத் திடீரென்று உற்சாகமாக இருந்தது. "அடுத்த இரு வாரங்களுக்கு ஹைதராபாத்தில்தானே இருப்பீர்கள்?" என்று கேட்டேன்.

"என் துரதிர்ஷ்டம். இன்னும் இரு மாதங்கள் அங்கேதான் இருந்தாக வேண்டும். மார்ச் மாதத்தில் பரீட்சை."

"என்ன பரீட்சை?"

"எம்.ஏ."

"என்ன பிரிவு?"

"நாம் எதில் மிகவும் பின்தங்கியிருக்கிறோமோ அதில். லிட்டரேச்சர்."

"உன்னை விட இருபது ஆண்டுகளாவது உனக்குப் பெரியவன் என்பதால் என்னால் அவ்வளவு தீர்மானமாகச் சொல்ல முடியவில்லை."

"செக்யூரிட்டி அனௌன்ஸ்மெண்ட் வந்துவிட்டது." என்று அனந்து சொன்னான்.

நான் அனந்துவை உற்றுப் பார்த்தேன். ஆறு ஆண்டுகளுக்குப் பிறகு அவனைப் பார்க்கிறேன். என்னிடத்தில் ஏற்பட்டிருந்த மாறுதல்கள் என் முகத்தைக் கடுகடுப்பாக்கியிருந்தன. அவன் முகம் நன்கு விரிந்து போயிருந்தது. சிவந்திருந்தான். முன் மயிர் வரிசை நன்கு பின்னுக்குப் போயிருந்தது. அவனுடைய அப்பாவையும் எனக்குத் தெரியும். ஒரு காலத்தில் நானும் அவனும் சேர்ந்து வேலை பார்த்த நாட்களில் உலகத்தி லுள்ளோர் எல்லாரும் முன்னுக்கு வந்துவிட்டது போலவும் அவருடைய பையன் மட்டும் எங்கேயோ சினிமாக் கம்பெனி யில் சிக்கிக்கொண்டு சீரழிந்துகொண்டிருப்பது போலவும் பேசுவார். அவன் இப்போது சினிமாவை விட்டுவிட்டு அதை விட நிறையப் பணமுடைய பத்திரிகைத் துறைக்கு வந்துவிட்டான். அவனுடைய எஜமானனின் பெண்ணை வழியனுப்ப விமான நிலையம் வருகிறான்...

"என்னடா பார்த்துண்டு நிக்கறே?"

"பேசத்தான் இல்லேன்னாப் பாக்கவாவது செய்யலாம் இல்லையா?"

"நீ ஹைதராபாத் போயிட்டு வா, நிறைய பேசலாம்."

"அப்பா எப்படி இருக்கார்?"

"தம்பியோட நாக்பூர்லே இருக்கார்."

"தம்பி என்ன செய்றான்?"

"அப்பவே சி.ஏ. பண்ணிட்டிருந்தானே? எங்க பெரியப்பா இரண்டு பேர் நாக்பூர்லேதான் இருக்காங்க. தம்பிக்குக் கல்யாணமும் ஒரு நாக்பூர் பொண்ணுதான். அங்கே பிராக்டீஸ் பண்ணறான். சரி, சரி நீ போ. செக்யூரிட்டி செக் பண்ணிட்டிருக்கான். ரமாகாரு. ஜாக்கிரதையாகப் போய்விட்டு வாருங்கள்."

"உங்க நண்பர்தான் இருக்காரே?"

"இவனையுந்தான் நீங்க பார்த்துக்கணும். அங்கே இவனை அழைத்துக்கொண்டு போக யாரும் வராவிட்டால் நீங்கள் ஏதாவது ஏற்பாடு பண்ணவேண்டும்."

"சம்பூர்ணா ஹோட்டல்லே டிராப் பண்ண வேண்டும், அவ்வளவுதானே. எங்களுடைய விருந்தாளிகள் எல்லாருக்கும் சம்பூர்ணாதான்."

அனந்து சிரித்துக்கொண்டான். "அதுவும் உங்கப்பாவுடையது தானே" என்றான்.

'கடைசி முறை அழைப்பு அது. ஹைதராபாத் வழியாக டில்லி செல்லும் விமானத்துக்குரிய பயணிகள் செக்யூரிட்டி செக் முடித்துக்கொண்டு...' மீண்டும் ஒலி பெருக்கியில் அழைப்பு.

"வா போகலாம்" என்றேன்.

நானும் ரமாவும் எங்களிடம் வெடி குண்டுகள் இல்லை என்று நிரூபிக்க உள்ள சென்றோம்.

3

விமானப் பயணம் எனக்குப் பரபரப்பூட்டிய காலம் போய் விட்டது. முதலிலேயே 'பாதைப் பக்க இருக்கை' என்று கேட்டு வாங்கிக்கொண்டு ஜன்னல் பக்க இருக்கைப் பயணிக்காகக் காத்திருந்தேன். நான் உட்கார்ந்திருக்க அந்தப் பயணி குசேலனாக இருந்தாலும் என்னைக் கடந்து அவனுடைய இருக்கையில் உட்கார முடியாது. விமானப் பயணமே எவ்வளவு குறுகிய இடத்தில் எவ்வளவு அதிகமான எண்ணிக்கை மனிதர்களை அடைத்துப் போட்டு அதே நேரத்தில் அவர்கள் செல்வக் கொழிப்பில் இருப்பது

போன்ற பிரமையையும் ஏற்படுத்துவதுதான். ஜன்னல் பக்கத்து இருக்கை அந்த பிரமையின் இன்னொரு பரிமாணம்.

எனக்கு முன்னிருந்த இருக்கையின் பின்புறத்தில் என் வசதிக்காக இணைத்திருந்த சிறு பையில் விமானம் கடல் மீது பறக்கும்போது பழுதுபட்டால் பயணிகள் எப்படி வெளியேற வேண்டும் என்பதைப் படத்தாலும் எழுத்தாலும் விளக்கும் அட்டை இருந்தது. யாரோ ரூயிங்கம்மை மென்று மிகவும் சிரமப்பட்டு அந்தப் பையில் துப்பியிருந்தார்கள். விமானத்தில் பறந்து செல்லுபவர்களுக்கு வசதியும் பொது சுகாதாரப் பண்பாடும் சேர்ந்திருக்கத் தேவையில்லை.

விமானத்தில் ஒவ்வொருவராக நெளிந்து வந்துகொண்டிருந்தார்கள். இந்த விமானப் பயணத்துக்காக விடிகாலைத் தூக்கத்தைத் தியாகம் செய்துவிட்டு இன்னும் இதர காலைக்கடன்களிலும் ஓரிரண்டை ஒத்திவைத்து வந்திருந்த நிர்ப்பந்தம் அனைவரிடமும் தெரிந்தது. என்னுடைய பக்கத்து இருக்கைக்கானவன் வந்துசேர்ந்துவிட்டான். இருபத்தைந்து வயதுக்குள்ளாகத்தான் இருக்கும். அவனுடைய தலைமுடி முதல் கால்ஜோடு வரை அதீதச் செல்வச் செழிப்பை வெளிக்காட்டிக்கொண்டிருந்தது. நான் எழுந்து நின்று என் முதுகைப் பின் சாய்த்துக்கொண்டேன். அவன் தன்னுடைய நாற்காலியில் அவனுடைய சிங்கார உடலை நுழைத்துக் கொண்டான். நான் என் நாற்காலியில் உட்கார்ந்துகொண்டு நாற்காலி வாரை என் இடுப்பைச் சுற்றிப் பிணைத்தேன். என் உடன் பறப்பவன் எந்தச் சிந்தனையுமில்லாமல் தூங்கத் தொடங்கியிருந்தான்.

ரமா ராவ் ஐந்தாறு வரிசைகளுக்குப் பின்னால் இருந்தாள். அவள் எங்கிருக்கிறாள் என்று ஒரு முறை தலையைத் திருப்பிப் பார்த்த பிறகு செய்வதற்கு ஏதுமில்லாமல் போகும் நிலையில் எதிர்கொள்ள வேண்டிய அமைதியை அனுபவிக்கத் தொடங்கினேன்.

விமானப் பணிப்பெண் என் பக்கத்திலிருந்த இளைஞனை எழுப்பி இடுப்புவாரைக் கட்டிக்கொள்ளச் சொன்னாள். அவன் அதைப் பொருட்படுத்துவதாகவும் பொருட்படுத்தாத மாதிரியும் அரைத் தூக்கத்திலேயே வாரின் இரு நுனிகளையும் இணைத்துக் கொண்டான். எனக்கு ஐந்தாறு விமான விபத்துக்கள் நினைவுக்கு வந்தன. இரு விபத்துகளில் நானே எனக்கு நெருங்கியவர்களை இழந்திருக்கிறேன். இறந்தவர்களின் வாரிசுகள் சார்பில் நிறைய

இடங்களுக்கு அலைந்து திரிந்து அவர்களுக்குப் பணம் வாங்கிக் கொடுத்திருக்கிறேன். இந்த விமானம் நொறுங்கி விழுந்தால் எவ்வளவு நன்றாக இருக்கும்? என் அம்மாவுக்கு நிறையப் பணம் கிடைக்கும்.

என் பக்கத்தில் உட்கார்ந்திருந்த பையனைப் பார்த்தேன். அவன் என் கண்களுக்குப் பையனாகத்தான் தெரிந்தான். அவன் முகச் சருமம் மிக அபூர்வமான ரசாயனம்—எவ்வளவு அழகான வண்ணம்! பொன், ரோஜா, தாமரை, பால், நிலவொளி, ஐஸ்கிரீம் – என்ன சொன்னாலும் அதைச் சரியாகக் குறிக்க முடியாது. என்னுடைய விபரீத மனநிலைக்காக இவன் ஏன் இறக்க வேண்டும்? விமானம் நல்லபடியாகவே ஹைதராபாத் சென்றடையட்டும். மீண்டும் பயணம் துவக்கி டில்லி போய் சேரட்டும். அந்த பையன் அவன் பெற்றோரிடமோ, கல்லூரி விடுதியிலேயே போய்ச் சேர்ந்து காலை நீட்டிப் படுத்து மிகுதி நாளை ஆனந்தமான உறக்கத்திலும் கனவுகளிலும் கழிக்கட்டும்... விமானம் ஒரு வழியாகக் காற்றைக் கிழித்துக் கொண்டு ஆகாயத்தில் செல்லத் தொடங்கியபோது எனக்கே தூக்கம் வந்தது.

ஆனால் தூங்கக் கூடாது என்று சொல்வது போல விமானப் பணியாள் ஒருவன் எங்கள் நாற்காலி முன்பு அமர்ந்த நிலையில் இருந்த சிறு மேஜையைப் படபடவென்று விரித்துப் போனான். பிறகு அவனும் ஒரு பணிப் பெண்ணுமாகச் சிறு சிறு தட்டுகளில் இரு ரக பிஸ்கட்டுகளும் ஒரு கோப்பையுமாக எங்கள் முன்னிருந்த மேஜைகள் மீது வைத்துப் போனார்கள். என் பக்கத்து இளைஞன் அப்போதும் தூங்கிக்கொண்டிருந்தான். நான் ஒரு பிஸ்கட் பொட்டலத்தைப் பிரித்தேன். உள்ளே இருப்பது இரு பிஸ்கட்டுகள். ஆனால் அதற்குப் பலத்த கவசம் போல நாற் புறமும் மூடிய கண்ணாடிக் காகித உறை. நான் ஏதோ செய்தேன், அது பிரிந்துவிட்டது. நானும் பிஸ்கட்டுகளை எடுத்துத் தின்ன ஆரம்பித்தேன். ஆனால் முந்தைய முறை, உறையைப் பிரிக்க முடியாமல் பிஸ்கட்டை நொறுக்கிப் பொட்டலத்தோடு தட்டில் வைத்திருக்கிறேன்.

என் தங்கையைப் பெண் பார்க்க வந்தவர்களுக்கு முறையான பஜ்ஜி சொஜ்ஜியெல்லாம் தருவதை நிறுத்தி இறுதி இரண்டு மூன்று வருடங்கள் பிஸ்கட்தான் தந்தோம். பெண் பார்க்க வரப்போவதும் பரபரப்புக்குரிய நிகழ்ச்சியாக இருப்பது போய் இப்போது அலுப்புத் தட்டுவதாகக்கூட மாறிவிட்டது. எங்களுடைய நம்பிக்கையின்மை வரும் இளைஞனையும் அவனுடைய மனிதர்களையும் தொற்றிக்கொள்ளும். ஓராண்டு

அந்தத் தை மாதத்திய கல்யாணம் நிச்சயமானால் உண்டு. இல்லாது போனால் இனி இந்தப் பெண் பார்க்க வருவதற்கு உடன்படுவது இனிமேல் கிடையாது என்று என் தங்கை சொல்லியிருந்தாள். நான் அவளைக் குற்றம் கூற மாட்டேன். ஆனால் எங்களையும் மீறி என் வேலை, வேலையின்மை மணம், மணமின்மை எல்லாமே அவளுக்கு இன்னும் என்னால் மணமுடிக்க வைக்க முடியாததால் நிர்ணயிக்க முடியாத திசையில் போய்க்கொண்டிருந்தது என்று அறிய முடிந்தது. என் முகம், பார்வை, பேச்சு, சிந்தனைகூட அந்த ஒரே காரணத்துக்காக உருமாறிக்கொண்டிருந்தன. அவளுக்குக் கல்யாணமே ஆக வில்லை ஆனால் செத்துத்தான் போய்விட்டாள்.

காபியை விமானப் பணியாள் கொண்டு வந்தான். நான் 'டீ' என்று சொல்ல அவன் அடுத்த வரிசைக்குப் போய்விட்டான். ஒரு கெட்டிலில் டிகாக்ஷனும் இன்னொன்றில் பாலும் தூக்கி வந்து ஒரு கம்பங்கூத்தாடிக்குரிய ஆற்றலுடன் ஒவ்வொரு கோப்பையிலும் கீழே சிந்தாமல் ஒரு சீராக ஊற்றிப் போகும் அவனை ஒரு கணம் திரும்பிப் பார்த்தேன். இந்த ஒரு மணி நேரப் பயணத்தில் காபி குடித்தால் என்ன? ஒருவேளை டீயை விமானப் பணிப்பெண் எடுத்து வருவாள் என்ற காரணத்திற்காக இவனைப் போகச் சொல்லிவிட்டேனா?

டீயைப் பணிப்பெண்தான் எடுத்து வந்தாள். என் தவறோ அவளுடையதோ, பால் சிறிது சிந்திவிட்டது. ஒரு சொட்டு என் உடை மீதுகூட விழுந்துவிட்டது. அவள் உடனே விமானத்தின் சமையலறைப் பகுதிக்குச் சென்று ஐந்தாறு காகிதக் கைக்குட்டைகளை எடுத்து வந்தாள். சிந்திய பாலைத் துடைத்தாள். சிறிது வெந்நீரில் நனைத்து ஒரு கைக்குட்டை கொண்டு என் உடை மீது விழுந்ததையும் துடைத்தாள். அவள் பயன்படுத்தியிருந்த முகப் பவுடரும் அவள் காதருகில் தடவிக் கொண்டிருந்த செண்ட்டும் எனக்குத் தெரிந்தவைதான். ஒரு கணம் அவளையே இதானே பெயர் என்று கேட்டுவிடலாமோ என்றுகூடத் தோன்றியது. ஆனால் அவளுக்கு என்னோடு பேசிக்கொண்டிருக்க அவகாசம் கிடைக்காது. இன்னும் பலருக்கு அவள் டீ விநியோகம் செய்யவேண்டும்.

ஒரு வழியாகத் தட்டு, கோப்பை முதலானவை அகற்றப் பட்டு மடக்கு மேஜையையும் மடக்கி வைத்த பிறகு நான் எழுந்திருந்து ரமா ராவ் இருந்த வரிசையிடம் சென்றேன். இண்டியன் ஏர்லைன்ஸே வெளியிடும் ஸ்வாகத் பத்திரிகையைப் படித்துவிட்டேன் என்று தெரிவிப்பதுபோல ஒரு சிறிய

புன்னகையைத் தவழவிட்டாள். அவளுக்குப் பக்கத்திலிருந்த நாற்காலியில் கோட், டை எல்லாம் அணிந்த பெரியவர் ஒருவர் ஒரு கத்தை டைப் அடித்த தாள்களைச் சரிபார்த்துக் கொண்டிருந்தார். நடைபாதை மறுபுறமிருந்த நாற்காலி காலியாக இருந்தது. அங்கு உட்கார்ந்து ரமா ராவ் பக்கம் சாய்ந்து, “உங்களை ஒரு விஷயம் கேட்க வேண்டும் என்று தோன்றியது” என்றேன்.

“என்னையா?” அவள் ஆச்சரியத்துடன் கேட்டாள்.

“ஆமாம்.”

“என்ன?”

“நான் உங்கள் அப்பாவிடம் வேலை புரியப் போகிறேன், தெரியுமல்லவா?”

“அந்த மெட்ராஸ் மேனேஜர் அப்படி ஏதோ சொன்னார். நான் அதிகம் காது கொடுத்துக் கேட்கவில்லை.”

“உங்கள் அப்பா எப்படிப்பட்ட மனிதர்?”

ரமா ராவ் பெரிதாகவே புன்னகை புரிந்தாள். “நீங்கள் என்ன கேட்கிறீர்கள் என்றே புரியவில்லை. என் அப்பாவைப் பற்றி நான் என்ன சொல்ல வேண்டும்?”

“சொல்கிறேன். அவர் என்னை மூன்று வாரங்களுக்குத் தான் கூப்பிட்டிருக்கிறார்.”

“அப்படியா? அதென்ன மூன்று வாரம்?”

“உங்களுக்கு ஒன்றுமே தெரியாதா? உங்கள் அப்பா ஒரு பத்திரிகை நடத்துகிறார், அது தெரியுமல்லவா?”

“என்ன கேள்வி?”

“மன்னித்துக்கொள்ளுங்கள். நான் நிரந்தரமாக ஹைதராபாத்தில் இருந்துவிட விரும்புகிறேன்.”

“அப்படியா? சரி.”

“அதனால்தான் உங்கள் அப்பாவைப் பற்றிக் கேட்டேன்.”

“நமது இந்திய சினிமாக்களில் அப்பாக்கள் வருவார்களே, பார்த்திருக்கிறீர்கள் அல்லவா?”

“நான் பார்க்காத சினிமாவா?”

"எல்லாரும் இந்திய சினிமாவில் நிஜமே கிடையாது என்றுதான் சொல்வார்கள். ஆனால் எங்கள் அப்பா வரை அது சரியல்ல. என் அப்பாவைப் பார்த்துச் சினிமா அப்பாக்கள் அப்படியிருக்கிறார்களா அல்லது சினிமா அப்பாக்களைப் பார்த்து அவர்கள் போல என் அப்பா தன்னை அமைத்துக்கொண்டாரா என்று எனக்குச் சந்தேகம் வருவதுண்டு. வீட்டில் இருக்கும்போது சினிமாவில் ரங்காராவ் தோற்றம் தருவது போலப் பளபளவென்று கவுன் ஒன்றை அணிந்துகொண்டிருப்பார். அதை கவுன் என்று சொல்வதா, கோட் என்று சொல்வதா? ஓவர் கோட் என்றுகூடச் சொல்லலாம். ஆனால் நல்ல மனிதர். நானே நிறையக் கிண்டல் செய்திருக்கிறேன். அப்படியும் அவர் அந்தக் கோட்டையும் சுருட்டையும் விடமாட்டார்."

"இவ்வளவு போதும். நன்றி, மிக்க நன்றி."

"இவ்வளவுதானா நீங்கள் கேட்க விரும்பியது?"

"நீங்கள் அவரைக் கிண்டல் செய்வீர்கள் என்ற ஒரு தகவல் போதும்."

"அதை எங்காவது எழுதிவிடப் போகிறீர்கள்?"

"இல்லை, இல்லை. நாம் ஹைதராபாத்தில் மீண்டும் சந்திக்கும் அவசியம் நேரும் என்றே தோன்றுகிறது."

"யூ ஆர் வெல்கம்."

விமானம் ஹைதராபாத் விமான நிலையம் நோக்கி இறங்கத் தொடங்கியது.

4

எங்கள் விமானம் காலை ஏழு மணிக்கு ஹைதராபாத் சென்றடைந்தபோது அந்த விமான நிலையமே தூங்கி வழிந்த மாதிரி இருந்தது. என் சாமான் அனைத்துமே ஒரு பெரிய கைப்பெட்டிதான். ஆனால் பெரிய பெட்டி கொண்டுவந்து 'செக்-இன் பாக்கேஜாக' ஒப்படைத்தவர்கள் வெகு நேரம் காத்திருக்க வேண்டியிருந்தது. ரமா ராவும்தான்.

அது விமான நிலையத்துக்குள் பயணிகளைத் தவிர வேறு யாரையும் கண்டிப்பாக அனுமதிக்காத காலம். சென்னையில் அனந்து எப்படியோ உள்ளே வந்துவிட்டான். ஆனால் இது ரமா ராவின் ஊர். அவளுடைய அப்பா ராஜ கிரீடங்களை விநியோகிப்பவர். ஆனால் அவரால் அங்கு ஒரு ஆளை உதவிக்கு அனுப்ப இயலவில்லை. நான் வெளியே போய் எனக்காக

யாராவது வந்திருக்கிறார்களா என்று பார்க்கலாம். ஆனால் அந்தத் தெலுங்குப் பெண்ணைத் தனியாக விட்டுப் போக மனம் வரவில்லை. ஹைதராபாத்திலிருந்து டில்லி போகும் பயணிகள் நாங்கள் வந்த விமானத்தை நோக்கிச் செல்வதைக் கண்ணாடிச் சுவரின் வழியாகப் பார்க்க முடிந்தது. நாங்கள் ஐம்பது நபர்கள். எங்கள் பெட்டிகள் ஊர்ந்து வரக்கூடிய நகரும் மேடையருகில் சுய நலமே பளிச்சிட முண்டியடித்துக் கொண்டு நின்றோம். விமானப் பயணம் மனிதனின் அற்பத் தனத்தைத் துளியும் குறைப்பதாகத் தெரியவில்லை.

விமானத்தில் என் பக்கத்தில் உட்கார்ந்து தூங்கிக் கொண்டிருந்த இளைஞன் இப்போது தூரத்தில் ஒரு நாற்காலியில் அலுப்புத் தோன்றும் முகத்தோடு உட்கார்ந்துகொண்டு அவனுடைய சாமான்களுக்காகக் காத்திருந்தான். அவன் முகத்தைப் பார்த்து முதலில் அவன் டில்லிக்காரன் என்று நினைத்திருந்தேன். ஆனால் அவன் ஹைதராபாத்தில் வசிக்கும் டில்லிக்காரனாகவும் இருக்கலாம்.

என்னுடைய தங்கையைக் கடைசியாகப் பெண் பார்க்க வந்தவன் டில்லிக்காரன்தான். எந்தப் பிரசேத்துக்காரனும் டில்லிக்குப் போய்விட்டால் டில்லிக்காரனாகி விடுவான் என்பது தான் பொது நம்பிக்கை. தாராள மனப்பான்மை, பழைமையை வலியுறுத்தாத தன்மை, இன்றுள்ள நல்லவையை உணர்ந்து போற்றுதல்–இதெல்லாம் டில்லிக்காரனுக்குப் பொதுவாகப் போர்த்தும் பொன்னாடை. ஆனால் இந்த டில்லிக்காரன் தென்னாட்டுப் பட்டிக்காட்டு மனிதர்களைவிடப் பழைய சம்பிரதாயங்களையும் வழக்கங்களையும் கட்டிப்பிடித்திருப்பவனாகத் தெரிந்தது. ஒருவேளை எங்களுக்காக மட்டும் அந்த சம்பந்தத்துக்காக மட்டும் அப்படிக் காட்டிக் கொண்டானோ? எனக்கு இவ்வளவு வயதாகியும் ஏன் கல்யாணம் ஆகவில்லை என்று அவனுடைய அம்மாவை விட அவன் சந்தேகம் கொண்டிருந்தான். நான் சினிமாவோடு சம்பந்தப்பட்டவன் என்று தெரிந்தபோது அவனுடைய தோரணை மிகவும் மாறிப் போய்விட்டது. ஊருக்குப் போய்த் தகவல் தெரிவிக்கிறோம் என்று போனவர்கள் கடிதமே போடவில்லை. அவர்களுடைய உறவுக்காரர்கள் என்று சென்னையிலே இருந்தவர்களை நான் போய் விசாரித்தேன். பெண் பிடிக்கவில்லை போலிருக்கிறது என்றார்கள்.

ரமா ராவ் நான் நின்றிருந்த இடத்திற்கு வந்தாள். “என்னால் தான் உங்களுக்கு எவ்வளவு சிரமம்?” என்றாள்.

“ஒரு சிரமும் இல்லை. என் எஜமானனின் பெண்ணுக்கு உதவ நான் கொடுத்து வைத்திருக்க வேண்டும்” என்றேன்.

“எதற்கும் ஒரு தள்ளுவண்டி பிடித்து வருகிறேன்” என்று அவள் சொன்னாள்.

“தேவைப்படும். உன் பெட்டியைச் சென்னையிலேயே பார்த்தேன். பேசாமல் நீயே அதனுள் உட்கார்ந்து வந்திருக்கலாம்.”

அவள் சற்று வருத்தத்தோடு சொன்னாள். “ஆமாம்... எனக்குத் தேவையிருக்கிறதோ இல்லையோ, என் வீட்டில் நான் எப்போது ஊருக்குக் கிளம்பினாலும் அந்தப் பெரிய பெட்டியை என்னைத் தூக்கிச் செல்லும்படி செய்து விடுகிறார்கள். ரயில் ஏற்றிவிடும்போதோ, விமானத்தில் ஏற்றி விடும்போதோ சிரமம் தெரிவதில்லை. ஏனென்றால் என் மனிதர்கள் கூடவந்து இக்காரியங்களைப் பார்த்துக்கொண்டு விடுகிறார்கள். ஆனால் போய்ச்சேரும் இடத்தில் எவ்வளவு சிரமமாகி விடுகிறது. பார்த்தீர்களா?”

அவள் வயதுக்கு மீறிய மனமுதிர்ச்சி உடையவளாக இருந்தாள். இதையே வேறுவிதமாக, குரோதத்தோடு பிறரைக் குற்றம் சொல்வது போலச் சொல்லியிருக்கலாம். ஆனால் அப்படிச் சொல்லாமல் அவளுக்கு நேர்ந்த அசௌகரியத்தையும் பொதுவாக அனைவருக்கும் நேருவதாகத்தான் பேசினாள்.

என் தங்கையும் ஆரம்பத்தில் பிறர் மீது குற்றங்குறை கூறி ஆத்திரப்படுபவளாக இருந்தாலும் நாட்கள் ஆக ஆக அந்தக் குணம் அவளிடமிருந்து மறையத் தொடங்கியது. அவளுடைய இறுதி ஆறுமாத காலத்தில் ஒருவரைப் பற்றி ஒரு வார்த்தை சொல்வதில்லை. அவளுடைய மனிதர்களைக் குற்றம் கூறி ரோசம் பிறப்பிப்பதில்கூட எப்பயனும் கிடையாது என்று அவள் நினைத்திருக்க வேண்டும். ஒருவேளை அதுதான் உண்மையோ?

நான் வழக்கம் போல ஒரு சினிமாக்காரனைத் துரத்திக் கொண்டு பொழுது விடிந்தவுடனேயே வெளியே போய் விட்டேன். அம்மா மட்டும் வீட்டில் தனியாக இருந்திருக்கிறாள். என் தங்கை காலையில் சாப்பிட்டுவிட்டு ஆபீஸுக்குப் போகிறேன் என்று கிளம்பி ஒரு மணி நேரம்கூட முடிந்திருக்காது. தங்கையின் அலுவலக டெஸ்பாட்ச் குமாஸ்தா வீட்டுக்கு ஓடி வந்திருக்கிறார். அம்மாவிடம் “அம்மா, அம்மா! பதறிடாதீங்க” பதறிடாதீங்க! நடக்கக் கூடாதது நடந்துவிட்டது” என்று பதறியிருக்கிறார். அவருடன் போகும்போது யாருக்காக, எதற்காகப் போகிறோம் என்றுகூட அம்மாவுக்கு தெரியாதாம். அப்புறம் எனக்குத் தகவல்

கொடுக்க எங்கெங்கோ யார் யாரோ தேடியிருக்கிறார்கள். நான் ஒரு சினிமாக்காரன் பின்னால் போயிருக்கிறேன்! நானாக இரவு ஒரு மணிக்கு அரை சுயநினைவில் வீடு திரும்பியபோது எங்கள் போர்ஷன் கதவு பூட்டியிருந்தது. வாசல் கதவு எல்லாக் குடித்தனக்காரர்களுக்கும் பொதுவானதால் அதுமட்டும் திறந்திருந்தது. நான் ரேழியில் படுத்துத் தூங்கியும் விட்டேன். விடியற் காலையாகியும் என் வீட்டுக் கதவு பூட்டியபடி இருந்தது. அம்மாவும் தங்கையுமாக எங்கே போயிருக்கிறார்கள்?

தங்கை போயே போய்விட்டாள். இரண்டாவது மாடியிலிருந்து குதித்ததில் எட்டு இடத்தில் எலும்பு முறிவு. குதித்துப் பன்னிரண்டு மணி நேரத்துக்குப் பின்தான் சாவு. போலீஸ்காரர்கள், பத்திரிகைக்காரர்கள், எடுத்ததற்கெல்லாம் கையை நீட்டும் ஆஸ்பத்திரி சிப்பந்திகள், போலீஸ் கேஸ், 'அடுத்த ட்யூடி டாக்டர் பார்க்கட்டும்' என்று தட்டிக் கழிக்கும் இளம் டாக்டர்கள், மணிக்கொரு முறை 'இதை வாங்கி வா, அதை வாங்கி வா' என்று சீட்டை நீட்டும் மேட்ரன் – இதற்கெல்லாம் ஈடு கொடுத்தும் கொடுக்க முடியாதபடியும் அம்மா தனியாகத் திண்டாடியிருக்கிறாள். நான் விவரம் தெரிந்து ஆஸ்பத்திரி போவதற்குள் உடலை ஆஸ்பத்திரி வார்டிலிருந்து அப்புறப் படுத்தியாகிவிட்டது. அம்மாவால் என்னைப் பார்த்து அழத் தெரியவில்லை. வையத் தெரியவில்லை. பேசக்கூடத் தெரியவில்லை.

இப்படித்தான் ஏற்கெனவே தனியனாக இருந்தவன் இப்போது முற்றிலும் முழுவதுமாகத் தனியனானேன்.

தடதடவென்று 'பாக்கேஜ் கன்வேயர் பெல்ட்' இயங்கத் தொடங்கியது. ஒவ்வொரு பெட்டி (அல்லது மூட்டையாக) சுவரில் இருந்த ஒரு துவாரத்தின் வழியாக அந்த அகலமான கன்வேயர் பெல்டில் நகர்ந்து வந்தது. ரமா ராவின் பெட்டி பத்துப் பதினைந்துக்குப் பிறகுதான் வந்தது. அதன் அளவுக்கும் கனத்துக்கும் அதிக சம்பந்தம் இல்லை. நான் அதைத் தூக்க ரமா ராவ் தள்ளுவண்டியை என்னருகே கொண்டு வந்தாள். பெட்டியை வண்டியில் வைத்து நாங்களிவரும் விமான நிலையத்தின் வாயிற்புறம் நோக்கி நடந்தோம். "உங்கள் பெட்டியையும் வண்டியிலேயே வைத்துவிடலாமே" என்று அவள் சிரித்தபடி சொன்னாள்.

நான் அப்படிச் செய்து "லாரல் – ஹார்டி மாதிரி இருக்கிறது அல்லவா?" என்றேன்.

அவள் சிரித்தாள். அது இங்கிதச் சிரிப்பு. சிறிது பொறுத்து அவள் கேட்டாள், "நீங்கள் சொன்னீர்களே, என்ன பொருள்?"

"ஓ, உனக்கு லாரல்-ஹார்டி தெரியாது அல்லவா?"

"ஏதோ, சினிமா சம்பந்தம் என்று மட்டும் தெரியும்."

"ரொம்பச் சரி. ஐம்பது ஆண்டுகள் முன்பு அவர்கள் பெரிய நகைச்சுவை ஜோடி. ஒருவன் தடிமனாக இருப்பான். இன்னொருவனும் தடிமன்தான். ஆனால் முன்னவன் அருகில் இருக்கும்போது ஒல்லியாக இருப்பவன் போல இருப்பான். இந்தத் தடி-ஒல்லி ஜோடியில் இவர்கள் உருவத்தை வைத்துத் தமாஷ் இருக்காது. அவர்கள் உரையாடலிலும் சம்பவச் சிக்கலிலும்தான் இருக்கும். எனக்கு அவர்கள் தமாஷ் மீது மரியாதை உண்டு."

"நான் சினிமா பார்த்தால் இவ்வளவெல்லாம் யோசிப்ப தில்லை."

"தேவையில்லை. இப்படி யோசிப்பதை நான் தொழிலாக வைத்துக்கொண்டிருக்கிறேன். அதனால்தான் உங்கள் அப்பா என்னைக் கூப்பிடுகிறார்."

"ஒரே வாரத்தில் பைத்தியம் பிடித்துத் தற்கொலை செய்து கொள்வதற்கு இதைவிட உசிதமான வழி கிடையாது. ஒரு நாளைக்கு இரண்டு அல்லது மூன்று பார்த்தால் அதிகம். அவ்வளவையும் நீ பார்த்தாக வேண்டும் என்று உங்கள் அப்பா சொன்னால், உடனே அங்கிருந்து நடந்தே மெட்ராஸ் போய் விடுவேன்."

நாங்கள் விமான நிலையக் கட்டிடத்தின் வெளியே வந்து விட்டோம். ரமா ராவுக்கு கார் வந்திருந்தது. என்னை எதிர் கொண்டழைக்க யாரும் கிடையாது.

"கவலை வேண்டாம். என்னுடன் வாருங்கள். நீங்கள் வீட்டுக்கு வந்து அப்பாவைச் சந்தித்த பிறகு நீங்கள் எங்கு தங்க வேண்டுமோ அங்கு போகலாம்."

நான் தயங்கினேன். "எனக்கு இப்போதே உங்கள் அப்பா வைச் சந்திக்க விருப்பமில்லை. எதற்கும் அந்தப் பத்திரிகை ஆபீஸுக்கு போன் செய்கிறேன். நீங்கள் கிளம்புங்கள்."

"இல்லை. உங்களுக்கு ஓர் ஏற்பாடு அமைவதற்கு முன் நான் கிளம்பப்போவதில்லை."

நான் டெலிபோனைத் தேடிப் போகக் கிளம்பியபோது, "சுந்தர்ராஜ்! மிஸ்டர் சுந்தர்ராஜ்!" என்று ரமா ராவ் கூப்பிட்டாள்.

நான் திரும்பினேன். "சார். உங்களுக்காக வந்திருக்கிறார்கள்," என்றாள். சீருடை அணிந்த ஒருவன் அந்தப் பத்திரிகையின்

பெயர் எழுதிய பெரிய தாளைத் தூக்கிப் பிடித்துக்கொண் டிருந்தான். அவனிடம் சென்றேன். "நீ யாருக்காகக் காத்திருக் கிறாய்?" என்று கேட்டேன். அவன் என் பெயர் அடங்கிய ஒரு காகித உறையைக் காட்டினான்.

"நான்தான்" என்றேன். "தாங்க்யூ மிஸ் ராவ்." என்று ரமா ராவிடம் கூறினேன்.

"படங்கள் பார்க்கப் போகும்போது என்னிடம் சொல்லுங் கள். என்னையும் கூட அழைத்துப் போங்கள்."

"இது லாரல்–ஹார்டி சமாசாரம் இல்லையே?"

"இல்லை இல்லை. நிஜமாகத்தான். நீங்கள் என்ன பார்த்து என்ன எழுதப் போகிறீர்கள் என்று நான் பார்க்கப் போகிறேன்."

"இப்படி உளவு பார்ப்பதற்காக உன் அப்பா உனக்கு இரட்டிப்புச் சம்பளம் தரவேண்டும்."

"பை பை, நிச்சயம் டெலிபோன் செய்யுங்கள்."

அவள் போய்விட்டாள். நான் சீருடை ஆளைத் தொடர்ந்தேன். அவன் என்னை அங்கேயே இருக்கச் சொல்லி விட்டு வண்டியைக் கொண்டுவருவதற்காக விரைந்தான். நான் அவன் என்னிடம் கொடுத்த உறையைத் திறந்து பார்த்தேன். அடுத்த ஒரு வாரத்துக்கு அது நிகழ்ச்சி நிரல். விழாத் தொடக்கம், அடுத்த நாள் மாலை, புதிய திறந்த வெளி அரங்கில், முதலமைச்சர் தலைமை, யார் யாரோ வாழ்த்துக்கள், குத்துவிளக்கை ஏற்றுவது ஐம்பது ஆண்டு நடித்தும் இன்னமும் ரசிகர் கவனம் பெறும் ஹிந்தி நடிகர் அஷோக் குமார், குத்து விளக்கை ஏற்றுவதில் அவருக்கு உதவி புரிய இருக்கும் நபர், அன்றைய நாளில் சில கோடி இந்தியர்களின் பகற் கனவுகளிலும் இரவுக் கனவுகளிலும் தோன்றும் நட்சத்திரம் ஜெயதேவி.

ஜெயதேவி. ஜெயதேவி.

என் உதடுகள் ஜெயதேவி என்று அசைய, என் தலைக்குள் ரேகா ரேகா என்றுதான் ஒலித்தது.

5

சம்பூர்ணா ஹோட்டல் ஐந்து நட்சத்திர அந்தஸ்து பெறாதது எனினும் நட்சத்திர ஹோட்டல்களின் அம்சங்கள் பல பெற்றிருந் தது. இருபத்து நான்கு மணி நேர காஃபி ஷாப், தனித்தனி சைவ–அசைவ உணவு விடுதிகள், இன்று ஹோட்டல் என்றால் இருந்தே தீர வேண்டும் என்கிற டண்டூரி பிரிவு, மதுசாலை,

இரவில் காபரே ஆட்டம், பெண் வரவேற்பாளர்கள், கழுத்தில் ஒரு பக்கமும் ஒரு கையிலும் மட்டும் நீலப்பட்டையிட்ட வெள்ளைச் சீருடை அணிந்த அறைப் பையன்கள், அறையில் விசை திருப்பினால் தொடர்ந்து கேட்டுக்கொண்டிருக்கும் கஜல் பாட்டுகள், ஒரு அலங்கார மாடிப்படி, மாடிப்படிக்கு இருபுறங்களிலும் 'விருந்தினர்' லிஃப்ட். எனக்கு இரண்டாவது மாடியில் 206ஆம் நம்பர் அறை. உள்ளே நுழைந்ததும் தூக்கம் வந்தது.

ஆனால் சிறிதும் தூங்கிவிடாதபடி அடுத்தடுத்த ரூம் பையன்கள் கதவைத் திறந்து உள்ளே வந்த வண்ணம் இருந்தார்கள். ஒவ்வொருவனும் என் முகத்தைப் பார்த்தே என்னை அறிந்துகொள்ளும் முயற்சியில் ஈடுபட்டனர். ஹோட்டல்களின் சகல பரிமாணங்களையும் அனுபவிக்கும் வயதுடையவன், அனுபவமுள்ளவன் யார் என்று அவர்களுக்குத் தெரியும். அவர்களுடைய தராசில் நாற்பது வயதுக்காரன் எல்லாரும் ஒரே அளவில்தான் இருப்பார்கள்.

முதல் அரைமணி நேரத் தொல்லையைச் சமாளித்துவிட்டுப் பத்திரிகைக் காரியாலயத்துக்கு டெலிபோன் செய்தேன். ஆசிரியர் பத்து மணிக்குத்தான் வருவார் என்று பதில் வந்தது. நான் அவரைப் பத்தரை மணிக்குச் சந்திக்க வருவேன் என்று தகவல் கொடுக்கச் சொன்னேன். படுக்கையில் சாய்ந்தேன்.

திரைப்பட விழாவின் தொடக்கம் மாலையில். ஒரு பத்திரிகையின் சார்பாகச் செல்பவனுக்குச் சில சலுகைகள் உண்டு. ஆனால் அதெல்லாம் அவனுடைய அட்டையை அவன் அந்த நெரிசலிலும் பரபரப்பிலும் பத்திரமாக வைத்திருக்கிறானா என்பதைப் பொறுத்தது. சமீப காலத்தில் நான் இந்தத் துறையை விட்டு விலகிப் போனவன். ஆதலால் எல்லாவற்றையும், எல்லாரையும் பழக்கப்படுத்திக்கொண்டு விடுவது உசிதம். நான் பத்தரை மணிக்கு வெங்கோஜிராவின் பத்திரிகைக் கோட்டையினுள் பிரவேசித்தேன்.

வெங்கோஜிராவ் ஒரு பெரிய தேசியப் புள்ளியாகிவிட நிறையத்தான் பாடுபட்டிருக்க வேண்டும். வரவேற்பறை ஏற்பாடே தடபுடலாக இருந்தது. ஒல்லியான ஒரு பெண் என்னை ஆசிரியர் அறைக்கு அழைத்துச் சென்றாள்.

"வாருங்கள்... பிரயாணம் சௌகரியமாக இருந்ததா? நான்தான் ஸ்ரீபதி, நிர்வாக ஆசிரியர்."

ஸ்ரீபதியுடன் கைகுலுக்கினேன். என் வயதுதான் இருக்கும். அடக்கமான தோற்றம். இன்னும் இருபது ஆண்டுகளுக்கு வெங்கோஜிராவ் இன்னொரு நிர்வாக ஆசிரியரைத் தேட வேண்டியதில்லை. ஸ்ரீபதியின் முகத்தில் எஜமான் விசுவாசம் அவ்வளவு உறுதியாகத் தெரிந்தது.

"ஐந்து நிமிடங்கள்தான். மிஸ்டர் கரம்சந்த் வந்துவிடுவார். நேற்றே வந்துவிட்டார். உங்களையும் நேற்றே அழைத்து வரத் தான் நினைத்திருந்தேன். ஆனால் எங்கள் மதராஸ் ஆபீஸுக்கு உங்களை உடனே கண்டுபிடிக்க முடியவில்லை."

"அனந்தசாமி என்னுடைய பழைய நண்பன். நாங்கள் இருவரும் சிறிது காலம் சேர்ந்து ஒரே இடத்தில் உத்தியோகம் புரிந்திருக்கிறோம்."

"அப்படியா? எனக்கு அவரைப் பற்றி அவ்வளவு தெரியாது."

"மகரம் ஸ்டூடியோவில் நான் விளம்பரப் பிரிவில் இருந்தேன். அவர் சவுண்ட் ரிகார்டிஸ்டாக இருந்தார்."

"அட? அவர் டெக்னீஷியனா?"

"யார் டெக்னீஷியன் இல்லை? நீங்கள்கூடப் பத்திரிகை டெக்னீஷியன்."

ஸ்ரீபதி ஒரு நிமிடம் அப்படியே நின்றான். முகத்தில் சிறிது வாட்டம் தெரிய, "நீங்கள் சொல்வது சரி. எல்லாமே டெக்னீஷியன் வேலையாகப் போய்விட்டது. உண்மையில் எனக்கு முதல் நாள் பத்திரிகைக்கும் அடுத்த நாள் பத்திரிகைக்கும் வித்தியாசம்கூடத் தெரியாமல் போய்விடுகிறது" என்றான்.

"இப்படி இவ்வளவு வெளிப்படையாக நீங்கள் இதை ஒத்துக்கொள்ளக் கூடாது. ஒவ்வொரு இதழும் ஒரு மாபெரும் புதிய சிருஷ்டி என்றுதான் நீங்கள் வலியுறுத்த வேண்டும்."

"ஆமாம் சுந்தர்ராஜ், நாம் நிறையைப் பொய்களைத் தினமும் வலியுறுத்தத்தான் வேண்டியிருக்கிறது..."

"சோர்வு அடையாதீர்கள். இந்தத் திரைப்பட விழாவை ஜமாய்த்து விடுவோம்." ஸ்ரீபதியின் நாணய உணர்வு எனக்குச் சற்று வருத்தத்தைத் தந்தது. இவன் இருபது ஆண்டுகள் பத்திரிகை ஆசிரியனாக இருக்க முடியாது.

"கரம்சந்த் எப்போது வருவதாக ஏற்பாடு?"

“பத்தரை மணிக்குத்தான். ஹோட்டலுக்கு வண்டி வர வில்லை? அவரும் சம்பூர்ணாவில்தான் இருக்கிறார்.”

“அப்படியா? எனக்குச் சொல்லவில்லையே?”

“ஏர்போர்ட்டில் அந்த ஆள் சொல்லைவில்லை? உங்களுக்குக் கடிதம் அனுப்பிருந்தேனே?”

“பரவாயில்லை. நான் அந்தக் கடிதத்தை முழுதும் படிக்க வில்லை. இன்றைய துவக்க நிகழ்ச்சித் தகவல்களை மட்டும் பார்த்தேன்.”

“அவனே சொல்லியிருக்கலாம். பேராசிரியர் ரங்கநாதனும் சம்பூர்ணாவில்தான் இருக்கிறார். அவரும் நேற்று இரவே வந்துவிட்டார். ஹோட்டலில் எல்லாம் சௌகரியமாக இருக்கிறதா?”

“குறை சொல்ல ஒன்றுமில்லை.”

“எதுவானாலும் என்னிடம் சொல்லுங்கள். நான் உங்கள் ரசிகன்.”

“கமான் ஸ்ரீபதி. நமக்குள் இந்த மயக்கங்கள் எல்லாம் எதற்கு? எனக்கு சினிமா பற்றிப் பெரிய எதிர்பார்ப்புகள் இல்லை.”

ஸ்ரீபதி புன்னகை புரிந்தான். “இதை நீங்கள் வெளிப்படையாக ஒத்துக்கொள்ளக் கூடாது. நாம் எல்லோருமே மயக்கங்களை வாரி இறைக்கும் தொழிலில் இருக்கிறோம்.”

ஸ்ரீபதி இருபது ஆண்டுகள் என்ன, இருநூறு ஆண்டுகள் கூடப் பத்திரிகை ஆசிரியனாக இருப்பான் என்று இப்போது தோன்றியது.

கரம்சந்தும் மயக்கங்களைக் களைந்தவனாக இருந்தான். அவன் பம்பாயில் இருந்தபோது அவன் வெளியிட்ட என் கட்டுரைகள் அவனுக்கு நன்கு ஞாபகம் இருந்தது. ரங்கநாதன் தான் பரபரப்புத் தாங்காதவனாக இருந்தான். எப்போதோ யாராரோ எழுதிய புத்தகங்களிலிருந்து மனப்பாடமாக ஒப்பித்துக் கொண்டிருந்தான். நான் ஒரு கட்டத்தில் சொன்னேன். “நாம் இங்கே எழுத வந்திருக்கிறாம் ரெங்கநாதன். பேச அல்ல.”

நால்வரும் திரைப்பட விழாவுக்காக இந்திய அரசு அமைத்திருந்த அலுவலகத்திற்குச் சென்றோம். தகவல் அதிகாரி என்னைப் பார்த்துத் தமிழில், “வா்ங்க, சார். என்னைத் தெரியறதா?” என்று கேட்டாள்.

"ரங்கநாயகி?"

"அட? ஞாபகம் இருக்கே?"

"ஒரே தெருவிலே எவ்வளவு வருஷம் இருந்தோம்! தெரியாமப் போயிடுமா?"

ஆனால் அதிகம் பேசிக்கொள்ள வழியில்லாமல் அங்கு ஏராளமான கூட்டம். இந்தியாவெங்கிலிருந்தும் பத்திரிகைக் காரர்கள் அங்கு வந்து அடையாள அட்டை பெறுவதற்கு அலைந்து கொண்டிருந்தார்கள். வெங்கோஜிராவின் செல்வாக்கு விசேஷமாக இருந்தது. எங்கள் மூவருடைய அடையாள அட்டைகள் தயாராக இருந்தன. என்னுடையதில் மட்டும் என் போட்டோ இல்லை. ஸ்ரீபதி அரை மணி நேரத்தில் அதற்கும் ஏற்பாடு செய்தான்.

ஸ்ரீபதி அவனுடைய அலுவலகத்துக்குப் போய்விட நாங்கள் மூவரும் சம்பூர்ணாவுக்குத் திரும்பினோம். "முதலில் இந்த விழாவைப் பற்றி நாம் எப்படி, என்ன செய்ய வேண்டும் என்பதைப் பற்றிப் பேசித் தீர்மானித்த பிறகு சினிமாக்களை பற்றி நாம் சாவகாசமாக விவாதிக்கலாம்" என்று நான் ரங்க நாதனிடம் சொன்னேன். தனியாக நாங்கள் இருவர் மட்டும் இருக்க நேர்ந்த ஒரு சிறு இடைவெளியில் கரம்சந்த் "தாங்க்யூ, தாங்க்யூ" என்றான்.

"இவனை எங்கே பிடித்தீர்கள்? இவனை எப்படி இரு வாரங்கள் சகித்துக்கொள்வது?"

"எனக்கு முதலில் தெரியாது, சுந்தர். ஐந்தாறு பெயர்கள் சொல்லப்பட்டபோது ஏனோ நான்தான் புரபொஸர் ஒருவர் கூட இருந்தால் நல்லது என்றேன்."

"இந்த விழா முடிவதற்குள் நான் உங்களைத் தினமும் மனதார வைய வேண்டி வரும். என் பக்கத்து ரூம்தான் அவனுக்கு." இதற்குள் ரங்கநாதன் எங்களுடன் சேர்ந்து கொண்டான்.

மாலை. மத்திய மந்திரி, மாநில மந்திரிகள், ஏராளமான அதிகாரிகள், ஊர்ப்பிரமுகர்கள், அவர்கள் குடும்பங்கள், பழைய நடிகர்கள், அதிக வேலையில்லாத இன்றைய நடிகர்கள், என்ன செய்கிறார்கள் என்பதே புலப்படாமல் எந்த சினிமா ஸ்டூடியோவுக்குச் சென்றாலும் அங்கு காணப்படும் குங்குமப் பொட்டு – தங்கச்சங்கிலிக்காரார்கள், கண்பட்ட இடத்தில் எல்லாம் போலீஸ்காரர்கள்... துவக்க விழாவுக்காகப் பல லட்ச ரூபாய்

செலவழித்து நிர்மாணிக்கப்பட்ட மேடையில் வரிசையாகச் சிம்மாசனங்கள் போன்ற நாற்காலிகள் – இதெல்லாம் பெரிய சினிமாவாக இருந்தது. நான், ரங்கநாதன் மற்றும் கரம்சந்திடமிருந்து பிரிந்து தனியாக ஓரிடத்தில் இருந்தேன். அங்கிருந்த இரண்டாயிரம் மூவாயிரம் நபர்களின் பரபரப்பு எனக்குப் பீதியைத்தான் உண்டு பண்ணியது. ஆனால் இந்தப் பித்துப் பிடித்த கூட்டத்தில் நானும்தான் ஓர் அங்கம். நானும் இந்த விபரீத மனக்கிளர்ச்சிக்கு ஒரு காரணமாயிருந்திருக்கிறேன். இருக்கப்போகிறேன்...

எப்படியோ என்னைக் கண்டுபிடித்து ரங்கநாயகி வந்தாள். அவளுக்கிருக்கும் எவ்வளவோ பொறுப்புகளுக்கிடையிலும் பிடுங்கலுக்கிடையிலும் அவள் என்னைப் பார்க்க வந்ததிலிருந்து அவளுடைய நெருக்கடியை உணர முடிந்தது.

"சார். உடனே என்னோடு வாங்கோ. உங்களை சீஃப் மினிஸ்டர் அழைச்சிண்டு வரச்சொன்னார்."

"எனக்கு அவரைத் தெரியாதே?"

"அவரில்லை. அவருக்கு வேணுங்கறவர் ஒருத்தர். வாங்கோ, சீக்கிரம். உங்களை அவர்கிட்டே விட்டுட்டு நான் போகணும்."

அவள் ஓடினாள் என்றே சொல்ல வேண்டும். நான் அவளைப் பின்தொடர்ந்தேன். எனக்காகக் காத்திருந்த நபர் "சார் சுந்தர்ராஜ்தானே?" என்றான்.

"ஆமாம்."

"எங்க கூட வாங்க. சார்."

நான் அவனைப் பின்தொடர்ந்தேன். அது மிக மிக முக்கியமானவர்கள் தங்குமிடம். வெராண்டாவில் இரு பெண்மணிகளைப் பார்த்தேன். அவர்களில் ஒருத்தியை நான் எங்கோ பார்த்திருக்கிறேன். சட்டென்று நினைவுக்கு வரவில்லை.

அந்த ஆள் ஒரு மூடிய கதவைத் தட்டினான். "வாரு ஒச்சினாரு" என்றான். அவர் வந்துவிட்டார்!

"உள்ளே போங்க சார்" என்றான்.

உள்ளே போனேன்.

உடலைச் சுருங்க அடிக்கும் அளவுக்குக் குளிர்ப்படுத்தப் பட்ட அந்த விசேஷ அலங்கார அறையில் ஒரு குரல், "சார்" என்று உருக்கத்தோடும் தயக்கத்தோடும் அழைத்தது.

ஜெயதேவி நின்றுகொண்டிருந்தாள்.

6

ஜெயதேவி, "வாங்க" என்றாள்.

"நீயா?" ஜெயதேவி என்று தெரிந்தும் கேட்டேன்.

"ஆமாம், சார். உங்க ரேகா..."

"இல்லை. நீ நீதான். என்னை சீஃப் மினிஸ்டர் அழைச்சதா அல்லவா அந்த பி.ஐ.பி. ஆபீஸர் சொன்னார்?"

"சிஃப் மினிஸ்டர் அழைச்சாத்தான் வருவீங்களா?"

"என்னை யார் அழைச்சது..?

"நான்தான்..."

"நீயா? அடிப்பாவி! இப்படிப் பொய் சொல்லியிருக்கியே..?"

"போகாதீங்க சார். போகாதீங்க. எவ்வளவு நாள் கழிச்சு நாம பார்க்கறோம்? தயவுசெய்து போகாதீங்க..."

"ரேகா. நான் இங்கே ஒரு பொறுப்பை ஏத்துண்டு வந்திருக்கேன்."

"என்னைப் பார்க்கறதும் ஒரு பொறுப்பா வைச்சுக்கக் கூடாதா, சார்?"

"இன்னும் பதினைந்து நிமிஷத்திலே ஃபிலிம் பெஸ்டிவல் இனாகுரேஷன் நடக்கப் போறது. நானும் போகணும்..."

ஜெயதேவி ஓடிவந்து என் கையைப் பற்றிக்கொண்டாள். "இரண்டு நிமிஷமாவது இருக்கலாமல்லவா..?"

நான் நின்றேன்.

"நான் ரொம்ப நாளா உங்களைத் தேடிண்டிருக்கேன்..."

நான் பேசவில்லை.

"ஆறு வருஷத்துக்கும் மேலா இருக்கும்..."

நான் அப்போதும் ஒன்றும் சொல்லவில்லை.

"சீதா போனபோது நான் பம்பாயில் இருந்தேன்..."

"நீயாவது வெளியூரில் இருந்தே! நான் சென்னையில் இருந்தே முழு நாள் கழிச்சுத்தான் தெரிந்தது..."

"அம்மா எப்படி இருக்காங்க?"

"ஏன், நீ வீட்டுக்கு வந்திருக்கலாமே?"

"நீங்கதான் வேற எங்கேயோ போயிட்டீங்களாமே!"

"இருந்தால் என்ன..? உனக்கு விசாரிச்சுச் சொல்ல மனுஷங்க கிடையாதா..?"

அவள் ஒரு கணம் பேசாமல் நின்றாள். பிறகு சொன்னாள். "நான் எப்படி வருவேன்? எப்படி வர முடியும்?"

நான் கைகளை விடுவித்துக்கொள்ள முயற்சி செய்தேன்.

கதவை ஒரு முறை தட்டிய பிறகு ரங்நாயகி வந்தாள். "டயத்லே எல்லாரும் வந்தாச்சு... மேடம், உங்களுக்காகக் காத்திருக்காங்க..."

ஜெயதேவி என்னிடம், "இது முடிந்த பிறகு நீங்கள் மறுபடியும் வரவேண்டும்" என்றாள்.

நான் புன்னகை புரிந்தேன்.

"இன்னி ராத்திரி இங்கேதான் இருக்கேன்... எங்கே மாடம்?" அவள் ரங்கநாயகியைக் கேட்டாள்.

"ஹோட்டல் பஞ்ஜாரா," என்று ரங்கநாயகி சொன்னாள்.

"நீங்க வரணும். நான் உங்களுக்காகவே காத்திருப்பேன்."

"பார்க்கலாம்..."

"அப்படிச் சொல்லக்கூடாது. கட்டாயம் வரணும்..."

"இந்தியாவின் ஹைபர் சூப்பர் டார்லிங் ஸ்டார் கூப்பிட்டால் நான் வராமல் இருக்க முடியுமா? ஆனால் உன்னை யார் தனியாக விடுவாங்க..?"

"அது என் கவலை. பத்து மணிக்கு வந்துடுங்க..."

"பார்க்கலாம்..."

"அப்படிச் சொல்லிவிடாதீங்க சார்..." அவள் அழுது விடுவாள் போலிருந்தது.

அறை வெளியே நிறைய நடமாட்டம் கேட்டது. நான் வெளியே வந்தேன். ஒரு அதிகாரி என்னைத் தடுத்து நிறுத்தி, "இனாகுரேஷனுக்கு முந்தி ஒரு இண்டர்வியூவும் கிடையாது என்று உனக்குத் தெரியாது? உன் கார்டைத் தடுத்து நிறுத்தி

விடுகிறேன் பார். நீ ஃபெஸ்டிவல் உள்ளேயே நுழைய முடியாது" என்றான்.

அப்போது புடைசூழ ஜெயதேவியும் வெளியே வந்தாள். என்னைப் பார்த்து, "மறக்காதீங்க சார். கட்டாயம் ஹோட்டலுக்கு வாங்க" என்று சொல்லிவிட்டு என்னைக் கடந்து போனாள். அந்த அதிகாரி அவளைப் பின்தொடர்ந்து போனான்.

துவக்க விழா கலாட்டாவும் கூத்தாகவும் இருந்தது. சாலையில் போலீஸ்காரர்கள் கூட்டத்தைக் கலைக்கத் தடியடி செய்திருக்கிறார்கள். மேடையில் அடுத்தடுத்து அபத்தமும் உளறலும். சினிமாத் துறைத் தலைவர்கள் கையை வீசிப் பிதற்றினால் மத்திய – மாநில மந்திரிகள் அசையாமல் நின்று பிதற்றினார்கள். இதெல்லாம் எனக்குப் பழக்கமாகிப் போனவை. மந்திரி ஒருவர் காது கொடுக்கக் கிடைத்தால் சம்பந்தா சம்பந்தமில்லாமல் ஒரு சினிமாப் பிரமுகர் தவறாமல் 'சினிமாத் தொழிலே நசிந்து செத்துக்கொண்டிருக்கிறது' என்றும், அந்த மந்திரி உடனே அத்தனை வரிகளையும் ரத்து செய்து, அவர்கள் அடுத்த நிமிடம் உயிர்வாழ அரசாங்கம் இன்னும் உதவிகள் புரியவேண்டும் என்பார்கள். மந்திரிகள், தேசிய ஒருமைப்பாடு, கலாச்சாரப் பாரம்பரியம், எப்படி மூலை மூடுக்கெல்லாம் சினிமாவும் சினிமா நடிகர்களும் பாட்டுகளும் ஊடுருவி இருக்கின்றன என்றும், நாட்டின் அத்தனை இடர்ப்பாடுகளையும் தீர்க்கும்படியான கருத்துப் படங்களையே சினிமாத் தயாரிப்பாளர்கள் தயாரிக்க வேண்டும் என்பார்கள். மந்திரி மேடையில் நடிகை என்று ஒருத்தி இருந்துவிட்டால், அவர் உரையில் பாதி அவளுக்குத்தான் என்பதுபோலத் திரும்பித் திரும்பிப் பார்த்துப் பேசுவார். அந்த நடிகை எழுந்தால் அவர் எழுந்து விடுவார். அவள் அவருக்கு மாலை அணிவித்தால் அவருடைய உயரம் அரை அடி உயரும் அல்லது குறையும். இதெல்லாம் அங்கிருப்போருக்குத் தேச முக்கியத்துவம் உடையதாகத் தோன்றக்கூடும். உண்மையிலேயே அதுதான் உண்மையோ என்னவோ?

என் கண்களுக்கு எல்லாமே அபத்தக் களஞ்சியமாகத் தான் தோன்றியது. அஷோக் குமார் சற்று முதிர்ச்சியுடன் பேசக்கூடும் என்று நினைத்தேன். ஆனால் அவரும் தடுமாறினார். அவருக்கு அது திரைப்பட விழா ஒன்றின் துவக்க நிகழ்ச்சி என்பதே மறந்துவிட்டது. சட்டென்று நினைவுக்கு வந்து திரைப்பட விழாக்களின் இன்றியமையாத் தன்மையை அவர் எப்போதும் உணர்ந்ததாகக் கூறினார். முன்னர் இதே மாதிரி ஒரு நிகழ்ச்சியில் வேறோர் நகரில் தேவிகாராணி பேசியது எனக்கு நினைவுக்கு

வந்தது. விழாவுக்கு வராத அயல்நாட்டு டைரக்டர்களை எல்லாம் அவள் வரவேற்றாள். அந்த டைரக்டர்கள் வரவில்லை, அவர்கள் படங்களைத்தான் காட்டப் போகிறோம் என்று விழா நெறியாளர் அவளுக்கு மேடையிலேயே சொன்னார். ஏன் எனக்கு முன்னமேயே இதெல்லாம் சொல்லவில்லை என்று அவள் சிறிது கடுகடுத்தாள். ஒரு வைபவத்துக்காக யாரையாவது அழைத்தால் அந்த நபரிடம் முன்கூட்டியே முக்கிய விவரங்களைத் தெரிவித்துவிட வேண்டும் என்றாள். எனக்கு அஷோக் குமாரே தேவிகாராணியாக மாறிவிட்டது போலிருந்தது. அவரும் அவளும் சேர்ந்து நடித்த ‘அச்சுத் கன்யா’ கண்முன் தோன்றியது. செக்கச்செவேலென்று இருக்கும் வதனத்துடனும் படிப்படியாக வாரிப் பின்னப்பட்ட கறுத்த கேசத்துடனும் அவள் ஹரிசனப் பெண்ணாக நடித்தாள். அப்போது அவள் காதலன் யாராக இருக்க முடியும்? பிராமணப் பையனாக அஷோக் குமார். யாராவது தேவிகாரணிதான் பிராமணப்பெண், அஷோக் குமார் ஹரிஜன இளைஞன் என்று கூறியிருந்தால் தயங்காது நம்பிவிடலாம். அந்தப் படத்தை ஒரு ஜெர்மன் டைரக்டர் டைரக்ட் செய்திருந்தார். ஆதலால் தேவிகாராணியும் அஷோக் குமாரும் சர்வதேசத் திரைப்பட விழாவைத் துவக்க மிகவும் பொருத்தமானவர்கள். பிராமணப் பையன், ஹரிஜனப் பெண் எப்படிப் பார்த்தாலும் காதல் நிறைவேறாது. ‘அச்சுத் கன்யா’வில் நிறைவேறவில்லை. ஆனால் அதன் பிறகு வந்த பல படங்களில் அத்தகைய காதல் கைகூடி விடும். ஒரே ஒரு வில்லன் எதிர்க்க, எட்டுப் பேர் கதாநாயகனையும் கதாநாயகியையும் மணமுடித்து விட்டுத்தான் மறுகாரியம் என்று செயல்படுவார்கள். இந்த எட்டுப் பேரில் காமெடியனும் ஒருவனாக இருப்பான். முடிவில் அவனும் அவனுடைய ஜோடியை மணந்துகொள்வான்.

அஷோக் குமார் மேலும் மேலும் தடுமாற எனக்கு ‘அச்சுத் கன்யா’ அப்படியே சென்னை வரையில் விரிவடைந்தது. என் தங்கை சீதாவுக்கு ஒரு ஹரிஜன் வந்திருக்கக் கூடாதா? ஒரு அஷோக் குமார் மாப்பிள்ளையாக வந்திருப்பான். தற்கொலையாவது சினிமா மாதிரி விஷம் குடித்துச் சாக முயற்சி செய்திருக்கக் கூடாதா? விஷம் குடித்தவர்களில் பாதிப் பேரை டாக்டர்கள் வாந்தியெடுக்க வைத்தே பிழைக்க வைத்துவிடுகிறார்கள். சீதா மாடியிலிருந்து விழுந்து கையைக் காலை உடைத்துக்கொண்டல்லவா செத்திருக்கிறாள்?

ஒரு வழியாக அஷோக் குமார் அவர் பேச வேண்டியதையும் பேச வேண்டாததையும் பேசி முடித்துவிட்டார். அடுத்துக் குத்து விளக்கு ஏற்ற வேண்டும். இந்த சினிமாக்காரர்களுக்கு புத்தி

ஏதாவது இருக்கிறதா? ஒரு ஆர்க்லாம்ப்பை ஏற்றச் சொல்லக் கூடாது? குத்துவிளக்காம் குத்துவிளக்கு! எல்லாம் பத்திண்டு எரியும்.

சூட்டும் டையும் அணிந்த அஷோக் குமார் மேடையோரத்தில் வைக்கப்பட்ட பெரிய குத்துவிளக்கருகே சென்றார். ஒன்று இரண்டு மூன்று நான்கு ஐந்து திரி. ஒரு திரியை ஏற்றினால் போதாது. ஐந்தையும் ஏற்ற வேண்டும்.

சூட்டும் டையும் அணிந்த திரைப்பட விழா அதிகாரியும் குத்துவிளக்கருகே சென்றார். அது போதாது என்று மாநில முதலமைச்சர். அவர் ராஜரிஷி, அல்லது பக்கிரி ராஜா அல்லது கோலேச்சும் சந்நியாசி. அவருடைய காஷாயத்தைவிட நெற்றியில் தரித்திருந்த குங்குமப் பொட்டு பயமுறுத்தியது.

அஷோக் குமார் குத்துவிளக்கை ஏற்றத் தயாராக இருந்தார். ஆனால் அவராக ஏற்றிவிடக் கூடாது. ஜெயதேவி துணை புரிந்தபடிதான் அவர் ஏற்றவேண்டும். அப்படித்தான் செய்தி ஒலிபரப்பு இலாகாவும், திரைப்பட விழா நெறியாளர் அலுவலகமும், மந்திரியும், முதல் மந்திரியும் நிர்ணயித்தார்கள். ஜெயதேவி எப்படித் துணைபுரிவாள்? அவள் நெருப்புக் குச்சியை கிழிக்க அதை வாங்கிக்கொண்டு அஷோக் குமார் திரிகளை ஏற்றுவார். ஆனால் நெருப்பை ஒருவர் கையிலிருந்து இன்னொருவர் வாங்கலாமா? பெருத்த அபசகுனமாச்சே! அதிலும் எடுத்ததற்கெல்லாம் சகுனமும் ஜோசியமும் பார்க்கும் சினிமாக்காரர்கள் விழாவில் அபசகுனமாக ஒன்றும் நடக்கக் கூடாது. முதலிலும் முடிவிலும் திருப்பதிசாமிக்குப் பூஜை நடத்தியாக வேண்டும். அந்த நாளில் வேறு எந்தக் கோயிலருகே சாமியார் பிரபலமாயிருக்கிறாரோ அவருடைய ஆசியைக் கோர வேண்டும். இங்கே ஹைதராபாத் பிரபல சாமியார் யார்?

எங்கிருந்தென்று தெரியாமல் ஜெயதேவி மேடையில் தோன்றினாள். முன் நான்கைந்து வரிசைகள் தவிர இதர பார்வையாளர் மத்தியில் கரகோஷமும் சீட்டியடித்தலும் நிகழ்ந்தன. ஜெயதேவி சிலைக்குரிய முகத்தை மிகுந்த தேர்ச்சியோடு நிலைத்து வைத்துக்கொண்டிருந்தாள். இதைத்தானே 'சஸ்டெயிண்ட் எக்ஸ்பிரஷன்' என்பார்கள்?

ஒரு பெண்மணி மெழுகுவத்தி ஒன்றைக் கொண்டுவந்தாள. அது சிவப்பு வர்ணத்தில் முறுக்கேறியதாக இருந்தது. ஜெயதேவி நெருப்புக்குச்சியால் பற்ற வைக்க முயன்றாள். மூன்று குச்சிகளாலும் முடியவில்லை. அஷோக் குமார் முதல் குச்சியிலேயே மெழுகுவத்தியைப் பற்றவைத்துவிட்டார்.

எவ்வளவு லட்சம் சிகரெட்டு பற்றவைத்திருப்பார்? விழா நெறியாளர்கள் கை காட்ட அஷோக் குமார் குத்துவிளக்குத் திரிகளைப் பற்ற வைப்பதில் முனைந்தார். ஒன்று எரிந்தால் முந்தையது அணைந்தது. கடைசியாக எல்லாத் திரிகளையும் ஏகமாக வெளியே இழுத்துப் பற்ற வைக்க ஒரு தீவட்டி போல எரிந்தது. நான் உட்கார்ந்திருந்த மூலையிலிருந்து 'ஹாஹா'வென்று சிரித்தேன். அரங்கம் முழுவதும் கரகோஷம் செய்தது. ஜெயதேவி முதலில் என்ன செய்வதென்று நின்றாள். அப்புறம் அவளும் கைதட்டினாள்.

7

ஃபிலிமோத்சவ் விழாத் தொடக்க நிகழ்ச்சியின் உரைகள் முடிந்த பிறகு துவக்க விழாவுக்கெனத் தேர்ந்தெடுக்கப்பட்ட திரைப்படத்தைக் காட்ட ஆரம்பித்தார்கள். சொல்லி வைத்தது போல் முதல் வரிசைகளில் இருந்த பிரமுகர்கள், அதிகாரிகள் அனைவரும் துவக்க விழாவுக்கு வந்திருந்த மந்திரி, முதல் மந்திரி இவர்களைப் பின்தொடர்ந்தபடியே வெளியே போய் விட்டார்கள். கார்கள் நிறுத்தி வைத்திருந்த இடத்தில் பெரும் நெருக்கடி. ஒரே நேரத்தில் ஐம்பது அறுபது கார்கள் வெளியேற வழி செய்யப் போலீஸ்காரர்கள் திக்குமுக்காடிப் போய் விட்டார்கள்.

பிரமுகர்கள் வெளியேற்றம் நிகழும் அதே நேரத்தில் காவல் தடுப்பைத் தாண்டி உள்ளே நுழையக் காத்திருந்த நூற்றுக்கணக்கான மக்கள் திரள் நாலாபுறத்திலிருந்தும் பாய்ந்து வந்தது. வர்க்க பேதங்கள் தகர்க்கப்பட்டன. திரைப்படத்தில் தனிமையில் வாடும் முப்பது வயதுப் பெண் டாக்டரின் அருகில் அங்குலம் அங்குலமாக நகர, திரைப்படம் பார்க்கக் குழுமி யிருந்தவர்கள் வரிசை வரிசையாக முன்னேறிக் கிடைத்த இடத்தில் உட்கார்ந்தார்கள். அதைவிடச் சற்று மேலான இடம் காலியாகத் தெரிய வந்தால் உடனே அங்கே தாவினார்கள்.

நான் கார் பார்க் அருகே ஹைதராபாத் போலீஸ் துறையின் திறமையைக் கவனித்தபடி நின்றிருக்க, எங்கிருந்தோ என்னைப் பார்த்துவிட்ட கரம்சந்த் என்னிடம் வந்தான். "எங்கே ரொம்ப நேரமாக உன்னைக் காணோம்..?" என்று கேட்டான்.

"எல்லாம் உங்கள் திரைப்பட விழா வேலைதான்..." என்றேன்.

"ரொம்ப நல்லது, இந்த இனாகுரேஷன் பற்றி நீ எழுதி விடுகிறாயா..?"

அசோகமித்திரன்

“ரங்கநாதனையும் ஒரு வார்த்தை கேட்டுவிடலாம்…”

“ஏன், உனக்கு விருப்பமில்லையா?”

“என் விருப்பத்துக்காகச் சொல்லவில்லை. தாராளமாக எழுதுவேன். ஆனால், இது பற்றி ரங்கநாதன் பரபரப்பு அடைந்திருந்தால் அவர்தான் சரியான நபர்…”

நாங்கள் இருவரும் கார் பார்க்கிலேயே ஒரு மூலைக்கு போய் நின்றோம். கரம்சந்த் ‘555’ பாக்கெட்டை வெளியே எடுத்து என்னிடமும் நீட்டினான்.

“இன்றைக்கு ஜெயதேவியைப் பார்த்துவிட வேண்டும் என்று முயற்சி செய்தேன். அந்த பி.ஐ.பி. தடிச்சி சுத்தமாக முடியாது என்று சொல்லிவிட்டாள்.”

“உனக்கு ஜெயதேவி பேட்டி வேண்டுமா..?”

“அதைவிட எது பொருத்தமாயிருக்கும்? அவளும் சரி, இந்த கவர்ன்மென்ட் ஆளுங்களும் சரி, எப்போது எதைத் தடுக்க வேண்டும், எதற்கு அனுமதி கொடுத்து உதவி புரிய வேண்டும் என்று தெரியாது. போட்டோ மட்டுமாவது எடுக்க விட்டார்களே…”

“இந்த இனாகுரேஷன் பற்றி எழுதுவதிலிருந்து எனக்கு விடுதலை கொடுத்தால் நான் உங்களுக்கு ஜெயதேவி பேட்டி ஒன்று இன்று இரவு பன்னிரெண்டு மணிக்குள் தருகிறேன்.”

“அப்படியா..? நீயாக ஏதாவது எழுதிக்கொண்டு வந்து விடாதேப்பா.”

“அதுதான் இருக்கவே இருக்கிறதே, கவலைப்படாதே. நான் ஆதாரப்பூர்வமான, அந்தரங்கமான, விரிவான, பிரத்யேகமான பேட்டி ஒன்று எடுத்து வருகிறேன் சரியா..?”

“அவள் நாளை காலையே போய்விடுகிறாள்…”

“தெரியும்…”

“என்ன பைத்தியக்காரத்தனம்! ஒரு நெருப்புப் பெட்டியை வைத்துக்கொண்டு நிற்பதற்காக அவள் பம்பாயிலிருந்து பறந்து வருகிறாள்…”

“அவளும், அவள்கூட இன்னும் மூன்று பேரும். ஒருவன் தன் அப்பாவின் பிணம் அவனுக்காக ஹைதராபாத்தில் காத்திருக்கிறது. அவன் போய்த்தான் தகனம் செய்யவேண்டும்

என்று. பம்பாயில் இன்று எவனாவது கதறியிருந்தால்கூட, 'முடியாதப்பா, இன்று ஜெயதேவியும், அவளுடைய அம்மாவும், அக்காவும் உதவிக்கிருக்கும் பெண்ணும் ஹைராபாத் சென்றே தீர வேண்டும். உன் அப்பா இன்னும் ஒரு நாள் காத்திருக்கட்டும்' என்று பதில் தந்திருப்பார்கள்..."

"நீ மிகவும் நெகடிவாகவும் சினிக்கலக்கலாகவுமே பேசுகிறாயே..? சுந்தர், எனக்கு உன்னைப் பற்றி ஒரு வருத்தமும் ஏற்படாமல் இந்தப் பதினைந்து நாட்கள் கழிய வேண்டும். வெங்கோஜிராவ் என்னைப் பார்த்துத்தான் கத்துவான்..."

"கவலைப்படாதே. தேனும் அமிருதமும் சொட்டும்படி ஒவ்வொரு வரியையும் எழுதிவிடுகிறேன்..."

தூரத்தில் திரைப்படத்தில் ஏதோ நகைச்சுவைக் காட்சி. இரண்டாயிரம் நபர்களின் வெவ்வேறு விதமான சிரிப்பு விசித்திர அலையாக எங்கள் காதில் வந்து விழுந்தது. கார்கள் அருகில் இருந்த சில போலீஸ்காரர்கள், டிரைவர்கள் அரங்கம் இருக்கும் திசை நோக்கிப் போனார்கள்!

"நாம் ஏன் இன்னும் இங்கு நிற்கிறோம்..?" என்று நான் கேட்டேன்.

"ரங்கநாதனுக்குத்தான். இங்கே கார் பார்க் அருகே சந்திப்பதாகத்தான் ஏற்பாடு..."

"அப்படியா..?"

"உனக்குத் தெரியாது? வெங்கோஜிராவ் நமக்கு ஒரு கார் கொடுத்திருக்கிறார்..."

"கரம்சந்த், எனக்குப் பத்து மணிக்கு வண்டி வேண்டும்..."

"பத்து மணிக்கு நாமெல்லோரும் நாளைப் பத்திரிகைக்காக எழுதிக்கொண்டல்லவா இருக்க வேண்டும்..?"

"உனக்கு ஜெயதேவி பேட்டி வேணுமல்லவா..?"

"அவளை யாரும் பார்க்க முடியாது என்றல்லவா முதலிலிருந்தே தடுத்துக்கொண்டிருக்கிறார்கள்..?"

"நான்தான் முன்னமேயே சொன்னேனே? உனக்கு ஒரு பர்ஸ்ட்கிளாஸ் ஸ்டோரி நான் தருகிறேன்..."

"ஆமாம். எங்கே இந்த புரொபஸர்? உனக்கு இந்த ஆளை முன்கூட்டியே தெரியுமா..?"

"எனக்குத் தெரியாது. ஆனால் நீதான் அவனுடைய கட்டுரைகளைப் பிரசுரித்திருக்கிறாய்... உனக்குத்தான் அவன் நெருக்கம்..."

"கமான், சுந்தர். நாம் பிரசுரிப்பதெல்லாம் நன்றாயிருக்கிறது என்பதற்காகப் பிரசுரிப்பதில்லை. அநேக சமயங்களில் வேறு வழியில்லாமல் கண்டதையும் சேர்த்துக்கொள்ள வேண்டி யிருக்கிறது..."

"கவலைப்படாதே, எது எப்படி இருந்தாலும் புரபொஸரின் இங்கிலீஷ் தப்பில்லாமல் இருக்கும். அது இன்னும் 1920இல் இருக்கிறது. ஆனால் பரவாயில்லை. நம் செய்தித்தாள்களை முதலிலிருந்து கடைசிவரை படிப்பவர்கள் யாருக்கும் வயது அறுபதுக்குக் குறையாது..."

"நீ மிகவும் கசப்பாகவே பேசுகிறாய்..."

"கொஞ்சம் கூடக் கவலைப்படாதே. பேனா எடுத்தால் அதிலிருந்து சர்க்கரைப் பாகுதான் வரும்..."

"ரம் வரும் என்கிறாய். விஸ்கி வராதா..?"

"கரம்சந்த், வா ஹோட்டலுக்கு போவோம்; எனக்கு அரைமணிக்காவது தனிமை வேண்டும்..."

கரம்சந்த், கார்கள் நடுவில் இருட்டில் ஏதோ ஒரு திசையில் சென்றான். நான் பாதி உள்ளூர்க்காரன். அதனாலேயே பல விஷயங்களில் அலட்சியம். ஆனால் அவன் கார் எங்கிருக் கிறது என்று கவனத்தில் வைத்திருந்தான். இவ்வளவு கூட்டம் குழப்பத்தில்கூட அவனுக்குச் சம்பந்தமிருப்பது பற்றி அவனுக்குக் கலக்கமும் தயக்கமும் கிடையாது.

நான் ஹோட்டலில், என் அறையில் நுழைந்து அரை விநாடியிருக்காது. டெலிபோன் ஒலித்தது. ஹோட்டல்காரர் களிடமிருந்துதான் இருக்கும் என்று நினைத்து டெலிபோன் எடுத்தேன். அது ரங்கநாயகி...

"ஐ ஸே. நீங்க எங்கிருந்து பேசுறீங்க..?"

"பக்கத்து ரூம்லேர்ந்து..."

"என்ன..?"

"பயந்துடாதீங்க. எங்க ஆபீஸ்லேர்ந்துதான் பேசறேன். அரை மணியாத் திரும்பத் திரும்ப டெலிபோன் பண்ணினேன். இப்பத்தான் கிடைச்சீங்க..."

"என்ன விஷயம்..?"

"ஜெயதேவி என்ன ஞாபகமிருப்பதாகச் சொன்னா. உங்களுக்கு முன்னமேயே அவங்களைத் தெரியுமா சார்..?"

"உனக்கு என்ன தோணறது..?"

"எனக்கு என்ன சார் தோணும். நான் ஒரு சர்க்கார் வேலைக்காரி. எனக்குத் தோணறதுன்னு ஒண்ணுமே கிடையாது..."

எல்லா விளக்குகளையும் அணைத்துவிட்டுப் படுக்கையில் சாய்ந்தேன். எட்டு மணிக்கு ஹோட்டலின் எல்லாப் பகுதி களிலிருந்தும் முழு வீச்சோடு அந்தந்த இடத்துக்குரிய ஒலிகள் வந்த வண்ணம் இருந்தன. நானிருந்த மாடியில் ஐந்தாறு அறைகளிலாவது கோஷ்டியாகக் குடியும் கும்மாளமுமாக இருந்தது. எங்கோ சமையல் பகுதியிலிருந்து பாத்திரங்கள் ஓர் இடைவெளியில்லாது கழுவப்படும் சத்தம். கீழே கார்கள் வந்து நிற்பதும் கிளம்புவதும், பணியாளர்கள், அவர்களது எஜமானர்கள் இல்லாதபோது அவர்களிடம் குடிகொள்ளும் அபூர்வ சுதந்திர உணர்வுடன் உரத்த குரலில் பேசிக்கொள்ளும் பேச்சு, யாரோ ஓயாது டிரங்க்காலில் அவசரமாகவும் ஆவேசமாகவும் வயிறும் தலையும் வெடித்து விடுவதுபோலக் கத்துவது – இவ்வளவுக்கு நடுவில் சம்பூர்ணா ஹோட்டலில் 'குபேர்' ரெஸ்டாரண்டில் காபரேக்கான எலக்ட்ரானிக் வாத்தியங்கள் கூடிய இசை. அறை ஏர்கண்டிஷண்டாக இருக்கலாம். ஆனால், ஒலித்தடுப்பு கிடையாது. எப்படியெல்லாமோ புகுந்து கசிந்து யாரை எட்ட வேண்டுமோ யாரை எட்டக் கூடாதோ அங்கெல்லாம் அவர்களுக்கெல்லாம் எட்டிவிடும். 'நான் உன்னைப் பற்றிக் கனவு காணுவதில்லை, ஏனென்றால் நான் தூங்குவதில்லை' என்று காபரே பாட்டு. எனக்கு எப்போதெல்லாமோ எங்கெல்லாமோ தூக்கம் வந்திருக்கிறது. ஆனால் ஒருமுறை கூடத் தூங்கினேன் என்று சொல்லமுடியாதபடிதான் இருந்திருக்கிறது. என் தூக்கம் உண்மையிலேயே கொள்ளை போய்விட்டது. என்னாலும் கனவு காண முடியாது. என் கனவெல்லாம் விழிப்போடு காணும் கனவுகள். அர்த்த ராத்திரியிலும் அவை பகல்கனவுகள்.

ஓவென்று கத்தத் தோன்றியது. ஆனால், இவ்வளவு ஒலிகள் வெளியிலிருந்து என் அறைக்குள் நுழைய முடியுமானால், நான் கத்தினால் அதுவும் எல்லா இடங்களையும் எட்டும். கூப்பிட்ட குரலுக்குத் திரும்பிப் பாராவிட்டாலும் விபரீதமாக யாராவது கத்தினால் உலகம் திரும்பிப் பார்க்கும். என்னை யாரும் திரும்பிப் பார்க்க வேண்டாம். எனக்கும் யாரையும்

திரும்பிப் பார்க்கவேண்டாம். ஆனால், என் பார்வையே திரும்பிப் பார்ப்பதாகவே என்றுதான் இருக்கிறது. நிலைத்துவிட்டது. என் கண்கள் பின்னந்தலையில் நிரந்தரமாக இடம் மாறிவிட்டன.

என் தலையை இனியும் எங்காவது மோதிக்கொள்ளாமல் இருக்க முடியாது என்ற கட்டத்தை அடைந்தபோது யாரோ கதவைத் தட்டும் சத்தம் கேட்டது. என் முன்னிரவுப் பகல் கனவு கலைந்து எழுந்தேன்.

8

காரிடாரில் ரங்கநாதன் நின்றுகொண்டிருந்தான்.

அறைக் கதவை முழுவதும் திறக்காமல் "என்ன புரொபஸர்..?" என்று கேட்டேன்.

"சாப்பிட வரவில்லையா..?"

"மணி என்ன?"

"ஒம்பதரை, இப்போ வெஜிடேரியன் ரெஸ்டாரெண்ட் மூட ஆரம்பிச்சிருப்பான்..."

"கரம்சந்தைப் பார்த்தீங்களா?"

"இல்லையே..?"

"இனாகுரேஷன் முடிஞ்சவுடனே கார் பார்க்லே பாக்குறதா ஏற்பாடாமே..?"

"நான் அப்படியே பிலிமுக்குள் இருந்துட்டேன்..."

"அப்ப நீங்க அந்தப் படத்துக்கு ஒரு ரிவ்யூ எழுதிடுங்க. கரம்சந்த் இனாகுரேஷன் பத்தி எழுதிடுவான்..."

"எழுதறது இருக்கட்டும், முதல்லே சாப்பிட்டு வந்திடலாம்."

"எனக்கு சாப்பிடணும் போலே இல்லே... புரொபஸர், யூ கோ அஹெட்."

"ஏன் என்ன..? உடம்பு எதாவது சரியில்லையா..?

"அப்படித்தான் வைச்சுக்கங்களேன்."

அப்போது கரம்சந்த் ஒரு சிறு தள்ளாடலுடன் வந்தான்.

"நாம் மூணு பேரும் நம்ப முதல் கட்டுரைகளை எழுத ஆரம்பிக்கறதுக்கு முன்னாலே, வொய் டோண்ட் யூ ஜாயின் மீ பார் எ டிரிங்க்?"

ரங்கநாதன், "சரி" என்றான்.

"என்னால் முடியாது" என்று நான் சொன்னேன்.

"ஏன்?"

"நீ கேட்ட விசேஷ பேட்டியைக் கொண்டுவர வேண்டாமா?"

"சாரி, மறந்துவிட்டேன். பத்து மணிக்குத்தானே..?"

"ஆமாம்..."

"காரைக் காத்திருக்கச் சொல்லியிருக்கிறேன்..."

"தாங்க்யூ..."

"எங்கே, என்ன..?" என்று ரங்கநாதன் கேட்டான்.

"சுந்தர் ஜெயதேவியைச் சந்திக்கப் போகிறான்..."

"அப்படியா?, எப்போது?"

"இப்போது, இன்னும் அரை மணிக்குள்..."

"எங்கே?"

"ஹோட்டல் பஞ்ஜாராவில்."

"நானும் போறேனே..."

நான் பேசினேன். "ரங்கநாதன், ஜாயின் அவர் சீஃப் எடிட்டர் இன் ஹிஸ் ஸெஷ்ஷன். அப்புறம் வேலையைத் தொடங்கு. உன் வேலை அவரோட. என்னோட இல்லை..."

கரம்சந்த்திடம், "பன்னிரெண்டு மணிக்குள் நான் பேட்டியை எழுதிக் கொடுத்து விடுகின்றேன். நாளைக் காலை வெளிவர இருக்கும் முதல் அநுபந்தத்திலேயே சேர்த்துவிடலாம்" என்றேன்.

"அப்போது நான் கவர் போட்டோக்களைப் பயன்படுத்த முடியாது."

"கவர் பக்கம் தனியாகப் போகட்டும், இதை இரண்டாவது பக்கத்தில் சேர்த்துவிடலாம்."

"வண்டி இரவு முழுதும் நம் உபயோகத்துக்குத்தான்..."

"எனக்குப் பன்னிரண்டு மணிவரை போதும்..."

நான் லிஃப்டைப் பயன்படுத்தாது படிக்கட்டில் இறங்கிக் கீழே வந்தேன்.

பஞ்சாரா ஹோட்டல் பகல் போல இயங்கியது. வரவேற்பு ஹாலில் ஏராளமான கூட்டம். திரைப்பட இன்ஸ்டிட்யூட்

களிலிருந்து வந்த இளைஞர்களும் திரளாக அங்கு இருந்தார்கள். அஷோக் குமாரைச் சுற்றி ஒரு சிறு குழு, கண்களை அகல விரித்துக்கொண்டு ஒவ்வொரு சொல்லையும் அசைவையும் விழுங்கிக்கொண்டிருந்தது. அஷோக் குமார் என்னை நிமிர்ந்து பார்த்தபோது அவ்வளவு பரபரப்பிலும் நான்காண்டுகளுக்கு முன்பு அவரையும் அவரது மனைவியையும் நான் திருவான்மியூர் கோயிலுக்கு அழைத்துப் போனது அவருக்கு நினைவிலிருந்தது தெரிந்தது. நான் இலேசாகப் புன்னகை புரிந்துவிட்டு வரவேற்புக் கவுண்ட்டரில் இருந்த உயரமான இளைஞனிடம் சென்று நான் வந்திருக்கும் காரணத்தைச் சொன்னேன். அவன் ஒரு பெண்ணிடம் தணிந்த குரலில் இதைச் சொல்ல, அவள் என்னிடம் ஏதோ ரகசியம் பேசவிருப்பது போல ஒரு பார்வை தந்தாள். "என்ன விஷயம்?" என்று கேட்டேன்.

அப்பெண் சிறிது பரிச்சயத்துடன், "நீங்கள்தானே சுந்தர ராஜ்? சென்னையிலிருந்து வந்தவர்?" என்று கேட்டாள்.

"ஆமாம், நான் ஜெயதேவியை இங்கு பத்து மணிக்குச் சந்திப்பதாக எற்பாடு."

"தெரியும், சார், சொன்னார்கள். சற்று இங்கே உட்காருங்கள். ஒரு ஐந்து பத்து நிமிடம் காத்திருக்க வேண்டியிருக்கும் என்று நினைக்கிறேன்."

"ஏன்? இல்லையா?"

"இன்று முதலமைச்சர் பிரத்யேக விருந்து தருகிறார். விருந்துக்குப் போய்வந்து விடுகிறேன் என்று சொன்னார்கள்."

"விருந்து என்றால் நேரமாகுமே? அப்போ நான் போகிறேன்."

"வேண்டாம் சார். உங்களைக் கட்டாயம் காத்திருக்கச் சொன்னார்கள். கட்டாயம் வந்துவிடுவேன் என்று சொன்னார்கள்."

அந்தப் பெரிய வரவேற்பு ஹாலிலேயே தனியாக ஓரிடம் கிடைக்குமா என்று பார்த்தேன். உட்கார இடங்கள் இருந்தன. ஆனால், நிறைய இளைஞர்கள் பரபரப்போடு ஒரு ரசிகர் குவியலிலிருந்து இன்னொரு குவியலுக்குப் போவதும் வருவதுமாக இருந்தார்கள். உண்மையில் எங்கு நின்றாலும் உட்கார்ந்தாலும யாராவது யாரையாவது இடித்து அல்லது இடறிக்கொள்வது தவிர்க்க முடியாதது போலிருந்தது. அந்த இடத்தில் அப்போதிருந்த கூட்டத்தின் பரபரப்பின் தன்மைக்கும் அந்த ஹால் ஜோடனை செய்யப்பட்டிருந்த தன்மைக்கும் ஒரு விதத்தில் பொருத்தமும்

இன்னொரு விதத்தில் பொருத்தமேயில்லாமலும் இருந்தது. சுவரின் வண்ணமும் தூண்களின் வண்ணமும் அமைப்பும், தரையும் வண்ணமும் வழவழப்பும், அங்கு போடப்பட்டிருந்த சோபாக்கள் மற்றும் டீபாய்களின் வண்ணமும் அமைப்பும், ஹால் உள்ளேயே வளர்க்கப்பட்ட அலங்காரச் செடிகளும் அவற்றின் பித்தளைத் தொட்டிகளும் உயரமான கூரையும் கூரையிலிருந்து தொங்கிய லஸ்தர் விளக்குகளும் சுவரிலோ தூண்களிலோ எங்கிருக்கிறது என்றே தெரியாதபடி அமைக்கப்பட்ட விளக்குகள் தந்த ஒளியும், பெண் பணியாளர்களின் சீருடைப் புடவையும் ஆண் பணியாளர்கள் அவர்கள் பதவிக்கேற்றபடி அமைக்கப்பட்ட சீருடையும் எல்லாமே ஒவ்வொன்றும் பல மாதங்கள் சிந்தனையும் விவாதமும் ஏராளமான பணச் செலவுக்கும் பிறகு நிர்ணயிக்கப் பட்டு அமைக்கப்பட்டது. ஆனால், இவற்றில் ஏதும் அப்போது கூடியிருந்தவர்களில் ஒருவரின் கவனத்தைக்கூட இழுக்கப் போவதில்லை. ஒருவரும் இப்பொருள்கள் எதனுடனும் எந்த உறவும் கொள்ளப்போவதில்லை.

அவர்கள் அந்த நேரத்தில் அவர்களுடைய திரையுலக வாழ்கையின் மிக முக்கிய கட்டமாக அங்கு வந்திருந்த நட்சத்திர நடிகர்கள், சினிமாத் தயாரிப்பாளர்கள், அரசு அதிகாரிகள், அயல்நாட்டுத் திரைப்படப் பிரமுகர்கள் முதலியோரின் சிறு தயவாயினும் கிடைக்காதா என்ற உன்னிப்போடு அவர்கள் உடலும் உள்ளமும் முனைந்திருக்கையில் இந்தப் புற ஜோடனையும் அழகும் அலங்காரமும் மனதைத் தொடப்போவதில்லை. ஆனால் அவ்வளவு ஜோடனையும் படாடோபமும் இருப்பதால்தான் அந்த இடத்தில் திரையுலகத் தாரகைகள் வந்திருக்கிறார்கள். இந்தப் பொருத்தமும் பொருத்த மின்மையும் திடீரென்று என்னுள் தாங்க முடியாத வலியை உண்டு பண்ணின.

இங்கிருக்கும் ஒரு தூணுக்குச் செலவழித்திருக்கும் பணம் அன்று எங்களிடம் இருந்திருந்தால் தங்கை சீதாவின் கல்யாணம் நடந்திருக்கும், கையில் பணம் அதிகமில்லை என்ற உணர்வே சம்பந்தம் பேச நாங்கள் துணிந்த இடங்களின் இதர அம்சங்களை நிர்ணயித்தது. அந்த அம்சங்கள் தயக்கமும் பயமும் ஏற்படுத்துபவை. அதனால் இன்னும் அதிகச் சிக்கல் இன்னும் மனமுறிவு இன்னும் இழிவுபடுத்தும் சந்தர்ப்பங்களுக்கு உட்படுதல். கடைசியில் கல்யாணம் நடக்கவில்லை. கருமாதி தான் நடந்தது. கருமாதிகூட நடக்கவில்லை. மணமாகாத பெண்ணாக மரிப்பவர்களுக்குக் கருமாதி கிடையாது. பிண்டம் கிடையாது. ஒன்றும் கிடையாது. இங்கு நிற்கும் அத்தனை தூண்களும் அவ்வளவு பெண்களின் நினைவுச் சின்னங்களாகக் கொள்ளலாம்.

இவள் எப்போது வந்து, நான் எப்போது சம்பூர்ணாவுக்குத் திரும்பி, நான் எப்போது பேட்டிக் கட்டுரை எழுதி, நான் எப்போது கரம்சந்திடம் அதைத் தருவது? நான் அளவு மீறி வாக்குறுதி கொடுத்துவிட்டேனா? அரைமணி போதும் ஐநூறு வார்த்தைகளில் ஒரு கட்டுரை எழுதி முடிக்க. தினசரி சினிமா அனுபந்தமாதலால் எவ்வளவு மோசமாக எழுதப்பட்டிருந்தாலும் பக்கத்தில் வண்ணத்தில் ஜெயதேவியின் முகம் தெரிந்தால் போதும், கட்டுரை பணி முடிந்துவிடும்.

வெங்கோஜிராவின் கார் டிரைவர் என்னிடம் வந்து இன்னும் எவ்வளவு நேரம் ஆகும் என்று கேட்டான். எப்படியும் அந்த இடத்தை விட்டுப் பதினொன்றரை மணிக்குக் கிளம்பி விடலாம் என்று உறுதி கூறினேன்.

வரவேற்பு மேஜையின் உயரமான இளைஞன் பரபரப்போடு வந்தான். “என்னோடு வாருங்கள் சார்” என்றான்.

“வந்தாச்சா?” என்று கேட்டேன்.

“ஆமாம் சார், பேஸ்மெண்டிலேந்து நேரே லிஃப்ட்லே ரூமுக்குப் போயிட்டாங்க. அதனாலேதான் ரிசப்ஷனுக்கு வரலை”

பஞ்சாராவில் ஜெயதேவி தங்கியிருந்த பகுதி ஒரு விசேஷ ‘ஸூட்’. ஒரு வரவேற்பு அறை, ஒரு ஸ்டடி, இரு படுக்கை அறைகள். இவற்றுடன் ஒரு தனி சமையலறையும் கொண்டது. ஒரு படுக்கை அறையில் ஜெயதேவி தனியாகச் சாய்ந்திருந்தாள். நான் அறையுள் நுழைந்து கதவு தானாக மூடிக்கொண்டவுடன் ஓடி வந்து என்னைக் கட்டிக்கொண்டாள்.

9

ஜெயதேவியின் அணைப்பு யுகமாக நீடித்தது. நான் விடுவித்துக் கொண்டபோது அவள் அழுதுகொண்டிருந்தாள். துக்கத்துக்கு ஆறுதல் சொல்லும் ஆற்றலை நான் இழந்திருந்தேன். அவள் அழுது முடியும்வரை சிலையாக நின்றுகொண்டிருந்தேன்.

சற்று நிதானம் திரும்பியவுடன் அங்கு டீபாய் மீதிருந்த அட்டைப் பெட்டியிலிருந்து ஒரு காகிதக் கைக்குட்டையை உருவினாள். அந்தக் கைக்குட்டையிலும் பஞ்சாரா ஹோட்டலின் சின்னமும் பெயரும் பளிச்சென்று அச்சிடப்பட்டிருந்தன. ஜெயதேவி அதை எடுத்து மூக்கை உறிஞ்சித் துடைத்துக்கொண்டவுடன் அது நைந்து போயிற்று.

ஈரம் முழுவதும் விலகாத கண்களோடு அவள் என்னை நோக்கிப் புன்னகை புரிந்தாள். "எப்படியிருக்கீங்க?" என்று கேட்டாள்.

கோபமுறும் ஆற்றலையும் நான் இழந்திருந்தேன் "நீ பாக்கிறபடிதான்" என்றேன்.

"வாழ்க்கை எவ்வளவு மாறிவிட்டது!"

"எதுதான் மாறலை?"

"உங்ககிட்ட மாற்றம் ஏதும் இல்லையே?"

"இல்லை, ரேகா. நிறைய மாறி இருக்கேன். நிறைய மாறி யிருக்கேன்."

"நானும் மாறிட்டேனில்லையா?"

நான் அவளை உற்றுப் பார்த்தேன். உண்மையில் நான் அப்போதுதான் அன்றைக்கு முதன்முதலாக அவளை உற்றுப் பார்த்தேன். ஏதேதோ புலப்படுவது போலிருந்தது. அதே நேரத்தில் தடித்த திரையும் நடுவில் விழுந்திருந்தது போலிருந்தது.

"நீதான் சொல்ல வேண்டும்" என்றேன்.

"சீதா விஷயம் கேட்டப்போ துடிச்சுப் போயிட்டேன்."

"ஒரு விஷயம் தெரியுமா? அது நடந்தப்போ நான் துடிக்கலை. ஒரு பரபரப்புக்கூட இல்லை. நான்தான் சொன்னேனே, அவள் செத்த அடுத்த நாள்தான் அவளைப் பார்த்தேன் என்று. அன்னிக்கு நடக்க வேண்டிய காரியங்களை ஒரு தயக்கமும் குழப்பமும் இல்லாமல் செய்தேன். பார்க்கப் போனால் இப்போது அதிலெல்லாம் நான் அத்துப்படி. தற்கொலை நிகழ்ந்துட்டா அதன்பின் நடக்க வேண்டிய காரியங்களுக்கு நான் காண்ட்ராக்ட் கூட எடுக்கலாம்."

"இப்படிப் பேசறீங்களே?"

"பேச்சுத்தான், ரேகா. ஒரு வாரம், பத்துநாள் கூட நான் எப்போதும் போல இருந்தேன். ஆனால் அதற்குப் பிறகு ஒரு வலி ஆரம்பித்தது. வலிச்சுக்கொண்டேயிருக்கு. சில சமயங் களில் தாங்க முடியலை. இன்னிக்கு அரை மணி முன்னால் அப்படித்தான் இருந்தது. நானே தற்கொலை செய்துகொண்டு விடுவேனோ என்றுகூட நினைச்சேன்."

"நாம் சேர்ந்து தற்கொலை செய்துகொள்றதாத்தானே இருந்தோம்?"

ஜெயதேவி திடீரென்று முப்பது நாற்பது வயதுக்குரிய முதிர்ச்சி பெற்ற மாதாகத் தோன்றினாள். ஒவ்வொரு தற்கொலை முயற்சியும் பத்து வயது கூட்டிவிடும் போலும்.

எங்களைச் சுருங்க வைக்கும் குளிர் கொண்டிருந்த அந்த அறையில் அன்று இல்லாத, சாத்தியப்படாத நிலையைக் கற்பனையில் கல்மண்டபமாகச் செதுக்கிக்கொண்டு குளிர், காற்று, வெப்பம், மழை எல்லாவற்றிலும் நிலைத்து நிற்பதாக அமைக்க எனக்கு விருப்பமும் இல்லை. சக்தியும் இல்லை. "ரேகா, எனக்கு வேலை இருக்கிறது. இன்னும் அரை மணிக்குள் ஐநூறு சொற்கள் எழுதியாக வேண்டும். பழையது எல்லாம் முடிந்துவிட்டது. உன்னை ரேகா ரேகா என்று கூப்பிட்டுக் கொண்டிருக்கிறேனே தவிர நீ ரேகா இல்லை. நான் எப்போதோ செத்துப்போயாகிவிட்டது. உனக்கு என்னால் ஏதோ ஆக வேண்டும் என்றாலோ நாம் ஒருவரையொருவர் பார்த்துச் சிரிக்க வேண்டும், எப்படி இருக்கீங்க என்று கேட்க வேண்டும், நல்லா இருக்கேங்க என்று பதில் சொல்ல வேண்டும். இப்போதோ பார்த்துவிட்டுப் பார்க்காதது போலப் போய்விடலாம். நீ அந்த மாதிரி செய்திருந்தால் நான் என் ஐநூறு வார்த்தைகளை இதற்குள் எழுதி முடித்துவிட்டு இருட்டில் தனியாக உட்கார்ந்து கொண்டிருப்பேன்."

சற்றே கோபமடைந்தது போல ஜெயதேவி நிமிர்ந்து கொண்டாள். உடனே கோபம் தளர்ந்துபோய்த் தளர்ந்த குரலில் சொன்னாள், "நீங்க பாம்பே வந்துடுங்க."

"எதுக்கு?"

"என்கூட இருந்திடலாம். நீங்க இங்கே செய்யறதை அங்கே செய்யலாம். எல்லாத்துக்கும் மேலா நீங்க எங்கூடவே இருக்கலாம்."

"ஊஹூம்."

"ஏன்?"

"நா—உங்கூட இருக்கிறது முக்கியமாயிருந்தா நீ முன்னாலியே சொல்லியனுப்பிச்சிருக்க மாட்டியா?"

"நான் தேடினேங்க."

"நான் அப்படி ஒண்ணும் கிடைக்காத இடத்துக்குப் போயிடலை. இப்போ என்னைப் பாத்தவுடனே உனக்குத் தோணறது. நானும் நீ கூப்பிடறதுக்குச் சரின்னு சொல்லிக் கிளம்பிடலாம். ஒரு வேளை எல்லாம் சரியாயிருக்குமோ

என்னவோ. ஆனா எனக்கு முடியாது, ரேகா. இப்ப இங்கே ஒரு வேலையை ஒத்துண்டு வந்திருக்கேன். அது முடிச்சதும் இங்கேயே எங்கேயாவது இருந்துடலாமான்னுகூட நினைக்கிறேன். பழைய மனுஷங்க யாருமே இல்லாத இடமா வேணும்னு பார்த்தேன். இப்போ இந்த ஃபெஸ்டிவல் முடிஞ்சப்புறம் எனக்குத் தெரிஞ்சவங்க இரண்டு மூணு பேருதான் இங்கே இருப்பாங்க. அதுவும் இந்த ஒரு நாளிலே தெரிஞ் சவங்க. ஒரு நாளிலே எவ்வளவு நடந்துடப் போறது? இதைவிடு. உன்னைப் பத்தி இரண்டு வார்த்தை சொல்லு. எப்படி இருக்கே?"

ஜெயதேவி சோர்ந்து நின்றாள். "எல்லாம் நீங்க பாக்கறபடி தான்" என்றாள்.

"அப்போ நீ பிரமாதமா இருக்கே. ரொம்ப உற்சாகமா இருக்கே. உன் கண்ணுலே எங்கேயும் எல்லாமே ஓரே வெற்றி தான். இப்ப கிஷன்சந்தர் கூடத்தானே இருக்கே?"

ஒருமுறை வெட்டுவது போலப் பார்த்தாள். "இதெல்லாம் நீங்க கேக்கணுமா?" என்றாள்.

"நாளைக்கு வர கட்டுரையிலே இது விஷயம் பத்தி ஒரு வார்த்தை இல்லேன்னா பத்திரிகையயே கொளுத்திடுவாங்க."

"அதுக்கு நீங்க என்னைக் கொளுத்தணுமா?"

"நீ ரொம்பத்தான் நடிக்கறே, ரேகா." பொங்கி வந்த அழுகையை அடக்கிக்கொண்டு ஜெயதேவி தலையைத் திருப்பிக்கொண்டாள்.

கதவைத் தட்டும் சத்தம் கேட்டது. ஜெயதேவியின் சம்மதத்துக்காகக் காத்திராமல் நான் திறந்தேன். ஜெயதேவியின் உதவியாளராக வந்திருந்த பெண். "மானேஜர் ஒரு கையெழுத்து வாங்கி வரச் சொன்னார்" என்று தெலுங்கில் சொன்னாள்.

"என்ன?"

"ரிஜிஸ்டர்லே கெஸ்ட் கையெழுத்து."

"நான் எப்பவும் போட்டது கிடையாது. நீ போட்டு விடு."

"அப்படித்தான் சொன்னேன். ஆனால் அவர் திரும்பத் திரும்ப நீங்கதான் போடணும்னு சொல்றார்."

ஜெயதேவியின் கண்கள் கோபத்தில் சிவந்தன. "நாளைக்கு அவன் வேலையிலே இருக்க மாட்டான்" என்றாள். "என்னைக் காலை வரை யாரும் தொந்தரவு பண்ணவேண்டாம்னு சொன்னேனே, உனக்குப் புத்தியில்லே?"

“இல்லை மாடம். நான் மிஸஸ் ரங்கநாயகி, எம்.கே.ரெய்னா, சத்யநாராயணராவ் எல்லாரையும் டிரை பண்ணிப் பார்த்தேன். ஒருத்தரும் கிடைக்கலை.”

“ஸ்டுபிட்! கெட் அவுட்!”

ஜெயதேவி என் பக்கம் திரும்பினாள். மிகவும் அபத்தமான காரணத்துக்காக நிஜமாகவே கோபம் கொள்ள வேண்டிய சூழ்நிலை அந்த அறையில் எங்களுக்கிடையே இருந்த சூழ்நிலையையும் பாதித்திருந்தது. இனியும் அவள் பழைய நினைவுகளை வைத்துக்கொண்டு உருகிக்கொண்டிருக்க முடியாது.

“ரேகா, சில சமயங்களிலே விரிசல் வரும். விரிசலைச் சரி பண்ணிடலாம். துண்டாகும். உடனே ஏதாவது பண்ணி அதைக்கூடச் சரி பண்ணிவிடலாம். ஆனா நம்ம விஷயத்திலே துண்டாகி, தூள் தூளாகி எல்லாம் காத்திலே பறந்தாச்சு. வேலையே பண்ணாம கொஞ்ச நாள் குடிச்சுட்டு குடிச்சுட்டுத் தூங்கறதுக்கு நான் பம்பாய் வந்துடலாம். எனக்கும் பல சமயங்களிலே ஒண்ணுமே பண்ணத் தோணாம இருக்கு. அப்பல்லாம் இப்படி யாராவது நம்பளைப் பொட்டலம் கட்டித் தூக்கிண்டுபோய் ஒரு கூண்டிலே போட்டாவது தூங்கவிடமாட்டாளான்னு நினைக்கிறது உண்டு. நாம் இரண்டு பேரும் சேர்ந்து செத்துடலாம்னு நினைச்சோம். ஆனா எவ்வளவு பைத்தியக்காரத்தனம்! ஒழுங்கா விஷம் தின்னோ, தூக்குப் போட்டுண்டோ சாகக் கூடாது? ஒண்ணுமில்லே, ரயில் முன்னாடியாவது விழலாமே? இதெல்லாம் விட்டுட்டு பீச்சிலே போய் சாகலான்னு போனோம். போலீஸ்காரன் வந்து பிடிச்சு இழுத்துண்டு போயிட்டான். கையிலே இருபது ரூபா இல்லே. அவன் இம்மாரல் டிராஃபிக் கேஸ்லே மாட்டிவிட்டு மானத்தை வாங்கினான். நான் அதுக்காக இன்னொரு தரம் தற்கொலை பண்ணிண்டிருக்கணும். உன்னை முதல் முதல்லே முப்பாத்தம்மா கோயில்லே பாத்தேன். அப்ப நீ பாவாடை தாவணி போட்டுண் டிருந்தே. அப்பவும் அழுதே. எவ்வளவு துக்கம் இந்தச் சின்னப் பொண்ணுக்குன்னு நான் உன்னையே பாத்துண்டு நின்னேன். உன்னை பாத்தவுடனேயே நீ சினிமாப் பொண்ணுன்னு தெரியும். சினிமாலே அழறதுக்கு என்ன குறைச்சல்? இனிமே நீ அழ வேண்டாம். மத்தவங்களை அழப் பண்ணலாம். நான் அழப் பாக்கறேன். ஆனா முடியலே என்னாலே. அழ முடியறப்போ நான் உடனே உங்கிட்டே வந்துடறேன், அதுவரைக்கும் நாம வேறே வேறேதான்.”

நான் அறை வெளியே வந்தேன். அங்கே அந்த உதவியாளப் பெண் அழுதுகொண்டிருந்தாள்.

10

நுங்கம்பாக்கத்திலிருந்து மாமா இரு தினங்கள் முன்னரே அவருடைய சைக்கிளில் வீட்டுக்கு வந்து அம்மாவிடம் சொல்லிவிட்டுப் போயிருந்தார். இந்த வரன் முதலில் சற்று அதிகமாகவே பிடுங்குவது போல் தோன்றினாலும் மிக நல்ல குடும்பம். அந்த வீட்டுக்குப் போன எந்தப் பெண்ணும் கண்ணைக் கசக்கிக் கொண்டு நிற்கவில்லை. கல்யாணம் பண்ணிக் கொடுத்துவிட்டால் போதும். அதன் பிறகு பெண்ணை அவர்கள் பெண்ணாகவே நினைப்பார்கள். பிரசவத்துக்குப் பிறந்த வீட்டுக்கு அழைத்துப் போனால் கூடச் சாப்பாட்டுச் செலவு, வைத்தியச் செலவு என்று கணக்குப் பண்ணி முன்கூட்டியே பெண்ணின் வீட்டாரிடம் கொடுத்துவிடுவார்கள். கொஞ்சம் ஆசாரமான குடும்பம். காலையில் பெண் பார்க்க வருகிறார்கள். ஆதலால் டிபன் ஏதும் வேண்டியதில்லை, காபி கொடுத்தால் போதும். ஆனால் அவர்கள் அருவருப்புப் படும்படி அனாசாரமாக ஏதும் நடக்காதபடி பார்த்துக்கொள்ள வேண்டும்.

அப்போது நான் விளம்பர அதிகாரிக்கு உதவியாளனுக்கு உதவியாளனாக இருந்தேன். என்னுடைய விசேஷப் பொறுப்பு ‘ஹோர்டிங்’ எனப்படும் வெட்டவெளி விளம்பரப் படுதாக்கள். முக்கியமான ஓரிரண்டை நாங்களே பெயிண்ட்டர்கள் வைத்துத் தயாரிப்போம். அவை தவிர வேறு தேவைப்படுவதற்கு காண்ட்ராக்ட்காரர்களிடம் கொடுத்துவிடுவோம். பொதுவாக இந்த ஹோர்டிங்குகள் செய்பவர்களுக்கு அவர்களுடைய சிறு உலகத்தைத் தவிர வேறெங்கும் மதிப்போ அடையாளமோ கிடையாது. வெளியே நிறையப் பேருக்கு ‘ஹோர்டிங்’ என்றாலே ஏதோ பிளாக் மார்க்கெட் ஆள் என்று வைத்து விடுவார்கள். இந்தப் பெயிண்டர்கள் பெரிய பெரிய முகங்களையும், கண்களையும், உதடுகளையும், இடுப்புகளையும், மார்புக் கச்சைகளையும் சிறு சிறு புகைப்படங்களை வைத்து காடாத் துணிப்படுதாவில் வரைவார்கள். இப்படங்களை அருகிலிருந்து பார்த்தால் அருவருப்பாகவும் பயமாகவும்கூட இருக்கும்.

இதே படுதாக்களை இருபது அடி உயரத்தில் தூக்கி வைத்தால் கண் இமைகள் அப்படியே வெளியே நீட்டியிருப்பது போல இருக்கும். நடன நடிகையின் மார்பகம் முப்பரிமாணப் படம் போலத் தெரியும். சகாதேவன், தாஸ், கோலப்பன், டில்லி என்று எனக்குத் தெரிந்த இந்த பெயிண்டர்கள் அநேகமாக ஒரே மாதிரித் தமிழ் பேசுவார்கள். இவர்கள் வீட்டுப் பெரியவர்கள் அல்லது சகோதரர்கள் பெயரை வைத்து இவர்கள் என்ன மதம் என்ற சந்தேகம் வரும். சகாதேவனுக்கு அந்தோணி என்பவன்

தாய்மாமன் உறவு. மஹிமதாஸான் தாஸுக்குச் சிங்காரம், கந்தசாமி என்ற சகோதர்கள். டில்லிக்கு அப்படி ஏன் பெயர் வைத்தார்கள் என்று நான் அவனையே கேட்டிருக்கிறேன். அவன் அது டில்லி இல்லை. டில்லி பாபு என்பான். ஏன் டில்லிபாபு?

“அது பேருங்க; ராமன், கந்தன், கோவிந்தன் மாதிரி அதுவும் பேருங்க.”

“டில்லி ஊரு பேரு இல்லே?”

“ஆமாங்க, மதுரை கூடத்தான் ஊரு பேரு. சிதம்பரம் கூடத்தான் ஊரு. எல்லாம் பேரு வைச்சுக்கிறாங்களே இல்லையா?” அவன் சொல்வதிலிருந்து நியாயத்தை மூளை ஏற்றுக்கொண்டாலும் மனது இன்னமும் சிரமப்பட்டது. டில்லி, டில்லிபாபு, மதுரை, சிதம்பரம், பம்பாய், கல்கத்தா, மதறாஸ்.

சீதாவை அன்று பெண் பார்க்க வர இருந்தவர்கள் சிதம்பரம் தான். சிதம்பரம் அருகில் ஒரு கிராமம். பையன் விவேகானந்தா கல்லூரியில் உதவி விரிவுரையாளன். குடுமி வைத்துக்கொள்ள வில்லையே தவிர மிகவும் கட்டுப்பாடாக இருப்பான் என்று மாமா சொல்லியிருந்தார். “விவேகானந்தர் போலவே இருக்காம்ப்பா” என்றார். இந்த விவேகானந்தர்களில் ஒரு சங்கடம். திருமணம் போன்ற அற்ப விஷயங்கள் அவர்களுடைய பெற்றோர் பொறுப்புக்கு விட்டுவிடப்படும். எழுத என்ன பேனா வாங்க வேண்டும், எங்கு கரை போட்ட கதர்வேஷ்டி வாங்க வேண்டும், எந்தத் தையற்காரனிடம் ஜிப்பா தைக்கக் கொடுக்க வேண்டும் போன்ற முக்கிய விஷயங்கள் உதவி விரிவுரையாளர் நேரடியாக அவரே தீர்மானம் செய்வார். பெண் பார்க்க அவர் வரவில்லை. அவருடைய அப்பா அம்மாவுடன் சென்னையிலிருந்து ஒரு அத்தையும் அத்தையின் மருமகளும் நான்கு பேராக வந்தார்கள். இவர்கள் பரவாயில்லை என்று அபிப்ராயப்பட்டால் உதவி விரிவுரையாளர் ஒருநாள் மாலை கல்லூரி முடிந்த பிறகு வந்து பார்த்துவிட்டுப் போவார். ஆனால், அவரைப் பற்றி ஒரு சந்தேகமும் கொள்ள வேண்டாம் என்று மாமா மட்டும் சொல்லவில்லை. ராமகிருஷ்ணா ஸ்கூல்காரர் ஒருவரும் சொன்னார். ஆதலால் இடம் நல்ல இடம் என்பதில் தயக்கமே கொள்ளத் தேவையில்லை.

காலை எட்டு மணிக்கு அவர்கள் வந்ததிலிருந்து முதல் அரை மணி நேரம் நல்லபடியாகவே இருந்தது. மாமாதான் எல்லா விசாரிப்புகளையும் சந்தித்துப் பதில் சொல்லிக்கொண்டிருந்தார். ஆனால் சம்பந்தம் என்று பேச வந்தவர்கள் பெண்ணுடன் பிறந்தவர்கள் யார், யார்? என்ன செய்கிறார்கள் என்று கேட்காமல் இருக்க முடியுமா? மாமா என்னைப் பற்றிச்

சொல்லத் தடுமாறினார். சினிமா விளம்பரம் வேறு, சினிமா தயாரிப்பு போன்றவை வேறு என்று அவர்களுக்குப் புரிய வைக்க முடியவில்லை. நான் சில புகைப்படங்களைக் கொண்டு வந்து காண்பித்து என் வேலை வெறும் இந்த நிழல்களுடன்தான், அசலுடன் அல்ல என்று சொன்னேன். பையனின் அப்பா பழங்கால நாடக நடிகையர் சினிமாவுக்கு வந்தது பற்றிப் பேசினார். மல்லியம் ராஜகோபால் அவருக்கு உறவு என்றார். அப்படியா என்றேன். அவர் கிராமத்துக்கு வந்துகூட ராஜகோபால் ஷூட்டிங்கோ ஏதோ நடத்தினதாகச் சொன்னார். அப்படியா என்றேன். இன்னும் ஒருவர் பெயரையும் சொன்னார். கல்யாணப் பேச்சு போய் ஒரே சினிமாப் பேச்சாக மாறிற்று. சினிமாக்காரர்கள் ஒழுக்கம் கெட்டவர்கள் என்பது மட்டுமல்ல, ஒரு பண்பு, மட்டு மரியாதை ஏதுமே இல்லாதவர்கள். அல்லது இருந்தாலும் அதை வேண்டுமென்றே உதறித் தள்ளிவிடுபவர்கள் என்று அபிப்பிராயம் வைத்திருந்தார்.

ஒரு நிகழ்ச்சி சொன்னார். அவர் கிராமத்தில் சினிமாக் காரர்கள் வந்தபோது அவர் வீட்டிலிருந்து ஒரு நாளைக்கு யாருக்கோ பத்தியச் சாப்பாடாக வேண்டும் என்று மிளகுக் குழம்பும் புடலங்காய்க் கூட்டும் இருமுறை வேக வைத்த சாதமுமாக ஒரு டிபன் காரியரில் வாங்கிப் போனார்கள். டிபன் காரியர் அந்த நாளையப் பித்தளை டிபன் காரியர். பளபளவென்று பொன்னாக மின்னும். போன டிபன் காரியர் நான்கு நாட்களாகியும் திரும்பி வரவில்லை. ஆள் விட்டுச் சொல்லியனுப்பித்தது. அதன் பிறகு டிபன் காரியர் திரும்பி வந்தது சேற்றில் முக்கி எடுத்தது போல. வரிசையான டிபன் பாத்திரங்களை மூடிப் பக்கத்துப் பட்டை போட்ட பின் எல்லாவற்றையும் கெட்டியாகப் பிடித்துக்கொள்ள நீண்ட காம்பு கொண்ட ஸ்பூன் ஒன்றைப் பொருத்தியிருக்கும். அந்த ஸ்பூன் காணோம். அதற்குப் பதிலாக சணல் கயிற்றைக் கட்டி யிருந்தது. நான்கு நாட்களாக டிபன் காரியரைக் கழுவவே யில்லை. கழுவாததோடு மட்டுமல்லாமல் அதை வேறு எதெல்லாமோ வாங்குவதற்குப் பயன்படுத்தியிருக்கிறார்கள். ஒவ்வொரு பாத்திரத்திலும் சாப்பாட்டுப் பொருள்கள் ஊசிப் போய் சகிக்க முடியாதபடி நாறிக்கொண்டிருந்தன. கடைசித் தட்டும் அப்படித்தான். அது மட்டுமல்ல அதில் இரு எலும்புத் துண்டுகளும் இருந்தன. டிபன் காரியரை அப்படியே நடுத் தெருவில் தூக்கி எறிய வேண்டியிருந்தது. சினிமாக்காரனுக்குப் பச்சைத் தண்ணிகூடக் கொடுக்கக்கூடாது.

“நீங்க உங்க உறவுக்காரர், அதுதான் சாப்பாடு வாங்கிப் போனவர், அவரைக் கேக்கக் கூடாதோ?”

“எல்லாம் அந்தக் கிரகசாரத்தையும் அனுபவிச்சாச்சு. ஆத்திரம் தீர பேசிட்டு வரணும்னு கார்த்தாலே போனேன். எவனையும் காணோம். சாயங்காலம் போனேன். அப்பவும் காணோம். வீட்டுக்கு வந்து போகச் சொல்லிச் சொல்லிட்டு வந்தேன். ஒண்ணுமே தெரியாதவன் போல வந்தான். நன்னாக் குடிச்சுட்டு வந்தான். ‘வரச் சொன்னேளாமே, மாமா? என்ன விஷயம்? நீங்களும் ஒரு நாள் ஷூட்டிங் வந்து பாருங்களேன் மாமா. நான் வேணா வண்டி அனுப்பிச்சு எல்லாரையும் அழைச்சுண்டு போறேன்’னு சொன்னான். எனக்கு அவனோட பேசவே பிடிக்கலை. இட்ற சாபத்தை நான் வாயைத் திறக்காம இட்டுட்டேன்.”

“எல்லாச் சினிமாக்காராளும் அப்படிக் கிடையாது. அவுட்டோர் ஷூட்டிங்குலெ தண்ணி வசதி, பாத்திரம் கழுவற வசதி இருக்காது...”

“கொல்லைக்குப் போனா குண்டி கழுவாமத்தான் போவாங்களா?” அவர் கத்தியது கேட்டு எல்லாரும் திடுக்கிட் டார்கள். சீதாவும் என் அம்மாவும் அவருடன் வந்த பெண்மணி களும் அதிர்ந்து போய் எழுந்து நின்றார்கள். என் மாமா கண்களில் நெருப்புத் தெரிய என்னைப் பார்த்தார். நான் எழுந்து வெளியே போனேன். எங்கள் ஹோர்டிங்காரர்கள் போர்டு பெயிண்ட் செய்யும்போது வண்ணக் கறைகள் பட்ட பனியன் – நிக்கருடனும் முகம் கைகள் எல்லாம் மஞ்சள், கறுப்பு, சிவப்பாக இருந்தாலும் மற்ற சமயங்களில் மிகவும் சுத்தமாக இருப்பார்கள். சகாதேவனுடைய சைக்கிள் பதினைந்து வருடம் பழையது. ஆனால் ஒவ்வொரு பாகமும் சுத்தமாகவும் வழவழப்பாகவும் பளபளவெனவும் இருக்கும். அவனுடைய சீப்பு, கைக்குட்டை எல்லாமே அவ்வளவு சுத்தமாக இருக்கும். எங்கள் பெயிண்டிங் ஷெட்டில் குடி தண்ணீர்ப் பானையும் கண்ணாடித் தம்ளர்களும் அப்பழுக்கில்லாமல் இருக்கும். இதெல்லாம் அந்தச் சிதம்பரக்காரர்களிடம் எப்படிச் சொல்வது? நான் சொன்னால் நம்பப் போகிறாரா? அவருடைய பித்தளை டிபன் காரியரில் அவர் கண்ட நான்கு நாட்கள் அழுகிய உணவு எச்சமும் கோழி எலும்புகளும் அவருடைய நினைவிலிருந்து விலக முடியுமா? அவர் வரையில் அந்த எலும்புத் துண்டுகளைச் சப்பிப் போட்டவன் நானாகவும் இருக்கக்கூடும் அல்லவா?

விவேகானந்தர் கல்லூரி உதவி விரிவுரையாளரை மாப்பிள்ளையாகப் பெறும் நல்வாய்ப்பு எங்களுக்குக் கிடைக்க வில்லை.

11

மிகவும் அமைதியாக இருந்தவள் சீதாதான். அந்த உதவி விரிவுரையாளர் பற்றி அவளுடைய கல்லூரித் தோழி சுபத்திரா விடம் விசாரித்திருக்கிறார்கள். சுபத்திராவின் அப்பா கல்லூரி அலுவலகத்தில் பணிபுரிபவர். அடுத்த நாள் சுபத்திரா அரை மணிநேரம் பேசப் போதுமான தகவல் கொண்டுவந்தாள். அந்த உதவி விரிவுவரையாளர் தங்கமானவர், எப்போதுமே சிரித்த முகம், பிரசிடெண்ட் மகாராஜுக்கு மிகவும் பிரியமானவர். ஒரு விரோதி கிடையாது. அவரைக் கணவனாக அடைய ஒரு பெண் கொடுத்து வைத்திருக்க வேண்டும்.

மாமா யாரிடமும் சொல்லிக்கொள்ளாமல் போனவர் மறுபடியும் வரவே இல்லை. அம்மா நினைத்து நினைத்து அழுதாள். வாய் திறந்து என்னைப் பற்றி ஒரு சொல் சொல்ல வில்லை. ஆனால், என்னால்தான் இந்த வரன் தட்டிவிட்டது என்று அவள் குமுறியதை அவளுடைய கண்களில் நான் தெரிந்துகொள்ள முடிந்தது. சுபத்திரா எங்கள் வீட்டுக்கு வந்த போது சீதா அவளுடைய அலுவலகத்துக்குக் கிளம்பிப் போய் விட்டாள். சுபத்திராவுக்கு நடந்த விவரம் ஒன்றும் தெரியாது. “நேத்திக்கு சீதாவைப் பெண் பார்க்க வந்தாளே, அவாளை எங்கப்பாவுக்கு நன்னாத் தெரியும்” என்றாள், அதைத் தொடர்ந்து பேசியபோதுதான் சீதாவே இந்த வரன் விஷயத்தில் வழக்கத்துக்குச் சற்று அதிகமாகவே அக்கறை எடுத்துக்கொண்ட விஷயம் தெரிந்தது. அம்மா சுபத்திரா வீட்டுக்குப் போய் அவளுடைய அப்பாவைச் சந்தித்துவிட்டு வந்தாள். அவர் அந்த உதவி விரிவுரையாளரிடம் பேசுவதாகச் சொன்னார்.

அவர் பேசி வந்த பின் சுபத்திராவிடம் சொல்லியனுப்பினார். இப்போது சீதா வீட்டில் இருந்தாள். ஆனால் அவள் விசேஷமாக உற்சாகமடையவில்லை. சில தருணங்களில் பெண்களுக்கு அவர்கள் தலைவிதியை நிர்ணயிக்கும் முடிவுகள் முடிவெடுக்கப்படும் முன்பே தெரிந்துவிடும் போலிருக்கிறது. உதவி விரிவுரையாளருக்கு இன்னும் அவருடைய அப்பா அம்மாவிடமிருந்து தகவல் வரவில்லை. அவர் வந்து பெண் பார்க்க வேண்டியதேயில்லை. அப்பா அம்மா சொன்னால் போதும். பெண் பார்த்து வந்த மாலையே அவர்கள் சிதம்பரத்துக்குக் கிளம்பிப் போய் விட்டார்கள். அவர்கள் அவரிடம் ஒன்றும் சொல்லிப் போக வில்லை.

நான் மாமாவைப் போய்ப் பார்த்தேன். “அவாகிட்டேந்து தகவல் வரட்டும்” என்றார்.

"அவா சீதாவைப் பார்த்துட்டுப் போய் ஆறு நாளாறதே?" என்று நான் சொன்னேன்.

மாமா கோபம் பொத்துக்கொண்டு "அவா சம்மதம்னு சொல்லுவான்னு எப்படிடா உங்களுக்குத் தோண்றது!" என்றார்.

"ஏன் மாமா..?"

"நீ கொஞ்ச நாள் வேறெங்காவது போயிருக்கணும். இல்லேன்னா உன் வேலையை மாத்திக்கணும்..."

"நீங்க கடிதம் போட முடியலேன்னா நான் எழுதட்டுமா?"

"அவாளுக்கு எழுதாதே. சுவத்திலே குச்சுக்காரி பொம்மை எழுது..."

நான் திரும்பி வந்துவிட்டேன். அம்மாவிடம் விஷயத்தைச் சொல்லவில்லை.

சீதா தலைவாரிப் பின்னிக்கொண்டபின் உதிர்ந்த மயிரை ஒரு உருண்டை செய்து ஜன்னல் வழியாக எறிந்தாள். அது ஜன்னல் கம்பி மீது மோதி வீட்டினுள்ளேயே விழுந்துவிட்டதை அவள் கவனிக்கவில்லை. நான் அதை எடுத்து வெளியே போடப் போனேன். அந்த உருண்டையில் ஒரு வெள்ளை மயிர் இருந்தது. நாங்கள் விளம்பரப் போர்டுகள் எழுதும்போது 'ஹைலைட்' செய்வதற்கென்று ஓரிரு இடங்களில் வெள்ளைக் கீறல்களைப் பெண்ணின் முகத்திலும் தலைமயிர்ப் பகுதிகளிலும் போடுவோம். சீதாவுக்கு இயற்கையே ஹைலைட் செய்துவிட்டது.

கஸ்தூரிரங்க ஐயங்கார் சாலையில் புதிது புதிதாகப் பங்களாக்கள் கிளம்பிக்கொண்டிருந்தன. என் விளம்பர அதிகாரியின் வீட்டுக்குப் போக அந்தச் சாலையில்தான் போக வேண்டும். அவர் இருந்த தெருவுக்கும் இன்னொரு பெரிய சாலைக்கும் ஒரே பெயர். அவர் திரும்பத் திரும்பச் சொல்வார், "மொபரேஸ் ரோட்னா ரோட்டுலே போய் தேடாதே." என்னை விட ஐந்தாறு வயதுதான் கூடுதலாக இருக்கும். ஆனால் எனக்கு அவரை ஐம்பது வயதுக்காரர் போலத்தான் எண்ணத் தோன்றியது. அவருடைய வழுக்கைத் தலையினால் இருக்கலாம். பஞ்சகச்சம் வேஷ்டியே அவர் கட்டிக் கொள்வதால் இருக்கலாம், பஞ்சகச்சம் வேஷ்டி கதர்த்துணியாக இருந்துவிட்டால் இடுப்புக்குக் கீழே ஏதோ பலூன் நகர்ந்து வருவதுபோல் இருக்கும். சினிமாக் கம்பெனியின் விளம்பர அதிகாரி எப்போதும் கதர்த்துணியில் பஞ்சகச்சம்–ஜிப்பா; வெற்றிலை பாக்குப் புகையிலை தவிர வேறு எந்தச் சபலமும் கிடையாது. நண்பர்கள் எல்லாரும்

பத்திரிகை எழுத்தாள ஜாம்பவான்கள் அல்லது பழம்பெரும் தியாகிகள். இவரைப் பற்றியும் என் மாமாவிடமும் அதை விட முக்கியமாக அந்தச் சிதம்பரக்காரர்களிடமும் சொல்ல முடியாது. இந்தப் பைத்தியம் சினிமாவில் என்ன செய்துகொண்டிருக்கிறது என்றுதான் நினைப்பார்கள். அவர்கள் மனது மாறப்போவதில்லை.

நான் அன்று வேலைக்குப் போகாமல் சாலை சாலையாக, நிழலாக உள்ள ஓரமாக நடந்துகொண்டேயிருந்தேன். நான் அன்று மேற்பார்வை பார்க்க வேண்டிய விளம்பரப் பலகையில் கதாநாயகன் கதாநாயகியை இடதுகையால் அணைத்தபடி கத்திச் சண்டை போட்டுக் கொண்டிருந்தான். அவனுடைய கத்தி படத்துக்கு வெளியே நீட்டிக் கொண்டிருக்கிறபடி டிசைன் செய்திருந்தோம். கத்தி விறைப்பாக நீட்டிக்கொண்டிருக்க, விளம்பரத்துணிக்குப் பின்னால் கத்தி வரும் இடத்தில் வலுவானதோர் குறுக்குக் கட்டை கொடுத்து அதில் அந்தக் கத்தியைப் பொருத்த வேண்டும். கதாநாயகனின் கை கதாநாயகியை அணைத்திருந்த இடம் அவ்வளவு மரியாதைக் குரியது இல்லை என்று ஒரு அபிப்ராயம் சொல்லப்பட்டது. சினிமாவில் அந்தக் கை இன்னமும் அபாயகரமான இடங்களுக்குச் செல்லும். ஆனால் நானும் என் விளம்பர அதிகாரியும் கையை இடுப்பில் பொருத்தியிருக்க முடிவு செய்தோம். அந்த வேலை இன்று நடந்துகொண்டிருக்கும். நான் நேரில் இருந்து இதெல்லாம் சரியானபடி வரையப் படுகின்றதாவென்று கண்காணிக்க வேண்டும். இதைச் செய்யாமல் நான் பார்வையிழந்த காக்கை போல எங்கெங்கோ குறுக்கும் நெடுக்குமாக நடந்துகொண்டிருந்தேன். எனக்கும் வேறு வேலைகள் எப்போதோ வந்தன. ஒருவர் என்னை ரிசர்வ் பாங்க்கில் சேர்த்து விட்டுத்தான் மறுகாரியம் என்றுகூட முனைந்தார். அப்படிப்பட்டவர் மாலை ஐந்து மணிக்கெல்லாம் ஏழெட்டு நண்பர்களோடும் சக–ரிசர்வ் பாங்க் ஊழியர்களோடும் சீட்டு விளையாடத் தொடங்குவார். சீட்டாட்டம் பதினொன்று பன்னிரண்டு மணிவரைகூட நடக்கும். அந்த வீடெல்லாம் சிகரெட் புகை சூழ்ந்து மார்கழி மாதக் காலைப் பொழுது போல இருக்கும். வீட்டுக் காரியங்கள் என்ன நடக்கிறது, மனைவி குழந்தைகள் எப்படிச் சமாளிக்கிறார்கள் என்பதெல்லாம் அவர் சிந்தையில் வராத விஷயங்கள். நான் என் விண்ணப்பத்தை எழுதிக்கொண்டு அவர் வீட்டுக்குப் போன மாலையன்று சீட்டுக் கச்சேரி நடந்து கொண்டிருந்தது.

அவர் என்னை உட்காரச் சொல்லிவிட்டு மேற்கொண்டு ஆடிக்கொண்டிருந்தார். அங்கு சீட்டுக் கட்டைக் குலுக்கிப் போட்டபின் கையில் எடுக்கும் சீட்டில் இரு கண்களையும் நிலைநிறுத்தி உட்கார்ந்துகொண்டிருந்த இதர ஏழெட்டுப்

பேருக்கும் அந்த வீட்டில் வேறு மனிதர்களும் இருக்கக்கூடும் என்ற பிரக்ஞையே இல்லாமல் போயிருந்தது. அந்த அம்மாள் ஒரு சிறுவனை அடுத்த அறை ஜன்னல் வழியாகக் கூப்பிட்டதை நான் கவனித்தேன். அவனிடம் ஒரு சிறு பாத்திரத்தையும் சிறிது சில்லறையையும் கொடுத்தாள். பாலுக்காக இருக்கலாம். எண்ணெய்க்காக இருக்கலாம். தாளிக்கக் கடுகுக்காக இருக்கலாம். முன் அறையில் புகை மண்டலத்துக்கு நடுவில் உட்கார்ந்த ஏழெட்டு பேரைத் தாண்டி அவள் வெளியே வர முடியாது.

உள்ளே ஒரு குழந்தை பலகீனமாக அழுதது கேட்டது. அந்தக் குழந்தைக்காகத்தான் ஏதோ வாங்கி வர யாரோ தெருவில் போகும் பையனைக் கூப்பிட்டுப் பாத்திரத்தையும் பணத்தையும் ஒப்படைத்திருக்கிறாள்.

அவன் சரியான பொருள் வாங்கி வருவானா? அவன் திரும்பித்தான் வருவானா? அந்தக் குழந்தை அழுது அழுது செத்தே போய்விட்டால்? நான் என் விண்ணப்பத்தை அங்கே ஒரு மேஜை மீது வைத்துவிட்டு வெளியே வந்துவிட்டேன். அதன் பிறகு அவரிடம் போகவில்லை. அவர் என் விண்ணப் பத்தை நிச்சயம் உரிய இடத்தில் சேர்ப்பித்திருக்க வேண்டும். ஆனால் அவரிடம் போனால்தானே தகவல் கிடைக்கும்? என் விளம்பர அதிகாரியின் சேவகமே போதும் என்றிருந்து விட்டேன். நான் அந்த ரிசர்வ் பாங்க்காரரை மீண்டும் பார்த்து நானும் ரிசர்வ் பாங்க்கில் வேலைக்குச் சேர்ந்திருந்தால் நானும் அவருடன் அவர் வீட்டில் இன்று சீட்டாடிக் கொண்டிருக்க முடியும். எப்படியும் சீதாவுக்குக் கல்யாணம் முடிவாகாது.

நான் மாம்பலம் பகுதிக்கு வந்திருப்பதை உணர்ந்தேன். என் கால்கள் என்னை என் வீட்டிலிருந்து பல மைல்கள் தள்ளியிருக்கும் ஒரு குடியிருப்புக்குக் கொண்டு சேர்த்திருக் கின்றன. சாரதா வித்யாலயா. இதற்கும் விவேகானந்தரோடு சம்பந்தமுண்டு. விவேகானந்தரின் குரு பத்தினி சாரதாமணி யல்லவா? குருவும் போய் சிஷ்யரும் போய் மேலும் பதினெட்டு ஆண்டுகள் அவர்கள் இருந்திருக்கிறார்கள். வங்காளப் பிரதேசமே மூக்குக் கண்ணாடிக்கும் விதவைகளுக்கும் பெயர் போனதல்லவா? அங்கு கல்யாணம், பெண்களுக்கு விதவைக் கோலத்தில்தான் முடியும்.

அந்தத் தெருவில் திடீரென்று ஒரு வித்தியாசமான வீடு. வீடல்ல. அது ஒரு கோயில். முப்பாத்தம்மன் கோயில். அம்மன் எனக்கு என்ன சொல்லுவாள்? நான் உள்ளே போனேன். சன்னதி எதிரில் கண் பட்டு விடும் போன்ற அழகுடைய ஒரு பெண் பாவாடை தாவணி அணிந்துகொண்டு நின்றிருந்தாள்.

அவள் யாரென்று தெரியாது. அவள் முகமும் உடலும் பாவாடை தாவணியும் எனக்கு அவளைக் காட்டிக் கொடுத்துவிட்டன. அவள் ஒரு சினிமாப் பெண். பத்துப் பெண்களில் ஒருத்தியாக வருபவளாக இருக்கும். அந்த நாளில் ராணிக்குத் தட்டு எடுத்து வருபவள் என்பார்கள். தட்டு எடுத்து எடுத்துப் பின் ராணியாக வேண்டும். அல்லது ஆயுள் முழுதும் தட்டு எடுத்து வருபவளாக வாழ்ந்து செத்துப் போக வேண்டும்.

இந்தப் பெண்ணுக்குக் கோயிலில் என்ன கோரிக்கை இருக்கும்? நல்ல சான்ஸ் கொடு தெய்வமே, நல்ல சான்ஸ் கொடு! ஆனால் அவளைப் பார்த்தால் சான்ஸ் கோரி நிற்பவளாக தெரியவில்லை. நான் அவள் எதிரில் நிற்பதையும் பொருட் படுத்தாமல் அவள் விம்மி விம்மி அழுதுகொண்டிருந்தாள். இப்படி அழுபவளைத் தேற்ற அங்கு யாரும் இல்லை. கோயிலுக்கு வந்ததே தனியாக அழுது துக்கத்தைத் தணித்துக்கொள்வதற்காக இருக்கும்.

‘அழாதேம்மா’ என்றேன். அவள் என்னைப் பார்த்தாள். இன்னும் சில ஆண்டுகளில் கோடிக்கணக்கான ஆண்களின் தூக்கத்தைப் பறிப்பவளாகி விடுவாள் என்று அவளுக்கோ எனக்கோ அன்று தெரியாதிருந்தது.

12

அந்த சினிமாக் கம்பெனியில் இருவருக்கு மட்டுமே தனி அறைகள். ஒன்று, முதலாளி. இரண்டாவது, கம்பெனியின் பணவரவு – பட்டுவாடாவைப் பார்த்துக்கொள்ளும் அக்கவுண்டண்ட். அக்கவுண்டண்ட் என்று அவர் ஒருவரே இருந்தாலும் அவரை எல்லாருமே சீஃப் அக்கவுண்டண்ட் என்றுதான் அழைத்தார்கள். வெள்ளை வெளேரென்றிருக்கும் அரைக்கைச் சட்டையும், ஜரிகை வேட்டியும், ஜரிகை விசிறி மடிப்பு அங்கவஸ்திரமுமாகக் காட்சிதரும் அவரை யாரும் குபேரனின் காரியதரிசியாகக் கருதுவதற்குத் தயங்க மாட்டார்கள்.

கம்பெனி முதலாளியை வீட்டில் ஒரு முறை பார்த்து கம்பெனியில் ஒருமுறை பார்த்து எனக்கு வேலை உண்டு என்று உறுதியான பிறகு, “போய் சீஃப் அக்கவுண்டண்டைப் பாரு” என்று முதலாளியே சொன்னார்.

எனக்கு அது புரியவில்லை. “என்ன...” என்றேன்.

“ஜரிகை அங்கவஸ்திரம் போட்டுண்டு சீனிவாசன்னு ஒருத்தர் இருப்பார். அவர்கிட்டே போய் அப்பாயிண்டமெண்ட் ஆர்டர் வாங்கிக்கோ...”

சீஃப் அக்கவுண்டண்ட் தனி அறையில் இருந்ததால் என் கண்ணில் உடனே படவில்லை. நான் ஹாலுக்கு வந்து விசாரிக்க வேண்டியதாயிற்று. இன்னொரு அறைக்குள் போக வேண்டும் என்று தெரிந்து கொண்டபின், அந்த அறைக்குள் நுழைந்தவுடன் "யார் நீ..?" என்று ஒரு கேள்வி உரத்துக் கேட்டது. ஜரிகை அங்கவஸ்திர சீஃப் அக்கவுண்டண்ட்தான். மனித நாகரிகம் மற்றும் மொழி தோன்றியபின் மனிதனின் நீண்ட வரலாறில் சட்டென்று விடை தர முடியாததோர் அசாத்தியமான கேள்வி இந்த 'யார் நீ?' எந்த விடையும் பூரணமாக இருக்க முடியாது. பூரணமான விடை தர வேண்டுமானால் ஓரிரு மணிநேரம் தேவைப்படும், கேட்டவர் சொல்பவர் இருவருக்கும்.

நான் என் பெயரைச் சொன்னேன். "அப்படின்னா என்ன அர்த்தம்..?" என்று அவர் கத்தினார். சுந்தராஜன் என்ற பெயருக்கு என்ன அர்த்தம்? அழகு மன்னன் என்று சொல்லலாமா... அது பெயர் மாதிரி இருக்குமோ? ஆனால், மன்னனைப் பயன்படுத்தி இப்போது பெயர்கள் வர ஆரம்பித்துவிட்டன. மலர் மன்னன், மகிழ் மன்னன், மன்னர் மன்னன், மதி மன்னன்... அப்போதுதான் அந்த அறையில் இன்னொருவன் இருப்பதை உணர்ந்தேன்.

அவனுக்கும் என்னைப் போல் இருபது இருபத்தொன்று வயதுதான் இருக்கும். நெற்றியிலிருந்து அரை அடிக்கு கட்டையான—அடர்த்தியான தலைமயிரை அவன் அப்படியே பின் தள்ளி வாரியிருந்தான். அவ்வளவு அபரிமிதமான தலை மயிரும் நேர்த்தியான முகமும் உடைய அவன் கதிகலங்கியவன் போல உட்கார்ந்துகொண்டிருந்தான். அவன் என்னைத் தோழமையுடன் பார்த்தான். அதற்குக் காரணம் சற்று நேரம் கழித்துத் தெரிந்தது. அவனும் அன்று அப்பாயிண்ட்மெண்ட் ஆர்டர் வாங்க வந்தவன். அவன் பெயருக்கு அர்த்தம் என்ன என்று யோசிக்கத் தேவையாயிருந்தது. அவன் பெயர் அனந்த சுவாமி.

நாங்கள் இரண்டு பேரும் ஒரே நாளில் வேலைக்குச் சேர்ந்து ஒரே சம்பளத்துக்குப் பணி புரிந்தோம் என்றாலும் அவன் ஒரு டெக்னீஷியன். நான் வெள்ளைக் காலர் ஆள். ஆனால், ஆறே மாதத்தில் அவன் அரை வெள்ளைக் காலர் ஆளாக, நான் பல வண்ணக் காலர் ஆளானேன். நான் விளம்பர அதிகாரிக்குப் பிடித்தமான பையனானேன். அவுட்டோர் பப்ளிசிட்டியில்தான் என் எதிர்காலமே இருக்கிறது என்று அவர் நம்பினார். அனந்த சுவாமி அவனுடைய முதல் இலாகாவாகிய ஒலிப்பதிவிலிருந்து எடிட்டிங் சென்று, அங்கிருந்து லாபரெட்டரி, ரிசப்ஷன் சென்று தற்காலிகமாவது முழு வெள்ளைக் காலர் ஆளாகவே மாறிவிட்டான். ஒலிப்பதிவு இலாகாவும் அவனை விட்டு விடுவதாக இல்லை.

இந்த ஐந்து ஆறு ஆண்டுகளில் நாங்கள் இருவரும் தினமும் சுமார் பத்து முதல் பன்னிரெண்டு மணி நேரம் ஒன்றாக இருந்தோம், ஒரே இடத்தில் டிபன் சாப்பிட்டோம், ஒரே இடத்தில் பாண்ட் தைக்கக் கொடுத்தோம், ஒரே வெற்றிலை பாக்குக் கடையில் கணக்கு வைத்துக்கொண்டோம். அவன் வீட்டில் அவனுடன் பிறந்தது ஒரே ஒரு தம்பிதான். பெண் பிள்ளை இல்லாத குடும்பமானதால் அவர்களுடைய தேவைகள், ஆசைகள், கோரிக்கைகள், கோபதாபங்கள்கூட எங்கள் வீட்டிலிருந்து வேறுபட்டிருந்தன.

எனக்கு அப்பா இல்லை; அவனுக்கு இருந்தார். நாளெல்லாம் வீட்டிலேயே இருந்தார். பையன் ஒழுங்காக அவர் அனுப்பித்த 'ஹிண்டு' காரியாலயத்தில் சேராமல் ஒரு சினிமாக் கம்பெனியில் போய்ச் சந்தி சிரிக்கிறானே என்று என்னிடமே மீண்டும் மீண்டும் சொல்லிக்கொண்டிருப்பார். கூத்தாடிக் கோஷ்டியில் சேர்ந்து இரண்டு வருடங்கள் ஆகவில்லை. அதற்குள் கிழவனாகி விட்டான் என்று அவர் அங்கலாயித்திருக்கிறார். கிழவனாகி விட்டான் என்று சொல்லியது முகவாயில் யாவருக்கும் தோன்றும் கோடுகளுக்குத்தான். அதற்காக அனந்த சுவாமிக்கு அவனுடைய அம்மா தினமும் தக்காளிச்சாறு கொடுப்பாள்.

தக்காளிச்சாறு மூப்பை விரட்டுவதா என்று அவ்வளவு நிச்சயமாக எனக்குத் தெரியாது. எனக்கு முகத்தில் எடுத்த இடமெல்லாம் கோடுகள், பள்ளங்கள். அனந்துவின் அப்பா சொல்கிறாரே என்று நானும் ஒரு நாள் மூன்று நான்கு தக்காளிப் பழங்களை நறுக்கிப் பிசைந்து சாப்பிட்டேன். அதைச் சாப்பிடுவதற்கு மூப்பே மேல் என்று தோன்றியது. பையன் இன்னும் கிழவனாகிவிடக் கூடாது என்று அனந்துவுக்கு கல்யாணம் செய்துவிட்டார்கள். இதிலும் அவர்களுக்கும் எனக்கும் அடிப்படை வேறுபாடு. அவர்கள் நினைத்தபோது பையனுக்கு ஒரு பெண்ணைப் பிடித்துக் கல்யாணம் செய்து விடலாம். ஆனால், நான் வீட்டில் ஒரு கன்னிப்பெண் இருக்கும் போது அவளுக்கு மணமுடிக்காமல் என் இளமையையும் மூப்பையும் பற்றி நினைக்க முடியாது.

அனந்த சுவாமியின் கல்யாணம் முடிந்து மூன்று நான்கு மாதங்கள் வரைகூட எங்கள் வாழ்க்கை அதிகம் மாறவில்லை. இருவரும் சேர்ந்து சைக்கிளில் ஐஸ்ஹவுஸ் பீச்சுக்குச் சென்று உட்கார்ந்து கொண்டிருப்போம். சைக்கிளிலேயே எண்ணூர் போனோம். 'ரோப்' என்கிற முதல் சினிமாஸ்கோப் படத்திற்கு முதல் நாளே போனோம். ஒரே காடாக இருந்த சென்னை ஹார்ட்டிகல்சுரல் சொசைட்டி நடுவில் ஒரு கொட்டகை

போட்டுத் துவங்கிய வுட்லன்ட்ஸ் ரெஸ்டாரெண்டில் காபி சாப்பிட்டோம்.

ஆனால், நாங்கள் இருவரும் சேர்ந்திருக்கும் நேரம் குறைய ஆரம்பித்தது. தீபாவளியின் போது ஒரு வாரம் நாங்கள் பார்த்துக் கொள்ளவே முடியவில்லை. அவன் மனைவியை அழைத்துக் கொண்டு கல்லிடைக்குறிச்சிக்கு அவனுடைய மாமனார் வீட்டுக்குப் போனான்.

ஒரு விடுமுறை நாளில் பிற்பகலில் அனந்து வீட்டுக்குப் போனேன். அவன் அப்பா இருந்தார். அனந்து மனைவியை அழைத்துக்கொண்டு ஓர் உறவினர் வீட்டில் சாப்பிடப் போயிருந்தவன் இன்னும் வீடு திரும்பவில்லை. அனந்துவின் அப்பாவுக்கு இன்னும் நிறையக் குறைகள். பையன் இன்னும் கூத்தாடிக் கம்பெனியில் வேலை பார்த்துக்கொண்டு கிழவனாகிக் கொண்டிருந்தான். ‘ஹிண்டு’ வில் சேர்ந்திருந்தால் இத்தனை நாட்களுக்கு எவ்வளவோ சம்பள உயர்வு, போனஸ், வைத்திய வசதி, லீவு எல்லாம் பெற்றிருப்பான். ஏதும் இல்லாமல் போனாலும் ஒழுங்காப் பெண்டாட்டி பிள்ளைகளோடு குடித்தனம் நடத்தும் கௌரவஸ்தர்கள் மத்தியில் இருந்திருப்பான்.

இந்த சினிமாக் கம்பெனியில் ஊரிலிருந்து இழுத்துக் கொண்டு வந்த பண்ணையார் பெண்ணுடனும் உள்ளூரில் நாராயணசாமித் தோட்டத்திலிருந்து இழுத்துக்கொண்டு வந்த பட்லர் சம்சாரத்தோடும் கூத்தடித்து, போதாதற்குச் சினிமாவில் தட்டு தூக்க வரும் கழிசடைகளின் மேலாடையை இழுத்துப் பார்க்கும் அயோக்கியர்களுக்குக் காலையிலிருந்து நள்ளிரவு வரை சார், எஜமான், பெரியவர், முதலாளி ஐயா, அதியமான் என்றெல்லாம் காலில் கையில் விழுந்து சேவகம் பண்ண வேண்டியிருக்கிறது...

தினமும் காலையில் திருட்டு முழி முழித்துக் கொண்டு பாழ் நெற்றியோடு ஏதாவது கட்டை குட்டையாக ஒரு குண்டச்சி, அவள் பெண்ணுக்கு ‘சினிமாவில் ஒரு சான்ஸ் வாங்கிக் கொடு’ என்று அவனைக் கேட்க வந்துவிடுகிறாள். ஒருத்தி அதோ அந்த எதிர் சந்தில் மாடிக் கீற்றுக் கொட்டகையில் இரு நாட்களுக்கு ஒரு முறை அடுப்பை மூட்டி விழுங்கிவிட்டு இவனை மட்டும் தினமும் காலையிலும் மாலையிலும் வந்து பார்த்துக் கெஞ்சிவிட்டுப் போகிறாள். அவளோடு இருப்பது அவள் பெண்தானோ? அல்லது வேறெங்காவது கடத்தி வந்த குழந்தையோ..?

அவர் இப்படி அடுக்கிக்கொண்டிருக்கையில் ஒரு நடுத்தர வயதுடைய அம்மாள் வாசல் கதவருகில் வந்து நின்று,

"அனந்தசாமி சாரு இருக்காங்களா..?" என்று கேட்டாள். அவள் தமிழச்சி அல்ல என்று அவளுடைய அந்த ஒரு கேள்வி தெரியப்படுத்திவிட்டது.

கரங்களில் தீவட்டியே தோன்ற, "போ போ, இங்கே, அனந்தசாமியும் கிடையாது, நித்தியசாமியும் கிடையாது. சும்மா சும்மா வந்து ஒழுங்கா சம்சாரத்தோடு இருக்கிறவனை சகதிக்கு அழைக்கிறது! போ! போ!" என்று அனந்துவின் அப்பா விரட்டினார். நான் அந்த அம்மாளைப் பார்த்தேன். அவள் கண்களில் பயம், சந்தேகம், ஏக்கம், நம்பிக்கை, திருட்டுத்தனம், சாகசம், துணிச்சல், சமயோசிதம் இவ்வளவுடன் அசாத்தியமான பிடிவாதமும் இருந்தது. இத்தகைய பெண்மணிகள் நினைத்ததைச் சாதித்து விடுவார்கள். தருமம், நியாயம், சரி, தப்பு, ஈவு, இரக்கம் போன்ற உணர்வுகள் அவர்களுடைய முயற்சிகளுக்கு நடுவில் புகுந்து இடையூறு புரிய முடியாது.

அரைமணி நேரத்திற்குப் பிறகு நான் கிளம்பினேன். அனந்து இன்னும் வீடு திரும்பவில்லை. ஏனோ அந்த வீட்டுக்கு எதிரே இருந்த சந்து வழியாக என் சைக்கிளை விட்டுச் சென்றேன். வறுமை, அசுத்தம், கட்டுப்பாடற்ற தன்மை, நாளை பற்றி யாதொரு சிந்தனையும் இல்லாமல் இருப்பது – இது எல்லா வற்றிற்கும் அச்சந்து சிறந்த சின்னமாக இருந்தது. திறந்த வெளிச் சாக்கடை, ஒரு வீட்டுக்கும் ஒழுங்கான முன் கதவும் கூரையும் கிடையாது. இப்படிப்பட்ட இருப்பிடங்களில் ஒரே ஒரு வீடு தளம் போடப்பட்டிருந்தது. அந்த மொட்டை மாடியில் அனந்து வீட்டுக்கு வந்த அம்மாள் நின்றுகொண்டிருந்தாள். என்னைப் பார்த்ததும் பரிச்சயம் உள்ளவள் போலப் புன்னகை புரிந்தாள்.

அந்த வீட்டை நான் தாண்டிப் போகும்போது, "ஏமண்டி? ஏமண்டி? என்று அழைத்தாள். தடதடவென்று கண்ணுக்குப் புலப்படாத ஒரு மாடிப்படி வழியாக இறங்கித் தெருவுக்கு வந்தாள். "ஒரு நிமிஷம் வீட்டுக்கு வந்துவிட்டுப் போகிறீர்களா? நீங்களும் அனந்தசாமி சார் கூட வேலை பார்க்கிறீர்களாமே..?" என்றாள். அவள் உறுதியைத் தட்ட முடியாதபடி, நான் சைக்கிளைத் தெருவில் நிறுத்திப் பூட்டி அவளைப் பின் தொடர்ந்தேன். இரண்டு மூன்று குகை போன்ற பாதைகளைக் கடந்து மரப்பலகைகளாலான ஓட்டை மாடிப்படி ஒன்றை அடைந்தோம். மொட்டை மாடியில் ஒரு கீற்றுக் கொட்டகை. ஒரு வாளியும் ஐந்தாறு அலுமினியப் பாத்திரங்களும் வெளியே கிடந்தன. பளபளவென்றிருந்த ஒரு பிளாஸ்டிக் செருப்பைக் கழுவி வெயிலில் உலர்த்தியிருந்தது.

கொட்டகை உள்ளே ஒரு தகரப்பெட்டி. ஒரு காலத்தில் அதற்கு டிரங்குப் பெட்டியென்று பெயர் இருந்திருக்கும். ஒரு கள்ளிப் பலகைப் பெட்டி, மண்ணாலான அடுப்பு, சுள்ளிகள். ஒரு கயிற்றைக் குறுக்கே கட்டி அதன் மீது சில புடவை, ஜாக்கெட், தாவணிகள். இவ்வளவோடும் ஓர் ஓரத்தில் கிழிசல் பாயில் ஒரு சிறுமி அந்த வேளையில் படுத்துத் தூங்கிக் கொண்டிருந்தாள்.

13

அனந்துவுக்குக் கல்யாணமும் முடிந்து குழந்தையும் பிறக்கப் போகிறது. அடுத்த ஞாயிற்றுக்கிழமை சீமந்தம்.

அனந்துவின் அப்பா பெரிய அளவிலேயே ஏற்பாடுகள் செய்திருந்தார். அவர் அனந்துவைப் பற்றிக் குறைபட்டுக் கொண்டதற்குக் காரணமில்லாமல் போகவில்லை. சீமந்தத்துக்கு ஆறு கார்கள் வந்திருந்தன. 'ஹிண்டு' மட்டுமில்லை. சென்னையிலிருந்து பெரிய கம்பெனிகள் ஏழெட்டிலிருந்து நல்ல பதவி வகிப்பவர்கள். சினிமாக் கம்பெனியில் கேபிள் சுருளைச் சுமப்பவன் – சவுண்டு பூம் ஸ்டாண்டைத் தள்ளிக்கொண்டு போகிறவனின் சீமந்தத்துக்கு வந்து இருந்து சாப்பிட்டு விட்டுப் போனார்கள்.

நான் அம்மாவையும் சீதாவையும் அழைத்துக்கொண்டு போயிருந்தேன். அனந்துவின் அம்மா, "உங்க பிள்ளைக்கும் வயசாறதே. காலா காலத்தில் ஒரு கல்யாணத்தைப் பண்ணி வையுங்களேன்" என்று என் அம்மாவிடம் சொல்லியிருக்கிறாள். கல்யாணத்துக்கு வீட்டில் ஒரு பெண் இருக்கும்போது இன்னொரு பெண்ணை எப்படி அழைத்து வருவது என்று அம்மா கேட்டிருக்கிறாள். அந்த அம்மாள், "இந்தக் காலத்தில் பெண்களைக்கூடக் காபந்து பண்ணிடலாம், பிள்ளைகள் கெட்ட சேர்க்கை வைச்சுக் கொண்டுட்டா திருப்பி வழிக்குக் கொண்டு வர்றது கஷ்டம்" என்று கூறியிருக்கிறாள். இன்னும்கூட நிறையப் பேச்சு நடந்திருக்கிறது. எனக்கு விவரம் தெரியாமல் அவர்களை அனந்து வீட்டுக்கு எதிரே இருந்த சந்து வழியாக பஸ் ஸ்டாண்டுக்கு அழைத்துச் சென்றேன். மொட்டை மாடியில் ரேகா நின்றுகொண்டிருந்தாள். என்னுடன் வேறு இரு பெண்மணிகள் வருவதைக் கண்டு அவள் வேறெங்கோ பார்ப்பது போல நின்றாள்.

"இது ரொம்ப சுத்து வழி போலேயிருக்கே?" என்று அம்மா சொன்னாள்.

"இல்லையே, பத்தடியாவது குறையும்."

“பத்தடிக்காக இப்படிச் சேறும் சாக்கடைத் தண்ணியும் இருக்கிற பாதைலே வரணுமா? மெயின் ரோட்டிலேயே போயிருக்கலாம்.”

“அண்ணாக்கு இந்தத் தெருவில் யாரையாவது பாக்கணுமோ என்னவோ?” என்று சீதா சொன்னாள்.

“எனக்கு யாரையும் பார்க்க வேண்டாம்.” சீதா இலேசாகப் புன்னகை புரிந்தாள். அதுவரை சரஸ்வதி வாசகசாலைக்குச் சென்று கிடைத்த தாளை அவசரம் அவசரமாகப் பார்த்து, எந்தச் செய்திப் பத்திரிகையையும் ஒழுங்காகவும் முழுக்கவும் படிக்காது காலம் தள்ளியவன், அடுத்த நாள் ‘ஹிண்டு’ பத்திரிகையை விலை கொடுத்து வாங்கினேன். ஒரு வாரம் பத்து நாட்கள் கழித்துதான் அப்பத்திரிகையின் அன்றைய வரி விளம்பரப் போக்கு ஒரு மாதிரி புலப்பட்டது. ஞாயிறு, புதன், வெள்ளிக் கிழமைகளில் மணமகன், மணமகள் தேவை விளம்பரங்கள் குவித்து வைக்கப்பட்டிருக்கும். செவ்வாயன்று ஓரிரண்டுதான் வரும். ஒரு பத்தி நிறைய விளம்பரங்களில் கண்ணில் படுவதைக் காட்டிலும் இந்த ஓரிரண்டு பளிச்சென்று தெரியும். அம்மாவுக்கும் தெரியாமல் சீதாவுக்காக நானொரு விளம்பரம் வரச் செய்தேன்.

எங்கள் கம்பெனியில் பரபரப்பு. புதிய படத்துக்கான விளம்பரத் திட்டத்தை விவாதிக்கையில் எங்கள் முதலாளிக்கும் விளம்பர அதிகாரிக்கும் பேச்சுவார்த்தை தடித்துவிட்டது. அதற்கு ஒரு வாரம் முன்புதான் என் கதர் ஜிப்பா – கதர் வேஷ்டி விளம்பர அதிகாரி மத்திய – மாநில அரசுகளில் அமைச்சர்களாக இருக்கும் ஏழெட்டு கதர் ஜிப்பா – கதர் வேஷ்டிக்காரர்களை வைத்து ஒரு மாநாடு நடத்தியிருக்கிறார். தேசிய மற்றும் சர்வதேச நிலவரங்களை விவாதித்திருக்கிறார்கள், அலசியிருக்கிறார்கள், கண்டனம் தெரிவித்து இருக்கிறார்கள். தீர்வுகள் கூறியிருக்கிறார்கள். அப்படிப்பட்ட சூழ்நிலையில் ஆழ்ந்திருந்துவிட்டு ஒரு புதிய நடிகையை வரலாறு காணாத மனிதப் பிறவியாக ரசிகர்களிடம் தோற்றம் ஏற்படுத்த செய்திக் குறிப்புகள், புகைப்படங்கள், கட்டுரைகள், பேட்டிகள் என்று திட்டம் போட்டபோது திட்டம் சற்று மிகையாக இருப்பதாக விளம்பர அதிகாரி கூறியிருக்கிறார்.

முந்தைய படம் வெள்ளி விழா கொண்டாடாமல் பதினைந்து வாரங்களிலேயே கொட்டகையை விட்டு வந்ததற்கு ஒரு காரணம், அந்த கதாநாயகிக்கு ரசிகர்களிடையே ஒழுங்கான தோற்றம் ஏற்படுத்தாதது என்று முதலாளி கூறியிருக்கிறார். “நீங்கள் ஒரு சினிமாப் படத்தைச் சுட்டிக் காட்டித் தோற்றம், அது இது என்கிறீர்கள். அந்த அம்மாளுடைய வெளியுலக நடவடிக்கைகள் மீது உங்களுக்கு என்ன கட்டுப்பாடு இருக்கிறது?”

என்று விளம்பர அதிகாரி கேட்டிருக்கிறார். "சினிமாக்காரி என்றால் எப்படி என்று எல்லோருக்கும் தெரிந்ததுதானே, அதெல்லாம் ஒரு பொருட்டல்ல" என்று முதலாளி கூறியிருக் கிறார். "எல்லாருக்கும் தெரிந்ததுதானே என்றால் விளம்பரம் எதற்கு? தோற்றம் உண்டாக்குவது எதற்கு?" என்று விளம்பர அதிகாரி கேட்டிருக்கிறார். "அப்படி என்றால் விளம்பர அதிகாரி எதற்கு?" என்று முதலாளி கேட்டிருக்கிறார்.

"எனக்கும் ரொம்ப நாட்களாக உங்களை ஒரு கேள்வி கேட்க வேண்டும் என்றிருந்தது. உங்களுக்கு எதற்கு விளம்பர அதிகாரி? உங்களுக்கு எதற்குத் திட்டம், ஆலோசனை எல்லாம்? உங்கள் இஷ்டம் போல் நீங்கள் நடப்பதற்கு நாங்கள் சப்பைக் கட்டு கட்டவேண்டும். எல்லாம் நீங்களே பார்த்துக் கொள்ளுங்கள்" என்று சொல்லிவிட்டு விளம்பர அதிகாரி கையிலிருந்த காகிதக் கட்டு, விளம்பர டிஸைன்கள் அனைத்தையும் கீழே போட்டு விட்டுக் கிளம்பிவிட்டார். இரண்டே நாட்களில் மத்திய அரசின் எண்ணற்ற விசேஷக் குழுக்கள்—ஒன்றின் ஒருங்கிணைப்பாளராகப் பதவி ஏற்றுப் புதுடில்லி சென்றுவிட்டார்.

எங்கள் இலாக்காவில் நான்தான் கடைசியாகச் சேர்ந்தவன். பரம ஜூனியர் என்றாலும் சகாதேவன், மஹிமதாஸ், டில்லி இன்னும் ஒன்றிரண்டு பெருச்சாளிகளைக் காட்டிலும் எனக்கு ஆங்கில அறிவு சிறிது கூடுதல். ஒன்றிரண்டு கட்டுரைகள் எழுதி அச்சில் வந்துவிட்டன. முந்தைய படத்தின் கதாநாயகனுக்காக இரு 'ஆவிக்' கட்டுரைகள் நான் எழுதியிருந்தேன். இந்தக் காரணங்களினாலேயே என் விளம்பர அதிகாரி அவருடைய மாநாடு, மற்ற கூட்டங்களுக்கு என்னை வரச் சொல்லி, என்னைக் குறிப்பு எழுதிக்கொள்ளச் சொன்னதுண்டு. இதே காரணங்களினால் என் இலாக்காவில் நான் இதர பணியாளர் களுக்கும் வேண்டாதவனாக இருந்தேன். என்னை அவர்கள் அபாயச் சின்னமாகக் கருதினார்கள். எங்கள் விளம்பர அதிகாரி கோபித்துக்கொண்டு வேலையிலிருந்து விலகியதும் அவர்கள் அபாயம் என்று கருதியது நடக்க ஆரம்பித்தது.

முதலாளி என்னைக் கூப்பிட்டு என்னிடம் நேரிடையாக உத்தரவுகள் தர ஆரம்பித்தார். பத்திரிகையாளர் கூட்டம் ஒன்று ஏற்பாடு செய்யச் சொன்னார். விமான நிலையம் சென்று நடிகர்கள் மற்றும் இதர முக்கியஸ்தர்களை அழைத்து வர, வழியனுப்பி வைக்கப் பொறுப்பு ஒப்படைத்தார்.

'ஹிண்டு' பத்திரிகையிலிருந்து ஒரு பெரிய காகித உறை ஒரு நாள் வீட்டில் எனக்குக் காத்திருந்தது. என் விளம்பரத்திற்குப் பதினெட்டு பதில்கள் காத்திருந்தன. சீதாவுக்கு வரன் தேடும்

முயற்சியில் நான் தேனொழுகக் கடிதங்கள் எழுதக் கற்றுக் கொண்டேன். நீளமான உறைகள் ஐம்பது வாங்கி வைத்துக் கொண்டேன். சீதாவின் ஜாதகத்தை நிறைய பிரதிகள் எடுத்துத் தயாராக வைத்துக்கொண்டேன்.

அன்று அனந்து வீடு இருந்த தெருவுக்குள் போனேன். அவனுடைய அப்பா எங்கோ வெளியே கிளம்பிக்கொண் டிருந்தார். "அனந்து வீட்டிலே இல்லையே? கார்த்தாலேயே ஷூட்டிங்னு சொல்லிக் கிளம்பிட்டானே?" என்றார்.

நான் சைக்கிளை மறுதிசையில் திருப்பிக்கொண்டேன். "சுந்தரம், அவன் நல்ல சேதி சொன்னானா?" என்று அவர் கேட்டார்.

"குழந்தை பொறந்ததுதானே?"

"சொன்னானா? தலைப் பிரசவம். கொஞ்சம் கவலைப் பட்டுண்டுதான் இருந்தோம். சுவாமி புண்ணியத்திலே எல்லாம் நல்லபடியா முடிஞ்சிருக்கு."

"சொன்னான்."

"போடா, ஊருக்குப் போய்க் குழந்தையைப் பார்த்துட்டு வாடான்னேன். இப்போ முடியாதுன்னு மூஞ்சியைத் தூக்கி வைச்சுக்கறான்."

"அடுத்த மாசம் படம் ரிலீஸ் மாமா."

"படம் ரிலீஸ்னா வீட்டிலே நல்லது ஒண்ணும் நடக்கக் கூடாதா? பொறந்த குழந்தை புண்யாவதனத்துக்குக்கூடப் போகாதபடி என்ன ரிலீஸ்?"

அவர் வாய்க்குள் முணுமுணுத்தபடியே வெளியே போய் விட்டார். நான் எதிர்சந்துக்குள் நுழைந்தேன். மாடியில் ரேகாவின் அம்மா மட்டும் படுத்திருந்தாள்.

"ஜுரமா?" என்று கேட்டேன்.

"ஆமாம் பாபு. ரேகா மருந்து வாங்கி வரப் போயிருக்கா. ஊரிலேந்து அவ சித்தப்பா, சித்தி வந்திருக்காங்க. அவங்களுக்கு டிபன் வாங்கித் தரவும் போயிருக்கா."

"இங்கேயே பண்ணக் கூடாதா?"

"எப்படி, பாபு? என்னிக்கோ ஒரு நாள் வரவங்களுக்கு பழைய சோறும் மிளகாயும் போட முடியுமா?"

"இன்னிக்கு மத்தியானம் இரண்டு மணிக்குக் கம்பெனிக்கு வரச்சொல்லுங்க."

"என்ன பாபு?"

"விஷயம் முடியட்டும். என் முதலாளிக்கிட்டே சொல்லியிருக்கேன்."

"உன் முதலாளி எப்படிப்பட்டவரு பாபு..?"

"எல்லா முதலாளி மாதிரிதான்."

"மனசுக்கு ரொம்ப கஷ்டமாகுது பாபு. அவ வா அம்மா, திரும்ப ஊரு பக்கம் போலாம்னா. தினம் வீட்டிலே அழுகை தான் பாபு."

"வீட்டிலே மட்டும் இல்லை."

"என்ன பாபு?"

"ஒண்ணுமில்லை, இன்னிக்குப் பாக்கலாம், இது சரியாயில்லேன்னா அவளை யாருக்காவது கட்டிக் கொடுத்துடுங்களேன்."

"அது எப்படி பாபு? சினிமான்னு நம்பி வந்துட்டோம்..."

"அவளை அடிக்கிறீங்களா?"

"ஹாங்! ஐயோ ஏழு கொண்டலவாடா! யார் சொன்னா பாபு? ரேகா சொல்லிச்சா?"

"அவளைச் சும்மாச் சும்மா உபத்திரவப்படுத்தினீங்க ஒரு நாளைக்கு ஓடிப் போயிடுவா. இல்லை கிணத்திலே விழுந்திடுவா."

ரேகாவின் அம்மா பதில் கூறாமல் இருமினாள்.

"சரி, மத்தியானம் தவறாம வரச் சொல்லுங்க."

வெளியே போக இருந்தவனை அவள் கூப்பிட்டாள்.

"என்ன?" என்றேன்.

"இதோ பாரு பாபு, சரியோ தப்போ, பாபமோ சாபமோ ஊரிலே ஒரேயடியாகச் சண்டை போட்டுட்டு இருந்த கொஞ்சம் நகை பணத்தை எடுத்துண்டு இங்கே வந்துட்டம். நீ நல்ல பையனா வரே. அவளை மோசம் பண்ணிடாதே. அவ மனசைக் கலைச்சுடாதே. அவளோடு கூட நானும் கிணற்றிலேயோ ரயிலிலேயோ விழணும்."

அன்று மாலை 'ஹிண்டு'விலிருந்து இன்னொரு கட்டுக் கடிதங்கள் வந்திருந்தன. அப்படியே சீதாவுக்கு மவுண்ட்ரோடு கம்பெனி ஒன்றிலிருந்து வேலைக்கு வர உத்தரவும் வந்திருந்தது.

விழா மாலைப் போதில்

14

"என்னடாது? உன் ஷர்ட்லேந்து புதுப்பது வாசனை எல்லாம் வரது?" என்று அம்மா கேட்டாள்.

"என்ன வாசனை?" என்று கேட்டேன்.

"என்னன்னு தெரிஞ்சா சொல்ல மாட்டேனா?"

எனக்கும் தெரியவில்லை. என் துணிமணிக்கு நான்தான் சோப் போட்டு அலசி உலர்த்துவேன். கடந்த ஒரு மாதமாக வேளாவேளைக்கு வீட்டுக்கு வரமுடியவில்லை. என் முதலாளி எடுத்து வந்த படம் அடுத்த நாள் ரிலீஸ். படத்தின் டைட்டில் கார்டுகளில், விளம்பர நிர்வாகம்: ஆர்.எம்.சுந்தரராஜ் என்று சேர்க்கப்பட்டிருந்தது.

அந்த நெருக்கடியில்தான் ரேகாவை சிங்கர் மூவிஸ் சோமுவிடம் அழைத்துச்சென்று ஸ்கிரீன் டெஸ்டுக்கு ஏற்பாடு செய்தேன். எங்கள் படத்துக்கு விளம்பரம் கொடுத்த பத்திரிகைக்காரர்களில் *தினமணி* ஒன்றைத் தவிர, இதர பத்திரிகைக்காரர்கள் நான் எழுதிக் கொடுத்த குறிப்புகளையும் புகைப்படங்களையும் அப்படியே வெளியிட்டார்கள். *சுதேசமித்திரன்* பத்திரிகையில் பிரேம்ஜி என்பவர் உதவியுடன் வாரமலரில் எங்கள் படக் கதாநாயகன், கதாநாயகியாக நடித்தவர்கள் பற்றி முழு நீளக் கட்டுரைகள் வெளியிட வைத்தேன்.

என்னிடம் தரப்பட்ட காரின் எண் எம்.எஸ்.இசெட் 1833. முதலில் சில நாட்கள் டிரைவரைத்தான் எதிர்பார்க்க வேண்டியிருந்தது. நந்தகோபால் என்ற அந்த டிரைவர் முதலாளி வீட்டில் வேலை பார்ப்பவர். வேலையே இல்லாமல் பல நாட்கள் பகலில்கூடத் தூக்கம் போடுவதுண்டு என்று சொன்னார். முதலாளியின் மனைவியோ மகளோ உறவினர் அல்லது நண்பர்கள் வீட்டுக்குப் போவார்கள். அப்போது மணிக்கணக்கில் காரில் காத்திருக்க வேண்டும். பங்களா ரக வீடானால் உள்ளே காம்பவுண்டில் மரம் அல்லது வெராண்டா இருக்கும். அங்கு இளைப்பாறிக் காத்திருக்கலாம். திருவல்லிக்கேணி, மயிலாப்பூர் அல்லது புரசைவாக்கம் போனால் தெருவில்தான் வண்டியை நிறுத்தித் தவம் கிடக்க வேண்டும். ஆனால் வீட்டு டிரைவராகப் பணிபுரிவதில் சில நன்மைகளும் உண்டு. நேரடியாக முதலாளி அல்லது முதலாளியின் மனைவியோடு பேச வாய்ப்பு உண்டு. ஆனால், அதைக் கத்தி முனையில் நிற்பது போலத்தான் பயன்படுத்த வேண்டும். ஒரே ஒருமுறை நந்தகோபாலின் மனைவியின் மருத்துவத்துக்காக நூறு ரூபாயும் ஒரு புட்டி ஹார்லிக்ஸூம் கிடைத்தது. அவருடைய மச்சினனுக்கு கம்பெனியில் பியூன் வேலை, பட ரிலீஸ் மாதத்துக்குக் கிடைத்தது.

காரை எடுத்துக்கொண்டு ரேகா வீட்டுக்குப் போவதைப் பிறர் அறியாமல் செய்ய முடியாது. அனந்துவின் அப்பா அம்மாக்குத் தெரிந்துவிட்டது. எனக்கு அனந்துவை முன்பு போல அடிக்கடி பார்க்க முடியவில்லை. ஆனால், பார்த்துப் பேசிய தினம் அவனும் சற்று வெறுப்போடுதான் இருந்தான்.

கீதா டிரைவிங் ஸ்கூல்காரன் ஒரே வாரத்தில் லைசன்ஸ் வாங்கிக் கொடுத்துவிட்டான். லைசன்ஸ் இன்ஸ்பெக்டர் என்னை கார் ஓட்ட வைத்துச் சோதனை செய்த இடம் அரைச் சந்திர வடிவத்தில் இருந்த ஒரு பார்க்கைச் சுற்றி இருந்த தெரு. 'டர்னிங்கிலே மட்டும் ஹாண்ட் சிக்னல் காட்டி ஹாரன் அடிக்காம இருந்திடாதே' என்று கீதா ஸ்கூல் மாஸ்டர் சொல்லியிருந்தான். நான் அந்த வளைந்த சாலையின் முழு நீளத்திலும் ஹார்ன் அடித்தபடியே ஓட்டினேன். எனக்கே கூட அது சகிக்க முடியாதபடி இருந்தது. அந்த இன்ஸ்பெக்டர், 'இந்த மாதிரி ஹார்ன் அடிச்சிங்கன்னா தெருவெல்லாம் கூடி வேடிக்கை பார்க்க வந்துடும்' என்றார். கீதா ஸ்கூல் மாஸ்டர் அடுத்த நாளே லைசன்ஸைக் கொண்டு வந்து கொடுத்துவிட்டு நூறு ரூபாய் வாங்கிப் போனான். முதல் சில நாட்களில் நான் காரில் மிக அதிகமாகப் பயன்படுத்திய பகுதி ஹார்ன்தான்.

அம்மாவைக் கேள்வி கேட்க வைத்தது எதுவென்று கண்டுபிடித்துவிட்டேன். ரேகாவின் அம்மா தன் பெண்ணின் தலைமயிர் அடர்த்தியாகவும் பளபளத்த கறுப்பாகவும் நீளமாகவும் இருக்க விசேஷமாகக் காய்ச்சிய கூந்தல் தைலம். படம் ரிலீஸ் ஆவதற்கு முந்தைய இரவு பதினொரு மணியளவில் சுவரொட்டிகள் ஒழுங்காக ஒட்டப்படுகின்றனவா என்று மேற்பார்வை பார்க்க நான் 1833ஐ எடுத்துச் சென்றபோது என்னுடன் ரேகாவும் வந்திருந்தாள்.

நான் அவளை அழைத்துச் சென்று அவளுக்கு வேஷம் கொடுப்பதாக ஒத்துக்கொண்ட தயாரிப்பாளன், 'ரேகா என்றால் எந்த ரேகா?' என்று கேட்டான். புஷ்பவல்லியின் மகள் ரேகாவைத் தவிர கோஷ்டி நடனங்களில் பங்குபெறும் ரேகாக்கள் இருவர் இருந்தனர். அடையாளத்திற்காக ஒருத்திக்கு ஐஸா பல்லாவரம் ரேகா என்றும், இன்னொருத்திக்கு பிஸ்கட் ரேகா என்றும் சிறப்புப் பெயர்கள் வந்திருந்தன. இவளை பீமண்ணப் பெட் ரேகா என்றுதான் அழைக்க வேண்டிவரும். தேவி என்று முடியும் பெயர்கள் ஐந்தாறு இருந்தன. அன்றுவரை சினிமாவில் ஜெயதேவி என்று கிடையாது. ஆதலால் ஜெயதேவி.

யாரோ ரேகாவிடம் சொல்லியிருந்தார்கள் அவளுடைய அதிர்ஷ்ட எண் ஆறு என்று. என் கம்பெனி வேலைக்காக என்னிடம் ஒப்படைத்திருந்த 1833 ஏதேதோ சினிமா கம்பெனி

களிடமும் ஸ்டூடியோக்களிடமும் காணப்பட்டதால் ஒரு நாள் இல்லாது போனால் ஒரு நாள் விளைவு இருந்துதான் ஆக வேண்டும். போதையில் எதிர்விளைவுகள் அவ்வளவு தெளிவாகத் தெரிவதில்லை.

நாளெல்லாம் உழைத்த களைப்புத் தெரிய, கலைந்த மயிரும் எண்ணெய் வழியும் முகமும் ஒரு நாள் உடுத்தியதில் தோன்றும் தளர்வு கொண்ட புடவையுமாக சீதா ஆர்ட்ஸ் காலேஜ் ஸ்டாப்பில் அவளைப் போன்று இன்னும் ஐம்பது அறுபது பெண்களோடு பஸ்ஸுக்காகக் காத்திருக்கையில் நான் அவளைத் தாண்டி 1833இல் போனேன். அவள் என்னைக் கவனிக்கவில்லை என்றுதான் நினைக்க வேண்டியிருந்தது. நானோ இரு நாட்களாக அவளைப் பார்க்கவேயில்லை. இப்போது வண்டியை நிறுத்த முடியாமல் போனதற்குக் காரணம் என்னுடன் ரேகா இருந்தாள். அதற்கடுத்த நாள்தான் வண்டியை முதலாளி திரும்பத் தன் பங்களாவுக்கு அனுப்பிவிட்டார்.

படம் ரிலீஸான பிறகு திடீரென்று படக் கம்பெனியின் ஊழியர்கள் அவ்வளவு பேரின் எதிர்காலம் சினிமாக் கொட்டகை யின் பெஞ்சு டிக்கெட் ரசிகர்கள் கையில் போய்விடும். சினிமாக் கொட்டகைகளில் பெஞ்சுகள் மறைந்துவிட்டன. ஆனால், பெஞ்சு டிக்கெட் ரசிகர்கள் ரகம் மறையவில்லை. எப்படிப் பேசும்படம் வந்த பிறகும் இன்னும் ஆங்கிலத்தில் திரைப் படத்தைக் குறிக்க 'மூவிஸ்' என்று அழைக்கிற மாதிரி, எங்கள் படம் பெஞ்சு டிக்கெட் ரசிகர்களையும் களிப்பூட்டவில்லை. சோபாக்காரர்களையும் திருப்திப்படுத்தவில்லை. எங்கள் சீஃப் அக்கவுண்டண்ட் ஒருவர் தவிர இதர ஊழியர்கள் அனைவருக்கும் சுதந்திரம் வலுக்கட்டாயமாக அளிக்கப்பட்டது. அனந்துவின் அப்பாவுக்குத் தன் மகனை 'ஹிண்டு'வில் சேர்த்துவிட இன்னொரு வாய்ப்புக் கிடைத்தது. இம்முறை அவர் தவறவில்லை.

முதலில் ஒரு வாரம் ஒரு மாறுதலும் நேராதது போல நான் வேலையிருந்தபோது செல்ல வேண்டிய இடங்கள், சந்திக்க வேண்டிய மனிதர்கள் எல்லாவற்றையும் பார்த்தேன். உத்தியோகம் என்பது ஒரு மனிதனின் சமூக அந்தஸ்தை எப்படி நிர்ணயிக்கிறது என்பது உத்தியோகம் இல்லாத நாளில்தான் தெரிந்தது. இந்த ஓட்டைச் சினிமா உத்தியோகம்கூட ஒரு மனிதனுக்கு எவ்வளவு வித்தியாசத்தை உண்டு பண்ணுகிறது!

அடுத்த நான்கு நாட்கள் வெளியே போக மனமேயில்லாமல் வீட்டிலேயே அடைந்து கிடந்தேன். ஒரு மாதம் நினைத்த இடத்துக்குப் போக கார் இருந்தது. கை நிறையப் பணம் இருந்தது. ஏன் என்று கூப்பிட்ட குரலுக்குப் பதில் சொல்ல நிறையப் பேர்

இருந்தார்கள். அதெப்படி எல்லாம் ஒரேயடியாக மறைந்துவிடும்? மாறாமல் இருந்தது அம்மாவும் சீதாவும்தான். வேலைக்குச் சேர்ந்து முழுதாக நான்கு மாதங்கள் ஆகவில்லை. எனக்குச் சிபாரிசு செய்து ஓரிடத்தில் வேலைக்குச் சேர்த்து விடுகிறேன் என்று சீதா சொன்னாள். தங்கை சிபாரிசு செய்த வேலைக்குப் போக வேண்டுமா?

அவளுக்கு வரன் பார்க்கும் முயற்சி தொடர்கையில் எனக்குப் பெண் கொடுக்கிறேன் என்று இருவர் வந்தனர். ஒருவர் தூரத்து உறவு, இன்னொருவர் சுத்தமாக எங்களைத் தெரியாதவர். இரண்டாமவரை நான்தான் மிகக் கடுமையாக 'எனக்கு வேலை வெட்டி ஒண்ணும் கிடையாது. ஒண்ணும் கிடைக்கவும் கிடைக்காது' என்று சொல்லிக் கலங்க வைத்தேன்.

சைக்கிள் மணி கேட்டது. அனந்து வீடு தேடி வந்திருக்கிறான்!

"ஏன் உடம்பு சரியில்லையா?" என்று கேட்டான்.

"ஆமாம்."

"அப்பாக்கிட்டே வந்து கேளேன். நீயும் 'ஹிண்டு'லே சேர்ந்துடலாம்."

"உன் அப்பாவுக்கு என்னைக் கண்டா பத்திண்டு வறது."

"ஒரு விஷயம்."

"என்ன?"

"ரேகாவையும் அவ அம்மாவையும் போலீஸ்லே பிடிச்சுண்டு போயிட்டாங்க."

"ஐயயோ! என்னிக்கு?"

"அஞ்சாறு நாளாறது. நல்ல வேளை நீ அன்னிக்கு அந்தப் பக்கம் வரலை."

"ஐயோ, இப்போ எங்கே இருக்கா?"

"அந்த வீட்டிலே இல்லே."

சினிமாவில் சேர வரும் பெண்ணின் அனுபவங்களில் இந்த ஒரு பரிமாணமும் உண்டு என்பதை இதுநாள்வரை ரேகா விஷயத்தில் மறந்திருந்தேன். அன்று இரவே அவளைத் தேடிக்கண்டு பிடித்துவிட்டேன். போலீஸில் மிகவும் கொடுமை புரிந்திருக்கிறார்கள். காவலில் இருந்த பிறகு கோர்ட்டுக்கு இழுத்துப் போய் அபராதம் கட்டும்படியும் இருந்திருக்கிறது.

கஃபே அமீன் ரெஸ்டாரெண்டில் தடுப்பு வைக்கப்பட்டிருக்கும் இடங்களில் ஒன்றில் அவளை அழைத்து டீ சாப்பிட

வைத்தபோது தாங்க மாட்டாது அழுதுவிட்டாள். அவளுக்கு சினிமா பிடிக்கவில்லை. எனக்கும் பிடிக்காது போய்விட்டது. எங்காவது ஓடிப் போய் ஏதாவது செய்து பிழைத்துக்கொள்ளலாம். "வா, இப்போதே ஓடிவிடலாம். என்னை இந்தக் கேவலத்திலிருந்து காப்பாற்று..!

"இன்னிக்கு முடியாது, ரேகா."

"ஏன்?"

"நாளைக்கு சீதாவைப் பொண் பார்க்க வராங்க."

"அன்னிக்கு வந்தாங்களே?"

"அன்னிக்கென்ன, ஏழெட்டு முறை வந்தாச்சு."

"அப்போ?"

"இதுவாவது முடிஞ்சா அப்புறம் நாம இரண்டு பேரும் உடனே கல்யாணம் பண்ணிண்டுவோம்."

"இல்லேன்னா சேந்து செத்தாவது போவோம்."

சாவு பற்றி அவள் நிறைய நினைத்திருக்கிறாள். இதற்கு முன் இருமுறை இப்பேச்சு எழுந்திருக்கிறது.

கஃபே அமீன் சந்திப்புக்குப் பிறகு அவளுடைய வாழ்க்கையில் நிறைய மாற்றங்கள் வந்துவிட்டன. அவளுடைய அம்மா என்னை எதிர்பார்ப்பதை விட்டுவிட்டாள். பெண்கள் ஆண்களை விடத் திறமையான காரியவாதிகளாக இருக்கலாம் என்று நிரூபித்துவிட்டாள். நான் ஒரு பம்பாய்ப் பத்திரிகையின் சென்னை பிரதிநிதியாகி, நான் எழுதிய முதல் கட்டுரை வெளியான நாளில் அவள் ஹைதராபாத் சென்றிருந்தாள். அடுத்த வாரம் 'இல்லஸ்டிரேடட் வீக்லி'யிலிருந்து எனக்குக் கடிதம் வந்திருந்தது. 'மாதம் ஒன்று என்ற விகிதத்தில் ஓராண்டுக்குக் கட்டுரைகள் எழுதிவர முடியுமா?... எனக்கு விளம்பர அதிகாரியாக இருந்தவர் வேறு. அவர் வெளியிட விருந்த விளம்பர வர்த்தகக் கையேட்டுக்கு மாலை ஒரு மணிநேரம் வந்து உதவ முடியுமா? என்று கேட்டிருந்தார். நீயும் இந்த சினிமாவை விட்டொழி என்றார்.

சீதாவைப் பார்க்கத்தான் பயமாக இருந்தது. சிறிது சிறிதாக அவளுடைய சிரிப்பும் துடிப்பும் அவளிடமிருந்து விலகி, அவளுடைய முகத்தை ஏதோ இறுக வைத்துக்கொண்டிருந்தது. அவளுடைய உதடோரங்கள் சற்றே கீழ்ப்புறமாக வளைந்து காணப்பட்டன. என் மாமா என்னை எங்காவது பார்த்தால் பாராதது போலப் போனார். அனந்து சதை போடத் தொடங்கினான்.

15

சம்பூர்ணா ஹோட்டலின் 'குபேர் ரெஸ்டாரண்டில்' காபரே நடனம் உச்சக்கட்டம் அடைந்துகொண்டு இருந்ததை நான் ஜெயதேவியைப் பார்த்துவிட்டுத் திரும்பிய சோர்விலும் உணராமல் இருக்க முடியவில்லை. காரை அனுப்பிவிட்டு நான் ரிசப்ஷனில் காலடி வைத்தபோது தடாலென்று அந்த உரத்த வாத்திய ஒலி நின்றது. அந்த ரெஸ்டாரண்ட் விளக்குகள் அணைந்தன. உள்ளே இருந்தவர்களின் களிப்புக் கூச்சல். ஒரு நிமிடம் கழித்து மீண்டும் வாத்திய இசை, மீண்டும் விளக்குகள். சரியாகப் பன்னிரண்டு மணிக்கு அப்படி ஒரு வழிபாடு நடந்தே தீருவது வழக்கமாகிவிட்டது.

அந்த நேரத்தில் அந்த நடனப்பெண் இரு பகுதிகளாக உள்ள ஆடை அணிந்துகொண்டிருந்தால் ஒன்றைத் துறந்து விடுவாள்.

எனக்கு என் மனத்தின் ஒரு பகுதியைத் துறந்து விட்டு நான் இயங்குவது போலத்தான் இருந்தது. அரைத் தூக்கத்தில் இருந்த ரிசப்ஷன் ஆளிடமிருந்து சாவியை வாங்கிக்கொண்டு ஏதோ ஞாபகமாக 206 நம்பர் அறையைத் திறப்பதற்குப் பதிலாகப் பக்கத்து அறைப் பூட்டு துவாரத்தில் அதை நுழைத்துத் திருப்பினேன். பூட்டு விடுபடவில்லை; ஆனால், கடக்கென்று பெரிதாகச் சப்தம் வந்தது. அறைக்குள்ளிலிருந்து 'கோன் ஹை?' என்று யாரோ பீதியோடு கத்துவது கேட்டது. நான் உடனே தவறை உணர்ந்து என் அறையைத் திறந்துகொண்டு உள்ளே நுழைந்தேன். அந்த மனிதன் அதற்குள் ரிசப்ஷனுக்கு டெலிபோன் செய்ய இரு காவல்காரர்கள் ஓடிவந்துவிட்டார்கள். நான் அவர்களிடம் விஷயத்தை விளக்கிச் சொல்லியிருக்க முடியும். ஆனால், அந்த நேரத்தில் எனக்கு யார் முகத்தையும் பார்க்க மனமில்லை. கதவைச் சாத்திக்கொண்டு உட்கார்ந்திருந்தேன். ஐந்து நிமிடத்தில் அமளி ஓய்ந்துவிட்டது.

கரம்சந்த் அறைக்குச் சென்றேன். கரம்சந்த் மும்முரமாக எழுதிக்கொண்டிருந்தான். "என்னாச்சு?" என்றான்.

"பேட்டியை எழுதி ஸ்ரீபதியிடம் கொடுத்துவிட்டேன் அவனே இருந்தான்."

"அப்படியா... நான் ஒரு பார்வை பார்த்திருக்கலாம்."

"கவலைப்படாதே... அச்சில் பார்க்கலாம்."

"என் ஆசிரியப் பொறுப்பில் முதல் நாளே இப்படிச் சமரசம் செய்துகொள்ள வேண்டியிருக்கிறது."

"ஸாரி. நீ இவ்வளவு வருத்தப்பட்டுக் கொள்வாய் என்று தெரியாது. தெரிந்திருந்தால் இங்கே கொண்டு வந்திருப்பேன். ஆனால், அது இங்கிருந்து பிரஸ்ஸுக்குச் போய்ச் சேர ஒரு மணியாகி விடும். ஸ்ரீபதி அடுத்த நாள் பார்த்துக்கொள்ளலாம் என்று தூக்கிவைத்து விடுவான்."

"உனக்கு ஸ்ரீபதியை முன்னமேயே தெரியுமா?"

"ஸ்ரீபதியைத் தெரியாது. ஆனால் அவன் ஜாதியைத் தெரியும், நீயும் அப்படித்தான் செய்வாய்."

"ஆமாம். நீ சொல்வது சரி."

அங்கிருந்த காலி தம்ளரில் விஸ்கி ஊற்றிக் கொண்டேன். கரம்சந்த் வியப்போடு பார்த்தான்.

"இன்றைக்குக் குடிக்காவிட்டால் நான் என்றைக்குமே குடிக்கக்கூடாது."

"ஏன், பேட்டி அவ்வளவு பெரிய வெற்றியா?"

"என்னுடைய பேட்டி தோல்வி இல்லை. ஆனால் வேறெதிலாவது தோல்வி இருக்கலாமல்லவா?"

இன்னொருவர் சொந்த விஷயத்தில் தன்னை அதிகம் ஈடுபடுத்திக்கொள்ள அவன் விரும்பாதது அவன் தோளைத் தூக்கியதிலிருந்து தெரிந்தது. என் தவறுதான். அவனுக்கு என்னைப் பற்றி என்ன தெரியும்? சினிமாக் கட்டுரைகள் போல சினிமாக் கட்டுரையாளனின் உண்மைத் தன்மையை மறைப்பவை வேறெதுவும் இருக்க முடியாது.

"புரொபஸர், இனாகரல் படம் பற்றி எழுதிக்கொடுத்து விட்டாரா?" விசாரித்தேன்.

"ஓ காட்! எழுதிக் கொடுத்துவிட்டார். ஆறு பக்கங்களுக்கு!"

"மொத்த சப்ளிமெண்டே நாலு பக்கந்தானே?"

"இந்த புரொபஸரைக் கூப்பிட வேண்டும் என்று யார் யோசனை?"

"உன்னுடையது என்றுதான் நான் நினைத்துக்கொண்டிருக்கிறேன். எப்படியும் என் யோசனை இல்லை."

கரம்சந்த் சற்று மௌனமாக இருந்தான்.

"நான் விழா பற்றி ஒரு மாதிரித் திட்டம் வைத்திருக்கிறேன்" என்றேன்.

"என்ன?"

"காலையில் இரண்டு படங்கள் காட்டுகிறார்கள். பிற்பகலிலிருந்து நான்கு படங்கள், சிறியதாக இருந்தால். பெரியதானால் மூன்று. உன்னால் காலையில் எழுந்திருக்க முடியுமா?"

கரம்சந்த் தயங்கினான்.

"எனக்குத் தெரியும் உன்னால் முடியாது என்று. ஆதலால் காலை முதல் படம், அப்புறம் பிற்பகல் முதல் படம், அப்புறம் ஆறு மணிக்குள்ள படம்..."

"ஆறரை..."

"சரி, ஆறரை. இந்த மூன்றையும் தினம் நான் பார்த்து எழுதிக் கொடுத்துவிடுகிறேன். நீ பிற்பகல் நாலு மணிப் படத்தைப் பார்த்துவிடு. நடு ராத்திரிப் படத்தைப் புரொபஸரிடம் தள்ளிவிடலாம்."

"அந்த ஆள் ஒரு படம் பார்த்தால் போதுமா?"

"வேண்டும் என்றால் எல்லாப் படத்தையும் பார்க்கட்டும். ஆனால், அவன் ராத்திரிப் பத்துமணிப் படம் பற்றி எழுதிக் கொடுத்தால் போதும்."

"அந்த ஆள் மர்லின் மன்றோ, கிளார்க் கேபிள், ஹிட்ச்சாக் மீதெல்லாம் கத்தை கத்தையாக எழுதிக்கொண்டு வந்திருக்கிறான்."

"அது உன் தலைவலி. அது சரி. தினமும் எழுதி உன்னிடம் தரவேண்டுமா, நேரே பிரஸ்ஸுக்கு அனுப்பிடட்டுமா?"

"எதையும் ஒரு பத்தி, ஒன்றரைக்குமேல் பண்ணாதே, ப்ளீஸ்."

"ஒரு நாளைக்கு மூணு சினிமாவுக்கு விமரிசனம் எழுதுகிறவனால் அவ்வளவு எழுதுவதே கஷ்டம். நான் செய்துவிடுகிறேன்."

"பாட்டிலையே எடுத்துக்கொண்டு போயேன். என்னிடம் இன்னொன்று இருக்கிறது."

"தாங்க்ஸ்."

இம்முறை கவனமாக என் அறையைத் திறந்து நுழைந்தேன். சொல்லி வைத்ததுபோல டெலிபோன் அடித்தது.

"என்ன?"

"இது ஹோட்டல் செக்யூரிட்டி. உங்கள் அறை ஜன்னல் கதவு திறந்திருக்கிறது. உடனே மூடவும்."

"ஐயாம் ஸாரி. என் ஜன்னல் ஏற்கனவே மூடித்தான் இருக்கிறது."

"ரூம் 206 தானே?"

"ஆமாம். அதுவேதான். இங்கே ஜன்னல் அறைக்கதவு எல்லாம் மூடித் தாளிட்டிருக்கிறது."

"ஸாரி, சார்."

"கொய்ட் ஆல்ரைட்."

நான் தவறான அறையைத் திறக்க முயற்சி செய்த குழப்பம் இன்னும் தீரவில்லை. ஹோட்டல் காவல்காரர்கள் ஒரு திருடனைத் தேடிக்கொண்டிருக்கிறார்கள்! இரவு முழுதும் தேடிக்கொண்டிருப்பார்கள். காவல்காரர்கள் இரவில் தூங்க மாட்டார்கள். அவர்களுடன் சேர்ந்து நானும் தூங்க மாட்டேன். தூங்க முடியாது.

என் மனதை வேறெதிலாவது செலுத்த வேண்டும் என்று என்னிடம் ரங்கநாயகி கொடுத்திருந்த கட்டுக் காகிதங்களை எடுத்து வைத்துக்கொண்டு உட்கார்ந்தேன். இருவாரத் திரைப் பட விழாவில் முதல் வாரம் காட்டப்படவிருந்த படங்கள் பற்றிய குறிப்புகள், ஒரு வாரத்திய நிகழ்ச்சி நிரல், சில விசேஷ விருந்துகளுக்கும் வரவேற்புகளுக்கும் அழைப்பிதழ்கள். எல்லாமே பதினைந்து நாட்கள் முன்பே தயாரானவை. ஆரம்ப விழா நிகழ்ச்சி அட்டவணையும் இருந்தது. ஆதலால் அனந்துவுக்கு நன்கு தெரியும், அந்த நிகழ்ச்சியில் ரேகா இருக்கிறாள் என்று. தன்னை அடையாளம் கூறிக்கொள்ள மாடிவீட்டு ரேகா என்ற குறிப்பைப் பயன்படுத்திக் கொண்டாலும் அவளே ஹைதராபாத்துக்கு நான் போகும் விழாவுக்கே வருகிறாள் என்று தெரிவிக்கவில்லை. அந்த விவரம் தெரிந்தால் நான் போக மறுப்பேன் என்று நினைத்திருக்கலாம்.

எல்லாக் காகிதங்களையும் ஒதுக்கி வைத்துவிட்டு ரூம் சர்வீஸுக்கு போன் செய்தேன். "ரூம் 206. சாப்பிட என்ன இருக்கிறது?"

அவனிடமிருந்து முதலில் வந்த பதிலுக்கு, "வெஜிடேரியன் – வெஜிடேரியன் என்ன இருக்கிறது?" என்று கேட்டேன்.

"இது எல்லாவற்றுக்கும் வெஜிடேரியன் பாணியும் இருக்கிறது, சார்."

"சரி, ஒரு பாட் காஃபி கொண்டு வா."

"காஃபியா சார்?"

"ஆமாம்" எனக்குத் தூக்கம் கிடையாது என்று அவனுக்குத் தெரியாது. வாஷ் பேசினுக்குச் சென்று முகத்தின் மீது பச்சைத்

தண்ணீரை வாரி அடித்துக்கொண்டேன். ஜில்லென்றிருந்த தண்ணீர் கண்களுக்குள்ளும் விழுந்து இதமாக இருந்தது. என் முகத்துக்கு முன்னிருந்த கண்ணாடி மீதும் தண்ணீரை வாரி அடித்தேன். கண்ணாடியில் என் பிரதிபிம்பத்துக்கு தண்ணீர் வழிந்தது. என் முகமே உருகி வழிவது போலிருந்தது.

முதன் முறை ரேகா ஓடிப்போகலாம் என்று அழைத்த போது நான் முடியாது என்று சொன்னதற்குக் காரணம் இரண்டொன்று இருந்தது. சீதாவுக்கு யார் வரன் தேடிக் கல்யாணம் செய்துவைப்பார்கள்? அவளும் அம்மாவும் என்னையே நம்பியிருக்கிறார்கள். எதற்கு ஓடிப்போக வேண்டும்? இங்கேயே இருப்போம். சீதாவுக்குக் கலியாணம் ஆகட்டும். சினிமாக்காரியை இழுத்துக்கொண்டு ஓடினவனின் தங்கை என்று அவளுக்குப் பெயர் வாங்கித் தந்தால் அவள் கல்யாணம் என்பதையே மறந்துவிடலாம். வா, நாம் ஓடிப் போகலாம் என்று நீ சொல்வது போல அவளுக்குச் சொல்லத் தெரியாது. அவளுக்குக் கல்யாணம் ஆகட்டும்.

ரேகாவால் காத்திருக்க முடியவில்லை. அம்மா என்றால் எனக்கு மட்டுந்தானா? அவளுக்கும் அம்மா இருந்தாள். அவளும் ரேகாவையே நம்பியிருந்தாள். ரேகாவை எங்கோ ஆகாசத்தில் கொண்டுபோய் வைக்க எண்ணியிருந்தாள். ஓரளவுக்குப் பிறகு எது ஆகாசம், எது பாதாளம் என்று கூறுவது கடினம். இப்போது அவள் என்ன கெட்டுப் போய்விட்டாள்? நானோ சீதாவோ என்ன உயர்ந்துவிட்டோம்? இன்று மேடையில்தான் எவ்வளவு கூத்து? அவள் ஒரு நிமிடம் நெருப்புக்குச்சிக் கிழித்துக் காட்டு வதற்கு எவ்வளவு பேர் தங்கள் கண்ணியம், கௌரவம் எல்லா வற்றையும் வீசியெறியக் காத்திருந்தார்கள்! அவளே இந்த மானபங்கக் கூத்துக்குக் காரணமாயிருந்ததற்காக மனம் கூசியிருப்பாள்.

ஏன் இவளை நினைக்கும்போதெல்லாம் சீதாவும் தோன்று கிறாள்? அடிப்படையில் இருவருக்கும் அடக்கமான சுபாவம். இருவரும் பெரியவர்களுக்கு அடங்கியவர்கள். இருவருக்கும் அவர்கள் தலைவிதியை மற்றவர்கள்தான் நிர்ணயிக்க வேண்டும். இருவரும் ஒரே ஒரு முறை அதை மீறினார்கள். வா நாம் ஓடிப்போகலாம் என்று ரேகா அழுதபோது, சீதா வாயே திறக்கவில்லை. அவள் வேலை செய்து வந்த கட்டிடத்தின் மொட்டை மாடிக்குப் போய் அங்கிருந்து குதித்துவிட்டாள். என் மனதில் ரேகா நிறைந்திருந்தபோது இது நடந்ததால்தான் இப்படி இருவரையும் ஒரே சமயத்தில் நினைக்க வேண்டி யிருக்கிறது போலும்.

விழா மாலைப் போதில்

காலம்தான் எப்படி எல்லாவற்றையும் மாற்றி விடுகிறது? எல்லாமே மாறுகிறது. மனிதனின் புத்தியைத் தவிர என்று ஒருவர் சொல்லியிருக்கிறார். புத்தி என்றைக்குமே பின்புத்தியாகத் தான் இருக்கிறது. இன்றும், பாவம் அவள் எப்படி அழுதாள்? ஏன் அவளுடன் அவ்வளவு விறைப்பாக, முறைப்பாக நடந்து கொள்ளத் தோன்றியது? இப்போது அம்மாவைவிட்டு இங்கேயே இருந்துவிடப் போகிறேன். இங்கே மட்டும் என்ன சாதித்து விடப் போகிறேன்? இதை அவளுடன் பம்பாய் சென்று சாதிக்க முடியாதா? அது என்ன சாதனை? மனிதன் என்று பிறந்தால் ஏதாவது சாதனை செய்தேதான் ஆகவேண்டுமா? மனிதனின் புத்தி மாறுவதேயில்லை என்று சொல்வது சரியாகத்தான் இருக்கிறது.

ஆனால் போகாததும் நல்லதுதான். ரேகா சென்னைக்கு வந்தபோதே அவளுக்குக் கல்யாணம் ஆகியிருந்தது! ஆடு வளர்க்கும் பையன். ரேகா வயதுதான் இருக்கும். அவள் ஹைதராபாத் போய்ச் சிறிது பணம் சம்பாதித்தவுடன் அவன் அவளைத் தேடிப் போயிருக்கிறான். அவனை அடித்துத் துரத்தி இருக்கிறார்கள். அப்புறம் ஒரு நடிகனோடு ஊரறிய உலகறிய கல்யாணம். அவன் ஏற்கெனவே இரு மனைவிகளும் ஏழு குழந்தைகளும் உடைய அன்வர் ஹுசேன். அவன் அடித்துத் துன்புறுத்துகிறான் என்று தெருவைக் கூட்டி, போலீஸைக் கூப்பிட்டு விலக்கியாயிற்று. இப்போது கிஷன்சந்தர். குடிகார சினிமாப் பாட்டு எழுதும் சொற்கூட்டி, அல்லது சினிமாப் பாட்டு எழுதும் குடிகாரச் சொற்கூட்டி. இவ்வளவு திரைகளையும் போர்வைகளையும் விலக்கி அவளை அணுக இனியும் எனக்குத் தெம்பும் பொறுமையும் இருக்குமா? இருவரும் ஒவ்வொரு கணமும் நீயே நான், நானே நீ என்று பாசாங்கு செய்துகொண்டிருக்க வேண்டும்.

இவ்வளவு மேக்கப்பிருந்தும் உடலிலும் உள்ளத்திலும் குவிந்து கிடந்த குழப்பங்கள் முகத்தில் தெரியச் செய்தன. மாறாக அந்த வெங்கோஜிராவின் மகளின் முகம் எப்படிப் பால் போலிருந்தது!

மீண்டும் டெலிபோன். மீண்டும் செக்யூரிட்டி.

"எனி பிராப்ளம் சார்? இன்னும் விளக்கெரிகிறதே?"

"ஐஸே, என்ன நினைச்சுண்டிருக்கீங்க?"

"சாரி, சார். இன்னிக்கு ஹோட்டல்லே ஒரு திருடன் புகுந்திருக்கான்."

"அவனைப் புடிக்கப் பாருங்க. டோண்ட் ஹராஸ் யுவர் கெஸ்ட்ஸ்."

நான் எல்லா விளக்குகளையும் எரியவிட்டு ஜன்னலையும் திறந்து வைத்துக்கொண்டேன். ஹைதராபாத்திலிருந்த ஜனவரி மாதப் பனிமூட்டத்தைச் சூரியனால் மிகவும் பிரயாசையுடன் ஊடுருவ முடிந்தது.

எட்டு மணிக்கு வெங்கோஜிராவ் வீட்டுக்கு டெலிபோன் செய்தேன். ரமாதான் போனை எடுத்தாள்.

"மிஸ் ரமா, சுந்தர்ராஜ் பேசறேன். இப்போது ஒன்பது மணிக்கு ஒரு ஜப்பானியப் படம். சரியான மசாலாப் படம், வருகிறாயா?"

"தாங்க்யூ ஸோ மச், சார். எப்படி ஞாபகம் வைத்துக் கொண்டீர்கள்! வருகிறேன், இன்றைக்கு எங்கள் பேப்பரைப் பார்த்தீர்களா?"

"இல்லை."

"இல்லையா? ஜெயதேவி பேட்டியை முதல் பக்கத்தில் போட்டிருக்கிறதே! உங்களுக்கு அவளை மிகவும் அந்தரங்க மாகத் தெரியும் போலிருக்கிறது."

ரங்கநாதன் எழுந்துவிட்டான். ஆனால் கரம்சந்த் இன்னமும் தூங்கிக்கொண்டிருந்தான். நான் ஹோட்டல் வெளியே வந்தேன். இன்னும் பதினைந்து நாட்களுக்குள் ஐம்பதுக்கும் மேலாகத் திரைப்படங்கள் பார்த்துப் பிசாசு போல எழுத வேண்டும். என் மூளையில் என் சிந்தனை என்று ஒன்றும் இருக்காது. இலட்சக்கணக்கான முகங்களும், தோற்றங்களும், கூக்குரல்களும், முத்தங்களும் ஆலிங்கனங்களும், கொலைகளும், மரங்களும், மலைகளும், குரூரங்களும் தனித்தனியாகவும் ஒன்றின் மீது ஒன்றாகவும் என்னை வாட்டி வதைக்கப் போகின்றன. என் சொந்த துக்கங்களுக்கு இரு வாரங்களுக்கு விடுமுறை.

விழா நடக்கும் கொட்டகை உள்ள திசையில் நடக்க ஆரம்பித்தேன். யாரோ ஒருவன் பின்னால் ஓடிவந்தான். "சார்" என்றான். "என்ன" என்றேன்.

"சம்பூர்ணா செக்யூரிட்டி."

பையில் கையை விட்டேன். அறையின் சாவியை ரிசப்ஷனில் கொடுக்காமல் எடுத்து வந்துவிட்டேன்.

"இந்தா சாவி."

அவன் போய்விட்டான். பூட்டிருந்து என்ன பயன்? சாவி ஒழுங்காக இருக்க வேண்டும்.

(1990)

இன்ஸ்பெக்டர் செண்பகராமன்

காந்திமதி என்ற பெயரை ஆண்பாலாக என்னால் நினைத்துப் பார்க்க முடியவில்லை. ஆனால் அந்தப் பெயரைச் சொல்லிக்கொண்டு என் முன்னால் ஆறடி ஆள் ஒருவன் நின்றான்.

பள்ளி மாணவனை ஆள் என்று சொல்லலாமா? பையன். என்னுடன் படிக்கும் பையன். முழுப் பெயர் காந்திமதிநாதன்.

அந்த நாளில் கால் பரீட்சை, அரைப் பரீட்சை, முழுப் பரீட்சை எல்லாம் பயமுறுத்தும் விஷயங்கள். முழுப் பரீட்சையில் முழுக்கத் தேறிவிட்டால் பரவாயில்லை. அப்படி இல்லாதபோது கால் பரீட்சை, அரைப் பரீட்சை மதிப்பெண்கள் மிக முக்கியம். அவை கணக்கில் எடுக்கப்படும்படி அமையாவிட்டால் மீண்டும் ஓர் ஆண்டு அதே வகுப்பில் கிடக்க வேண்டும்.

அப்படிப்பட்ட பையன்களை 'இரண்டாம் ஆண்டு' என்று அழைப்பார்கள். ஒருவன் இரண்டு ஆண்டு ஒரே வகுப்பில் படித்ததாலேயே அவன் அடுத்த வகுப்புக்கு அனுப்பப்பட வேண்டும் என்றில்லை, கால் பரீட்சை, அரைப் பரீட்சை, முழுப் பரீட்சை எல்லாம் முறையாக ஒழுங்காக எழுத வேண்டும்.

நான் ஐந்தாவது ஃபாரத்திற்கு போயிருக்கிறேன். கல்வி அமைப்பு 10+2+3 என்றிருந்த காலத்தில் ஒன்பதாவது வகுப்புக்குச் சமமானது இந்த ஐந்தாவது ஃபாரம். அந்த வகுப்புக்குப் போன போது காந்திமதி

என் வகுப்புத் துணைவன் ஆனான். அவன் ஒரு 'இரண்டாம் ஆண்டு.' அதாவது பரீட்சையில் தேறாதபடி ஒன்பதாவது வகுப்பில் இன்னொரு ஆண்டு இருக்க வேண்டியவன்.

சிறிது நாட்கள் பொறுத்துத்தான் அவன் வீடும் என் வீட்டுத் திசையில் இருப்பது தெரிந்தது. அவன் வயதிலும் உருவத்திலும் என்னைவிடப் பெரியவன். அதிலும் அந்தப் பருவத்தில் ஒரு வயது அதிகமானால்கூட ஒருவன் மிகப் பெரியவனாக இருக்கக்கூடும். மனிதப் பிறப்பின் இரகசியங் களை அறியவரும் நாட்கள் அது. காந்திமதி உண்மையில் மிகமிகப் பெரியவன். எல்லா இரகசியங்களும் அறிந்தவன். அப்படியிருந்தும் எங்களிருவரிடையே எப்படி அவ்வளவு நெருக்கமான நட்பு ஏற்பட்டது என்று இன்று நினைத்தால் கூட ஆச்சரியமாக இருக்கிறது. எப்போதுமே எச்சரிக்கைக் குரலும் அபாய அறிவிப்புமாக உள்ள ஹரிகோபால், 'நீ அவன்கூட சேர்ந்தே, உன்னைக் கெடுத்துடுவான்' என்று சொல்லியும் நான் காந்திமதியுடன் நண்பனாக இருந்தேன்.

காந்திமதிக்கு அந்த வகுப்பில் இரண்டாம் ஆண்டு படிப்பது மிகுந்த வருத்தத்தை உண்டு பண்ணியது. அவனுக்குக் கணக்குப் புரியாது. தமிழில் தடுமாறுவான். இங்கிலீஷ் என்றால் தொண்டையடைத்து விடும். உழைக்க மாட்டான் என்றில்லை. ஆனால் பள்ளிப் படிப்பு அவனுக்கு ஏறவில்லை. தனக்கு அப்பா கிடையாது என்றும், அம்மா, தம்பி, தங்கைகள் எங்கோ திருநெல்வேலிக்கருகே ஒரு கிராமத்தில் இருப்பதாகவும் சொல்லியிருந்தான். அங்கேயிருந்து படிக்கக் குடும்ப நிலை இடம் தரவில்லை. இங்கே சிகந்திராபாத்தில் அவனுடைய மாமா அவனைப் படிக்க வைப்பதாக அழைத்து வந்திருக்கிறார்.

காந்திமதி கடைசிப் பெஞ்சில் உட்கார்ந்துகொள்வான். நான் முதல் பெஞ்சில். பார்க்கப்போனால் எங்களிருவருக்கும் பரிச்சயமோ நட்போ ஏற்பட வகுப்பறையில் வாய்ப்பில்லை. பெரிய பையன்களுடைய உலகமே தனி.

திடீர் என்று தமிழ்ப் பிரியரான ஒருவர் எங்களுக்கு பிரின்ஸ்பாலாக வந்தார். பள்ளியில் தமிழ் நாடகம் போட வேண்டுமென்றார். ஆயிரம் பையன்கள் படிக்கும் அந்தப் பள்ளியில் தமிழ் மாணவர்கள் நூற்றைம்பதுக்கு மேலிருக்க மாட்டார்கள். அந்த நூற்றைம்பதில் இருபது பேரை நாடகத்தில் நடிக்கவென்று இழுத்துப் போனார்கள். அந்த இருபது பேரில் நானும் காந்திமதியும் இருந்தோம்.

அப்போதும் எங்களிருவரிடையே நெருக்கம் தோன்ற வாய்ப்பில்லை. ஆனால் இருபது பேர் நடிக்கும் நாடகத்தில் மூன்று பெண் பாத்திரங்கள். நான் ஒரு பெண் பாத்திரம். காந்திமதி இன்னொன்று.

அவன் எப்படி மறுப்புத் தெரிவித்தான் என்று தெரியாது. நான் அழக்கூடச் செய்தேன். ஆனால் பிரின்சிபால் “இதோ பாரு, ஒழுங்கா கொடுத்த வேஷத்தைப் போடு. இல்லேன்னா டி.சி. கொடுத்து அனுப்சிடுவேன்” என்றார். அந்த நாளில் ஒரு பையனைப் பள்ளியே வெளியேற்றிவிட்டால் அவன் வேறு எந்தப் பள்ளியிலும் சேர முடியாது. அந்தப் பிரின்சிபால் அடாவடிக்காரரர் என்று சொல்வதற்கில்லை. இருபது பேரில் என் குரல்தான் இன்னும் உடையாது இருந்தது. மற்ற இரு பெண் வேடங்களும் நகைச்சுவை காட்சியில் வருபவை. ஆண் குரல் கொண்ட பெண்கள் இன்னும் சுவை கூட்டக்கூடும். அதிலும் ஆறடிப் பெண் மேடையில் தோன்றினால் பேசி நடிக்கக்கூடத் தேவையில்லை.

மூன்று மணிநேர நாடகத்துக்கு மூன்று மாத ஒத்திகை நடந்தது. முதல் சில நாட்களில் யாருக்குமே ஒன்றுமே பிடிபடாமல் இருந்தது. ஆனால் போகப் போக நாடகத்தின் மொத்த அமைப்பும் அதன் தனித்தனி அம்சங்களும் ஒவ்வொரு பாத்திரத்தின் முக்கியத்துவமும் எல்லாருக்கும் புலப்படத் தொடங்கியது. நானும் காந்திமதியும் எங்கள் பாத்திரங்கள் மீது அக்கறை காட்ட ஆரம்பித்தோம். நகைச்சுவைப் பெண் பாத்திரத்துக்கு அந்த நாளில் இரு முன்மாதிரிகள். ஒன்று டி.ஏ.மதுரம். இன்னொன்று சி.டி. ராஜகாந்தம். காந்திமதிக்கு ராஜகாந்தத்தைப் பிடிக்கும். அவள் நடித்திருக்கிறாள் என்று ஒரு மோசமான தமிழ்ப் படத்தை அது எங்கள் ஊரில் ஓடிய ஏழு நாட்களிலும் போய்ப் பாத்திருக்கிறான். என் பாத்திரம் சோகமானது. அந்த நாளில் கண்ணாம்பா நடித்த ‘கனகதாரா’ என்றொரு தெலுங்குப் படம் மாதக்கணக்கில் ஓடியது. கதாநாயகி கண்ணாம்பாவுக்கு இவ்வளவுதான் இன்னல்கள் என்றில்லை. கணவனைச் சிறையிலிட்டு, அவளுக்கு அவதூறு கற்பித்து, அவளுடைய குழந்தைகளைக் காட்டில் கொண்டு போய்விட்டு, இறுதியில் அவளைத் தூக்கில் போடவும் ஏற்பாடாகும். அப்போது கணவன், காட்டில் விடப்பட்டாலும் கட்டிளங்காவலன் வளர்த்த மகன், மகள் எல்லோருமாக வந்து கண்ணாம்பாவைக் காப்பாற்றுவார்கள். இந்த இறுதிக் காட்சியில் கண்ணாம்பா மகிழ்ச்சியில் மாறி மாறி அழுது சிரிப்பது மிகவும் பாவமூட்டுவதாக இருக்கும். என் மனதில் நான் கண்ணாம்பாவை இருத்தினேன்.

கடைசியில் நாடகநாள் வந்தது. நூற்றியிருபது மாணவர்களின் குடும்பங்கள் தவிர வேறு சிலரும் வந்து எங்கள் பள்ளி ஹாலை நிரம்பி வழியச் செய்தார்கள். எங்கள் நாடகம் துவங்கியது. மூன்று மாத ஒத்திகை போதாது என்பதாலோ, அல்லது அதிகம் என்பதாலோ காட்சிக்குக் காட்சி நாங்கள் வசனத்தை மறந்து நின்றோம். வசனம் நினைவுக்கு வந்தபோது தவறான இடத்தில் சொன்னோம். ஆனால் வந்திருந்தவர்கள் எதையும் ரசிக்கத் தயாராக வந்திருந்தார்கள். காந்திமதி மேடையில் தோன்றும் போதெல்லாம் ஹாலே வெடித்துவிடும்படி சிரிப்பு. காந்திமதி அவனுக்குச் சாத்தியமான கோமாளித்தனம் எல்லாம் செய்தான். இன்று அதை அப்படியே சினிமாவில் பயன்படுத்தினால் தணிக்கைக்காரர்கள் வெட்டி விடுவார்கள். நான் மேடையோரத் திரையருகில் நின்று பார்த்தபோது அவன் சைகைகளிலும் இடுப்பசைவுகளிலும் ஏதோ ஆபாசம் இருக்கிறது என்று தெரிந்ததே ஒழிய அவை என்ன குறிக்கின்றன என்று தெரியவில்லை. என்னுடைய சோக நடிப்பு எல்லோருக்கும் தமாஷாக இருந்திருக்க வேண்டும். செத்துப்போன என் மகனின் சடலத்தின் மீது தலைவிரி கோலமாக நான் விழுந்து பிலஹரி ராகத்தில் பாடினேன். எல்லோரும் விழுந்து விழுந்து சிரித்தார்கள். பாட்டின் இறுதியில் நானும் சிரித்துவிட்டேன். என் வீட்டிலிருந்து வந்த என் அம்மா, சகோதரிகள் மட்டுமாவது அழுதிருக்க வேண்டாமா?

அன்றிரவு மேக்கப் கலைத்துவிட்டு நாங்கள் வீடு திரும்பப் பத்து மணிக்கு மேலாகிவிட்டது. நானும் காந்திமதியும் ஆக்ஸ்போர்டு தெருவில் நடந்துகொண்டிருந்தோம். ஒரு சிறிய கார் பின்னாலிருந்து வந்து எங்கள் பக்கத்தில் நின்றது. ஆணைகளே இட்டுப் பழக்கப்பட்ட ஒரு குரல், “ஏண்டா இவ்வளவு நேரத்துலே ஊர் சுத்திண்டிருக்கே?” என்று ஒலித்தது. உடனே காந்திமதி மூன்றடியாகக் குறுகி அந்தக் குரலுக்குரியவரிடம், “இன்னிக்குத் தான் ஸ்கூல்லே டிராமா, மாமா” என்றான்.

“அவன் யாருடா?”

“அவனும் டிராமாவிலே இருந்தான், மாமா.”

“சொர்ணம் வந்தாளா?”

“அக்கா இன்னிக்கு வீட்டுக்கு வெளியே. வரதுக்கு இல்லேன்னு சொல்லித்து மாமா.”

“சரி, வண்டியிலே ஏறு.”

அந்தச் சிறிய வண்டிக்குக் குட்டி குட்டியாக நான்கு கதவுகள். காந்திமதி உடலைக் குறுக்கிக்கொண்டு பின்சீட்டில் ஏறிக் கதவை மூடினான். கார் உள்ளே இருட்டாக இருந்ததால் அவன் எனக்கு என்ன முகச்சமிக்ஞை காட்டினான் என்று தெரிய வழியில்லை.

"அவனை ஏண்டா நடுத்தெருவிலே விட்டே?" அந்தக் குரல் அதட்டியது.

'நீயும் ஏறு' என்று ரகசியம் பேசுவது போல் காந்திமதி என்னிடம் சொன்னான். நானும் அவனுடன் பின்சீட்டில் உட்கார்ந்தேன். அந்த இருட்டில் எனக்கு முதலில் ஏற்பட்ட உணர்வு அந்த மனிதரிடமிருந்து ஏதோ ஒரு நெடி வந்து கொண்டிருந்தது. இனிப்பு, கசப்பு, காரம், புளிப்பு எல்லாம் கலந்ததாக இருந்தது. வண்டி கிளம்பியது.

காந்திமதியிடம் "யார்?" என்று நானும் ரகசியம் பேசும் குரலில் கேட்டேன்.

"மாமா, மாமா" என்று அந்த இருட்டில் அவன் வாயைப் பெரிதாகத் திறந்து ஆனால் சப்தமே வராதபடி எனக்குத் தெரியப்படுத்திவிட்டான்.

நான் வாயை மூடிக்கொண்டு உட்கார்ந்திருந்தேன். எங்கள் வீடிருக்கும் தெருவையும் தாண்டிக்கொண்டு வண்டி உருண்டது. காந்திமதி முடங்கிக் கிடந்ததைப் பார்த்து எனக்கும் நாவே எழவில்லை. வண்டி இன்னொரு பெரிய சாலையில் திரும்பி ஏழெட்டு பங்களாக்களைக் கடந்து கீஸ் ஹை ஸ்கூல் அருகில் சென்றது. எங்கள் ஊரின் பிரதான பெண்கள் பள்ளி அது. அந்த இடத்தில் சாலை பாம்புநாக்கு போல இரண்டாகப் பிரியும். அந்த இரு பிரிவுகளுக்கிடையில் மிகப் பெரிய முக்கோண வடிவ மைதானத்தைச் சுற்றிக் குட்டையான காம்பவுண்டுச் சுவர். அதன் நடுவில் ஒரு பங்களா. பங்களா காம்பவுண்டு, சுவர் இரண்டும் நீல நிறமுடையதாக உள்ளதை நான் பகல் வேளையில் பார்த்திருக்கிறேன். அந்த வீட்டைப் பார்த்தபடிதான் நாங்கள் கோயில், காய்கறிக்கடை, மாவரைக்குமிடம், ரயில்வே நிலையம் எல்லாவற்றுக்கும் போக வேண்டும். சாலையிலிருந்து பங்களா வெகுதூரத்தில் இருக்கும். ஆதலால் அதிலுள்ள பலிதுர்களை அவ்வளவு தெளிவாகப் பார்க்க முடியாது. என் வரையில் அந்த வீடு யாரோ என் கற்பனைக் கெட்டாதவர்கள் வசிக்குமிடம். ஆனால் இந்த இருட்டில் காந்திமதியின் மாமாவின் கார் அந்த வீட்டு கேட் முன்னால் நிற்கிறது. காந்திமதி வண்டியிலிருந்து ஓடிச்

சென்று கேட்டைத் திறக்கிறான். வண்டியும் உள்ளே நுழைகிறது. இந்த வீட்டிலா காந்திமதி இருக்கிறான்?

பங்களாவின் முகப்பில் வண்டி நின்றவுடன் விறைப்பாக ஒருவன் சல்யூட் அடித்தான். ஓடிச்சென்று பங்களா வெராண்டா விளக்கையும் முகப்பு விளக்கையும் ஸ்விட்சுப் போட்டு எரிய விட்டான். காந்திமதியின் மாமா முதலில் இறங்கினார். அதன் பிறகு நாங்கள் இருவரும் இறங்கினோம்.

காந்திமதியின் மாமா காந்திமதியைவிட ஓரங்குலம் அதிக உயரமாக இருந்தார். பின்தலையில் பிறை வடிவத்தில் கன்னங் கரேலென்று மயிர். தலையின் இதர பகுதிகள் பொன் வண்ணத்தில் மின்னின. அவ்வளவு சுத்தமான வழுக்கையை நான் அதற்கு முன்னர் பார்த்ததில்லை. "காந்தி, அவனை இட்டுண்டு உள்ளே வா" என்று சொல்லியபடி அவர் பூட்ஸ் கால் கடக்கடக்கென்று சப்தமெழுப்ப வீட்டினுள்ளே சென்றார். காந்திமதி ரகசியக் குரலில், "நீயும் உள்ளே வா" என்றான்.

என்னையும் தொற்றிக்கொண்ட ரகசியக் குரலில், "யாரு? யாரு?" என்று கேட்டேன்.

"அதான் சொன்னேனே, மாமா, மாமா."

"மாமான்னா பேர் என்ன?"

காந்திமதியின் குரல் பரம ரகசியமாயிற்று. "எஸ்.செண்பக ராமன்" என்றான்.

"மிலிட்டரியா?" அந்த நாளில் எங்கள் ஊரில் மிலிட்டரி நடமாட்டம் நிறைய இருந்தது.

"இல்லே. போலீஸ் இன்ஸ்பெக்டர். இன்ஸ்பெக்டர் ஆப் போலீஸ்."

இன்ஸ்பெக்டர் செண்பகராமன், இன்ஸ்பெக்டர் செண்பக ராமன், சீருடை அணியாத செண்பகராமன்... இப்படி வாய்க்குள் சொல்லிக்கொண்டு அந்த பங்களாவினுள் நுழைந்தேன்.

பழங்கால பங்களா. வெராண்டாவை அடுத்துப் பெரிய ஹால். கூரையிலிருந்து தொங்கும் இரு விளக்குகள் அந்த ஹாலிலிருந்த விசித்திரப் பொருட்களைப் பார்க்க உதவின. சுவரில் நான்கு ஜதை கலைமான் கொம்புகள். ஒரு பெரிய படத்தில் ஜரிகைத் தலைப்பாகை, ஜரிகை அங்கவஸ்திரம், நீளக்கோட்டு, பாண்ட், பூட்ஸுமாகப் பெரிய மீசை வைத்த ஒருவர் ஓர் உருவிய கத்தி மீது லேசாகச் சாய்ந்தபடி நின்று கொண்டிருந்தார். அதற்கிணையான இன்னொரு படத்தில்

நிர்ணயிக்க முடியாத வயதுடைய பெண்மணி கெட்டிக்கரை போட்ட பட்டுப்புடவை, கழுத்தில் பலவகைச் சங்கிலிகள், மாலைகள், கைகளில் கட்டை விரல் தவிர எல்லா விரல்களிலும் மோதிரம், நெற்றியில் கல்வைத்த சுட்டி, மூக்குத்தி, புல்லாக்கு, காதில் வளையம், இடுப்பில் ஒட்டியாணம் ஆகிய அலங்காரத் துடன் வலது முழங்கையை உயரமான ஸ்டூல் ஒன்றின் மீது சாய்த்தபடி நின்றுகொண்டிருந்தாள்.

ஹாலின் இரு பக்கங்களிலும் தனித்தனி அறைகள். செண்பகராமன் பூட்ஸ் சப்தம் கேட்டு ஓர் அறையிலிருந்து ஒரு பெண்மணி விரைந்து வந்தாள். ஐந்தடிக்குக் குறைவாக இருக்கும். இரட்டை நாடி. ஆனால் மிகவும் லட்சணமான முகம். தலையில் மைக்கறுப்பாக மயிர் படிப்படியாக வளைந்து இருந்தது. தங்க பிரேம் போட்ட கண்ணாடி.

செண்பகராமன் ஒரு ஸ்டூல் மீது ஒரு காலை வைக்க அவள் பூட்ஸைக் கழற்றினாள். அவர் காலைச் சிறிது தூக்கி சாக்ஸையும் உருவி எடுத்தாள். அதேபோல இன்னொரு காலும். ஹால் ஓரத்திலிருந்த ரப்பர் செருப்பை எடுத்து வந்தாள். செண்பகராமன் அதை அணிந்து ஓர் அறையினுள் மறைந்தார்.

ஹாலில் நிலவிய இறுக்கம் சிறிது தளர்ந்தது. அந்தப் பெண்மணி புன்முறுவலுடன் "யார் இந்தத் தம்பி?" என்று என்னைப் பற்றிக் காந்திமதியிடம் விசாரித்தாள்.

"இவனும் எங்கூட டிராமாவிலே ஆக்ட் பண்ணினான்."

"முகத்தைச் சரியா கழுவலியா? அரிதாரமெல்லாம் அப்படியே இருக்கே!"

எனக்கு அவள் என்ன சொல்கிறாள் என்று புரியவில்லை. முகத்தில் ஏதோ இருக்கிறது என்பது மட்டும் தெரிந்தது. கையால் முகத்தைத் துடைத்துக்கொண்டேன்.

"கொஞ்சம் இருங்க, அத்தானைக் கவனிச்சுட்டு வந்துடறேன்" என்று அவள் செண்பகராமன் சென்ற அறைக்குள் சென்றாள்.

"யாரிது?" என்று காந்திமதியைக் கேட்டேன்.

பெரிதாக வாயைத் திறந்து சப்தமெழுப்பாமல், "மாமி," என்றான்.

"நான் போறேன்" என்றேன். கால் மைல் இருட்டில் தனியாக நடக்கவேண்டும்.

"வேண்டாம், வேண்டாம்" என்று தலையை ஆட்டினாள். "மாமாகிட்டே சொல்லிட்டுப் போ."

எனக்கு அன்று இரவு வீட்டுக்கே போகமுடியாது என்று தோன்றிவிட்டது. இப்படி எல்லாரும் நடுநடுங்கிச் சாகும் இடத்தில் மாட்டிக்கொண்டேனே? இன்ஸ்பெக்டராய் இருந்தால் என்ன, எல்லாரும் இப்படிப் பயப்பட வேண்டுமா? காந்திமதி நாளெல்லாம் இப்படித்தான் கிடக்கிறானா? இப்படிக் காலம் தள்ளும் இவனா சற்று நேரத்திற்கு முன்பு மேடையில் சுமார் முந்நூறு பேர் மத்தியில் கூத்தடித்தான்? அந்த முந்நூறு பேர் நடுவில் அவனுடைய மாமா இருந்திருந்தால் அவன் எப்படி நடித்திருப்பான்? நிச்சயம் மாமா இருக்கமாட்டார் என்ற தைரியம்,

செண்பகராமனும் அவருடைய மனைவியும் வெளியே வந்தார்கள். செண்பகராமன் அகலமான சிவப்புக் கரை போட்ட வேட்டி மட்டும் கட்டியிருந்தார். அவருடைய மார்பில் கருகருவென்று ஏராளமான மயிர். காந்திமதியைப் பார்த்து, "சாப்டாச்சாடா?" என்று கேட்டார்.

"இல்லை, மாமா" என்று காந்திமதி குழைந்து சொன்னான்.

"நீ என்ன பண்ணறே?" என்று என்னைப் பார்த்துக் கேட்டார்.

எனக்குக் கேள்வி புரியவில்லை. விழித்தேன்.

"நீ சாப்டாச்சா?" என்று கேட்டார்.

"இல்லை, இனிமேத்தான்."

"வா, வந்து சாப்பிடு."

"இல்லை, நான் வீட்டுக்குப் போகணும்."

உண்மையில் எனக்கு என் அம்மா, தங்கை, அக்காக்கள் நினைவு வந்து சற்றுச் சங்கடமாயிருந்தது. நாடகத்தில் அவர்கள் முதல் வரிசையில் உட்கார்ந்திருந்தார்கள். அவர்கள் யாரும் என்னை நேராகப் பார்க்கக் கூடாது என்று அம்மா கண்டிப்பாகச் சொல்லியிருந்தாலும் அவர்கள் எல்லாரும் என்னை மட்டுமே பார்த்துக்கொண்டு விழுந்து விழுந்து சிரித்துக்கொண்டிருந்தார்கள். என்னைப் பெண்ணாக மாற்றிய ஒப்பனையாளன் இயற்கையே திடுக்கிடும் அளவுக்கு என் இடுப்புக்கு மேலே என் உடல் அமைப்பை மாற்றியிருந்தான். என் சகோதரிகள்தான் சற்றுக் குறைவாகச் சிரித்தவர்கள். ஆனால் அவர்கள் இப்போது எனக்காகக் காத்துக்கொண்டிருப்பார்கள்.

செண்பகராமன் கேட்டார், "எங்கே உன் வீடு?"

"லான்சர் பாரக்ஸ்."

"அதைத் தாண்டித்தானே வந்தோம்?"

"ஆமாம்."

"அப்பவே சொல்றதுக்கென்ன? அங்கேயே இறக்கி விட்டிருப்பேனே."

நான் காந்திமதியைப் பார்த்தேன். அவன் கண்களோ எங்கோ பத்து மைல்களுக்கப்பால் பார்ப்பது போல இருந்தது.

"டிராமாவிலே என்ன வேஷம்?"

"ராணி வேஷம்."

"என்ன?"

"நான்தான் ராணி."

"அப்போ தடபுடலா டிரஸ்ஸெல்லாம் போட்டுட்டு டான்ஸ் ஆடியிருப்பே?"

"நாடகம் ஆரம்பிக்கறப்பவே ராஜா செத்துடறாரு, ராணிக்கு ஒரு இடத்திலே பைத்தியம் பிடிக்கும். அப்ப கொஞ்சம் ஆட்டம் இருக்கும்."

ஓகோகோவென்று செண்பகராமன் சிரித்தார். அவர் சிரிப்பதைக் கண்டு அவருடைய மனைவி, காந்திமதி, முதலில் விளக்குப் போட்ட போலீஸ்காரன் எல்லோருமே இறுக்கம் தளர்ந்து சிரித்த முகமாக நின்றார்கள்.

"இவன் கடைசி சீன்லே பாட்டுக்கூடப் பாடுவான் மாமா," என்று தைரியமாகச் சொன்னான்.

"அது என்னடா பாட்டு? எங்கே பாடு."

இரவு பதினொரு மணியிருக்கும். என் வீட்டில் அம்மா, அக்கா, தங்கைகளோடு நிறையத் திட்டும் அடியும்கூடக் காத்திருக்கும். அவர்களுக்குத் தெரியுமா நான் ஒரு போலீஸ் காரர் வீட்டில் மாட்டிக்கொண்டுவிட்டேன் என்று?

"பாடுடா, பாடு."

அழுகை வராத முறையில் அந்த ஹாலில் அந்தப் போலீஸ் இன்ஸ்பெக்டருக்கு நான் பிலகரி ராகப் பாட்டைப் பாடினேன். அந்த ராகத்தின் ராகினி தேவதை எங்கோ கண்ணுக்குத் தெரியாத இடத்தில் மிதந்துகொண்டு தவித்துக்கொண்டிருக்க

வேண்டும். எந்த வரியையும் இருமுறை பாடாதபடி நான் பாட்டை முடித்தேன். என் பாட்டு முடிந்துவிட்டது என்று எல்லாருக்கும் புரிய ஒரு விநாடியாயிற்று. செண்பகராமன் உற்சாகமாகக் கைதட்டினார். காந்திமதிப் பக்கம் திரும்பி, "ஏண்டா, இந்த டிராமாவை மறுபடியும் ஆடுவீங்களா" என்று கேட்டார்.

"இல்லை மாமா. இன்னிக்கு மட்டும்தான்."

செண்பகராமன் என் அருகில் வந்து என் முதுகைத் தட்டிக் கொடுத்தார். "நீ எங்கே இருக்கேன்னு சொன்னே?" என்று கேட்டார்.

"லான்சர் பாரக்ஸ்."

"பேர் என்ன?"

"சந்திரசேகரன், எஸ்."

"காந்தி, அவனை வீட்லே கொண்டுபோய் வீட்டுட்டு வா. டேய் பையா, நான் உன் வீட்டுக்கு வரேண்டா. காந்தி, சைக்கிளை வேணா எடுத்துட்டுப் போ."

நான் பதறி "சைக்கிள் வேண்டாம், மாமா" என்றேன். எங்கள் ஊரில் சைக்கிளில் இரட்டைச் சவாரி, இருட்டில் விளக்கு இல்லாமல் போவது, மணி அல்லது பிரேக் சரியில்லாமல் ஓட்டுவது எதுவானாலும் உடனே எங்கேயிருந்தோ ஒரு போலீஸ்காரன் பிடித்துப் போய் இரண்டு ரூபாய் அபராதம் உண்டுபண்ணிவிடுவான்.

செண்பகராமன் சிரித்தார். "பரவாயில்லேடா, நானே ஓட்டிண்டு வரட்டுமா?"

"வேண்டாம் மாமா. வேண்டாம் மாமா."

செண்பகராமன் இன்னும் பலமாகச் சிரித்தார். "ஒண்ணும் பயப்படாதே. காந்தி உன்னைக் கொண்டுபோய் விட்டுடுவான்."

செண்பகராமனின் மனைவிகூட உற்சாகம் மிகுந்தவளாகக் காணப்பட்டாள். அன்று அந்த ஹாலில் உண்மையிலேயே உற்சாகமும் மகிழ்ச்சியும் நிரம்பி வழிந்தன.

காந்திமதி என்னுடன் ஒரு வார்த்தை பேசவில்லை. அந்த வீட்டில் இருந்த சைக்கிளில் பின் சக்கரத்தில் காற்று இல்லை. நாங்கள் இருவரும் அந்த நள்ளிரவில் மௌனமாக நடந்தோம்.

என் வீடு வந்தடைந்த பிறகு மட்டும் "போயிட்டு வரேண்டா," என்றான். அவன் குரலில் வழக்கமாக உள்ள குழைவு இல்லாதது போலத் தோன்றிற்று.

"ஏண்டா இவ்வளவு நாழி? எங்கே போய்ச் சுத்திட்டுவரே? உனக்காக எல்லாரும் சாப்பிடக் காத்திண்டிருக்கா. எங்கேயோ போயிட்டேயே? ஸ்கூல்ருந்து நேரே வீட்டுக்கு வரலே?" அம்மா கேட்டதில் சிறிது கோபமும் எரிச்சலும் இருந்தன. என் அக்காக்களில் ஒருத்தியும் தங்கையும் தூங்காது விழித்திருந்தார்கள். என்னைப் பார்த்ததும் அவர்களுக்குச் சிரிப்பு பொத்துக்கொண்டு வந்தது.

"எனக்கு ஒண்ணும் சாதம் வேண்டாம். போ!"

என் சகோதரிகள் இன்னும் அதிகமாகச் சிரித்தார்கள். அப்பா வந்தார். "என்ன நடு ராத்திரியிலே அசட்டுச் சிரிப்பு?" என்றார். மேலெழுந்தவாரியாக அவர்கள் சிரிப்பு அடங்கியது என்றாலும் எந்த விநாடியும் பீறிக்கொண்டு வரக்கூடும் என்பது நன்கு தெரிந்தது. அந்த வாரமெல்லாம் சிரித்துக்கொண்டிருந் தார்கள். அம்மாதான், "நீ நன்னாவே ஆக்ட் பண்ணினே, ஆனா வாயைத் திறந்து பேசியிருக்கலாம்," என்றாள்.

நாடகத்திற்கு அடுத்த நாள் நாடகத்தில் நடித்தவர்களுக்கு மட்டும் விடுமுறை. நான் எண்ணெய் தேய்த்துக் குளித்தேன். அம்மா கூடாது என்றாலும் படுக்கைக் குவியல்மீது படுத்துத் தூங்கினேன். தூங்கி எழுந்தபோது நல்ல சுரம் அடித்தது.

வீட்டில் யாருக்குச் சுரம் என்றாலும் முதலில் இரண்டு வாய் மிளகு கஷாயம் குடித்தேயாக வேண்டும். நானும் மிளகு கஷாயத்தை விழுங்கிவிட்டு வாய் எரிச்சல் தாங்காமல் உஸ்புஸ்ஸென்று அலட்டிக்கொண்டிருந்தேன். வீட்டு வாசல் முன்பு ஒரு சிறிய கார் வந்து நின்றது.

எனக்கு அது என் சம்பந்தப்பட்ட விஷயம் என்று தோன்ற வில்லை. யாரோ யார் வீட்டுக்கோ வரவேண்டியவர்கள் தவறுதலாக இங்கே வண்டியை நிறுத்தியிருக்கிறார்கள் என்றே எண்ணினேன். அம்மா மட்டும் வாசல்கேட்டருகே சென்றாள். வண்டியிலிருந்து உயரமான ஒருவர் இறங்கினார். அம்மாவை ஏதோ கேட்டார். அம்மா இங்கேதான் என்பதுபோலத் தலையை அசைத்து வீட்டுப்பக்கம் திரும்பி, "சந்துரு!" என்று கூப்பிட்டாள். நான் டிராமாவில் கொண்டுவர மாட்டாத அசக்த உணர்வைப் போர்த்துக்கொண்டு ஈனசுவரத்தில் "என்ன?" என்று கேட்டேன்.

“இங்கே வா. உன்னை தேடிண்டு ஒத்தர் வந்திருக்கார், பாரு.”

நான் வாசல்கேட்டருகே சென்றேன். அந்த உயரமான மனிதர் என்னைப் பார்த்துப் புன்னகை புரிந்தார். “என்ன சந்திரசேகரன், ஒரு நாள்ளியே எல்லாத்தையும் மறந்துட்டயா?” என்றார். இன்ஸ்பெக்டர் செண்பகராமனை நான் அடையாளம் கண்டுகொண்டேன். இப்போது அவர் சீருடையில் இல்லை. எனக்கு அவரை எப்படி வரவேற்பது, என்ன உபசரிப்பது என்றெல்லாம் தெரியவில்லை. அவராகவே உள்ளே வந்து அங்கிருந்த ஸ்டூலில் உட்கார்ந்துகொண்டார். எங்க அம்மாவைப் பார்த்து, “உங்க பையன் நன்னாவே பாடறானே,” என்றார்.

என் அம்மா அதை மௌனமாக ஏற்றுக்கொண்டாள். பூட்ஸூம் மீசையுமாக ஒருவர் தன்னை யார் என்று தெரியப் படுத்திக்கொள்ளாமல் வீட்டுக்குள்ளே வந்து உட்கார்ந்து கொண்டால் என்ன என்று நினைப்பது? அம்மா என்னைப் பார்த்து, “யாரு இந்த மாமா” என்று கேட்டாள்.

“காந்திமதியோட மாமா. போலீஸ் இன்ஸ்பெக்டர்.”

“செண்பகராமன்னு பேர். திருநெல்வேலி ஜில்லா.” என்று செண்பகராமன் சொன்னார். தொடர்ந்து, “பாவம். ராத்திரி பத்து மணிக்குப் பாட்டு பாடுன்னேன். உடனே பாடினான் சந்திரசேகரன், நான் அப்பவே சொல்லலே, உங்க வீட்டுக்கு வருவேன்னு?” என்றார்.

“ஆமாம் மாமா நேத்திக்கே சொன்னார்மா, வீட்டுக்கு வரேன்னு.”

“ஏன் தலையைக் கிலையை வாராம இருக்கே? டல்லா இருக்கயே? தூங்கலையா?”

“மத்யானத்திலேந்து ஜூரம். எண்ணெய் தேச்சுண்டு தூங்கினான். பிடிச்சுண்டுடுத்து” அம்மா சொன்னாள்.

“எங்கே?” செண்பகராமன் அவருடைய வலது கையை என் கழுத்தில் வைத்துப் பார்த்தார். அவருடைய கையிலிருந்து கடுமையான சிகரெட் வாசனை அடித்தது.

“நல்ல ஜூரமிருக்கே? டாக்டர் கிட்டே காமிச்சீங்களா?”

“இவா அப்பா வந்தப்புறம்தான் அழைச்சிண்டு போகச் சொல்லணும்.”

“சந்திரசேகரன், தலையை வாரிண்டு வா. நான் இவனை டாக்டர்கிட்டே அழைச்சிண்டு போயிட்டு வர்றேன்.”

என் அம்மா என்ன செய்வதென்று தெரியாமல் விழித்தாள்.

“ஒண்ணும் கவலைப்படாதீங்க. இரண்டு டோஸ் கார்மினேடிவ் மிக்ஸர் சாப்டா எல்லாம் சரியாயிடும். கிளம்பு, சந்திரசேகரன்.”

நான் சலவையிலிருந்து வந்த சட்டை ஒன்றைப் போட்டுக் கொண்டு தலையை வார முயற்சி செய்துவிட்டு அவருடன் கிளம்பினேன். எனக்கு வண்டியில் எங்கு உட்காருவது என்று சந்தேகம். முன்தினம் பின் சீட்டில்தான் உட்கார்ந்திருந்தேன். இன்றும் அங்கே ஏறப் போனேன்.

“இங்கே வா, சந்திரசேகரன். முன்னாலே என் பக்கத்திலே வா.”

நான் முன்சீட்டில் உட்கார்ந்துகொண்டேன். ஒரு குமிழ் வைத்த இரும்புக் கம்பி வண்டியின் அடியிலிருந்து கிளம்பி எங்கள் இருவரின் கால்களிடையே நீட்டிக்கொண்டிருந்தது. வண்டியை ஓட்டும்போது செண்பகராமன் அதை அடிக்கடி இப்படியும் அப்படியுமாகத் தள்ளிக்கொண்டிருந்தார். ஒவ்வொரு முறையும் அது என் காலை இடிக்கும். நான் அதற்கு முன்னர் ஒரு காரில் முன் பக்கத்தில் உட்கார்ந்து வண்டி ஓட்டப்படுவதை இவ்வளவு கவனமாகப் பார்க்க நேர்ந்ததில்லை. “இது என்ன?” என்று கேட்டேன்.

“இதுதான் கியர். இது போட்டாத்தான் கார் போகும்.”

“நீங்க வெறுமனே வெறுமனே தள்ளறேளே?”

செண்பகராமன் சிரித்தார். “அடுத்த வருஷம் நானே உனக்குக் காரோட்டக் கத்துத் தரேன்.” இது சொல்லிவிட்டு அவர் ஹைதராபாத்தின் முக்கிய சின்னங்களில் ஒன்றான சார்மினார் சிகரெட்டைப் பற்ற வைத்துக்கொண்டார். கார் கிளாக் டவரைத் தாண்டி மார்க்கெட் ஸ்ட்ரீட்டில் சென்று பரஞ் சோதித் தெருவில் திரும்பி கண்டோன்மெண்ட் ஆஸ்பத்திரிக்குள் நுழைந்து நின்றது. “வா, சந்திரசேகரன்,” என்று செண்பகராமன் என்னை அழைத்துப் போனார். நான் அந்த ஆஸ்பத்திரியில்தான் பிறந்தேன் என்று என் அப்பா அம்மா சொல்லியிருந்தாலும் நாங்கள் அந்த ஆஸ்பத்திரிக்குப் போவதே கிடையாது. ரயில்வே ஆஸ்பத்திரி ஒன்றரை மைல் தூரத்தில் இருந்தது. இதற்கு ஒன்றே முக்கால் மைல் நடக்க வேண்டும்.

எங்கும் யாரிடமும் கேட்காமல் செண்பகராமன் நேராக டாக்டர் அறைக்கு என்னை அழைத்துப் போனார். டாக்டர் எழுந்து நின்றார். "உங்களுக்கு இஞ்ஜெக்ஷன் சனிக்கிழமைக்குத் தானே?" என்றார்.

"பையனுக்காக வந்தேன்."

"என்ன ஆச்சு?"

"ஜுரமாம். தலைக்கு எண்ணெய் தேச்சுக் குளிச்சுட்டுத் தூங்கிட்டான். ஜுரம் பிடிச்சிண்டுடுத்து."

"இங்கே வா பையா. நாக்கை நீட்டு."

டாக்டர் என் டெம்பரேச்சரையும் சோதித்துப் பார்த்தார். "யார் பையன்?" என்று செண்பகராமனைக் கேட்டார்.

"எல்லாம் தெரிஞ்ச பையன்தான். நேத்து டிராமாலே நடிச்சானாம்."

"பக்கத்து ஹைஸ்கூல் டிராமாவா?"

"ஆமாம். அதுதானே சந்திரசேகரன்?"

"ஆமாம் சார்."

"நான் வந்திருந்தேனே, என்ன வேஷம்?"

"ராணியா நடிச்சானாம்." இதைச் சொல்லிவிட்டுச் செண்பகராமன் சிரித்தார். "கடைசியிலே செத்துப் போயிண்டே பாடினானாம். அப்படித்தானே சந்திரசேகரன்?"

நான் வெறுமனே நின்றேன்.

"இந்த ஜுரமே அதுனாலேதான் வந்திருக்கு." டாக்டர், செண்பகராமன் இருவரும் சிரித்தார்கள்.

டாக்டர் ஓர் அளவு கிளாஸ் எடுத்து வெள்ளைப் பொடியாக இருந்ததை ஒரு சிட்டிகை போட்டுச் சிவப்பாக ஒரு திரவத்தை அரைக்கரண்டி விட்டார். தண்ணீர் விட்டு கிளாஸை நிரப்பினார். "இதைக் குடி, தம்பி," என்றார்.

நான் அதைக் கையில் வாங்கிக்கொண்டு வாயில் ஊற்றிக் கொண்டேன். கசப்பு, தித்திப்பு, காரம் எல்லாம் கலந்த மருந்து.

"நாளைக்கு நீ மறுபடியும் பாடி மத்தவங்க எல்லாருக்கும் ஜுரம் வரவழைக்கலாம்" என்று டாக்டர் சொன்னார். செண்பகராமன் எழுந்தார். நாங்கள் இருவரும் கட்டிடத்தின் வெளியே வந்தோம்.

"இப்போ எப்படியிருக்கு, சந்திரசேகரன்?" என்று செண்பக ராமன் கேட்டார்.

"எனக்குத் தெரியலை சார்." ஏனோ அவரை இனி மாமா என்று அழைக்க முடியவில்லை.

"அப்போ நல்லாயிடுத்துன்னு அர்த்தம், இங்கே பக்கத்திலே ஒரு வீட்டுக்குப் போகலாமா? உன்னைப் பத்திரமா உன் வீட்டிலே கொண்டு போய் விட்டுடறேன்."

செண்பகராமன் என் பதிலுக்குக் காத்திராமல் வேகமாக நடந்தார். நாங்கள் இருவரும் பரஞ்ஜோதித் தெருவின் எதிர்ப் புறத்தை அடைந்தோம். அங்கிருந்த மூன்று வீடுகளில் இரண்டு நானறிந்தது. ஒன்று ஒரு வக்கீல் வீடு. அவர் மகன் என் பள்ளியிலேயே தெலுங்குப் பிரிவில் படித்துக்கொண்டிருந்தான். ஒரு சிறு சந்து. அதற்குப் பக்கத்தில் எங்கள் பள்ளி பிரின்சிபால் வீடு. அவரின் மகனும் எங்கள் பள்ளியில்தான் படித்தான். என்றாலும் வேறு செக்ஷன். முந்தைய நாள் நாடகத்தின்போது விழுந்து விழுந்து சிரித்தவர்களில் அவன் குரல்தான் பெரியதாகக் கேட்டது. அடுத்த வீடு மாடி வீடு. கீழ்ப்பகுதி திறந்திருந்து நான் பார்த்ததில்லை. செண்பகராமன் அந்த வீட்டருகில் சென்றார். மூடியிருந்த கதவை ஆள்காட்டி விரலை மடித்துக்கொண்டு இருமுறை தட்டினார். சிறிதுநேரத்திற்குப் பிறகு வேலைக்காரப் பெண் போலத் தோற்றமளித்த ஒருத்தி கதவைத் திறந்தாள். என்னை அழைத்துக்கொண்டு உள்ளே நுழைந்தார். இரண்டடி எடுத்து வைத்தவுடன் குறுகலான செங்குத்தான படிக்கட்டு. படிக்கட்டு முடிந்து நாங்கள் அடைந்த இடம் அந்த வீட்டின் முன் பக்கத்து மாடி வெராண்டா.

"வா, சந்திரசேகரன், வா, உள்ளே வா" என்று செண்பக ராமன் சொன்னார். நான் அவர் கையைப் பிடித்துக்கொள்ளாத குறையாக வெராண்டாவை அடுத்த ஹாலுக்குள் நுழைந்தேன். ஒரு கணம் அந்த ஹாலின் விசாலத்தன்மை என்னைப் பிரமிக்க வைத்தது. எவ்வளவு குறுகலான மாடிப்படியும் பாதையும் எவ்வளவு பெரிய இடத்துக்கு இட்டுச் செல்கின்றன.

ஹாலின் தரையில் பாய் விரித்து ஒரு பையனும், பாவாடை தாவணி அணிந்த பெண்ணும் சிரிப்பும் கும்மாளமுமாகக் கேரம் போர்டு விளையாடிக்கொண்டிருந்தார்கள். அவர்களிடையே இருந்த உற்சாகத்திலிருந்து அவர்கள் வெகு நேரமாக விளையாடிக்கொண்டிருக்க வேண்டும். செண்பகராமனை முதலில் அப்பெண்மணிதான் பார்த்தாள். நொடிப்பொழுதில் அவள் முகத்திலிருந்த சிரிப்பு, கவலையற்ற தன்மை மறைந்தது.

இன்ஸ்பெக்டர் செண்பகராமன்

"அக்கா!" என்று அழைத்தபடி உள்ளே ஓடினாள். பையன் எழுந்து நின்றான்.

"என்ன பாபு? இன்னைக்காவது திலகாவை நீ தோக்க அடிச்சயா?" என்று செண்பகராமன் கேட்டார். பாபு அப்படியே நின்றான்.

"உக்காரு, சந்திரசேகரன். பாபு, இந்தப் பையன் யாரு தெரியுமா? பெரிய ஆக்டர்!" செண்பகராமன் பெரிதாகச் சிரித்தார். பிறகு சுவாதீனமாக அங்கிருந்த சோபா ஒன்றில் சாய்ந்துகொண்டார்.

உள்ளேயிருந்து இன்னொரு பெண் ஹாலுக்கு வந்தாள். என்னால் அவள் வயதை நிர்ணயிக்க முடியவில்லை. கேரம் போர்டு ஆடிக்கொண்டிருந்த பெண்ணுக்கு அக்காவாக இருக்க வேண்டும். உதடுகள், மூக்கு, கண், புருவம் எல்லாம் சித்திரத்தில் வரைந்தாற்போலப் பளிச்சென்று தெரிந்தன. செண்பகராமனைப் பார்த்து, "வாங்க, வாங்க" என்றாள்.

செண்பகராமன் விநோதமான காட்சியைக் கண்டு மகிழும் பாவனையில் அவளைப் பார்த்துத் தலையசைத்துப் புன்னகை புரிந்தார். அவள் முகம் சற்றே சிவந்தது போல எனக்குத் தெரிந்தது. உலகமே ஒரு கணம் அசையாது நின்றது.

"நேத்து வந்தீங்களா?"

"இன்னிக்குக் காலையிலேதான்" என்று தயக்கத்தோடு பேச முற்பட்டாள்.

செண்பகராமன் பெரிதாகப் புன்னகை புரிய அவள் பேச்சை நிறுத்திக்கொண்டாள்.

"அம்மா எங்கே?"

அப்பெண் பாபுவை எனக்குப் புரியாத மொழியில் கேட்டாள். மராட்டியாக இருக்கவேண்டும். லான்சர் பாரெக்ஸின் முதல் வீட்டில் வசிக்கும் சிவாஜிராவ் குடும்பத்தில் இப்படித்தான் பேசிக்கொள்வார்கள்.

அந்தப் பெண்ணின் கேள்விக்கு பாபு அவ்வளவு உற்சாக மாகப் பதில் சொல்லவில்லை. அப்பெண் தயங்கினாள்.

"பாபுக்கு என்ன? உடம்பு சரியில்லையா? என்ன பாபு? எப்படி இருக்கே?" செண்பகராமன் சிரித்தபடியே கேட்டார்.

பாபு ஓரிரு வார்த்தைகளில் ஏதோ சொல்லிவிட்டு அங்கிருந்து போய்விட்டான். செண்பகராமன் சிரித்த முகமாகவே இருந்தார். அப்பெண், "சின்னப் பையன்" என்றாள்.

செண்பகராமன் அதே சிரித்த முகத்தோடு, "நீயும் சின்னப் பெண்தானே?" என்றார்.

நான் அங்கிருந்தது அவளை இன்னமும் வெட்கமுறச் செய்தது. செண்பகராமன் உடனே, "இது நம்ம பையன்தான். சந்திரசேகரன்? வா, உக்காரு இப்படி" என்றார்.

நான் அவர் பக்கத்தில் உட்கார்ந்தேன்.

"டீ கீ ஏதும் தரமாட்டயா சந்திரசேகரனுக்கு?" என்று செண்பகராமன் கேட்டார்.

"இதோ, திலகா! திலகா!"

"ஏன் நீ போட்டுத் தரமாட்டாயா?"

அவள் முகத்தில் சங்கடம் தெரிய, "நான்தான் சொன்னேனே, அடுப்படிக்குப் போக முடியாது" என்றாள். செண்பகராமன் உரக்கச் சிரித்தார். சிகரெட்டைப் பற்றவைத்துக்கொண்டார். அப்பெண் ஓடிச்சென்று ஒரு சிறு ஸ்டூலை எங்கள் முன் எடுத்துப் போட்டு அதன்மீது ஆஷ்டிரே ஒன்றை வைத்தாள்.

நாங்கள் அங்கிருந்து கிளம்பும்போது இரவு ஒன்பது மணி கூட இருக்கும். செண்பகராமன் அப்பெண்களின் அம்மாவுடனும் இன்னொரு கிழவருடனும் வெகு உற்சாகமாக உரத்துப் பேசிக்கொண்டிருந்தார். பாபுவும் திலகாவும் கண்ணில் தென்படவில்லை. ஆனால் திலகாவின் அக்கா ஒரு மூலையில் அவ்வளவு நேரமும் நின்றுகொண்டு எல்லாவற்றையும் கேட்டபடி இருந்தாள்.

என் வீட்டில் அம்மா மிகவும் கவலைப்பட்டுக்கொண்டிருந்தாள். அப்பாவுக்கும் அப்படித்தான் இருக்கும். செண்பகராமன் என்னை வீட்டு வாசலில் இறக்கிவிட்டுப் போய்விட்டார். எனக்கு வீட்டில் என்ன சொல்வதென்று குழப்பமாக இருந்தது. அப்பா ஒன்றும் கேட்கவில்லை. அம்மாதான் துருவித் துருவிக் கேட்டாள். நான் டாக்டரிடம் போனதை மட்டும் சொன்னேன்.

அடுத்த நாள் பள்ளிக்கூடத்தில் நுழைந்தவுடனேயே ஹரி கோபால் என்னைத் தனியாகப் பிடித்துக்கொண்டான். "உன்னை

பிரின்சிபால் வீட்டுக்குப் பக்கத்து மாடி வீட்டிலே பார்த்ததாகச் சொன்னாங்களே ?" என்றான்.

"யார் சொன்னாங்க?"

"யாரோ சொன்னாங்க..."

"என்ன சொன்னாங்க?"

"அதான் மாடி வீட்டுக்குப் போயிருந்தேன்னு."

"எந்த மாடி வீடு?"

ஹரிகோபால் மிகுந்த கோபத்தோடு என்னைப் பார்த்தான். "டேய், எங்கிட்டேயே கப்ஸா அடிக்கறியா?"

நான் என்ன பொய் சொன்னேனென்று எனக்குத் தெரியவில்லை.

"இதோ பார் சந்திரசேகர், நீ இப்படியே லோஃபர்களோட சுத்திட்டிருந்தே, நிச்சயம் இந்த வருஷம் பெயிலாய்டுவே."

நான் அவனை விட்டுப் பிரிந்து வகுப்புக்குப் போனேன். முதல் வகுப்பு ஆங்கிலம். ஆங்கில வாத்தியார் பிரகாஷ்ராவ். ஆங்கிலத்தில் 'ஆர்' எழுத்து வரும்போதெல்லாம் அதை அழுத்தி உச்சரிப்பார். தெலுங்கர்களே ஆரை ஆறாகத்தான் சொல்வார்கள். இதை எனக்கு முதலில் சுட்டிக்காட்டியவன் காந்திமதி. பிரகாஷ்ராவ் வகுப்பில் நுழைந்தவுடனே நான் திரும்பிக் காந்திமதியைப் பார்ப்பேன். அவன் விஷமச் சிரிப்போடு தலையை ஆட்டுவான். இன்று பிரகாஷ்ராவ் வகுப்பறைக்கு வந்தவுடன் நான் காந்திமதியைத் திரும்பிப் பார்த்தேன். காந்திமதி என்னைப் பாராதவன் போல இருந்தான்.

உணவு இடைவேளையின்போது நான் காந்திமதி அருகே சென்றேன். அவனுடைய நாடக நடிப்பை நினைத்து நினைத்துப் பையன்கள் சிரித்துக்கொண்டிருந்தார்கள். அந்தச் சூழ்நிலையிலும் காந்திமதி என்னிடம் கடுகடுத்த முகத்தைத்தான் காட்டினான்.

"நேத்திக்கு நீ ஸ்கூலுக்கு வந்தியா?" என்று நான் கேட்டேன்.

"வந்தேன்."

"நான் வரலை, நம்பளுக்கு லீவு இல்லே?"

"எனக்குக் கிடையாது. செகண்ட் இயர் தடியன்தானே நான்."

எனக்கு அவன் அப்படிப் பேசியது வருத்தத்தைத் தந்தது. ஒரு மாதிரி சமாளித்துக்கொண்டு, "எனக்கு ஜுரம்" என்றேன்.

“ஓ...”

“ஏன் என்கிட்டே கோபமா இருக்கே?”

“இல்லையே.”

எனக்கு அவனுடைய திடீர் மாற்றம் புரியவில்லை. “பின்னே என்னோட பேசமாட்டேன்றே?”

அவனுக்கும் அது புரியவில்லை. “ஒண்ணுமில்லே” என்று சற்று இசைவாகச் சொன்னான்.

ஆனால் எங்கள் இருவரிடையே ஏதோ நேர்ந்துவிட்டது. நான் அவன் வீட்டுக்குப் போனதில்லையே தவிர அவன் வார விடுமுறை நாட்கள் இரண்டு தினமும் என் வீட்டுக்கு வருவான். தினமும் பள்ளிக்கூடம் முடிந்து வீடு திரும்பும்போது எனக்காகக் காத்திருப்பான். நாடகம் போட்டபிறகு அதெல்லாம் நின்றுவிட்டது.

“என்ன இப்பல்லாம் என்னையே சுத்திக்கிட்டு நிக்கறே?” என்று ஹரிகோபால் கேட்டான்.

“நான் என்ன பண்ணினாலும் நீ என்னைத் திட்டிண்டு தான் இருக்கே.”

“நீ என் தோஸ்த். ஜிகிரி தோஸ்த்.”

“ஆமாம். நான் உன் ஜிகிரி தோஸ்த்.”

ஆனால், விரைவில் எனக்கு ஹரிகோபால் பேச்சுப் புளிக்க ஆரம்பித்துவிட்டது. என்னோடு எவ்வளவோ ஆண்டு களாகச் சேர்ந்து படிப்பவன் என்றாலும் எனக்கு அவனோடு அதிக நெருக்கமாக இருக்க முடிந்திராத காரணம், அவனுக்கு எப்போதும் யாரையாவது பற்றிக் குற்றம் குறை கூறிக்கொண் டிருக்க வேண்டும். இப்போது காந்திமதி மட்டுமல்லாமல் காந்திமதியுடைய மாமாவும் அவனிடம் அடிபட்டார்.

“நீ எப்படி அந்த ஆள் கூப்பிட்டார்னு அந்த மாடி வீட்டுக்கெல்லாம் போயிடலாம்?” என்றான்.

“என்ன நீ சும்மா மாடி வீடு மாடி வீடுன்றியே? எவ்வளவோ வீடுதான் மாடி வீடு.”

அவன் கேலியாகச் சிரித்தான். “இந்த ஊர்லியே மாடி வீடுன்னா அது ஒண்ணுதான் மாடி வீடு,” என்றான்.

“சரி, மாடி வீட்டுக்குப் போனா என்ன?”

"போ, போ. அப்ப நீயும் வாரம் இரண்டு நாளைக்கு ஊசி போட்டுக்கலாம்."

"எனக்கு ஜுரம் கிரம் ஒண்ணும் கிடையாது."

"ஜுரம் வராது, சீக்கு வரும்."

"சீக்குன்னா."

"போடா, பட்டாத்தான் தெரியும் உன் ஜாதிக்கு."

எவ்வளவு விஷயங்கள் அறிந்தவனாக இந்த ஹரிகோபால் இருக்கிறான். அவன் சொல்வதில் பாதிக்கு மேல் புரிவதில்லையே!

ஒரு வாரம் நான் தவித்துப்போய்விட்டேன். இரண்டு மூன்று முறை என்னைப் பார்த்த உடனேயே காந்திமதியிடம் மகிழ்ச்சியுடன் புன்முறுவல் அவனையும் மீறி வந்ததையும் உடனே அதை அடக்கிக்கொண்டு அவன் வேறு திசை பார்ப்பதையும் கவனித்துவிட்டேன். அவன் என்னை விட எவ்வளவோ பெரியவன். அவனிடம் ஏன், என்ன காரணம் என்று எப்படிக் கேட்பது? பள்ளியில் அவனை மீண்டும் மீண்டும் அணுகுவதும் சங்கடமாக இருந்தது. முதலிலிருந்தே ஹரிகோபாலுக்கு அவனைப் பிடிக்கவில்லை. ஹரிகோபாலுக்கு யாரைப் பிடித்தது? என்னை ஒருவனைத்தான் அவனுக்குப் பிடித்திருந்தது. நான் அவனுடைய பேச்சையும் யோசனையையும் முற்றிலும் முழுவதுமாகக் காது கொடுத்துக் கேளாமலிருந்தும் கூட அவன் என்னிடம்தான் திரும்பத் திரும்ப வந்தான். ஏதோ ஜென்மத்தில் அவன் பெண் யானையாகவும் நான் அவள் குட்டியாகவும் இருந்திருக்க வேண்டும். வேறு மிருகங்களாகக்கூட இருந்திருக்கலாம். ஆனால் நான் அவன் கண் பார்வையிலேயே இருக்க வேண்டும்.

அந்த வாரத்தில்தான் கிளாஸ் டெஸ்ட். கணக்கையும், ஹிஸ்டரி ஜாகரபியையும் ஒரு மாதிரி சிவப்பு அடிக்கோடு வராத மதிப்பெண்கள் பெறும்படியாகச் சமாளித்துவிட்டேன். இதர பாடங்கள் அனைத்திலும் இருபதுக்கும் குறைவான மார்க். என்னை பெஞ்சு மீது நிறுத்திய காமேஸ்வரராவ், "ஏண்டா செகண்டு இயர் பையனோடு சேர்ந்து நீயும் செகண்டு இயர் ஆயிட்டியா?" என்று கேட்டார். மூன்று பாடங்களுக்கு மேல் இருபதுக்கும் குறைவாக மதிப்பெண்கள் பெற்றால் அப் பையன்கள் பிரின்சிபால் அறையில் அரை மணி நேரம் நின்று விட்டு வரவேண்டும். பிரின்சிபாலுக்கு என்னை அந்தக் கூட்டத்தில்

கண்டதில் மகிழ்ச்சி என்று நினைக்கும் வகையில், "என்னடா, இன்னொரு டிராமா போடலாமா? உனக்கு இந்த முறை கிருஷ்ணன் வேஷம் தரேன்," என்றார்.

வரிசையாக ஐந்து நாட்கள் விடுமுறை. முதல் இரு நாட்கள் எப்படியோ தள்ளிவிட்டேன். ஆனால் மூன்றாவது நாள் எனக்குத் தாங்கவில்லை. காந்திமதி வீட்டுக்குப் போனேன். கேட்டில் இருந்த போலீஸ் கான்ஸ்டபிள், "யார் நீ? எங்கே போறே?" என்று தெலுங்கில் கேட்டான்.

"வி.காந்திமதிநாதனைப் பார்க்கணும்" என்றேன்.

"அப்படி இங்கே யாரும் இல்லே. இது போலீஸ் இன்ஸ்கெட்டர் வீடு."

"இங்கே இருக்கான். காந்திமதிநாதன் இங்கேதான் இருக்கான்."

"போடா! நான் இல்லேன்றேன், இருக்குன்னு சும்மாச் சும்மாத் தொந்தரவு பண்ணிண்டு."

எனக்கு வருத்தமாக இருந்தது. உலகமே நான் காந்திமதியைப் பார்க்க முடியாமல் சதி செய்வது போலிருந்தது.

அப்போது வீட்டிலிருந்து காந்திமதியின் மாமி தோட்டத்துக்கு வந்தார். தூரத்திலிருந்தபடியே நான் யார் என்று கேட்பது போல அங்கு நின்று பார்த்தாள்.

"அவுங்களுக்குத் தெரியும்" என்று போலீஸ்காரனிடம் சொன்னேன்.

அவன், "போடா! இப்போ மண்டையிலே போட்டுடுவேன்" என்றான்.

நான் காந்திமதியின் மாமி பக்கம் கையை உயர்த்தினேன். உடனே போலீஸ்காரன் தடியால் அடித்துவிட்டான். "ஐயோ" என்று கத்தினேன்.

காந்திமதியின் மாமி எங்களிடம் விரைந்தாள். நான் அழுதுகொண்டு நின்றேன். அவள், "என்ன?" என்று அவனைக் கேட்டாள்.

நான் தமிழில் அவளிடம், "நான் காந்திமதிநாதனைப் பார்க்க வந்தேன்" என்றேன்.

"அவர் ஊருக்குப் போயிருக்காரே" என்றாள். காந்திமதியையும் அவர் இவர் என்று மரியாதையுடன் அழைக்கக்கூடியவர்கள்

இருந்தது எனக்கு ஆச்சரியமாக இருந்தது. அவள் தொடர்ந்து, "நீங்க யாரு?" என்று கேட்டாள். எனக்கு இன்னும் வியப்பாக இருந்தது. என்னிடம் இந்த அம்மாள் ஏதோ பெரிய மனிதரிடம் பேசுவது போல நடந்துகொள்கிறாள்.

"ஒரு நாள் ராத்திரி வந்தேனே. பாட்டுப் பாடினேன். நீங்க கேட்டீங்களே," என்றேன்.

"ஓ... அந்தத் தம்பியா? அதான் ஏதோ பாத்த முகமாக இருக்கேன்னு நினைச்சேன். வா தம்பி, வா. உள்ளே வா." இப்படி என்னைக் கூப்பிட்டுவிட்டுப் போலீஸ்காரனிடம், "இனிமே இங்கே வரவங்களைக் கைநீட்டி அடிச்சே, உன்னை வீட்டுக்குத் துரத்திடுவேன். ஆமா," என்று கடிந்துகொண்டாள்.

வீட்டினுள்ளே போனவுடன், "கையைக் காமி தம்பி," என்றாள். என் மணிக்கட்டில் புடைத்திருந்தது. அவளே ஐயடக்ஸ் எடுத்து வந்து தேய்த்தாள். எனக்கு இப்போது இரண்டாம் முறை என் கண்களில் கண்ணீர் ததும்பியது.

நான் என்ன பேசுவதென்று தெரியாது நின்றுகொண் டிருந்தேன். "உக்காரு தம்பி," என்றாள். அப்புறம், "காந்திமதி நாதன் அம்மாவுக்கு உடம்பு சரியில்லைன்னு தந்தி வந்தது. அவர் உடனே கிளம்பிப் போனாரு. இங்கேந்து அங்கே போய்ச் சேர்றதுக்கே மூணு நாளாவுதே? அவரு மாமாவும் அங்கே வரணும்னா தந்தி அடிக்கச் சொல்லியிருக்காரு. நீ எப்படி இருக்கே தம்பி. அன்னிக்கு ரொம்ப நன்னாப் பாடினே" என்றாள்.

நான் அப்போதும் என்ன சொல்வதென்று தெரியாது தவித்துக்கொண்டிருந்தேன். அவளுடைய முகம் கோயில் விக்கிரகத்தினது போலிருந்தது. அவளுக்குக் கோபமே வர முடியாது என்று தோன்றியது. "ஏதாவது சாப்பிடறியா, தம்பி? டீ போட்டுத் தரட்டுமா?"

எனக்குப் பதில் சொல்லத் தெரியாத காரணத்தினாலேயே சுலபமான விடை தந்தேன். "சரி."

அவள் உள்ளே போனாள். ஒரு நிமிடத்திற்குப் பிறகு அங்கிருந்தே, "உள்ளே வாயேன், தம்பி" என்றாள்.

நான் தயங்கியபடியே உள்ளே போனேன். அது மிகவும் விசாலமான சமையலறையாக இருந்தது. அந்த நாளில் பெரும்பாலும் விறகினால்தான் சமையல் இருக்கும். பெரிய புகைபோக்கிக் கூண்டோடு இருந்த மேடையில் அவள் சிறு

பிரைமஸ் ஸ்டவ் ஒன்றை ஏற்றித் தண்ணீர் வைத்திருந்தாள். அது கொதித்தவுடன் ஒரு ஸ்பூன் தேயிலை போட்டு ஸ்டவ்வையும் அணைத்து, அந்தப் பாத்திரத்தையும் ஒரு தட்டு கொண்டு மூடினாள். என் பக்கம் திரும்பி. "உங்க வீட்டிலே என்ன சமையல் தம்பி?" என்று கேட்டாள்.

எனக்குச் சொல்வதற்குப் பதில் இருந்தது. "உன் வீட்டிலே யாரு சமைப்பா, தம்பி? உன் அக்காங்க செய்வாங்களா?" என்று கேட்டாள்.

"என் பெரிய அக்கா ரொம்ப நன்னா சமைப்பா. ஆனா ஒரே சண்டி பண்ணுவா. எப்பவும் எங்க அம்மாவுக்கும் அவளுக்கும் சண்டைதான்."

"நன்னா சமைக்கறவங்கள்ளாம் நன்னாச் சண்டையும் போடுவாங்க ஆமா. ஒரு நாளைக்கு இவருகூட உங்க வீட்டுக்கு வந்தாராமே?"

"ஆமா. எனக்கு சுரம். காந்திமதியோட மாமாதான் டாக்டர் கிட்டே அழைச்சிண்டு போனாரு."

"அப்புறம் எங்கே போனீங்க தம்பி?"

எனக்கு அந்தக் கேள்வியின் முழுப் பரிமாணம் தெரியவில்லை. ஆனால் என்னையுமறியாத ஒரு தற்காப்பு உணர்ச்சியில் பதில் சொல்லாமல் இருந்தேன்.

"மாடி வீட்டுக்குப் போனீங்களா?"

அப்போதும் நான் வாய் திறக்கவில்லை.

"அந்தப் பொண்ணு அவ்வளவு அழகா இருக்காளா?"

என் கவசங்களை நொடிப்பொழுதில் இழந்துவிட்டேன். "எந்தப் பொண்ணு?" என்று கேட்டேன்.

"அங்கே எவ்வளவு பொண்ணுங்க இருந்தாங்க, தம்பி?"

"இரண்டு பேரு இருந்தாங்க. ஒருத்தி பேருதான் தெரிஞ்சுது. திலகா."

"அது சின்னவ, அவ அக்கா இருந்தது இல்லே?"

"அவ பேரு தெரியாது."

"சக்குபாய்."

"ஓகோ."

இன்ஸ்பெக்டர் செண்பகராமன்

"அவ ரொம்ப அழகா இருக்காளா?"

"ஆமாம்" சிறிது பொறுத்து, "நீங்ககூட ரொம்ப அழகா இருக்கீங்க" என்றேன்.

அவள் முகத்தைத் திருப்பிக்கொண்டாள். ஒரு விநாடிக்குப் பிறகு அவள் குலுங்கிக் குலுங்கி அழுதுகொண்டிருந்தாள்.

நான் சத்தம் போடாது வெளியே போய்விடப் பார்த்தேன்.

"தம்பி, டீ சாப்பிடாம போறியே?" என்று கண்கள் சிவந்து பளபளவென்று கருமையாக அவளுடைய முகத்தில் எரியும் இரு கரித்துண்டுகள் போல இருந்தன.

அவள் டீயை நன்கு ஆற்றிக்கொடுத்தாள். நான் அப்போதும் சூடு பொறுக்காமல் துளித்துளியாகச் சாப்பிடுவதைப் பார்த்தபடியே இருந்தாள்.

வெளியே காரின் ஒலி கேட்டது. அதைத் தொடர்ந்து காம்பவுண்டு கேட்டு திறக்கும் சத்தமும் கேட்டது. இன்ஸ்பெக்டர் வந்துவிட்டார். நான் ஹாலிலேயே டீ குடித்துக்கொண்டிருக்க காந்திமதியின் மாமி முன் வெராண்டாவுக்குப் போனாள்.

இன்ஸ்பெக்டர் என்னைப் பார்த்து, "அட, சந்திரசேகரன்! எப்போ வந்தே நீ?" அவர் சீருடையில் இருந்தார். அவருடைய காக்கி உடுப்பு மடிப்பு உள்ளே இடங்களில் கத்தி போல இருந்தது.

"அப்பவே வந்துட்டேன்," என்று சொன்னேன்.

"நானே இன்னிச் சாயங்காலம் உன் வீட்டுக்கு வரதா இருந்தேன், தெரியுமா?"

"தெரியாது சார்."

"உனக்கெப்படித் தெரியும்? நான் உங்கிட்டேதான் சொல்லலியே? சொர்ணம், சந்திரசேகரனுக்குத் திங்க ஏதாவது கொடுத்தியா, இல்லே சும்மா டீத்தண்ணி சுடவைச்சுக் கொடுத்துட்டுப் போய்ட்டுவான்னு சொன்னியா?"

"சாப்பிடறியா, தம்பி?" என்று அவள் கேட்டாள்.

"நான் கார்த்தாலேயே சாப்பிட்டுட்டேன்."

செண்பகராமன் சொன்னார். "ராத்திரி சாப்பிடுன்னா அம்மா காத்துண்டிருக்கா, போகணும்னு சொல்லுவே. பகல்லே சாப்பிடுன்னா சாப்பிட்டுட்டேன்னு சொல்லுவே. உன்னை எப்பத்தான் கூப்பிடணும் சொல்லு."

எனக்குப் பதில் சொல்லத் தெரியாது நின்றேன்.

செண்பகராமனின் ஜோடுகளையும் காலுறைகளையும் அவர் மனைவி கழற்றினாள். செண்பகராமன் சட்டையைக் கழற்றி மனைவியிடம் கொடுத்தார். என்னைப் பார்த்து, "எங்கே வந்தே? சுரம் எல்லாம் சரியாயிடுத்தா?" என்று கேட்டார்.

"காந்திமதிநாதனைப் பார்க்க வந்தேன்."

"ஊருக்குப் போயிருக்கான். எங்க அக்காவுக்குத் திடீர்னு ஒரு கால் மட்டும் மரத்துப் போயிடுத்தாம். காந்திமதி என் அக்கா பிள்ளை, தெரியுமில்லே?"

"தெரியும் சார்."

"ஒண்ணும் சரியில்லே, சந்திரசேகரன். அவன் ஒரு சப்ஜெக்டுலேகூட இருபது மார்க் வாங்கறதில்லே. இது செகண்டு இயர் வேறே. எனக்கு அவனை என்ன பண்ணறதுன்னு தெரியலை. நீ என்ன சொல்லறே?"

எனக்குச் சொல்லத் தெரியாமல் விழித்தேன்.

அவர் மனைவி அதற்குள் அவர் சாப்பிட ஏற்பாடு செய்து விட்டு வாசல்படியில் சாய்ந்துகொண்டு நின்றாள்.

"வா, சந்திரசேகரன், வா உள்ளே வா."

ஒரு சிறு மேஜையில் அவருக்குத் தட்டு வைக்கப்பட்டிருந்தது. நான் சற்றுத் தள்ளி நின்றேன். "உக்காரு சந்திர சேகரன். சொர்ணம், சந்திரசேகரனுக்கு ஒரு ஸ்டூல் போடு" என்று செண்பகராமன் சொன்னார். கிட்டத்தட்ட எங்கள் வீட்டுச் சமையல் போலத்தான் இருந்தது. "நீங்க மாமிசம் சாப்பிட மாட்டீங்களா?" என்று கேட்டேன்.

செண்பகராமன் சிரித்தார். "நீ எங்களை என்னன்னு நினைச்சே? இங்கே உன்னைச் சாப்பிடக் கூப்பிடறேன். எங்க ஊரிலே உனக்குத் தண்ணிகூடக் கொடுக்கமாட்டா எங்க அக்கா. அவ்வளவு ஆசாரம். காந்திமதி இதெல்லாம் உங்கிட்டே சொன்னதில்லையா? நீங்க என்னதான் பேசிப்பீங்க?"

"நாங்க ரொம்பப் பேசிண்டதே இல்லே. அவன் ஊர் பத்தியெல்லாம் ரொம்பச் சொன்னது கிடையாது. சின்னக் கிராமம்னு மட்டும் சொன்னான்."

"அவன் அப்பா அல்பாயுசிலே செத்துப் போயிட்டாரு. எம்மாதிரி இல்லே. ஏழு குழந்தைங்க அவருக்கு." நான் வாய் திறவாமல் இருந்தேன். அவர் மனைவி அவருக்கு ரசம் ஊற்றினாள்.

"இப்போ அக்காவுக்கும் உடம்பு சரியில்லே. அவளுக்கு ஏதாவது ஆயிட்டா காந்திமதிதான் எல்லாரையும் பார்த்துக்கணும். அவனுக்கோ படிப்பே ஏற மாட்டேன்னுது."

"நன்னாய் படிப்பான், சார்."

"நீ சொல்லு. உன் பிரின்சிபால் சொல்லணுமே. நீ என்ன ராங்க்?"

"பதினெட்டு."

"நீயும் அவ்வளவுதானா?"

"போன மாசம் ஆறாவது வந்தேன்."

"இந்த மாசம் பிரமோஷன் போலேயிருக்கே." அவர் சிரித்தார்.

"ஒண்ணும் கவலைப்படாதே. அவனைப் போலீஸ்லே சேத்துடறேன். அவன் அக்காதான் வேண்டாம், வேண்டாம்கிறா. கெட்டுப் போயிடுவானாம். நான் கெட்டவனா, சந்திரசேகரன்?"

அவர் மனைவி மோர் ஊற்றினாள்.

"நான் கொஞ்சநேரம் படுத்துண்டு தூங்கப்போறேன். நீயும் கொஞ்ச நேரம் தூங்கறியா? சாயங்காலம் சினிமாவுக்குப் போகலாம்."

"சினிமாவுக்கா?"

"ஏன், உனக்கு சினிமா பிடிக்காது? சித்ரா டாக்கீஸ்லே 'ஏக் தின்கா சுல்தான்.' உனக்குத் துலுக்க சினிமா புரியுமில்லே?"

"நான் வீட்டுக்குப் போயிட்டு வரேன்."

"இல்லேன்னா நீ வீட்டிலேயே காத்திண்டுரு. உன் வீட்டிலே இன்னும் யாராவது வரதா இருந்தாக்கூட அழைச்சிண்டு போகலாம்."

"அம்மா, அக்கா, எல்லாரும் வரலாமா?"

"எல்லாரையும் இந்த ஆஸ்டின் வண்டியிலே அடைச்சுப் போட்டுடுவோம்."

"மாமியை அழைச்சிண்டு போக வேண்டாமா?"

அவருடைய மனைவி தலைகுனிந்து மேஜையைத் துடைத்துக்கொண்டிருந்தாள். செண்பகராமன் அவளைப் பார்த்தார். "நீயும் வரயா சொர்ணம்?" என்று கேட்டார். அவள் பதில் சொல்லாமல் நின்றாள்.

"நீங்கள் வாங்க" என்று நான் சொன்னேன்.

அவள் முகமாற்றமே இல்லாது என்னைப் பார்த்தாள்.

"நீங்களும் வாங்க" என்று மீண்டும் சொன்னேன்.

"போகலாமா சொர்ணம்? சந்திரசேகரன் சொன்னா அதுக்கு அப்பீல் கிடையாது. அப்ப நீ வீட்டுக்குப் போய்க் காத்திண்டிரு சந்திரசேகரன். நாங்க சரியா அஞ்சரை மணிக்கு வந்துடறோம்."

அப்பாவைக் கேட்காமல் வரமுடியாது என்று அம்மா சொல்லிவிட்டாள். என் இரு அக்காக்களும் தங்கையும் தம்பியும் காரில் ஏறிப்போய் சினிமா பார்க்கவிருப்பதற்குத் தாங்க முடியாத உற்சாகத்தோடு இருந்தார்கள். நான்கு மணிக்கே எல்லாரும் முகத்துக்கு சோப்புப் போட்டுக் கழுவி தலைவாரிப் பின்னிக்கொண்டு வாசல் கேட்டருகேயே இருந்தார்கள். அப்பா சாதாரணமாக ஐந்தரை மணிக்குத்தான் ஆபீசிலிருந்து வருவார். சற்றுச் சீக்கிரமாகவே வந்துவிட்டால் அம்மாவும் எங்களுடன் 'ஏக் தின் கா சுல்தான்' சினிமா பார்க்கலாம் என்று நினைத்தேன்.

அப்பா ஐந்தரை மணிக்கு வந்துவிட்டார். ஆனால் செண்பக ராமன் வரவில்லை. ஐந்து மணியிலிருந்தே ஒவ்வொரு நிமிடமும் நகருவேனோ நகருவேனோ என்றது. ஐந்தரைக்குப் பின் அம்மாவைத் தவிர மற்றெல்லாருக்கும் நேரம் அப்படி உறைந்து விட்டது. ஐந்தே முக்கால் ஆயிற்று. எல்லாருக்கும் ஏமாற்றத்தில் முகமெல்லாம் தொய்ந்து போயிற்று. "எவனோ போலீஸ்காரன் சினிமாவுக்கு அழைச்சுண்டு போறேன்னு சொன்னானாம், அதை நம்பிண்டு எல்லாரும் நடுத்தெருவிலே காத்துண்டு கிடக்கணுமாம்" என்று அப்பா சொன்னார். அம்மா ஒரு கட்டுக்கீரையை அடி கிள்ளிப் போட உட்கார்ந்தாள்.

திடீரென்று தூரத்தில் செண்பகராமனின் கார் தெரிந்தது. மேடு பள்ளத்தை லட்சியம் செய்யாமல் அதன் அளவுக்கு மீறிய வேகத்தில் வந்து எங்கள் வீட்டுமுன்பு நின்றது. செண்பக ராமனும் பக்கத்தில் அவருடைய மனைவியும் இருந்தார்கள். செண்பகராமன் காரிலிருந்து இறங்கி வீட்டினுள் வந்தார். "சந்திரசேகரன் ரெடியா?" என்று கேட்டார். அப்பா அப்போது தான் முகம் கழுவிக்கொண்டு வந்தார்.

"இதுதான் என் அப்பா" என்று செண்பகராமனிடம் சொன்னேன்.

"நீங்களும் வாங்களேன்," என்று செண்பகராமன் சொன்னார்.

இன்ஸ்பெக்டர் செண்பகராமன்

“இல்லே, நீங்க போயிட்டு வாங்க. நான் இப்பத்தான் ஆபீஸ்லேந்து வந்தேன். சினிமா எங்கே போயிடப் போறது” என்று அப்பா சொன்னார்.

“சந்திரசேகரன், எல்லாரையும் அழைச்சுண்டு வண்டியிலே போய் உக்காரு” என்று செண்பகராமன் என்னிடம் சொன்னார்.

நான் சமையலறையிலிருந்த அம்மாவிடம், “இன்ஸ்பெக்டர் மாமி வந்திருக்கா” என்று சொன்னேன். அம்மா எழுந்து வந்தாள்.

இன்ஸ்பெக்டரின் மனைவி அன்று பளிச்சென்று இருந்தாள். படிப்படியாகக் கன்னங்கரேலென்று தலை மயிர். அவளுடைய கரிய முகத்தில் அவளுடைய கண்களும் பல்வரிசையும் மிகவும் அழகாகத் தோற்றமளித்தன. தங்க பிரேம் போட்ட மூக்குக் கண்ணாடி அணிந்திருந்தாள். என் அம்மாவைப் பார்த்து மிகவும் அழகாகப் புன்முறுவலித்தாள். என் அம்மா, “உள்ளே வாங்களேன்” என்றாள். அவள் தயங்கினாள். “இப்பவே ரொம்ப நேரமாயிடுத்துன்னு கோவிச்சுண்டாரு” என்றாள்.

என் மூன்று சகோதரிகள், தம்பி மற்றும் நான் பின் சீட்டில் அடைந்துகொண்டோம்... பௌதிக பாடத்தில் ‘மாட்டர் இஸ் கம்ப்ரஸிபிள்’ என்று ஒரு இலக்கணம் உண்டு. ஒரு பேபி ஆஸ்டின் வண்டியின் பின்சீட்டில் ஐந்து நபர்கள் –சிறு உடம்பினரானாலும் தொத்திக்கொண்டு வண்டியின் கதவை யும் மூடிவிட முடிந்தது பௌதிக விஞ்ஞானம் சத்தியம் என்று நிரூபித்தது. செண்பகராமனின் மனைவி, “யாராவது ஒருத்தர் வேணா முன்னாலே வாங்களேன்” என்றாள். என் தங்கையை அவள் மடியில் வைத்துக்கொண்டாள். வண்டி மெதுவாக உருண்டது.

காரை ஓட்டியபடியே செண்பகராமன், “நான் வரமாட் டேன்னு நினைச்சுட்டே இல்லே, சந்திரசேகரன்?” என்று கேட்டார்.

“அப்படி இல்லே சார்,” என்றேன்.

“வண்டியும் கிளம்பலே, சொர்ணமும் கிளம்பலே அவளையே நீ சொன்னதுக்காகத்தான் சினிமாவுக்கு வரச் சொன்னேன்.”

“எனக்கு இந்தத் துலுக்க சினிமாவெல்லாம் புரியறதில்லே, தம்பி” என்று அவள் சொன்னாள்.

“உங்கம்மாகூட வந்திருக்கலாம்” என்று செண்பகராமன் சொன்னார்.

"வந்தா அவுங்க எங்கே உக்காருவாங்க?" என்று செண்பக ராமனின் மனைவி கேட்டாள்.

வண்டி கிங்ஸ்வேயில் திரும்பி ஜெனரல் பஜார் தெருவில் திரும்பி சித்ரா டாக்கீஸ் காம்பவுண்டு உள்ளே நுழைந்தது. செண்பகராமனின் காரைப் பார்த்தவுடன் கொட்டகைச் சிப்பந்திகள் இரண்டு மூன்று பேர் ஓடி வந்தார்கள். நாங்கள் எல்லோரும் கீழே இறங்கினோம். "கரம்சிங் எங்கே?" என்று செண்பகராமன் கேட்டார்.

"ஏழு மணிக்கு வருவார் சார். நீங்கள் போய் உட்காருங்க" என்று கொட்டகை மானேஜர் போல இருந்தவர் சொன்னார்.

நான் செண்பகராமனிடம், "கரம்சிங் இந்த சினிமா சொந்தக்காரர்தானே?" என்று கேட்டேன்.

"உனக்கெப்படித் தெரியும்?" என்று செண்பகராமன் கேட்டார்.

"எங்க அப்பாவுக்கு கரன்சிங்கை நன்றாகத் தெரியும். நாங்களும் டிக்கட் வாங்காதபடிதான் சினிமா பார்ப்போம்."

"அப்படீன்னா நீ இப்பவே போலீஸ்காரன்" என்று செண்பக ராமன் சொன்னார்.

நாங்கள் ஸ்பெஷல் பாக்ஸ் என்று தனியாக அமைத்திருந்த இடத்தில் போய் உட்கார்ந்தோம். கொட்டகைக்கு நிறைய விளக்குகள் இருந்தாலும் இந்த ஸ்பெஷல் பாக்ஸ் இடம் மட்டும் அரை இருட்டாகத்தான் இருந்தது. பொதுவாக கீழ் வகுப்பு களில் உட்காருபவர்கள் உயர் வகுப்பில் யார் வந்திருக்கிறார்கள் என்று திரும்பிப் பார்த்த வண்ணமிருப்பார்கள். ஆனால் ஸ்பெஷல் பாக்ஸில் இருப்பவர்களைப் பார்க்க முடியாது. உயரமான மெத்தை தைக்கப்பட்ட சோபாக்களானாலும் அதிகம் பயன்படுத்தாததால் ஒரு மக்கல் மணம் அங்கு வீசியது. நாங்கள் உட்கார்ந்தவுடனேயே ஒருவன் எங்கள் எல்லோருக்கும் ஆரஞ்ச் சோடா கொண்டுவந்து கொடுத்தான். அந்த நாளில் குடிக்கக்கூடிய குளிர்பானம் எல்லாவற்றையும் சோடா என்று தான் அழைப்பார்கள். "இண்டர்வெல் அப்போ நல்ல டீ குடுக்கச் சொல்லு. ரிம்ஜிம் பிஸ்கெட்ஸ் கேக் இருக்கா? இருந்தா கொண்டுவரச் சொல்" என்று செண்பகராமன் அவனிடம் சொன்னார். "கரம்சிங் வந்தவுடனேயே வந்து பார்க்கச் சொல்லு" என்றும் சொன்னார்.

படம் ஆரம்பித்தது. எல்லா ஹிந்திப் படங்களும் ஆரம்பத்தில் கண்ணைக் கட்டிக் காட்டில் விட்டமாதிரிதான் இருக்கும். ஆனால் அரை மணிக்குள் யார் நல்லவன், யார் கெட்டவன், எந்தப் பெண்ணுக்கு எந்த ஆண் மீது ஆசை, எந்தப் பெண் கணவனுக்குத் துரோகம் செய்கிறாள் என்றெல்லாம் தெரிந்துவிடும். அதன் பிறகு சொந்த கற்பனைக்குகந்தபடி சம்பாஷணைகளை ஊகித்துக்கொள்வது... ஏக் தின் கா சுல்தான், ஹுமாயூன் பற்றிய கதை என்று தெரியப் பல நிமிடங்கள் பிடித்தன.

செண்பகராமன் கதவருகேயுள்ள முதல் சோபாவில் உட்கார்ந்திருந்தார். அது இருவர் உட்காரும்படியானது. அவரோடு என்னை உட்கார வைத்துக்கொண்டார். எங்களைத் தாண்டி அடுத்திருந்த சோபாக்களில் அவர் மனைவி, என் சகோதரிகள், தம்பி. செண்பகராமன் சிகரெட் பற்ற வைத்துக் கொண்டார். அந்த நாளில் கொட்டகையில் புகைபிடிக்கத் தடையில்லை. பலர் சிகரெட் பிடிப்பதற்கென்றே சினிமாவுக்குப் போவார்கள்.

செண்பகராமன் திரைப்படக் கதை பற்றி ஏதும் சொல்லா விட்டாலும் ஏதாவது பேசிக்கொண்டே இருந்தார். திரையில் மேஹதாப் என்ற நடிகை முதல் முறையாகத் தோன்றினாள். மேஹ்தாபுக்குச் சிறிய வாய், தடித்த உதடுகள். கண்கள் அவ்வளவு பெரியது என்று கூறமுடியாது. அதோடு சமயங்களில் அவள் ஒரு குரங்குக் குட்டி போலக்கூட எனக்குத் தோன்றியது உண்டு. ஆனால் அபூர்வமான நடிகை. படம் போகப் போக அவளுடைய தடித்த உதடுகள், சிறிய கண்கள் எல்லாம் கவனத்தில் தோன்றவே தோன்றாது. என்னுடைய பதிமூன்று பதினாலு வயதுக்குள் நான் அவளுடைய படங்கள் மூன்று நான்கு பார்த்திருக்கிறேன். படங்களின் இறுதியில் தேம்பித் தேம்பி அழுதிருக்கிறேன். செண்பகராமன் அழுதிருக்கமாட்டார். அவள் தோன்றியவுடன் என் கையைப் பிடித்து, “அவளைப் பாரு, அவளைப் பாரு,” என்றார். நான் பார்த்துக்கொண்டுதான் இருந்தேன். “அவளுடைய முழங்கையைப் பாரு, முழங்கையைப் பாரு” என்றார். முழங்கை முழங்கையாகத்தான் இருந்தது. “முழங்கையிது மூணு முண்டும் தெரியுது பாரு,” என்றார். நான் அதைக் கவனிக்கச் சற்று நேரமாயிற்று. அவளுடைய முகத்தைத்தான் பெரிதாகக் காட்டி னார்கள். அப்புறம் அவள் பங்கு பெறாத நீண்ட காட்சி. மீண்டும் அவள் வந்தபோதும் அவள் முழங்கை தெரியச் சற்று நேரம் ஆயிற்று.

“ஆமாம் பார்த்தேன்” என்றேன்.

அந்த மாதிரிப் பெண்ணுங்கதான் பொண்ணு. பொசு பொசுண்ணு ஒரே சதையா இருக்கே, அதெல்லாம் வெறும்

மாடுங்க. எந்தப் பொண்ணைப் பார்த்தாலும் முதல்ல முழங்கையை மடக்கச் சொல்லிப் பார்க்கணும்."

நான் அதன் பிறகு படத்தில் யாரையும் பார்க்கவில்லை. அவர்களுடைய முழங்கைகளைத்தான் பார்த்துக்கொண் டிருந்தேன். செண்பகராமன் நிலைகொள்ளாமல் சோபாவில் நகர்ந்து கொண்டிருந்தார்.

"நீங்க எல்லோரும் இங்கேயே இருங்க, நீ எல்லோரையும் பார்த்துக்கோ" என்று சொல்லிவிட்டு எழுந்து போனார்.

இடைவேளை வந்தது. என் தம்பி, தங்கை, அக்காக்கள் எல்லோரும், "இன்ஸ்பெக்டர் மாமா எங்கே?" என்று கேட்டார்கள். ஆனால் செண்பகராமனின் மனைவி மட்டும் அவர் எங்கே என்று கேட்கவில்லை. அவர் என் சகோதரிகளோடு மிகவும் அன்பாக வீடு, பள்ளிக்கூடம், பண்டிகைகளைப் பற்றி பேசிக்கொண்டிருந்தார். கரம்சிங் வந்தான். இன்ஸ்பெக்டர் இல்லாததால் போய்விட்டான். எங்கள் எல்லோருக்கும் தனித் தனித் தட்டுகளில் பிஸ்கட், கேக் முதலியன வந்தன. பிறகு சுடச்சுட டீ. மீண்டும் படம் தொடங்கியது. ஹுமாயூனை ஷெர்ஷா தோற்கடித்துவிட்டான். போர்க்களத்திலிருந்து உயிர் தப்பி ஹுமாயூன் ஆற்றில் குதிக்கிறான். அவனைத் தண்ணீர் சுமப்பவன் ஒருவன் எருமைத் தோலாலான அவனுடைய பெரிய பையில் காற்று ஊதி வாயைக் கட்டித் தண்ணீரில் போட, அதனைப் பிடித்துக்கொண்டு ஹுமாயூன் கரையேறுகிறான். தண்ணீர் சுமப்பவன் அவன் புரிந்த உதவிக்குக் கேட்ட சன்மானம் ராஜாவைத் தூக்கிவாரிப் போடுகிறது. அந்தத் தண்ணீர்க்காரன் ஒரு நாள், ஒரே ஒரு நாள் அரசனாக இருக்க வேண்டும். சிம்மாசனத்தில் உட்கார வேண்டும். அவன் ஆணையிடுவது நிறைவேற்றப்பட வேண்டும் என்று கேட்கிறான். ஹுமாயூன் அதற்குச் சம்மதிக்கிறான்.

படம் முடிந்தபோது மணி பத்து. தம்பியும் தங்கையும் தூங்கிவிட்டார்கள். எனக்கும் தூக்கம் கண்ணைச் சொக்கியது. செண்பகராமனின் மனைவி மட்டுந்தான் முழுதும் விழித்திருந்தாள். கொட்டகையின் பெரிய சிப்பந்திகள் வீடு திரும்பியிருந்தார்கள். டிக்கெட் கொடுப்பவர்களும், டிக்கெட்டை கிழித்துக்கொண்டு கொட்டகையுள்ளே நுழைய விடுபவர்களுந்தான் இருந்தார்கள். ஒருவன், 'எல்லோரும் வெளியே போங்க' என்று சொன்னான்.

நாங்கள் கொட்டகை வெராண்டாவில் நின்றுகொண்டிருந் தோம். அடுத்த ஆட்டத்துக்காக வரும் திரள் வந்துகொண் டிருந்தது. அந்த நாளில் இரவுக் காட்சிக்குப் போகிறவர்கள் கண்ணியமானவர்களாகக் கருதப்படமாட்டார்கள். போக்கிரி

கள், ஊர்சுற்றுபவர்கள், சூதாடிகள், திருடர்கள் மற்றும் கெட்டவர்கள் தான் இரவுக் காட்சிக்குத் துணிந்தவர்களாக இருப்பார்கள். இவர்கள் எங்களைக் கடந்து போய் வந்த வண்ணம் இருந்தார்கள். எங்களை முறைத்துப் பார்த்தார்கள். சீட்டியடித்தார்கள். நாங்களும் இரவுக் காட்சிக்கு வந்தவர்கள் என்றுதான் அவர்கள் நினைத்திருக்க வேண்டும்.

செண்பகராமன் மனைவி எங்களை சகஜமான நிலையில் வைத்திருக்க ஒவ்வொருவரிடமும் ஏதாவது பேசி, பதில் சொல்ல வைத்து சமாளித்துக்கொண்டிருந்தாள். ஆனால் இரவு பத்து மணிக்குமேல் சோதாக்கள் நிறைந்திருக்கும் ஓரிடத்தில் நின்றுகொண்டே எவ்வளவு நேரம் சமாளிக்க முடியும்? எனக்கு ஆனந்தவிகடனில் படித்த ஒரு தொடர்கதை நினைவுக்கு வந்தது. அது ஆர்.கே.நாராயணன் ஆங்கிலத்தில் எழுதிய 'இருட்டு அறை'யின் தமிழாக்கம்.

ஒரு குடும்பத் தலைவி தன் கணவனிடம் கோபித்துக் கொண்டு இரவில் குழந்தைகள் தூங்கிக்கொண்டிருந்தபோது வீட்டை விட்டுப் போய்விடுகிறாள். அடுத்த நாள் எல்லாம் சரியாகத்தான் இருக்கிறது என்று நிரூபிப்பது போலக் குடும்பத் தலைவன் குழந்தைகளைச் சினிமாவுக்கு அழைத்துப் போகிறான். சினிமாப்படம் தொடங்கியவுடன் 'இதோ வந்து விடுகிறேன்' என்று குழந்தைகளிடம் சொல்லிவிட்டு வெளியே போக, குழந்தைகள் தனியாக சினிமாக் கொட்டகையில் தவிக்கிறார்கள். அவன் தன் ஆசை நாயகியைப் பார்க்கப் போயிருக்கிறான்...

எனக்குக் கணப்பொழுதில் செண்பகராமன் எங்கு போயிருக்க வேண்டும் என்று தெரிந்துவிட்டது.

சித்ரா டாக்கீஸிலிருந்து பரஞ்சோதி தெரு அரைமைல் தூரம் இருக்கும். ஓட்டமாகப் பத்து நிமிடங்களுக்குள் போய்விடலாம்.

செண்பகராமனின் மனைவியிடம், "நான் போய் அழைச்சிண்டு வரட்டுமா?" என்று கேட்டேன்.

"எங்கே போறேன்னு சொல்லிட்டுப் போனாரா தம்பி?" என்று அவள் பதிலுக்குக் கேட்டாள்.

"இல்லே... ஆனா..."

"இல்லே தம்பி. அவரு வேறெங்கையோ கூடப் போயிருப்பாரு. அந்த இடங்களுக்கு நீ போகவேண்டாம் தம்பி."

இரவுக் காட்சிக்காக எல்லா விளக்குகளையும் அணைத்து விட்டார்கள். செண்பகராமனின் மனைவியும் எங்கள் கூடவே

இருந்ததால் எங்களுக்குப் பயம் இல்லை. ஆனால் வீட்டுக்குப் போனதும் அம்மாவும் அப்பாவும் எப்படிக் கோபிப்பார்கள் என்றுதான் சங்கடமாயிருந்தது.

கடைசியில் செண்பகராமன் வந்தார். அவரிடம் ஒரு கலவையான மணம். பழையபடி நாங்கள் வண்டியில் எங்களை அடைத்துக்கொண்டோம். யாரும் ஒரு வார்த்தையும் பேச வில்லை.

அதற்கடுத்த நாள் நான் பள்ளிக்குப் போயிருந்தபோது செண்பகராமனின் மனைவி எங்கள் வீட்டுக்கு வந்திருக்கிறாள். என் அம்மாவுடன் வெகு நேரம் பேசிக்கொண்டிருந்திருக்கிறாள்.

காந்திமதி ஊருக்குப் போனவன் திரும்பி வரவில்லை, அவனுடைய அக்கா எழுந்து நடமாட முடியாது என்றான பிறகு அவனை வெளியூரில் தங்கிப் படிக்க வேண்டாம் என்று கூறிவிட்டார்கள். செண்பகராமன் வாரம் ஒரு முறை இரு முறை என் வீட்டுக்கு வந்துகொண்டிருந்தார். அன்றிலிருந்து அப்பா அவரைப் போலீஸ்காரன் என்று அழைக்கவில்லை.

நாங்கள் மீண்டும் ஒட்டுமொத்தமாகச் சினிமாவுக்கென்று கிளம்பவில்லை. நான் மட்டும் அவருடன் சில திரைப்படங் களுக்குப் போயிருக்கிறேன். அவர் மனைவி 'ஏக் தின் கா சுல்தான்' படத்துக்குப் பிறகு எங்களோடு வரவில்லை.

அழிவோ தேய்வோ ஏதும் கிடையாது என்று தோன்றிய செண்பகராமனுக்கு ஒரு நாள் ஜுரம் வந்தது. நல்ல மழையில் இரவு பதினொரு மணிக்கு வீடு திரும்பியிருக்கிறார். பாண்ட் ஷர்ட் கழற்றி வேட்டியுடுத்தி சாப்பிட உட்கார்ந்தவர், அப்படியே நாற்காலியோடு கீழே சாய்ந்து விழுந்திருக்கிறார். அவர் சாப்பிடும் தட்டு அவர் முகத்திலே விழுந்து காது விளிம்பில் பெரிதாகக் காயம் ஏற்பட்டு ரத்தம் கொட்டியிருக்கிறது.

அவருக்கு ஜுரம் வந்து ஒரு வாரம் கழித்துத்தான் ஒரு போலீஸ்காரன் எங்கள் வீட்டுக்கு வந்து தகவல் கொடுத்துப் போனான். அன்று மாலை நானும் அப்பாவும் அவரைப் பார்க்கப் போயிருந்தோம். அப்பா வந்ததில் செண்பகராமனுக்கு மிகவும் சந்தோஷம். இருவரும் வெகுநேரம் சிரித்துச் சிரித்துப் பேசிக்கொண்டிருந்தார்கள். செண்பகராமன் படுக்கையில் சாய்ந்தபடியிருந்து, அவர் அருகில் ஒரு மேஜையில் நிறைய மருந்துகள் இல்லாதிருந்தால் அந்தக் காட்சியை இரு பழைய நண்பர்களின் சந்திப்பு என்றுதான் கூறமுடியும்.

இன்ஸ்பெக்டர் செண்பகராமன்

நான் ஒரு மூலையில் உட்கார்ந்துகொண்டு அவர்கள் பேசுவதைக் கேட்டபடி இருந்தேன். நடுவில் பெருமாள் டாக்டர் செண்பகராமனை வந்து பார்த்துவிட்டுப் போனார். இவ்வளவு கலகலப்பாகப் பேசிக்கொண்டிருக்கிறவரைப் பரிசோதித்துப் பார்த்துவிட்டு, ஏன் டாக்டர் முகத்தை அவ்வளவு கடுமையாக வைத்துக்கொண்டார் என்று எனக்குத் தோன்றவில்லை. சுமார் எட்டு மணியளவில் நாங்கள் கிளம்பினோம். நாங்கள் வெளிக் கேட்டைத் தாண்ட இருந்தபோது இன்ஸ்பெக்டர் என்னை அழைத்ததாக ஒரு போலீஸ்காரன் வந்து சொன்னான். நான் மீண்டும் இன்ஸ்பெக்டர் பங்களாவுக்குப் போக, அப்பா காய்கறிக் கடைக்குப் போனார். என்னைப் பார்த்து மிகுந்த முகமலர்ச்சியோடு செண்பகராமன், "நீ என்னோட ஒரு வார்த்தைகூட பேசலியே, சந்திரசேகர்?" என்றார். நான் அவர் படுக்கை அருகில் போய் நின்றுகொண்டேன். செண்பகராமன் என் கன்னத்தைத் தடவிக் கொடுத்தார். அவர் கண்களில் ஈரத்தைப் பார்த்து நான் உடனே அழ ஆரம்பித்தேன்.

"இப்பவே அழாதே, சந்திரசேகர். இன்னும் பத்துப் பதினைந்து நாள் இருக்கு," என்றார்.

நான் அழுகையை நிறுத்தினேன்.

"நாம் அன்னிக்கு ஒரு வீட்டுக்குப் போனோமே நினைவிருக்கா?"

"மாடி வீடா சார்?"

"அடே, சரியாய்ச் சொல்லிட்டியே, நீ யாருக்கும் தெரியாம அங்கே போயிட்டு வரணும். யாருக்கும் தெரியக் கூடாது."

"சரி சார்."

"அங்கே அன்னிக்கு யாரைப் பார்த்தோம். நினைவிருக்கா?"

"பையன் ஒருத்தன் – பாபு, அப்புறம் அவன் தங்கை திலகா, அவங்கம்மா..."

"இன்னும் யாரையும் பார்க்கலையா?"

"திலகாவோட அக்கா."

"அவ பேரென்ன?"

"சக்கு."

"அந்த சக்குவைப் பார்த்திட்டு வரணும்."

"அவ என்னோட பேசுவாளா?"

“பேசுவா. அவளுக்கு உன்னைத் தெரியும்.”

“சரி.”

“சொர்ணம் எங்கே இருக்கா, பாரு.”

நான் ஹாலுக்கு வந்தேன். அதற்கும் சமையலறைக்கும் இடையில் இருந்த அறைக்குப் போனேன். அங்கு அம்பாள் படமொன்றின் எதிரில் உட்கார்ந்துகொண்டு செண்பகராமனின் மனைவி ஒரு சுலோகப் புத்தகத்திலிருந்து உரக்கப் படித்துக் கொண்டிருந்தாள்.

நான் மீண்டும் செண்பகராமனின் அறைக்குச் சென்றேன். “சாமி படம் முன்னாடி உட்கார்ந்திருக்காங்க” என்றேன்.

செண்பகராமன் அவருடைய மெத்தையடியிலிருந்து தடித்த காகித உறை ஒன்றை எடுத்தார். பல நாள் மெத்தையடியில் இருந்ததால் அது நலிந்து கசங்கியிருந்தது.

“இதிலே கொஞ்சம் பணம் இருக்கு. இதை சக்குகிட்டேயும் கொடுக்கலாம் அவ அம்மாகிட்டேயும் கொடுக்கலாம். ஆனா அங்கே ஒரு கிழவன் இருந்தானே அவனுக்கு மட்டும் இது தெரியவே கூடாது. அந்தப் பையனும் பொல்லாதவன். நான் கூப்பிட்டா அவன் என்னோட பேசவேயில்லை, கவனிச்சேயில்ல?”

“ஆமாம்.”

“பணம் ஜாக்கிரதை.”

நான் அந்த உறையைச் சுருட்டி என் அரைடிராயர் பாக்கெட்டில் வைத்துக்கொண்டேன்.

“சக்கு கிட்டே சொல்லு...” இதைச் சொல்ல ஆரம்பித்த போது செண்பகராமன் அழ ஆரம்பித்துவிட்டார். உடனே அவர் மனைவி அங்கு வந்துவிட்டார். “என்னங்க என்ன ஆச்சு?” என்று பதறினாள்.

“ஒண்ணுமில்லே, சந்திரசேகரன் கிட்டே பேசிண்டுருந்தேனா, என்னையறியாம எங்க அப்பா, அம்மா ஞாபகம் வந்துடுத்து.”

அவர் மனைவி உருக்கம் தோய்ந்த முகத்தோடு ஒரு நிமிடம் நின்றாள். “அரோரூட் மாவு கஞ்சி தரட்டுமா?” என்று கேட்டாள்.

“சரி கொண்டா.”

அவள் போய்விட்டாள். “நான் வந்து பார்க்கிறேன்னு சொல்லு. அவுங்க ஒண்ணும் கலவரப்பட்டுக்க வேண்டாம்னு சொல்லு.”

“சரி.”

செண்பகராமன் சிறிது மௌனமாக இருந்தார். “எனக்கு அவளைப் பார்க்கணும் போலவேயிருக்கு சந்திரசேகரன்” என்றார். மீண்டும் அழ ஆரம்பித்துவிட்டார்.

மறுபடியும் அவருடைய மனைவி ஓடி வந்தாள்.

“ஒண்ணுமில்லே, சந்திரசேகரனை என்னை தினம் வந்து பார்த்துவிட்டுப் போகணும்னு சொன்னேன்.”

அவள் என்னைப் பார்த்தாள். அதைத் தாங்கமாட்டாது நான் கண்களைத் துடைத்துக்கொண்டேன்.

அன்றிரவு முழுவதும் நான் தூங்கவில்லை. அந்த உறையை என் தலையணையடியில் வைத்துக்கொண்டேன். தலையணை நகர்ந்து அது வெளியே தெரிந்தது.

என்னுடைய கணக்கு நோட்டுப் புத்தகத்தில் நடுவில் வைத்தேன். நோட்டுப் புத்தகம் வாய் திறந்த முதலை போலானது. அதன்மீதும் பக்கத்திலும் பல புத்தகங்களை வைத்து மறைக்கப் பார்த்தேன். நான் பத்துமணிவரை கண் விழித்திருந்ததைப் பார்த்துவிட்டு என் அம்மா “என்னடா, என்னாச்சு உனக்கு?” என்றாள்.

“இன்ஸ்பெக்டருக்கு உடம்பு ரொம்ப சரியில்லை போலிருக்கே” என்றேன்.

“அப்பாவும் சொன்னா. நாம என்ன பண்ண முடியும்? எனக்கு அவளை நினைச்சாத்தான் ரொம்பக் கவலையா யிருக்கு”

“யாரு?”

“அவள் ஆம்படையாதான். எம் மாதிரிதான் அவளுக்கு ஒன்பது வயசில் கல்யாணம். எவ்வளவு பளிச்சுன்னு தெளிவா தங்கவிக்கிரகம் மாதிரி இருக்கா! யார் பாவமோ சாபமோ ஒரு குழந்தைகூடப் பிறக்கலே, போகாத கோயிலில்ல. அந்த மனுஷன் வீட்டுக்காரர் எல்லாம் அவரை இன்னொரு கல்யாணம் பண்ணிக்கோ பண்ணிக்கோன்னு பிடுங்கறாளாம். இவர்தான் விடாப்பிடியா முடியாதுன்னு சொல்லியிருக்கார். உன் பிரண்டு இருந்தானே, காந்திமதி, அவன் அம்மாவுக்கு இந்த சொர்ணத்தைக் கண்டாலே ஆகாதாம். ஆனா அவா குடும்பத்துக்காக மாசம் நூறு அம்பதுன்னு இங்கேயிருந்துதான் போறது.”

அம்மா விளக்கை அணைத்தாள்.

அடுத்த நாள் பள்ளிக்கூடத்துக்குப் போகும்போது செண்பக ராமன் கொடுத்த உறையை என் அரைடிராயரில் பத்திரப் படுத்திக்கொண்டு கிளம்பினேன். செண்பகராமனிடம் வாக்குக் கொடுத்துவிட்டேனே தவிர எப்படி அந்த மாடி வீட்டுக்குப் போவது என்று மலைப்பாக இருந்தது.

அது எங்கள் பிரின்சிபால் வீட்டின் பக்கத்து வீடு. எங்கள் பள்ளியிலே படிக்கும் அவர் மகன் எப்போதும் தெரு வாசலில் நின்றுகொண்டிருப்பான். பரஞ்சோதி தெருவில் ஆள் நடமாட்டம் இல்லாத வேளையே கிடையாது. ஹரிகோபாலின் தயவினால் ஸ்கூலில் எனக்கு எல்லாவிதமான பெயரும் கிடைத்துவிட்டது. அந்த மாடி வீட்டுக்குப் போகும் கீழ்வாசல் கதவைத் தட்டிக் கதவு திறக்கப்படும்வரையில் தெருவில் எல்லோருடைய கண் பார்வையிலும் படும்படி நிற்க வேண்டும். எனக்கு மிகவும் கவலையாகப் போய்விட்டது. அன்று பகல் இடைவேளைப் போதிலும் மாலை பள்ளி விட்டுத் திரும்பும் போதும் பரஞ்சோதி தெரு வழியாக ஐந்தாறு முறை போனேன். நான் அக்கதவை அணுகாமல் செய்வதே வாழ்வின் இலட்சியம் என்பது போல எல்லாத் தருணங்களிலும் தெருவில் நிறைய மனிதர்கள். சிலருக்கு என்னைத் தெரியும். மாடி வீட்டு வெராண்டாவிலாவது யாராவது நிற்பார்களா என்று பார்த்தேன். இல்லை. ஒரே ஒருமுறை அந்தக் கிழவர்தான் கண்ணில் பட்டார்.

இன்னொரு இரவு, வீட்டில் அந்த உறையைப் பாதுகாப்பாக வைக்க வேண்டியிருந்தது. இம்முறை நான் தூங்கிவிட்டேன். செண்பகராமன் அதில் எவ்வளவு பணம் வைத்திருந்தாரோ? கடிதம் இருக்க முடியாது. அப்படி இருந்தால் அது யாருக்காக இருக்க முடியும்? சக்குவுக்கோ அவளுடைய அம்மாவுக்கோ தான் இருக்க வேண்டும்... என்ன எழுதியிருப்பார்? ஏன் இதை இவ்வளவு ரகசியமாக அனுப்ப வேண்டும்? எவ்வளவு பேர் அவரிடம் வேலை செய்கிறார்கள்? எவ்வளவு பேர் அவரைப் பார்க்க வருகிறார்கள்? அவர்களிடம் இந்தக் காரியத்தை ஒப்படைத்திருக்கக்கூடாதா? பெரியவர்கள் யாரைப் பார்ப்பதற்கும் யாரால் பார்க்கப்படுவதற்கும் என்ன செய்வதற்கும் யாருக்கும் பயப்பட வேண்டியது இல்லை. எனக்கு பிரின்சிபால் இருக்கிறார். அவர் மகன் இருக்கிறான். ஹரிகோபால் இருக்கிறான். இன்னும் யார் யார் எந்தெந்த மறைவிடங்களிலிருந்து என்னைக் கவனித்து வருகிறார்களோ? வீட்டில் போய் என்ன சொல்கிறார்களோ?

ஞாயிற்றுக்கிழமை நிச்சயம் போய்விடுவது என்று தீர்மானித்தேன். என் அரை டிராயர் ஜேபியிலும் வேறு எங்கெல்லாமோ மடித்து ஒளித்து வைக்கப்பட்ட அந்த உறை

பரிதாபமாக உருக்கொண்டு விட்டது. அதன் உள்ளே பணம் இருந்தாலும் வெளிப்புறம் பிச்சைக்காரன் சட்டை போல மாறிவிட்டது. நடுவில் ஒரு நாள் அப்பாவும் அம்மாவும் செண்பகராமனையும் அவர் மனைவியையும் போய் பார்த்து விட்டு வந்திருக்கிறார்கள். அது எனக்குச் சில நாட்கள் கழித்துத் தான் தெரிந்தது.

ஞாயிற்றுக்கிழமை பகல் பன்னிரண்டு மணிக்குத் தெருவில் ஈ காக்காகூடப் போக முடியாத கடும் வெயிலில் நான் மாடி வீட்டின் கீழ் வாசல் கதவைத் தட்டினேன். வந்துவிட்டான் பக்கத்து வீட்டின் பிரின்சிபாலின் மகன். நான் அவனைப் பார்த்து அரைப் புன்னகை புரிந்துவிட்டு மீண்டும் கதவைத் தட்டினேன்.

"அவுங்க யாரும் வீட்டிலே இல்லே போலேயிருக்கே?" என்று பிரின்சிபாலின் மகன் சொன்னான்.

"யாருமே இல்லையா?"

"இருந்தா இவ்வளவு நேரம் கதவைத் திறக்காமயா இருப்பாங்க?"

"எப்படி வெளியிலே போயிட்டு உள்ளே தாப்பாள் போடுவாங்க?"

"இந்த வீட்டுக்குக் கொல்லைப் பக்கம் வழி இருக்கு. பாக்கப்போனா இவுங்க எல்லாமே அந்த வழியைத்தான் உபயோகப்படுத்துவாங்க."

"அதுக்கு எப்படிப் போறது?"

"இந்த வக்கீல் வீட்டுப் பக்கத்திலே சந்து இல்லே, அதுலே போய் சோத்துக்கைப் பக்கமா திரும்பினா இரண்டாவது கதவு. முதல் கதவு எங்க வீடு."

"நீங்க அந்த வழியை உபயோகப்படுத்த மாட்டீங்களா?"

"எங்களுக்கு எதுக்குக் கொல்லை வழி?"

அவன் சொன்னபடி நான் வக்கீல் வீட்டுச் சந்தில் நுழைந்து மாடி வீட்டின் கொல்லைப்புறத்தை அடைந்தேன். அங்கு அந்தக் கதவைப் பெரிய பூட்டுக் கொண்டு பூட்டியிருந்தது.

எனக்குச் செண்பகராமனின் பணம் பாறையாகக் கனத்தது. என் வெட்கம், கூச்சம் எல்லாவற்றையும் ஒதுக்கி வைத்துவிட்டு முதல்நாளே அந்த வீட்டுக்குப் போயிருக்கவேண்டும். யாரோ கேலி செய்கிறார்கள் என்பதற்காக நாம் செய்யவேண்டிய

பணிகளைச் செய்யாமல் இருக்கமுடியுமா? ஒத்திப் போட்டுக் கொண்டே இருக்க முடியுமா?

ஒரு யோசனை தோன்றியது. நான் பரஞ்சோதி தெருவில் மறுபக்கம் இருந்த ஆஸ்பத்திரிக்குப் போனேன். அந்த வேளையில் அவுட் பேஷண்ட்ஸ் பிரிவு காலியாக இருந்தது. நான் வார்டுகள் இருக்குமிடம் சென்றேன். அது உணவு நேரம். அங்கிருக்கும் நோயாளி யாருக்கோ நான் உணவு கொண்டு வருபவன் என்று நினைத்திருக்கக்கூடும். அது பெரிய ஆஸ்பத்திரியல்ல. இரு பெரிய ஹால்கள், சிறியதாக ஏழெட்டு அறைகள். அந்த ஊருக்கு அது போதுமானதாக இருந்தது. இந்த ஆஸ்பத்திரியில் செண்பகராமன் படுத்திருந்தால் மாடி வீட்டிக்குச் செய்தி அனுப்புவது ஒரு பெரிய பிரச்னையாக இருக்காது. சிறிது நடக்க முடிந்த தருணத்தில் அவரேகூட அந்த வீட்டுக்குப் போய்வந்து விடலாம்.

ஆஸ்பத்திரியின் பெரிய கட்டிடத்திற்குப் பின்னால் புதிதாகச் சிறியதாக இன்னொரு கட்டிடம் இருப்பதை நான் அப்போதுதான் கவனித்தேன். அங்கும் நர்சுகள் கண்ணில் தென்பட்டார்கள். அப்படியானால் அங்கும் நோயாளிகள் இருக்க வேண்டும். ஆதலால் அங்கு என்னை அன்று பார்த்த டாக்டர் இருக்கக்கூடும். அவரிடம் மாடிவீட்டுக்காரர்களைப் பற்றி விசாரிக்கலாம். முதல் அறையின் வெளியே மூன்று நான்கு பேர் நின்றுகொண்டிருந்தார்கள். சாதாரண உடையிலிருந் தாலும் அவர்கள் போலீஸ்காரர்கள் என்பது அவர்கள் தோள்பட்டையிலிருந்து தெரிந்தது. ஒருவன் என்னைப் பார்த்து அருகே வரும்படி சமிக்ஞை செய்தான். “நீதானே லான்சர் பாரக்ஸ்லே இருக்கிற பையன்?” என்று தணிந்த குரலில் கேட்டான் ‘ஆமாம்’ என்று தலையை ஆட்டினேன். “உள்ளே போ. உன்னை இன்ஸ்பெக்டர் கூப்பிட்டாரு” என்றான்.

எனக்குத் தூக்கிவாரிப் போட்டது. நிஜமாகவே ஆஸ்பத்திரி யில் செண்பகராமன்!

அந்த அறை குளுமையாக இருக்க வேண்டும் என்பதற் காக ஜன்னல்களுக்கு வெட்டிவேர் தட்டிகள் கட்டி அவற்றை நனைத்திருந்தார்கள். உள்ளே படுக்கையில் கிடந்த செண்பக ராமன் மூச்சுத் திணறிக்கொண்டிருந்தார். அருகே ஒரு நாற்காலியில் அவர் மனைவி அலமேலு உட்கார்ந்திருந்தாள். என்னைப் பார்த்தவுடன் எழுந்து நின்றாள். என்னிடம் வந்து “எங்கே போயிட்டே, தம்பி? காலையிலேந்து உன்னைத்தான் கேட்டுண் டிருந்தாரு” என்றாள்.

“ஆஸ்பத்திரிக்கு எப்ப வந்தீங்க?”

"காலையிலதான்."

நான் செண்பகராமன் அருகில் சென்றேன். அவரால் பேசமுடியவில்லை. அவர் கண்கள் என்னாச்சு என்பது போல என்னைக் கேட்டன.

நான் இல்லையெனத் தலையை ஆட்டினேன். அவர் முகம் வாட்டமுற, மெதுவாக அவர் காதில், "அவுங்க எங்கேயோ போயிருக்காங்க. யாருமே வீட்டிலே இல்லே," என்றேன்.

அவர் சிறிது ஆசுவாசப்படுத்திக் கொண்டார். அவருடைய உதடுகள் ஏதோ சொல்லத் துடித்தன. எது என்று எனக்குத் தெரிந்தது. சக்கு.

அவருடைய கண்கள் அவளை அழைத்து வா என்று கெஞ்சின.

நான் வெளியே ஓடினேன். மீண்டும் மாடி வீட்டு வாசல் கதவுக்குச் சென்று பலமாகத் தட்டினேன்.

இம்முறை பிரின்ஸிபாலே வெளியே வந்துவிட்டார். "என்னடா சந்திரசேகர்? உன் பேர் சந்திரசேகர்தானே?" என்று கேட்டார்.

"சுந்தர் இருக்கானா, சார்?" என்று கேட்டேன். சுந்தர் அவருடைய மகனின் பெயர்.

"டேய் சுந்தர்! உன்னைப் பார்க்கச் சந்திரசேகர் வந்திருக்கான் பாரு" என்று சொல்லிவிட்டு உள்ளே போனார். அவர் மகன் வெளியே வந்தான்.

"எனக்கு ஒரு ஒத்தாசை பண்ணணும். ப்ளீஸ்" என்றேன்.

"என்ன?"

"இந்த மாடி வீட்டுக்காரங்க வந்தவுடனே எனக்குச் சொல்றீங்களா? நான் எதிர் ஆஸ்பத்திரியிலே இருப்பேன். பின்னாலே ஸ்பெஷல் வார்டு இருக்கே, அங்கே."

அவன் என்னை உற்றுப் பார்த்தான். அவன் இன்னும் ஒரு கணம் தாமதித்திருந்தால் நான் அழுதிருப்பேன். "சரி" என்றான்.

நான் மீண்டும் ஆஸ்பத்திரிக்கு ஓடினேன். இம்முறை என்னை அறைக்குள் அனுமதிக்கவில்லை. செண்பகராமனின் அடிவயிற்றிலிருந்து குழாய் மூலம் நீர் இறக்கிக்கொண்டிருந்தார்கள். அவருடைய மனைவியைக்கூட வெளியே போகச் சொல்லிவிட்டார்கள்.

செண்பகராமன் அன்று மாலை ராகுகாலம் பிறந்து ஐந்து நிமிடத்துக்குக் கடைசி மூச்சை விட்டார். அவருடைய மனைவி முதலில் என்னைக் கட்டிக்கொண்டுதான் அழுதாள். பொழுது சாய்வதற்குள் ஊரிலிருந்து அவருடைய சித்தப்பாவும் காந்திமதியும் இன்னும் ஓரிருவரும் வந்தார்கள். போலீஸ் வண்டியில் அவருடைய உடலையும் ஏற்றிக்கொண்டு நாங்கள் எல்லோரும் உட்கார்ந்துகொண்டோம். அப்போதும் காந்திமதி என்னோடு பேசவில்லை. அடுத்த நாள் மீண்டும் ஒரு முறை மாடி வீட்டுக்குப் போய்வந்தேன். வீடு பூட்டித்தான் இருந்தது. அவர்கள் எங்கே போனார்கள் என்று யாருக்கும் சொல்லத் தெரியவில்லை. எங்கே ஊருக்குத்தான் போயிருக்க வேண்டும். அவர்கள் குடும்பத்தில் யார் மரணப்படுக்கையில் இருந்தார்களோ?

அடுத்து ஒரு வாரத்தில் பலமுறை அந்த உறையைச் செண்பகராமனின் மனைவியிடமே கொடுத்துவிடலாமா என்று எண்ணினேன். அது அவள் துக்கத்தை மேலும் அதிகரிக்கச் செய்யும் என்றே தோன்றியது. என்னைப் பார்த்துத் திரும்பத் திரும்ப, “இன்ஸ்பெக்டர் எங்கே போயிட்டார்டா, தம்பி?” என்று கேட்டு அழுதவண்ணமிருந்தாள். காந்திமதி என்னைக் கண்டாலே முகத்தைத் திருப்பிக்கொண்டான். செண்பக ராமனின் பேபி ஆஸ்டின் கார் கவனிப்பாரற்று ஷெட்டில் கிடந்தது.

அவர்கள் எல்லோரும் ஊருக்குப் போன பிறகுதான் ஒரு நாள் பிரின்ஸிபாலின் மகன் பள்ளிக்கூடத்தில் என்னைப் பார்த்து, “அவுங்க வந்துட்டாங்க,” என்றான். நான் உடனே வெளியே ஓடினேன். இம்முறை எடுத்த எடுப்பிலேயே மாடி வீட்டுப் பின்புறச் சந்துக்குச் சென்று அங்கு திறந்து வைத்திருந்த கொல்லைக் கதவு வழியாக உள்ளே நுழைந்தேன். அங்கும் ஒரு மாடிப்படி இருந்தது. அது நேராக அவர்களுடைய சமையலறைக்கு இட்டுச் சென்றது. திலகா ஒரு கரியடுப்பை விசிறிக்கொண்டிருந்தாள். “யார் நீ?” என்று அவள் கேட்டாள்.

“சக்கு இருக்காளா?”

அவள் பதில் சொல்வதற்குள் பேச்சுக் குரல் கேட்டு சக்குவும் அவளுடைய அம்மாவும் அங்கு வந்தார்கள். அந்த அம்மாள், “யார் நீ?” என்று அதட்டலாகக் கேட்டாள்.

“நான் ஒருநாள் இன்ஸ்பெக்டர்கூட வந்தேன்,” என்றேன்.

“அதுனாலே? உடனே நீயே உள்ளே நுழைஞ்சிடறதா? போடா வெளியே!”

அவள் பயங்கரமாகக் கத்தினாள். நான் நடுங்கிப் போய் விட்டேன். அவள் ஒரு துடைப்பத்தைக் கையில் எடுத்துக் கொண்டு விட்டாள்.

"இன்ஸ்பெக்டர் ஒண்ணு கொடுக்கச் சொன்னாருன்னு தான் வந்தேன்," என்றேன்.

"அவன்தான் செத்துட்டானே."

"இங்கே இந்த ஆஸ்பத்திரிலேதான் செத்தாரு. நான் அன்னிக்கு மறுபடியும் மறுபடியும் உங்க வீட்டுக்கு வந்தேன். நீங்க யாருமே இல்லே."

"இல்லாததே நல்லதாப் போச்சு."

"அவரு சக்குவைப் பாக்கணும்னு ஆசைப்பட்டார்."

"சாவறப்பவா?"

"ஆமாம்."

அவள் பின்னால் நின்ற சக்குபாய் விம்மினாள்! அவள் அம்மா, "சும்மா இரு!" என்றாள். அவள் அழுகை உடனே அடங்கிப் போயிற்று.

"என்ன கொடுக்கச் சொன்னான் மனுஷன்? அவன் இந்த ஆஸ்பத்திரிக்கு வந்து சாவப் போறான்னு எங்களுக்கு எப்படித் தெரியும்? அவன் சாவறதுக்கு ஒரு நாள் முன்னாலே கூடச் சொல்லியனுப்பிச்சேன். வராதேன்னான் பாவி. அன்னிக்கு ஊருக்குப் போனோம். அடுத்த நாள் வாயைப் பொளந்திருக் கான். என்ன கொடுக்கச் சொன்னான் அந்த பேமானி?"

சக்கு, "அம்மா" என்றாள்.

"நீ வாயை மூடுடி. என்னடா கொடுத்தான்?"

நான் நைந்து கசங்கிப் போன உறையைக் கொடுத்தேன். பத்து ரூபாய் நோட்டுகளாக முப்பது நாற்பது இருக்கும்.

"கொடுத்ததுதான் கொடுத்தான். பி.ஜி.யாக் கொடுத்திருக்கக் கூடாது?" என்றாள்.

அந்த நாளில் ஹைதராபாத் பணத்தை ஹாலி சிக்கா என்றும், இந்தியப் பணத்தை பி.ஜி. அல்லது பிரிட்டிஷ் காரண்டி என்றும் அழைப்பார்கள். இரண்டிலும் ரூபாய்தான். ஆனாலும் பி.ஜி. ரூபாய்க்கு மதிப்பு அதிகம். நூறு பி.ஜி. ரூபாய்க்கு நூற்றிப் பதினேழு ஹாலி சிக்கா ரூபாய்கள்.

“இனிமே கொல்லை வழியா வராதே” என்று அவள் சொன்னாள். நான் முன் வெராண்டாவுக்கு வர, சக்குதான் மாடிப்படி இறங்கிக் கதவைத் திறந்தாள். அவள் அம்மா காதில் விழாது என்று உறுதி செய்துகொண்டு “அவர் என்னைப் பார்க்கணும்னு கேட்டாரா?” என்றாள்.

“ஆமாம். மூச்சே விடமுடியலை. அப்பகூட உன்னைத்தான் நினைச்சிண்டிருந்தார்.”

“நான் ஓடி வந்திருப்பேன். அம்மாதான் ஊருக்கு இழுத்துண்டு போயிட்டா.”

நான் தெருவுக்கு வந்துவிட்டேன். அப்போதும் அவள் விடாது என்னோடு பேசினாள். “என்னைத்தான் கேட்டாரா? தெரியுமா?”

“அவராலே பேசவே முடியலை, ஆனா எனக்குத் தெரியும்.”

அவள் தெருவை வெறித்துப் பார்த்தபடி நிற்க நான் அங்கிருந்து நகர்ந்தேன். பிரின்ஸிபாலின் மகன் சுந்தர் என்னைப் பார்த்தபடி வந்துகொண்டிருந்தான். பள்ளியில் உணவு இடைவேளையாக இருக்க வேண்டும்.

(1990)

லீவு லெட்டர்

1

எஸ்.எஸ். கேசவராவ் என் அப்பாவின் அலுவலகத்தில் ஓர் அதிகாரி. அலுவலகம் ஒரு பெரிய மைதானத்துக்குக் கூரை போட்ட மாதிரி இருக்கும். முதல் உலக யுத்தத்தில் ஆங்கிலேயர் போரிட்டதைவிட இந்தியாவில் கட்டடங்கள் கட்டியதுதான் அதிகமாக இருக்கும்.

மத்திய காலம் போல நூற்றாண்டு யுத்தம், முப்பது ஆண்டு யுத்தம், ஏழு ஆண்டு யுத்தம் என்றிருந்தால் இக்கட்டடங்கள் அவர்களுக்கு நீடித்துப் பயன் தருவதாக இருந்திருக்கும். ஆனால், யுத்தம் நான்காண்டுகளுக்கு மட்டும் நடந்து முடிந்துவிட்டது.

ஆயிரக்கணக்கான வெள்ளைக்கார சோல்ஜர்களும் இந்தியச் சிப்பாய்களும் அரசின் விருந்தினராக இருக்கத் தேவையில்லாமல் போய் விட்டது. அவர்கள் மீண்டும் அவர்களுடைய வீடுகளுக்கும் குடிசைகளுக்கும் போகும்படியாகி விட்டது.

ஆனால், நூறாண்டுகள் இருக்கக்கூடியதாக பிரிட்டிஷ் அரசு கட்டிய கட்டடங்கள் ஏதேதோ பயன்களுக்கு இனாமாகக் கொடுக்கப்பட்டன. எங்கள் அப்பாவின் அலுவலகத்தில் யுத்த காலத்தில் நூற்றைம்பது படுக்கைகள் போட்டு ஆங்கிலேயர்கள் அவர்கள் ராணுவ உடுப்புகள், துப்பாக்கி, கொசு வலையோடு வசித்திருப்பார்கள்.

பீரங்கிகளுக்கு இரையாகத் தயாராக வந்தவர்கள் இருக்கும்வரை இந்திய வெயிலை அதிகம் உணராதபடி சமாளிக்கச் சுற்றுபுறச் சுவர்கள் ஒன்றரை அடி தடிமன். பெரு மழைக்கும் ஈடுகொடுக்கக்கூடியதாக மத்தியில் முப்பது அடி உயரத்திலிருந்து இருபுறமும் சீமை ஓடுகள் வேய்ந்த சார்புகள். ஜன்னல்களின் கதவுகளை மூடப் பயில்வான்கள் தேவை. கதவுகள் பற்றிக் கேட்க வேண்டியதில்லை.

இதனால் அலுவலகத்தை மூடுவதே கிடையாது. வேலை செய்பவர்கள் எல்லோரும் முக்கியமான காகிதங்களை மேஜை டிராயர்களில் வைத்துப் பூட்டிய பின் வீட்டுக்குப் போக வேண்டும். இந்தப் பெரிய கொட்டகையில் ஐம்பது, அறுபது குமாஸ்தாக்கள், ஏழெட்டு அதிகாரிகள்.

அதிகாரிகளை எப்படி அறிந்துகொள்வது? சிலர் மேஜையில் மின்விசிறி இருக்கும். ஏகப்பட்ட கண்ணாடிக் குண்டுகள் காகிதங்கள் பறந்து போயிவிடாதபடி வைக்கப் பட்டிருக்கும். கேசவராவ் அதிகாரி என்றாலும், மேஜை மின்விசிறி அந்தஸ்தை அடையவில்லை.

என் அப்பாவின் அதிகாரி ரகோபராவ். எப்போதும் பொன்நிற சூட் அணிந்திருப்பார். அவரைப் பார்த்தாலே அதிகாரி என்று நினைக்கத் தோன்றும். நான் அவரைப் பார்த்திருக்கிறேனேயொழிய அவர் வீடு தெரியாது. ஆனால், கேசவராவ் வீடு தெரியும்.

என் அப்பா, அம்மா இருவருக்குமே நாற்பது வயது தாண்டியவுடன் அடிக்கடி உடம்புக்கு வந்துவிடும். முடிந்தவரை அப்பாவே டாக்டரைப் பார்த்துவிட்டு வருவார். அப்பா வேலை செய்த நிஜாம் ரயில்வேக்கு டிஸ்பென்சரி, ஆஸ்பத்திரி என்று தனித்தனியாக இருந்தது. இரண்டும் இருவேறு திசைகளில். டிஸ்பென்சரியில் மருந்து மட்டும் தருவார்கள். இரு நாட்களுக்குப் பிறகு கட்டாயம் ஆஸ்பத்திரிக்குப் போக வேண்டும்.

என் அப்பாவின் லீவு லெட்டரை ரகோபராவிடம் காலையி லேயே சேர்ப்பித்துவிட அக்கடிதத்தை எடுத்துக்கொண்டு நான்தான் கேசவராவ் வீட்டுக்குப் போனேன்.

கேசவராவ் வீட்டுக்கு ஆளுயர கேட். கஷ்டப்பட்டு முன்காலில் நின்று அதைத் திறந்தால் பத்தடிக்குத் திறந்தவெளி. அதன்பிறகு வெராண்டாவைப் பார்க்கலாம். இதை வைத்து விட்டு வீடு எவ்வளவு பெரியது அல்லது சிறியது என்று கூற முடியாது.

கேட்டைத் திறந்தால் ஏதாவது ஒரு மூலையிலிருந்து 'கேட்டை மூடு! கேட்டை மூடு!' என்று அதட்டலாகக் குரல் வெடித்தது. காரணம், கேசவராவின் கோழிக் குஞ்சுகள்.

கோழி எனக்குப் பிடிக்கும் பிடிக்காது என்றில்லை. சிங்கம் பிடிக்குமா என்று கேட்பதைப் போலத்தான். கோழி பயந்து ஓடுவது போலவும் இருக்கும். மார்பை நிமிர்த்தி 'உன்னை என்ன செய்கிறேன், பார் என்று மூக்கினால் ஒருமுறை கொத்தவும் கூடும். இவ்வளவு கோழிகளை உலவவிட்டு அந்த இடத்தில் மனிதர்கள் யாரும் கண்ணில் தென்பட மாட்டார்கள்.

ஒரு குடும்பத்தில் பன்னிரண்டு பதிமூன்று வயதுப் பையன் என்று ஒருவன் இருந்தால் அவன்தான் இந்த மாதிரிப் பணிகளுக்குப் போக வேண்டும். வெவ்வேறு சூழ்நிலைகளை எதிர்கொள்ள வேண்டும். ஒரு டஜன் கோழிக் குஞ்சுகள் நடுவில் நான் எந்த நேரமும் ஒரு கோழிக் கொத்தலுக்குக் காத்துக்கொண்டிருக்க வேண்டியிருந்தது என்று என் வீட்டில் யாரும் கற்பனை செய்து பார்க்க முடியாது.

என் அப்பாவுக்குத் தெரியும். ஆனால், நல்ல சுரத்துடன் படுத்துக்கொண்டிருக்கும்போது லீவு லெட்டர் எழுதுவதே கடினம். அதைப் பொறுப்பான ஒருவரிடம் ஒப்படைக்க வேண்டும். நான் கோழிகள் நடுவில் நின்றுகொண்டிருக்க வேண்டும்.

கேசவராவ் வீட்டு கேட்டை எளிதில் திறக்கவும் முடியாது, மூடவும் முடியாது. நிச்சயம் அவருடைய குழந்தைகள் அந்தக் கேட்டுகளைப் பிடித்துத் தொங்கிக்கொண்டு ரயில் விளையாட்டு விளையாடியிருப்பார்கள். குழந்தைகள் நிறைந்த வீடுகளில் கேட்டுகள் ஏறத்தாழத்தான் இருக்கும்.

கேசவராவை நான் என் அப்பா அலுவலகத்தில் பார்த்திருக்கிறேன். ரகோபராவ் அளவுக்கு உயர்ந்த துணி யில்லாத போதிலும் கேசவராவின் டையும் கோட்டும் எடுப்பாக இருக்கும். வீட்டில் அவர் ஏதோ மரம் வெட்டத் தயாராக இருப்பதுபோல ஓர் அழுக்குத் துண்டைக் கட்டிக் கொண்டிருந்ததால் அவருக்கு வீட்டில் உள்ளவர்கள் மீது மதிப்பில்லை. ஒருவேளை அவர்களுக்கு அவர் மீது மதிப்பு கிடையாது. யாராரோ வந்து எட்டிப் பார்த்த பிறகு, அவர் வெளியே வந்தபோது அழுக்குத் துண்டுடன்தான் வந்தார்.

"என்னப்பா ..?"

"அப்பாவுக்கு சுரம். லீவு லெட்டர்."

"உனக்கு ரகோபராவ் வீடு தெரியாதா?"

இதை அவர் அவ்வளவு மரியாதையுடன் கேட்கவில்லை. ரகோபராவின் சாதிப் பெயரைச் சொல்லித்தான் கேட்டார்.

"தெரியாது."

கேசவராவ் திடீரென்று கடுமையாக "அதை அங்கே கீழே வைச்சுட்டுப் போ" என்றார்.

அவர் கீழே என்றால் எந்த இடத்தைக் குறிக்கிறார் என்று தெரியவில்லை. நான் வெராண்டா அடுத்துள்ள கதவருகில் வைக்கப் போனேன். என்னை எல்லாக் கோழிக் குஞ்சுகளும் பின்தொடர்ந்து வந்தன.

"ஏய் . . ! ஏய் . .! அங்கே ஏண்டா வைக்கிறே? கோழிங்க கொத்தாது? அறிவில்லாமே இருக்கியே?"

நான் பதில் சொல்லாமல் நின்றேன். வேண்டா வெறுப்புடன் அவரே அதை வாங்கிக்கொண்டார். அவருடைய கையில் எண்ணெய்ப் பசை இருந்தது. அவர் வீட்டில் துண்டைக் கட்டிக்கொண்டிருப்பதே அவர் வலிக்குத் தைலம் தடவிக்கொள்வதால் இருக்கும். அப்பாவின் லீவு லெட்டரில் உடனே ஓர் இடத்தில் எண்ணெய்க் கைரேகைகளைக் காட்டத் தெரிந்தது.

நான் வீடு திரும்ப, அவர் வீட்டுக் கேட்டைத் திறக்கப் போனேன். "கோச்சுக்காதே. ஏதோ கோபத்தை உம்மேலே காமிச்சுட்டேன். கோச்சுக்காதே பிரதர்" என்று அவர் சொன்னார்.

"இது வீட்டோட கொல்லைப்புறம்."

நான் திரும்பி அவரைப் பார்த்தேன்.

"எனக்கு ரகோபராவைக் கண்டாலே பத்திக்கும். உங்கப்பாவாலே நான் அவனைப் பார்க்கணும்." இப்போதும் அவர் சாதிப் பெயர்தான் சொன்னார்.

"நீ ஒரு சண்டே வா. பேசலாம்." அப்போதுதான் இரு ஜன்னல்களில் நிறைய முகங்கள் எங்களைப் பார்த்துக் கொண்டிருந்தது தெரிந்தது. "வாசல் வழியா வா."

நான் அப்பாவிடம் ஏதும் சொல்லவில்லை. யாருக்கும் வருத்தம் ஏற்படாமல் இதை விவரிக்க முடியாது. கேசவராவ் அதட்டினபோது சிறிது திக்கென்று இருந்தாலும் வெறுப்பு வரவில்லை. குழப்பமாக இருந்தது. கொஞ்சம் வருத்தமாகவும் இருந்தது.

2

அப்பாவுக்கு அந்த ஒரு நாள் லீவு போதவில்லை. இரு தினங்களில் மூச்சுவிடவே முடியாதபடி போய்விட்டது. நான் ராம் கோபால் டாக்டரிடம் ஓடினேன். அவர் வந்து பார்த்து அப்பாவைக் கண்டோன்மென்ட் ஆஸ்பத்திரியில் சேர்த்தார். ராம் கோபால் டாக்டர் அந்த ஆஸ்பத்திரியில்தான் வேலை பார்த்துக்கொண்டிருந்தார்.

அந்த நாளில் நிறைய டாக்டர்கள் எல்.எம்.பி. என்ற டிப்ளமோ பெற்றவர்கள். கை பார்த்து, கண் பார்த்து, அடி நாக்குப் பார்த்தே மருந்து கொடுத்துவிடுவார்கள். வைத்தியத்திற்கு மீறியது என்றால் சொல்லத் தயங்கமாட்டார்கள்.

அப்பாவுக்குச் சரியாகிவிடும். ஆனால் பத்து நாள் ஆஸ்பத்திரியில் இருக்க வேண்டும் என்று ராம் கோபால் டாக்டர் கூறிவிட்டார். ஆஸ்பத்திரியில் அவர்கள் தரும் கடை ரொட்டியும் பாலும் சாப்பிட்டேயாக வேண்டும்.

அந்த ஆஸ்பத்திரியில் இரத்தப் பரிசோதனை வசதி, எக்ஸ்ரே வசதி இருந்ததா என்று தெரியாது. ஆனால், நோயாளியைக் குடும்பத்தினர்கூட மாலை 4 மணியிலிருந்து 7 மணிவரைதான் பார்க்கலாம். ஆறரைக்கே மணியடிக்க ஆரம்பித்துவிடுவார்கள்.

இன்று பெரிய ஆஸ்பத்திரி, சிறிய ஆஸ்பத்திரி அனைத்திலும் நோயாளியுடன் இரண்டு மூன்று பேர் இருக்கிறார்கள். அவர்கள் அங்கேயே குளித்து, துணி உலர்த்தி, ஆஸ்பத்திரி கிட்டத்தட்ட ஒரு ஓட்டல் மாதிரி செய்துவிடுகிறார்கள்.

அப்பாவுடைய உடல்நிலையை எந்த வைத்தியரைக் கேட்க வேண்டும்? தெரியாது. ஆனால், வைத்தியர் வரும்போது நோயாளி யாரும் இருக்கக்கூடாது. இப்படியெல்லாம் நிபந்தனைகள் இருந்த ஆஸ்பத்திரிகளிலும் நோயாளிகள் சிகிச்சை பெற்றார்கள். குணமடைந்து வீட்டுக்குப் போனார்கள்.

ஆஸ்பத்திரியைச் சுற்றியுள்ள சாலைகள், வீடுகள் நிசப்தமாக இருக்கும். சைக்கிள் மணிகூட அடிக்கக் கூடாது. இன்று நினைக்கும்போதுகூட இந்த அமைதி வயிற்றைக் குடைகிறது.

பத்து நாட்களுக்குப் பிறகு அப்பாவை வீட்டுக்குப் போகலாம் என்று சொல்லிவிட்டார்கள். நான் ரயில்வே ஸ்டேஷனிலிருந்து டாங்கா கொண்டு வந்தேன். இரு நாட்கள் கழித்து அப்பா தன் அலுவலகத்துக்குப் போக ஆரம்பித்தார்.

ஒரு நாள் மாலையில் வீடு திரும்பியவுடன் அப்பா என்னைக் கேட்டார். "ஏண்டா நீ கேசவராவ் வீட்டுக்குப் போனப்போ என்னாச்சு?"

எனக்கு எதைச் சொல்லுவது என்று தெரியவில்லை. என் காலைச் சுற்றி நின்ற கோழிக் குஞ்சுகள்தான் நினைவுக்கு வந்தன.

"ஒண்ணும் நடக்கலையே!"

"கேசவராவ் கோபப்படற மாதிரி நீ நடந்துண்டாயா?"

"நான் ஒண்ணுமே செய்யலையே! அந்த வீட்டிலே நிறையக் கோழிக்குஞ்சுகள் இருந்தன."

"அதைக் கேக்கலை."

"லீவு லெட்டரை கீழே வைன்னு சொன்னார்."

"அது என்னமோ, உன்னை மறுபடியும் வரச் சொல்லி யிருக்கான்."

"அப்பா, எனக்குப் பயமா இருக்கு."

"பயப்படாம போயிட்டு வா. நம்மளுக்கு எப்பவும் அவன் தயவு வேணும். நீ ஒண்ணும் தப்பா நடந்துக்கலியே?"

"அப்பா, நான் பயந்துண்டே நின்னேன்."

"இதுக்கு முன்னாலேகூடப் போயிருக்கயோ?"

"அன்னிக்கி நீங்களும்கூட இருந்தேள். அன்னிக்குக் கோழி கிடையாது."

"நாளைக்கு ஸ்கூலுக்குப் போறதுக்கு முன்னாலே போயிட்டு வந்துடு."

என் ஸ்கூல் பத்து மணிக்குத்தான். வீட்டைவிட்டு 9.40க்குக் கிளம்பினால்கூட இரண்டாவது மணியடிக்கப் போய்விடலாம். மூன்றாவது மணியடிக்கும்போது எல்லாரும் வகுப்பறைக்குள் இருக்க வேண்டும்.

கேசவராவ் வீட்டில் என் வயதுப் பையன்களைப் பார்த்திருக் கிறேன். ஒருவேளை இந்த வீட்டுக்கு இருபுறமும் வாசற்படிகள் இருக்கக்கூடும். நான் போன வழி கொல்லைப் புறம்.

அந்தப் பெரிய கேட் சாலையோரமாக இருந்தது. அது எங்கள் ஊரில் முக்கியமான, சற்று அகலமான சாலை. அவ்வளவு பெரிய கேட் கொல்லைப்புறம் என்றால் அந்த வீட்டின் முன்வாசற்படி எங்கே இருக்கும்?

சற்றுத் தள்ளியிருந்த ரயில் பாதைகளுக்கு அடியே ஒரு சாலை போகப் பாலம் இருந்தது. கேசவராவ் வீடு இருந்த சாலையும் இரயில் பாதையும் ஒரே உயரத்தில் இருக்கும்.

அந்த இடத்திலிருந்து இரயில் பாலத்துக்காகப் பள்ளமாகச் செய்திருந்தார்கள்.

அங்கே ஒரு வரிசை வீடுகள் ரயில்வே இஞ்சின் டிரைவர்களுக்கு. அவர்கள் வீடுகளுக்குப் பின்புறம் ஒரு சிறிய சந்து. அந்த இடத்தைக் கேசவராவ் வீட்டு முன்புறமாக வைத்திருந்தார். அது அவர் காரியமாக இருக்காது. யாரோ அப்படிக் கட்டி விட்டார்கள். அதை அவர் வாங்கிவிட்டார்.

அவர் வாங்கியபின், அந்த அமைப்பை அவர் மாற்றி யிருக்கலாம். அது முடியாததற்குக் காரணம் அந்த வீட்டின் சமையலறை. அந்த நாளில் விறகு கொண்டுதான் சமையல் செய்ய வேண்டும். சமையலறைக்குக் கூரையில் புகைக்கூண்டு கட்டாயம் வேண்டும். சமையலறை வீட்டின் பின்புறத்தில்தான் இருக்கும். ஆதலால், எது வீட்டின் முன்புற நுழைவாயில் என்பதைச் சமையலறை நிர்ணயித்தது. இதெல்லாம் தெரிய எனக்குச் சிறிது காலம் பிடித்தது.

கேசவராவ் வசித்த வீட்டின் முன்புற வாயில் இருந்த சந்து சேறும் சகதியுமாக இருந்தது. கேசவராவ் வீட்டை நிறையத் தண்ணீர்வீட்டுக் கழுவியிருக்கிறார்கள். அந்த நாளில் சந்துகள் குடியிருக்குப்போருக்குச் சுதந்திரப் பிரதேசம்.

அங்கேயும் உயரமான கேட். என்னைக் குள்ளம் என்று கூற முடியாது. ஆனால், கேசவராவ் வீட்டு வெளிப்புறக் கேட்டுகள் நன்கு வளர்ந்தவர்களுக்கென்றே அமைக்கப்பட்ட மாதிரி இருந்தது.

ஆனால், கேசவராவ் வீட்டில் நிறையச் சிறுவர்கள், சிறுமிகள் இருந்தார்கள். மொத்தம் ஏழெட்டுப் பேர்கள்கூட இருக்கும். சிறுவர்கள் யாரும் என் பள்ளியில் படிக்கவில்லை.

என்னை அந்தப் பையன்கள் ஒரு பொருட்டாகவே கருதாமல் பம்பரம் ஆடிக்கொண்டிருந்தார்கள். "உங்களுக்கு ஸ்கூல் இல்லையா?" என்று நான் கேட்டேன்.

ஒரே ஒரு பையன் என்னைப் பார்த்து, "இன்னைக்கு எங்களுக்கு லீவு" என்றான்.

"ஏதாவது பண்டிகையா?"

"ஆமாம். வைஸ் பிரின்சிபல் காலி."

எங்கள் ஸ்கூலிலும் வைஸ் பிரின்சிபால் உண்டு. அவர் என்ன செய்வார், யாருக்குப் பாடம் எடுப்பார் என்று எங்களுக்குப் புதிராக இருந்தது. ஆனால், அதற்காக அவரை நாங்கள் யாரும் ஒரு விடுமுறைப் பொருளாக நினைத்தது இல்லை.

யாராவது நான் யார், எதற்காக வந்திருக்கிறேன் என்று கேட்பார்கள் என்று காத்திருந்தேன். அந்தப் பையன்களும் பெண்களும் விளையாட்டு சுவாரசியத்திலேயே இருந்தார்கள்.

"நான் உங்க அப்பாவைப் பார்க்க வந்திருக்கேன்" என்றேன்.

ஒரு பையன் பம்பரத்தைக் கயிறு சுற்றி ஓங்கித் தரையில் வீசியபடி "நானா! எவரோ ஒச்சாரு" என்று கத்தினான்..

அவன் பம்பரம் சரியாகச் சுற்றவில்லை. "நீ கையை இப்படி வைச்சுக்கோ" என்று நான் காட்டினேன். "இப்போ போடு."

இம்முறை அவன் பம்பரம் கீழே குவித்து வைத்திருந்த மற்றவர்கள் பம்பரங்களைச் சிதற அடித்ததோடு வட்டத்துக்கு வெளியே நன்றாகச் சுற்றியது. அப்போது எல்லா ஆட்டக் காரர்களும் 'அப்பீட்' செய்ய வேண்டும்.

அதாவது அவசர அவசரமாகப் பம்பரத்தைச் சுழல விட்டுக் கயிற்றால் மேலே சுளித்துப் பிடித்துக்கொள்ள வேண்டும். கடைசிப் பையன் வட்டத்தில் பம்பரம் வைப்பான். அவன் பம்பரம் குத்து வாங்கிக்கொள்ளும்.

கேசவராவ் வெளியே வந்தபோது நானும் ஓர் ஆட்டக்காரன் போலத் தோன்றியிருக்க வேண்டும். நான் விறைப்பாக நின்றேன்.

"இன்னிக்கு எனக்கு லீவு வேணும். ஆனால், இந்தப் பையங்க எவனும் லீவு லெட்டர் எடுத்துண்டு போக மாட்டேங்கறாங்க" என்று கேசவராவ் சொன்னார்.

"நான் ஓடிப் போய் எங்கப்பாகிட்ட கொடுத்துட்டு ஸ்கூலுக்குப் போறேன்" என்றேன்.

"உங்கப்பாவை அந்த ரகோபராவுக்குப் பிடிக்காது. அவன் கிட்டே அவர் திட்டு வாங்கிப்பாரு." கேசவராவ் ஒருமுறை கூட ரகோபராவ் பெயரைச் சொல்லாமல் சாதியையே சொன்னார்.

"நீங்க வரச்சொன்னதா அப்பா சொன்னார்."

"உன்னைக் கூப்பிட்டதே வேறே. இப்போ லீவு லெட்டர்."

"நான் ரகோபராவை ஆபீஸ்லே பாத்துக் கொடுத்துடறேன்."

"ஸ்கூல் இல்லே? உன் ஸ்கூலுக்கு இன்னிக்கு லீவு இருக்காதே?"

"கொஞ்சம் லேட்டாகும். ஆனா, டீச்சர்கிட்டே சொன்னா கோச்சுக்கமாட்டார்."

கேசவராவ் சிறிது யோசித்தார். பிறகு, உள்ளே போய் ஒரு கடிதத்தைக் கொண்டு வந்து "இதை அந்த லெப்ட்சைடு பார்த்துக் கொடு. அவனுக்கு வலது கண் குருடு. ஆனா, இவ்ளோ பெரிய ரயில்வேக்கு அவன்தான் ரிஜிஸ்ட்ரார்."

நான் அவசரமாகக் கிளம்பினேன். "வந்து சொல்லிட்டுப் போ" என்று கேசவராவ் சொன்னார்.

"ஸ்கூல் முடிஞ்ச உடனே வந்து சொல்லறேன்" என்று கூறி ஓடினேன். ரகோபராவிடம் கடிதம் கொடுப்பது அதிக நேரம் ஆகாது. ஆனால், அங்கிருந்து பள்ளிக்கூடம் குறைந்தது ஒரு மைல் இருக்கும். பள்ளி வெளி கேட் பூட்டியிருக்கும். சுவர் ஏறி யார் கண்ணிலும் படாமல் குதித்து வகுப்பு வாசலில் நிற்க வேண்டும்.

தமிழ் வகுப்பு. ஆசிரியர் சிடுசிடுவென்று இருப்பார். ஆனால், தண்டனை தரமாட்டார். எல்லாப் பள்ளிகளைப் போல என் பள்ளியிலும் தமிழ், தெலுங்கு ஆசிரியர்களை யாரும் மதிக்க மாட்டார்கள். உருது வாத்தியார் இருக்கும் இடமே தெரியாது.

இந்த ஆசிரியர்களுக்குச் சம்பளம் குறைவு. நிர்வாகம் காரணம். யாராவது ஆசிரியர் திடீரென்று வராவிட்டால் வகுப்பில்லாத எந்த ஆசிரியரையும் அனுப்பிவிடலாம். ஆனால், கணக்கு வகுப்புக்கு உருது ஆசிரியரை அனுப்ப முடியாது. வரலாற்று வகுப்புக்கு தெலுங்கு வாத்தியாரை அனுப்ப முடியாது. நான் ஒரு தொந்தரவும் இல்லாமல் என் வகுப்பில் போய் உட்கார்ந்தேன்.

மாலையில் பள்ளியிலேயே சிறிதுநேரம் விளையாடி வீடு திரும்பிய பிறகு, ஏழெட்டுப் பையன்களோடு மரக்குரங்கு விளையாட்டு ஆடிய பிறகு, அம்மா பலவந்தமாக என்னை உணவு உண்ணச் செய்தபிறகுதான், "வந்து சொல்லிட்டுப் போ" என்று கேவராவ் சொன்னது நினைவுக்கு வந்தது.

அன்று அப்பா எட்டு மணிக்குத்தான் வீடு திரும்பினார். "நீ எங்கேடா ஆபீஸ் பக்கம் வந்தே?" என்று கேட்டார்.

"கேசவராவ் லீவு லெட்டர் கொடுத்து வரச் சொன்னார்."

"ரகோபராவ் கிட்டே நீ யாருன்னு சொல்லலியே?"

"இல்லை. அவர் என்னைப் பார்க்கவே இல்லை."

அப்பா ஆறுதலடைந்த மாதிரி தோன்றியது.

இந்த ரகோபராவ் கேசவராவ் விஷயம் எனக்குச் சற்று திகிலூட்டியது. ஏதாவது தப்பர்த்தம் செய்துகொண்டால் என் அப்பாவுக்கு மிகவும் சங்கடமாகப் போய்விடும். இந்தத் திகில் என் மனதைவிட்டு விலகியிருக்கும் நேரத்தில் "உன்னை அந்த கேசவராவ் மறுபடியும் வரச் சொன்னாண்டா" என்று அப்பா சொன்னார்.

ஏன் என் அப்பா, கேசவராவ் இருவருக்கும் ரகோபராவ் பிடிக்காதவராக இருக்கிறார்? அப்பாவுக்கு நிறைய நண்பர்கள் உண்டு என்பதைத் தவிர ஆபீஸ் வேலையில் அவர் குறைவைக்க வழியில்லை. அவர் பல சந்தர்ப்பங்களில் ஆபீஸ் காகிதக் கட்டுகளை வீட்டுக்கு கொண்டு வந்து வேலை பார்ப்பார்.

நான் எட்டாவது வகுப்பு வந்ததிலிருந்து அவருக்கு அடிக்கடி சுரம் வந்துவிடுகிறது. மூச்சு விட முடிவதில்லை. இரவில் அம்மா தவிடு வறுத்து அப்பாவுக்கு முதுகில் ஒத்தடம் கொடுப்பாள். ரகோபராவுக்கு சுகவீனம் ஏற்படாதோ? கேசவராவ் ஒரு நாள், என்னிடம் ஐந்து நிமிடம் பேசி விட்டுப் போகச் சொல்லிவிட்டார். அவரால் என்னை முழுக்க நம்ப முடியவில்லை. அதே நேரத்தில் அவருடைய சங்கடத்தை தீர்க்க என்னால்தான் முடியும் என்று தோன்றிவிட்டது.

இரண்டு மூன்று முறை அவர் வீட்டுக்குப் போய் வந்ததில் சில விஷயங்கள் தெரிந்தன. அவர் இரண்டு பெண்டாட்டிக்காரர்.

இது அப்பாவுக்குத் தெரியாது. கேசவராவின் மீது வீட்டில் உள்ளவர்களுக்கு அவ்வளவாக மரியாதை இல்லாததற்கு இந்த இரு மனைவிகள் விஷயம் மட்டும் இருக்காது. அந்த நாளில் அற்பக் காரணத்துக்கு இரண்டாம் கல்யாணம் செய்து கொள்வார்கள். பெண் மேல் பெண் கொடுப்பார்கள்.

கேசவராவ் அவருடைய முதல் மனைவிக்கு மாதா மாதாம் பணம் அனுப்புவார். இதை எடுத்துப் போக அவருக்கு நம்பிக்கைக்குரிய ஆள் கிடைக்கவில்லை. எந்த வம்புப் பேச்சிலும் ஈடுபடாது முடிந்த அளவுக்குப் பிறருக்கு உதவும் என் அப்பாவை வைத்து என்னைத் தேர்ந்தெடுத்திருக்கிறார்.

எனக்கு அதிக வயதாகவில்லை என்றாலும் கேசவராவ் பரிதாபத்திற்குரியவராக எனக்குத் தெரிந்தார். இந்த விஷயத்தை என் அப்பாவிடம்கூட நான் சொல்லவில்லை. இப்படியொரு ரகசியம் எனக்கு வந்து சேர்ந்ததிலிருந்து நான் வயதில் மிகவும் முதிர்ந்தவனாக உணர்ந்தேன்.

3

என்னுடன் எட்டாவது வகுப்பில் படித்துக்கொண்டிருந்த கோபாலுக்கும் இரண்டு பெண்டாட்டிக்காரர்தான் அப்பா. இன்னொரு ஒற்றுமை, கேசவராவின் மனைவிகள் இருவரும் அக்கா தங்கைகள். கோபால் வீட்டு விஷயமும் அப்படித்தான்.

கோபாலின் அப்பா ஓர் இன்ஷூரன்ஸ் கம்பெனியில் உயர் அதிகாரி. மாதத்தில் மூன்று வாரங்கள் வெவ்வேறு ஊர்களுக்குச் சென்று அங்கு கண்காணிப்புச் செய்துவிட்டு வர வேண்டும். அவருக்கும் நிறையக் குழந்தைகள். ஆனால், வீடு நிசப்தமாக இருக்கும். கேசவராவ் வீட்டில் கோழிகள் சத்தத்தைத் தவிர, அவர் வீட்டுக் குழந்தைகளும் பெரிதாகக் கத்திச் சிரித்து விளையாடுவார்கள். கோபாலைக் கேட்டேன். எப்படி அவன் வீட்டில் இரண்டு அம்மாவென்று. மூன்றாவது பிரசவத்துக்குப் பிறந்த வீடு போகக் கூடாது என்று அவனுடைய அப்பா அவரிருந்த ஊரிலேயே பிரசவத்தை வைத்துக்கொண்டார். உதவிக்கு அவருடைய மனைவியின் தங்கை வந்திருந்தாள். அப்புறம் அங்கேயே தங்கிவிட்டாள். ஒரு கோயிலில் போய்த் தாலி கட்டிக்கொண்டது. பெரிய சண்டை நடந்திருக்கும். நடந்தது. அப்புறம் தங்கை பிரசவத்துக்கு மூத்தவள் துணையிருக்க வேண்டியிருந்தது.

கோபாலும் பதிமூன்று வயதுப் பையன். அவனுடைய வீட்டைப் பற்றி வேடிக்கையாகச் சொல்வதுபோல இருந்தாலும் அவனுக்கு உள்ளூர வருத்தம் இருக்கும். அவனுடைய நண்பர்களை வீட்டு வாசலிலியே நிற்க வைத்துப் பேசி அனுப்பி விடுவான். என்னை மட்டும்தான் உள்ளே அழைப்பான். எனக்கு அவனுடைய தம்பிகள், தங்கைகளுடன் அவனுடைய அம்மா, சித்தி ஆகியவரையும் தெரியும். அவனுடைய சித்திதான் என்னை வலுக்கட்டாயமாக உட்கார வைத்து மோர்சாதம் போடுவாள். அந்த வீட்டில் பிற்பகலில் எல்லாக் குழந்தைகளுக்கும் மோர்சாதம். சகோதரிகள் இருவரும் குடும்பத்தையும் வீட்டையும் நன்கு நிர்வகித்தார்கள். எல்லாப் பொருள்களும் அதனதன் இடத்தில் இருக்கும். வீட்டில் அழுக்கு, ஒட்டடை இருக்காது. உடுத்தும் துணி ஏதும் இரைந்து கிடக்காது. இப்படியெல்லாம் இருந்தும் மூத்த மகனான கோபாலுக்கு உள்ளூர வருத்தம் இருந்தது என்பதை எனக்கு ஒருவனுக்குத்தான் தெரிந்துகொள்ள வாய்ப்பு இருந்தது.

நான் ரகோபராவ் பற்றிப் பயந்தது தேவையற்றது என்று நான் கேசவராவை நான்காவது ஐந்தாவது முறையோ பார்க்கச் சென்றபோது தெரிந்தது. கோபால் வீட்டில் சகோதரிகள்

சக்களத்திகள் என்றாலும், அவர்கள் சண்டை சச்சரவு இனிப் பயனில்லை என்ற முடிவுக்கு வந்திருக்க வேண்டும். ஆதலால், கோபாலின் தகப்பனார் தவறு செய்தவர் என்றிருந்தாலும் விஷயம் வெளியே தெரியாது. ஆனால், கேசவராவ் வீட்டில் அப்படி இல்லை. மூத்தவள் கோபித்துக்கொண்டு பெற்றோர் வீட்டுக்குப் போய்விட்டாள். அவர்களுக்குக் கேசவராவ் மீது அசாத்தியக் கோபம். கேசவராவ் முதல் மனைவிக்குப் பணம், கடிதம் அனுப்பத்தான் என்னைத் தேர்ந்தெடுத்தார். இது என் அப்பாவுக்குக்கூடத் தெரியாது. எனக்கும் நிலைமை சரியாகப் புரியாது போனாலும் சில விஷயங்கள் ரகசியமாகத்தான் வைத்திருக்க வேண்டும் என்று மட்டும் தெரிந்தது.

"நீ இப்பல்லாம் அடிக்கடி பிக்கட் பக்கம் போறயாமே?" என்று அப்பா கேட்டார். பிக்கட் நாங்கள் இருந்த இடத்திலிருந்து சுமார் நான்கு மைல்கள் இருக்கும். அங்கேதான் கேசவராவின் மாமனார் வீடிருந்தது.

ஒரு கணம் விஷயத்தைச் சொல்லிவிடலாமா என்று யோசித்தேன். ஆனால், அப்பாவுக்கு என்னைவிட அதிகம் தெரிந்திருக்கும்.

"அங்கேதான் . . ." என்று ஆரம்பித்தபோது கிஷ்டையா வந்துவிட்டான்.

கிஷ்டையா எங்கள் ஊரில் ஒரு முடிதிருத்தும் கடை நடத்திக்கொண்டிருந்தான். அவனுடன் நான்கு தம்பிகளும் அந்தக் கடையை எந்நேரமும் வாடிக்கையாளர்கள் நாடக் கூடியதாகச் செய்திருந்தார்கள். கடை ரயில்வே ஸ்டேஷன் அருகில். கடையைச் சிறிது நவீனப்படுத்தினால் அவன் பெரிய ஆளாகிவிட முடியும். இவ்வளவு சாத்தியங்கள் உடைய தொழிலதிபர் இரண்டு நாட்களுக்கு ஒரு முறை என் அப்பாவின் முகத்தை மழிக்க வருகிறார்!

ஆனால், விஷயம் இப்படித்தான் இருக்க வேண்டும். ஒரு நெருக்கடியான நேரத்தில் என் அப்பா கடன் வாங்கிக் கொடுத்திருப்பார். சாட்சிக் கையெழுத்துப் போட்டிருப்பார். கிஷ்டையாவின் கடை ஏழரை எட்டு மணிக்குத் திறக்கும். அதற்கு முன்பு கிஷ்டையா என் அப்பாவின் தாடி மீசையை அகற்றி விடுவார்.

எனக்குக் கிஷ்டையாவைப் பிடிக்காது. நான் முடி வெட்டிக்கொள்ளக் கடைக்குத்தான் போக வேண்டும். நான் தலை முடியை நீளமாக வைக்கச் சொல்வேன். ஆனால், நான்கு சகோதரர்களில் யார் என் தலையில் தண்ணீர் விட்டு

வாரினாலும் கிட்டத்தட்ட என் தலையை மொட்டையாக்கி விடுவார்கள். நான் அழுதுகொண்டே வீடு வந்து சேருவேன். இதில் கொடுமை, அம்மா என்னைப் பார்த்து, "ஏண்டா தலை காடாயிருக்கு?" என்பாள்.

கிஷ்டையாவால் ஒரு நாள் நான் அப்பாவிடம் தப்பித் திருக்கலாம். ஆனால், அடுத்த முறை? அதற்கடுத்த முறை? ஆனால், அப்பாவுக்கு அது விஷயம் நினைவிலிருந்து போய் விட்டது.

எனக்கும் பிக்கட் போய் வருவது பிடிக்கவில்லை. என் வரையில் அது ஓர் அன்னியப் பிரதேசம். அங்கே எவனாவது ஒருவன் என்னை வம்புக்கிழுத்தாலும் எனக்கு ஆதரவு கிடைக்காது.

கேசவராவ் மாமனார் வீடும் எனக்குச் சங்கடம் தரும். நான் வெராண்டாவில் காத்திருப்பேன். யார் யாரோ என் பெயர் என்ன, நான் யார், எதற்கு வந்திருக்கிறேன் என்று கேட்டுவிட்டுப் போவார்கள். அரை மணி நேரம் கழித்து ஒரு வயதான அம்மாள், 'நீதான் அந்த சோதப்பய மகன் அனுப்சவனா?' என்று கேட்பாள். இதற்கு ஆம், இல்லை இரண்டுமே தகராறு ஏற்படுத்தும்.

'கேசவராவ் அனுப்சார்' என்பேன். அந்த வீட்டில் பெரியவர்கள் எல்லாருமே கேசவராவை அயோக்கியன், சோதா, பேமானி என்றுதான் அழைத்தார்கள். அது மிகப் பெரிய கூட்டுக் குடும்பமாக இருக்க வேண்டும். கேசவராவின் மாமியார் என்று சொல்லக்கூடிய வயதில் இரண்டு மூன்று பெண்மணிகள் இருந்தார்கள். பெரியவர், மிகப் பெரியவர், மிக மிகப் பெரியவர் என்று மூன்று பேர் இருந்தார்கள். இவ்வளவு மனிதர்களை விரோதித்துக்கொண்டு கேசவராவ் தன் மைத்துனியை மணந்துகொண்டால் அது அமர காவியமாக எழுதப்பட வேண்டிய நிகழ்ச்சி. கேசவராவின் சொந்த மகன்கள் அந்த வீட்டுக்குப் போக மறுத்ததற்குக் காரணம் இருந்தது. அதே நேரத்தில் என்ன இருந்தாலும் பேரக் குழந்தைகள் என்று அன்பு காட்டவும் கூடும்.

கேசவராவ் கடிதமும் பணமும் வைத்த கவரைக் கொடுத்திருப்பார். கேசவராவ் என்னிடம் அவர் மனைவி யிடம்தான் கொடுக்க வேண்டும் என்று அந்தக் கடிதத்தைக் கொடுத்திருப்பார். எனக்கு யார் அவர் மனைவி என்று தெரியாது. அவருடைய இரண்டாவது மனைவியைப் பார்த்திருந் தால் ஒரு வேளை முகஜாடை பார்த்துத் தெரிந்துகொள்ளலாம். ஆனால், நான் அவர்களைப் பார்த்தது கிடையாது.

ஐந்தாவது முறை இப்படிப் பிக்கட் போய் வந்ததில் எனக்கு இன்னும் சில விவரங்கள் தெரிந்தன. கல்யாணத்துக்கு முன்பே கேசவராவ் அந்த பிக்கட் குடும்பத்துக்கு உறவு. அவர் இரண்டாவது பெண்ணைத்தான் மணக்க விரும்பினார். ஆனால், பெரியோர்கள் சேர்ந்து அவரைப் பெரிய பெண்ணுக்குக் கல்யாணம் செய்து வைத்துவிட்டார்கள். என்ன காரணமோ, இரண்டாவது பெண்ணின் திருமணம் ஏதாவது காரணமாகத் தடைப்பட்டுக்கொண்டிருந்தது. கேசவராவும் வழக்கம்போல மனைவியை மூன்றாம் பிரசவத்துக்கும் பிக்கட் வீட்டுக்கு அனுப்பியிருக்கலாம். அந்தப் பிரசவத்துக்கு உதவியாக இருக்க வந்த இளையவள் கேசவராவ் வீட்டிலேயே தங்கிவிட்டாள்.

இதுகூட அந்த நாளில் நேரக் கூடாதது அல்ல. ஆனால், இரண்டாவது பெண்ணுக்குப் பிக்கட் வீட்டார் வரன் பார்த்தபோது அவை தட்டிப் போகக் கேசவராவ்தான் காரணம் என்று தெரிய வந்தது. இப்போது கேசவராவுக்கு மூத்தவள் மூலம் மூன்று குழந்தைகள்; இளையவள் மூலம் இரண்டு. அவ்வளவு குழந்தைகளையும் இரண்டாம் மனைவி சமாளித்துக்கொண்டிருந்தாள். மூத்தவள் ஒரு சந்நியாசினி போலப் பெற்றோர்களிடம் இருந்து வந்தாள்.

ஒரு முறை கேசவராவ் கூப்பிட்டனுப்பித்தும் நான் போகவில்லை. கேசவராவே எங்கள் வீட்டுக்கு வந்துவிட்டார். என் அப்பா பதறிப் போய்விட்டார். "நீங்க ஒண்ணும் கவலைப் படாதீங்க. சுந்தரை வரச் சொல்லியிருந்தேன். அவன் வரலே," என்று கேசவராவ் சொன்னார்.

"எப்போ சொன்னீங்க?"

"முன்னேயே சொல்லியிருக்கேன், மூணு நாலு தேதிக்கு வாப்பான்னு. நீங்கள் கிளம்புங்க. நானும் பின்னாலேயே வந்துடறேன்."

அப்பா சந்தேகத்துடன் கிளம்பிப் போக, நான் மெதுவாகத் தலையை நீட்டினேன். "என்ன சுந்தர், எல்லாம் தெரிஞ்ச நீ கூட என்னை சதாய்க்கலாமா?" என்று கேசவராவ் கேட்டார். பரிதாபமாக இருந்தது.

4

கோபால் வகுப்பில் என் பக்கத்திலேயே உட்காருபவன். நாங்கள் அதிகம் பேசிக்கொள்ள மாட்டோம் என்றாலும் முக்கியமான தகவல்கள் ஒருவருக்கொருவருக்குப் போய்ச் சேர்ந்துவிடும். கோபாலாக ஒரு நாள், "என்னைக் கேசவராவ் வீட்டுக்கு அழைச்சிண்டு போறயா?" என்ற கேட்டான்.

எங்கள் ஊர் ரொம்பப் பெரியது என்றில்லை. சைக்கிள் கிடைத்தபோது சைக்கிளில் போவோம். இல்லாதுபோனால் நடைதான். கோபால் ஜீரா என்ற இடத்தில் இருந்தான். அங்கே என் அப்பாவின் பெரியப்பா பிள்ளை வீடு இருந்தது. பலர் அவரால்தான் எங்கள் அப்பாவுக்கு வேலை கிடைத்தது என்று நினைத்துக்கொண்டிருந்தார்கள். அது நிஜமில்லை. அந்தப் பெரியப்பா பிள்ளை அவர் வீட்டுக்கு யார் போனாலும் முதலில் ஐந்து நிமிடம் பெரிதாக ஏதேதோ சொல்லிக் கத்துவார். வந்தவருக்கு அவர் காரியம் மறந்துவிடும். அதற்காக வேறு திட்டு விழும். இதற்கெல்லாம் காரணம் அவர் சற்று உயர் பதவியில் இருந்ததுதான். அவர் கத்தினாலும் கத்தாவிட்டாலும் என் அப்பா மாதம் ஒரு முறை அந்த வீட்டுக்குப் போய்விட்டு வருவார். ஒன்றிரண்டு முறை நான் அப்பாவுடன் போயிருக்கிறேன். அப்பா அந்த வீட்டில் உள்ள எல்லாரையும் பார்த்துப் பேசிவிட்டு வருவார். பெரியப்பா வீடு சற்றுப் பெரிய தெருவில் இருந்தது. கோபாலுடையது ஒரு சிறிய தெருவில். நானாகப் போனால் பெரிய தெருப் பக்கம் கண்ணைக்கூடச் சுழலவிட மாட்டேன்.

“நீ ரயில்வே ஸ்டேஷன் வந்துடு. அங்கேர்ந்து நாம இரண்டு பேரும் போகலாம்.”

“ரயில்வே ஸ்டேஷன் எனக்குப் பயமாயிருக்கும். நான் உன் வீட்டுக்கே வந்துடறேன்.”

“உனக்கு சுத்து வழி.”

“பரவாயில்லே.”

அடுத்த மாதம் நான்காம் தேதி நான் கேசவராவ் வீட்டுக்குப் போகும் முறை, அங்கேயிருந்து பிக்கட் ரொம்பத் தூரம். அன்று பள்ளிக்கூடம் உண்டு. ஆதலால், அடுத்த நாள்தான் கேசவராவின் மாமனார் வீட்டுக்குப் போக முடியும். அதுவரை அவருடைய கடிதத்தை யார் கண்ணிலும் படாதபடிப் பாதுகாக்க வேண்டும். அந்த உறையில் பணம் இருக்கும். அந்த மனிதர் தபாலில் எல்லாவற்றையும் அனுப்பலாம். ஏனோ என்னை வாட்டி வதைக்கிறார்!

“கோபால், அடுத்த மாசம் நாலாம் தேதி நான் அவர் வீட்டுக்குப் போய் அவர் கொடுப்பதை எடுத்துக்கொண்டு நேராக ஸ்கூல் வந்துவிடுவேன். நீ என் வீட்டுக்கு வந்து நாமிருவரும் சேர்ந்து போக வேண்டுமென்றால் நீ வீட்டை விட்டு ரொம்ப முன்னாலேயே கிளம்ப வேண்டியாகிவிடும். நீ பிள்ளையார் கோயில் வாசலுக்கு வந்து விடு. நான் அங்கு வந்து கேசவராவ் வீட்டுக்கு அழைத்துப் போகிறேன்.”

கோபால் ஏமாற்றத்துடன் என்னைப் பார்த்தான். "கோயில் வாசலிலே ஒரே கூட்டமாக இருக்கும்."

"வியாழக்கிழமை. ஒரு கூட்டமும் இருக்காது. பிச்சைக் காரங்கூட இருக்க மாட்டாங்க."

நான் நான்காம் தேதி அடித்துப் பிடித்துக்கொண்டு பிள்ளையார் கோயில் போனதுதான் மிச்சம். கோபால் வரவில்லை. நான் அங்கிருந்து கேசவராவ் வீட்டுக்கு ஓடினேன். அவர் வீட்டிலில்லை. அவருடைய ஐந்து குழந்தைகளில் ஒருவரும் இல்லை. நான் தவித்துக்கொண்டிருந்தேன். வெளியே வந்தேன். மழை நீர் போவதற்காக வெட்டப்பட்டிருந்த பள்ளத்துக்குக் கட்டப்பட்ட மதகின் மீது கேசவராவ் உட்கார்ந்திருந்தார். இருவருக்கும் பேசுவதற்குக்கூட நேரம் இல்லை. அவர் ஓர் உறையை என்னிடம் கொடுத்துவிட்டு ஆபீஸ் பக்கம் ஓடினார். நான் என் பள்ளிக்கூடம் பக்கம் ஓடினேன்.

கோபால் முன்பே வந்து வகுப்பில் உட்கார்ந்துகொண் டிருந்தான். நான் அவனைப் பாராததுபோல இருந்தேன். அவன் சாதாரணமாக வார்த்தை தவற மாட்டான். ஆனால், அரை மணி நேரம் நான் தவித்ததை எப்படி உதறித் தள்ளிவிட முடியும்?

உணவு இடைவேளையின்போது நான் வேறொரு மரத்தடியைத் தேடிப் போக இருந்தபோது கோபால் சொன்னான், "இன்னிக்கு நான்தான் சமையல் பண்ண வேண்டியிருந்தது."

"உனக்குச் சமைக்கத் தெரியுமா?"

"எப்பவோ ஒரு நாள்தான் இப்படி ஆகும். அப்பா ஊரிலே இல்லே. அம்மா சொல்லச் சொல்ல நான் சமையல் முடிச்சேன். என்ன சமையல்! ஒரு சாதம், ரசம், சாதத்துக்குக் கஞ்சி வடிக்கணும். அதுதான் ரொம்பக் கஷ்டம். அடுப்பை அணைச்சுட்டு அடுப்பிலே வெங்கலப் பானையை வைச்சே கஞ்சி வடிக்கணும்."

எனக்கு அதெல்லாம் தெரியாது. என் அக்காவும் கஞ்சி வடிக்கும்போது அவ்வப்போது கையைச் சுட்டுக்கொள்வாள். கஞ்சி வடிக்காமல் சாதம் வடிக்க முடியாது. நான் கேசவராவைப் பார்த்துவிட்டு வந்தது பற்றிச் சொன்னேன். "வேண்டுமானால் நாளை அவர் மாமனார் வீட்டுக்கு நான் போகும்போது நீயும் வரலாம்."

"ரொம்பத் தூரம் இல்லே?"

"சைக்கிள் கிடைச்சா சீக்கிரம் போயிட்டு வந்துடலாம்."

"எப்போ போவே?"

"நான் பத்து மணிக்குக் கிளம்பலான்னு இருக்கேன். உனக்கு முடியுமில்லையா?"

"நாளைக்குச் சமைக்கச் சித்தி வந்துடுவா. உன் வீட்டுக்குப் பத்து மணிக்கு வந்துடறேன்."

"இன்னி மாதிரி பண்ணாதே."

"பத்து மணிக்கு வந்துடறேன்."

"பாக்கப் போனா உங்க வீட்டிலேந்து நேராப் போனாப் பிக்கட். நீ பத்து மணிக்கு ஸ்கூல் வாசல்லே வந்தாப் போறும்."

"எனக்கு ஒரு வழியிலே சேர்ந்துக்கிறதுன்னா கஷ்டம். உன் வீட்டுக்கு வந்தா நீ கிளம்பினது கிளம்பாதது தெரியும்."

"சரி, வா."

நான் இரவு படுக்கும்போது யோசித்தேன். இந்த நாலு மாதமாக நான் அந்த வீட்டில் இல்லாத வசவுச் சொற்கள் கேட்டுப் பழக்கப்பட்டுப் போய்விட்டேன். கோபாலிடம் முன்கூட்டியே சொல்லிவிட வேண்டும். அவன் அதிர்ந்து போய்விடக்கூடாது.

5

பொழுது விடிந்தது. ஏனோ அப்பா ஒன்பதே முக்காலுக்கு ஆபீஸுக்கு கிளம்பவில்லை. பத்து மணிக்குக் கோபால் சைக்கிள் ஓட்டியபடி வந்தான். நான் உள்ளே அம்மாவிடம் போய் வருகிறேன் என்று சொல்லிக் கிளம்பினேன்.

"எங்கேடா?" என்றார் அப்பா.

"ஃபிரண்ட் வந்திருக்கான் . . ."

நாங்கள் வெளியே வந்தவுடன் கோபால், "ஏண்டா உங்கப்பாவுக்கு ஒண்ணுமே தெரியாதா?"

"எனக்கு எங்கப்பா ஆபீஸ் எங்கே இருக்குதுன்னு தெரியாது. அம்மாக்காவது தெரியுமோ என்னவோ?" என்று தொடர்ந்து சொன்னான்.

"உங்கப்பா லீவே போட மாட்டாரா?"

"எங்கப்பா டூர்னு கிளம்பினா இருப்பத்தஞ்சு முப்பது நாள் ஊரிலேயே இருக்க மாட்டார்."

"வீட்டு சாமானெல்லாம் யார் வாங்கி வருவா?"

“அம்மா. சித்தி. எப்பவாவது நானும் போவேன். தங்கை இரண்டு பேரும் தினம் சாயங்காலம் பாட்டுக் கிளாஸுக்குப் போவா.”

நாங்கள் பிக்கட் போய்ச் சேர்ந்தோம். மழை வரும் போலிருந்தது. கேசவராவின் மனைவி வெளி வராந்தாவில் நின்றுகொண்டிருந்தாள். நான் பனியன் உள்ளேயிருந்து பழுப்பு நிற உறையை எடுத்து அவளிடம் கொடுத்தேன். அவள் அதைப் பிரிக்கவில்லை.

“நாங்க போறோம்,” என்றேன்.

அந்த அம்மாள், “பிரதாப்பைப் பாப்பியா?” என்று கேட்டாள்.

“யார் பிரதாப்?”

“என்ன பையன். பெரியவன். எட்டாவது கிளாஸ்லே படிக்கறான்.”

“எங்க ஸ்கூல் இல்லை.”

“உன் ஸ்கூல் எது?”

நான் சொன்னேன்.

“அவன் எஸ்.பி.ஜி. ஸ்கூல்.”

“அவன் வீட்டுக்குக் கிட்டே.”

அப்போது வீட்டிலிருந்து ஒரு பெரியவர் வந்தார். முதலில் அவருக்கு என்னை அடையாளம் தெரியவில்லை. காரணம், கோபால் என்னுடனிருந்தது. அடையாளம் தெரிந்தவுடன் அவர் கத்த ஆரம்பித்தார். “ஏண்டா அந்த பேமானிகிட்டேந்து வந்துட்டு வீட்டு உள்ளே காலை வைக்கிறயா? போ, வெளியிலே நில்லு! கேட்டைத் தாண்டி வந்தே காலை உடைச்சுடுவேன்.”

நான் இந்த மாதிரிக் கத்தல் கேட்டுப் பழகிவிட்டேன். ஆனால், கோபால் பயந்து தெருவுக்குப் போய்விட்டான். கேசவராவின் மனைவி, “ஏதுலும் பெட்டு, நானா” என்று சொன்னாள். அதாவது, விட்டு விடுங்கள் என்று சொன்னாள்.

“விட்டு விட்டுத்தான் உன் தங்கை மேலேயே கையை வைச்சுட்டான். அப்பவே அந்தக் கையை வெட்டிப் போட்டு எரிச்சிருக்க வேண்டும்.”

நான் அந்த அம்மாளைப் பார்த்துத் தலையை அசைத்து விட்டுக் கிளம்பப் பார்த்தேன். ஆனால் அந்தக் கிழவர், "நில்லுடா!" என்றார்.

நின்றேன்.

"அடுத்த மாசம் நீ வரக்கூடாது. அந்த பேமானியே இங்கே வரணும்!"

"இந்தா, சும்மா சும்மா லொள்ளி வைக்காதே. வந்தவனை அடிச்சுத் துரத்தினா ... அப்போ மரியாதையுள்ள ஆளா மறுபடியும் வருவானா?" என்று அந்த அம்மாள் சொன்னாள்.

"நீ எக்கேடு கெட்டுப் போ," என்று சொல்லிவிட்டுக் கிழவர் உள்ளே போய்விட்டார்.

"நீங்க போங்க, தம்பி. நான் சொன்னேன், அப்பவே விஷயத்தைப் பெரிசு பண்ண வேண்டாம், இது உலகத்திலே காணாததா! எவ்வளவு பேர் இரண்டு மூணு கட்டிக்கறாங்க? என் தப்பு பஞ்சையும் நெருப்பையும் பக்கத்திலே பக்கத்திலே வைச்சது. ஏதோ ஆயிடுத்துன்னு அடுத்தபடி என்ன செய்யற துன்னு யோசிச்சுச் செய்யணும். சும்மாக் காச்மூச்சுன்னு கத்திட்டா ஆச்சா?"

நானும் கோபாலும் திரும்பத் திரும்ப அந்த அம்மாளைப் பார்த்தபடி வெளியே வந்து சைக்கிளில் ஏறிக்கொண்டோம். கோபால் கேட்டான், "நீ என்னமோ சொன்னயே, அந்த அம்மா நன்னாத்தானே பேசறாங்க?"

"அவுங்க ஒருத்தர்தான் அப்படி. மத்தவங்க எல்லாரும் அந்தத் தாத்தா மாதிரிதான்."

"எங்க வீட்டிலே என்ன நடந்ததுன்னு எனக்குச் சரியா நினைவில்லை. எனக்கு ஆறேழு வயசுதான் இருக்கும். முன்னெல்லாம் என் அம்மாவும் சித்தியும் ரொம்பச் சிரித்து விளையாடிண்டு இருப்பா. அது நினைவிலே இருக்கு. ஆனா இப்போ வீடு சத்தமே இல்லாம போயிடுத்து."

"உறவுக்காரா யாராவது வந்தா?"

"அப்போ அம்மாதான் அவகளோட பேசிண்டு காபி போட்டுத் தருவா. சித்தி ஸ்டோர் ரூம்லே போயிருந்துடுவா."

"வந்தவா அவளைக் கூப்பிட மாட்டாளா? அம்மாவுக்கு உறவுன்னா உங்க சித்திக்கும் உறவுதானே?"

"அப்போ சித்தி வருவா. என்னமோ, வீட்டிலே ஒரு கலகலப்பே இல்லாம போயிடுத்து. சித்திக்கு இரண்டு பொண்ணு. நாங்க மொத்தம் அஞ்சு பேர். அம்மா எல்லாரையும் ஒரே மாதிரிதான் நடத்துவா. சித்தியும் நிறைய வேலை செய்வா, பாக்கப் போனா சித்தி சமையல் ரொம்ப நன்னாயிருக்கும்."

கோபாலுடைய தொண்டை கரகரத்தது. அவனுக்கு அம்மா மீது எவ்வளவு பிரியமோ அவ்வளவு சித்தி மீதும் இருந்தது. அவன் முன்பொரு முறை சொல்லியிருந்தான். அவனுடைய அம்மா வீட்டிலிருந்து யாரும் பெரிய சண்டை போடவில்லை. ஒரு பாட்டி மட்டும் அப்பாவைத் திட்டி யிருக்கிறாள். அப்போது அவனுடைய அம்மா அந்தப் பாட்டி யிடம், 'இந்த மாதிரியெல்லாம் பேசறதாயிருந்தா இங்கே வரவே வேண்டாம்,' என்று சொன்னாளாம்.

6

நாங்கள் டிரீம்லண்ட் சினிமாவை நெருங்கிக்கொண்டிருந்தோம். அந்த இடத்தில் சாலை பிரிந்து வேறொரு சாலை குறுக்கே போய் ஒரு முக்கோணம் அமைந்திருக்கும். அந்த முக்கோணத்தில் ஒரு பங்களா. ஓடு வேயப்பட்ட கட்டடம்தான். ஆனால், மிகவும் அழகாக இருக்கும். ஏதோ பெரிய பதவியில் இருந்த வெள்ளைக்காரருக்காகக் கட்டப்பட்டிருக்க வேண்டும். அந்த வீட்டில் நான் வெள்ளைக்காரர் யாரையும் பார்த்தில்லை. ஆதலால், இப்போது ஏதோ இந்தியக் குடும்பம்தான் அங்கு வசித்துக்கொண்டிருக்க வேண்டும். வீடும் தோட்டமும் மிகவும் சுத்தமாக இருந்தது.

எனக்கு அந்த வீட்டை மிகவும் பிடிக்கும். நன்கு வெள்ளை யடித்த அந்த வீட்டில் பூப்பூவாகப் போட்ட ஜன்னல் திரைகள் மிகவும் எடுப்பாக இருக்கும். வாசற்கதவு, கொல்லைப்பக்க கதவு இரண்டும் சுத்தமாகப் பளிச்சென்று இருக்கும். எனக்குத் தயக்கம் தருவது ஒரே ஒரு விஷயம்தான். நாய். பெரிதாகக் கறுப்பு வண்ணத்தில் மினுமினுக்கும். அதைப் பார்த்து நாயும் என்னைப் பார்த்துவிட்டால் ஒரு முறை முறைக்கும். ஆதலால், நான் அதன் கண்களைத் தவிர்த்துவிடுவேன்.

"ஏன் இப்படி மொள்ளப் போறே?" என்று கோபால் கேட்டான்.

"இந்த இடம் எனக்கு ரொம்பப் பிடிச்ச இடம்."

உண்மையிலே அந்த இடம் நிறைய வெற்றிடங்கள் கொண்டு அங்கொரு கட்டடம், இங்கொரு கட்டடமாக

இருப்பதில் மொத்தக் காட்சியே மிகவும் அழகாக இருக்கும். ஒரு மைதானத்தில் ஒரு கிறித்துக் கல்லறை இருந்தது. அதுவும் பட்டாளத்தைச் சேர்ந்ததுதான். நாலாபுறத்திலும் சுவர்கள் இருந்ததால் கல்லறை பயமெழுப்புவதாக இருக்காது.

யாரோ கை தட்டி, "ஏ அப்பாயி, இக்கடச் சூடு!" என்று கத்துவது கேட்டது. அந்த முக்கோண பங்களாவிலிருந்துதான் ஒருவர் எங்களைக் கூப்பிட்டுக்கொண்டிருந்தார்.

கோபால், "நாம போயிடலாம்டா," என்றான்.

எனக்கும் அது சரியென்று தோன்றியது. ஆனால், அந்த மனிதர் வீட்டு கேட்டைத் திறந்து வெளியே வந்து எங்களைக் கூப்பிட்டுக்கொண்டிருந்தார். அவர் ஏதாவது போலீஸ் அதிகாரியாயிருந்தால் அடுத்த மாதம் அந்த வீட்டுப் பக்கமாகப் போக முடியாது.

நான் மட்டும் சைக்கிளைத் திரும்பிக்கொண்டு அவரிடம் சென்றேன். எனக்கு வியப்பாக இருந்தது. அது ரகோபவராவ். விடுமுறை நாளாதலால் அவர் பைஜாமா பனியனோடு நின்றுகொண்டிருந்தார்.

என் அப்பா பெயர் சொல்லி, "நீ அவர் பிள்ளை இல்லே?" என்று கேட்டார்.

"ஆமாம், சார்."

"இங்கே எங்கே வந்தே? ஆபீஸுக்கு வந்து ரகசியமா லீவு லெட்டரை மேசையிலே வெச்சுட்டுப் போவே. நீதானே?"

"ஆமாம், சார்."

"இங்க பிக்கட் பக்கம் அடிக்கடி வர்றயே, உறவுக்காரங்க இருக்காங்களா?"

"இல்லை."

"பின்னே ஏன் இந்தப் பக்கமெல்லாம் சுத்தறே? இங்கே ஆளுங்க கிடையாது. எவனாது உன்னை நிறுத்தி சைக்கிளைப் பிடுங்கிண்டு போயிடுவான்."

"நான் போயிட்டு வரேன், சார்."

"அது யார் பையன்?"

"என் கிளாஸ் பையன்."

"பேரு கிடையாதா?"

"கோபால், சார். எஸ். கோபால்."

"எனக்குப் பையங்க கிடையாது. மூணும் பொண்ணுங்க. இல்லேன்னா உங்களை வரச் சொல்லலாம்."

நான் பேசாமல் நின்றேன். ஒரு பெரிய அதிகாரி என்னுடன் சர்வ சகஜமாகப் பேசுகிறார்! என் அப்பா ரகோபராவ் என்றால் தள்ளி மெதுவாகப் பேசுவார்.

ரகோபராவுக்குச் சட்டென்று நினைவுக்கு வந்ததுபோல, "ஏண்டா, கேசவராவ் உறவுக்காரங்க இங்கே பிக்கட்லதானே இருக்காங்க?" என்று கேட்டார்.

என் சுபாவப்படி நான், "ஆமாம், சார்" என்றேன்.

"நீ அவுங்க வீட்டுக்குத்தான் போய் வரயா?"

நான் பேசாமல் நின்றேன்.

"நீ ஏண்டா அந்தக் கேசவராவ் பின்னாலே சுத்தறே?"

"நான் மாட்டேன் மாட்டேன்னுதான் சொல்லறேன். அவருதான் மாசம் ஒரு தடவை இந்த வேலையைப் பண்ணுறாரு."

"என்ன வேலை?"

"ஒரு கவரு தருவாரு. அதை அந்த வீட்டுலே கொடுத்துட்டு வரணும்."

"அவனுக்கே வளர்ந்த பையங்க இருக்காங்களே?"

"அது தெரியாது, சார். அப்பா லீவு லெட்டரை அவர் கிட்டே போய்க் கொடுக்கச் சொல்வாரு. அப்போ அவர் பிடிச்சுண்டாரு. அவர் ஆபீசர். அப்பாக்குக் கஷ்டமாயிடும்."

"அந்த ரெண்டு பொண்டாட்டிக்காரன் உருப்பட மாட்டான். இருபது வருஷம் சர்வீஸ் ஆறது, இன்னும் அவனுக்கு வேலை புரியலை. ஒரே தப்புத் தப்பாப் பண்ணி நான் பெரிய துரை கிட்டே திட்டு வாங்க வேண்டி ஆயிடறது."

"நாங்க போறோம், சார்."

"இவ்வளவு நேரம் நின்னு பேசிட்டு உன்னை எப்படி சும்மா அனுப்பிடறது? டீ சாப்பிடுவியா?"

"வேண்டாம், சார்."

"சாப்பிடுவியா?"

"எங்க வீட்டிலே பகல்லே டீதான், சார்."

"அப்ப வா உள்ளே."

அவர் முன்னால் போக நாங்கள் இருவரும் அவரைப் பின்தொடர்ந்தோம். வெராண்டா தாண்டிப் போனால் மிகவும் அழகான அறை. மரநாற்காலிகள்தான். ஆனால், எல்லாம் பளபளவென இருந்தன.

ரகோபராவ் ஒரு கதவருகில் சென்று மெல்லிய குரலில் ஏதோ சொன்னார். திரும்பி எங்களைப் பார்த்து, "உட்காருங்கப்பா, உங்களுக்குத்தான் இவ்வளவு நாற்காலிகளும்" என்றார்.

நாங்கள் நாற்காலிகளில் முன் பாதியில் உட்கார்ந்து கொண்டோம். ரகோபராவ் மிகவும் உற்சாகமாக இருந்தார். சிரித்துக்கொண்டே, "ஏண்டா, என் வீட்டிலே குடிச்சதுக்காக உங்களை ஜாதியை விட்டுத் துரத்திடுவாங்களா?" என்று கேட்டார்.

கேசவராவ், ரகோபராவ் ஜாதிப்பெயர் சொல்லித் திட்டுவது எனக்கு நினைவுக்கு வந்தது. "நம்ப மாட்டாங்க, சார். அதிலும் எங்கப்பா நம்பவே மாட்டார்."

"ஏண்டா?"

"உங்கிட்டே பயம், சார். இல்லாதபோனா லீவு லெட்டரைக் கேசவராவ் கிட்டே கொடுத்து அனுப்புவாரா?"

"எனக்கும் தெரியலை, தம்பி. அந்த ரெண்டு பொண்டாட்டிக்காரன் ஒரு வாட்டி உங்கப்பா லீவு லெட்டரை எங்கிட்டத் தர மறந்துட்டான். அதனாலே உங்கப்பாவுக்கு டோஸ் விழுந்தது."

ரகோபராவின் மனைவி என்று நினைக்கிறேன். பெரிதாகக் குங்குமமிட்டு நிறைய நகைகள் அணிந்தபடி ஒரு அம்மாள் இரு கப் சாசரில் எங்களுக்கு டீ கொண்டு வந்து கொடுத்தாள். அவளிடம் எங்களுக்குப் புரியாததொரு மொழியில் ரகோபராவ் சொன்னார். அந்த அம்மாள் என்னை மீண்டும் பார்த்தாள்.

அந்த வீடு, நாற்காலிகள் இருந்த தரத்துக்கு டீ இல்லை. நாங்கள் கப் சாசருடன் எழுந்து நின்றோம்.

"அந்த மேஜை மேலே வை."

நாங்கள் வைத்துவிட்டுக் கிளம்பினோம்.

"ரொம்ப அவசரமோ?"

நாங்கள் நின்றுவிட்டோம்.

"உங்கிட்டே ஒண்ணு சொல்லணும்."

“என்ன, சார்?”

“உங்கப்பாக்கு உடம்பே சரியில்லே. அவர் பொண்ணுக்குக் கல்யாணம் பண்ணினார், அன்னிலேந்து அவருக்குச் சனி பிடிச்சது.”

அப்பா அடிக்கடி லீவு போட்டு, ஆஸ்பத்திரிக்கும் போயிருந்தாலும் எனக்கு அவரை நோயாளியாக நினைக்க முடியவில்லை.

“ஒரு மாசம் லீவு போட்டுக் கோட்டக்கல் போகச் சொல்லு. அங்கே புதுசா வாரியார்னு ஒரு டாக்டர் மூலிகை வைச்சுண்டு வைத்தியம் பண்றாரு. மூலிகைன்னா தெரியுமா?”

“தெரியாது, சார்.”

“ஸ்பெஷல் செடி. அது அவருக்குத்தான் தெரியும். உங்கப்பா மார்ச்சளி, முகுகுச்சளி எல்லாம் போயிடும்.”

“சொல்லறேன்.”

“நீ சொல்ல வேண்டாம். நான் ஒரு நாள் சொல்றேன். இப்போ புது ஜி.எம். வந்திருக்கிறான். இந்தக் கேசவராவ் தப்புத் தப்பா எழுதித் தொலைச்சிருக்கான். இன்னும் ஒரு வாரம் பத்து நாள் நேரம் கிடைக்காது. நானே அப்பா கிட்டே சொல்லறேன்.”

“அப்பாக்கு உங்க கிட்டே ரொம்ப பயம்.”

“என்ன பயம்? ஆபீஸ் வேலைக்காக உரத்துக் கத்தறேன். உனக்கு எங்கிட்டே பயம் இருக்கா?”

நான் பதில் சொல்லாமல் நின்றேன்.

“சரி, போ. பயந்துண்டே இருங்க.”

கோபாலுக்கும் புது அனுபவமாக இருந்தது. அன்று அவன் அதிகம் பேசாததற்குக் காரணம் எட்டாவது வகுப்புப் பையனுக்கு அவனுடைய அப்பா உத்தியோகம் புரியும் இடத்தில் இருக்கும் பரிச்சயம். அது அவனுக்குக் கிடைத்ததில்லை.

7

ரகோபவராவ் ஒரு வாரம் அல்லது பத்து நாட்களில் புது வைத்தியம் பற்றிச் சொல்வதாக இருந்தாலும் அப்பாவுக்கு இரண்டே நாட்களில் மீண்டும் சளி, சுரம் வந்துவிட்டது. இந்த முறை நான் லீவு லெட்டரை எடுத்துக்கொண்டு கேசவராவிடம் செல்லவில்லை. சுமார் பத்து மணியளவில் ரகோபராவை ஆபீஸில் பார்த்துக் கொடுத்தேன்.

"ஐயயோ! என் வாய்லே சனி இருந்துடுத்து தம்பி."

"நான் ஸ்கூலுக்குப் போகணும்."

"நீ போ. நான் ஆபீஸ் விட்டப்புறம் உன் அப்பாவை வந்து பார்க்கிறேன்."

எவ்வளவு வருஷங்கள் என் அப்பா இந்த ரகோபராவ் கீழ் வேலை பார்த்து வருகிறார்! ரகோபராவ் காட்டும் அக்கறை அவருக்குத் தெரியாது.

சொன்னபடியே ரகோபராவ் மாலையில் எங்கள் வீட்டுக்கு வந்துவிட்டார். அவர் காலணியைக் கழற்றி விட்டுத்தான் வீட்டினுள் வந்தார். என் அப்பாவுக்குச் சங்கடமாக இருந்தது. எங்கள் வீட்டில் மின் விசிறி கிடையாது.

அப்பாவிடம் உடல் நிலை பற்றி விசாரித்துவிட்டு ரகோபராவ் என் அம்மாவிடம் ஏதோ சொன்னார். என் அம்மா அழ ஆரம்பித்தாள். ரகோபராவ் சிறிதும் கலங்காமல் ஆறுதல் கூறினார். அவர் போன பிறகுதான் தெரிந்தது, அவர் முதலிலேயே ஒரு பெரிய புட்டி ஹார்லிக்ஸ் மேஜை மீது வைத்திருந்தார். யாருக்குமே புரியவில்லை. "ஏண்டா, நீ எப்போ பாத்தே அவரை? உன்னை நன்னாத் தெரியும்போல இருக்கே அவருக்கு? என்று அப்பா கேட்டார்.

இதற்குப் பதில் சொன்னால் வேறேதோ விஷயங்கள் பற்றிக் கேள்விகள் எழும். இதெல்லாமே கேசவராவ் இரண்டு கல்யாணங்கள் செய்துகொண்டதால்.

ரகோபராவ் வீட்டுக்கு வந்து விசாரித்ததில் அப்பாவின் சுரம் பாதி குறைந்துவிட்டது. ஆனால், அவருடைய சந்தேகம் தீரவில்லை. என்னைத் தனியாக அழைத்து, "ஏண்டா, நீ லீவு லெட்டரைக் கேசவராவிடம் தரவில்லையா?" என்று கேட்டார்.

"இல்லை."

"ஏன்? அவன் ஏதாவது சொன்னானா?"

"அதெல்லாம் இல்லேப்பா. அவர் ரிஜிஸ்டிரார் கிட்டே தர்றதுக்குப் பதிலா நானே கொடுத்துட்டேன்."

"அவர் கோச்சுக்கலையா?"

"இல்லை. உங்களைப் பத்தி விசாரிச்சார்."

அப்பாவுக்குச் சந்தேகம் முழுதும் தீர்ந்தது என்று கூற முடியாது. ஆனால் ரகோபராவை முதலில் சந்தித்தது பற்றிக் கூற இனி அவசியமில்லை என்றாகிவிட்டது.

ஆனால், எனக்கு விடுதலை கிடைக்கவில்லை. அப்பா ஆபீஸ் போன முதல் நாளே கேசவராவ் நான் ஏன் அவரை வந்து பார்க்கவில்லை என்று கேட்டிருக்கிறார். அவருக்கு அப்பா மீது இருந்த ஒரு கொக்கி இந்த லீவு லெட்டர்தான். இப்போது அது கழன்றுவிட்டது.

அடுத்த நாள் அப்பா இன்னும் குழப்பத்தோடு வீட்டுக்கு வந்தார். "ஏண்டா, எங்கிட்டே சொல்லாமே நீ ஏன் கேசவராவ் வீட்டுக்குப் போறே?" என்று கேட்டார்.

"நான் போகலியே," என்றேன்.

"நீ மாச முதல் ஞாயிற்றுக்கிழமை அவர் வீட்டுக்குப் போனியாம், இந்த மாசம் ஏன் வரலேன்னு கேட்டான்."

"நான் அடுத்த ஞாயிற்றுக்கிழமை போயிட்டு வரேன்."

"எதுக்குடா? அவன் ஏன் உன்னை அடிக்கடி வரச் சொல்லறான்."

"அவருடைய உறவுக்காரங்க வீடு எனக்குத் தெரியும். அவர் ஒரு லெட்டர் தருவார்."

அந்தச் சின்ன வயதில்கூட எனக்கு என் பதில் சரியாகத் தோன்றவில்லை. யாரோ உறவினர் வீட்டுக்கு நான் என்ன லெட்டர் கொண்டு போவது?

நான் முதலிலேயே அப்பாவிடம் சொல்லியிருப்பேன். ஆனால், கேசவராவுக்காக நான் முதல் முறை சென்றபோது அப்பா வீட்டுக் கவலையில் மிகவும் வேதனைப்பட்டுக் கொண்டிருந்தார். 'தபால் வந்திருக்கு,' என்று சொன்னாலே அவருடைய முகம் கறுத்துவிடும். நான் கேசவராவ் விஷயத்தைச் சொல்லி அவரை மேலும் வருத்தப்படவைக்க விரும்பவில்லை. ஆபீஸ் அளவில் கேசவராவ் இரண்டு பெண்டாட்டிக்காரர் என்று அவசியம் எல்லாருக்கும் தெரிந்திருக்க வேண்டும். அவர் பகிரங்கமாகத்தான் இரு திருமணங்கள் செய்துகொண்டிருக்கிறார். எங்கள் வீட்டில் எங்கள் அக்கா கணவன் இன்னொரு கல்யாணம் செய்து கொள்ளப் போவதாகப் பயமுறுத்திக்கொண்டிருந்தான். இப்படி ஒரு அயோக்கியனிடம் மாட்டிக்கொண்டோமே என்று குடும்பமே தவித்துக்கொண்டிருந்தது. வீட்டு விஷயம் இப்படி வருத்தத்தில் இருக்க, நான் கேசவராவின் மூத்த மனைவியைப் பார்த்துவிட்டு வருகிறேன், அதுவும் மாதா மாதம் என்று அறிய அனைவருக்கும் வெட்கமாகக்கூட இருக்கும். அதே நேரத்தில் கேசவராவ் ஓர் அதிகாரி. அவரை எதிர்த்துக் கொள்வதில் தீமைதான் நேரும்.

எப்படியும் உண்மை தெரிய வேண்டும். ஒரு நாள் நான் அம்மாவிடம் தயங்கித் தயங்கிச் சொன்னேன். கேசவராவின் பேச்சை அவருடைய மகன்கள் கேட்பதில்லை. வேறு வழியே இல்லாததால்தான் அவர் என்னை எதிர்பார்க்கிறார். உண்மையில் அவர் ஏவலைச் செய்ய நான் கிடைத்ததிலிருந்து அவர் முகம்கூடச் சிறிது பிரகாசமாக இருப்பதாக எனக்குத் தோன்றிற்று.

அம்மாவைப் புரியவைக்க நேரமாயிற்று. என்கூடப் பிறந்தவர்கள்... வரும்போதெல்லாம் நான் பேச்சை நிறுத்தி விடுவேன். இன்று யோசிக்கும்போது நான் எவ்வளவு தேவையற்ற விஷயத்துக்காக மன உளைச்சல் பட்டேன் என்று ஆச்சரியமாக இருக்கிறது. அம்மா திரும்பத் திரும்ப, 'அந்த அம்மா ஏன் அப்பா அம்மா வீட்டில் இருக்கிறாள்? கேசவராவ் குடிகாரரா? பொண்டாட்டியை அடிப்பாரா?' என்று கேட்டுக்கொண்டிருந்தாள். பெற்ற பிள்ளை அவர் பேச்சைக் கேட்கவில்லை. அவரால் யார் மீது கை வீச முடியும்? குடி பற்றி அம்மா, நான் இருவருக்குமே அதிகம் தெரியாது. எனக்கு எங்கள் ஊர்க் கள்ளுக்கடை தெரியும். மார்க்கெட் தெருவில் இருந்தது. மாலை ஏழு எட்டு மணிக்குக் கூட்டமாக இருக்கும். ஒரே ஒரு பெட்ரோமாக்ஸ் விளக்கு. அது பத்து மின்சார விளக்குக்குச் சமானம். அந்த வெளிச்சத்தில் அங்கு கூடியிருப்பவர்கள் எல்லாருமே கறுப்பாகத்தான் தெரிவார்கள். கள்ளுக்கடை நேர் எதிரே எங்கள் பள்ளி ஆசிரியர் ஒருவரின் வீடு. அவர் பாட்டும் கற்றுத் தருவார். ஆனால், கள்ளுக்கடையால் ஆறு மணிக்கே வாசற் கதவை மூடி வைக்க வேண்டிய நிர்ப்பந்தம். அந்த நாளில் தினம் பாட்டு கற்றுக் கொடுத்தாலே முழுக்க ஐந்து ரூபாய் தரமாட்டார்கள். இவர் காலையில் ஒரு மணி நேரம் எவ்வளவு குழந்தைகளுக்குப் பாட்டுக் கற்றுத் தர முடியும்?

நான் என்ன சொல்லியும் அம்மா கேசவராவ் ஒரு குடிகாரராகத்தான் இருக்க வேண்டும் என்று தீர்மானித்து விட்டாள். கேசவராவ் ஒரே ஒரு முறை எங்கள் வீட்டுக்கு வந்தபோது மட்டும் அம்மா அவரைப் பார்த்திருக்கக் கூடும். ஆனால் நான் அவரைப் பல முறை பார்த்துப் பேசியிருக்கிறேன். வீட்டில் எவரும் அவரை மதிக்காதது பற்றி அவருக்கு மிகுந்த வருத்தம் இருந்தது. எக்கேடு கெட்டுப் போ என்று மூத்த மனைவியைக் கைவிட்டு விட்டிருக்கலாம். ஆனால் பல அவமதிப்புகளையும் பொருட்படுத்தாது அவர் மாதந்தோறும் பணம் அனுப்பியதோடு ஒரு கடிதமும் எழுதியிருப்பார். கடிதத்தில் என்ன எழுதியிருப்பார்? அந்த அம்மாள் வெறுப்பை

உமிழவில்லை. ஆதலால், கடிதமும் அன்பு நிறைந்ததாகத்தான் இருக்கும். அந்த அம்மாள் கேசவராவ் வீட்டுக்கே திரும்பி வந்து வசிக்க முடியாதா?

இதெல்லாம் என் அம்மாவுக்கு தெரியாது. கேசவராவ் குடிகாரராக இருந்தால் எப்படி இரண்டாம் மனைவியும் அவருடைய அனைத்துக் குழந்தைகளும் அவர் வீட்டிலேயே இருக்க முடியும்?

என் அப்பா அம்மாவுக்கு ஏற்பட்ட கஷ்டம் அவர்களாக வரவழைத்துக் கொண்டதில்லை. குலம், கோத்திரம், ஜாதகப் பொருத்தம் எல்லாம் பார்த்துத்தான் என் அக்காவுக்குக் கல்யாணம் செய்வித்தார்கள். ஆறு மாதத்துக்குள் வந்த மாப்பிள்ளை அயோக்கியன் என்று தெரிந்துவிட்டது. இப்படிப் பட்ட அயோக்கியர்கள் வேறொரு அயோக்கியனிடம் மாட்டிக் கொண்டு திண்டாடுவார்கள். ஆனால், நாங்கள் என்ன செய்ய முடியும்? என் அம்மாவும் அக்காவும் பூஜை மேல் பூஜையும் விரதம் மேல் விரதமுமாக இருந்தார்கள். கேசவராவின் ஒரு மனைவியும் என் அம்மா அக்கா போலத் துடிதுடித்திருக்க மாட்டார்கள். துடிதுடிப்பவர் கேசவராவ்தான்.

8

நன்னிலம் அருகே ஒரு கிராமத்தில் எங்கள் அத்தையின் கணவருக்கு சஷ்டியப்தபூர்த்தி. எங்கள் தந்தையின் வழியில் பல வருடங்களாக மகிழ்ச்சிகரமான நிகழ்ச்சி இல்லாது போனதால் இந்த சஷ்டியப்பதபூர்த்தியில் எல்லாத் தம்பி களும் தங்கள் குடும்பங்களோடு இந்த மகிழ்ச்சிகரமான நிகழ்ச்சியில் கலந்துகொள்வது அவசியமாயிற்று. நாங்களும் போவதாகத் தீர்மானித்துவிட்டோம். நீண்ட ரயில் பயணம்., நாள் முழுவதற்குமாக உணவும் தண்ணீரும் எடுத்துப்போக வேண்டும். அந்த நாளில் தண்ணீருக்கென்று ஒரு மண் கூஜாவும் அதைப் பாதுகாப்பாக எடுத்துப் போவதற்கு மரத்திலான ஒரு கூடும் இருக்கும். அதற்குப் பிடி இருக்கும். ஒரு சங்கடம் இந்தக் கூட்டுடன் கூஜாவை ரயில் பெட்டி பெஞ்சியின் அடியில் வைக்க முடியாது. ஆதலால், நாங்கள் உட்காருமிடத்திலேயே வைத்துக்கொண்டு அணைத்தபடி உட்கார வேண்டும். கூஜா எல்லாருடைய கண்ணில் படும்படியாக இருக்குமாதலால் யார் வேண்டுமானால் தண்ணீர் கேட்பார்கள். ஆனால், தண்ணீரை நாம்தான் பிடித்து வரவேண்டும். பல ரயில் நிலையங்களில் தண்ணீர் இருக்காது. அந்த நிலையங்களில் பீப்பாய் போன்றது மூன்று எடுத்துக்கொண்டு ஒருவர் தண்ணீர் கொண்டு வருவார்.

அவர் ஒருவருக்கு ஒரு தம்ளர் தண்ணீர்தான் தருவார். ஆதலால், கூஜா காலியாகிவிட்டால் பெரிய ஜங்ஷன்களில்தான் தண்ணீர் பிடிக்க முடியும். கூட்டத்தில் முண்டியடித்து ஒரு மண் கூஜாவில் தண்ணீர் பிடித்துவர விசேஷத் திறமை வேண்டும்.

ரயில் குழாயில் தண்ணீர் பிடித்துக் குடிப்பதில் ஒரு தனி மகிழ்ச்சி. இன்று நினைத்தால் ஆச்சரியமாக இருக்கிறது. அந்த ரயில் குழாய்களில் தினமும் நூற்றுக்கணக்கானோர் தண்ணீர் பிடிப்பார்கள். தண்ணீர் குடிப்பார்கள். தண்ணீரால் நோய், சுகவீனம் வந்ததாகக் கேள்விப்பட்டதில்லை. இன்று எந்தத் தண்ணீரையும் நம்பமுடியவில்லை. ஆயிரம் மாணவர்களுக்கு மேலுள்ள எங்கள் பள்ளியில் இரண்டே குழாய்கள். நாங்கள் கை குவித்து நேரடியாகக் குழாயிலிருந்து தண்ணீர் குடிப்போம்.

இப்படித் தண்ணீர் குடிக்கும்போது கோபால் என்னிடம் "என்னை மறுபடியும் பிக்கட் அழைச்சுண்டு போகணும்," என்றான்.

"உனக்குத்தான் வழி தெரியுமே, நீயே போகலாமே," என்றேன்.

"நான் எப்படி உங்க அப்பா ஆபீஸ்காரர் வீட்டுக்குப் போறது?"

"உனக்கு வழி தெரியுமே?"

"நான் எப்படிடா அவர்கள் முன்னாலே நிக்க முடியும்?"

எனக்கு கோபாலின் போக்கு புரியவில்லை. ஏதோ கேட்டான் என்று ஒரு முறை அழைத்துப் போயாயிற்று. ஒவ்வொரு முறையும் அவன் என்னுடன் வந்தால் யாராவது கேசவராவுக்குச் சொல்லி, அவர் நான் அவரை என் நண்பர் களிடம் ஒரு கேலிப் பொருளாக வம்பு பேசுகிறேன் என்று நினைக்கக்கூடும். அவர் என் மீது எவ்வளவு நம்பிக்கை வைத்திருந்தால் என்னைத் தேடி வீட்டுக்கே வந்திருப்பார்?

"முடியாது, கோபால், நிச்சயமா முடியாது."

கோபாலின் முகம் தொங்கிப் போய்விட்டது. அவன் மற்ற மாணவர்கள் போலச் சிரித்து விளையாடி நான் பார்த்ததில்லை. அவன் என்னைவிட மிக நன்றாக கிரிக்கெட் விளையாடுவான். ஆனால், கிரிக்கெட் ஆடுவதைக்கூட ஒரு மகிழ்ச்சிகரமான அனுபவமாக அவன் கருதுகிறமாதிரி இருக்காது.

இரு நாட்கள் அவன் என்னிடம் பேசவில்லை. பள்ளியில் நிறைய நண்பர்கள் இருந்தாலும் கோபாலைப் போல அந்தரங்க

மானவர்கள் ஓரிருவர்தான். நான் முடியாது என்று சொன்னதைக் கேட்டு அவன் மனம் இவ்வளவு கஷ்டப்படும் என்று எனக்குத் தெரியாது. நானே அவனிடம் சென்று, “மாதம் பிறக்கட்டும். நாம் கேசவராவ் வீட்டுக்கும் போய் பிக்கட்டுக்கும் போகலாம்,” என்றேன்.

அவன் முகத்தில் மலர்ச்சி வந்தது. நான் அந்த ஞாயிற்றுக் கிழமை முழுவதும் அவன் வீட்டில்தான் இருந்தேன். அவன் வீட்டிலேயே மோர் சாதம், டீ, தோசை எல்லாம் சாப்பிட்டேன். அன்று அவனுடைய அம்மா கண்ணில் படவில்லை. நாங்கள் இருவரும் தனியாக இருந்தபோது, “அம்மா ஊருக்குப் போயிருக்கா. அவ அம்மாவுக்கு உடம்பு சரியில்லை. சித்திதான் அம்மாவை ‘நீ போ. தேவைப்பட்டால் நான் வருகிறேன் என்று சொல்லி அனுப்பி இருக்கிறாள்’ என்றான். நான் அவர் வீட்டுக்குப் பல முறை போனதில் அந்த வீட்டில் சக்களத்திகள் இருக்கிறார்கள் என்ற நினைவே அகன்றுவிட்டது. இன்று நினைத்தாலும் ஆச்சரியமாக இருக்கிறது. கோபாலுடைய சித்தி, கோபாலுக்கு உணவு பரிமாறி, அவனுடைய தோழனுக்கும் பரிமாறுகிறாள்! இதை யெல்லாம் என் வீட்டில் சொன்னால் முதலில் புரியாது. ஒருவாறு புரிந்தால் நான் பொய் சொல்கிறேன் என்றுகூட நினைக்கக்கூடும்.

என் அப்பாவும் கேசவராவும், ரகோபராவ் பற்றிப் பேச்சு வந்தால் நடந்துகொள்வதிலிருந்து ரகோபராவ் ஓர் அரக்கன் போன்றவர் என்ற எண்ணம் தோன்றி, அது இலேசில் மறைய மறுத்தது. அவர் என்னையும் கோபாலையும் கூப்பிட்டது. உபசரித்தது, டீ கொடுத்தது, என் அப்பா உடல்நிலை பற்றிக் கவலைப்பட்டது எல்லாமே எனக்குக் கனவா, நனவா என்ற சந்தேகம் தந்தது. ஆதலால், அவர் கண்ணில் இன்னொரு முறை பட வேண்டும் என்று ஆவலும் இருந்தது. அது கூடாது என்றும் ஒரு கணத்தில் தோன்றியது.

புது மாதம் பிறந்தது. எங்கள் பள்ளிக்கு வெள்ளி, ஞாயிறு விடுமுறை நாட்கள். அதாவது வாரம் ஐந்து நாட்கள் பள்ளி. காலை மூன்று மணி நேரத்தில் நான்கு வகுப்புகள். ஒரு மணி நேரம் உணவு இடைவெளி. அதன் பின் இரண்டு மணி நேரத்தில் நாற்பது நாற்பது நிமிடங்களாக மூன்று வகுப்புகள். இது எங்கள் பாடம் எல்லாவற்றையும் முடித்து வருடத்துக் கடைசி இரண்டு மாதங்கள் படித்ததை மறுமுறை நினைவுபடுத்திக் கொள்ளவும் போதுமானதாக இருந்தது. ஒரு மாணவன் வகுப்புகளுக்கு மட்டும் ஒழுங்காக வந்து போனால் அவன் இறுதிப் பரீட்சையில் எளிதாகத் தேர்வு பெற முடியும். இன்று

போல அறுபது எழுபது ஆண்டுகளுக்கு முன்பு ஒவ்வொரு பாடத்திலும் நூற்றுக்கு நூறு முடியாது. கணக்கு ஒன்றில்தான் சாத்தியம். மற்ற பாடங்களில் எழுபது வாங்கினால் பையன் மேதாவி என்ற பட்டம் பெற்றுவிடுவான்.

சனிக்கிழமையன்று கோபால் கேட்டான், "நாளைக்குப் போவோமா?"

நான் யோசித்தேன். எனக்குச் சிறு சிறு வேலைகள் இருந்தன. ஆனால், கோபாலை ஏமாற்றமடைய விடக்கூடாது. "கோபால், போவோம். ஆனால், போனோம் வந்தோமென்று இருக்க வேண்டும். என்னை யாராவது இருக்கச் சொன்னால் கூட நீ உடனே என்னை அவசரப்படுத்த வேண்டும்," என்றேன்.

"யாரு இருன்னுவா?"

"கேசவராவ் வீட்டிலே சொல்லலாம். அவருடைய முதல் மனைவி வீட்டிலே சொல்லலாம். நீ என்னை அவசரப்படுத்திக் கொண்டே இருக்க வேண்டும்."

கோபால் அரைமனதாக ஒப்புக்கொண்டான். காலையில் எட்டரை மணிக்கே சைக்கிள் கடையிலிருந்து வாடகைக்கு ஒரு வண்டியை எடுத்து வந்தான். என் அம்மா சாப்பிட்டு விட்டுப் போ என்றாள். ஆனால், பதிமூன்று பதினான்கு வயதாகும் போது எது பசி என்று தெரியாது. நான் விளையாடப் போய் இரண்டு மணி மூன்று மணிக்குக்கூட வீடு வந்து சாப்பிட்டிருக்கிறேன். அந்த ஞாயிற்றுக்கிழமை எனக்குப் பசித்தது. ஆனால், சாப்பிட உட்கார்ந்தால் அம்மாவாலோ என் அக்காக்களாலோ உடனே உணவு பரிமாற முடியாது. கரியடுப்பும் விறகடுப்புமாகச் சமையல் செய்ய வேண்டும். சாதம் வடித்தால் கஞ்சி வடிக்க வேண்டும். நான் காத்திருக்க வில்லை. கோபாலுடன் கிளம்பி விட்டேன்.

கேசவராவ் வீட்டில் வெகுநேரம் காக்க வைத்துவிட்டார். அவருடைய பீரோ சாவியை யாரோ ஞாபகமறதியாக எங்கோ வைத்துவிட்டார்கள். நானும் கோபாலும் வெளி வராந்தாவில் காத்திருந்தோம். உள்ளே கேசவராவும் அவருடைய மனைவியும் வீட்டைப் புரட்டிப் போட்டுக்கொண்டிருந்தார்கள். கேசவராவின் மகன்கள் மகள்கள் எந்தக் கவலையும் இல்லாமல் உள்ளே ஊஞ்சலில் ஆடிக்கொண்டிருந்தார்கள். ஊஞ்சல் கொக்கிக்கு உடனே எண்ணெய் விட வேண்டும். அது சகிக்க முடியாதபடி கிரீச்சிட்டுக்கொண்டிருந்தது.

ஒருவாறாகச் சாவியே இல்லாமல் பீரோ கதவைக் கேசவராவ் திறந்துவிட்டார். இந்த அமளியில் அவரால்

கடிதம் எழுத முடியவில்லை. பத்து ரூபாய் நோட்டுகளாக ஏழு என்னிடம் கொடுத்தார். "ஜாக்கிரதையா கொண்டு போய்ச் சேர்த்துடுவேயில்லே?" என்று இரு முறை கேட்டார். எனக்கு சங்கடம். அந்த வீட்டில் அவருடைய முதல் மனைவியே என் குரல் கேட்டு வந்துவிட்டால் கவலை இல்லை. ஆனால் கேசவராவுடைய மாமனார், மற்ற வயதான அம்மாக்கள் வெளியே வந்துவிட்டால் அவர்களிடம் தனித்தனியாக நோட்டுகளைத் தருவது சரியாகுமா? நன்கு ஒட்டப்பட்டக் காகித உறை என்றால் தொந்தரவே இல்லை.

இதெல்லாம் சொன்னால் இன்னும் நேரமாகும். நாங்கள் கிளம்பிவிட்டோம்.

அந்த நேரத்தில் எங்களூர் ரேஸ் கோர்ஸைத் தாண்டிப் போவது மிகவும் ரம்மியமாக இருக்கும். எப்போது சாலை போட்டார்களோ, ஒரு பள்ளம் மேடு இல்லாமல் ஒரு நீண்ட கருப்பு நாடாவாக இருக்கும். தார் ரோடுகளில் இருபுறமும் நிறைய வெற்றிடம் இருந்தால் அங்கேயே நின்றுகொண்டு பார்த்துக்கொண்டே இருக்கலாம். எங்கோ அங்கொரு கட்டடம், இங்கொரு கட்டடம் கூரை, சீமை ஓடு வேய்ந்ததாக இருக்கும். எப்பக்கம் திரும்பினாலும் பிரம்மாண்ட ஓவியம் போலத் தோற்றம். இந்த கேசவராவ் இரண்டு கல்யாணங்கள் செய்துகொண்டிராவிட்டால் எனக்கு இந்தத் திறந்தவெளி ஓவியம் காணக் கிடைத்திருக்குமா? அந்த வழியாகத் திரும்பத் திரும்பப் போவதினால்தானே இந்த அழகை உணர முடிந்தது!

கோபாலுக்கும் இந்த அழகு அனுபவம் கிடைத்திருக்கும். அவனுக்கும் கட்டடங்கள் அமைந்துள்ள சூழ்நிலையை உடனே ஒரே வீச்சில் கவனித்துவிட முடியும். அவனே எனக்குப் பல கட்டடங்களின் தனித்தன்மை, சுற்றுப்புறத்தின் விசேஷத் தன்மை ஆகியவையைச் சுட்டிக் காட்டியிருக்கிறான். எனக்கு முதலில் எங்கள் பள்ளியில் முகப்பு பற்றி ஏதும் தோன்றவில்லை. அவன்தான் அது ஒரு நவாபின் அரண்மனை வாயிலை ஒத்தது என்று பார்க்க வைத்தான். அவன் இந்தப் பிக்கட் பயணத்தையே என்னோடு விசேஷக் காட்சிகளைக் காண வேண்டுமென்று விரும்பினானோ? அவனுக்கு முக்கோண மைதான நடுவில் அமைந்திருந்த ரகோபராவின் வீடு பிரமிப்பைத் தந்திருந்தது. புல் தரையில் வெறும் சுவர்களும் ஓட்டுக் கூரையும் இவ்வளவு அழகை உண்டு பண்ண முடியுமா என்று என்னிடம் வியந்திருக்கிறான். நான் வேண்டாம் என்று கூறியிருந்தாலும் அவன் ரகோபராவ் வீட்டருகே சைக்கிளை மிக மெதுவாக ஓட்டினான்.

நாங்கள் பிக்கெட்டை அடைந்தபோது நல்ல வெயில். அந்த வயதில் பெரிதாக வியர்க்காவிட்டாலும் முகமும் உடலும் வெயிலில் வாடியதை உணர முடியும். இப்போது நானே எங்களை யாராவது உட்காரச் சொல்லி தண்ணீர் கொடுத்து உபசரித்தால் நன்றாகயிருக்குமே என்று எண்ணினேன்.

அது கேசவராவ் மாமனார் வீட்டில் நடக்கவில்லை. அன்று அவர்கள் வீட்டில் யாருக்கோ திதி. நாங்கள் வெளி கேட்டைத் திற்கும்போதே "உள்ளே வராதே! உள்ளே வராதே!" என்று ஒரு குரல் கிரீச்சிட்டது. நாங்கள் பயந்து போய் கேட்டுக்கு வெளியே நின்றோம். "வாடா, திரும்பிப் போகலாம்" என்று கோபாலிடம் சொல்லி நான் சைக்கிள் பூட்டைத் திறந்தேன்.

"ஏண்டா வந்துட்டுத் தொந்தரவு பண்ணிவிட்டு நழுவுறீங்க? இதான் அந்த ராஸ்கல் செஞ்சுட்டு ஓடச் சொன்னானா?" என்று ஒரு ஆண் குரல் கேட்டது. அதைத் தொடர்ந்து ஒரு பெரியவர் கையில் தடியை எடுத்து வந்தார்.

நாங்கள் உறைந்து போய் நின்றோம். இனி இதுதான் கடைசி முறை என்று சொல்லிக்கொண்டேன்.

"எங்கே பணம்?"

எனக்கு அந்த மனிதனிடம் தர விருப்பமில்லை. "சார் பெரியம்மாகிட்டே கொடுத்துட்டு வரச் சொன்னார்" என்றேன்.

"அது யார்ரா பெரியம்மா? அந்த அயோக்கியனுக்குப் பெரியம்மாவா? இங்கே பெரியம்மாவுக்குத்தான் திதி. திதிக்குக் கூட முகத்தை காட்டாதவனுக்கு யார் பெரியம்மா?"

நான் குழம்பி நின்றேன். கேசவராவின் முதல் மனைவியை என்ன சொல்லிக் குறிப்பிடுவது? எனக்கு அந்த மனிதரிடம் பணத்தைக் கொடுத்துவிட்டு வர மனம் வரவில்லை. இதே மாதிரி ஒரு தபால்காரரிடம் பேச முடியுமா?

நான் பதில் சொல்லாமல், "கோபால். நாம போவோம்." என்று கிளம்பினேன்.

இப்போது அந்த மனிதர் கலவரத்துடன் "சுலோச்சனா! சுலோச்சனா!" என்று அழைத்தார்.

"எந்துக்கு இட்ல லொள்ளி சேஸ்தாவு?" என்று கேட்டபடி கேசவராவின் முதல் மனைவி வந்தாள். என்னிடம் சொன்னாள், "இது பைத்தியம். இந்தப் பைத்தியத்தினாலேதான் நான் திண்டாடறேன்" என்றாள்.

நான் பணத்தைக் கொடுத்தேன். "அம்மா", என்று கோபால் அழைத்தான்.

அவள் ஆச்சரியத்தோடு அவனைப் பார்த்தாள்.

"அம்மா, நீங்க ஏன் உங்க வீட்டுலேயே இருக்கக் கூடாது?" என்று கேட்டான்.

"இருக்கலாம், தம்பி. ஆனா அவர் ஒரு வார்த்தை சொல்லணும், இல்லே?"

"இந்த வீட்லே எல்லாரும் கத்தறாங்க, திட்றாங்க."

"நானும் அப்படிக் கத்தினேம்ப்பா. அப்படிக் கத்திட்டு அவர் முகத்தைப் பாக்க முடியலே. அங்கேந்து நடந்தே வந்தேன்."

நாங்கள் எல்லாருமே மனம் நெகிழ்ந்து நின்றோம். அப்போது கோபால் பேசினான், "அம்மா, பிக்கெட்டானதினாலே வந்துட்டீங்க. இதுவே ஷோரனூர், பாலக்காடுன்னா முடியுமா?"

அந்த அம்மாளுக்குப் புரியவில்லை.

"என்னது? என்னது? என்று கேட்டாள்.

எனக்கும் அந்தப் பெயர்கள் எதைக் குறிக்கின்றன என்று தெரியவில்லை.

கோபால் சொன்னான், "தூரம்மா, ரொம்பத் தூரம்."

இப்போது எங்களிருவருக்கும் புரிந்தது. "ஆமாம்ப்பா. நீ சொல்லறது ரொம்பச் சரி. அம்மா வீடு இப்படிப் பக்கத்திலே இருக்கக் கூடாது" அவள் கண்களில் கண்ணீர் ததும்பியது.

நான் அடுத்த மாதம் அங்கு வரத் தேவை இருக்காது என்று மீண்டும் தோன்றியது. கோபாலை அழைத்து வந்ததில் எப்படியொரு திருப்பம்! எனக்குக் கேட்கத் தோன்றியிருக்காது. வெறுமனே சொன்னதைச் செய்து விட்டுத் திரும்பியிருப்பேன்.

"கோபால், நாம மறுபடியும் கேசவராவ் வீட்டுக்குப் போய் வரணும்."

"எதுக்கு? அந்த அம்மா கையிலேயே பணத்தைக் கொடுத்துவிட்டோமே?"

"இன்னொரு வேலை பாக்கியிருக்கு."

"இதுக்கு நானும் வரணுமா?"

"ஆமாம்."

நல்ல பன்னிரண்டு மணி வெயிலில் நாங்கள் கேசவராவ் வீடு அடைந்தோம். வீடே நிசப்தமாக இருந்தது. எல்லாருமாகச் சாப்பிட்டுக்கொண்டிருக்க வேண்டும், அல்லது தூங்கிக் கொண்டிருக்க வேண்டும்.

நான், "சார், சார்!" என்று உரத்துக் கத்தினேன்.

அலறிப் புடைத்துக்கொண்டு கேசவராவ், அவருடைய இரண்டாவது மனைவி இருவரும் வந்தார்கள். என்னப்பா? ஏன், என்னாச்சு?"

"சார், இனிமே நான் பிக்கெட் வீட்டுக்குப் போக மாட்டேன்."

"என் பசங்க யாரும் போக மாட்டேன்றாங்களே, பிரதர்?"

"போகத் தேவை இருக்காது, சார்."

"என்ன சொல்லறே?"

"நீங்க ஒரு வண்டி எடுத்துண்டு அந்த வீட்டுக்குப் போங்க. அவங்க உங்க கூட வந்துடுவாங்க."

"எப்படித் தெரியும்?"

"என் சிநேகிதன் கேட்டான். அவுங்க நீங்க வந்து கூப்பிடறதுக்காகக் காத்துண்டிருக்காங்க."

"வாங்க. நானும் கூட வரேன். உடனே போகலாம்." அவருடைய இரண்டாவது மனைவி சொன்னாள்.

(2011)